ኩሽ እና ኩሻዊ

የባግዳድ ሽጉ

ኩሽ እና ኩሻዊ

ቋንቋ፤ ታሪክ፤ ሃይማኖት፤ እና ነገድ

ግርማ አውግቸው ደመቀ

THE RED SEA PRESS
Trenton | London | New Delhi | Cape Town | Nairobi | Addis Ababa | Asmara | Ibadan

THE RED SEA PRESS
541 West Ingham Avenue | Suite B
Trenton, New Jersey 08638

Copyright © 2025 Girma A. Demeke

All rights reserved. No part of this publication may be reproduced, stored in a retrieval system or transmitted in any form or by any means electronic, mechanical, photocopying, recording or otherwise without the prior written permission of the publisher.

Cover Art: Daniel Kassahun

Cataloging-in-Publication Data may be obtained from the Library of Congress.

ISBNs: 9781569028926 (PB)
9781569028933 (HB)

መታሰቢያነቱ

ከኮሌጅ ጀምሮ ወዳጅነቱ ያልተለየኝ ቅን አሳቢውና በደግነቱ የሁሉ ወዳጅ የነበረው የጊኒሩ አማረ ስዩም በቅርቡ በድንገት ህይወቱ ማለፉን ሰማሁ። የምታስብለትና እድገቱን ሁሌም የምትመኝው ወዳጅ ማግኘት ሳይሆን በተገላቢጦሹ የሚያስብልህና እድገትህን የሚመኝ መቼም የማይለወጥ ወዳጅ ማግኘት ትልቅ እድል ነው። አማረ ለእኔ እንደዛ ነበር። የዚህ መፅሀፍ መታሰቢያነቱን ለአማረ ያደረኩት የፅሁፍ ሀውልት እንዲሆነው ነው።

የይዘት ማውጫ

የይዘት ማውጫ.....vii

የመግለጫ ማውጫ.....xiii

ምስል.....xiii

ሠንጠረዥ.....xiv

ካርታ.....xvi

መቅድም.....xvii

ምዕራፍ አንድ: መግቢያ.....1

1.1 የኩሽ ቃል መነሻ.....2

1.2 የኩሽ አጠቃቀም በጥንታዊ ስራዎች.....3

1.2.1 የኩሽ አጠቃቀም በሀገር ስምነት/የኩሽ ሀገረ መንግሥት.....3

1.2.2 የኩሽ አጠቃቀም በነገድ ስምነት.....5

1.3 የኩሽ አጠቃቀም በስነልሳን.....5

1.4 የአፃፃፍ ስርዓት እና የፅሁፉ አፋዊ አቀራረብ.....5

1.4.1 ምኅፃረ ቃላት.....5

1.4.2 የላቲን ፊደሎች አጠቃቀም.....6

1.4.3 የሞክሼ ፊደላት አጠቃቀም.....6

1.4.4 የስርዓተ ነጥብ አጠቃቀም.....7

1.5 የመፅሀፉ አደረጃጀት.....7

ክፍል አንድ.....11

ምዕራፍ ሁለት: ጥንታዊ ሀገረ ኩሽ.....13

2.1 መግቢያ.....13

2.2 የጥንታዊ ግብፅ አጭር ታሪክ.....20

ኩሽ እና ኩሻዊ

2.3 ኩሽ/ኑቢያ በቅድመ 25ኛው ስርወመንግሥት 27
   2.3.1 የህ-ቡድን ባህል 30
   2.3.2 የሐ-ቡድን ባህል 32
   2.3.3 መጥበሻ-መቃብር 'ፓን-ግሬቭ' ባህል 34
   2.3.4 የከርማ ባህል፡ ኩሽ ቅድመ 1500 ቅ.ክ 35
      2.3.4.1 ቅድመ ከርማ ዘመን (3500 እስከ 2500 ቅ.ክ) 37
      2.3.4.2 ቀዳሚ ከርማ ዘመን (2500 እስከ 2050 ቅ.ክ) 41
      2.3.4.3 አማካይ ከርማ ዘመን (2050 እስከ 1750 ቅ.ክ) 43
      2.3.4.4 ወርቃማ/ክላሲክ ከርማ ዘመን (1750 እስከ 1500 ቅ.ክ) ... 45
      2.3.4.5 መጨረሻ ከርማ ዘመን (1500 እስከ 1450 ቅ.ክ) 48
      2.3.4.6 የከርማ ባህል 50
   2.3.5 የኩሽ በግብፅ ስር መውደቅ (ኩሽ 1450 ቅ.ክ እስከ 1085 ቅ.ክ) 55
   2.3.6 ኩሽ ድንገ ግብፅ አስተዳደር (1085 ቅ.ክ እስከ 800 ቅ.ክ) 64
2.4 ኩሽ በ25ኛው ስርወመንግሥት 66
   2.4.1 የ25ኛው ስርወመንግሥት አነሳስ 67
   2.4.2 የ25ኛው ስርወመንግሥት የኩሽ ነገሥታት 70
      2.4.2.1 ካሻታ 72
      2.4.2.2 ፒዬ (747–721 ቅ.ክ) 72
      2.4.2.3 ሻባካ (721-707/6 ቅ.ክ) 73
      2.4.2.4 ሻባታካ (707/6-690 ቅ.ክ) 75
      2.4.2.5 ታህርቃ (690-664 ቅ.ክ) 76
      2.4.2.6 ታንታማኒ (664-656 ቅ.ክ) 80
   2.4.3 የ25ኛው መንግሥት በግብፅ ታሪክ የተወው አሻራ 82
   2.4.4 ማጠቃለያ 82
2.5 ኩሽ ድንገ 25ኛው ስርወመንግሥት 83
   2.5.1 የናፓታ ዘመን (656/653 — 542 ቅ.ክ) 84
      2.5.1.1 አትላናርሳ (653 — 643 ቅ.ክ) 84
      2.5.1.2 ሴንካማኒስኬን (643 — 623 ቅ.ክ) 85

2.5.1.3 አንላማኒ (623 — 593 ቅጋእ) 85
2.5.1.4 አስፔልታ (593 — 568 ቅጋእ) 86
2.5.1.5 አራማቴልቆ (568–555 ቅጋእ) 87
2.5.1.6 ማሎናቀን (555–542 ቅጋእ) 87
2.5.1.7 ማጠቃለያ 88
2.5.2 የሜሮቲክ ዘመን (ከ542/590 ቅጋእ እስከ 400 ጋእ) 88
2.5.3 ኩሽ ድኅረ ሜሮቲክ ዘመን፥ ክርስትያን ኩሽ (350-1450 ጋእ) 99
2.5.3.1 ኖባቲያ (370-700 ጋእ) 100
2.5.3.2 ማኩሪያ (370-1450 ጋእ) 101
2.5.3.3 አሎዲያ (370-1500 ጋእ) 102
2.5.4 ኩሽ ድኅረ ሜሮቲክ ዘመን፥ እስላም ኩሽ 102
2.5.5 ኩሽ ድኅረ ሜሮቲክ ዘመን፥ ዘመናዊ ኩሽ/ሱዳን 103
2.6 ማጠቃለያ 103

ምዕራፍ ሶስት፥ የኩሽ ነገድ እና ቋንቋ 137
3.1 መግቢያ 137
3.2 የኩሽ ነገድ እና ቋንቋ በጥንታዊው የኩሽ መንግሥት 137
3.2.1 የኩሽ ነገድ 138
3.2.2 ሜሮቲክ ቋንቋ 144
3.3 ኩሽ በመጽሐፍ ቅዱስ እሳቤ 148
3.4 ኩሽ፥ ኢትዮጵያ እና ጥቁረት 152
3.4 ማጠቃለያ 155

ምዕራፍ አራት፥ ፑንት፥ ኩሽ፥ እና ዳዓማት-አክሱም 167
4.1 መግቢያ 167
4.2 ፑንት 167
4.2.1 የፑንት ስያሜ እና የመረጃ ምንጭ 168
4.2.1.1 የፑንት ስያሜ 168
4.2.1.2 ስለፑንት የመረጃ ምንጭ 170
4.2.3 የፑንት ሕዝብ እና መንግሥት 183

- 4.2.4 የፑንት መገኛ 188
  - 4.2.4.1 ፑንት እና አረቢያ 188
  - 4.2.4.2 ፑንት እና ሶማሊያ 189
  - 4.2.4.3 ፑንት እና ሰሜን ምስራቅ አፍሪካ 191
  - 4.2.4.4 ማብራሪያ እና ማጠቃለያ 200
- 4.3 ደዓማት-አክሱም 203
  - 4.3.1 ደዓማት 204
  - 4.3.2 አክሱም 205
- 4.4 ፑንት እና ዳዓማት-አክሱም 209
- 4.5 ኩሽ እና ዳዓማት-አክሱም 211
- 4.6 መደምደሚያ 212

ክፍል ሁለት 233
ምዕራፍ አምስት: ኩሻዊ ቋንቋ እና ተናጋሪው 235
- 5.1 መግቢያ 235
- 5.2 ኩሻዊ ቋንቋዎች/የንግግር አይነቶች 237
- 5.3 ኩሻዊ ቋንቋዎች ዝርዝር ዳሰሳ 241
  - 5.3.1 ማዕከላዊ ኩሻዊ/አገው 242
    - 5.3.1.1 የአገው ነገድ 242
    - 5.3.1.2 የአገው ንግግር አይነቶች 244
      - 5.3.1.2.1 ኻምጣንጋ 245
      - 5.3.1.2.2 አውንጊ 247
      - 5.3.1.2.3 ቅማንትነይ 249
      - 5.3.1.2.4 ቢለን/ብሌን 252
      - 5.3.1.2.5 አገዊ 257
      - 5.3.1.2.6 ቋርኛ እና ካይልኛ 258
    - 5.3.1.3 ማጠቃለያ እና ማብራሪያ 259
  - 5.3.2 ሰሜን ኩሻዊ/ቤጃ 260
  - 5.3.3 ደቡብ ኩሻዊ 263

5.3.4 ምስራቅ ኩሻዊ 265
  5.3.4.1 ደጋማው ምስራቅ ኩሻዊ 265
    5.3.4.1.1 ቡርጂኛ 266
    5.3.4.1.2 ሲዳምኛ 268
    5.3.4.1.3 ጌዲአኛ 270
    5.3.4.1.4 ከምባትኛ 271
    5.3.4.1.5 ሀዲይኛ 273
    5.3.4.1.6 ሊቢዶኛ 275
    5.3.4.1.7 ቀቤንኛ 275
    5.3.4.1.8 አላብኛ 277
    5.3.4.1.9 ጥምባሮኛ 279
    5.3.4.1.10 ማጠቃለያ 280
  5.3.4.2 ቆላማው ምስራቅ ኩሻዊ 280
    5.3.4.2.1 ኦሮምኛ 281
    5.3.4.2.2 ሶማልኛ 282
    5.3.4.2.3 አፋርኛ 286
    5.3.4.2.4 ሳሆኛ እና ኢሮብኛ 288
    5.3.4.2.5 ሬንዬሌ 290
    5.3.4.2.6 ቦኒ/አዌር 291
    5.3.4.2.7 ቡን 292
    5.3.4.2.8 ባይሶ 292
    5.3.4.2.9 ደሳነች 294
    5.3.4.2.10 አርቦሬ 295
    5.3.4.2.11 ኢልሞሎ 296
    5.3.4.2.12 ኮንሶኛ 296
    5.3.4.2.13 ጊዶሌ/ደራሼ 298
  5.3.4.3 ዳላይ/ወርዘይድ 299

5.3.4.3.1 ገዋዳ/ደባሴ 300
5.3.4.3.2 ፀማይ/ፀማኮ 301
5.3.4.3.3 ቡሳ/ሞስዬ 302
5.3.4.4 ያኩ 302
5.3.4.5 ዳህሎ 303
5.3.4.6 ማጠቃለያ 305
5.4 የኩሻዊ ቋንቋዎች/ቡድኖቹ የእርስ በርስ ግንኙነት እና ምደባ 305
  5.4.1 የኩሻዊ ውስጥ ምደባ ቅኝት 305
  5.4.2 የኩሻዊ ቋንቋዎች/ቡድኖቹ የእርስ በርስ ግንኙነት 313
    5.4.2.1 የአገው የቋንቋ ዝምድና 314
    5.4.2.2 የደቡብ ኩሻዊ ኩሻዊነት 315
    5.4.2.3 የቤጃ የቋንቋ ዝምድና 317
    5.4.2.4 የምስራቅ ኩሻዊ ቡድንነት 318
  5.4.3 ኩሻዊ በዘር ምደባ ያለው ቦታ 320
5.5 ማጠቃለያ 322
ክፍል ሥስት 345
ምዕራፍ ስድስት፡ በኢትዮጵያ ታሪክ የኩሽ-ኩሻዊ አቀራረብ 347
  6.1 መግቢያ 347
  6.2 የኩሽ መንግሥት እና የኢትዮጵያ ታሪክ 347
  5.3 የኢትዮጵያ ታሪክ ከእምነት አንፃር 352
  6.3 የኢትዮጵያ ታሪክ እና የኩሻዊ ቋንቋዎች/ታሪካዊ ስነልሳን 354
  6.4 ሳባ እና ኩሽ 356
  6.5 ማጠቃለያ 359
ምዕራፍ ሰባት፡ መደምደሚያ 363
አባሪ፡ የኩሽ መገኛ በመፅሐፍ ቅዱስ 369
ዋቢዎች 377
ቅሱም 411

የመግለጫ ማውጫ

ምስል

ምስል 1፡ በኩሽ ስርወመንግሥት በጀበል ባረካል ከተገነቡ ፒራሚዶች መሀከል 20

ምስል 2፡ የከርማ ከተማ በከፊል 36

ምስል 3፡ ከቀዳሚ ከርማ መቃብሮች አንዱ 43

ምስል 4: ዴፉፋ 51

ምስል 5፡ ዴፉፋ የጎን እይታ 52

ምስል 6: ዴፉፋ የከርማ ፍርስራሽ ከአጥሩ ጋር 53

ምስል 7፡ ዴፉፋ የከርማ ፍርስራሽ ከአጥሩ ጋር የጎን እይታ 54

ምስል 8፡ አሙን ራ በካራንካ 57

ምስል 9፡ የሜሮኤ ፒራሚዶች 70

ምስል 10፡ የ25ኛው ኩሽ ስርወመንግሥት ነገሥታት በከፊል ከከርማ ሙዚየም 71

ምስል 11፡ የታሀርቃ ፒራሚድ ፍርስራሽ በኑሪ 77

ምስል 12፡ የአንበሳው ቤተአምልኮ፣ ሜሮኤ 97

ምስል 13፡ የነገዶች ምስል 142

ምስል 14፡ የንግሥት ሀትሼፐሱት አምልኮ ስፍራ/መቃብር 174

ምስል 15፡ ለፑንት መስፍን/ንጉሥ ከግብፅ የተላኩ ስጦታዎች 175

ምስል 16፡ የእጣን ዛፍ/ችግኝ ከፑንት 176

ምስል 17፡ የፑንት የዱር እንስሳት 177

ምስል 18፡ የፑንት መሪ ከባለቤቱ፣ ከልጆቹ እና ከአገልጋዮቻቸው ጋር 178

ምስል 19፡ በግብፅ መርከብ የፑንት እቃዎች ሲጫን 179

ምስል 20፡ የፑንት መስፍን 180
ምስል 21፡ የፑንት መርከብ 181
ምስል 22፡ የግብፅ ወታደሮች ከሀትሼፕሸት የንግድ ጉዞ መሀከል 186
ምስል 23፡ የፑንት ሰዎች በሀትሼፕሸት የንግድ ጉዞ ወቅት 187
ምስል 24፡ የፑንት መንደር በከፊል 190
ምስል 25፡ የፑንት ዝንጀሮ 197
ምስል 26፡ የፑንት መንደር 198
ምስል 27፡ የፑንት እጣን ዛፍ በአማልክቱ አሙን ስም በተሰየመው የአትክልት ቦታ .. 201

ሠንጠረዥ

ሠንጠረዥ 1፡ የግብፅ መንግሥታት ዘመን ክፍፍል 22
ሠንጠረዥ 2፡ የጥንታዊ ግብፅ ስርወመንግሥቶች 24
ሠንጠረዥ 3፡ የሜሮቲክ ፊደል 146
ሠንጠረዥ 4፡ ኩሻዊ ቋንቋዎች 238
ሠንጠረዥ 5፡ የኢትኖሎግ የሶማልኛ "ቡድን" ዝርዝር 240
ሠንጠረዥ 6፡ የአፍሮኤሽያዊ ክፍፍል በግሪንበርግ (1963) 241
ሠንጠረዥ 7፡ የአገው ቋንቋዎች ክፍፍል 244
ሠንጠረዥ 8፡ የኻምጣንጋ ተናባቢዎች 246
ሠንጠረዥ 9፡ የአውንጊ ተናባቢዎች 248
ሠንጠረዥ 10፡ የቅማንትነይ ተናባቢዎች 250
ሠንጠረዥ 11፡ የቅማንትነይ ተናባቢ ከራይኒሽ 251
ሠንጠረዥ 12፡ የብሌን አናባቢዎች 254
ሠንጠረዥ 13፡ የብሌን ተናባቢዎች 254
ሠንጠረዥ 14፡ የብሌን ፊደል ገበታ 255
ሠንጠረዥ 15፡ የቤጃ ተናባቢዎች 262
ሠንጠረዥ 16፡ የቡርጂኛ ተናባቢዎች 267

ሠንጠረዥ 17፡ የሲዳምኛ ተናባቢዎች 269
ሠንጠረዥ 18፡ የጌዲአኛ ተናባቢዎች 271
ሠንጠረዥ 19፡ የከምባትኛ ተናባቢዎች 272
ሠንጠረዥ 20፡ የሀድይኛ ተናባቢዎች 274
ሠንጠረዥ 21፡ የቀቤና ተናባቢዎች 276
ሠንጠረዥ 22፡ የኦሮምኛ ተናባቢዎች 281
ሠንጠረዥ 23፡ የሶማልኛ አናባቢዎች--አጭር 284
ሠንጠረዥ 24፡ የሶማልኛ አናባቢዎች--ረጅም 285
ሠንጠረዥ 25፡ የሶማልኛ ተናባቢዎች 285
ሠንጠረዥ 26፡ የአፋርኛ ተናባቢዎች 286
ሠንጠረዥ 27፡ የአፋርኛ አናባቢዎች 287
ሠንጠረዥ 28፡ የሳሆኛ ፈደል የድምፅ ውክልናዎች በባንቲ እና ቨርጋሪ (2005) 289
ሠንጠረዥ 29፡ የሳሆኛ ተናባቢዎች 290
ሠንጠረዥ 30፡ የሬንዴሌ ቋንቋ ተናባቢዎች 291
ሠንጠረዥ 31፡ የባይሶ ቋንቋ ተናባቢዎች 293
ሠንጠረዥ 32፡ የደሳነች ቋንቋ ተናባቢዎች 295
ሠንጠረዥ 33፡ የአርቦሬ ቋንቋ ተናባቢዎች 295
ሠንጠረዥ 34፡ የኮንሶኛ ቋንቋ ተናባቢዎች 297
ሠንጠረዥ 35፡ የዲራሼ/ዲራይታ ቋንቋ ተናባቢዎች 298
ሠንጠረዥ 36፡ የገዋዳ ቋንቋ ተናባቢዎች 300
ሠንጠረዥ 37፡ የፀማኮ ተናባቢዎች 301
ሠንጠረዥ 38፡ በቸሩሊ የኩሻዊ ቋንቋዎች ውስጥ ክፍፍል 306
ሠንጠረዥ 39፡ የኩሻዊ ክፍፍል በላምበርቲ (1991) 307
ሠንጠረዥ 40፡ የሄትዝሮን (1980) ኩሻዊ ውስጥ ክፍፍል 309
ሠንጠረዥ 41፡ ኩሻዊ ክፍፍል በቶስኮ (2000) 310
ሠንጠረዥ 42፡ የኤሪት (2011) ኩሻዊ ክፍፍል 311

ኩሽ እና ኩሻዊ

ሠንጠረዥ 43፡ የአፍሮኤሽያዊ ክፍፍል በአሬል እና ስቶልቦቫ (1995)........................312
ሠንጠረዥ 44፡ የግሪንበርግ (1963) ደቡብ ኩሻዊ..315
ሠንጠረዥ 45፡ የምስራቅ ኩሻዊ ክፍፍል በሳዞ..318
ሠንጠረዥ 46፡ የኢትዮጵያ ነግሥታት ዝርዝር በጎሩይ እይታ..................................348

ካርታ

ካርታ 1፡ የጥንታዊ ግብፅ እና የኑቢይ/ኩሽ ወሰን..14
ካርታ 2፡ ናፓታ እና ሜሮኤ...18
ካርታ 3፡ የመሀከለኛው አባይ ሸለቆ የጥንታዊ ኩሽ ግዛት 29
ካርታ 4፡ የሀ-ቡድን መገኛ 31
ካርታ 5፡ የሐ-ቡድን መገኛ 33
ካርታ 6፡ የከርማ መገኛ/ግዛት...39
ካርታ 7፡ ላይኛው ኩሽ...60
ካርታ 8፡ ግብፅ በ25ኛው የኩሽ ስርወመንግሥት 69
ካርታ 9፡ በላይኛው ኑቢያ የንጉሦች መቃብር የሚገኙባቸው ኤል ኩሩ እና ኑሪ..........78
ካርታ 10፡ ከ400 ቅጋአ አካባቢ የነበረው የኩሽ ግዛት 93
ካርታ 11፡ የፑንት መገኛ በፊሊፕስ እይታ...192
ካርታ 12፡ የፑንት መገኛ በብሬየር እይታ..194
ካርታ 13፡ ፑንት በኦኮነር እይታ 195
ካርታ 14፡ አክሱም በስድስተኛው ክፍለ ዘመን/በንጉሥ ካሌብ ዘመን 209
ካርታ 15፡ ደቡብ ኢትዮጵያ...278

መቅድም

ይህ ስራ ከርዕሱ መገመት እንደሚቻለው ትኩረቱ ኩሽቲክ/ኩሻዊ[1] በመባል በሚገለፁት ቋንቋዎች እና ተናጋሪዎቻቸው እንዲሁም ኩሽ በሚል በሚጠቀሰው ጥንታዊ ሀገር እና ህዝብ ላይ ነው። በዚህ በኩሽ እና ኩሻዊ መፅሀፍ የኩሻዊ ቋንቋዎችን እና ተናጋሪዎቹን ከመቃኘት በተጨማሪ ስለጥንታዊ የኩሽ ስርወመንግሥት እና ህዝብ፣ ኩሽ የሚለው ቃል በመፅሀፍ ቅዱስ እና በሌሎች ቀደምት ስራዎች/መረጃዎች የሚወክለው ምን እንደሆነ ዘርዘር አድርገን ተመልክተናል። ይህ እራሱን በቻለ ትልቅ ክፍል ቀርቧል።

በኩሻዊ ቋንቋዎች መሀከል እና በጥንታዊ ኩሽ ሀገርም ሆነ ህዝብ ያለው ግንኙነት ትንሽ በማይባሉ ስራዎች እየተምታታ ሲቀርብ ይስተዋላል። በቋንቋ ዘር መጠሪያነቱ ያለው ስያሜ ከታሪካዊው ኩሽ ስርወመንግሥት እና ከመፅሀፍ ቅዱሱ ኩሽ አጠቃቀም ጋርም አለአግባብ እና አለቦታው እየተዛመደ መነታረኪያ ሆኖ ማየት የተለመደ ነው። ይህ በተለይ ከመስኩ ምሁራን ውጭ ባሉት ጥቂት በማይባሉ በሀገራችን ፀሀፊዎች ስራዎች መመልከቱ የተዘወተረ ከመሆኑም በላይ ጉዳዩ ለተወሰኑ የፖለቲካ ሰዎች ዋንኛው አጀንዳ እስከመሆን ደርሷል። ጉዳዩን መርምሮ ከማወቅ ይልቅ እዚህም እዚያም ለግዜያዊ ፍጆታ በሚመስል የታሪክ መሰረት የሌለው ትርክት በዘፈቀደ ሲሰጥም ይስተዋላል። ይህን ጉዳይ የውጭ አጥኚዎች ሳይቀሩ ታዝበውታል፤ "ዛሬ የኢትዮጵያ ፖለቲከኞች የኩሻዊ ህዝብ ከሴማዊ ህዝብ በላይ የሀገሪቱ ባለሙብት እንደሆነ አጥብቀው ያስምሩበታል" (ብሬየር 2007:460)።[2] ለዚህ ሶስት መሰረታዊ ምክንያቶችን ማቅረብ ይቻላል። አንደኛ፣ የዘመናችን የኩሻዊ ቋንቋ ተናጋሪዎችን ከጥንታዊ የኩሽ ህዝቦች ጋር አለቦታቸው ማዛመድ፤ የቋንቋ እና የህዝብ ግንኙነትን በውል አለመለየት እና ስለቋንቋዎቹ የቅርብ ግዜ ጥናቶች የደረሱበትን በአግባቡ አለመረዳት ችግር ነው። ሁለተኛው፣ በቀደምት ፀሀፊዎች የቀረቡ ግልፅ ያልሆኑ፣ በተወሰነ ደረጃም የሚያምታቱ እና አሳማኝ ታሪካዊ መረጃ የሌላቸው፣ እንዲሁም ታሪክ እና እምነት አለመንገዳቸው እየተደባለቁ የቀረቡባቸው ትርክቶች መቅረባቸውም ጭምር ሊሆን ይችላል።[3] ሶስተኛው፣ ስለኩሽ መንግሥት እና ስለኩሻዊ ቋንቋዎች ቀደም ባሉት ግዜያት ብዙም አለመታወቁ ነበር። ስለኩሻዊ ቋንቋዎች የእርስበርስ ግንኙነት እና አጠቃላይ የዘር ምደባ በበቂ ሁኔታ አይታወቅም ነበር። አሁንም በአርኪ ሁኔታ ታውቋል ማለት አይቻልም። ለዚህ የተለያዩ ድምዳሜ ላይ የደረሱ የቅርብ ግዜ ጥናቶችን ማየቱ ብቻ በቂ ነው። ስለጥንታዊው የኩሽ መንግሥትም ያለው ሁኔታ ተመሳሳይ ነው። የግብፅ ታሪክ ጥላ የሆነበት ይመስላል። ስለዚህ መንግሥት አሁንም ብዙ ታውቋል ማለት አይቻልም። ለዚህ

በርካታ ምክንያቶች አሉ። ከእነዚህ ውስጥ አንደኛው፣ ፅሁፍ በኩሽ መንግሥት የጀመረው ዘግይቶ መሆኑ እና እሱም ቢሆን ይዘቱ አለመታወቁ ነው። ሁለተኛው ዘረኝነት ነው። የኩሽ መንግሥት በማያጠያይቅ የጥቁር ህዝብ ታሪክ በመሆኑ ይህን ለማጥናት በቀደሙት ግዚያት ብዙም ተነሳሽነት አለማሳየት ነበር። በወቅቱ በእግረመንገድ የተደርጉ ጥናቶችም በአብዛኛው በዘረኝነት ላይ የተቃኙ ነበሩ። በርግጥ ከቅርብ ግዜ ጀምሮ በርካታ ሚዛናዊ ጥናቶች እየቀረቡ ይገኛል።

በዚህ መፅሀፍ ከስነልሳን እና ከታሪክ አንፃር በኩሽ እና ኩሻዊ ላይ ጠቅለል ያለ ትንታኔ ለማቅረብ እንሞክራለን። የኩሽን አጠቃቀም ከጥንት እስከዛሬ ምን እንደሚመስል እንዲሁም ስለጥንታዊው ሀገረ ኩሽ የምናቀርበው ትንታኔ የተቀጠበ ነው። ዋናው አላማችን ኩሽ ወይም የዚህ ዝርያ ቃል በሆኑት ስያሜዎች ስለሚጠቀሱት ህዝቦች እና ቋንቋዎች እንዲሁም ስለጥንታዊ የኩሽ መንግሥት ጠቅለል ያለ ግንዛቤ ማስጨበጥ ነው። ጥንታዊ የኩሽ መንግሥትን እና የቃሉን ጥንታዊ ውክልና የሚመለከተው በክፍል አንድ ቀርቧል። በክፍል ሶስት ኩሽ ከኢትዮጵያ ታሪክ ጋር እንዴት እየተገናኘ ይቀርብ እንደነበር የተለያዩ ሰንዶችን በመፈተሽ እንገመግማለን። የኩሻዊ ቋንቋዎችን እና በተዛማጅም ተናጋሪዎቻቸውን የሚመለከተው በክፍል ሁለት አቅርበናል።

በሁሉም ላይ የምናቀርበው ትንታኔ እጅግ የተመጠነ ቢሆንም በእያንዳንዱ ነጥብ ላይ በተቻለ መጠን መሰረታዊ ስራዎችን እየጠቆምን ሄደናል። የተማሪ/ጀማሪ ተመራማሪ ወረቀት ይመስል ጥቅስ ማብዛታችን ይሰማናል። በዚህ የሚመጣውን ወቀሳ ከወዲሁ እንቀበላለን። ፅሁፉ የተዘጋጀው በሙያው ያሉ ሰዎችን ዋንኛ ታሳቢ አድርጎ አይደለም። ለአጠቃላይ አንባቢ እንዲሆን በተለይ የዘመናችንን ህብረተሰብ ታሳቢ ያደረገ ነው። ባለፍንበት የትምህርት ሂደትም ሆነ አሁንም በኢትዮጵያ ባለው ሁኔታ ለአንድ ስራ ትክክለኛ መረጃ/ምንጭ ማግኘት ለብዙሀኑ አስቸጋሪ ነው። ባሁኑ ግዜ በርግጥ ኢንተርኔት መኖር ችግሩን በሰፊው ቢያቃልለውም፣ ትክከለኛውን እና የተሻለውን ምንጭ ለማግኘት የሚጠይቀው ግዜ ቀላል አይደለም። ይህንን ከግንዛቤ በማስገባት አንባቢ በቀላሉ ቢያንስ እኛ በዚህ ስራ ወቅት የደረስንባቸውን ተጨማሪ መረጃ ሊሰጡ የሚችሉ መሰረታዊ ምንጮችን እንዲያገኝ በማሰብ ነው ዝርዝር መረጃዎችን አብዝተን የሰጠነው።

ከሌሎች ምክያቶች ጋር ተደማምሮ አንድን ነገር ስንቆፍር ሌላው የማንውቀው እየበዛ እሱን ለመረዳት እና በአሰብነው ደረጃ የተሟላ ስራ ለማቅረብ ይህ ስራ ከታቀደው በላይ ረጅም ግዜ ወስዶብናል። የመጀመሪያው ረቂቅ ካለቀ ዘጠኝ ዓመት አልፎታል። መዘግየቱ ስላሳሰበን ዋናውን ሀሳብ በመጣጥፍ መልክ በጆርናል ኦፍ አፍሮኤሽያዊ ላንጉጅስ ቅጽ 10፣ ቁ. 1 ላይ አሳትመንዋል (ግርማ፣ 2021)። በዚያ መጣጥፍ የነበረው አብዛኛው እንዳለ ወይም አጠቃላይ ሀሳቡ ምንም ማጣቀሻ ሳይደረግበት እዚህ መፅሀፍ ውስጥ ቀርቧል። ምክንያቱ ለመፅሀፉ መነሻው መጣጥፉ ሳይሆን መጣጥፉ በራሱ ከመፅሀፉ ረቂቅ በመወሰዱ ነው።

ይህ ስራ *ቋንቋ እና ነገድ በኢትዮጵያ* በሚል በሁለት ቅፅ ከቀረቡት ተከታይ ቅፅ ታስቦ የተዘጋጀ ነበር። ከመነሻው ስለጥንታዊ ኩሽ መንግሥት እና ህዝብ እና የቃሉ አጠቃቀም

መነሻ በአጭሩ ገልፆ በኢትዮጵያ የኩሻዊ ቋንቋዎች እና ተናጋሪዎቹ ላይ ትንታኔ መስጠት ነበር። ሆኖም ስለጥንታዊ ኩሽ በሀገራችን በቀደምት የታሪክ ፅሁፎች ስላለው የተምታታ ሀሳብ ምንጭን በውል ሳይመለከቱ ስለቋንቋዎቹ ብቻ ማውራቱ ቅድሚያ የሚሰጠው ሆኖ አላገኘነውም። ኩሽ ከእምነት እና ከጥንታዊ ታሪክ ጋር ያለውን አጠቃቀም እንደዚሁም የኩሻዊ ቋንቋዎችን እና ተናጋሪዎቻቸውን በአንድ አገናኝቶ ማቅረቡ የተሟላ ግንዛቤ ይሰጣል። በዚህ መልክ መቅረቡ በተለይ በፖለቲካው ዘንድ ካለው የወቅቱ ውዥንብር አንፃር አስፈላጊ እና ቅድሚያ የሚሰጠው ሆኖ አገኘነው። ስራው በዚህ መልክ በመቅረቡ ከመነሻው ያሰብነው የኩሽ ቋንቋዎች እና ተናጋሪዎች ላይ በፈለገው ጥልቀት እንድንሄድ አላስቻለንም። የቋንቋዎቹ በተለይ የውስጥ የዘር ግንኙነቱ ላይ በቀጣይ እራሱን ችሎ የቋንቋ እና ነገድ በኢትዮጵያ ቀዳሚ ቅፆችን መንፈስ ሳይለቅ በቅፅ ሶስት በቅርብ ግዜ ይቀርባል።

በረቂቁ ላይ ስለሰጡን አስተያየት ዶር መሀመድ ጀማልን፣ ዶር ተሾመ በላይን፣ እና ፕሮፌሰር አበበ ዘገየን ልናመሰግን እንወዳለን። ከኤልያስ አወቀ ጋር በተለያዩ ወቅቶች በዚህ መፅሀፍ ረቂቅ ላይ ተወያይተናል። የአቶ ኤልያስ ረጅም የጋዜጠኝነት እና ሰፊ የንባብ ልምዳቸው ረቂቁን ለማስተካከል ረድቶናል። ለኤልያስ ምስጋናችንን የምናቀርበው ያላቋረጠ ማበረታታቸውም ስላልተለየን ነው። በዚህ መፅሀፍ ላይ የቀረቡት ሁሉም ካርታዎች የጂኦግራፊ እና ጂ አይ ኤስ መምህር በሆኑት ዶር ዳንኤል ካሳሁን የተሰሩ ናቸው። በዚህ መፅሀፍ ላይ የቀረቡት ሁሉም ካርታዎች እና የውጭ ሽፋን ንድፍ የጂኦግራፊ እና ጂ አይ ኤስ መምህር በሆኑት ዶር ዳንኤል ካሳሁን የተሰሩ ናቸው። ዶር ዳንኤል እውቀት እና ልምዳቸውን ተጠቅመው ካርታዎቹ ሙያዊ ደረጃቸውን እንዲጠብቁ በማድረግ በአጭር ግዜ ውስጥ ስላደረሱልን ምስጋናችን ከፍ ያለ ነው።

ግርማ አውግቸው ደመቀ
ሎውረንስቪል፣ ኒው ጀርሲ
መስከረም፣ 2016

ማስታወሻዎች

1 በዚህ ስራ ሴሜቲክ፣ ኩሽቲክ፣ አፍሮኤሽያቲክ፣ ኦሞቲክ ወዘተ የሚሉትን ሴማዊ፣ ኩሻዊ፣ አፍሮኤሽያዊ፣ ኦሞአዊ ወዘተ እንደቅደምተከተላቸው በማለት የአማርኛውን ሰዋስው ጠብቀን አቅርበናል።

2 "Today, Ethiopian politicians often stress the 'Cushite legacy' against the 'Semitic' (i.e. Old South Arabian) one" (ብሬየር 2007:460)።

3 ለዚህ ጥሩ ማሳይ ይሆናልና፣ ደላኒ (1897)ን ይመልከቱ።

ምዕራፍ አንድ: መግቢያ

ኩሽ የሚለው ቃል በመፅሀፍ ቅዱስ እንዲሁም በጥንታዊ ግብፅ ሰነዶች ውስጥ ይገኛል። ጥንታዊ ግብፆች ኩሽ የሚለውን (ወይም የዚህን ዝርያቃል) የሚጠቀሙበት ከነሱ ግዛት በስተደቡብ በአሁኑ ግዜ በሱዳን ከዛሬ አራት እና አምስት ሺህ ዓመት ገደማ ጀምሮ የነበረውን የከርማን መንግሥት እና በተለይም ከዚያ በማስከተል በእዚሁ በሱዳን እስከ አራተኛው ክፍለዘመን ድረስ የነበሩትን ስልጣኔዎች እና መንግሥታት ለማመልከት ነው። በክፍል ሁለት በዝርዝር እንደምንመለከተው ይህን አካባቢ እና ህዝብ ለመግለፅ ኩሽ ከሚለው በተጨማሪ የተለያዩ ስሞችም ነበሩ። ከአራተኛው ክፍለዘመን ወዲህ ይህ ቃል ቀስ በቀስ እየተረሳ መጥቶ በግሪኩ ኢትዮጵያ እና ከሮማኖች በወጣው ኑብያ/ኑባቲያ ከዚያም በማስከተል በአረብኛው ሱዳን ተተክቶ ይገኛል። በመፅሀፍ ቅዱስ ደግሞ ኩሽ በዋነኛነት ነገድን ያመለክታል። በቋንቋ ቤተሰብ ስያሜነቱ፣ ኩሽቲክ/ኩሻዊ ይባላል።

የዚህ መፅሀፍ አላማ ኩሽ እና ኩሻዊ በሚለው ዙርያ ያሉ ብዥታዎችን ማጥራት ነው። ስለጥንታዊው ኩሽ መንግሥት የመስኩ የታሪክ ሊቃውንት፣ ስለኩሽ አገባብ በመፅሀፍ ቅዱስ የሃይማኖት ሊቃውንት 'ስነመለኮታዊያን'፣ ስለኩሻዊ ቋንቋዎች የዘር ምድባ የታሪካዊ ስነልሳን፣ እና ስለኩሻዊ ቋንቋ ተናጋሪዎች የስነሰብ ተመራማሪዎች፣ የታሪክ ባለሙያዎች እና የታሪካዊ ስነልሳን ምሁራን ተገቢውን ግንዛቤ ያስጨበጡ ቢሆንም አሁንም በሀገራችን ስለኩሽ ያለው አረዳድ እጅግ የሚያሳስብ ነው። በተለያየ ወቅት የሚቀርቡ ስለሀገረ ኩሽ እና ኩሻዊ ቋንቋዎች ማብራሪያዎች እና ገለፃዎች በወቅቱ በመስኩ ባለሙያዎች ያሉ እውነታዎችን ያገናዘቡ ሆነው አይስተዋሉም። በዚህ ዙርያ ያለውን በመስኩ ጥናት የተደረሰበትን ለአጠቃላይ አንባቢ በሚስማማ መልኩ ማቅረብ አስፈላጊ እና ወቅታዊ መስሎ ተሰማን። የዚህ መፅሀፍ አላማም ይህን ማድረግ ነው።

ቀጣይ ምዕራፎችን በውል ለመረዳት እንዲያስችለን በዚህ ምዕራፍ ስለኩሽ ቃል ምንጭ እና ምንነት፣ ቃሉ በሀገር ስምነት ያመለክት ስለነበረው ታሪካዊ ሀገር፣ እና በአጠቃላይ የቃሉ ውክልና በታሪክ፣ በእምነት ስራዎች በተለይ በመፅሀፍ ቅዱስ፣ እና በቋንቋ ስያሜነት ምን እንደሆነ መሰረታዊ ትንተና እናቀርባለን። ይሁን እንጂ ዝርዝሩን ከቀጣይ ምዕራፎች እና በየቦታው ከምንጠቅሳቸው ዋቢ ስራዎች ማግኘት ስለሚቻል፣ በዚህ ምዕራፍ የምናቀርበው ትንታኔ በጣም ውስን፣ መሰረታዊ ነጥቦችን የያዘ ብቻ ነው።

1.1 የኩሽ ቃል መነሻ

ኩሽ ጥንታዊ ቃል ነው። ይህ ቃል በመፅሀፍ ቅዱስ እንዲሁም በጥንታዊ ግብፆች ስራዎችም ተጠቅሶ ይገኛል። እስካሁን ባለን መረጃ፣ በግብፅ ኩሽ የሚል ቃል (ወይም የዚህ ተመሳሳይ ቅርፅ) ተፅፎ ከተገኘው ረጅም እድሜ ያስቆጠረው በመካከለኛው *መንግሥት*[1] ዘመን በ2100 ቅጋአ ነው።[2] ኩሽን በመንግሥት ስምነት በስፋት መጠቀም የተጀመረው በአዲሱ *መንግሥት* ወቅት ለመሆኑ በርካታ መረጃዎች አሉ።[3] ይህ ቃል በወቅቱ ህዝብን ከማመልከቱም በተጨማሪ የኩሽ ህዝብ የነበረበትን ሀገር እና አስተዳደርንም ያመለክታል። በሀገረ *መንግሥት* መጠሪያነት በተለይ ከከርማ *መንግሥት* በኋላ መቀመጫውን ናፓታ ላይ አድርጎ ከነበረው ጀምሮ የሜሮኤ *መንግሥት* እስከደከመበት/እስከተወገደበት 4ኛው ክፍለዘመን ድረስ በሱዳን የነበረው *መንግሥትን* በዚህ ስም መጥራት የተዘወተረ ነበር። በግብፅ የ25ኛው ስርወመንግሥት እራሱ የኩሽ *መንግሥት* በመባል ይታወቃል።

ኩሽ እንደቃልነት ከጥንት እስካሁን በሁሉ ቋንቋ አንድ አይነት ንበት አልነበረውም። በርግጥ ይህ እንዲሆን መጠበቁም የዋህነት ነው። ከተለያዩ ታሪካዊ አጋጣሚዎች በተጨማሪ እያንዳንዱ ቋንቋ የራሱ የሆነ የሰዋስው ስርዓት አለው እና አንድ አይነት ንበት በሁሉ ቋንቋ የግድ መኖር የለበትም። ይህ ቃል በግዕዝ ካሱ ነው። ለዚህ ከቀዳሚ ስራዎች ውስጥ የኢዛናን የድንጋይ ላይ ፅሁፍ መጥቀስ ይቻላል። በግዕዙ የኢዛናው ፅሁፍ ካሱ በሳብኛው እና በግሪኩም ያው ተመሳሳይ (DAE 5/6/7) ነው። በኢዛናው ፅሁፍ (DAE 5/6/7) ላይ በግሪኩ ኢትዮጵያ የሚለው በግዕዝ እና በሳብያን ቅጂው *ሐበሠተ* 'ሀበሻ' የሚለውን ወክሎ ነው።

ብሬየር (2007) በግብፅ በተለያዩ ወቅቶች እንዲሁም በተለያዩ ቋንቋዎች ቃሉ ምን እንደሚመስል በዝርዝር ተመልክቷል። እንደብሬየር ከሆነ፣ በጥንታዊ ፋርስ *ኩሳ*፣ በእብራይስጥ *ኩሺ*፣ በሜሮቲክ *ቄስ* /qes/፣ (በመካከለኛው) ባቢሎንያን ካሺ /*Ka-ši*/፣ በቅብጥ[4] *ኤክዮሽ* /ekjōš/ የሚል እናገኛለን (ብሬየር 2007:458)። ብሬየር (ዝኒከማሁ) የቅብጡ *ኤክዮሽ* ከ*ኢካሽ እንደመጣ ግምቱን ሰጥቷል። ለዚህ ምክንያቱም፣ በ25ኛው የግብፁ ስርወመንግሥት ወቅት በተፃፈ ፅሁፍ ላይ እና በዲሞቲክ የዚህ ቃል ቅርፅ *ኢክሽ* /ikš/ ስለሆነ ነው። ብሬየር *ኢክሽ* በበኩሉ ከ*ካሺ*/*ክሺ*//*kši*/ የመጣ ይመስላል ይላል። በመካከለኛው የግብፅ *መንግሥት*፣ ካ/ክሺ /*K* š(i)/ ሲሆን፣ ሁለተኛው አማካይ ዘመን[5] በሚባለው *ክሺ* /*K*š(i)/ ነው። በአዲሱ *መንግሥት*[6] ደግሞ *ክሽ* /*K*š/ ነው።[7] ጥንታዊ ግብፅ ካሽን (ወይም የዚህ ቃል የተለያየ ቅርፅ) ከሜሮቲክ ጋር ተዛማጅ ከሆነ ጥንታዊ አባት ቋንቋ ተውሶ ይሆናል የሚል ነው (ብሬየር ዝኒከማሁ)።[8]

ከላይ እንደገለፅነው ኩሽ የሚለው ቃል በአዲሱ *መንግሥት* እና ከዚያም በታሪክ ጎልቶ በሚታወቀው 25ኛው የግብፅ ስርወመንግሥት ከመቀጠሉም በላይ በአራተኛው ጋአ ሜሮኤ እስከወደመችበት ድረስ የአሁኑ ሱዳን መጠሪያ ሆኖ ያገለግል ነበር።[9] ይህ ቃል

በመፅሀፍ ቅዱስም ተገልፆ ይገኛል። በምዕራፍ አራት እንደምንመለከተው የመፅሀፍ ቅዱሱ ትንሽ የተወሳሰበ ቢሆንም የቃሉ ምንጭ የግብፁ/ሀገረ ኩሽ ይመስላል።

1.2 የኩሽ አጠቃቀም በጥንታዊ ስራዎች

1.2.1 የኩሽ አጠቃቀም በሀገር ስምነት/የኩሽ ሀገረ መንግሥት

የኩሽ ስርወመንግሥት በጥንታዊ የግብፅ ስርወመንግሥት በሌላ ስያሜም ይታወቅ ነበር። አንደኛው እና በፅሁፍ የተገኘው ቀዳሚው ስያሜ ታ-ሴቲይ[10] 'የቀስተኞች/የቀስት (ታጣቂ) ሀገር' የሚለው ነው (አዳም 1981:230፣ ኢምበርሊንግ 2011:7-8)። በግብፅ ታሪክ ቀዳሚ በመሆን የንጉሦች ስም ዝርዝሮች እና ሌሎች ጠቃሚ መረጃዎችን ይዞ የሚገኘው የፓልሜሮ ድናጋይ በመባል የሚታወቀው ንጉሥ ስነርፉ[11] ይህን አካባቢ እንዳወደመ እና ሰባት ሺህ ምርኮኞች/እስረኞች እንዲሁም ሁለት መቶ ሺህ ከብቶች ይዞ እንደተመለሰ በሚዘግብበት ፅሁፍ ላይ አካባቢውን የገለፀው ታ-ኔሄሰይ በሚል ነው።[12] ታ-ኔሄሰይ ከመጀመሪያው ካታራክት በታች በግብፅ ደቡብ ያለውን አካል ከታ-ሴቲይ በማስከተል ግብፆች የሚጠሩበት በፅሁፍ ሰፍሮ የተገኘው ቃል መሆኑ ነው። ወደኋላ ላይ በ2300 ቅጋአ በስድስተኛው ስርወመንግሥት በንጉሥ መረንረ[13] ወቅት የመጃይ፣ ኢርተት እና ዋዋት ባላባቶች ንጉሡን እጅ እንደነሡ የሚገልፅ አለ።[14] እነዚህ ግዛቶች/ህዝቦች ምናልባትም እራሳቸውን የቻሉ ጎሳዎች እንደሆኑ ይገመታል። መጃይ የአሁኖቹ ቤጃዎች ናቸው ተብሎ ይታሰባል። ከእነዚህ ውጭም እነ ያም/የም/ኤሪም፣ ሲትጃው የሚሉ ስያሜዎችም ይገኛሉ።

ከ2100ኛው ክፍለ ዘመን ቅጋአ ጀምሮ ኩሽ የሚለው ስያሜ በግብፅ ስራዎች ይህን አካባቢ እና ህዝቡን ለማመልከት በቋሚነት ውሎ ይገኛል። ይህ በተለይ የሚጀምረው የመካከለኛው መንግሥት ጀማሪ ነው ከሚባለው ዳግማዊ ሜንቱሆተፐ (ንዘ[15] 2055–2004 ቅጋአ) ነው። ይህ ንጉሥ በምስል ጠላቶቹን ሲደበድብ ይታያል። ከእነዚህ ውስጥ አንዱ የኩሽ ሰው ነው (ሸሪፍ፣ 1981፡255)። ከላይ እንደገለፅነው፣ ኩሽ የሚለው ስያሜም ለመጀመሪያ ግዜ በግብፆች ተጠቅሶ የተገኘው በዚህ ንጉሥ ዘመን ነው። ቃሉ በወቅቱ የሚያመለክተው ከ2ኛው እስከ 4ኛው ካታራክት ድረስ ከግብፅ በስተደቡብ የነበረውን የሰሜኑን የሱዳን/ኑብያን ግዛት ነው።[16] ይህ በተለይ የሚመለከተው የከርማ ስምጥ ሸለቆን[17] ነው።[18] ከሞላ ጎደል በአሁኑ ግዜ ሱዳን የሚያካትተውን ግዛት፣ ማለትም ከግብፅ በስተደቡብ ያለውን የመካከለኛው አባይ/ናየል ሸለቆን[19] በማካተት ኩሽ መግለፅ የጀመረው ከሀይክሶስ ዘመን (ጀምሮ) ነው። በአዲሱ መንግሥት ኩሽ ለኑቢያ አጠቃላይ መጠሪያ ስም እንዲሁም በተለይም ደግሞ ለሰሜኑ የሱዳን ክፍል መጠሪያ ነበር።

የኩሽ ሀገረ ግዛት ከሆሜር ጀምሮ በጥንታዊ የግሪክ ፀሀፊዎች ዘንድ የኢትዮጵያ ስርወመንግሥት፣ ከዚያ በማስከተል የኑብያ ስርወመንግሥት በመባልም ይታወቃል። ግሪኮች ኢትዮጵያ የሚለውን ስም የተጠቀሙበት በሁሉ ቦታ ወጥ በሆነ መልኩ አይደለም። አንዳንዴ የተወሰነ ቦታን ለማመልከት ሌላው ግዜ ደግሞ ለመላው አፍሪካ ነው።[20] እነዚህ

ኢትዮጵያ እና ኑቢያ የሚሉት የኋለኞቹ አጠቃቀሞች አሁንም በተለዋዋጭነት በምሁራን ስራዎች ይገኛሉ። በርግጥ ኑቢያ የሚለውን ስያሜ በአሁኑ ግዜ በስፋት የሚጠቀሙበት እና በጣም የተለመደ እንዲሆን ከፍተኛ አስተዋፅኦ ያደረጉት የታሪክ ባለሙያዎች ናቸው። ኑቢያ ለሚለው ስያሜ መነሻው ሮማኖች እንደሆኑ ይገመታል። ሮማኖች ኖባ ከተባሉት የአካባቢው ህዝቦች በመነሳት ህዝቡን እና ከግብፅ በታች ያለውን ሀገር ኖባቲያ ይሉ ነበር። ኑብያ ከዚህ ከኖባቲያ እንደወጣ ይገመታል። ብዙም አሳማኝ ባይሆንም ኑቢያ የመጣው በግብፅ ኑብ 'ወርቅ' ከሚል ቃል ነው የሚል አስተሳሰብም አለ። ምክንያቱ ግብፆች ወርቅ የሚያስመጡት ከኑቢያ ስለነበረ የሚል ነው (ሺኔ 1996/2009፡3)። የኩሽ ስርወመንግሥት እራሱን ኑብያ በሚል ስያሜ ጠርቶ የሚያውቅበት ስለመኖሩ ምንም ማስረጃ የለም። ብዙዎች የሚስማሙበት የኩሽ ስርወመንግሥት የራስ ስያሜ ምናልባት ካሽ ሊሆን ይችላል። ለዚህ መላምት አንደኛው ምክንያት ኩሾች በስማቸውም ላይ ካሽ (ወይም ከዚህ የተመሳሰለ ቃል) ሲጠቀሙ መስተዋሉ ነው። ለዚህ ምሳሌ ንጉሥ ካሻታን መጥቀስ ይቻላል። ይህ ከግብፅ በስተደቡብ የሚገኘው አካባቢ እና ህዝብ ከመካከለኛው የግብፅ መንግሥት ጀምሮ በተለይ በአዲሱ መንግሥት በግብፃውያን ዘንድ ባብዛኛው ተመዝግቦ የሚገኘው ካሽ በሚል ነው።[21] ይህ እንደሁለተኛ ምክንያት ተደርጎ ሊወሰድ ይችላል። ሶስተኛው፣ ምንም እንኳ በስፋት የሀገረ መንግሥቱ ስያሜ ሆኖ ስለማገልገሉ ከጋራ አቆጣጠር በኋላ ብዙም ማስረጃ ባይኖርም በሀገር ስያሜነት ለረጅም ግዜ በኮርዶፋን እና ዳርፉር ሲያገለግል እንደነበር ብሬየር (2007:458) ሌሎች ስራዎችን በመጥቀስ አቅርቧል።

የአንደኛው ክፍለዘመን ይሁዳዊው በታሪክ ስራዎቹ የሚታወቀው ፍላቩስ ዮሴፍ ኩሽን ከመፅሀፍ ቅዱሱ የሀም ልጅ ጋር በማገናኘት ስያሜው በሀገሩ ህዝብ ዘንድም ሆነ በሌሎቹ ዘንድ ያገለግል እንደነበር ገልጿል (አንቲኩቲይ ኦፍ ዘ ጂውስ፣ መፅሀፍ 1፣ ምዕራፍ 6፣ ቁጥር 2)።[22] ከእስልምናው መስፋፋት ጋር በተያያዘ አረቦች የግብፅን አስተዳደር ከተቆጣጠሩ እና ሃይማኖቱም በሱዳን እየተስፋፋ ከመምጣቱ ጋር በተያያዘ ይህ አካባቢ አሁን በምናውቀው የአረብኛው ቃል ሱዳን ተተካ።

የአስተዳደር መዋቅሩን በተመለከተ፣ የኩሽ መንግሥት ማለትም ንጉሠ መንግሥት[23] የኩሽ ንጉሠ ነገሥታዊ መንግሥት (በእንግሊዝኛው ኢምፓየርም) ይባላል። ይህ ሁኔታ በጥንታዊ የአክሱም መንግሥትም ላይ እንዲሁ ነው። በበርካታ የታሪክ ስራዎች የአክሱም ንጉሠ መንግሥት እየተባለ ቢቀርብም፣ አክሱም በውስጡ ሌሎች ንጉሠ መንግሥቶችም ስለነበሩት፣ ገዢውም ንጉሠ ነገሥት ስለሚል፣ ንጉሠ ነገሥታዊ መንግሥት 'ኢምፓየር' መባል ይገባዋል የሚል ሙግት አለ። ለምሳሌ ስርግው ኃብለሥላሴ (1972)ን ይመልከቱ። በኩሽም መንግሥት የነበረው ተመሳሳይ ነው። ኩሽ በውስጡ የተወሰኑ ንዑስ መንግሥታት አካቶ የያዘበት ወቅት ነበር። በዚህም ኢምፓየር መባል ይገባዋል ከሚል ነው አንዳንዶች የኩሽ/ኑቢያ/ኢትዮጵያ ኢምፓየር የሚሉት። በዚህ ስራ፣ መንግሥት የሚለውን በወጥነት ለጥንታዊ መንግሥታቱ ተጠቅመናል። ይህን ያደረግነው እነዚህ መንግሥታት ኢምፓየር መባል አይገባቸውም ከሚል አይደለም። ያንን ለታሪክ ፀሀፊዎች እንተዋለን። አላማችን

የኩሽ እና ከዚህ የመነጬት ቃል አጠቃቀምን መመርመር ላይ ነው እና መንግሥት ስንል የተለመደውን ዘልማድ መቀጠላችን ብቻ ነው። በአማርኛው ዘልማድ መንግሥት የሚለው ቃል ንጉሣዊ መንግሥት 'ኪንግደም'' እና ንጉሠ ነገሥታዊ መንግሥት 'ኢምፓየር' የሚለውን ሳይለይ የሚያገለግል ነው።

1.2.2 የኩሽ አጠቃቀም በነገድ ስምነት

በምዕራፍ ሶስት በዝርዝር እንደምንመለከተው፣ ኩሽ በጥንታዊ አጠቃቀሙ ህዝብን/ነገድን ለማመልከት ሲውልም ይስተዋላል። በጥንታዊ የግብፅ ስራዎች ቃሉ በሀገረ ኩሽ የሚገኙ ህዝቦችን ለማመልከት ሲውል ይስተዋላል። ኩሽ የሚለውን ቃል በነገድ ስምነት በመፅሀፍ ቅዱስ ውስጥም ውሎ ይገኛል። በርግጥ በመፅሀፍ ቅዱስ ውስጥ ያለው ከነገድ ስምነት በተጨማሪም የሀገር ስምም ሆኖ የገባበት አለ። በሁሉም ቦታዎች በዚህ ቃል የተገለፁት ነገዶችም ሆኑ ቦታዎች ሁሌም አንድ ናቸው ማለት ግን አይቻልም። በአንዳንድ ስራዎች የቃሉ አጠቃቀም ግልፅ ያልሆነበት ሁኔታም አለ። የዚህ (ኩሽ ወይም በተለያየ ቅርፅ ከሚጠቀሰው ተመሳሳይ ቃል ይገለፅ የነበረ) ግዛትን በምዕራፍ ሁለት፣ በመፅሀፍ ቅዱስ ያለውን አጠቃቀም ደግሞ በምዕራፍ ሶስት እንቃኛለን።

1.3 የኩሽ አጠቃቀም በስነልሳን

በስነልሳን ጥናት ኩሽቲክ/ኩሻዊ በዘር ይዛመዳሉ ለሚባሉ ከአፍሮኤሽያዊ ወገን ለሆኑ ቋንቋዎች በቤተሰብ ስያሜነት የተሰጠ ቃል ነው። ስያሜው የእነዚህን ቋንቋዎች እና ተናጋሪዎችንም ለመግለፅ በተወሰነ ደረጃ ያገለግላል። ይህ የስነልሳን እና የስነሰብ አጠቃቀም በጣም የቅርብ ከመሆኑም በላይ ከጥንታዊው የቃሉ አጠቃቀም የሚያገናኘው የለም። የዚህ መግቢያ ምዕራፍ አላማ የመፅሀፉን ይዘት በውል እንድንረዳ የሚያግዙ መሰረታዊ ነጥቦችን ማብራራት በመሆኑ እዚህ ወደዝርዝሩ አንገባም። ዝርዝሩን በሙሉ መፅሀፉ በተለይም ከምዕራፍ አምስት እናገኘዋለን።

1.4 የአፃፃፍ ስርዓት እና የፅሁፉ አፋዊ አቀራረብ

1.4.1 ምኅፃረ ቃላት

በዚህ ስራ የተወሰኑ ምኅፃረ ቃላትን ተጠቅመናል። የንጉሦች ንግሥና ዘመንን ለማመልከት ንዘ፣ የነግሡበት ዘመን ግምት መሆኑን ለማሳየት ግ፣ የጋራ አቆጣጠርን፣ ከክርስቶስ ልደት ወዲህ በመባል የሚታወቀውን ጋአ፣ ቅደመ ጋራ አቆጣጠርን፣ ከክርስቶስ ልደት በፊት በመባል የሚታወቀውን ቅጋአ እና ማለትን—በተለይ በእንግሊዝኛው አይ/i. ኢ/e. የሚለውን ወክሎ በሚገባበት ወቅት—ማ የሚለውን ተጠቅመናል። እነዚህም በአጭሩ የሚከተሉት ናቸው፤

ንግሥና ዘመን = ንዘ

ግምት = ግ

ቅድመ ጋራ አቆጣጠር = ቅጋአ

የጋራ አቆጣጠር = ጋአ

ማለት = ማ

ከላይ ከቀረቡት በተጨማሪ ሌሎች ማብራሪያ የማይሹ ተዘውታሪ ምሕፃረ ቃላት ለምሳሌ የመፅሀፍ ቅዱስ ክፍሎችን ለማመልከት የሚውሉት በዚህ ስራ ይገኛሉ።

1.4.2 የላቲን ፊደሎች አጠቃቀም

ከአለማቀፋዊ የስነድምፅ 'አይፒኤ' ውክልና ፊደሎች ውጭ የላቲን ፊደሎችን አንባቢን እንዳያደናቅፉ በዋናው የፅሁፉ አካል ውስጥ በተቻለ መጠን አላስገባንም። ዋና ፍሬ ሀሳቡን በአማርኛው ተርጉመን በዋናው አካል በማካካትት፣ ቀጥታ በምንጩ ማስቀመጥ/መጥቀስ የሚገባንን በግርጌ ማስታወሻ ብቻ ለመስጠት ሞክረናል። ይህ ማለት በሌላ ቋንቋ የተሰሩ ስራዎች በመረጃነት ሲቀርቡ በፅሁፍ አካል ውስጥ በአማርኛው ፊደል ቀርበዋል። ማለትም፣ በመረጃነት የተጠቀምንባቸውን የደራሲዎችን ስም በፅሁፉ አካል ውስጥ በአማርኛው ፊደል አቅርበናል። ይህን በማድረጋችን የተወሰኑት ላይ የንበት ስህተት አድርገን ሊሆን ይችላል። ዋናው ነጥብ ጉርማይሌ ፅሁፍ ሆኖ ንባብ እንዳይደናቀፍ ነው እና የደራሲዎች ስም፣ በምንጩ በዋቢስራዎች ስር ከአማርኛው ጋር ስለተሰጠ የንበት እንኳ ስህተት ተፈጥሮ ቢሆን ይህ ነው የሚባል የመረጃ መዛባት አያመጣም።

1.4.3 የሞክሼ ፊደላት አጠቃቀም

አንድ አይነት ንበት ባላቸው ፊደላት አጠቃቀም ደረጃ በአብዛኛው ወጥ ለመሆን ሞክረናል። ከዚህ ውጭ የግዕዙን አፅፃፍ በአማርኛው ላይ ለመጫን አልሞከርንም። እንጫነውም ብንል የሚሆን አይደለም። አንዳንዶች እንደሚሉት "የጥንቱን ስርዓት" አለመከተል ሳይሆን ቋንቋዎቹ የተለዩ ከመሆናቸው እና ፅሁፎቹ የዳበሩት ለሁለት የተለያዩ ቋንቋዎች በመሆኑ በአማርኛው የእነዚህን ፊደሎች አጠቃቀም በግዕዙ እንደሚገቡት ማስኬድ አይቻልም። የአማርኛውን አጠቃቀም የፊደሎችን ቁጥር ከመቀነስ ጀምሮ ወጥ ለማድረግ ከዚህ በፊት በርካታ ጥረቶች ተደርገዋል። አጥጋቢ ናቸው ማለት ግን ይከብዳል። ወደፊት ቀድሞ ከነበረው የተለያየ ጥረት በተጨማሪ በጥንቃቄ የአማርኛ የፊደል ወጥነት እና አፃፃፍ ላይ መሰራት ይግባል። ለምሳሌ የ"ሰ" እና "ሠ"ን ጉዳይ ብቻ ብንመለከት፣ ሠ የግዕዝ ድምፅ እንጂ የአማርኛው አይደለም። በታሪክም ሆኖ የሚያውቅበት የለም።[24] ይህ ፊደል የሚወክለው ድምፅ በግዕዝ በአማርኛው ሽ ከሚወከለ ይቀርባል። ግን ሁለቱ አንድ አይደሉም። ዝርዝሩ ሩቅ ስለሚወስደን፣ ለወደፊት ራሱን ለቻለ ስራ ትተን በዚህ ፅሁፍ ለፊደል አጠቃቀማችን ምክንያታችንን ብቻ ገልፀን እናልፋለን።

1.4.4 የስርዓተ ነጥብ አጠቃቀም

በስርዓተ ነጥብ ደረጃ፣ አማርኛ በሂደት የራሱን መደበኛ አጠቃቀም ያዳበረ ይመስላል። አላስፈላጊ የሆኑት ሲወገዱ ያሉት መስመር እየያዙ፣ አዳዲሶችም በሂደት እየተጨመሩ ሄደዋል። ፅህፈት በራሱ አለማቀፋዊ ማለት ይቻላል ስርዓት 'ስታንደርድ" አለው። በዚህም ምክንያት የአማርኛ ስርዓተ ነጥበ አጠቃቀም የእንግሊዝኛውን ቢመስል ብዙም መገረም አይገባንም። ቋንቋዎች አጠቃቀማቸው እየሰፋ በሄደ ቁጥር አዲስ በገቡበት የሙያ መስክ ሙያው የሚከተለውን አጠቃቀም መውሰዳቸው ግድ ነው። ለምሳሌ፣ ቀጥታ ጥቅስን በትዕምርተ ጥቅስ ውስጥ ማድረግ፣ ጥቅሱ ከአራት መስመር በላይ ከሆነ ገባ ብሎ የፊደሉን መጠን ቢያንስ በአንድ ነጥብ አሳንሶ ማቀረብ በአማርኛውም ሆነ በእንግሊዝኛው አንድ ነው። ይህ አይነቱ አጠቃቀም በሌሎች በርካታ ቋንቋዎችም አለ። በዚህ ስራ በተቻለ መጠን የሳይንስ ቋንቋ በሚጠይቀው ልክ ስርዓተ ነጥቦችን በአማርኛው ተጠቅመናል። ይህም ማለት፣ ከአፋዊ አርትኦት ያመለጡ ስህተቶች ምናልባት ካልተገኙ በስተቀር የስርዓተ ነጥብ የአማርኛው አጠቃቃም ሳይንሳዊ ቋንቋ የሚጠይቀውን የፅሁፍ ደረጃ ለመጠበቅ የሞከረ ነው።

1.5 የመፅሀፉ አደረጃጀት

የጥንታዊው ኩሽን ጉዳይ በክፍል አንድ፣ የዘመናዊው ኩሽዊ አጠቃቀምን ደግሞ በክፍል ሁለት እንመረምራለን። የመጀመሪያው ክፍል ታሪክን፣ ሁለተኛው ደግሞ ስነልሳንን የሚመለከት ነው። በሁለቱም ክፍሎች ውስጥ ግን በተወሰነ ደረጃም ቢሆን መወራረስ አለ። ክፍል አንድ ከምዕራፍ ሁለት እስከ አራት ያሉትን ሶስት ምዕራፎች ይዟል። ክፍል ሁለት ምዕራፍ አምስትን፣ ክፍል ሶስት ደግሞ ምዕራፍ ስድስትን ይዘዋል።

በላይኛው ክፍል ለመጠቆም እንደሞከርነው የኩሽ ሀገረ-ግዛት በየወቅቱ መስፋት እና መጥበብ ቢያሳይም በዋናነት የሚያመለክተው በግብፅ እና በኢትዮጵያ መሀከል የሚገኘውን በአሁኑ ግዜ ሱዳን የሚባለውን የጎረቤታችንን ሀገር ነው። በሰሜን በኤለፋንቴ የመጀመሪያው ካታራክት የጥንታዊ ግብፅ እና የኩሽ ስርወመንግሥታት ጥንታዊ ወሰን ተደርጎ ይቆጠራል።[25] ደቡብ ሱዳን በዚህ መንግሥት ግዛት ስር አይካተትም። ኢትዮጵያን ቀርቶ ከኢትዮጵያ ግዛት በኩሽ ስር የነበረ በታሪክ አይታወቅም። ኩሽ ግዛቱን ወደሜሮኤ ባዞረበት ወቅት ኢትዮጵያ የተጠናከረ የራሷ አስተዳደር ነበራት። እንደውም ለኩሽ ማዕከላዊ መንግሥት መጥፋት ዋናው ምክንያት የኢትዮጵያው የአክሱም መንግሥት እንደሆነ ይታመናል።[26]

በክፍል አንድ ምዕራፍ ሁለት ስለጥንታዊው ኩሽ መንግሥት በስፋት የሚተነተን ነው። ምዕራፍ ሶስት በጥንታዊ የኩሽ መንግሥት ስለነበሩት የኩሽ ህዝቦች ማንነት እና ቋንቋ እንዲሁም በተለያዩ ጥንታዊ ስራዎች ኩሽ በሚል ስለሚጠቀሱት ህዝቦች ይመረምራል። በዚህ ምዕራፍ በመፅሀፍ ቅዱሱ ያለው የኩሽ አገባብም ትንሽ ሰፋ ብሎ ቀርቧል ። በምዕራፍ አራት፣ ኩሽ እንደሀገርነት ከጥንታዊ ዳዓማት/አክሱም ጋር እንዲሁም ፑንት ከሚባለው ጥንታዊ ሀገር ጋር ያለውን ግንኙነት እና ልዩነት ከሰነድ እንፈትሻለን።

ኩሽ እና ኩሻዊ

በክፍል ሀለት ምዕራፍ አምስት ኩሻዊ በሚል የሚመደቡትን ቋንቋዎችን እና በማያያዝ ተናጋሪዎቻቸውን እንቃኛለን። በዚህ ምዕራፍ የኩሽ ቤተሰብ ውስጣዊ ምደባን/ክፍፍልን እንዲሁም በቋንቋዎቹ እና በቡድኖቹ መሀከል ስላለው ግንኙነት እንዳስሳለን። ዳሰሳችን ኩሻዊ የሚባሉት በአጠቃላይ በአፍሮኤሽያዊ ስር ከሚመደቡት ቤተሰቦች ያለውንም ቦታ የሚመለከት ነው። ትንተናችን በጉዳዩ ላይ ያሉ ስራዎችን መሰረት አድርጎ ያለውን የስነልሳን ግኝት ከማሳየት በዘለለ በጥሬ መረጃ ላይ ተመስርቶ አዲስ ምደባ የሚያቀርብ አይሆንም። ይህ ስራ በቅርቡ እራሱን ችሎ ስለቋንቋዉ የሚታተመው መፅሀፍ ትኩረት ነው።

ክፍል ሶስት ጥንታዊ የኩሽ መንግሥት፣ የመፅሀፍ ቅዱሱ ኩሽ፣ እና የታሪካዊ ስነልሳን ኩሽ በኢትዮጵያ ታሪክ አፃፃፍ እንዴት ይቀርብ እንደነበር እንመረምራለን። ይህ ክፍል አጭር ከመሆኑም በላይ ትኩረቱ በተለይ ቀደም ባሉት የታሪክ ስራዎች ላይ ይቀርብ የነበረውን ከማሳየት ላይ ብቻ ያተኮረ ነው። ምክንያቱም በአሁኑ ወቅት በርካታ የታሪክ ባለሙያዎች ከመኖራቸው በተጨማሪ በእነዚህ ባለሙያዎች የታሪክ ስራዎች ላይ የኩሽ አጠቃቀም ቀድሞ እንደነበረው ከእምነት እና ከጥንታዊው የኩሽ መንግሥት ጋር ሲጋጭ አይስተዋልም። ለተጨማሪ ግንዛቤ እነዚህን ስራዎች መመልከቱ በቂ ነው። ከእነዚህ የኢትዮጵያ መነሻ ላይ ያተኮሩ ስራዎች ውስጥ ለምስሌ፣ ስርግው (1972)ን እና ሙንሮሀይ (1991)ን ይመልከቱ።

ማስታወሻዎች

1 Middle Kingdom

2 ከብዙ በጥቂቱ በርስታይን (1998:3-4)ን እና ሽሪፍ (1981፡256)ን ይመልከቱ። ለተጨማሪ ዝርዝር ምዕራፍ ሶስትን ይመልከቱ።

3 በዚህ ላይ ለአብነት ሎባን (2004፡ 236)ን ይመልከቱ።

4 Coptic

5 2nd Intermediate Period

6 New Kingdom

7 ለዝርዝሩ ብሬየር (2007:458)ን ይመልከቱ።

8 "The graphical oscillations in Egyptian reveal K[ush] as a loanword, obviously borrowed from a proto-language related to Meroitic, which itself has been deciphered, but is not yet properly understood" (ብሬየር፣ 2007:458)።

9 በዚህ ላይ ለአብነት የሚከተለውን ከሎባን ይመልከቱ፤ "The more consistent use of "Kush" begins in the New Kingdom colonial occupation, when Nubia was brought under the authority of the viceroy of Kush or the King's Son of Nubia. This reference to Kush then continued through the 25th Dynasty Napatan and Meroitic times but fades in post-Meroitic times" (ሎባን፣ 2004፡ 236)።

10 *Ta Sety*

11 Snrefu

12 የሚከተለው የዚህ ድንጋይ ላይ ፅሁፍ የእንግሊዝኛ ትርጉም ከብረስቴድ፣ ቅፅ አንድ (1906፡147) ነው፤ "Bringing of 7,000 living prisoners, and 200,000 large and small cattle"፡፡

13 Merenre

14 የሚከተለው የዚህ ፅሁፍ የእንግሊዝኛ ትርጉም ከብረስቴድ ነው፤ "The coming of the king himself, standing behind the hill-country, while the chiefs of Mazoi (Mdʔ), Irthet (Yrṭt), and Wawat (W'w't), did obeisance and gave greatg praise" (ብረስቴድ 1906፡318)፡፡ በስሞቹ ውክልና ላይ ከስራ ስራ ልዩነት መኖሩን ልብ ማለት ያስፈልጋል፡፡ ለዚህ ዋንኛው ምክንያት በጥንታዊ ግብፅ አናባቢ ስለማይወከል ነው፡፡

15 ንዘ = ንግሥና ዘመን፡፡ በግብፅ የንጉሣኑ የንግሥና ዘመን ከስራ ስራ እንደሚለያይ ማስተዋል ይገባል፡፡ ይህን ጉዳይ በምዕራፍ ሁለት እንመለስበታለን፡፡

16 ይህን በተመለከተ የሚከተለውን ከሸሪፍ ሰፋ አድርገን እንጠቅሳለን፤

"On a large inscribed stone put up in the eighteenth year of Senusret I at Buhen by an officer with the name Mentuhotep, [...] is shown presenting to the king a line of bound war-prisoners from ten Nubian localities. [...] Amongst the conquered lands mentioned on this sandstone stele are Kush, Sha'at and Shemyk. [...]

"Kush, though soon used by the Egyptians to describe a large southern land, was originally a restricted Nubian territory first heard of during the Middle Kingdom" (ሸሪፍ፣ 1981፡256)፡፡

17 Karma Basin

18 በአሁኗ ኢራን አካባቢ ኩሻን ኢምፓየር የሚባልም ነበረ፡፡ የመፅሀፍ ቅዱሱ ኩሽ አንዳንዴ ይህን በኤሽያ የሚገኝ ኢምፓየርን የሚመለከተበትም ግዜ አለ (ኢንሳይክሎፔድያ ብሪታኒካ፣ 1911፡666)፡፡

19 Midle Nile valley

20 ስለእዚህ ቃል አጠቃቀም በምዕራፍ አራት እንመለስበታለን፡፡

21 ቀዳሚውን ክፍል ይመልከቱ፡፡

22 የሚከተለውን ይመልከቱ፤ "The children of Ham possessed the land from Syria and Amanus, and the mountains of Libanus; seizing upon all that was on its sea-coasts, and as far as the ocean, and keeping it as their own. Some indeed of its names are utterly vanished away; others of them being changed, and another sound given them, are hardly to be discovered; yet a few there are which have kept their denominations entire. For of the four sons of Ham, time has not at all hurt the name of Chus; for the Ethiopians, over whom he reigned,

are even at this day, both by themselves and by all men in Asia, called Chusites" (ዮሴፍ መፅሀፍ 1፣ ምዕራፍ 6፣ ቁጥር 2)።

23 በእንግሊዝኛው ኪንግደም 'kingdom' የሚለውን ይመለከታል። ይህን ቃል ከላይ እንዳሰፈርነው የግዕዙን ስርዐት ተከትለን ስንተረጉመው መንግሥተ ንጉሥ ወይም በአማርኛው ስርዐት ንጉሣዊ መንግሥት ማለት ነው። አስፈላጊ በሆነው ቦታ ሁለቱንም ቃል በተለዋዋጭነት ተጠቅመንባቸዋል።

24 ግርማ (2014/2017)ን ይመልከቱ።

25 አዳም (1981) ይህን አካባቢ እንደሚከተለው አስቀምጦታል፤ "Greater Nubia, in earliest times, [...] began with the sandy areas of the Nile valley, where the 'Nubian sands' take over from the limestone to the north. Originally it included the First Cataract. Its southern limit is more difficult to determine, but archaeological research has shown that from the fourth millennium before our era the same or related cultures extended throughout the whole region from the edge of the Ethiopian highlands in the south to the Egyptian part of the Nile in the north. Thus, [...] we could define historical Nubia as that part of the Nile basin lying between the west-north-west frontier of present-day Ethiopia and Egypt. This includes the Nile valley itself, parts of the White Nile and Blue Nile, and all their tributaries above 120 north, such as the Atbar, the Rahad and the Dindor" (አዳም፣ 1981:230)። በዚህ ላይ ለተጨማሪ ከብዙ በጥቂቱ ሸሪፍ (1981፡ 256)ን እና ፖስነር (1958፡47)ን ይመልከቱ።

26 በእርግጥ ሀትኬ (2013) በቅርቡ የተለየ ሙግት ይዞ ብቅ ብሏል።

ክፍል አንድ

ምዕራፍ ሁለት: ጥንታዊ ሀገረ ኩሽ

2.1 መግቢያ

የዛሬ ዘጠኝ ሺህ ዓመት ገደማ ከኢትዮጵያ ደጋማ ቦታዎች ጀምሮ የአባይ ሸለቆን ይዞ እስከታች ግብፅ ድረስ ተመሳሳይ የባህል ስልጣኔ አብቦ እንደነበር ይገመታል። የስነቁፋሮ/አርኪዮሎጂ ውጤቶች እንደሚያሳዩት ከሆነ በዚህ አካባቢ የነበሩ ህዝቦች እስከ 3000 ቅጋአ ወይም ከዚህ ትንሽ ዘለል ባለ 3500 ቅጋአ ግዜ ድረስ ተመሳሳይ ባህል እና የእድገት ደረጃ ላይ ነበሩ። የቀብር ስርዓታቸው ተመሳሳይ፣ ካልሆነም አንድ አይነት ነበር (አዳም 1981:232)። የሸክላ ስራዎቻቸው፣ ከድንጋይ እና ወደኋላ ላይ ደግሞ ከብረት የተሰሩ መሳሪያዎቻቸው አንድ ናቸው። እነዚህ መሳሪያዎች በደቡብ እስከ ካርቱም፣ በሰሜን ደግሞ እስከ አስዩት ድረስ በቁፋሮ ተገኝተዋል።[1] እንደ አዳም (ዝኒከማሁ) ከሆነ የአኗኗር ዘይቤያቸው፣ እምነታቸው፣ የቀብር ስርዓታቸው፣ እንዲሁም አጠቃላይ ህይወታቸው እና የየቀን ኑሯቸው ተመሳሳይ ነበር።[2]

በግብፅ እና ከመጀመሪያው ካታራክት በስተደቡብ ባለው ህዝብ መሀከል የስልጣኔ ልዩነት በዋነኛነት መታየት የጀመረው ከፅሁፍ ጋር በተያያዘ ባህል እንደሆነ ይገመታል። የመጀመሪያው ካታራክት በጥንታዊ ግብፅ እና በኩሽ ግዛት መሀከል የነበረ ተፈጥሯዊ ድንበር ተደርጎ ይወሰዳል። ካርታ አንድን ከታች ይመልከቱ።[3] በርግጥ ይህ የግዛት ወሰን በየጊዜው የተለያየ ቅርፅ መያዙ ይታወቃል። በቀዳሚው ምዕራፍ ስለኩሽ ያቀረብነውን ማብራሪያ ይመልከቱ።

ካርታ 1፡ የጥንታዊ ግብፅ እና የኑቢያ/ ኩሽ ወሰን

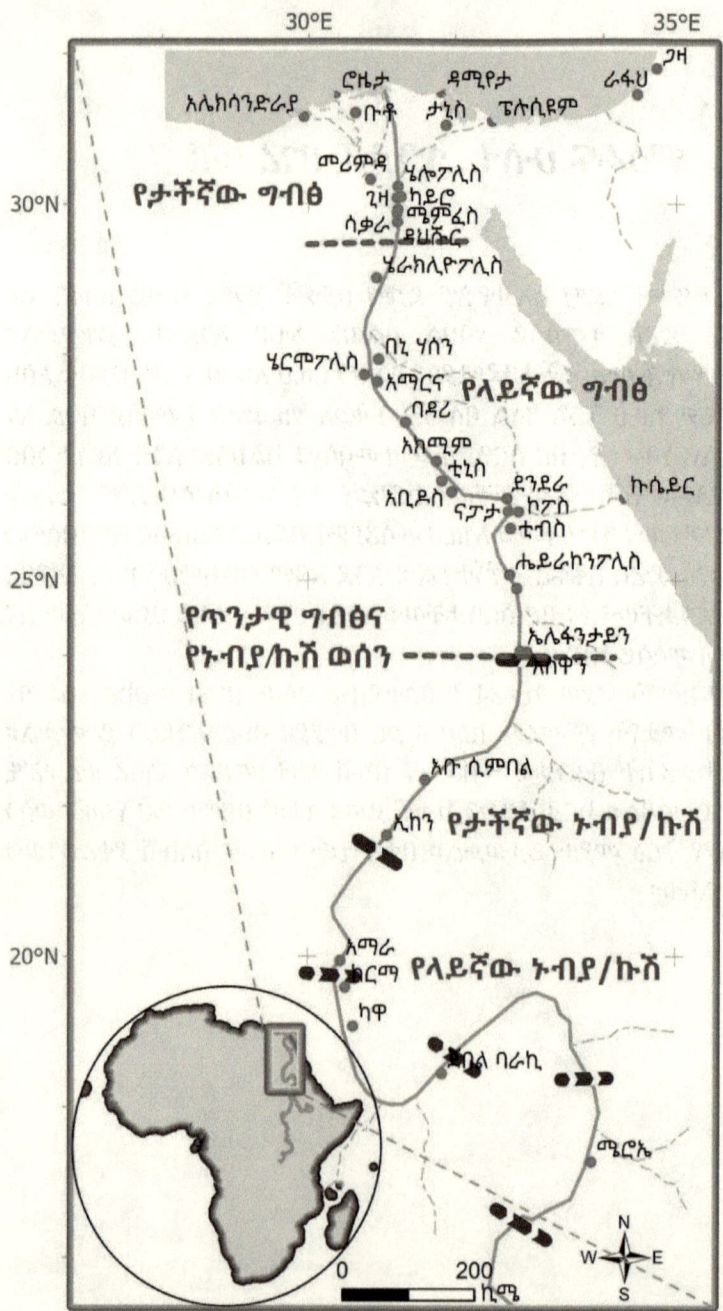

ክሬዲት፡ ዳንኤል ካሳሁን

በግብፅ ፅሁፍ ጅማሮ ላይ የተለያየ አስተያየት ቢኖርም፣ ቢያንስ በ3200 ቅጋአ አካባቢ መታየት መጀመሩን የምናረጋግጥበት ማስረጃ ብዙ ነው። ከሶስት እስከ አራት መቶ ዓመት ውስጥ ይህ የፅሁፍ ባህል እያበበ እና እየደረጀ መጥቶ በ2900 ቅጋአ ፅሁፍ በስፋት በግብፅ ለአጠቃላይ ተግባራት ይውል እንደነበር ለታሪክ የተረፉት ሰነዶች ማስረጃ ናቸው። ለዚህ በግብፅ የጥንታዊ ፅሁፎችን ገልብጦ እና ወደእንግሊዝኛ ተርጉሞ ካቀረቡት ውስጥ ለቀጥተኛ መረጃ በአምስት ቅፅ የቀረበውን የብረስቴድ (1906) እንዲሁም በሶስት ቅፅ የቀረበውን የሊችታይም (1973፣ 1976፣ 1986) ፅሁፎችን ይመልከቱ።

በአንድ ቋንቋ ወይም ህብረተሰብ ፅሁፍ እንዲጀመር የሚያደርገው የፖለቲካም ይሁን የሌላ ውጫዊ ተፅዕኖዎች ከሌሉ የዚያ ህብረተሰብ የኢኮኖሚ እድገት እና የአስተዳደር ፍሎጎት ነው። ኢኮኖሚው ባደገ ህብረተሰብ የአስተዳደር መዋቅሩም ያንኑ ያህል ይወሳሰባል። የዚህ መወሰሳብ ፅሁፍን ግድ ይላል። በአለማችን በሁሉ ቦታ ቀደሚ ፅሁፍ ተግባር በተጀመረባቸው ይህ ዋንኛ ምክንያት ነው። በግብፅም ቢሆን ይኸው ኢኮኖሚያዊ ፍላጎት እና የአስተዳደር መወሳሰብ ፅህፍተ እንዲጀመር አድርጓል ቢባል ከእውነት መራቅ አይመስልም። አዳም (1981:232)ም ይህንኑ ነው ያለው። እንደ አዳም ከሆነ በግብፅ ፅሁፍ እንዲጀመር ያስቻለው ምክንያት፣

> ምናልባት የጠበቀ ማዕከላዊ አስተዳደር መኖር ማስፈለጉ ሳይሆን አይቀርም። የጠበቀ የማዕከላዊ አስተዳደር መኖሩ የመስኖ ስራውን እንዲስፋፋ በማድረጉ፣ ይህም እርሻው አደኑን፣ አሳ ማስገሩን እና ከብት እርባታውን እየዋጠው ሄደ። የዚህ ሁኔታ መፈጠር በግብፅ በሚኖሩ እና ከመጀመሪያው ካታራክት ጀምሮ በስተደቡብ በሚኖሩት ህዝቦች መሀከል የስልጣኔ ልዩነት መፈጠር ምክንያት ሆነ።[4]

በግብፅ እና ከመጀመሪያው ካታራክት ባሉት ህዝቦች መከሀከል በፅሁፍ ምክንያት የተፈጠረው ልዩነት በሂደት እየሰፋ መጣ። የኩሽ/ከመጀመሪያው ካታራክት በታች ያሉት ህዝቦች የጥንቱን በከብት እርባታ እና በአሳ ማስገር፣ አነስተኛ እርሻ እና በአነስተኛ ቡድኖች ላይ በተመሰረተ አስተዳደራዊ መዋቅር ላይ መተዳደርን ቀጠሉ (አዳም 1981፡232)። ግብፆች ግን በጣም የዳበረ በመስኖ ላይ ወደተመሰረተው እርሻ ላይ በዋናነት ከመሰማራትም አልፎ የጠበቀ ማዕከላዊ መንግሥትም መሰረቱ። ግድብ መስራትን፣ ቦይ መቆፈርን፣ ባጠቃላይ በአግባቡ የአባይን ውሀ መጠቀምን ተካኑበት (ዝኒከማሁ)። በተመሳሳይ ስልጣኔ ላይ ይገኝ በነበረው ከግብፅ በስተደቡብ በሚኖረው ህዝብ ግን በሶስተኛው ሺህ ቅጋአ ይቅር እና በሁለተኛው ቅጋአም በፅሁፍ የመጠቀም ባህል አልታየም። የኩሽ ግዛት የፅህፈት ባህልን ያስተዋወቀው በኋላ ላይ ዘግይቶ በሜሮኤ ዘመን ነው። በርግጥ ኩሾች ግብፅን ጠቅልለው በገዙበት በስምንተኛው መቶ ክፍለዘመን ቅጋአ ወቅት የሚያስተዳድሩትን ህዝብ ባህል በመውሰድ በፅሁፍ መገልገላቸው አልቀረም። ከዚያም ቀደም ብሎ በአዲሱ የግብፅ ስርወመንግሥት[5] በተለይ ከ1600/1500 እስከ 1100 ቅጋአ ባለው ዘመን ለአራት መቶ ዓመታት አካባቢ ኩሽ በግብፅ አስተዳደር ስር በወደቁበት

ዘመን ከግብፅ ባህል ጋር መተዋወቅ ብቻ ሳይሆን ብዙ ባህላዊ እሴቶችን ከግብፅ መውሰዳቸው አልቀረም።[6] ከ1600 ቅጋአ በፊትም ኩሾች ከግብፅ ጋር በንግድ ይገናኙ ስለነበር ስለፅህፈት አያውቁም ነበር ማለት አይቻልም። ኑብያኖች/ኩሾች በፅህፈት መገልገልን ያልወሰዱት አኗኗር ዘይቤያቸው ስላላስገደዳቸው እንዲሁም የጠነከረ ማዕከላዊ መንግሥትም ስላልመሰረቱ ነበር ብሎ መገመት ስህተት አይመስልም።[7] በርግጥ ለዚህ ሌላም ምክንያት ማቅረብ ይቻላል። ወደኋላ ላይ እንመጣበታለን።

የኩሽ ሀገር ግዛት መነሻ እንዲህ ነው፤ በአሁኒቷ ሱዳን የዛሬ 6 ሺህ ዓመት (ቅጋአ) ገደማ በከርማ አካባቢ መታየት የጀመረው ስልጣኔ እያደገ ሄዶ ምናልባትም ራሱን የቻለ መንግሥት በ2600 ቅጋአ አካባቢ የተመሰረተ ይመስላል። ይህ ከርማን ማዕከል ያደረገ መንግሥት በአሁኑ ማዕከላዊ እና ሰሜን ሱዳን ተነስቶ በግዜ ሂደት እየተስፋፋ ከ2500 እስከ 1500 ባለው ግዜ ውስጥ የጥንታዊ ግብፅ ደቡብ ጠረፍ እንደደረሰ ታሪካዊ ማስረጃዎች አሉ።[8] የኩሽ መንግሥት መነሻ እንግዲህ ይህ የከርማ መንግሥት ወይም የከርማ ባህል መሆኑ ነው። ስለከርማ በርግጠኝነት ብዙ ማለት አይቻልም። በዚች ከተማ እስካሁን የተገኘ ምንም የፅሁፍ ማስረጃ የለም። ከተማዋም በተለያየ ወቅት በጦርነት እና በዝርፊያ ወድማለች። ስለዚች ከተማ እና ባጠቃላይ በወቅቱ ስለነበረው የኩሽ/የከርማ መንግሥት መረጃ የምናገኘው ከውድመት ከተረፈው ከከተማዋ ፍርስራሽ እና ከግብፅ ምንጮች ነው። የጥንቱ የግብፅ መንግሥት ትቶልን ያለፈው የፅሁፍ ሰነዶች ስለዚች ከተማ ተጨማሪ ፍንጭ ይሰጣሉ። ከእነዚህ የግብፅ ምንጮች ውስጥ፣ በተለይ የወኒ/ኦኒ እና የሀርኩፍ ግለታሪኮች ሊጠቀሱ ይችላሉ።

በኩሾች እና በግብፆች መሀከል ረጅም ግዜ የቆየ የጠላትነት ስሜት ነበር። በአሮጌው መንግሥት በተለያየ ንጉሦች ዘመን የተፃፉ የድንጋይ ላይ ፅሁፎች የዚህ ምስክሮች ናቸው። የግብፅ ንጉሦች የታችኛውን ኑብያን በወረራ ከያዙ በኋላ ሁሌም የኩሽ ንጉሦች ያጠቁታል ብለው ይጨነቁ ነበር (አዳም 1981፡232)።[9] ከዚህ ፍርሀት የገላገለው የመካከለኛው መንግሥት መስራች የሚባለው የ21ኛው መቶ ቅጋአ ዳግማዊ ሜንቱሆተፕ ነው። ይህ ንጉሥ የተከፋፈሉት እና የደከሙትን የግብፅ ግዛቶች አንድ በማድረግ ወደጠነከረ ማዕከላዊ ስረወመንግሥት ማምጣት ብቻ ሳይሆን፣ ከግዛቱ አልፎ በኩሽ ስርወመንግሥት/በከርማ ስርወመንግሥት ላይ በ29ኛው እና በ31ኛው ንግሥ ዘመኑ ዘመተ።[10] ከላይ እንደገለፅነው ኩሽ የሚለው ስያሜም ለመጀመሪያ ግዜ በፅሁፍ ሰፍሮ የተገኘው በዚሁ ንጉሥ ዘመን ነው። ይህ ንጉሥ እሱ ከሚያስተዳድረው በስተደቡብ በነበሩ ህዝቦች ላይ ያደረገውን ጦርነት እና ድል በምስል ሳይቀር አስደግፎ ለታሪክ አቆይቶልናል።

የግብፅ እና የኩሽ መንግሥታት ግጭት በዳግማዊ ሜንቱሆተፕ አላበቃም። ከዳግማዊ ሜንቱሆተፕ ከአምስት መቶ ዓመት በኋላ የተነሳው ቀዳማዊ ቶተሚስ ተደጋጋሚ ዘመቻ በኩሽ ላይ በማድረግ ወደበኋላ ላይ ተሳክቶለት በ1504 ቅጋአ አካባቢ ኩሽን በራሱ ግዛት ስር አደረገ። የኩሽ/የከርማ መንግሥት በግብፅ ስር ከመውደቁ በፊት ከ1700 ጀምሮ በጣም

እየተጠናከረ መጥቶ ነበር። በ1700 እስከ 1500 ባለው ግዜ ውስጥ በአካባቢው የነበሩትን ትንንሽ መንግሥታት አስገብሮ ድንበር ለማስፋትም ችሎ ነበር።

ኩሽ በ15ኛው መቶ ቅጋአ አካባቢ በግብፅ ስር ብትወድቅም፣ ከሁለት መቶ ዓመት በላይ በዘለቀ ህዝቡ በግብፅ አገዛዝ ላይ ያምፅ ነበር። ይህ አመፅ ገፍቶ የግብፅ አዲሱ መንግሥት በተከፋፈለበት እና በደከመበት በ11ኛው መቶ ቅጋአ አካባቢ ኩሽ እራሷን ችላ ነፃ ወጣች። ወደ ዝርዝሩ በሚቀጥሉት ክፍሎች እንመለስበታለን።

ኩሽ ከግብፅ ከነበራት ጥንታዊ ንክኪ በተጨማሪ ለአራት መቶ ዓመት ያህል እንደአንድ የግብፅ አካል ሆና መቆየቷ ከፍተኛ የባህል ተፅዕኖ አሳድሮባታል። በተለይ ናፓታ ከፍተኛ የስላጣኔ እና የሃይማኖት ማእከል ሆና እንድትወጣ አስችሏታል። ናፓታ በሃይማኖት ማዕከልነቷ የግብፅ እምብርት ከመሆንም አልፋ የኩሽ መንግሥት መቀመጫም/ዋና ከተማም በ8ኛው መቶ ቅጋአ ለመሆን በቅታለች። ኩሽ ነፃነቷን ካስመለሰች በኋላ ከ11ኛው መቶ ቅጋአ እስከ 8ኛው ቅጋአ ድረስ ዋና ከተማዋ ከርማ ሳይሆን አይቀርም ተብሎ ይገመታል። በዚህ ላይ ያለው መረጃ ስስ ነው።

በናፓታ የኩሽ ስረወመንግሥት በታሪክ የሚታወቀው የመጀመሪያው ንጉሥ አላራ ነው። በግብፅ ላይ ወረራ በማካሄድ ግብፅን ሊቆጣጠር የሞከረው ንጉሥ ካሻታ የአላራ ወራሽ ነው። ንጉሥ ካሻታ ምንም እንኳ በአንዳንዶች የ25ኛው የግብፅ ስርወመንግሥት መስራች ተደርጎ ቢቆጠርም ሙሉ በሙሉ ተሳክቶለት ግብፅ በተራዋ በኩሽ ግዛት ስር እንድትወድቅ ያደረገው ፒዬ ነው። ከዚህ ዘመን ጀምሮ ያለውን የኩሽ መንግሥት በሁለት ክፍሎ መመልከቱ የተለመደ ነው።[11] እነዚህም የናፓታን ዘመን እና የሜሮኤ ዘመን በመባል ይታወቃሉ። ስያሜያቸው የወጣው የኩሽ መንግሥት መቀመጫ ከነበሩት ዋና ከተሞች በመነሳት ነው። የናፓታን ዘመን ከከርማ ማግስት በግልፅ ከሚታወቀው የኩሽ ታሪካዊ ስርወመንግሥት ምስረታ አንስቶ መቀመጫው ከናፓታን ወደ ሜሮኤ ከተሸጋገረበት 591 ቅጋአ አካባቢ ወይም አንዳንዶች እንደሚሉት 4ኛው መቶ ቅጋአ አካባቢ ያለውን ሲያመለክት የሜሮኤው ደግሞ ከዚህ ዘመን ቀጥሎ የኩሽ መንግሥትን ወደ የመጨረሻ መቃብር ከተተው ከሚባለው ከኢዛና ግዜ፣ አራተኛው ጋአ ድረስ ያለውን ይይዛል። የናፓታ ዘመን በራሱ በሁለት ገፆች[12] ይከፈላል። አንደኛው ኩሽ ገናና ሆኖ መላው ግብፅን ተቆጣጥሮ ከራሱ ግዛት ጋር ደምሮ ያስተዳደረበትን እስከ 654 ቅጋአ አካባቢ ዘመን የሚያካትት ሲሆን፣ ሁለተኛው ከግብፅ ተባሮ የበላይነቱ አክትሞ በጥንቱ ግዛቱ ብቻ የተወሰነበትን እና ከዚያም የአስተዳደር ከተማውን ወደሜሮኤ ያዛወረበትን፣ እንደዲክሰን (1964: 123) ከሆነ፣ ከ654 እስከ 591 ቅጋአ ያለውን ግዜ ያካትታል።

ካርታ 2፡ ናፓታ እና ሜሮኤ

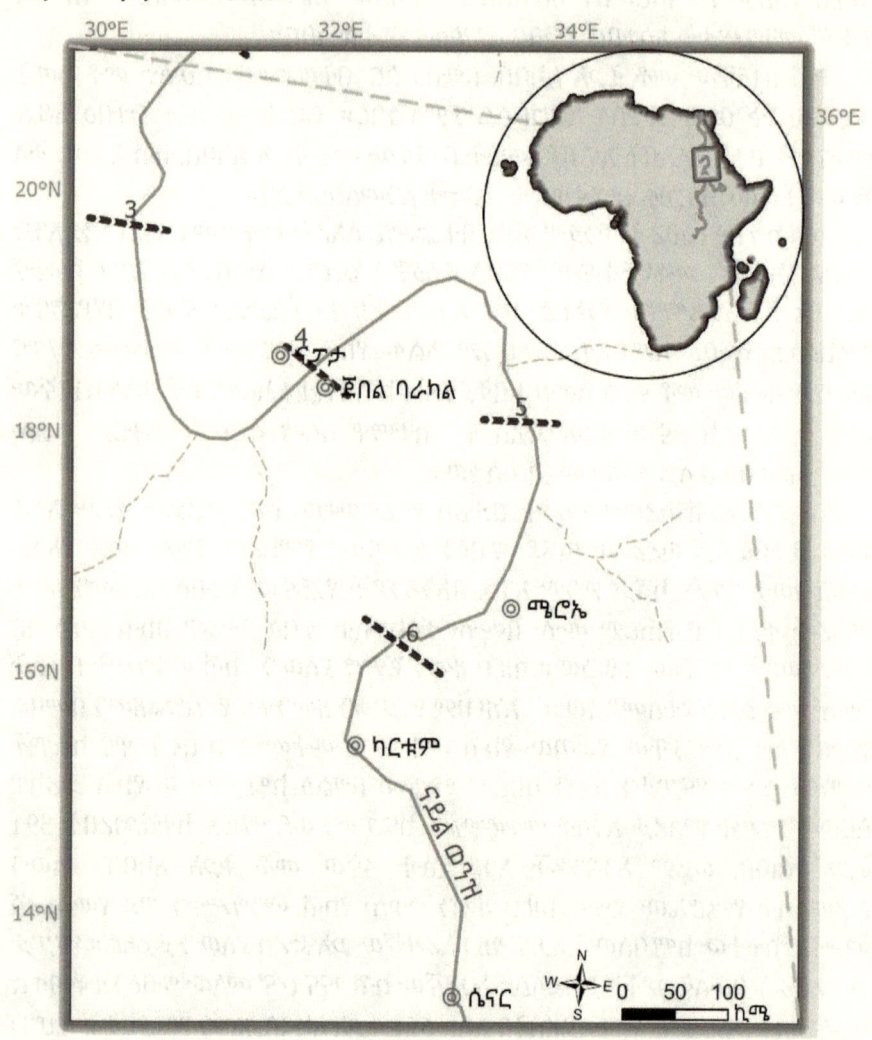

ክሬዲት፡ ዳንኤል ካሳሁን

ኩሾች ናፓታ ላይ ሆነው ግብፅን ማስተዳደር ብቻ ሳይሆን ከግብፅ ግዛት ከተባረሩም በኋላ ዋና ከተማቸውን ወደ ሜሮኤ እስካዛወሩ ድረስ እዚያው ነበሩ። ኩሾች ግብፅን ተቆጣጥረው የ25ኛው ስርወመንግሥት በመመስረት የቆዩበት ዘመን ከ744 እስከ 656 ቅጋአ አካባቢ ድረስ ነው። ናፓታ ዋና ከተማቸው አድርገው የቆዩበት ዘመን ደግሞ እስከ 538 ቅጋ አካባቢ ይደርሳል። የሜሮኤ ዘመን ከዚህ፣ ማ. 538 ቅጋአ ጀምሮ እስከ 350 ጋአ አካባቢ ያለው ነው።[13] በዚህ ላይ ግን ልዩነት አለ። ጉዳዩን ወደፊት በስፋት በዳሰስንበት

ክፍል እንመለስበታለን። 350 ጋአ ሜሮኤ ሙሉ በሙሉ በኢዛና የወደመችበት ዓመት መሆኑን ልብ ይሏል።

የኩሽ መንግሥት ለኢትዮጵያ ድንበር ወደሚቀርበው ወደሜሮኤ ዋና ከተማውን ያዞረው በኢትዮጵያ የዳአማት መንግሥት ከተመሰረተ በኋላ ነው። በርግጥ ኩሽ ገናና ሆኖ ማዕከሉን ናፓታ ላይ አድርጎ በተነሳበት 8ኛው መቶ ክፍለመን ቅጋአ እና ከዚያም ግብፅን ተቆጣጥሮ በታሪክ የ25ኛውን የኩሽ ስርወመንግሥት በመባል የሚታወቀውን መስርቶ ማስተዳደር በመጀመረበት ወቅት በሰሜኑ ኢትዮጵያ ራሱን የቻለ የደአማት መንግሥት ነበር። የየሀው ቤተአምልኮ እድሜ ለዚህ አንደኛው ምስክር ነው። ምዕራፍ አራትን ለተጨማሪ እና ለመረጃ መፃህፍት ዝርዝር ይመልከቱ።

በአሁኒቷ ኢትዮጵያ-ኤርትራም ሆነ በጥንቱ የአክሱም እና የዳዓማት ስርወመንግሥታት በሚያካልለው ግዛት የኩሽ መንግሥት አልፎ ስለመግዛቱ፣ እስከምናውቀው ድረስ፣ እስካሁን በታሪክ ምንም ማረጋገጫ የለም። በርግጥ ስለኩሽ ሀገር ስፋት እርግጠኛ ሆኖ መናገር አይቻልም። አንድም በየወቅቱ የመጥበብ እና የመስፋት ሁኔታ ስለሚያሳይ ነው። ይሁን እንጂ ኩሽ በተለይ በደቡብ እና በምዕራብ ያሉትን ጠረፎች ካሳደረባቸው የባህል ተፅዕኖ በመነሳት ግምት መስጠት ይቻላል። በሜሮኤ እና በአክሱም የነበሩት መንግሥታት ስሪት የተለያየ ነው። የኩሹ ሙሉ ዝምድናው/ባህላዊ ተፅእኖው የግብፁ ሲሆን፣ የኢትዮጵያው ግን ባህር ተሻግሮ ከደቡብ አረቢያ ነው። ይህን በተመለከተ ከብዙ በጥቂቱ ሙንሮ ሄይ (1991)ን፣ ባጅ (1928)ን፣ እና ስርግው ኃብለሥላሴ (1972)ን ይመልከቱ። ለተጨማሪ፣ ሌክላንት በዚህ ጉዳይ ላይ የዘረዘረውን ይመልከቱ (ሌክላንት 1981: 283-285)።

ኩሽ ኢትዮጵያ ድንበር ውስጥ ዘልቆ ስለማስተዳደሩ ሳይሆን፣ ይልቁንም ወደበኋላ ላይ ሜሮኤ እራሱ በአክሱም አገዛዝ ስር ሳይወድቅ አልቀረም። ኢዛና በሜሮኤ የነበረውን የኩሽ መንግሥት እንደደመሰሰ ትቶልን ካለፈው የድንጋይ ላይ ፅሁፎች ይታወቃል። ምናልባትም ኢዛና ወደሜሮኤ ዘምቶ ሊያጠፋት ያስቻለው፣ ግብር አልከፍልም በማለት እያስቸገረች ሊሆን ይችላል የሚል ግምት አለ። ኢዛና ግዛቶቼ ብሎ ከዘረዛራቸው ውስጥ አንዱ ኩሽ ነው። ኢዛና ማዕረጉን ሲገልፅ የጠቀሳቸው ግዛቶች የሚከተሉት ናቸው፤ "በጠላት የማይሸነፈው የመሐረም ልጅ ንጉሥ ኢዛና የአክሱም፣ የሕምያር፣ የኩሽ፣ የሳባ፣ የሀበሻ፣ የራይዳን፣ የሳልሄን፣ የጺያሞ እና የቤጃ ንጉሠ ነገሥት" (DAE 5/6/7)። ኢዛና ግዛቴ ብሎ በዘረዘራቸው ውስጥ ከላይ ኩሽ በሚል ያስቀመጠነው፣ በቀዳሜው ምዕራፍ እንዳመለከትነው፣ በግዕዙ ፅሁፍ የቀረበው ካሱ በሚል ነው።

ኩሾች የራሳቸውን መንግሥት በመመስረት እና ልክ እንደግብፁ የተለያዩ ፒራሚዶችን (ምስል አንድን ከታች ይመልከቱ) በመገንባት ብቻ ሳይሆን የሚታወቁት በ800 ቅጋአ ግብፅን ወረው ለመቶ ዓመት ያህል በማስተዳደራቸውም ነበር። ግብፅን የወረረው የኩሽ ንጉሥ ስያሜውን እራሱ ከነገዱ በመውሰድ ካሻታ በመባል ይታወቅ ነበር። ከላይ እንደገለፅነው ኩሾች የግብፆች ፋራኦ በመሆን በታሪክ 25ኛው የኩሽ ስርወመንግሥት በመባል የሚታወቀውን መስርተው ከ747 ቅጋአ እስከ 656 ቅጋአ ድረስ ግብፅን ገዝተዋል።[14] ይህ

በታሪክ ብዙ አሻራ የተወው ታላቁ የ25ኛው የኩሽ ስርወመንግሥት የተመሰረተው ከአዱሱ የግብፅ መንግሥት መበታተን በኋላ ነው። በምዕራፍ ሁለት ትንሽ ሰፋ አድርገን እንደምንመለከተው ግብፅን የወረረው የኩሽ መንግሥት ከመነሻው መቀመጫው ናፓታ ነበር። ናፓታ በአሁኑ የሱዳን እምብርት ላይ ትገኛለች (ካርታ ሁለትን ይመልከቱ)።

ምስል 1፡ በኩሽ ስርወመንግሥት በጀበል ባረካል ከተገነቡ ፒራሚዶች መሀከል

ክሬዲት፡ ክላውዲያ (1826)/ Cailliaud, Frédéric

የ25ኛው ስርወመንግሥት በታሪክ ትልቅ አሻራ ያለው ነው እና የኩሽ መንግሥት ዳሰሳችንን ይህን ስርወመንግሥት በዋና መቆምያነት ተጠቅመን በሶስት ክፍል አድርገነዋል። የኩሽን ታሪክ ለመረዳት የጥንታዊ ግብፅን ታሪክ በከፊል መረዳቱ ግድ ይላል እና ወደ ኩሽ ታሪክ ከመግባታችን በፊት የግብፅን ታሪክ በአጭሩ እናቀርባለን። ወደዝርዝሩ ሳንገባ ታሪኩ የሚከፋፈልበትን የተለያዩ መንገዶች እና ዋና ዋና ታሪካዊ ሁነቶችን ብቻ ለማቅረብ እንሞክራለን።

2.2 የጥንታዊ ግብፅ አጭር ታሪክ

የታችኛው እና የላይኛው ግብፅን በማዋሀድ 3150 ቅጋአ አካባቢ የመጀመሪያው የግብፅ ስርወመንግሥት እንደተመሰረተ ይገመታል። የዚህ ስርወመንግሥት[15] መስራች ነው የሚባለው ንጉሥ/ፋራኦ ሚኒዝ/ማኔአ[16] ነው (ጀምስ፣ 1964፡41)። ማኔአ የተሰኘው ንጉሥ በታሪክ ሰነዶች የተገኘው የመጀመሪያው ንጉሥ ናርሜር[17] የሚባለው ሳይሆን አይቀርም የሚል እምነት አለ (ግሪማል፣ 1992፡ 48)።[18] ይህ ስርወመንግሥት እስከ 3000

ወይም 2900 ቅጋአ ድረስ እንደዘለቀ ይገመታል። ከዚህ ስርወመንግሥት በፊት ሁለቱን ለማዋሀድ በርካታ ሙከራዎች ነበሩ። ይህ ቅድመ-የመጀመሪያው ስርወመንግሥት ልዕለ ስርወመንግሥት ወይም ቅደመስርወመንግሥት በመባል በአንዳንድ ስራዎች የሚገለፀው ነው።[19] ከመጀመሪያው ስርወመንግሥት በማስከተል የነበረው ሁለተኛው ስረወመንግሥት ከ2900 እስከ 2700 ቅጋአ አካባቢ የነበረውን ዘመን ይይዛል። እነዚህ ሁለት ስርወመንግሥታት ቀዳሚ መንግሥት የሚለውን ዘመን ይመሰርታሉ። ከእነዚህ ሁለት ስርወመንግሥቶች በማስከተል የነበረውን የጥንታዊ ግብፅ ታሪክን በስድስት ዘመን ከፋፍሎ መመልከቱ የተለመደ ነው። መንግሥቶቹም ጥንታዊ መንግሥት፣ መካከለኛ መንግሥት፣ እና አዲሱ መንግሥት እንዲሁም፣ ቀዳማይ፣ አማካይ እና ዳህራይ ዘመኖች[20] በማለት ይከፈላሉ።[21] ጥንታዊ ግብፅ ወይም ፋራኦናዊ ግብፅ እስከ ፖተለሚ ወይም ሄለናዊ ድረስ ያለውን የሚያካትት ነው።

ቅድመስረወመንግሥት ምስረታ ከ 4000 እስከ 3150 ቅጋአ ከነበሩት የናቃዳ ባህሎች የተገኙ ቁሳቅሶች ውስጥ ከኢትዮጵያ የሄዱ ባልጬቶች ተገኝተዋል። በአፅሞቹ ላይ የተደረገ የልኬት ጥናትም[22] የናቃዳ ባህል ህዝቦች ከአፍሪቃ ቀንድ ህዝብ ጋር ቅርብ ዝምድና እንዳላቸው አሳይቷል።

ስለግብፅ ነገሥታት አከፋፈል የመጀመሪያውን መሰረት የጣለው በ3ኛው መቶ ቅጋአ ማኔቶ የተባለው የግብፁ የታሪክ ሊቅ ነው።[23] ይህ ሰው መንግሥቶችን ብቻ ሳይሆን ንጉሣውያንንም ዘርዝሮ አቅርቧል። ይሁን እንጂ የዚህ ሰው ስራ በርካታ ስህተቶችም አሉት። የመስኩ የግብፅ ታሪክ ሊቃውንት በየጊዜው እንዳስተዋሉት የነገሥታት ስሞች እንዲሁም ቅደምተከተላቸው የተዛባ ይገኝበታል።[24] ከላይ የገለፅነው የሚኒዝ/ማኔእ ጉዳይ አንዱ ነው። አንዳንድ ታዋቂ የሆኑ ነገሥታት ሳይገለፁ የታለፈበትም ሁኔታ አለ። ለምሳሌ ማኔቶ ታዋቂውን የ25ኛው ስርወመንግሥት መስራች ንጉሥ ፒዬን አይጠቅስም። የማኔቶ የንግሥና ዝርዝር ላይ የስርወመንግሥቶች አከፋፈልን በሚከተለው መልክ ዘመናቱን ሙኪታር (1981፡10-11) አስቀምጧል።[25]

- ከሶስተኛው እስከ ስድስተኛው ስረወመንግሥት (አሮጌው/ጥንታዊው መንግሥት[26]): ከ2750-2200 ቅጋአ አካባቢ
- ከሰባተኛው እስከ አስረኛው ስረወመንግሥት (የመጀመሪያው አማካይ ዘመን[27]): 2200-2150 ቅጋአ
- ከአስራ አንደኛው እስከ አስራ ሁለኛው መንግሥት (መካከለኛው መንግሥት[28]): 2150-1780 ቅጋአ
- ከአስራ ሶስተኛው እስከ አስራ ሰባተኛው ስረወመንግሥት (ሁለተኛው አማካይ ዘመን[29]): 1780-1580 ቅጋአ
- ከአስራ ስምንተኛው ሀያኛው ስርወመንግሥት (አዲሱ ግዛት/ኢምፓየር[30]): 1580-1080 ቅጋአ

- ከሀያ አንደኛው እስከ ሀያሶስተኛው ስርወመንግሥት (ሶስተኛው አማካይ ዘመን[31]): 1080-730 ቅጋአ
- ከሀያአራተኛው እስከሰላሳኛው ስርወመንግሥት (አዲስ ዘመን/ኢራ[32]): 730-330 (ሙክታር 1981፡10-11)።

ዩኔስኮ ባዘጋጀው የአፍሪካ አጠቃላይ ታሪክ ቅፅ ሁለት መግቢያ ላይ የግብፅን የፋራኦን መንግሥት (በማቅዶኒያው እስክንድር ተወረው የሄለናዊ አስተዳደር እስከተመሰረተበት 332 ቅጋአ ድረስ ያለውን)[33] ከላይ በቀረበው መልክ ዘመኑ መከፈል እንደሚቻል ያሳያል። የግብፆች የፋራኦኖች ማክተሚያ ታላቁ እስክንድር ግብፅን መውረሩ ነው። ከዚያ መንግሥቱን የሱ ጀነራሎች እና የእነሱ ዝርያዎች እስከ አንደኛው መቶ ቅጋአ አጉስተስ የራሱን አስተዳደር ኪሊዮፓትራን እና ልጇን ገድሎ የሮማን አስተዳደርን እስከመሰረተበት ድረስ ገዙ። እስከ ዘመናዊ ግብፅ ድረስ ያለው የግብፅ ታሪክ በሚከተለው መልክ ሊከፈል ይችላል፤[34]

ሠንጠረዥ 1፡ የግብፅ መንግሥታት ዘመን ክፍፍል

ጥንታዊ ግብፅ	
ቀዳሚ መንግሥት ዘመን	3100–2686 BC
አሮጌው መንግሥት	2686–2181 BC
የመጀመሪያው አማካይ ዘመን	2181–2055 BC
መሀከለኛው መንግሥት	2055–1650 BC
ሁለተኛው አማካይ ዘመን	1650–1550 BC
አዲሱ መንግሥት	1550–1069 BC
ሶስተኛው አማካይ ዘመን	1069–664 BC
ዳህራይ ዘመን[35]	664–332 BC
አኬመንድ ዘመን[36]	525–332 BC
ክላሲካል አንቲኩቲይ[37]	
ፐቶለሚያዊ ግብፅ[38]	332–30 BC
የሮማን እና የባዛንታይን ግብፅ[39]	30 BC–641 AD
ሳሳናይድ ግብፅ[40]	621–629
መሀከለኛው ዘመን[41]	
አረባዊ ግብፅ[42]	641–969

ፋቲሚድ ግብፅ[43]	969–1171
አዩቢድ ግብፅ[44]	1171–1250
ማምሉክ ግብፅ[45]	1250–1517

ቀዳሚው ዘመናዊ[46]

ኦቶማን ግብፅ[47]	1517–1867
የፈረንሳይ አስተዳደር/ግዛት[48]	1798–1801
ግብፅ በመሀመድ አሊ ስር[49]	1805–1882
የግብፅ ከዲህቬት[50]	1867–1914

ዘመናዊ ግብፅ[51]

የእንግሊዞች አስተዳደር/ግዛት[52]	1882–1922
የግብፅ ሱልጣኔት[53]	1914–1922
የግብፅ መንግሥት/ ንጉሣዊ አስተዳደር[54]	1922–1953
ሪፐብሊክ[55]	1953–እስካሁን

እዚህ ላይ ልብ ማለት ያለብን ከላይ ከቀረበው አከፋፈል (በተለይ) የጥንቶቹ ስርወመንግሥቶች የዘመን ቀመር ላይ በአንዳንድ ስራዎች መጠነኛ በሌሎች ስራዎች ደግሞ ሰፊ ልዩነት እንዳለ ነው። ለምሳሌ፣ ከላይ ባቀረብናቸው ሁለት አከፋፈሎች ውስጥ እንኳ ብቻ ያለውን የዘመን ልዩነት ማየት ይቻላል። ለዘመን ቀመሮች ቅኝት ሆርኑግ፣ ክራውስ እና ዋርቡርተን (2006፡490-495)ን ይመልከቱ።

የዘመን ቀመር ላይ ያለው ልዩነት እንደተጠበቀ ሆኖ ፖተለሚ ወይም ሄለናዊ ድረስ ያሉት ስርወመንግሥቶች በቁጥር የሚቀመጡ ሲሆን እነሱም 31 ናቸው። ቀዳሚው ዘመን የመጀመሪያውን እና ሁለተኛውን ስርወመንግሥቶች ያካትታል። ጥንታዊ ስርወመንግሥት ከ3ኛው እስከ ስድስተኛው ስርወመንግሥቶች ያሉትን ይይዛል። ሶስተኛው ስርወመንግሥትን በቀዳማዊው ዘመን ውስጥ የሚያካትቱም አሉ። ለምሳሌ፣ ባየንስ እና ማሌክ (1980፡8)ን ይመልከቱ። የባየንስ እና ማሌክ (1980፡8) የዘመን ቀመርም ከላይ ካቀረብነው የተለየ ነው።

ዳህራይ ዘመን በመባል የሚታወቀው ከ26ኛው እስከ 31ኛው ያሉትን ስርወመንግሥቶች ያካትታል። የፖተለሚያዊ ዘመን የአርጌድ ስርወመንግሥትን (332-305 ቅጋአ) እና የፖተለሚ ስርወመንግሥትን (305-30 ቅጋአ) ይይዛል። ዝርዝሩን ከሚከተለው ሠንጠረዥ ይመልከቱ። የዘመን ቀመሮቹ ከግሪማል (1992) እና ከተለያዩ ስራዎች በማገንዘብ የተወሰዱ ናቸው። በየስረወመንግሥቶቹ ስር ስለነበሩት መንግሥታት ዝርዝር ከብዙ በጥቂቱ ሆርኑግ፣ ክራውስ እና ዋርቡርተን (2006፡490-495)ን እና ግሪማል

(1992፡389-395 ቀገ)ን ይመልከቱ።[56] ዘመኖቹ በሙሉ ቅድመ የጋራ አቆጣጠር ናቸው። ይህ አቆጣጠር የግሪጎሪያኑን መሰረት ያደረገ ነው። በዚህ ስራ ባጠቃላይ ቅጋአ በሚል የቀረቡት ዘመኖች በግሪጎሪያን አቆጣጠር ናቸው። በአማርኛ ከታተሙት ስራዎች በስተቀር በዋቢ ፅሁፎች የህትመት ዘመን የተጠቀሱትም እንደዚሁ የግሪጎሪያን አቆጣጠርን የሚመለከቱ ናቸው።

ሠንጠረዥ 2፡ የጥንታዊ ግብፅ ስርወመንግሥቶች

ቀዳማይ[57]

1. አንደኛው ስርወመንግሥት (3150–2925)
2. ሁለተኛው ስርወመንግሥት (2925–2700)

አሮጌው መንግሥት

3. ሶስተኛው ስርወመንግሥት (2700–2625)
4. አራተኛው ስርወመንግሥት (2625–2510)
5. አምስተኛው ስርወመንግሥት (2510–2460)
6. ስድስተኛው ስርወመንግሥት (2460–2200)

የመጀመሪያው አማካይ ዘመን/period

7. ሰባተኛው እና ስምንተኛው ስርወመንግሥቶች (2200–2160)
8. ዘጠነኛው ስርወመንግሥት (2160–2130)
9. አስረኛው ስርወመንግሥት (2130–2040)
10. ቀዳማይ አስራአንደኛው ስርወመንግሥት (2134–2061)

የመካከለኛው መንግሥት

11. ደሀራይ አስራአንደኛው ስርወመንግሥት (2061–1991)
12. አስራሁለተኛው ስርወመንግሥት (1991–1785)
13. አስራሶስተኛው ስርወመንግሥት (1785–1649)
14. አስራአራተኛው ስርወመንግሥት (1705–1690)

ሁለተኛው አማካይ ዘመን/period

15. አስራአምስተኛው ስርወመንግሥት (1674–1535)
16. አስራስድስተኛው ስርወመንግሥት (1660–1600)
    አቢዶስ ስርወመንግሥት (1650–1600)
17. አስራሰባተኛው ስርወመንግሥት (1580–1549)

አዲሱ መንግሥት

18. አስራ ስምንተኛው ስርወመንግሥት (1549–1292)
19. አስራ ዘጠነኛው ስርወመንግሥት (1292–1189)
20. ሀኛው ስርወመንግሥት (1189–1077)

ሶስተኛው አማካይ ዘመን/period

21. ሀያ አንደኛው ስርወመንግሥት (1069–945)
22. ሀያ ሁለተኛው ስርወመንግሥት (945–720)
23. ሀያ ሶስተኛው ስርወመንግሥት (837–730)
24. ሀያ አራተኛው ስርወመንግሥት (736–723)
25. ሀያ አምስተኛው ስርወመንግሥት (746–655)

ኋለኛው ዘመን[58]

26. ሀያ ስድስተኛው ስርወመንግሥት (664–525)
27. ሀያ ሰባተኛው ስርወመንግሥት (525–404)
    (የመጀመሪያው አኬመንድ ዘመን)[59]
28. ሀያ ስምንተኛው ስርወመንግሥት (404–399)
29. ሀያ ዘጠነኛው ስርወመንግሥት (399–380)
30. ሰላሳኛው ስርወመንግሥት (380–343)
31. ሰላሳ አንደኛው ስርወመንግሥት (343–332)
    (ሁለተኛው አኬመንድ ዘመን)[60]

ከእነዚህ በኋላ የሚቀጥለው የግሪኮች ዘመን ነው። እስክንድር ግብጽን ከወረረ በኋላ በሱ ጀነራል የተመሰረተው የግብፅ መንግሥት ዘመን የፕቶሎሚክ ዘመን ወይም ሄለናዊ ዘመን በመባል ይታወቃል። ይህ ዘመን በሚከተለው መልክ በሁለት ይከፈላል፤

ፕቶሎሚክ ዘመን/ሄለናዊ ዘመን

አርጌአድ ስርወመንግሥት[61] (332–305)
ፕቶለሚክ መንግሥት[62] (305–30)

የግብፅ ጥንታዊ ታሪክ የዘመን አከፋፈል ላይ ያተኮርነው፣ ወደፊት እንደምንመለከተው የኩሽ ታሪክ ለመረዳት ወሳኝ ስለሆነ ነው። ከላይ እንደገለፅነው በስርወመንግሥታቱ እድሜ እና በዘመኖቹ 'ፔሬድ' እድሜ ላይ ብቻ ሳይሆን፣ በአጠቃላይ አከፋፈሉ በተለይ የአማካይ ዘመን አከፋፈል ላይ የሁሉም የታሪክ ምሁራን ስምምነት አለ ማለት አይቻልም። የታችኛውን እና የላይኛውን ግብፆች በማዋሀድ ቀዳሚ መንግሥት ከተመሰረተ በኋላ ሁልጊዜም ማዕከላዊው መንግሥት ተጠናክሮ ቆይቷል ማለት አይደለም። በተለያዩ ወቅቶች እነዚህ ግዛቶች የየራሳቸው አስተዳደር በማበጀት ማእከላዊው መንግሥት የተዳከመባቸው ወቅቶች ነበሩ። ቀዳማይ፣ አማካይ እና ዳህራይ ዘመኖች የሚባሉት እነዚህ የግብፅ ማዕከላዊ ዘመን ተዳክሞ የነበረባቸውን ወቅቶች የሚመለከቱ ናቸው። ማዕከላዊ መንግሥቶቹ የተዳከሙበት ምክንያት በሁሉም አማካይ ዘመኖች አንድ አይደለም። ለምሳሌ የመጀመሪያው አማካይ ዘመን የውጭ ወረራ በመኖሩ ሳይሆን በውስጥ ሽኩቻ ምክንያት በአንድ ወቅት ሁለት ንጉሦች ሀገር ተከፋፈልው የገዙበትን የሚመለከት ነው። ይህ የኢትዮጵያውን ዘመነ መሳፍንት አይነት ነው። ወደሁለተኛው አማካይ ዘመን ብንመጣ ሀይክሶስ በመባል የሚታወቁት ከኤስያ መጥተው ቀድመው ሰፍረው የነበሩ በኋላም የራሳቸውን ግዛት በታችኛው ግብፅ መስረተው ሲገዙ፣ የግብፅ "ተወላጁ" መንግሥት ግዛት በላይኛው ግብፅ አካባቢ ብቻ ተወስኖ የቆየበትን ዘመን ያመለክታል።[63] ሶስተኛው አማካይ ዘመን የአሙን ቤተአምልኮ ቄሶች ኃይል እና ሀብት አካብተው ለንጉሡ አንታዘዘም ከማለት አልፈው የራሳቸውን አስተዳደር በቲቤስ እስከመመሰረት የደረሱበት እና የሊቢያ ዝርያ ያላቸው የመንግሥቱን ግዛት ተቆጣጥረው በማስተዳደር የግብፅ ማዕከላዊ መንግሥት የተዳከመበትን ግዜ ጀምሮ እስከ ኩሽ ግዛት ማከተሚያ ያለውን ያመለከታል።

በርግጥ አማካይ ዘመን በሚሉት አከፋፈሎች ላይ የታሪክ አዋቂዎች ስምምነት የለም። ለምሳሌ የመጀመሪያውን አማካይ ዘመን አስመልክቶ ግሪማል (1992፡137) ትርጉም የለሽ ነው ይለዋል።[64] ግሪማል ይህን አባባሉን ለማጠናከር ተጨማሪ ምክንያቶችን አቅርቧል። በተለይ ስለመጀመሪያው አማካይ ዘመን ያቀረባቸውን ዝርዝር ምክንያቶች ከላይ በጠቀስነው ገፅ ቀጣይ አንቀፆችን ይመልከቱ። በሌሎቹም ላይ ብንመለከት ያው ተመሳሳይ ነው። የሶስተኛው አማካይ ዘመን (1069 – 664 ቅጋአ) የሚባለው ሰፊ ዘመን ከመነሻው የተከፋፈለ አስተዳደር ቢኖርም፣ ሙሉው ወቅት ጠንካራ ማዕከላዊ አስተዳደር የሌለበት ነው ማለት አይቻልም። ለምሳሌ የሀያሁለተኛው ስርወመንግሥት መስራች የሚባለው የሊብያ/በርበር ዝርያ ያለው ቀዳማዊ ሾሼንቅ[65] (943 – 922 ቅጋአ) ግብፅን ሙሉ በሙሉ አንድ አድርጎ ማስተዳደር ብቻ ሳይሆን ግዛቱዋንም ለማስፋፋት ሞክሯል። በሚቀጥለው

ክፍል እንደምንመለከተው የ25ኛ ስርወመንግሥት አስተዳደርም ዋና የሚታወቀው በአብዛኛው የግዛት ዘመኑ ጠንካራ ማዕከላዊ መንግሥት መስርቶ በማስተዳደሩ ነው።[66]በዚህ ስርወመንግሥት ግብፅ በቆዳ ስፋት ብቻ ሳይሆን በእድገትም ከፍተኛ ደረጃ ደርሳ ነበር። የዚህ የአማካይ ዘመን ልዩ የሚያደርገው በዋናነት ሀገር የተዳደረው ከግብፅ ውጭ በመጡ ገዢዎች መሆኑ ነው። በርግጥ ሀገሪቷን በሙሉ በተረጋጋ ሁኔታ በአንድ መንግሥት ስር ለረጅም ግዜ በዚህ በአማካይ ዘመን አልተዳደረችም። ለምሳሌ ከላይ የጠቀስነው የ22ኛው ስርወመንግሥት መስራች ግብፅን አንድ አድርጎ ለመግዛት ቢሞክርም ከተወሰን ግዜ በኋላ በተለይ የላይኛው ግብፅ የራሱ መንግሥት መስርቶ ግብፅ በተከፋፈለ አስተዳደር ስር ቆይታለች። ከላይ በክፍፍሉ እንደምንመለከተው የ22ኛው ስርወመንግሥት (945–720 ቅጋአ) ለ200 ዓመት ያህል ቢቆይም፣ በዚሁ ዘመን ውስጥ የ23ኛው ስርወመንግሥት (722–655 ቅጋአ) በላይኛው ግብፅ፣ እንደዚሁም የ24ኛው ስረወመንግሥት (736–723 ቅጋአ) ነበሩ። የ25ኛው ስርወመንግሥትንም ጅማሮ የ22ኛው ስርወመንግሥት ከማክተሙ በፊት ነው። በዚህ በአማካይ ዘመን በአብዛኛውን ግዜ የጥንታዊ ግብፅ ተወላጆቹ ስልጣን በተወሰነ ቦታ ተገድቧል ወይም ጨርሶም ጠፍቷል። ከላይ እንደገለፅነው፣ የመጀመሪያዎቹ ስርወመንግሥታት ንጉሦች በርበሮች ሲሆኑ የ25ኛው ደግሞ ኩሾች ናቸው። ግሪማል ከታሪክ አንፃር ካየነው ማንኛውም ዘመን በአንድ ስልጣኔ የፊት እና የኋላ ዘመን ገፅታዎች አማካይ ነው እና ‘አማካይ ዘመን’ በእንግሊዝኛው ‘ኢንተርሚዲየት ፔሬድ’ የሚባለው በታሪክ ተቀባይነት ያለው ፅንሰሀሳብ አይደለም ይላል (ግሪማል 1992፡137)።

2.3 ኩሽ/ኑቢያ በቅድመ 25ኛው ስርወመንግሥት

የናቃዳ ባህል በግብፅ ባበበበት ተቀራራቢ ወቅት በሶስተኛው ካታራክት በከርማ አካባቢም አነስተኛ ባህል ማበበ ጀምሮ ነበር። ይህ ባህል እያደገ መጥቶ ቢያንስ በ2000 ቅጋአ አካባቢ ራሱን የቻለ ጠንካራ እና ሀብታም መንግሥት በከርማ ተመሰረተ። ይህ የከርማ መንግሥት ከግብፅ ጋር በንግድ ትስስር ያደርግ ነበር። ይህ መንግሥት በኋላ ላይ በግብፅ ስራዎች የኩሽ መንግሥት በመባል የሚታወቀው (ወይም ለኩሽ መንግሥት መሰረት የሆነው) ነው። በሚከተሉት ንዑስ ክፍሎች እንደምንመልከተው፣ ሌሎቹ በዚሁ ከግብፅ በስተደቡብ በተለያዩ አካባቢዎች የተነሱት ባህሎች እየጠፉ ሲመጡ ኩሽ ግን እየጠነከረ መጥቶ እንዲያውም ግብፅን ተቆጣጥሮ የ25ኛውን ስርወመንግሥት ለመመስረት ችሏል። የ25ኛው የኩሽ ስርወመንግሥት የክፍል 2.4 ዋና ጉዳይ ነው። የከርማ ባህል አነሳስ እስከ 25ኛው ስርወመንግሥት ድረስ ያለውን በዚህ ክፍል በንዑስ ክፍል 2.3.4 እንቃኛለን።

ከጥንታዊው ግብፅ በስተደቡብ ባለው ግዛት እስከ ኢትዮጵያ/ኤርትራ ጠረፍ በታሪክ ስራዎች በደምሳሳው ኑቢያ[67] በሚል በሚጠቀሰው እላይ ከጠቀስነው የከርማ ባህል በተጨማሪ የተለያዩ ባህሎች ቢያንስ ከ4000 ቅጋአ ጀምሮ አብበው ነበር። ከላይ እንደገልፅነው በዚህ አካባቢ የህዝብ ሰፈራ እና አንዳንድ የስልጣኔ ተግባራት በጣም ወደኋል ሄዶ እስካ ዘጠኝ ሺህ ይደርሳል። ከግብፅ ቀረብ ካለው ብንነሳ በመጀመሪያው ካታራክት

እና በሁለተኛው ካታራክት መሀከል ምናልባትም ራሱን የቻለ ባህል ከ3800 እስከ 3100 ድረስ ነበር።[68] የዚህ ባህል ስም ባለመታወቁ የሀ-ቡድን[69] በመባል ይታወቃል። በዚሁ አካባቢ እንደገ እና በስድስተኛው የግብፅ ስርወመንግሥት አካባቢ ሌላ ባህል አብቦ ነበር። ይህ ባህል የሐ-ቡድን የሚባለው ነው። የሐ-ቡድን ባህል የከርማን ባህል ያካትታል አያካትትም የሚለው ማከራከሩ እንዳለ ቢሆንም፣ ከሐ-ቡድን ምናልባትም ቀደም ብሎ በከርማ ሌላ ባህል አብቦ ነበር። የከርማው ባህል በቀጥታ የኩሾች ተደርጎ የሚወሰደው ነው። በታችኛው ኑቢያ ከሐ-ቡድን[70] የተለዩ ህዝቦች ባህልም በመካከለኛው የኑቢያን ዘመን በተለይ በመካከለኛው መንግሥት እና በሁለተኛው አማካይ ዘመን በቁፋሮ ተገኝቷል። ይህ ቡድን የመጥበሻ-መቃብር በእንግሊዝኛው 'ፓን-ግሬቭ'[71] በመባል ይታወቃል። ለክፍፍላቸው ዋና መሰረቱ የአርኪዮሎጂ ውጤት የሆኑት ባህላዊ ቁሳቁሶች ቢሆንም፣ እነዚህ ቡድኖች የአንድ ህዝብ ሳይሆኑ የተለያዩ ህዝቦች/ነገዶች ተደርገው ይወሰዳሉ። ከእነዚህ ውጪ ሌሎችም በስተኋላ ላይ የተነሱ ባህሎችም አሉ። ዝርዝሩ ከርዕሳችን ሩቅ ይወስደናልና፣ እነዚሁ ላይ ብቻ እንወሰናለን።

ከጥንታዊ ግብፅ እና የኑቢያ/ኩሽ ድንበር ተደርጎ ከሚወሰደው የመጀመሪያው ካታራክት ጀምሮ ያለው የመሀከለኛው አባይ ሸለቆ የጥንታዊው የኑቢያ/ኩሽ ግዛት በታሪክ በሶስት ተከፍሎ ይቀርባል። ይህም የታችኛው ኑቢያ/ኩሽ፣ የላይኛው ኑቢያ እና መሀከለኛው ኑቢያ/ኩሽ በሚል ነው። የታችኛው ኑቢያ የሚባለው በመጀመሪያው እና በሁለተኛው ካታራክት መሀከል (ሁለቱንም ካራታክቶች አካቶ) የሚገኘውን ነው። የላይኛው ኑቢያ ከሁለተኛው ካታራክት ጀምሮ እስከ ጀበል ባርካል አራተኛው ካታራክት ድረስ ያለውን ይይዛል። መሀከለኛው ሱዳን ከላይኛው ኑቢያ የደቡብ ጠረፍ/ወሰን ተነስቶ እስከ ስድስተኛው ካታራክት ድረስ ያለውን ያካትታል (ሀፍሳስ፣ 2009፡53&54)። ይህን ክፍፍል ከሚከተለው ካርታ ይመልከቱ።[72]

ካርታ 3፡ የመሀከለኛው አባይ ሸለቆ የጥንታዊ ኩሽ ግዛት

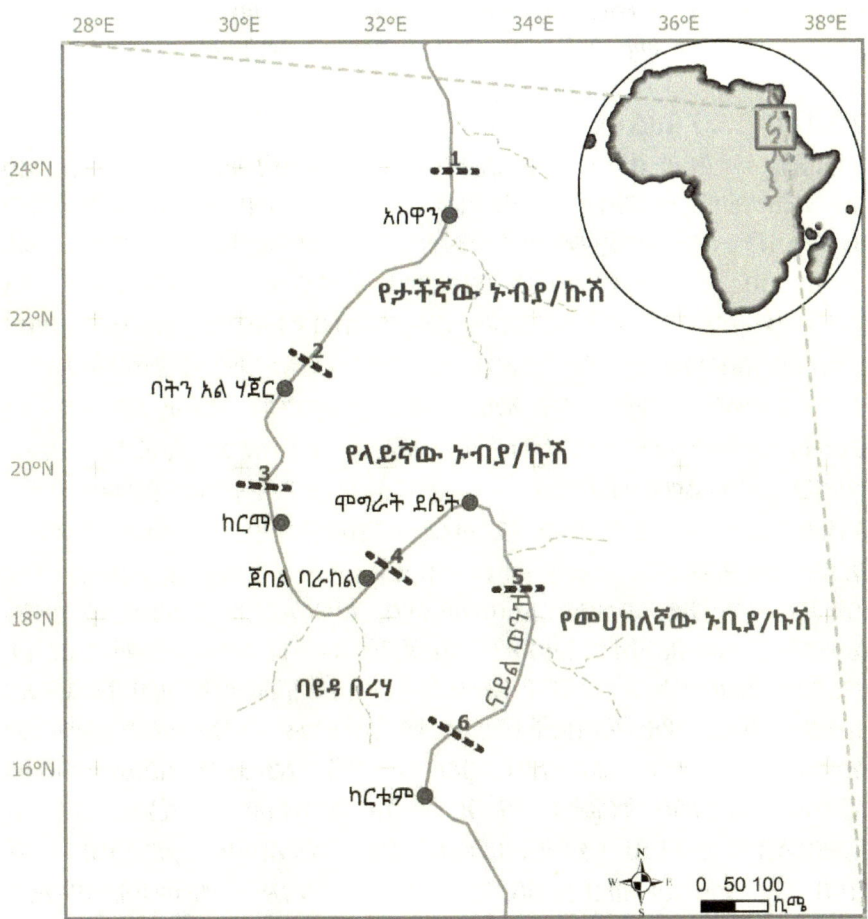

ክሬዲት፡ ዳንኤል ካሳሁን

የሀ-ቡድን ባህል ህዝብ በታችኛው ኑቢያ የነበረ ነው። ከአራት መቶ ዓመት በኋላ የተነሳው የሐ-ቡድንም በዚሁ አካባቢ የነበረ ነው። የመጥበሻ መቃብር ባህል ህዝብ ትንሽ ሰፋ ባለ አካባቢ የተሰባጠረ ሰፈራ የነበረው ነው። ይህም የታችኛው ኑቢያን እና የላይኛው ግብፅን ያካትታል። ከርማ በሶስተኛው ካታራክት አካባቢ የሚገኝ ነው። የከርማ ህዝብ ባህል ሲባል በዚህ ከተማ እና በአካባቢው እስከአራተኛው ካታራክት ድረስ በላይኛው ኑቢያ የሚገኘውን የሚያካትት ነው። ይህ ህዝብ የመጀመሪያውን የኩሽ መንግሥት መስራች ተደርጎ ይወሰዳል። ከአዲሱ መንግሥት የአራት መቶ ዓመት ወረራ እና ግዛት በኋላ እንደገና በናፓታ የተነሳው የኩሽ መንግሥት የዚሁ የከርማው ህዝብ ቀጣይ ተደርጉ ይወሰዳል። ። በአንዳንድ ጥቂት ስራዎች የከርማው ህዝብ ምናልባት በኋላ ላይ ከተነሳው እና ግብፅን

በተራው ከወርሮ ከራሱ ግዛት ጋር አካቶ ካስተዳደረው የኩሽ ስርወመንግሥት ህዝብ ጋር በነገድ የተለየ ሊሆን ይችላል የሚሉ አሉ። ይሁን እንጂ የከርማው ስልጣኔ በኋላ በናፓታ ለተነሳው መንግሥት መሰረት እንደሆነው በአብዛኛው ይታመንበታል።

2.3.1 የሀ-ቡድን ባህል

ከላይ እንደጠቆምነው በአባይ ሸለቆ ከኢትዮጵያ ደጋማ ቦታዎች ተነስቶ እስከ ግብፅ ድረስ እርሻን ከማስተዋወቅ አንስቶ የተለያዩ ስልጣኔዎች ተካሂደውበታል። የግብፁን ወደጎን አድርገን ብንመለከት በመጀመሪያው ካታራክት እና በሁለተኛው ካታራክት መሀከል ከዛሬ 3800 እስከ 3100 ቅጋአ ከግብፅ ጋር በንግድ ልውውጥ የሚያደርግ ራሱን የቻለ የኑብያን/የኩሽን ህዝብ እንደነበር ይገመታል። ይህ ከኑቢያን ቀዳሚ ትልቅ ባህል ያዳበረ ህዝብ በትከለሰውነት ከግብፆች ጋር አንድ ነበሩ። በሀ-ቡድን መቃብሮች የተገኙት አፅሞች የጥርስ ስነምዕላድ ትንተና/ጥናት እነዚህ ቡድኖች፣ ከከርማ፣ ከኩሾች እና ከሀገራችን ህዝቦች/ኢትዮጵያውያኖች ጋር ከየትኞቹም በበለጠ ጥብቅ ዝምድና አሳይቷል። ሀዶው (2012፡175)ን ይመልከቱ። ይህ ባህል በግብፅ ጥንታዊ/ቀዳሚው ስርወመንግሥት እንደተመሰረተ በደረሰበት ተደጋጋሚ ወረራ በ3100 አካባቢ እንደወደመ ይታሰባል (ኤድዋርድስ 2004፡73፣ ጥንታዊ ኑቢያ፡ ሀ-ቡድን)።[73] የዚህ ባህል ባለቤት ህዝብ ስያሜ ማን እንደሚባል አይታወቅም። በአካባቢው የዳበረ ባህል እና የንግድ እንቅስቃሴ መኖሩ ሊታወቅ የቻለው በስነቁፋሮ ከተገኙት ማስረጃዎች በመነሳት ነው። በስነቁፋሮ በርካታ መረጃዎች ይዘው የተገኙት ዋናዎቹ የንጉሦች መቃብሮች ናቸው። ከእነዚህ ትልልቅ እና ብዙ ሀብት/ቅርስ ከያዙ መቃብሮች የተገኙት ቁሳቁሶች የንጉሦች ምልክት የሆኑ፣ በግብፅም ግልጋሎት ላይ የነበሩ ልክ እንደ ንስር አይነቶች እንዲሁም በስዕል ያሸበረቁ እንቁላሎች/የእንቁላል ቅርፊቶች እና ጎርጓዳ ሳህኖች ይገኙበታል (ሺኔ፣ 2013፡50፤ ኢምበርሊንግ፣ 2011:8፤ ጥንታዊ ኑቢያ፡ ሀ-ቡድን)።[74] የታሪክ ባለሙያዎች ይህን ባህል የሀ-ቡድን[75] ይሉታል። በዚህ አካባቢ የነበሩ ህዝቦች/መንግሥት ዋና መተዳደሪያ ንግድ እንደነበረ ይገመታል። ከእነሱ በስተደቡብ እና በስተምስራቅ ከሚገኙት ህዝቦች እነደ እጣን፣ የዝሆን ጥርስ፣ ወርቅ የመሳሰሉትን በመግዛት ለግብፆች ይሸጡ ነበር። በምትኩም ከግብፆች ዘይት፣ ወይን እና ሌሎች ምርቶችን ይገበዩ እንደነበር ከስነቁፋሮ[76] ግኝቶቹ እና ከሌሎች መረጃዎች መገመት ተችሏል። ለዝርዝሩ ኢምበርሊንግ (2011:8)ን፣ ጥንታዊ ኑቢያ፡ ሀ-ቡድን፣[77] እንዲሁም ኤድዋርድስ (2004፡73)ን እና በዚያ የተጠቀሱ ዋቢዎችን ይመልከቱ። ካርታው ጥንታዊ ግብፅ በሚል በዩኒቨርሲቲ ኦፍ ቺካጎ ኦሬንታል ኢንስቲቲዩት የቀረበውን መሰረት አድርጎ የተሰራ ነው።[78]

ካርታ 4፡ የሀ-ቡድን መገኛ

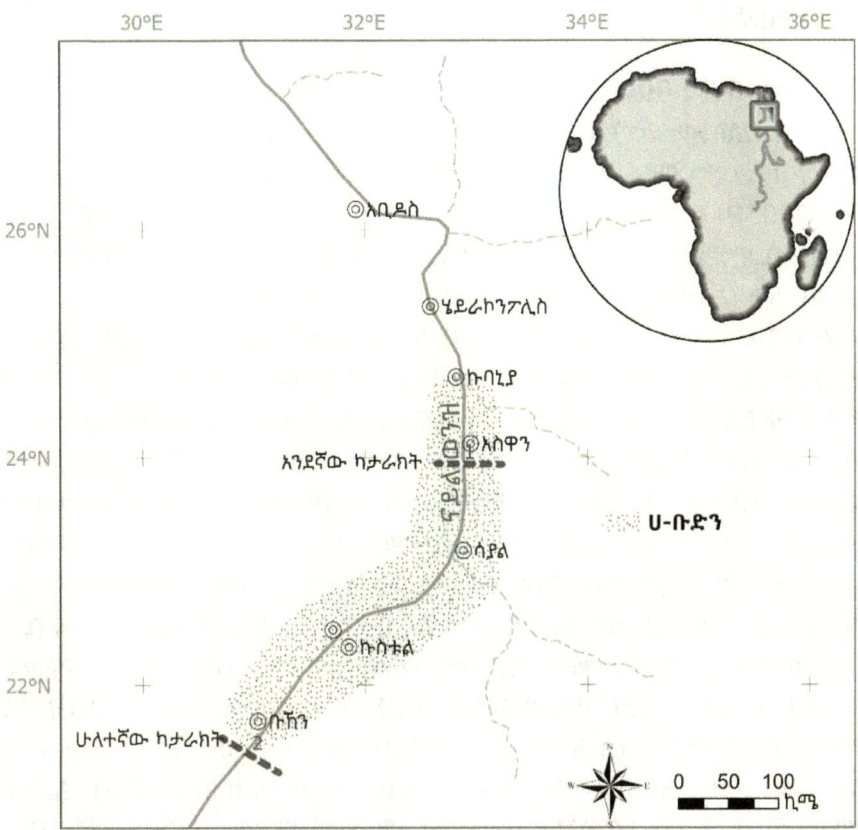

ከሬዲት፡ ዳንኤል ካሳሁን

የሀ-ቡድን ባህል ዘመን ከነሱ በስተሰሜን ከነበረው የናቃዳን ባህል ጋር ተመሳሳይ ነው። ሆኖም የተወሰነ በባህል ደረጃ መመሳሰል ቢኖርም እራሱን የቻለ ነበር። የቅርብ ግዜ በከርማ አካባቢ የአርኪዎሎጂካል ግኝቶች እንደሚያሳዩት የሀ-ቡድን ባህል ከናቃዳ ባህል ይልቅ ለላይኛው ኑቢያ ህዝብ ባህል የቀረበ ነው።[79] ሰፋ ላለ ትንታኔ እና ለተጨማሪ ዋቢዎች ኤድዋርድስ (2004፡68 ቀገ)ን ይመልከቱ።

የሀ-ቡድን ባህል ከ3100 ግድም በኋላ አልታየም። ይህ ደግሞ ከግብፅ የመጀመሪያው ስረወመንግሥት ምስረታ ጋር አንድ ነው። አንድምታው የግብፅ የመጀመሪያው ስርወመንግሥት ተሳክቶለት ሙሉ በሙሉ የሀ-ቡድንን ተቆጣጥሮ በጦርነት አጥፍቶታል ነው። ለዚህ ሌላው ማጠናከሪያ ከግብፅ የመጀመሪያው ስረወመንግሥት ቀደም ብሎ ጀምሮ በአካባቢው ላይ የግብፅ መንግሥታት ወረራ ያኪሂዱ እንደነበር ተጨማሪ የፅሁፍ

ማስረጃዎች መገኘታቸው ነው። ለተጨማሪ ከብዙ በጥቂቱ ኤድዋርድስ (2004፡73)ን እና በዚያ የተጠቀሱ ስራዎችን ይመልከቱ።

2.3.2 የሐ-ቡድን ባህል

ከላይ እንደገለፅነው የመጀመሪያው ስርወመንግሥት የተመሰረተ አካባቢ ጀምሮ የግብፅ ንጉሦች ተደጋጋሚ ወረራ በሀ-ቡድን ላይ ያደረጉ ነበር። ይህ ወረራቸው ተሳክቶ የሀ-ቡድን ስልጣኔ በ3100 ቅጋአ አካባቢ መጥፋት ጀመረ። በአካባቢው ላይ እንደገና ባህላዊ እንቅስቃሴ መታየት የጀመረው ከ600 ዓመት በኋላ በስድስተኛው የግብፅ ስርወመንግሥት አካባቢ ነው (ኢምበርሊንግ፣ 2011፡8፤ ባይታከ፣ 1987፡115)።[80] ይህ ባህል የሐ-ቡድን ባህል የሚባለው ነው። የዚህ ባህል/ስልጣኔ እድሜ ከ2500 እስከ 1500 ቅጋአ ይሄዳል። ይህ እድሜ በከርማ ጠንካራ የኩሽ መንግሥት ከተመሰረተበት ጋር አንድ ነው። በሐ-ቡድን መንግሥት ስለመኖሩ ማረጋገጫ የለም። የተገኘውም ቅርሳቅርስ የሀ-ቡድን ያህል እንኳ በቂ መረጃ የሚሰጥ አይደለም። ይህ ቡድን ምንም እንኳ የተወሰኑ የሀ-ቡድን አይነት አሰራሮች በቅርሳቅርሶቹ ላይ ቢገኙም፣ የሀ-ቡድን ህዝብ ቀጣይ እድገት ተደርጎ አይወሰድም (ባይታከ፣ 1987፡115)። እንደባይታከ (ዝኒከማሁ) እና ሎባን (2004) ከሆነ የተወሰኑ ከጥንታዊው የሀ-ቡድን ህዝብ የቀሩ ተቀላቅለውት ሊሆን ቢችልም የሐ-ቡድን እና የሀ-ቡድን ባህል አንድ ተደርገው አይወሰዱም። የሐ-ቡድን ባህል ከከርማ ህዝብ ጋር ቀረቤታ ቢኖረውም አንድ ህዝብ ለመሆኑ ማረጋገጫ የለም። ሁለቱም የተለያዩ ባህሎች ናቸው። ይሁን እንጂ በባህል ደረጃ በተለይ ከ2000 ቅጋአ በፊት ከከርማ ባህል ጋር እዚህ ግባ የሚባል ልዩነት የለም የሚሉ አሉ።[81] የሐ-ቡድን ህዝብ የንጉሣዊ አስተዳደርም ሆነ መዋቅር ስለመኖሩ ብዙም አይታወቅም። በዚህ የተገኘው መረጃ በአካባቢው የጎበዝ አለቆች የሚተዳደር እንጂ ሰፋ ያለ የንጉሥ አስተዳደር መኖሩን አያሳይም። እርሻም በዚህ ህዝብ ዘንድ ስለመታወቁ ማስረጃ የለም።[82] ይህ ቡድን ዋና መተዳደሪያው ከብት እርባታ እንደነበረ ይገመታል። ሀፍሳስ (2005)ን እና ሎባን (2004)ን ይመልከቱ።

ካርታ 5፡ የሐ-ቡድን መገኛ

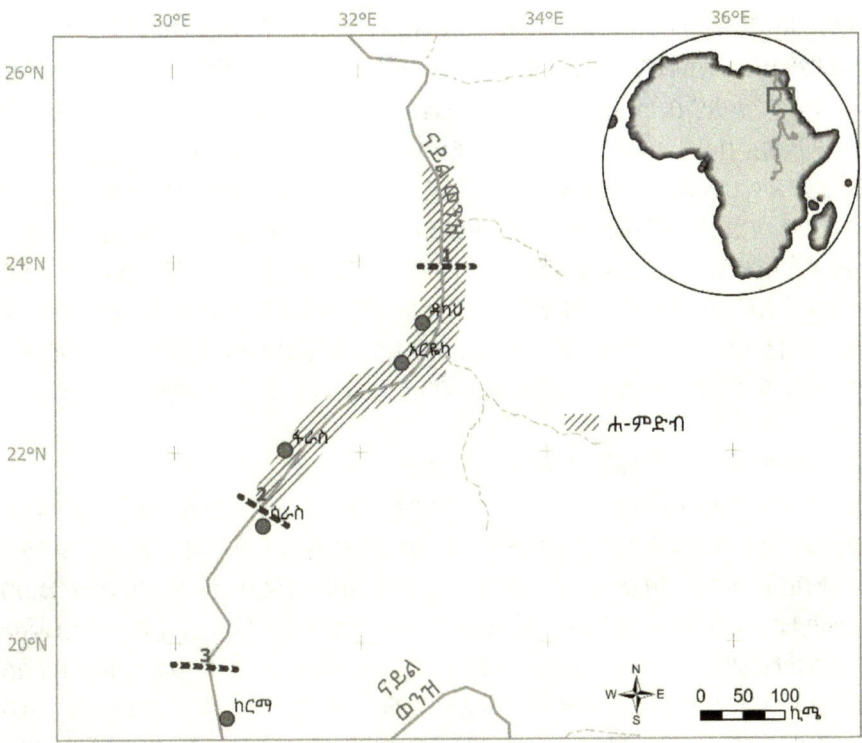

ክሬዲት፡ ዳንኤል ካሳሁን

በአሮጌው መንግሥት የመጀመሪያዎቹ ረጅም ግለታሪኮች በሚባሉት በስድስተኛው ስረወመንግሥት ዘመን የመንግሥት ሀላፊዎች/ሹመኞች የነበሩት የዎኒ/ኦኒ እና ሀርኩፍ ግለታሪኮች የተገለፁት የሀገር/ህዝብ ስሞች የተወሰኑት የሐ-ቡድንን የሚመለከቱ ተደርገው ይወሰዳሉ።[83] ዎኒ/ኦኒ፣[84] በኤስያው ዘመቻው ቀዳማዊ ንጉሥ ፔፒ ካሰባሰባቸው ጦሮች ውስጥ ዬረት፣ መጃ/መጃይ[85]፣ ያም/የም፣[86] ዋዋት እና ካኡ ከግብፅ በስተደቡብ ከሚገኙት አካባቢዎች እንደሆኑ ይገመታል።[87] ዋዋት በመጀመሪያው ካታራክት እና በሁለተኛው ካታራክት መሀከል ያለ ሀገር ነው ተብሎ ይታሰባል (ባይታክ፣ 1987፡116፤ ኢምበርሊንግ፣ 2011:8)።[88] ዬረት፣ ካኡ እና መጃይ እዚያው አካባቢ የነበሩ ህዝቦች ተደርገው ይቆጠራሉ።[89] በሚከተለው ክፍል እንደምንመለከተው መጃይ የመጥበሻ መቃብር ባህል ባለቤቶች እንደሆኑ ይገመታል። ያም/የም ምናልባትም በከርማ አካባቢ ያለ ወይም እራሱ የከርማ ህዝብን የሚመለከት ሳይሆን አይቀርም (ባይታክ፣ 1987፡117፤ ሎባን፣ 2004፡100)። በወኒ/ኦኒ ግለታሪክ ላይ የግራር እንጨት ከዋዋት ለማምጣት ንጉሡ [ንጉሥ መርነረ/መረንረ] ልኮት በነበር ግዜ ዬረት፣ መጃ/መጃይ፣ ያም፣ ዋዋት

ሀገር/መንደር መሪዎች እንጨቱን በሙቁረጥ ተባብረውት እንደነበር ገልጿል።[90] ከወኒ/ኦኒ በኋላ ልክ እንደእሱው የላይኛው ግብፅ አስተዳዳሪ ለመሆን የበቃው ሀርኩፍም በ2250 ቅጋአ አካባቢ በተደጋጋሚ፣ አራት ግዜ፣ ወደየም ለተለያዩ ንግድ ስራዎች እንደተጓዘ በዚያም ከላይ የጠቅስናቸውን ሀገሮች እና ሌሎችንም እንዳለፈባቸው ገልጿል።[91] ሀርኩፍ ዩረት፣ ዋዋት እና ሴትዩ በአንድ መሪ ስር ይተዳደሩ እንደነበርም ገልጿል።[92] እነዚህ ሶስት ህዝቦች የሐ-ቡድን ባህል ባለቤቶች እንደሆኑ ይታመናል። ከታች በግርጌ ማስታወሻው እንደምንመለከተው፣ እነዚህ ሀገሮች በአንድ መሪ ስር በመተዳደር ትብብር አድርገው ቢሆንም ሀርኩፍን ካጀቡት የየም/ያም ወታደሮች ብዛት የተነሳ ሊተናኮሉት አልደፈሩም። ግብፆች ከየሞች ጋር የንግድ ልውውጥ በስፋት ማድረጋቸው እና የሞችም ለግብፆች ንግድ ተጓዦች እጀባ/ጥበቃ ማድረግ የሚያመለክተው የም ከሌሎቹ ጠንካራ እና የተሻለ ደረጃ ላይ የነበረ አስተዳደር መሆኑን ነው። ከዚህም በላይ እነዚህ ህዝቦች ከያሞች ጋርም ጥሩ ግንኙነት ኖሯዋቸውም ሊሆን ይችላል። ሎባን (2004፡100 ቀገ)ን ይመልከቱ።

2.3.3 መጥበሻ-መቃብር 'ፓን-ግሬቭ' ባህል

ይህ ቡድን/ባህል ስያሜውን ያገኘው መቃብሮቹ የመጥበሻ ቅርፅ ስላላቸው ነው። የእዚህ ቡድን ባህል ሊታወቅ የቻለው በታችኛው ኑቢያ እና በላይኛው ግብፅ አካባቢ ከተገኙ መቃብሮች ነው። የዚህ ባህል እድሜ ከ1800 እስከ 1500 ቅጋአ ግድም እንደሆነ ይገመታል። ይህ ባህል የተሰባጠረ ስርጭት የነበረው ሲሆን ከታችኛው ኑቢያ እና ከላይኛው ግብፅ በተጨማሪ እስከ ሶስተኛው ካታራክት ድረስ ይዘልቃል። የዚህ ባህል ህዝቦች በትክለ ሰውነታቸው ከሐ-ቡድን ህዝቦች የተለዩ ናቸው (ባይታክ፣ 1987፡124)።[93] ከላይ እንደጠቀስነው መጀ በሚል በወኒ/ኦኒ እን ሀርኩፍ የተጠቀሱት መሬቶች/ህዝቦች የመጥበሻ መቃብር ባህል ባለቤቶች እንደሆኑ ይገመታል። መጀይ በተለይ ሰዉን ሲያመለክት መጀ በአብዛኛው መሬቱን/ሀገሩን ያመለክታል።

ግብፆች ከመጃዮች ጋር ይዋጉ ነበር። ለምሳሌ የ12ኛው ስርወመንግሥት የመጀመሪያው ንጉሥ ቀዳማዊ አሜነምሄት[94] (1991 ቅጋአ እስከ 1962 ቅጋአ) ለልጁ ለቀዳማዊ ሰኑስረት ምክር በሚገልፀው ፅሁፍ ላይ መጃዮችን በምርኮኝነት መውሰዱን ይገልፃል።[95] ወደኋላ ላይ ግን መጃዮች በቅጥር ወታደርነት እንዲሁም በፖሊስነት/ጥበቃ በስፋት በተለይ በሁለተኛው መሀከለኛው ዘመን እስከ አዲሱ መንግሥት ድረስ ያገለግሉ ነበር። ለምሳሌ የ17ኛው ስርወመንግሥት የመጨረሻው ንጉሥ/ፋራኦ ካሞሴ ሀይክሶስን ጨርሶ ከግብፅ ለማባረር የእነሱ ተባባሪ ከነበረ ጋር ኔፍሩስይ ላይ ባደረገው ዘመቻ ይመራቸው የነበሩት ወታደሮች መጃዮች ነበሩ (ግሪማል፣ 1992፡191፤ በንሰን፣ 2002፡ 192)።[96]

በላይኛው ክፍል እንደተመለከትነው መጃዮች በርግጥ ከስድስተኛው ስርወመንግሥት ጀምሮ ቅጥር ወታደሮች ሆነው ለግብፅ ያገለግሉ ነበር (በንሰን፣ 2002፡233)።[97] እነዚህ ህዝቦች በኑቢያም በግብፅ ጦር በበረሀ ዘመቻ ወቅት ቦታ መሪ፣ በወታደር ቋንቋ አብሪ፣

ሆነው ያገለግሉ ነበር (ባይታክ፣ 1987፡124፤ በንሰን፣ 2002፡233)። እነዚህ በተዋጊነታቸው ታዋቂ የነበሩ ህዝቦች ከብት አርቢዎች/ዘላኖች ወይም ከፊል ከብት አርቢዎች/ከፊል ዘላኖች እንደነበሩ ይገመታል።[98] መጃዮች የኤስያን ወራሪዎች ካሞሴን እና አሞሴን በመርዳት ካባረሩ በኋላ ሀገሪቱ ወደሰላም ስትመለስ በፖሊስነት ያገለግሉ ነበር።[99] መጃዮች በግብፅ በወታደርነት እና ፖሊስነት ማገልገላቸው በጣም ከመለመዱ የተንሳ መጃይ ማለት በአዲሱ ስረወመንግሥት ፖሊስ ማለት ደርሶ ነበረ (መጥበሻ መቃብር ባህል)።[100] በጥንታዊ ስራዎች ማቶይ[101] እና ማዞይ[102] የዚሁ የመጃይ[103] የተለያየ አፃፃፍ/ንበት ተደርገው ይወሰዳሉ። ማቶይ የሚለው ቃልም በቅብጥ[104] ቋንቋ ወታደር ማለት ነው (ሎባን 2004፡249)። የመጃዮች ስራ እና ስማቸው በግብፅ ታሪክ በቶሎ ባይጠፉም፣ የመጥበሻ መቃብር በታችኛው ኑብያ እየጠፋ የመጣው በአዲሱ ስረወመንግሥት ዘመን እንደሆነ ይገመታል። ለተጨማሪ ባይታክ (1987፡124)ን እና ሎባን (2004፡249)ን ይመልከቱ።

2.3.4 የከርማ ባህል፡ ኩሽ ቅድመ 1500 ቅጋአ

በእነሆርኩፍ እና ወኒ/ኦኒ ግለታሪክ የተጠቀሰው ያም/የም ከላይ እንደገለፅነው ምናልባት ከዚህ በታች የምንዳስሰው በከርማ ተነስቶ በኋላ ላይ ታላቅ መንግሥት ለመመስረት የቻለው ኩሽ በሚል የሚታወቀው ህዝብ ሳይሆን አይቀርም ተብሎ ይገመታል። ምናልባት ያም በወቅቱ የመንግሥቱ/አስተዳደሩ ስም ሊሆን ይቻላል። ከርማ የከተማው ስም ነው።

የሀ-ቡድን ስልጣኔ በሁለተኛው እና በአንደኛው ካታራክት መሀከል ባበበበት በተቀራራቢ ዘመን በላይኛው ኑቢያ ከሶስተኛው ካታራክት በላይ፣ ከርማ በሚባለው አካባቢ ተመሳሳይ ስልጣኔ አብቦ ነበር። የዚህ ስልጣኔ ጅማሮ ላይ የተለያየ ግዜ ቢሰጥም ቢያንስ በ2500 ወይም 2400 ቅጋአ አካባቢ ራሱን የቻለ ባህል በከርማ ስለመፈጠሩ የስነቁፋሮ ውጤቶች ማስረጃዎች ናቸው። በአሁኑ ወቅት ይኸው ግምት በስፋት ይታመናል። ለአብነት ቦኔት (2019፡2)ን እና ኤምበርሊንግ (2011፡9)ን ይመልከቱ። የከርማው ባህል እያደገ መጥቶ ከአራት እስከ አምስት መቶ ዓመት ባለው ግዜ ውስጥ ከርማ ትልቅ የከተማ ማዕከል ለመሆን በቅታለች። የዚህ የከተማ ማእከል ፍርስራሽ በሚገኘው በትልቅነቱ የሚታወቀው ምዕራብ ዴፉፋ በሚባለው ከጭቃ የተሰሩ ሸክላዎች የተሰሩ ቤተ አምልኮዎች ዙሪያ የተገነባ ነበር።

ምስል 2፡ የከርማ ከተማ በከፊል

ክሬዲት፡ Lassi, CC BY-SA 4.0

ከላይ እንደገለፅነው በከርማ የከተማ ሰፈራ በዚህ የተጀመረው 2400/2500 ቅጋአ ገደማ ነው። የኩሽ መንግሥት አነሳስንም ከዚሁ ከ2500 ቅጋአ ጀምሮ የሚያደርጉ አሉ። በዚህም የተነሳ አንዳንዶች የሐ-ቡድን የከርማንም ስልጣኔ ያካተተ ነው የሚል ሀሳብ ይሰነዝራሉ። ይሁን እንጂ፣ የሐ-ቡድን የከርማንም ስልጣኔ ያካተተ ነው አይደለም የሚለው እስካሁን መቋጫ አላገኘም። በሁለቱ መሀከል የተወሰነ የባህል ልዩነት አለ። ከዚያም በላይ በእነሀርኩፍ እና ወኒ/ኦኒ ፅሁፎች እንደተመለከተው ያም/የም ከሐ-ቡድን ባህል ህዝቦች በርቀት የሚገኝ ሀገር ነበር። ይህ በራሱ በቂ መለያ ባይሆንም፣ ምክንያቱም የባህሎቹ መለየት/ክፍፍል አርኪዎሎጂን እንጂ ግዛትን መሰረት ያደረገ አይደለምና፣ የተገኙት ቁሳቁሶችም ቢሆኑ የአንድ ባህል ውጤት ለመሆናቸው ማረጋገጫ አይሰጡም። በቀደሙት ክፍሎች የጠቀስናቸውን ዋቢዎች ይመልከቱ። በሌላው በኩል ደግሞ የከርማ ስልጣኔ ባህል ያበበው የሀ-ቡድን ባበበት ወቅት ሳይሆን በጣም ዘግይቶ የሐ-ቡድን ባበበት ወቅት ወይም ከዚይ ትንሽ ቀደም ብሎ ነው የሚሉም አሉ። በዚህ አካባቢ አሁንም ተጨማሪ የስነቁፋሮ ጥናት እየተደረገበት ቢሆንም፣ ካለው የአርኪዎሎጂ መረጃ በመነሳት በከርማ አካባቢ የነበረውን የህዝብ ሰፈራ እና ስልጣኔ/የባህል እድገት በዘመን ተከፋፍሎ ይቀርባል።

ከ3500 ቅጋአ እስከ 2500 ቅጋአ ግድም/ገደማ (ግ.)[105] ቅድመ ከርማ ዘመን ነው።[106] ይህ ከሞላ ጎደል ከናቃዳ ባህል ጀመሮ በአርጌው መንግሥት እስከአራተኛው ስረወመንግሥት ይሄዳል። በታችኛው ኑቢያ የሀ-ቡድን ባህል በጅማሮው ቢቀራረብም፣ ከዚህ ቡድን ዘልጎ ቆይቷል። ከላይ እንደምናስታውሰው የሀ-ቡድን 3100 ቅጋአ ገደማ

ከግብፅ በደረሰበት ወረራ ጠፍቷል። ከዚህ በኋላ በከርማ ለአንድ ሺህ ዓመት ያህል የዘለቀ (ከ2500 ቅጋአ እስከ 1500 ቅጋአ) ሀገር በቀል ጠንካራ መንግሥት ተመስርቷል። ይህ ከርማን ዋና ከተማው ያደረገ መንግሥት ከአምስተኛው ካታራክት እስከ ሶስተኛው ካታራክት ድረስ ይገዛ የነበረ ቢሆንም ከፍተኛ ጥንካሬ በነበረው ወቅት ድንበሩን እስከ መጀመሪያው ካታራክት ድረስ መውሰድ ብቻ ሳይሆን ግብፅ ውስጥም እየገባ ወረራ ያደርግ ነበር።[107] ይህ የከርማ መንግሥት በግብፅ ስራዎች የም/ያም በኋላ ደግሞ ኩሽ መንግሥት በመባል የሚታወቀው ነው።

የከርማን መንግሥት ከእድገት እስከ ፍፃሜው (2500 ቅጋአ እስከ 1500 ቅጋአ) ያለውን ዘመን ግራቲየን (1978)ን በመከተል በአራት ከፍሎ መመልከት የተለመደ ነው። ይህ ክፍፍል የሚከተለው ነው፤ ቀዳሚ ከርማ (2500 ቅጋአ – 2050 ቅጋአ ገ.)፣ መሀከለኛው ከርማ (2050 ቅጋአ–1750 ቅጋአ ገ.)፣ ክላሲክ ከርማ (1750 ቅጋአ– 1500 ቅጋአ ገ.)፣ እና መጨረሻ ከርማ (1500 ቅጋአ–1450 ቅጋአ ገ.)። የስዊዝ የአርኪዎሎጂ ቡድን በቅርብ ግዜ በከርማ ሳይ (በምትባል) ደሴት ከመቃብሮች ካገኙት የሸክላ ውጤቶች በመነሳት ከዚህ ትንሽ ለየት ያለ የዘመን ቀመር አቅርበዋል። ይህም የሚከተለው ነው፤ ቀዳሚ ከርማ (2450 ቅጋአ– 2050 ቅጋአ ግ.)፣ መሀከለኛው ከርማ (2050 ቅጋአ–1750 ቅጋአ ግ.)፣ ክላሲክ ከርማ (1750 ቅጋአ– 1480 ቅጋአ ግ.)፣ እና መጨረሻ ከርማ (1480 ቅጋአ – 1450 ቅጋአ ግ.)።[108] ከዚህ በኋላ ያለው ድኅረ ከርማ ከ1500 ቅጋአ እስከ 1050 ቅጋአ ገደማ (ወይም የሽግግር ወቅቱን ከቀነስን ከ1450 ቅጋአ እስከ 1050 ቅጋአ) ይዘልቃል። ይህም ከርማ በግብፅ ግዛት ስር የወደቀችበት ዘመን ነው። መጨረሻ ከርማ ዘመን የተባለውም፣ ከርማ ከነፃ መንግሥትነት ወደ ግብፅ ግዛት/አስተዳደር ስር የወደቀችበት የሽግግር ዘመን ስለሆነ ነው። ብዙዎች ይህን ዘመን ለብቻ ነጥለው አያስቀምጡትም። ለምሳሌ ኤድዋርድስ (2004፡81)ን ይመልከቱ።

2.3.4.1 ቅድመ ከርማ ዘመን (3500 እስከ 2500 ቅጋአ)

የደንጎላ ሪች አካባቢ ከስድስት ሺህ ቅጋአ ጀምሮ ህዝብ የሰፈረበት እና መለስተኛ የእርሻ ተግባርር እና የከብት እርባታ ይካሄድበት የነበረ ቦታ እንደሆነ ከአርኪዎሎጂ ቁፋሮውች በመነሳት ይገመታል። በአምስተኛው እና በአራተኛው ሺህ ቅጋአ ይህ አካባቢ በሱዳን የባህል እና የስልጣኔ ማእከል ሆኖ በኋላ ላይ ለወጣው የከርማ ስልጣኔ መሰረት የሆነ ባህል አቆጥቁጦ ነበር (ሆነገር 2004ሀ & 2004ሐ)። የቅድመከርማ ባህልም ከዚሁ የቀጠለ ሲሆን፣ እድሜው ከ3500 ቅጋአ ጀምሮ እስከ 2500 ቅጋአ ግድም ይዘልቃል። የቅርብ ግዜ አርኪዎሎጂ ስራዎች ከአራት ሺህ እና ከዚያ በፊት የነበሩ ከቅድመከርማ ዘመን በፊትም የነበሩ ቦታዎች አግኝተዋል። በከርማ አካባቢ የመጀመሪያው ሰፈራ 4700 ቅጋአ፣ ሁለተኛው ደግሞ 4500 ቅጋአ ተገምተዋል (ሆነገር 2004ሐ፡85)። በዚህ አካባቢ ከ3500 ዓመት በፊት የነበረው የህዝብ ሰፈራ ሆነ ተግባራት በኒሎቲክ[109] እንጂ በቅድመ ከርማ ዘመን ስር አይካተተም። በርግጥ በቅድመ ከርማ ዘመን እና በኒሎቲክ መሀከል ስላለው ድንበር

በቂ መረጃ የለም (ሆነገር 2004ሀ፡40፣ ኤድዋርድስ 2004:66)። ይህን ዘመን በመለየት መሰረት ከጣሉት ውስጥ ሆነገር (2004ሀ & 2004ሐ) ቀዳሚው ነው። ያም እንዳለ ሆኖ ስለቅድመከርማ ዘመን (3500 እስከ 2500 ቅጋአ) የተወሰኑ ነገሮችን ከተገኙት የአርኪዎሎጂ ስራዎች በመነሳት መናገር ይቻላል። አፍ ሞልቶ ግን ለምሳሌ ልክ በተመሳሳይ ዘመን እንደነበርው የሀ-ቡድን ባህል ብዙ ማለት አይቻልም። የተገኘው መረጃ በሁቡድን ባህል ከተገኘው ጋር የሚወዳደር አይደለም።

በቅርቡ በከርማ እና አካባቢዋ በተደረገ የአርኪዎሎጂ ቁፋሮ ከተገኙት መቃብሮች ውስጥ 3000 ቅጋአ አካባቢ የተገመቱ አሉ። የተወሰኑት ደግሞ ከ2600 ቅጋአ አካባቢ ናቸው። ለምሳሌ ሆነገር (2004ሀ & 2004ሐ)ን ይመልከቱ። ቀደም ካለው 3000 ቅጋአ ዘመን ከተገኙት መቃብሮች አንዳንዶቹ ውስጥ ከሀ-ቡድን ባህል ጋር ተመሳሳይ የሆኑ ከዝሆን ጥርስ የተሰሩን ጨምሮ የተለያዩ ጌጥጌጦች ተገኝተውባቸዋል (ኤድዋርድስ 2004:67)።[110] እንደኤድዋርድስ ከሆነ (ዝኒከማሁ) በዚህ መቃብር የተገኙ በርካታ ማሰሮዎች/ገንቦዎች ከሀ-ቡድን ጋር በጣም ተመሳሳይ ናቸው። ሆነገር (2004ለ:63) በ3000 ቅጋአ እድሜ አላቸው ከተባሉ ሁለት በከርማ አካባቢ ከተገኙ መቃብሮች ከመዳብ የተሰራ መርፌ እና ሌሎች ጌጣጌጦች እንደተገኙም ገልጿል። የግብፅ የሆኑ የድስት/ማሰሮ ስብርባሪዎች በሳይ ደሴት 2700 ቅጋአ እስከ 2600 ቅጋአ እድሜ ያላቸው በቁፋሮ ተገኝተዋል (ኤድዋርድስ 2004:67፣ ሆነገር 2004ሀ፡42፣ እና ሀፍሳስ-ፃኮስ 2009፡59)። ከዚህም በላይ መጥርቢያዎች/ፋሶች፣ ሳህኖች፣ ጌጣጌጦች ማሰረዎች/ገንቦዎች ተገኝተዋል።[111] ይሁን እንጂ፣ ስለቅድመ ከርማ ዘመን በበቂ ሁኔታ ታውቋል ማለት አይቻልም። ብዙዎቹ ታሪካዊ መረጃዎች ጠፍተዋል። ለዚህ አንደኛው ምክንያት የጥንቶቹ ሰፈራዎች/መንደሮች በሂደት የእርሻ መሬት በመሆናቸው ብዙዎቹ ቁሳቁሶች ስለወደሙ ነው።[112]

ካርታ 6፡ የከርማ መገኛ/ ግዛት

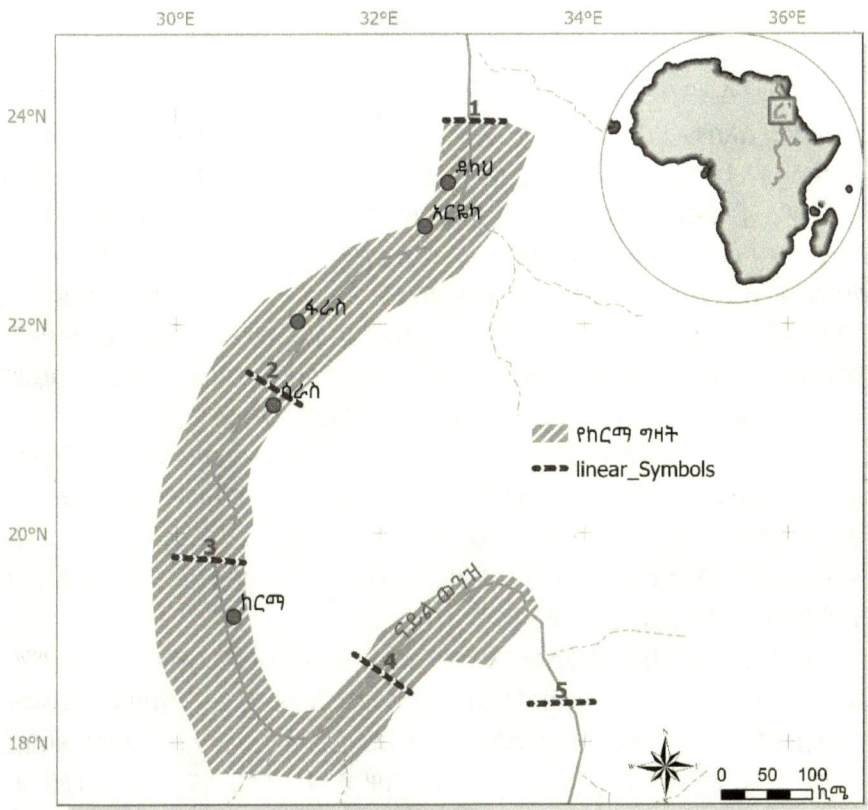

ክሬዲት፡ ዳንኤል ካሳሁን

እንደስዊዝ አርኪዎሎጂ ቡድን ግኝት ከሆነ ይህ ዘመን ህዝብ ንብረታቸውን ከጠላት ለመከላከል ምናልባትም በ10 ሺዎች የሚቆጠር ሄክታር ያህል መከላከያ ምሽግ ሰርተው ይጠብቁ ነበር።[113] የቅድመከርማ ሰፈራዎች የሆኑ በርካታ የምሽግ፣ የጥበቃ ማማ መስሪያ፣ የእህል ጎተራ እና የተለያዩ ቤቶች መቆሚያ የሆኑ ጉድጓዶች ተገኝተዋል። ከጉድጓዶቹ በመነሳት የቤቶቹን አሰራር ለመገመት ተችሏል። ከዚህ አካባቢ ከተገኙት በመነሳት ኤድዋርድስ እንደሚከተለው ገልጿቸዋል፤

> በጣም በብዛት የተገኙት ጎጆዎቹ/ቤቶቹ ግማዘንጋቸው 'ዲያሜትራቸው' ከ4–5 ሜትር የሚሆን ክብ አይነት እና ምናልባት እህል ማከማቻ/ጎተራ የነበሩ አንስተኛ መጠን ያላቸው መሆናቸውን ነው። ከነዚህም በተጨማሪ በእንጨት የተሰሩ በረቶች እንዲሁም ከ6–7 ሜትር ግማዘንግ 'ዲያሜትር' ያላቸው ትልልቅ/ሰፊ ጥቂት ቤቶች እንደነበሩም ጉድጓዶቹ ያመለክታሉ። እንዲሁም በቁጥር አነስተኛ ቢሆኑም አራት ማእዘን ያላቸው

ቤቶችም ነበሩ። ምንም እንኳ ከእነዚህ ስፈራዎች የቤቶቹን መሰረት ከሚያሳዩት ጉድጓዶች በስተቀር ለታሪክ የተረፈ ባይኖርም መንደር መስርቶ በአንዳንድ አካባቢ የሚኖር ሰፈራ መኖሩን ያሳያሉ (ኤድዋርድስ 2004:67)።[114]

ጥንታዊ ሱዳን/ኩሽ በሚለው ድረገፅ ከቤቶቹ መሰረት ከተገኙት ጉድጓዶች በመነሳት አንዳንዶቹ ለአስተዳደር ስራ ያገለግሉ እንደነበር፣ የሰዎች መኖሪያ የሆኑትም በህብረተሰቡ መሀከል የኢኮኖሚ ልዩነት የሚያሳዩ እንደሆነ ይገልፃል።[115] በቅድመከርማ ዘመን የአርኪዎሎጂ ግኝቶች ላይ ሰፊ ጥናት ያደረገው ሆነገር (2004ሐ፡92) ከኤድዋርድስ እና ከከርማ መጣጥፍ ጋር ተመሳሳይ ምልከታ ከማድረጉም በላይ ትልቅ ስፋት ያላቸው ቤቶች ምናልባት ለትልልቅ ሰዎች መኖሪያ የሚያገለግሉ እንደነበር ገልጿል።[116] መቃብሮቹም አንዳንዶች ብዙ ሀብት የያዙ እና ትልልቅ ሲሆን አንድንዶቹ ደግሞ ትንንሽ እና ብዙም ሀብት የሌለባቸው ናቸው (ቦኔት፣ 2019)። ይህም በህብረተሰቡ መሀከል የኢኮኖሚ ወይም የማህበራዊ ደረጃ ልዩነት መኖሩን ተጨማሪ ማሳያ ተደርጎ ይወሰዳል።

ኤድዋርድስ ወደቅድመ ከርማ ማከተሚያ ዘመን 2600 ቅጋአ አካባቢ የተገመቱ ከከርማ አራት ኪሎሜትር በስተምስራቅ ላይ ሁለት ሰፈራዎች መገኘታቸውን ይገልፃል።[117] ሆነገር (2004ሀ) የእነዚህ ቦታዎች/ሰፈራዎች እድሜ ከ2900 እስከ 2500 አካባቢ እንደሚሆን ግምቱን አቅርቧል። ከእህል ዘሮች ውስጥ ስንዴ እና ገብስም በዚሁ አካባቢ ተገኝተዋል (ኤድዋርድስ 2004:67)።[118]

ጥንታዊ ሱዳን/ኩሽ የሚለው ድረገፅ ከርማ በ3000 ቅጋአ አካባቢ በከተማነት ከመመስረቷም በላይ ከተማዋ ከፖለቲካ/አስተዳደር፣ ኢኮኖሚ እና ማህበራዊ ህይወት በደንብ የተደራጀች እንደነበር ይገልፃል።[119] እንደእዚህ መጣጥፍ ከሆነ በዚህ አካባቢ ከተማው ላይ ልዩ የሚያደርገው በተለይ የከተማዋ የተሻለ ፕላን እና ከላይ የጠቀስነው የመከላከያ ምሽግ መኖር ነው። ይህን በተመለከተ በቅድመ ከርማ ዘመን ላይ ሰፊ ጥናት ያደረገው ሆነገር (2004ሐ፡93) በርካታ ሄክታሮችን በያዘ ምድር ላይ የነበረው መንደር የመጀመሪዎቹ ከተማዎች ናቸው ለማለት ቢያዳዳም ከተማ ናቸው ብሎ ለመደምደም ተጨማሪ የአርኪዎሎጂ ስራ እንደሚያስፈልግ ይገልፃል።[120] ቦኔት (2019) የዚችን ከተማ መነሻ 2400 ቅጋአ ያደርገዋል።

በርግጥ ከላይ እንደገለፅነው በቅድመከርማ ዘመን የአርኪዎሎጂ መረጃዎች የከርማ ህዝቦች ከሌሎች ጎረቤቶቻቸው ጋር ስለነበራቸው ግንኙነት ብዙም አይነግሩንም። በእርግጠኝነት የሚታወቀው እንደወርቅ፣ የዝሆን ጥርስ፣ ከብት እና አየህ ወይም ዞጲ የተባለው ዛፍ[121] የኑብያ የሆኑ ምርቶች በግብፅ መገኘታቸው ነው። በላይኛው ክፍል እንዳየነው በሀ-ቡድን እና በግብፅ መሀከል የንግድ ልውውጥ ይደረግ ነበር። በዚህ ንግድ ልውውጥ የላይኛው ኑቢያ አካባቢ የሆኑ ምርቶች በሀ-ቡድን አማካኝነት ወደግብፅ ይገቡ ነበር። ይህም ማለት የሀ-ቡድን ህዝብ የንግድ ልውውጥ ከግብፅ እና ከሌሎችም ጋር ያደርግ ነበር። ከእነዚህ መሀከል የከርማ ህዝብ አንዱ ተደርጎ ይወሰዳል። በከርማ አካባቢ የተገኙ

የሸክላ ስራዎች ከተለያዩ አካባቢዎች የመጡም ሆነው ተገኝተዋል። የግብፅ የሆኑ ምርቶችም ከላይ እንደጠቀስነው በቅደመከርማም ተገኝተዋል። ለዚህ ተጨማሪ የሚቀርቡት በማሰሮውች ላይ የተቀረፁ የተለያየ ቅርፅ ያላቸው ማህተሞችም መገኘታቸው ነው። እንደ ጥንታዊ ሱዳን/ኩሽ መጣጥፍ ከሆነ እነዚህ ግኝቶች ከፍ ያለ የንግድ እንቅስቃሴ መኖሩን ያሳያሉ።[122] ሆኖም የላይኛው ኑቢያ በንግዱ ውስጥ የነበረው ሚና ምን ያህል እንደሆነ የሚታወቅ ነገር የለም። በአጠቃላይ በቅድመ ከርማ የተገኙ ሰፈራዎች/መንደሮች ትንሽ መሆናቸው እና የመቃብር ቦታዎች በበቂ ሁኔታ አለመገኘት የዚህ ባህል ባህርያትን በውል ለመገንዘብ አልተቻለም።[123] ሆኖም የቅድመ ከርማ ባህል መኖር ሆነገር (2004ሀ፤46)ም እንዳለው በሚቀጥሉት ክፍሎች የምናየው የከርማ መንግሥት ምስረታ እና ስልጣኔ የሀገር በቀል ሂደት እንደሆነ ማሳያ ነው።[124]

2.3.4.2 ቀዳሚ ከርማ ዘመን (2500 እስከ 2050 ቅጋአ)

የቀዳሚ ከርማ ዘመን ጅማሮ ከሐ-ቡድን ጋር አንድ ነው። በላይኛው ክፍል እንደተመለከትነው የሐ-ቡድን በግብፅ ስር እየተዋጠ ጨርሶ የጠፋው ግብፆች ከታችኛው ኑቢያም አልፈው ከርማን ሙሉ በሙሉ ተቆጣጥረው አንድ ግዛት ስር ካደረጓት በኋላ ነው። ይህ ከአምስተኛው ስርወመንግሥት ጀምሮ እስከ ቀዳማይ አማካይ ዘመን መጨረሻ ያለውን የግብፅን ዘመን ያካትታል። ከላይ እንደገለፅነው የሐ-ቡድን ባህል እራሱን የቻለ ተደርጎ ቢወሰድም ልዩ የባህል/ግንኙነቱ ከእሱ በስተደቡብ ካለው ህዝብ ጋር ይመስላል። ምንም እንኳ ከግብፅም ጋር ጥብቅ የንግድ ግንኙነት ያደርግ እንደነበረ ቢታወቅም እና በኋላም ላይ በግብፅ ግዛት ስር ቢወድቅም ከላይ እንደገለፅነው የሐ-ቡድን ባህል ከከርማ ባህል ጋር የተያያዘ እንደሆነ ይገመታል።

በቀዳሚው ክፍል እንደገለፅነው ትንታዊ ኩሽ በሚለው ድረገፅ መጣጥፍ ከሆነ ከርማ በ3000 ቅጋአ መመስረት ብቻ ሳይሆን ከተማም ነበረጭ ይሁን እንጂ ለረጅም አመታት በአካባቢው ላይ ስነቁፋሮ ያደረገው ቦኔት በከርማ የመጀመሪያው ሰፈራ ከ2500 እስከ 2400 ቅጋአ እንደሆነ ይገልፃል (2019፡11)። [125] ከዚህ ግዜ ጀምሮ ከርማ በውል የተደራጀች መኖሪያዎች የያዘች መከላከያ ምሽግ የነበራት ህዝብ የሰፈረባት ቦታ ነበረች። አንዳንዶች ከተማ ብለው ሲጠሯት አንዳንዶች የከተማነት ማእርግ የሚሰጧት በጣም ዘግይተው ነው። ለምሳሌ፣ ከላይ የጠቀስነው ቦኔት (2019፡2) ከርማ 2400 እንደተመሰረተች ከመግለፁም በላይ ከተማ የሆነችው በዚሁ በቀዳሚ ከርማ ዘመን ነው ይላል። ከተማው ትላልቅ የስራ ቤቶች፣ የእምነት ማእከሎች ወዘተ የያዘች እንዲሁም የመከላከያ ግንብ ያላት ህብረተሰቡ በንግድ ልውውጥም ላይ የተሰማራ መሆኑን የምታመላክት ነች (ዝኒከማሁ)።[126]

በቀዳሚ ክፍሎች እንደተመለከትነው፣ የግብፅ መንግሥት ከ5ኛው ስረወመንግሥት ጀምሮ በስተደቡብ ከሚገኙት ነገዶች/ህዝቦች ጋር የንግድ ልውውጥ ያደርግ ነበር። ከነዚህ ውስጥ ዋነኛው በሶስተኛው ካታራክት አካባቢ የሚገኘው በእነሀርኩፍ እና ወኒ/አኒ ፅሁፍ

ያም/የም የሚለው ነው። ይህ ግዛት ከላይ እንደገለፅነው የከርማን መንግሥት የሚመለከት ነው ተብሎ ይታሰባል። በሀርኩፍ ጽሁፍ እንደተመለከትነው፣ ያም ከሌሎቹ የበለጠ ለግብፅ የንግድ ወዳጅ ነበረች። ለሀርኩፍ እራሱ የጉዞ ጥበቃ ለማድረግ አቅም ነበራቸው። በከርማ የተገኙትም የከተማ ፍርስራሾች እና የመቃብር ቦታዎች ከርማ በወቅቱ በጣም ትልቅ የህዝብ ብዛት የነበራት ከተማ እንደነበረች ምስክር ናቸው።[127]

በርግጥ ስለቀዳሚ ከርማ ዘመን ብዙ አልታወቀም። አንደኛው ምክንያት አካባቢው ለረጅም ግዜ ህዝብ ሰፍሮበት ስለቆየ የቀድሞው በኋለኛው እየተተካ እና እየተሸፈነ በመሄዱ ነው። ያም ሆኖ ስለዚህ ዘመን የከርማ ባህል የተወሰነ የአርኪዎሎጂ መረጃ አለ። በመጀመሪያው ዘመን አካባቢ በከተማዋ ከሚገኙት ቤቶች መሀከል እቃ ማከማቻ [ምናልባትም ጎተራዎች] አንደኞቹ ናቸው። በዚሁ የመጀመሪያ ዘመን ከተገኙ አንዳንድ ቤቶች የአምልኮ ቦታዎች እንደነበሩ ይታሰባል (ኤድዋርድስ 2004፡86)። ኤድዋርድስ ወደኋላ ዘመን ስለተሰሩት ቤቶች የሚከተለውን ይላል፤

> ወደሶስተኛው ሺህ ማክተሚያ ላይ የመጀመሪያው ከተማዋን ከጠላት ለመከላከል የመከላከያ ግድግዳ የተገነባው በዚሁ ወቅት እንደሆነ ይገመታል። በርግጥ ይህ ግድግዳ የህዝብ ብዛት እየጨመረ በመምጣቱ ብዙም ሳይቆይ እንዲፈርስ ተደርጓል። ትልልቅ ባለ ብዙ ክፍሎች ቤቶችም በዚሁ ወቅት ተገንብተዋል። በዴፉፏ ግንባታ/ህንፃ ሀውልቶችም መገንባት ተጀምሯል (ዝኒከማሁ)።[128]

ከርማ ከግብፅ ጋር የጠበቀ የንግድ ልውውጥ እንደነበራት የሚያሳዩ በአርኪዎሎጂ ቁፋሮዎች የተገኙ በርካታ የግብፅ ስሪት ቁሳቁሶች አሉ። ከእነዚህ ውስጥ 2100 ቅጋአ ገደማ የተገመተ መቃብር የተገኙ ከመዳብ የተሰሩ ጩቤዎች እና መስታዎቶች፣ የሸክላ ውጤቶች፣ እንዲሁም ጌጣጌጦች ይገኙበታል። ከእነዚህ የሸክላ ውጤቶች ወስጥ፣ የግብፁ ንጉሥ ቀዳማዊ ፔፒ (2321–2287 ቅጋአ) የተፃፈባቸው በርካታ የገንቦ ስብርባሪዎች ይገኛሉ። ለዝርዝሩ እና ለተጨማሪ ማብራሪያ ኤድዋርድስ (2004፡86 እና ቀገ)ን፣ ሀፍሳስ-ፃኮስ (2009፡60)ን እና በእነዚህ ሁለት ስራዎች የተጠቀሱትን ዋቢዎች ይመልከቱ።

ምስል 3፡ ከቀዳሚ ከርማ መቃብሮች አንዱ

ክሬዲት: Matthias Gehricke, CC BY-SA 4.0

2.3.4.3 አማካይ ከርማ ዘመን (2050 እስከ 1750 ቅጋአ)

ካህን (2013) የከርማን መንግሥት ምስረታ ከ2500 ጀምሮ ቢያደርገውም፣ አንዳንዶች የዚህን መንግሥት ምስረታ 2000 ቅጋአ ግድም ያደርጋሉ። ለምሳሌ ሀፍሳስ-ፃኮስ (2009፡ 59)ን እና ኢምበርሊንግ (2011:9)ን ይመልከቱ። የከርማ ባህል እያደገ መጥቶ የኩሽ መንግሥት 2000 ቅጋአ ግድም ተመሰረተ የሚለው በርግጥ በበርካቶች ተቀባይነት ያለው ሀሳብ ነው። በዚህ ላይ በአካባቢው ለረጅም ዓመታት የስነቁፋሮ ጥናት ያደረገው ቦኔት፣ በቀዳሚው ክፍል እንደገለፅነው፣ ያገኘው ማስረጃ የከርማ ባህል ቢያንስ በ2400 አካባቢ ተመሰረቶ በ2000 አከባቢ በንጉሥ የሚተዳደር መንግሥት እንደሆነ ነው። በዚህ ላይ ኤድዋርድስ (2004)ንም ይመልከቱ። ይህን በከርማ የተመሰረተውን መንግሥት ግብፆች የኩሽ መንግሥት ይሉት ነበር (ሀፍሳስ-ፃኮስ፣ 2009፡ 50 & ኢምበርሊንግ፣ 2011:9)።[129] እንደቦኔት (2019፡22) ከሆነ በዚህ ዘመን የከርማ የከተማነት ጉዞ ሙሉ በሙሉ የተከናወነ ይመስላል።

በአማካይ ከርማ ዘመን የኩሽ መንግሥት እየደረጀ በመምጣቱ ለግብጽ ስጋት ሆኖባት ነበር።[130] በመጀመሪያው አማካይ ዘመን ተዳክሞ የነበረው የግብፅ አስተዳደርን እንደገና ማዕከላዊ መንግሥቱን በማጠናከር ተቋርጦ/ተዳክሞ የነበረውን ንግድ መሀከለኛው ዘመን ግብፆች ማደስ ጀመሩ። በወቅቱ የኩሽ መንግሥትም እየተጠናከረ መጥቶ ስለነበር ግብፆች ከኩሽ ወረራ ለመከላከል እና የውጪ ገቢውን ንግድ ለመቆጣጠር የሐ-ቡድን ግዛትን በመውረር በአባይ ዙርያ በሁለተኛው ካታርክት አካባቢ ምሽግ በ2000 ቅጋአ ግድም ሰርተው ነበር (ኢምበርሊንግ 2011:9፣ ኤድዋርድስ 2004፡78 & 90)። በዚህ

ድርጊታቸው ከዚያ በፊት ከኩሾች ጋር በሐ-ቡድን አማካኝነት ይካሄድ የነበረውን ንግድ አስቀርተው፣ በቀጥታ በራሳቸው አማካይነት ማካሄድ ጀመሩ። ይህ በኩሽ/በከርማ ባህል ላይ የራሱን አሻራ ማሳደሩ አልቀረም።

አማካይ ከርማ ዘመን በከርማ መስፋፋት ብቻ ሳይሆን ቀደምት ቤቶች እየታደሱ እና እየሰፉ፣ የመደብ ክፍፍሉን በሚያሳይ መልኩ አዳዲስ የተለያዩ ቤቶች እና የአምልኮ ቤቶች፣ ሰፋፊ የስራ ቤቶች ተገንብተዋል (ቦኔት፣ 2019፡22)። የከተማው ሰፈሮች እያንዳንዳቸውን ችለው አጥር እና በር ያላቸው ሆነ ተገንብተዋል፤ ትልልቅ የእህል እና የእቃ ማከማቻ፣ እንዲሁም ሰፋፊ በረቶች ተገንብተዋል (ዝኒከማሁ፡26)።[131] በዚህ ዘመን ስለታየው ግንባታ ከታች የኤድዋርድስ (2004) ትንተና መሰረታዊ ግንዛቤ የሚሰጥ ይመስለናል። ሰፋ እና ጠለቅ ላለ ትንተና እንዲሁም ለተጨማሪ መረጃዎች ቦኔት (2019፡22 ቀገ)ን ይመልከቱ።

> ይህ የታሪክ ዘመን በከርማ የከተማዋ እምብርት ላይ በርካታ ለውጦች አስተናግዷል። የመከላከያ ግንባታዎች እንዲሁም ሀገር በቀል የስነህንፃ እድገት ታይተውበታል። ምዕራብ ዴፉፋ የሃይማኖት ማእከልነቱን አጠናክሯል። የእጅ ስራ ማእከላት፣ ቤተ እምነቶች እና ለሌሎች ተግባራት የሚውሉ ቤቶች በዚሁ ስፍራ ተገንብተዋል። ከጭቃ ብሎኬት የተሰሩ ትላልቅ ቤቶች ከሰፊ ግቢ ጋር በዚሁ ዘመን ተገንብተዋል። በደቡብ ምዕራብ ዴፉፋ፣ ከእነዚህ የበለጠ ዋነኛ እና ጠቃሚ የሚባል ህንፃ/ቤት በዚሁ ዘመን ተሰርቷል። ይህ ቤት ውጪው/ግድግዳው ከጭቃ የተሰራ ሆኖ ጣራውን ተሸካሚ በጣም ትልቅ ከእንጨት የተሰራ ምሰሶ ያለው ነው። የቤቱ አጥር በሶስቱ ጎኖች ከጭቃ በተሰሩ ብሎኬቶች የተገነባ እና በደቡብ በሚገኘው አንደኛው ጎኑ ደግሞ ከእንጨት የተሰራ ነው። ይህ ቤት በዚህ አካባቢ ከሚገኙት ሁሉ የተለየ ነው። ቤቱ ውስጡ 18 ሜትር ያህል ስፋት አለው። ይህ በአካባቢው ያልተለመደ ስፋት ነው። ይህ ቤት የመሀከለኛው ከርማ ዘመን መጀመሪያ አካባቢ እንደተገነባ እና በየጊዜው ውድመት ቢደርስበትም ቢያንስ ስድስት ግዜ እንደገና ተገንብቶ ለምዕተ ዓመታት ያህል እንደቆየ ይገመታል። በዚህ ዘመን ከከተማዋ ማእከል/እምብርት ደቡብ ምዕራብ ላይ አነስተኛ ቤተእምነቶችን የያዘ ተጨማሪ የሃይማኖት ማዕከልም ተገንብቶበታል።[132]

ኤድዋርድስ (2004፡90) እና ቦኔት (2019፡37) እንዳስተዋሉት በዚህ በመሀከለኛው ከርማ ዘመን በነዋሪው ዘንድ እንደታየው የኑሮ/የመደብ ልዩነት በሟቹም ዘንድ በቀብር ስርዓቱ ከበፊቱ የሚለይ ነገር አለው። ከበፊቱ ዘመን በተለየ ሁኔታ እጅግ ሰፋፊ እና የተለያዩ ቁሳቁሶችን የያዙ የመቃብር ሀውልቶች በዚህ ዘመን ታይተዋል። ይህ በተለይ እስከ አምስት ሺህ የሚሆኑ የከብት ጭንቅላት ከመቃብሩ ዙሪያ የተደረደሩበት መቃብሮቹም እስከ 40 ሜትር ግማዘንግ ‘ዲያሜትር’ ያላቸው ተገኝተዋል (ቦኔት፣ 2019፡37)።[133] የመቃብር ስርዓቱ ውስብስብ እየሆነ በመምጣቱ ሟች በህይወት ካለ ጋር የሚያገናኝ ከመቃብሮቹ ዙርያ አጥር በዚህ ዘመን ተሰርቶ ይገኛል (ዝኒከማሁ)። ብዙውን ግዜ ከትልልቅ መቃብሮች አጠገብ ተያያዥ የሆኑ ሌሎች ትንንሽ መቃብሮች አብረው ይገኛሉ (ራይዝነር፣ 1923፡64)።[134]

ከእነዚህ መቃብሮች ውስጥ "የህፃናት መቃብርም ከአዋቂዎች ጋር አብሮ የተገኘባቸውም አሉ። ከእነዚህ አንዳንዶቹ በርካታ ጌጣጌጦች እና መሳሪያዎች አብረው ተቀብረውበት ይገኙበታል" (ኤድዋርድስ፣ 2004፡90)። ስለእነዚህ እና በአጠቃላይ ስለመቃብሮቹ የውስጥ ይዘቶች ቦኔት (2019) እና ራይዝነር (1923) ሰፊ እና ዝርዝር መረጃዎች ይዘዋል። የእነዚህአጥኚዎች የስነቁፋሮ ውጤቶች እንዳሳዩት ከሆነ ኗሪው በህይወት እያለ ካለው ንብረት የተወሰኑ አብረውት መቀበር ብቻ ሳይሆን፣ በትልልቅ ማሰሮዎች/እንስራዎች እህል፣ ሙሉ በግ እና ፍየል እንዲሁም የተቆራረጠ የፍየል እና የበግ ስጋ ለሟች ምግብ እንዲሆነው አብሮት ይቀበራል (ቦኔት፣ 2019፡37)። በመቃብሮቹ ውስጥ ከሟች ጋር አብረው የሚቀበሩት "የሟቹ ሀብት መገለጫ ብቻ ሳይሆኑ የላይኛው የህብረተሰብ ክፍል በደም የሚወርሰው የትውልድ የበላይነት እንዳለው የሚያሳዩ ናቸው" (ኤድዋርድስ 2004፡ 90)። በተራው ህብረተሰብ መቃብር የዚህ አይነት አቀባበር የለም።

በዚህ በአማካይ ከርማ ዘመን የከርማ ምርቶች መሆናቸው የተረጋገጠ የሸክላ ውጤቶች በሰሜን እስከ መጀመሪያው ካታራክት በደቡብ እስከ አምስተኛው ካታራክት ድረስ ተገኝተዋል፤ "ይህም የህዝቡን ፍልሰት ብቻ ሳይሆን የንግድ እንቅስቃሴ በሰፊ ግዛት መኖሩንም ያመላክታል" (ኢምበርሊንግ 2011:9)። እንደቦኔት ከሆነ የከርማ የሸክላ ምርቶች እስከአምስተኛው ካታራክት ድረስ መገኘታቸው የከርማ መንግሥት ወሰን በዚህ በመሀከለኛው ከርማ ዘመን እጅግ ሰፊ ግዛት ማካለሉን ወይም እየሰፋ መምጣቱን ነው (2019፡38)። ስለዚህ ዘመን የንግድ ባህርያት እና መነሻ ምክንያት፣ ሀፍሳስ-ፃኮስ (2009፡ 60-61)ን እና በዚያ የተጠቀሱ ስራዎችን ይመልከቱ። የኩሽ መንግሥት በሚቀጠለው ክፍል እንደምንመለከተው ከዚህ በኋላ ባለው ግዜ ኃይሉ እየጠነከረ መጥቶ ከሀይክሶስ ጋር በማበር ግብፅን ሙሉ በሙሉ ለመቆጣጠር ትንሽ ቀርቶት ነበር።

2.3.4.4 ወርቃማ/ ክላሲክ ከርማ ዘመን (1750 እስከ 1500 ቅጋአ)

ከ1750 እስከ 1500 ቅጋአ የከርማ ወርቃማ ዘመን 'ክላሲክ ዘመን" ይባላል። ከርማ በከፍተኛ ደረጃ በሀብት የበለፀገችበት እና መንግሥቱም ኃያል የሆነበት ወቅት ነው። የከርማ ቁሳዊ ባህል በስፋት ያበበው በዚሁ ዘመን ነው። በዚህን ወቅት በርካታ የግንባታ ስራዎች በከርማ ተካሂደዋል። ቦኔት እንደአስተዋለው የነበሩት ቤቶች ትልቅ ሆነ ታድሰዋል፤ የመከለከያ አጥሩ ተጠናክሯል፤ አዲስ ቤተመንግሥትም በዚሁ ዘመን ተገንብቷል (2019፡ 39)። በርካታ የግብፅ ማህትም ያረፈባቸው ቁሳቁሶች በዚህ ዘመን ተገኝተዋል። ይህም ከተከፋፈለችው የተለያዩ የግብፅ ግዛቶች ጋር ኩሾች ቀጥተኛ ግንኙነት እንደነበራቸው ያሳይል (ኤድዋርድስ 2004፡96)። የግብፅ ተጽዕኖ የታችኛው ኑቢያ/ኩሽ ከመድረሱም በላይ ከዚህ በታች እንደምንመለከተው ኩሾች ከሀይክሶስ ጋር ስምምነት ለመድረስ ችለዋል። ከተማዋ ተስፋፍታለች። የመከላከያ ምሽጎች ተጠናክረው ተገንብተዋል። የስዊዝ አርኪዎሎጂካል ቡድን የከርማ መንግሥት የሚለው መጣጥፍ እንደገለፀው፣ ምዕራብ ዴፉፋ የግብፅ ቤተ መቅደስ እስኪመስል በከፍተኛ ደረጃ ታንጿል፤ ከከተማዋ ደቡብ ላይ

ወደብ ተሰርቷል፤ በዋናው መቃብር መገኛ አካባቢ ከአርባ ሜትር በላይ ቁመት ያላቸው ሁለት ትልልቅ ቤተመቅደሶች ተገንብተዋል።[135] ከመሀከለኛው ከርማ ከጭቃ ጡብ የተሰሩት የአምልኮ ቦታዎች በዚህኛው ዘመን መቀጠል እና መስፋፍት ብቻ ሳይሆን በግርግዳ ስእሎች የማስዋብ ስራ ተካሄዶባቸዋል፤ እንዲሁም ትልቅ የጥራት ደረጃ ያላቸው የሸክላ ውጤቶችም በስፋት ተመርተዋል (ኤድዋርድስ 2004፡96)። እንደ ስዊዝ አርኪዎሎጂካል ቡድን የከርማ መንግሥት የሚለው መጣጥፍ ከሆነ የኩሽ/የከርማ መንግሥት ኋላ ላይ መውደቅን ያፋጠኑት የከርማ ትልቅ ሀብት በሰሜን ጎረቤታቻቸው ላይ ያሳደረው ቅናት እንዲሁም በከተማው እና በመንግሥቱ መስፋፋት የተነሳ መሬቱ ከሚገባው በላይ መራቆት እና የበረሀው እየተስፋፋ መምጣት ናቸው። ቦኔት (2019) ከዚህ ለየት ያለ አስተያየት አቅርቧል።

በ1786 ቅጋአ አካባቢ ሀይክሶስ የተባሉ ከቅርብ ምስራቅ መጥተው በግብፅ ሰፍረው የነበሩ ህዝቦች ቀስ በቀስ በመጠናከር የራሳቸውን መንግሥት በአቫሪስ በማቆም የታችኛውን ግብፅ ወረው ተቆጣጥረው ነበር።[136] በዚህም ግብፅ እየተዳከመች መጣች። ግብፆች በታችኛው ኑብያ ላይ የነበራቸው የበላይነት አከተመ። "የመከላከያ ምሽጎቻቸው 'ፎርትስ'[137] እንዳልነበረ ሆነው በአካባቢው ተወላጆች ወደሙ፣ በእሳትም ጋዩ። [ይህ ድርጊታቸው] የማዕከላዊ መንግሥት መዳከምን በመጠቀም የራሳቸውን ነፃነት ለማግኘት ይመስላል" (ሽሪፍ 1981፡258)።[138] በላይኛው ኑቢያም በከርማ መቀመጫውን ያደረገው የኩሽ መንግሥትም ከሀይክሶሶችም በፊት እየተጠናከረ መጥቶ ነበር። የግብፅ በሀይክሶሶች መዳከም ግን ለኩሾች የበለጠ ጥሩ እድል ፈጠረላቸው። ኩሾች አጋጣሚውን ተጠቅመው በሰሜን የግብፅ ወሰንን ጥሰው መስፋፋት አደረጉ። በ1650 ቅጋአ ኩሾች ከሀይክሶስ ጋር መስማማት አደረጉ እና ግብፅን ከታች እና ከላይ ተካፈሏት። ሀይከሶስ የታችኛውን ግብፅን፣ ኩሾች ደግሞ የላይኛው ግብፅን ተቆጣጠሩት። የግብፅ ንጉሦች የበላይነት በጣም በትንሽ ቦታ፣ በላይኛው ግብፅ በደቡብ ኤለፋንቲነ እና በሰሜን በቴቢስ አካባቢ ብቻ ተወስኖ ነበር (ሽሪፍ 1981: 261)። ይህም በግብፅ ሁለተኛው አማካይ ዘመን መጀመሪያ ሆነ። በዚህ ዘመን (1670 እስከ 1550 ቅጋአ) የግብፅ ማዕከላዊ አስተዳደር ደክሞ የተከፋፈለ አስተዳደር የነበረበት ወቅት ነው። ኩሾች ቴቢስንም ቢሆን ሊቆጣጠሯት ትንሽ ቀርቷቸው ነበር። ይህን ድል ለመጎናፀፍ ያስቻላቸው የሌሎችንም ድጋፍ ማግኘት መቻላቸው አንደኛው ነው። ኩሾች በውጊያ ችሎታቸው ታዋቂ የሆኑትን መጃዮች እንዲሁም ከፑንት[139] ተዋጊዎችን ማሰለፍ ችለው ነበር። የሚከተለውን ከኢምበርሊንግ (2011:9)ም ይመልከቱ፤ "የኩሽ ንጉሦች ራቅ ካሉ መሪዎች--ከመጃይ እና ቀይባህር አጠገብ ካለው ከፑንት--ጋር ጥምረት በመፍጠር በ1600 አካባቢ የግብፅ ዋና ከተማ የነበረችው ቴቤስን ሊቆጣጠሯት ትንሽ ቀርቷቸው ነበር" (ኢምበርሊንግ 2011:9)።[140]

የላይኛው ግብፅ ከታችኛው ኑቢያ ጋር ከመጎራበቱ በላይ የታችኛው ኑቢያ ብዙውን ግዜ በግብፅ ስር በመቆየቱ በሁለቱ መሀከል ከፍተኛ መቀራረብ እንደነበረ መገመት ይቻላል። ኩሾች የላይኛው ኑቢያን ሲወሩ እና ከዚያም አስተዳደራቸውን ሲመሰርቱ

ከህዝቡ ይህ ነው የሚባል ተቃውሞ አልገጠማቸው ነበር። የዚህ ምክንያት ኩሾች የግብፆች ባህል አድናቂም ስለሆኑ ሊሆን ይችላል። የታችኛው ኑብያ በባህልም ሆነ በግንኙነት ከላይኛው ኑቢያ አንድ ስለነበሩ አጋጣሚውን ባገኙ ቁጥር ከኩሾች/ከላይኛው የኩሽ ህዝብ የማበር አዝማሚያ ያሳዩ እንደነበር በወቅቱ ከተደረጉት ጦርነቶች እና ትንኮሳዎች መረዳት ይቻላል። የታችኛው ኑብያ ግብፅ በደከመችበት እና በተከፋፈለችበት በመጀመሪያው አማካይ ዘመን ከግብፅ ነፃ ለመሆን የቻሉት የራሳቸው ጥረት ቢኖርበትም፣ በላይኛው ኩሾች ጠንካራ እገዛ እንደሆነ ይታመናል።

ግብፅ ከላይ በሀይክሶስ ከታች በኩሾች ተከቦ በትንሽ ግዛት ተወስኖ ቢቆይም፣ ህዝቡ በሀይክሶስ አገዛዝ ስር መውደቁን እጅጉን አልወደደውም ነበር። የአስራ ሰባተኛው ስርወመንግሥት የመጨረሻ የሆነው ንጉሥ ካሞሴ በሀይክሶሶች ላይ የተቀናጀ ትግል እንዲደረግ ተነሳሽነቱን በመውሰድ ውጊያ አደረገ። የሀይክሶስ መንግሥት በበኩሉ የግብፅን ኃይል ለመመከት እና ጨርሶም በቁጥጥር ስር ለማድረግ እርዳታ ከኩሽ መንግሥት ፈልጎ ነበር። በዚህ ላይ ትልቅ የታሪክ ግብዓት ሆኖ የሚጠቀሰው የካሞሴ ሀውልት ነው። በዚህ ሀውልት ላይ በአቫሪስ የሀይክሶስ ንጉሥ አፖፊስ[141] ለኩሽ መንግሥት የግብፁን ንጉሥ ካሞሴን ለመውጋት እና በኋላም ግብፅን ለሁለት ለመካፈል እርዳታ እንዲያደርግለት የላከለትን ደብዳቤ ከመንገድ ላይ ካሞሴ እንደያዘው እና መልሶ ለራሱ እነደላከለት ይገልፃል፤ "[የአቫሪስ/የሀይክሶስ መሪ] የኩሽን ጥበቃ ፈልጎ ደብዳቤ ላከለት። ነገርግን [ደብዳቤውን] ከመንገድ ላይ ያዝኩት። እንዲደርስ አላደረኩትም። ከዚያም ለእራሱ ተመልሶ እንዲወሰድለት አደረኩ።"[142] ካሞሴ የመጃይ የቀስተኛ ተዋጊዎችን አሰልፎ በሀይክሶስ ላይ ድል ለመቀዳጀት በቅቷል።[143] ከዚያም ፊቱን ወደኩሾች በማዞር የታችኛው ኑቢያን ለመቆጣጠር ችሏል። ይሁን እንጂ ሀይክሶስን ሙሉ በሙሉ ድል በማድረግ የሀይክሶስን አገዛዝ ግብዓተ መሬት ያስገባው የ18ኛው ስርወመንግሥት መስራች ነው የሚባለው የካሞሴ ወራሽ ቀዳማዊ አህሞሴ (1550 - 1525 ቅጋአ) ነው።[144] ይህን በተመለከተ ኤምበርሊንግ (2011፡9) የሚከተለውን ይላል፤

> ካሞሴ የኑቢያን መጃይ የተባሉትን ህዝቦች በማሰለፍ ሃይክሶስ ላይ ዘመቻ አድርጎ አሸነፋቸው። ከኑብያም የተወሰነ ግዛት ወሰደ። ለዚህ ድል ያበቁት የኑቢያን መጃይ የሚባሉት ህዝቦች በጦሩ ውስጥ አሰልፎ ነበር። የሱ ወራሾች እስከ አራተኛው ካታራክት ድረስ ኑቢያን ወሮ በመያዝ ለአራት መቶ ዓመት ያህል ኑቢያ በግብፅ ስር እንድትወድቅ አደረጓት።

ካሞሴ በማከታተል የአባቱን ገዳዮች ሀይክሶሶችን መሸነፍ ቢችልም የመጨረሻውን በሀይክሶሶች ላይ ድለ በመቀዳጀት ፍፃሜቸውን ያደረገው የካሞሴ ወንድም እና ወራሴ መንግሥት ቀዳማዊ አህሞሴ ነው (ኦኮኖር፣ 1997፡45)። ቀዳሚው አህሞሴ ለዚህ ድሉ መጃዮችንም ለማሰለፍ ችሎ ነበር። ሀይክሶሶች የኩሾችን እርዳታ እንዳያገኙ ካሞሴ አስቀድሞ ታችኛው ኑቢያን እንደተቆጣጠረ ይገመታል (ዝኒከማሁ)። ቀዳማዊ አህሞሴም በሀይክሶስ ላይ ሙሉ ድል ከተቀዳጀ በኋላ እስከሶስተኛው ካታራክት ድረስ በመግባት በኩሽ

ላይ ጥቃት እንዳደረገ ይታመናል። ይሁን እንጂ በዚህ ዘመቻው ሙሉ በሙሉ የላይኛው ኑቢያን ወሮ ማስገበር የቻለ አይመስልም። እንደካህን ከሆነ የዘመቻው አላማ ኩሽን ማዳከም እንጂ ግዛት ማስፋት አይመስልም (ካህን 2013፡18)።[145] የታችኛው ኑብያን ግን ለተወሰነ ወቅት ማስተዳደር ችሎ ነበር። በዚሁ በ18ኛው መንግሥት ተደጋጋሚ ዘመቻዎች በተከታታይ ንጉሦች በኩሾች ላይ ተካሂደዋል (ዝኒከማሁ)። ይሁን እንጂ በኩሾች ላይ የተደረገው ዘመቻ ቀላል ሊሆን አልቻለም። ኩሾች እንደሀይክሶሶች በቀላሉ ሊሸነፉ አልቻሉም። በቀላሉ ወደሰፊው የደቡብ ግዛታቸው ጦርነት ባየለ ቁጥር ማፈግፈግ መቻል ብቻ ሳይሆን እንደገና ኃይል አጠናክረው በመግጠም አንዴ አንዱን፣ ሌላ ግዜው ደግሞ ሌላኛው እያሸነፈ ውግያው ከግማሽ ምዕተ ዓመት በላይ እንደፈጀ ይነገራል (ኦኮኖር፣ 1997)።

ከግብፆች ሌላ በከርማ ዙርያ/ጠረፍ የሚገኙ ዘላን ህዝቦችም በተደጋጋሚ በከርማ ላይ እየዘመቱ የኩሽ መንግሥትን አዳከሙት። በ1500 ቅጋአ ኩሾች በግብፆች ተሸነፉ እና ከርማም በግብፆች እጅ ወደቀች። ግብፆች ከተማው እና ሲቆጣጠሩ ዋናው የአምልኮ ቤተመቅድስ ተቃጠለ፤ ኗሪውም ከተማውን ጥሎ ወደሌላ ተሰደደ (ቦኔት፣ 2019፡55)። ቦኔት (ዝኒከማሁ) ከርማን ኗሪው ጥሎት እንዲሰደድ ያደረገው ዋናው ይኸው የግብፅ ጦርነት ነው ይላል።[146] ለዚህ ሌላው ማስረጃው የግብፁ ጦርነት ውድመት ከመከሰቱ ቀደም ብሎ በዚችው ከተማ የተለያዩ ግንባታዎች መደረጋቸው ነው። ከእነዚህ ውስጥ ከተማዋ በወረራው ምክንያት ነዋሪው ከተማዋን ጥሎ ከመሰዱ ትንሽ ቀደም ብሎ ከመሳፍንቱ እና ከመኳንንቱ መኖርያ በስተደቡብ ላይ በማዕከላዊ ከተማው ህንፃዎች ተገንብተው እንደነበር ማሳያ መገኘቱ ነው (ዝኒከማሁ፡54-55)።

ብዙም የማያጠያይቀው የከርማ ክላሲካል ዘመን ፍፃሜ ከዚህ ከከርማ በግብፅ ወረራ ዘመን ጋር መያያዙ ነው። ይህን በተመለከተ ኤድዋርድስም የ[ግብፅ] አዲሱ መንግሥት የታችኛው እና የላይኛው ኑቢያን መውረር/ማስገበር የከርማ ክላሲካል ዘመን ማክተሚያ እና ሀገር በቀሉ ባህል ከግብፁ ጋር ጎን ለጎን የቀጠለበት የኋላ ዘመን 'ሌት ፌዝ'[147] መጀመሪያ እንደሆነ ገልጿል (ኤድዋርድስ 2004፡102)።

2.3.4.5 መጨረሻ ከርማ ዘመን (1500 እስከ 1450 ቅጋአ)

ይህ የታሪክ ዘመን የከርማ መንግሥት ማክተም እና በግብፅ አስተዳደር ስር በመውደቅ መሀከል የነበረውን የሽግግር ወቅት የሚመለከት ነው። ከላይ እንደገለፅነው አንዳንዶች ይህን ዘመን እራሱን የቻለ የታሪክ ክፍል አድርገው አይወስዱትም። ይህ ዘመን በዋናነት ከርማ በከተማነትም ሆነ በባህል ማቆልቆሏን ሳይሆን መንግሥቷ ለመውደቅ እየተንገዳገደ የነበረበትን የሚያመለክት ነው።

ከላይ እንደገለፅነው ካሞሴ በሀይክሶስ ላይ ድል ከተቀዳጀ በኋላ የታችኛው ኑቢያን ወርሮ በግዛቱ ስር መልሰ አስገባ። የካሞሴ የንግሥና ዘመን ግን አጭር ነበር። ምናልባትም ሶስት ዓመት ነው። የሱ ወራሽ የሆነው ቀዳማዊ አህሞሴ ሀይክሶሶን እስከመጨረሻው

በመደምሰስ የታችኛው ግብፅን ሙሉ በሙሉ መልሶ መቆጣጠር ብቻ ሳይሆን ምናልባትም እስከ ሶስተኛው ካታራክት ድረስ በመዝመት ኩሾችን ወግቷል።[148] ይሁን እንጂ ከዚህ ድሉ በኋላ የግብፅ ጦር እዚያው ሰፍሮ ሀገሩን በሙሉ/የላይኛው ኑቢያን ስለማስገበሩ የሚታወቅ ነገር የለም። ይልቁንም ከሱ በኋላ የተነሳው ቀዳማዊ ቱትሞስ/ቱትሞሴ (1504 - 1492 ቅጋአ) ከሶስተኛው ካታራክት ድረስ እንደአንዳንዶች ከሆነ፣ ለምሳሌ ሸሪፍ (1981: 261)ን ይመልከቱ፣ አራተኛው ካታራክትን አልፎ ዘምቶ በአካባቢው ያሉትን ገዥዎች አስገበረ።[149] በዚህም በከርማ ተነስቶ ትልቅ መንግሥት የመሰረተው ኩሽ ምንም እንኳ በከርማ ላይ ከተሸነፈ በኋላ ወደደቡብ ቢሸሽም እዚያም ድረስ ውጊያው ደርሶ የመንግሥቱ ማክተሚያው ሆነ። ይህን ፍፃሜ ባደረሰው ንጉሥ ማንነት ላይ ግን የሁሉ ስምምነት የለም። ለምሳሌ የሚከተለውን ከሸሪፍ (1981) ይመልከቱ፤ "የሰሜን ሱዳንን ሙሉ በሙሉ በመቆጣጠር/በመውረር የኩሽ መንግሥትን ግብዓተ መሬት የፈፀመው ቀዳማዊ ቱትሞሴ [...] ነው።[...] በዚህም ኑቢያ በግብፅ ቁጥጥር ስር ሙሉ በሙሉ ወደቀች። ይህ ለኑቢያ አዲስ የታሪክ ምዕራፍ ከፈተ። በኑቢያ ታሪክም ቋሚ የባህል ለውጥ አስከተለ" (ሸሪፍ 1981: 265-266)።[150] ይሁን እንጂ፣ በከርማ የኩሽ መንግሥት የመጨረሻ ግብዓተ መሬት የተፈፀመው በኋላ ላይ ዘግይቶ በሳልሳዊ ቱትሞሴ[151] (1479–1425 ቅጋአ) ነው የሚል አመለካከት አለ። ለዚህ ዋንኛ ምክንያቱ ኩሾች ከቀዳማዊ ቱትሞስ/ቱትሞሴ ዘመንም በኋላ በተነሱት ሁለት ንጉሦች— ዳግማዊ ቱትሞሴ (ንዘ 1493–1479 ቅጋአ) እና ንግሥት ሀሽፔፕሱት (ንዘ 1479–1458 ቅጋአ)—ዘመን ግብፆችን ይዋጉ ስለነበር ነው (ኤድዋርድስ 2004፡102)። ሸሪፍ ግን በንግሥት ሀትሼፐሱት ወቅት ሰላም እንደሰፈነ ፅፏል።[152]

ምንም እንኳ በኋላ ላይም፣ ለምሳሌ በ19ኛው ስርወመንግሥት በቀዳማዊ ሴቲ (1290–1279 ቅጋአ) ዘመን አመፅ ቢኖርም፣ እስከ ጀበል ባርካል እና አራተኛው ካታርክት ድረስ በመዝለቅ የኩሽ መንግሥት ምናልባትም ለመጨረሻ የተደመሰሰው በሳልሳዊ ቱትሞሴ (1479 –1425 ቅጋአ) ሳይሆን አይቀርም የሚለው ሚዛን ይደፋል። ለዚህ ከብዙ በጥቂቱ ኤድዋርድስ (2004፡102)ን፣ ሞርኮት (2001፡233)ን እና ሞርኮት (2013፡913)ን ይመልከቱ።[153]

ግብፆች የኩሽ መንግሥትን መደምሰስ እና ሀገሩን በራሳቸው ስር ማስገባት በኅብረተሰቡ ኑሮ ላይ ብቻ ሳይሆን በተለይ በመንግሥቱ ዋና መቀመጫ በነበረችው ከርማ ላይ ትልቅ ለውጥ እንድሚያስከትል ማንም መገመት ይችላል። ምንም እንኳን የኩሽ ባህል ሙሉ በሙሉ ባይጠፋም፣ ከግብፁ ወረራ በኋላ የመቃብር እና የቤተእምነት አሰራር ከበፊቱ ተለውጧል (ቦኔት፣ 2019፡61 &68)። የኩሽ መንግሥት ከቦታው ተባሯል እና የኩሽ ንጉሣውያን መቃብሮች በዚህን ዘመን መቅረት ብቻ ሳይሆን ለዚህ ተግባር ይውል የነበረው ትልቁ የመቃብር ቦታ አገልግሎት መስጠት አቁሟል። በዚህም የመኳንንቱ፣ የመሳፍንቱ እና የንጉሣውያን ኃይል የሚታይባቸው መቃብሮች እና ሀውልቶች በዚህ ዘመን ቀርተዋል (ኤድዋርድስ፣ 2004፡102)። በአካባቢው ከዚህ ከግብፅ ወረራ በኋላ ከነበሩት ጥናት ከተደረጋበችው አርባ መቃብሮች መሀከል ሲሶው ብቻ የኩሾችን ባህል የሚያሳዩ ሆነው

ተገኝተዋል (ቦኔት፣ 2019፡62)። ከላይ እንደገለፅነው ከተማዋ በአብዛኛው ወና ሆናለች። ይህም ቤተእምነቶችን ጭምር መንካቱ አልቀረም። የከተማዋ ትልቅ የሚባለው ቤተእምነት ሳይቀር አማኝ አጥቶ ወና እንደሆነ የስነቁፋሮው መረጃ ያሳይል። ለዚህ የራይዚነር (1923)ን የስነቁፋሮ ሪፖርትን ይመልከቱ። ይህ ከተማዋን ሙሉ በሙሉ ጥሎ መጥፋት ያህል ባይሆንም፣ በሰፈራ ደረጃ ትልቅ የቦታ ለውጥ አስደርጓል።

በዚህ ከግብፅ ወረራ ባለው ዘመን የጥንቱን ዋና ከተማውን በመተው ከአርጌው ከተማ ወደደቡብ ምዕራብ ወደብ ወደነበረት አካባቢ የተሸጋገረ ይመስላል። አዲስ ሰፈራ እና የመቃብር ቦታ በዚሁ አዲሱ ቦታ ተገኝቷል። ኤድዋርድስ እንደገለፀው አርጌውን ከተማ በመተው በዚህ የግብፅ ወረራ ዘመን ከአሮጌው ከተማ በስተሰሜን ላይ የግብፅ አይነት ቤተእምነት/አምልኮ ተሰርቷል (2004፡102)። በዚሁ በአዲሱ ሰፈራ/መንደር ከዴፉፋ 1 ኪሎሜትር በስተደቡብ ላይ የቦኔት ቡድን ባደረገው ቁፋሮ ከክላሲካል የመኳንንት መቃብሮች የተለየ በርካታ ሀብት የያዘ 17 ሜትር ግማዘንግ 'ዲያሜትር' የሆነ አንድ ክብ ሆኖ የተሰራ የመሳፍንት መቃብር አግኝተዋል። ይህ መቃብሩ ለዝርፊያ ቢጋለጥም በስነቁፋሮ ካገኙት ውስጥ የወርቅ ንጣፎች ይገኙበታል። ይህ መቃብር በርካታ ሀብት ይዞ እንደነበር መገመት ይቻላል። የቦኔት ቡድን በራዲዮካርቦን ዘመን ቅመራ 'ዴቲንግ' ይህ መቃብር ከከርማ ውድመት በኋላ 1400 ቅጋአ ግድም እድሜ እንደአለው ገምተዋል። ስለዚህ መቃብር ዝርዝር ይዘት ቦኔት (2019፡ 65 ቀገ)ን ይመልከቱ።

ኩሽ በግብፆች ስር ከወደቀች በኋላ በአዲሱ መንግሥት ዘመን ሙሉ ማለትም ለ400 ዓመት ያህል የራሷ መንግሥት ሳይኖራት ገባር ወይም የግብፅ አንድ ግዛት ሆና ነበር። ይህም ከፍተኛ የባህል መቀላቀል ፈጥሯል። ዝርዝሩን በሚቀጥለው ክፍል እንመለከታለን።

2.3.4.6 የከርማ ባህል

በቀዳሚዎቹ ክፍሎች እንዳየነው፣ ከርማ ቢያንስ ከቀዳሚ ከርማ ዘመን ጀምሮ የነበረች ከተማ ነች። ይች ከተማ ከግብፅ ቀጥሎ በሰሀራ በታች ባሉ ሀገራት አፍሪካ በቀል የሆነ የመጀመሪያው እና እጅግ ጠንካራ የነበረ የኩሽ መንግሥት የተመሰረተባት ነች። በከተማ ማእከልነቷ ምስረታ የተለያየ አመለካከት ቢኖርም ቢያንስ ከርማ በ2000 ቅጋአ ግድም ትልቅ የከተማ ማእከል እንደነበርች የአርኪዎሎጂ ግኝቶቹ ምስክር ናቸው።[154] በአቅራቢያው ካሉት መንደሮች ውጭ ከተማው በተለይ በወርቃማ ዘመን 20 ሄክታር ያህል ትሸፍን ነበር (ኤድዋርድስ 2004፡81)። ከእነዚህ ቦታዎች አብዛኛው የአሁኑ ከተማ የሚገኝበት እና የተወሰነው ደግሞ የእርሻ ቦታ ሆኗል (ቦኔት፣ 2019፣ ራይዝነር፣ 1923፣ ኤድዋርድስ 2004)። በምእራብ ዴፉፋ እና አቅራቢያው ከጭቃ በተሰሩ ጡቦች የተገነባው የእምነት ቦታ የከርማን ታላቅነት፣ ሀብት እና የባህል ደረጃ ከሚያሳዩት ውስጥ አንደኛው ነው። በዚህ ሀውልት ዙርያ በግቢው ውስጥ የተገኙ እንዲሁም ከግቢው ውጭ ሌሎች በርካታ የከተማዋ ፍርስራሾች አሁንም ለታሪክ አሉ። የዴፉፋ ሀውልት የተወሰነ ጉዳት

ቢደርስበትም አሁንም ቆሞ ይገኛል። የዚህ ሀውልት/ህንፃ ቁመት ከመሬት በላይ 20 ሜትር ግድም ይገምታል። ምስል 4ን ይመልከቱ።

ምስል 4: ዴፉፋ

ክሬዲት፡ ID 81726317 © Sergey Mayorov | Dreamstime.com

ምስል 5፡ ዴፉፋ የጎን እይታ

ክሬዲት፡ ID 94301057 © Sergey Mayorov | Dreamstime.com

ከላይ የሚታየው የምዕራብ ዴፉፋ ህንፃ ከርማ ገናና በነበረችበት ሰዓት የከተማው ማእከል ነበር። ህንፃው ዋና አላማው የእምነት ቦታ ነው የሚል ግምት አለ። ህንፃው/ቤቱ ከጭቃ ጡብ የተገነባ ነው። ይህ የምዕራብ ዴፉፋ ህንፃ ከሌላው የከተማዋ ክፍል በአጥር ተከልሎ ይገኛል። የሚከተለውን አጥሩን ያካተተውን ምስል ይመልከቱ፤

ምስል 6: ዴፉፋ የከርማ ፍርስራሽ ከአጥሩ ጋር

ከሬዲት፡ Walter Callens, CC BY 2.0

ከላይ በምስል 4 እንደምንመለከተው በህውልቱ ግቢ በርካታ ቤቶች ነበሩ። እነዚህ ቤቶች የእድጠበብ ማእከሎች፣ ቤተአምልኮዎች፣ መኖሪያ ቤቶች፣ እንደነበሩ ይገመታል (ሀፍሳስ-ፃኮስ 2009፡57)። ከእዚህ ከምዕራብ ዴፉፋ ግቢው ውጭ በዙሪያው ሌሎች ቤቶችም ነበሩ። የሚከተለውን ዲፉፋን በሌላው ጎኑ የሚያሳየውን ምስል ይመልከቱ፤

ምስል 7፡ ዴፋፋ የከርማ ፍርስራሽ ከአጥሩ ጋር የጎን እይታ

ክሬዲት፡ ID 153615908 © Sergey Mayorov | Dreamstime.com

በቁፋሮ ከተገኙት የቤቶች መሰረት በመነሳት ቤቶቹ፣ የመኳንንቱ እና የመሳፍንት መኖሪያዎች፣ ቤተመንግሥት፣ አዳራሽ፣ ቤት እምነቶች፣ የእህል መጋዘኖች፣ መዳብ፣ ብረት እና የሸክላ እና የድንጋይ ውጤቶች የሚመረቱባቸው የእደጥበብ ማእከሎች 'ዎርክሾፖች'፣ የወይራ ፍሬ ዘይት ማምረቻ ማዕከል፣ ዳቦ መጋገሪያዎች/ዳቦ ቤቶች፣ የወታደር ካምፖች/መኖሪያዎች፣ መረጃ የሚቀመጥበት መዘክር ቤት፣ እና የተራው ህዝብ መኖሪያ ቤቶች ናቸው። በዚህ ላይ ከብዙ በጥቂቱ፣ ራይዝነር (1923)ን፣ ቦኔት (2019፡ 41 ቀገ)ን፣ የከርማ ባህል[155] እና ሀፍሳስ-ፃኮስ (2009፡57-58)ን ይመልከቱ።

በቀዳሚው ክፍሎች በተደጋጋሚ ያነሳነው በዚህ አካባቢ ሶስት ኪሎ ሜትር ከከተማው በስተምስራቅ [...] ራቅ ብሎ ትልቅ የመቃብር ቦታ አለ። በዚህ መቃብር ስፍራ የሚገኙት መቃብሮች ልክ በሀገራችን እንደሚታዩት ቀደምት የመቃብር ስፍራዎች የድንጋይ ክምሮች ሆነው ይታያሉ። ይህ የመቃብር ስፍራ ከቀዳሚ ከርማ ዘመን አንስቶ የከተማው ህዝብ ዋንኛ መቃብር ስፍራ እንደነበር ተገምቷል። ለዚህ አንደኛው በቁፋሮ ከተገኙት አንዳንድ መቃብሮች ዘመናቸው ከቀዳሚው ከርማ ጋር አንድ መሆኑ ነው። በእነዚህ በቀዳሚ ከርማ መቃብሮችም መሀከል ከፍተኛ ልዩነት ይታያል። አንዳንዶቹ ብዙ ሀብት ያያዙ አንዳንዶቹ ደግሞ ምንም የሌላቸው ናቸው። ይህም በህብረተሰቡ መሀከል የሀብት እና የማህበራዊ ደረጃ ልዩነት መኖሩን ያመላክታል (ቦኔት 2019፣ ኤድዋርድስ 2004፣ ራይዝነር 1923)። በእዚህ በመቃብር ቦታ የሚገኙ አንዳንድ መቃብሮች ከዋናው ተቀባሪ ጋር ሌሎች በመስዋእትነት የቀረቡ የበርካታ ሰዎች መቃብሮችም አብረው ይገኛሉ (ኤድዋርድስ 2004፡96)። እነዚህ አይነት መቃብሮች የንጉሣውያን፣ የመኳንንት እና

የመሳፍንት ሳይሆኑ አይቀርም ተብሎ ይገመታል። በተለይ በዚህ ትልቅ የመቃብር ስፍራ ጎልተው የሚታዩ ሶስት መቃብሮች ንጉሦች ያረፉባቸው ይመስላሉ።[156] ኢምበርሊንግ (2011:9) እነዚህ ሶስት መቃብሮችን እና በውስጣቸው የያዙትን በሚከተለው መልክ ይገልፀዋል፤

> እነዚህ ትልልቅ ሶስት መቃብሮች በቁመት እስከ አራት ሜትር፣ በግማዘንግ 'ዲያሜትር' እስከ ዘጠና ሜትር ይደርሳሉ። እነዚህ የመቃብር ካቦች የተካቡት/የተገነቡት በማዕከላቸው መቃብር አድርገው መቃብሩን ደግሞ ለካቡ መዋቅር እንዲሆነው ከጭቃ ሸክላ የተሰራ ግድግዳ አለ። በዚህ መቃብር ከ322 ያላነሱ መስዋዕት የተደረጉ ሰዎች ከንጉሦቹ ጋር አብረው የተቀበሩ ይገኛል። እንዲሁም፣ በሺዎች የሚቆጠሩ የከብቶች ጭንቅላት ይገኛል። ምናልባትም የንጉሡን ሀብት ለማመልከት፣ ሁሉም በንጉሡ መቃብር ዙርያ የተቀበሩ ናቸው።[157]

በከርማ አንድ የሚታወቀው ነገር አንድ ባለስልጣን ሲሞት አብሮ ከነነፍሳቸው ሌሎችንም መቅበር ነው። ባል ሲሞት ሚስትንም አብሮ መቅበሩ የተለመደ ባህል ከመሆኑም በላይ ትልቅ ባለስልጣን ሲሞት ከ200 እስከ 300 ሰው በህይወት ይቀበሩ እንደነበር ከመቃብሮቹ የተገኙት አፅሞች ያስረዳሉ። በዚህ ጉዳይ ላይ ከላይ ከጠቀስነው ከኢምበርሊንግ በተጨማሪ የሚከተለውን ከሸሪፍ ይመልከቱ፤

> በከርማ ዋናው ተቃባሪ/አስከሬን በአልጋ ላይ በቀኝ በኩል ይተኛል። በዚህ አልጋ ላይ ከእንጨት የተሰራ ትራስ[158] ከሰጎን ላባ የተሰራ ማራገቢያ፣ እና ሰንደል ጫማ ይቀመጣል። ከአልጋው ጎን እና ከመቃብሩ ግድግዳ ዙርያ በርካታ ከሸክላ የተሰሩ ገንቦዎች፣ ጋኖች፣ ሳህኖች እና የመሳሰሉት የቤት ቁሳቁሶች ይቀመጣሉ። በጣም የሚያስገርመው በከርማ መቃብር የሰዎች መስዋዕት መደረግ ነው። የመቃብሩ ባለቤት ከ200 እስከ 300 መቶ ሰዎች አብዛኞቹ ሴቶች እና ህፃናት አብረውት ይገኛሉ። እነዚህ በማዕከላዊው ኮሪደር/መተላለፊያ ከነህይወታቸው የተቀበሩ ናቸው (ሸሪፍ 1981፡ 265)።[159]

ከላይ እንደገለፅነው ከርማ ከግብፅ ጋር ጠንካራ የንግድ ልውውጥ ነበራት። በስነቁፋሮ የተገኙ የተለያዩ ቁሳቁሶችም ይህንኑ ያስረዳሉ። በተለይ ከርማ ከፍተኛ ስልጣኔ ደረጃ ላይ ደርሳ በነበረበት በክላሲካል ዘመን በሸክላ ስራ ከፍተኛ ጥበብ ከማሳየትም በላይ በስፋት ታመርትም ነበር። የከተማዋም ነዋሪ በተለያዩ ስራዎች ላይ ተሰማርተው እንደነበር ሰፋፊ የእደጠበብ ቤቶች 'ወርክሾፖች'፣ ቤተ እምነቶች ወዘተ ያሳያሉ። ለዝርዝሩ በስነቁፋሮ መረጃ ላይ የተመሰረቱትን ራይዝነር (1923)ን እና ቦኔት (2019)ን ከብዙ በጥቂቱ ይመልከቱ።

2.3.5 የኩሽ በግብፅ ስር መውደቅ (ኩሽ 1450 ቅጋአ እስከ 1085 ቅጋአ)

በቀዳሚው ክፍል እንደገለፅነው ካሞሴ የታችኛውን ኑቢያ በስሩ ሲያደርግ፣ የእሱ ተከታይ የሆነው ቀዳማዊ አህሞሴ እስከሶስተኛው ካታራክት ድረስ በመዝመት የኩሽ መንግሥትን

ድል አደረገ። በእዚህ የተጀመረው ዘመቻ ከ50 ዓመት ግድም በኋላ ኩሽን ሙሉ በሙሉ በማስገበር መቋጫ ቢያገኝም የመጀመሪያዎቹ አመታት የህዝቡ ተቃውሞ ነበር። ግብፆችም ሙሉ በሙሉ ኩሽን ከተቆጣጠሩ በኋላ በግዛታቸው አካተው ለመግዛት አንገራግረው ነበር። ቀዳማዊ ቱትሞሴ[160] ከርማን ከተቆጣጠረ በኋላ በከታማዋ የነበሩ ትልልቅ ህንፃዎችን በማውደም በምትኩ የሃይማኖት ተቋማት፣ የአስተዳደር፣ የምግብ እና የግብር መሰብሰቢያ ህንፃዎችን ገንብቶ ነበር (ቦኔት፣ 2019፡92)። የዚህ ንጉሥ ንግሥና ዘመን ወደማከተሚያው ላይ የከርማ/የኩሽ ንጉሥ ኃይል አስተባብሮ በግብፅ የተገነቡትን በማፍረስ ሀገር በቀል ህንፃዎችን ለመገንባት ጥረት አድርጎ ነበር። ሆኖም፣ ከቀዳማዊ ቱትሞሴ በኋላ የነገሡት ዳግማዊ ቱትሞሴ እና ንግሥት ሀትሹ/ሀትሼፐሱት መልሰው ኩሽን በመቆጣጠር በቀዳማዊ ቱትሞሴ ተገንብቶ በኋላ ላይ ፈርሰው የነበሩት ግብፃዊ ህንፃዎች መልሰው አድሰዋል (ዝኒከማሁ፡93)። ይህ መልሶ ግንባታ የአካባቢውን ኩሾች ማሳተፍ ስለነበረበት ኩሾች ቀስ በቀስ በግብፆች ሁለንተና ባህል እይተዋጡ መጡ።

በቀዳሚ ክፍሎች ከቀረቡት ትንተናዎች እግረመንገድ መረዳት እንደሚቻለው በኩሾች እና በግብፆች መሀከል የነበረው የረጅም ግዜ የጉርብትና ግንኙነት የሰላም ነው ለማለት ይከብዳል። ግብፆች አቅም ባገኙ እና በጠነከሩ ቁጥር ኩሽን መቆጣጠር እና ማስገበር የሀብታቸው ትልቁ ምንጭ አድረገው ይወስዱት ነበር። በዚህም በሁለቱ ህዝቦች መሀከል የቆየ ያለመተማመን ከዚያም አልፎ የጠላትነት ስሜት ነበር። ግብፆች ኑቢያን/ኩሽን አካተው በአዲሱ መንግሥት ለመግዛት ባደረጉት ጥረትም ነገሩ ቀላል ሊሆንላቸው አልቻለም። ህብረተሰቡ የግብፅን የበላይነት አምኖ እንዲገዛ በኩሾች ላይ ትልቅ የአስተሳሰብ ለውጥ ማድረግ አስፈልጎ ነበር (ኢምበርሊንግ 2011:9)። ይህ የአስተሳሰብ ለውጥ ከሁለቱም ወገን የሚጠበቅ ነበር። ይኸው ተሳክቶ ግብፆች ኩሾችን በአዲሱ መንግሥት ለ500 ዓመት ያህል—እንደሞርኮት ከሆነ ደግሞ ለ500 ዓመት ትንሽ የሚቀረውን ያህል ለመግዛት ቻሉ (ሞርኮት፣ 2001፡229)።

ኑቢያኖች/ኩሾc በግብፆች አስተዳደር ስራ ያንን ያህል ዓመት ሊያቆያቸው የቻለው በሁለቱ ህዝቦች መሀከል እንደድልድይ ሆኖ ያገለገለው ምናልባትም የአሙን[161] አምልኮ በኑቢያ መስፋፋት ሊሆን እንደሚችል ኢምበርሊንግ (ኢምበርሊንግ 2011:9) ግምቱን አስፍሯል። ይህ አምላክ በተለይ በአዲሱ መንግሥት ወቅት ራ ከተሰኘው የፀሀይ አምላክ ጋር በጥምረት በመሆን አሞን-ራ በሚል የአማልክት አለቃ ተደርጎ ሲቆጠር፣ በተግባሩም የእውነት እና የፍትህ አምላክ፣ የደሀ ጠባቂ፣ የሰው እና የማናቸውም እንሰሳ ፈጣሪ ሆኖ ይቆጠር ነበር (ባጅ 1914፡214)።[162] አሙን የአማልክት አለቃ ብቻ ሳይሆን በወቅቱ ዋናው የግብፅ አምላክም ነበር።[163] ወደፊት እንደምንመለከተው በአዲሱ መንግሥት የአሙን አምልኮ እጅግ እየተስፋፋ መጥቶ በኋላም ላይ ለእራሱ ለአዲሱ መንግሥት ውድቀት ዋንኛው ምክንያት ሆኗል።

የአሙን እምነት ለኩሾችም እንግዳ ነገር አልነበረም። ምንም እንኳ በየወቅቱ ለዚህ አምላክ የሚሰጠው ተግባር የተወሰነ ልዩነት ቢኖረውም፣ ኩሾች ከግብፆች ከጥንታዊ

መንግሥት ጀምሮ የሚጋሩት አንዱ ይህ አምላክን ሳይሆን አይቀርም። አሙን ከመነሻው የአየር አምላክ ሲሆን፣ በመሀከለኛው መንግሥት ዘመን የአማልክቶች ንጉሥ፣ በአዲሱ መንግሥት ደግሞ፣ ከላይ እንደገለፅነው ከፀሀይ አምላክ ከሚባለው ራ ጋር ተጣምሮ አሙን-ራ በመሰኘት በመላው ግብፅ እና በኑቢያ/ኩሽም ዋና አምላክ ሆኖ መመለክ ጀመረ።[164] ይህ አምላክ የበግ ራስ ያለው ሆኖ በአዲሱ መንግሥት በግብፅ ተስሎም ይገኛል። ይህ የበግ ራስ ያለው አሙን ከመነሻው የኩሾች አምላክ እንደሆነ ይገመታል። ይህ አምላክ አሮጌው የግብፅ መንግሥት በነበረበት ዘመን በቅድመ ከርማ አንደኛው በኩሾች የሚመለክ አምላክ ነበር። በአዲሱ መንግሥት ግብፆች ኩሾችን ሲወሩ የኩሾቹም አምላክ ከዚሁ ከግብፁ አሙን ጋር በአንድ ተጣመረ። በዚህም አሙን የኩሹን አይነት የበግ ራስ ያለው ሆኖ መቅረብ ጀመረ። አሙን የተወለደው በኩሽ በሚገኘው ቅዱስ ተራራ ተደርጎ በሚቆጠረው በጀበል ባርካል ነው የሚል እምነት በሰፊው ነገሠ (ኢምበርሊንግ 2011:9)። ይህ ኩሾችን ከግብፆች በበጎ እንደአስተሳሰራቸው መገመት ይቻላል።

ምስል 8፡ አሙን ራ በካራንካ

ክሬዲት፡ MusikAnimal, CC BY-SA 4.0

ሀይክሶሶችን እንዲያሸንፉ ኃይል የሰጣቸው አሙን ነው የሚል እምነት በማደሩ በአዲሱ መንግሥት የሁሉ ፈጣሪ ተደርጎ ተወሰደ።[165] ግብፆች ኩሽን እንደተቆጣጠሩ የዚህን ቤተአምልኮዎችን በስፋት መገንባት ጀመሩ። ለዚህ ከከርማ መውደቅ በኋላ በቀዳማዊ ቱተሚስ የተገነባው አዲስ ከተማ በርካታ የግብፃዊ ቤተአምልኮዎች መገኘታቸውን መጥቀስ

ይቻላል (ቦኔት 2019፡80 & 104 ቀገ)። ኩሾችም የግብፆች አዲስ አስተዳደርን ቀስ በቀስ እየተላመዱት እና እየተቀበሉት ሄዱ። በዚህም የግብፅን ባህል አለባበስን ሳይቀር ቀስ በቀስ እየተቀበሉት መጡ። በዚህ ረገድ ከፍተኛ ለውጥ የታየው በተለይ በመቃብር ስርዐቱ ላይ ነው። በቀዳሚ ክፍል የገለፅነው በከርማ የተገኘውን የመሳፍንት መቃብርን ለአብነት እዚህ መጥቀስ ይቻላል።

የግብፅን ባህል የመቀበል ሁኔታ ከመኳንንቱ እና መሳፍንቱ የጀመረ ይመስላል (ኢምበርሊንግ 2011:9፤ ሸሪፍ፣ 1981: 270)። ይህ መከሰት የጀመረው ከመነሻው የግብፅ መስፋፋት አንስቶ ነው (ሞርኮት፣ 2001፡239)። ሸሪፍ የኩሽ መኳንንት እና መሳፍንት ልጆች ከግብፆች ተመሳሳይ ልጆች ጋር በግብፅ ቋንቋ፣ ትምህርት እና እምነት ባጠቃላይ ባህል ተኮትኩተው ያድጉ እንደነበር እና ህዝቡም መሳፍንቱን እና መኳንንቱን እያየ በግብፅ ባህል እየተዋጠ መሄዱን ይገልፃል (ሸሪፍ 1981: 270-271)። የላይኛው ኩሽ የመኳንንቱ እና የመሳፍንቱ ልጆች ከዳግማዊ ቶተሚስ ጀምሮ በግብፅ ቤተመንግሥት እንዲያድጉ ይላኩ ነበር (ሞርኮት፣ 2001፡239)። በሀታሱ/ሀትሼፐሱት[166] እና ሳልሳዊ ቱትሞሴ[167] የታችኛው ኑቢያ መሳፍንቱ እና መኳንንቱ አባላት ከራሳቸው ስም በተጨማሪ የግብፆችን ስም መውሰድ ባቻ ሳይሆን በተለያዩ አስተዳደራዊ ቦታዎች ይመደቡ ነበር (ዝኒከማሁ)። ሞርኮት እንደገለፀው ወደበኋላ ላይ በ18ኛውና በ19 ስርወመንግሥቶች የኑቢያን/ኩሽ የሆነው ስም ሙሉ በሙሉ እየተተወ መጥቶ ግብፃዊ ብቻ ሆኗል። ይህ በላይኛው የህብረተሰብ ክፍል የታየው የባህል ለውጥ በታችኛው የህብረተሰብ ክፍል/በተራው ህዝብ ዘንድ ምን ያህል ሰርፆ እንደገባ ለማወቅ ያስቸግራል (ሞርኮት፣ 2013)።

በመኳንንቱ የግብፅ ባህል ዘልቆ መግባቱን በተጨማሪ የሚታየው በመቃብሮቹ ላይም ነው። ለምሳሌ፣ ከላይ እንደጠቀስነው በነቦኔት ጥናት ከተደረገባቸው 40 ያህል መቃብሮች ሶስት አራተኛው ግብፃዊ ይዘት ያላቸው ሆነው ተግኝተዋል (ቦኔት፣ 2019፡62)። በእነዚህ መኳንንት እና መሳፍንት መቃብሮች ላይ ከግብፃዊ ቁሳቁሶች በተጨማሪ ግብፃዊ ስምም ይዘው ይገኛሉ (ሞርኮት፣ 2001፡239)። ተራው ህዝብ እንደመኳንንቱ በመቃብሩ የሚኖርለት ቁሳቁስ ባለመኖሩ በግብፅ ባህል ምን ያህል ተፅዕኖ እንዳረፈበት አፍ ሞልቶ ለመናገር አላስቻለም።

ግብፆች ኩሽን ከወረሩ በኋላ የኩሽ መናገሻ የሆነችው ከርማ መናገሻነቷ እና የንግድ እና የእደጠበብ ከተማነቷ እንደቀረ ከላይ አንስተናል። ግብፆች በምትኩ በቀዳማዊ ቱትሞሴ በከርማ አጎራባች በሆነችው ዱኪ ጀል[168] በተባለ ቦታ አዲስ የከተማ ግንባታ አደረጉ (ቦኔት፣ 2019፡71)። በዚህ ከተማ በኋላ ላይ በ25ኛው የኩሽ ስርወመንግሥት በንጉሥ ታሀርቃ እና በኋላም በሜሮኤ ዘመን በኩሾች ግንባታዎች ቀጥለው ቢሆንም፣ ከመነሻው በቀዳሚ ቶተሚስ የተደረገው ግንባታ የተወላጁ ባህል እየጠፋ በግብፅ በስፋት መተካቱን የሚያሳይ ነው (ዝኒከማሁ)።[169]

ግብፆች ኩሽን በግዛታቸው ስር ካደረጉ በኋላ በመጀመሪያው ካታራክት እና በሁለተኛው ካታራክት መሀከል ያለን ሀገር፣ በዚህ በአዲሱ መንግሥት ዋዋት በሚል

የሚጠቀሰው፣ ባንድ ገዢ፣ ከዚያ በላይ ያለውን እስከ ሶስተኛው ካታራክት ድረስ ያለውን ኩሽ በሚል በሌላ ገዥ መድበው ያስተዳድሩ ነበር (ኤድዋርድስ 2004፡106፣ ሞርኮት 2013፡925)። በዚህም ዘመን ኩሾች በግብፅ አስተደዳር ስር ቢሆኑም የተማሩት የህብረተሰተብ ክፍሎች ከግብፆች ጋር የአስተዳደርንም ስራ በሀገራቸው ይካፈሉ እንደነበር ይገመታል (ሽሪፍ 1981:271፣ ሞርኮት 2013፡924)። በሁለቱም ግዛት የግብፁ ሹመኛ 'የኩሽ የንጉሥ ልጅ'[170] የሚል ማዕረግ ነበረው። አስተዳዳሪው ግብርን የመሰብሰብ ሀላፊነትም ነበረበት። ግብሩ ወርቅን እና ሌሎች ምርቶችን የመሰለ ሲሆን ከተሰበሰበም በኋላ ወደማዕከላዊ ግብፅ ይላክ ነበር (ኢምበርሊንግ 2011:9)። በኩሽ ግዛት የግብፆች የአስተዳደር ማእከሉ በሳልሳዊ አሜንሆቴፕ (ንዘ[171] 1388–1351 ቅጋአ) እና ቱታንክሃሙን (ንዘ 1334–1325 ቅጋአ) ወቅት ሶሌብ፣ ከዳግማዊ ራሜሴስ ንግሥና ዘመን ጀምሮ ደግሞ የግብፅ አገዛዝ እስከአከተመበት 20ኛው ስርወመንግሥት ድረስ አማራ ነበሩ (ሞርኮት 2013፡915)። እንደሞርኮት (ዝኒከማሁ) ከሆነ፣ በአክሄናተን (ንዘ 1351–1334 ቅጋአ) ሴሴቢ የምትባለው ቦታ ዋናዋ የአስተዳደር ማእከል ሳትሆን አትቀርም።

በሌላው መልኩ ግብፆች ኩሽን ለ400 ዓመት ያህል ቢያስተዳድሩም፣ የደቡቡ ጠረፍ ምን ድረስ እንደሆነ በግልፅ አይታወቅም። በዚህ ላይ የሁሉ ስምምነት የለም። አንዳንዶች ከተወሰኑ የግብፅ ተፅዕኖዎች በመነሳት እስከአራተኛው ካታራክት ይደርሳል ቢሉም ሞርኮት (2001፣ 2013) ከሶስተኛው ካታራክት አልፈው ግብፆች ስለማስተዳደራቸው አሳማኝ መረጃ የለም ይላል። ኤድዋርድስ የሞርኮትን ያህል ጨርሶም አልነበረም ባይልም፣ ከሶስተኛው ካታራክት አልፎ የግብፆች አስተዳደር ወደደቡብ እስከአራተኛው ካታራክት ለመድረሱ ግልፅ መረጃ እንደሌለ ገልጿል (ኤድዋርድስ 2004፡103)። ምናልባትም ሞርኮት እንዳለው የግብፅ ቀጥተኛ አስተዳደር ከሶስተኛው ካታራክት አያልፍም ነበር (ሞርኮት 2001፡235፣ ሞርኮት 2013፡915)። ለዚህ ዋንኛው ምክንያት ከሶስተኛው ካታራክት በታች ባለ ግዛት የግብፅ ሹመኛ ተመድቦ ስለማስተዳደሩ ከሰነድ የሚታወቅ ነገር አለመኖሩ ነው (ኤድዋርድስ 2004፡103፣ ሞርኮት 2013፡915)። እንደኤድዋርድስ ግምት ምናልባትም የአካባቢው ተወላጅ ለግብፅ እየገበረ ያስተዳድር የነበረ ይመስላል (ኤድዋርድስ 2004፡103)። ሞርኮት ግን እንዲያውም የአካባቢው ተወላጅ ለግብፁ ከመገበር ይልቅ በግብፅ ስር መሆኑን በስም ብቻ ተቀብሎ እራሱን እያስተዳደረ ግብር ሳይከፍል በውድ እቃዎች እንደ ዞጲ 'ኢቦኒ' እና የዝሆን ጥርስ የንግድ ልውውጥ ከግብፅ ጋር ያደርግ የነበረ ይመስላል ይላል (2001፡238)።[172] ይህ ማለት ግን ከሶስተኛው ካታራክት ደቡብ ባለው ግዛት የግብፅ ተፅዕኖ አልነበረም አይደለም። በቀዳሚው ክፍል እንደገለፅነው የቦኔት ቡድን በከርማ ባደረገው ቁፋሮ የአዲሱ መንግሥት ቤተ አምልኮች ከአሮጌው ከተማ በስተሰሜን ላይ አግኝቷል። በዱኪ ጀል በርካታ አዲስ ግንባታዎች ተካሂደዋል። የመከላከያ ምሽግ/የወታደር ካምፕ አጥሮች ፍርስራሽ እና ሌሎች የአዲሱ መንግሥት ስፈራዎች መኖራቸውን የሚያመላክቱ ተገኝተዋል። ለዝርዝሩ ቦኔት (2019፡ 104 ቀገ)ን ይመልከቱ። ሞርኮት እንደገለፀው ከከርማ በጣም ወደደቡብ ወርዶ የግብፅ የመከላከያ ምሽግ በጀበል

በረካል ግዛት እና በአራተኛው ካታራክት መሀከል በሆነ ቦታ እንደነበር ይታመናል፤ ይህ ምሽግ ናፓታ ይባል እንደነበር ቢታወቅም ትክክለኛ መገኛው አልታወቀም (ሞርኮት 2001፡ 237)። በዚህ በግብፅ አዲሱ መንግሥት ኑቢያን/ኩሽን በመቆጣጠር ዘመን ሌሎች በርካታ ቤተእመነቶች በተለያዩ አካባቢዎች ተገንብተዋል። በኋላ ላይ የኩሽ መንግሥት ማእከል ሆና የወጣችው ናፓታ በዚህን ወቅት በሃይማኖት ማእከልነት ትልቅ መሰረት የጣለች ይመስላል። ይሁን እንጂ የግብፁ ተፅዕኖ ከሶስተኛው ካታራክት በታች ባለው የኩሽ ህዝብ ላይ በጣም አነስተኛ ነው። በዚህ አካባቢ ያሉ ኩሾች በግብፁ ባህል ሙሉ በሙሉ ሳይዋጡ የራሳቸውንም ጠብቀው እንዲቆዩ አስችሏቸዋል። በዚህ ላይ ሞርኮት (2001)ን እና ቦኔት (2019)ን ይመልከቱ።

ካርታ 7፡ ላይኛው ኩሽ

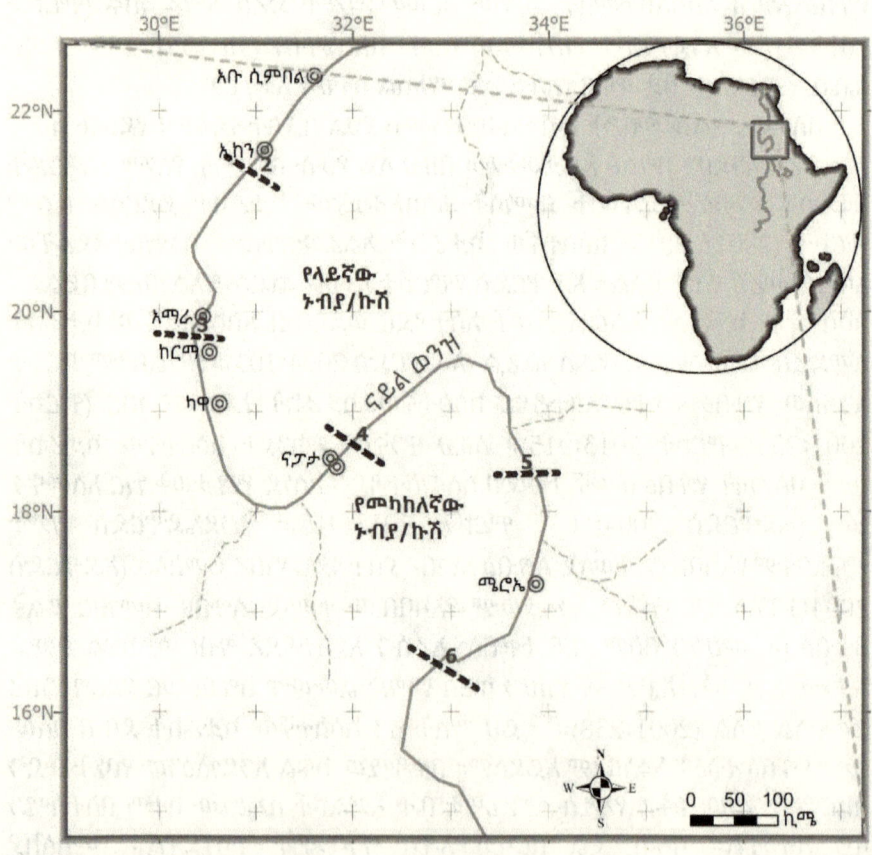

ክሬዲት፡ ዳንኤል ካሳሁን

ከላይ እንደገለፅነው ጀበል ባርካል የሚባለው ተራራ የግብፆች ዋና ቅዱስ የእምነት ቦታ ተደርጎ ይወሰድ ነበር። ይህ ተራራ የሚገኘው ከሶስተኛው ካታራክት አልፎ ደቡብ ላይ ነው (ካርታ 6ን ይመልከቱ)። በዚህ ተራራ አቅራቢያም በርካታ የግብፅ ቅዱሳን ቦታዎች እና ቤተ እምነቶች ተገንብተዋል። በአዲሱ መንግሥት ዘመን የተገመቱ የተወሰኑ መቃብሮችም በዚሁ በጀበል ባርካል አቅራቢያ ተገኝተዋል። በዚህ አካባቢ የተገኙትን ኤድዋርድስ (2004፡ 103) እንደሚከተለው አስፍሯቸዋል፤

> ከእነዚህም ውስጥ በቱታንክሃም ወይም ሆረምሄብ ተገንብቶ በኋላም ላይ በቀዳማዊ ሴቲ እና በዳግማዊ ራሜሴስ ተስፋፍቶ የተገነባው ትልቁ ቤተ እምነት በዚህ ይገኛል። ከዚሁ ቤተእምነት በቅርብ እርቀት ሌሎች ሁለት ቤተእምነቶች ይገኛሉ። የተወሰነ የግንባታ ስራ በቱትሞሲስ አራተኛ ተከናውኗል። ቀደምት ቤተእምነቶች በዳግማዊ ቱትሞሲስ እና በሳልሳዊ ቱትሞሲስ ሳይሰሩም አይቀርም። በኋላ ላይ በአንደኛው ሚለኒየም ቅጋአ በተደጋጋሚ በተለያየ ግዜ በኩሾች ግንባታ በመሸፈኑ የግብፆች የቤተእምነት ማእከላት ምን ያህል እንደሆኑ ለማወቅ አይቻልም። ብዙ ቤተእምነቶች ቢገኙም፣ ግብፆች በዚህ ቦታ በስፋት ሰፍረው ነበር ለማለት ብቻውን በቂ ምክንያት አይሆንም (ኤድዋርድስ 2004፡ 103)።[173]

ቦኔት በጀበል በረካል የግንባታ ስራዎች በቱትሞሴ አራተኛ ወቅት የተከናወኑ መኖራቸውን ይገልፃል (2019፡151)። ኤድዋርድስ (2004፡104)ም እንደገለፀው በኋለኛው ከርማ ወይም በአዲሱ መንግሥት ዘመን እድሜ ሊሰሉ የሚችሉ በአራተኛው ካታራክት አካባቢ የመቃብር ቦታዎች በቅርብ ግዜ የመስክ ስራ ተገኝተዋል። በአጠቃላይ በግብፅ አስተዳደር ወቅት የአሙን ቤተ አምልኮዎች በመላው የኩሽ ግዛት ተገንብተዋል (ቦኔት፣ 2019፡153)። በእነዚህ ቤተአምልኮዎች በሚገኙበት አካባቢ/ቦታ የእምነት፣ የንግድ እና የአስተዳደር ማእከል የሆኑ ከተማዎችም ተሰርተዋል (ሸሪፍ 1981: 270)። የግብፅ ሰፋሪዎች ማእከል ከሆኑት ውስጥ በታችኛው ኑቢያ ሚአም (አኒባ)፣ ሰሀተፐ-ኔትጀሩ (ፋራስ) እና አከሻ፣ በላይኛው ኑቢያ ደግሞ ሶሌብ፣ ሰዲንጋ፣ ሰሰቢ፣ ካዋ እና ምናልባትም ናፓታ ይገኙበታል (ሞርኮት 2013፡913)። አንዳንዶቹ የግብፅ ሰፈራዎች ለረጅም ግዜ አልቆዩም። ዘረዘር ላለ ገለፃ ኤድዋርድስ (2004፡ 101 እና ቀገ)ን ይመልከቱ።

ከእምነት ባሻገር፣ በአስተዳደር ደረጃም ኩሽ በግብፅ መልክ ተደራጅታ ነበር። አንዳንዶች ኩሾች ሙሉ በሙሉ የግብፅን ባህል እንደወሰዱ ይገልፃሉ። ለምሳሌ የሚከተለውን ከሸሪፍ ይመልከቱ፤

> የግብፅ አይነት አስተዳደር በሙሉ ኑቢያ ተዘረጋ። በርካታ የግብፅ ፀሀፊዎች/ፅህፈት አዋቂዎች፣ ቄሶች፣ ወታደሮች፣ እና የእደጥበብ ባለሙያዎች ነበሩ። ይህ ኑቢያ ሙሉ በሙሉ በባህል ግብፃዊ እንዲሆኑ አደረገ። ተወላጁ የግብፅን ሃይማኖት ተቀበሉ። የግብፅን አማልክት የራሳቸው አድርገው ወሰዱ። የጥንቱ የቀብር ስርዓታቸው ቀርቶ

የግብፅን የቀብር ስርዓት ተቀበሉ። […] ኑቢያኖች የግብፅን ስነህንፃ እና ስነስዕል ቴክንክን ወሰዱ (ሽሪፍ 1981: 271)።

ይሁን እንጂ፣ ከላይ እንደገለፅነው፣ የአስተዳደር መዋቅር በግብፅ ቀጥተኛ አስተዳደር ስር በተለይ የታችኛው ኑቢያ እና የላይኛው ኑቢያ እስከሶስተኛው ካታራክት ድረስ ቢሆንም፣ እንዲሁም የፅሁፈት ባህል በስፋት ቢለመድም እና ትምህርት ቢስፋፋም፣ የቅርብ ግዜ ጥናቶች የሚያሳዩት በተለይ ከሶስተኛው ካታራክት በታች ያሉት ኩሾች የራሳቸውን ባህል ሙሉ በሙሉ ጥለው ግብፃዊ ባህልን አልወሰዱም። ይልቁንም ሀገር በቀሉ ባህል ከግብፁ ባህል ጋር አብሮ የተጓዘ ይመስላል። በዚህ ላይ ለአብነት ሞርኮት (2001 & 2013)ን እና ቦኔት (2019)ን ይመልከቱ።

በግብፅ የ20ኛው ስርወመንግሥት (1189 ቅጋአ እስከ 1077 ቅጋአ) መጨረሻ የአዲሱ መንግሥት መጨረሻም ነው። በቀዳሚ ክፍል እንደገለፅነው በተለይ በዚሁ በአዲሱ መንግሥት መነሻ የአሙን እምነት ትልቅ እድል አግኝቶ እንዲጠናከር ተደረገ። የዚህ ዋንኛው ምስክር በካርናክ የሚገኘው እጅግ ትልቅ ቤተእመነት ነው። ለዚህ ቤተእምንት ትልቅነት እያንዳንዱ የሀያኛው ንጉሥ አስተዋፅዖ አድርጓል (ማርክ 2016)። ማርክ እንደሚለው ከሆነ "በሌሎች ከፍለሀገሮች ባሉ ከተሞች ያሉትን ቄሶች ሳይጨምር፣ በአዲሱ መንግሥት ማከተሚያ አካባቢ በቲቤስ ባለ ቤተእምነት ብቻ 80,000 ቀሳውስት ነበሩ። ከእነዚህ ውስጥ የተወሰኑት ከንጉሡ በላይ ሀብት እና መሬት የነበራቸው ነብሩ" (ዝኒከማሁ)።[174] በሀብታቸው ልክ የቀሳውስቱ ኃይል እና ስልጣን እያደገና እየጠነከረ መጣ። ቀሳውስቱ በሀብትም፣ በስልጣንም በመደርጀታቸው ለንጉሥ አለመታዘዝ ደረሱ። የ20ኛውን ስረወመንግሥት ልዩ የሚያደርገው እና ለስርወመንግሥቱም መጀመሪያ መዳከም እና ቀጥሎም መውደቅ ከፍተኛውን ድርሻ የሚይዘው የዚህ እምነት ቀሳውስት ኃይል በጣም ጠንክሮ መምጣቱ ነው። ቀሳውስቱ በእምነት አሳበው ህዝቡን ቀጥተኛ ታዛዥ ማድረግ በመቻላቸው ንጉሦቹ በህዝቡ ላይ ያላቸው ስልጣን ቀስ በቀስ ተመናመነ። ህዝቡ በጣም አማኝ ነበር እና በቀዳሚዎቹ ዘመናት ንጉሦች የአማልክትን ወኪልነት ሚና አሁን ቀሳውስቱ ስለወሰዱት በህዝቡ እና በአማልክቱ መሀከል የንጉሡ ሚና አላስፈላጊ ሆኖ እስከመታየት ደረሰ። የ20ኛው ስረወመንግሥት የመጨረሻ ንጉሥ ተደርጎ በሚቆጠረው በራሜሴስ አስራአንደኛ ግዛት ወቅት ይበልጡኑ የአሙን ቀሳውስት ስልጣን ገፍቶ ወጥቶ ለንጉሡ አለመታዘዝ ብቻ ሳይሆን፣ በቲቤስ የነበሩት ቀሳውስት የላኛው ግብፅን የማስተዳደሩን ስራ ከንጉሡ እስከመቀማት ደረሱ። ከራሜሴስ አስራአንደኛ ሞት በኋላ የታችኛውን ግብፅ ስሜንደስ (ንዘ 1077/1076 ቅጋአ –1052 ቅጋአ) ተቆጣጠረ። ይህ ንጉሥ የሀያአንደኛው ስርወመንግሥት መስራች ነው። በዚህ ወቅት መሀከለኛው ግብፅ አስተዳደርም በአሙን ቀሳውስት ስር ወድቆ ነበር።

የአዲሱ መንግሥት መውደቅ በአንድ ቀን የተከሰተ አይደለም። ከራሜሴስ ሳልሳዊ ጀምሮ ግብፆች ኢኮኖሚያቸው በተደጋጋሚ ውጊያዎች ተጎድቶ ነበር። በተለይ ከሊቢያ ወገን በተደጋጋሚ ጥቃት ነበር። በራሜሴስ ዘጠነኛ የንጉሡ ኃይል እየደከመ በመምጣቱ

በቲቤስ የንጉሣውያኑ እና የንግሥቶችን መቃብር ላይ ተደጋጋሚ ዝርፊያ ይፈፀም ነበር። እነዚህ በዝርፊያ የተሰማሩት፣ ከተወላጁ እገዛ ቢያገኙም፣ ምናልባት የሊቢያ ሰዎች ሳይሆኑ አይቀርም የሚል እምነት አለ (ግሪማል፣ 1992፡ 289)። የዝርፊያው እና በጦርነቱ የኢኮኖሚው መዳከም የቲቤስ ቄሶችን ኃይል እና ስልጣን ያጠናከረው ይመስላል። የቄሶች አለቃው አሜንሆቴፕ[175] በካራንካ እራሱን የቄሶች አለቃ ብቻ ሳይሆን ልክ እንደፋራኦ አድርጎ በማሳየቱ ራሜሴስ አስራአንደኛ በመጀመሪያው የንግሥና ዘመኑ ለግዞት ልኮታል (ዝኒከማሁ፡291)። በዚሁ በራሜሴስ አስራአንደኛ ግዛት ወቅት በአሳሰዩት ክፍለሀገር አመፅ ተነሳ። ንጉሡ በወቅቱ በኑቢያዎች ላይ ሀገረገዥ ከነበረው ፓ-ነህሲን እና ወታደሮችን በማስመጣት አመፁን አክሽፈውት በላይኛው ግብፅ ለተወሰነ ግዜ ስርዓት ሰፈነ። ከዚህ አመፅ በኋላ በራሜሴስ አስራአንደኛ 19ኛው የንግሥና ዘመን አካባቢ በሄሪ-ሆር[176] የተባለ በቲቤስ የአማራ ዋና ቄስ/የቄሶች አለቃ ሆነ (ሽሪፍ 1981: 270-271፤ ግሪማል፣ 1992፡ 292፤ ጀምስ፣ 1979፡69)። ይህ ሰው ምናልባት የሊቢያን ዝርያ ያለው ሳይሆን አይቀርም ተብሎ ይታሰባል።[177] ለራሜሴስ አስራአንደኛ የውስጥ አመፁን ያስቆመለት በኩሽ ላይ ሀገረ ገዢ የነበረው ፓ-ነህሲ እና ብዙም ሳይቆይ ሄሪ-ሆር ስልጣን እንደያዘ ሞተ። ይህ የራሜሴስ አስራአንደኛን አቅም እጅግ አሳነሰው። ከፓ-ነህሲ ሞት በኋላ ሄሪ-ሆር ከአሙን ቄሶች አለቃነት በተጨማሪ የፓ-ነህሲ ስልጣንን ደርቦ በመያዝ በኑቢያ/ኩሽ እና በላይኛው ግብፅ የነበረውን ወታደራዊ ኃይል በመቆጣጠር የኑቢያ/ኩሽ ገዢ እና የቲቤስም አስተዳዳሪ አድርጎ እራሱን ሾመ (ሽሪፍ 1981: 271፤ ግሪማል፣ 1992፡292)። በሰሜኑ ክፍል ስሜንደስ[178] የተባለው ሌላው ትልቅ ኃይል የነበረው ሹመኛ ከራሜሴስ አስራአንደኛ ሞት[179] በኋላ የታችኛው ግብፅን ተቆጣጥሮ እራሱን ንጉሥ በማድረግ አዲስ ስርወመንግሥት መሰረተ። ሄሪ-ሆርም በበኩሉ የላይኛውን ግብፅ ተቆጣጠሮ ንጉሥ ሆነ። በዚህም ግብፅ ዳግም ለሁለት ተከፈለች። ይህ በግብፅ የማዕከላዊ መንግሥት መዳከም እና መከፋፈል የአዲሱ መንግሥት ማክተሚያ የሶስተኛው አማካይ ዘመን መጀመሪያ ሆነ።

ሄሪ-ሆር ራሱን ከማዕከላዊው መንግሥት ገንጥሎ በቲቤስ አስተዳደር ቢመሰርትም ስልጣኑ ከቴቢስ ያለፈ አልነበረም (ማርክ 2016ለ)። ኩሾች በዚህ ግዛቱ ስለመካተታቸው ምንም ማስረጃ የለም። አሁን ካለው የምርምር ስራ በዚህ የግብፅ በኑቢያ/ኩሽ አገዛዝ ማክተሚያ ዘመን ስለነበረው የህብረተሰብ እንቅስቃሴም ሆነ ታሪካዊ ክስተት የምናውቀው ነገር የለም (ቦኔት፣ 2019፡ 162)። ስለኩሽ ከዚህን ግዜ ጀምሮ እስከ ስምንተኛው መቶ ቅጋአ፣ ማ. ኩሽ ኃይለኛ እና ጠንካራ መንግሥት ሆኖ እስከወጣበት ግዜ ድረስ፣ ብዙም የሚታወቅ ነገር ባለመኖሩ የኩሽ የጨለማ ዘመን በመባል ይታወቃል።

በአጠቃላይ የአዲሱ መንግሥት መጨረሻም ግብፆች በኩሾች ላይ የነበራቸው የበላይነት ማክተሚያ ተደርጎ ይወሰዳል። የግብፁ መንግሥት በኩሽ ላይ የበላይነት ማክተሙ፣ የራሱ አቅም ማነስ ብቻ ሳይሆን ምናልባትም በስተደቡብ በኤሪም/ያም/የም ጠንካራ የኩሽ መንግሥት መመስረቱም ሊሆን ይችላል (ሞርኮት፣ 2001፡247፤ ሞርኮት፣ 2016፡260-261)።[180] እንደሞርኮት ከሆነ ይህ ለመሆኑ አመልካቾች አሉ (2001፡247)።

2.3.6 ኩሽ ድኅረ ግብፅ አስተዳደር (1085 ቅጋአ እስከ 800 ቅጋአ)

የአዲሱ መንግሥት በግብፅ መውደቅን ተከትሎ የግብፆች በኩሽ ላይ የበላይነት ማክተም ያስከተለው የመረጃ መምከንንም ነው። አዲሱ መንግሥት በግብፅ ታሪክ በስነፅሁፍ ታላቅ ደረጃ የደረሰበት ዘመን ነበር። በኩሽም የፅሁፍ ተግባራት በስፋት ውለው የነበረ ቢሆንም፣ በሚያስገርም ሁኔታ ከዚህ መንግሥት መፍረስ በኋላ፣ በኩሽ ስለነበረው የፅሁፍ መረጃ ማግኘት ከባድ ነው። ለዚህም ነው ዘመኑ በኩሽ/ኑቢያ የጨለማ ዘመን የተባለው። የዚህ የጨለማ ዘመን እድሜ ሶስት መቶ ዓመት ገደማ ቢባልም እርግጠኛው እድሜ ላይ እስካሁን ስምምነት የለም።[181]

ከላይ እንደገለፅነው፣ በኩሽ የጨለማ ዘመን ያሰኘው ስለዚህ ዘመን ብዙ የሚታወቅ ነገር ባለመኖሩ ነው። ይሁን እንጂ ስለዚህ ዘመን ካሉት አናሳ መረጃዎች በመነሳት የተወሰነ ነገር ማለት ይቻላል። በሚቀጥለው ክፍል የምናየው የ25ኛው የኩሽ መንግሥት በ8ኛው መቶ ቅጋአ ኃይል አግኝቶ መላው ግብፅን ሊቆጣጠር ያስቻለው ባንድ ቀን ተገንብቶ ነው ለማለት ይከብዳል። ይልቁንም፣ የግብፅ ግዛት እየደከመ ሲመጣ በኩሽ ራሱን የቻለ መንግሥት የተመሰረተ ይመስላል። ለዚህ አንዳንድ መረጃዎች አሉ።

በቀዳሚው ክፍል በራሜሴስ 11ኛ የመጀመሪያዎቹ የንግሥና ዓመታት ወቅት በግብፅ የውስጥ አመፅ በማስቸገሩ ንጉሡ በኑቢያ ሀገረ ገዥ አድርጎ የሾመውን ፓ-ነህሲ በመያዝ አመፁን ለማክሸፍ እንደሞከረ ገልፀናል። በግብፅ የተነሳው አመፅ በአንዴ ብቻ የተቋጨ አይመስልም። ራሜሴስ 11ኛ በየግዜው እያገረሸ የሚመጣውን የግብፅ አመፅ ለማብረድ የፓ-ነህሲ የኑቢያ ጦሩ በቋሚነት ያስፈለገው ይመስላል (ሞርኮት 2013:953)። ለምሳሌ፣ በዚሁ ንጉሥ 17ኛው የንግሥና ዘመንም ፓ-ነህሲ በቲቤስ በተነሳ አመፅ ተጠምዶ እንደነበር ሞርኮት (ዝኒከማሁ) ይገልፃል። ፓ-ነህሲ በዚህ በግብፅ ውስጥ በተነሳ አምፅ ሲጠመድ በኑቢያ የአስተዳደር ክፍተት መፈጠሩን መገመት ይቻላል። ሞርኮት (2013:953) እንደሚለው ከሆነ በዚህ ሁኔታ አስገዳጅነት ፓ-ነህሲ ምንልባትም በተለይ ከ2ኛው ካታራክት ደቡብ ያለውን ኃይሉን ሙሉ በሙሉ ሳያስወጣ ወይም ጨርሶም ግዛቱን ሳይተው አይቀርም። ፓ-ነህሲ ከሁለተኛው ካታርክት በላይ ባለው ግዛት የነበረውን ጦር ሞርኮት እንደገመተው አውጥቶ ቢሆንም-ባይሆንም በግብፅ ውስጥ-ጉዳይ ተጠምዶ በነበረት ወቅት የላይኛው ኑቢያን ሙሉ በሙሉ ተቆጣጥሮ ማስተዳደር ይችል ነበር ብሎ ማሰብ ያስቸግራል። የአስተዳደር ክፍተት በተለይ ከግብፁ ማዕከላዊ መንግሥት በርቀት በሚገኘው በላይኛው ኑቢያ እንደተፈጠረ መገመት ይቻላል። ይህ አጋጣሚ አዲስ የኩሽ መንግሥት/ኃይል በላይኛው ኑቢያ እንዲመሰረት ምቹ ሁኔታ እንደፈጠረ መገመት ይቻላል (ሞርኮት፣ 2001፡426፤ ሞርኮት፣ 2013:953)። ለዚህ ግምት ሌሎች ተጨማሪ ፍንጭ ሰጭ መረጃዎችም አሉ።

ከእነዚህ ተጨማሪ መርጃዎች አንዱ ሞርኮት የጠቀሰው የግብፁ የኩሽ ሀገረ ገዥ መቀመጫ በነበረችው በአማራ በተደረገው ቁፋሮ የተገኘው መረጃ ነው። የዚህን የቁፋሮ ውቴት በመያዝ ሞርኮት የሚከተለውን ሀሳብ ሰንዝሯል፤

የዚህ ቁፋሮ የሚያመለክተው ከተማዋ በጦርነት የወደመች ወይም በአንድ ግዜ ሰው አልባ የሆነች ሳይሆን ሙሉ በሙሉ መዘጋት የደረሰችው ቀስ በቀስ እየቀዘቀዘች በመምጣት ነው። በዚህ ከተማ የመጨረሻው እንቅስቃሴ/ስራ እድሜ የራሜሴስ ዘጠነኛ ግዛት ወቅት ነው። ይህም ማለት ምናልባት በራስምሴስ አስረኛ ወቅት ወይም ከሱ ቀጥሎ በነገሠው በራሜሴስ አስራ አንደኛ ወቅት ግብፆች በላይኛው ኑቢያ በተነሳ የኩሽ ኃይል ተገፍተው ጦራቸውን ወደሁለተኛው ካታራክት ሳይሰቡ አይቀርም። ይህ ግምት ቢሆንም፣ የራሜሴስ አንስራአንደኛ ግዛት በላይኛው ግብፅ ብቻ ሳይሆን በኑቢያም በአመፅ የተሞላ ሳይሆን አይቀርም (ሞርኮት 2013:953)።[182]

ሞርኮት በስተኋላ ላይ ባወጣው ሌላ ስራው ከላይ ከቀረበው ጋር ተመሳሳይ ሀሳብ ቢሰነዝርም ይች የአስተዳደር ማእከል የነበረችው አማራ የአስተዳደር ማዕከልነቷ ያቆመው ከራሜሴስ 9ኛ እና በራሜሴስ አስራአንደኛ የንግሥና ዘመን (ግ. 1126-1070 ቅጋአ) ውስጥ በሆነ ግዜ ነው ይላል (2016፡261)። እንደሞርኮት ግምት፣ ያም ቢሆን የግብፅ አስተዳደር ከተማዋን እና የደቡብ ግዛቱን ከደቡብ በተነሳ ተቀናቃኝ ግፊት ትቶ ወደሰሜን አፈገፍጓል (ዝኒከማሁ)።

ከላይ እንደገለፅነው የራሜሴስ አስራአንደኛ ሞት ግብፅን ወደተከፋፈለች ደካማ አስተዳደር ለውጧታል። ልክ በግብፅ እንደነበረው በየቦታው የነበሩ የአካባቢው ገዢዎች ከማዕከላዊ ግብፅ አስተዳደር ተለይተው የየራሳቸውን አስተዳደር ሳያውጁ አልቀረም። በርግጥ በቀዳሚው ክፍል የጠቀስነው የቲቤስ የአሙን ቀሳውስት በአንድ በኩል በታችኛው ግብፅ ደግሞ የንጉሡ ወራሽ በሌላ በኩል የየራሳቸውን ተናጠል መንግሥት መመስረታቸው የታወቀ ነው። እንደሞርኮት (ዝኒከማሁ) ከሆነ ይህ ሁኔታ ግብፅ ታስተዳድር በነበረው በኑቢያም አልሆነም ብሎ መገመት አይቻልም። ትንሽ ዘግይቶ ቢሆንም፣ በናፓታ አካባቢ በዘጠነኛው መቶ ቅጋአ አካባቢ የሚገመት የመሳፍንት መቃብር ተገኝቷል፤ "የዘጠነኛው መቶ ቅጋአ መጨረሻ አካባቢ በናፓታን አቅራቢያ ከአራተኛው ካታራክት በታች በሚገኘው ኤል-ኩሩ የመሳፍንቶች መቃብር በቁፋሮ ተገኝቷል" (ሌክላንት 1981: 278)።[183] ይህ የሚያመለክተው ናፓታን ምናልባትም ዋና መቀመጫው ያደረገ የኩሽ መንግሥት ቢያንስ በዘጠነኛው መቶ ቅጋአ አካባቢ እንደነበረ ነው። በዚህ ጉዳይ ላይ ኢምበርሊንግም (2011:9-10) የሚከተለውን ይላል፤

በ1000 እና 800 ቅጋአ መሀከል አዲስ የኑቢያን መንግሥት በናፓታን አካባቢ ተመሰረተ። በዚህ አካባቢ በኤል-ኩሩ መቃብሮች/ሀውልቶች/ቶምብስ ለመጀመሪያ ግዜ እንደ ግብፆቹ ፒራሚድ ሆነው ተገነቡ። ነገሥታቱ ከናፓታ በጀበል ባርካል[184] ነበር ሀገር የሚያስተዳድሩት። ይህ መንግሥት በብዙ የታሪክ ስራዎች የናፓታ ስርወመንግሥት በመባል የሚታወቀው ነው። ወዲያው ግብፅን ሙሉ በሙሉ ወረው የግብፅ 25ኛው ስርወመንግሥት (ግድም 750–650 ቅጋአ) በመሆን ግብፅ እና ኑቢያን አንድ ላይ አድረገው በታሪክ የሚታወቀውን ሰፊ ግዛት መስርተው አስተዳደሩ (ኢምበርሊንግ 2011:9-10)።[185]

በናፓታን አካባቢ ከተገኙት የመሳፍንት መቃብር ቦታዎች እንደምንረዳው የኩሽ መንግሥት ከ1000 እስከ 800 ቅጋአ ባለው ውስጥ ዳግም እንደተመሰረተ ቢታወቅም በዚህ የናፓታን ስርወመንግሥት በሚል የሚታወቀው በታሪክ ተመዝግቦ የቀረልን ንጉሥ አላራ የሚባል ነው። ከዚያም በማስከተል የነገሠው ካሻታ የተባለው ወንድሙ ነው። የነዚህ ወራሾች ሙሉ በሙሉ ግብፅን ተቆጣጥረው የ25ኛ ስርወመንግሥት የሚባለውን የመሰረቱ ናቸው።[186] ከብዙ በጥቂቱ ሌክላንትን (1981: 278) እና ኢምበርሊንግም (2011:9-10) ይመልከቱ። በስምንተኛው መቶ ቅጋአ ኩሽ ጠንካራ መንግሥት ሆኖ ሲወጣ በግብፅ ታሪክ ላይ የራሱን አሻራ አሳርፏል። ከላይ በመግቢያችን እንደገለፅነው ግብፅን ሙሉ በሙሉ በቁጥጥር ስር አድርጎ አስተዳድሯል። ይህ በግብፅ የኩሾች መንግሥት የ25ኛው ስርወመንግሥት በመባል ይታወቃል። በሚቀጥለው ክፍል ዘርዘር አድርገን የዚህን የ25ኛውን ስርወመንግሥት ታሪክ እንመለከታለን።

2.4 ኩሽ በ25ኛው ስርወመንግሥት

በግብፅ የ25ኛው ስርወመንግሥት የኩሾች አስተዳደር ነው። የስርወመንግሥቱ መቀመጫ ናፓታ ሲሆን፣ በዚያ የነበረው አስተዳደር ከንጉሥ አላራ በፊት አይታወቅም። ንጉሥ አላራ ግብፅን ከወረረው እና በከፊል ማስተዳደር ከጀመረው ከካሻታ በፊት የነበረ ሲሆን ከ780 ቅጋአ ጀምሮ ወደ20 ዓመት አካባቢ እንደገዛ ይገመታል። ከአላራ በፊት በናፓታ የነበሩት ንጉሦች በስም አይታወቁ እንጂ ከሱ በፊት ስድስት ንጉሦች እእደነበሩ የታሪክ ማስረጃዎች ተገኝተዋል። ግሪማል (1992:334)ን ይመልከቱ። ንጉሥ አላራ በናፓታ ሰባተኛው ንጉሥ መሆኑ ነው። በዚህ ስሌት ግሪማል (ዝኒከማሁ) የኩሽ መንግሥት በናፓታ በአስረኛው መቶ ቅጋአ ማክተሚያ አካባቢ ወይም በዘጠነኛው መቶ ቅጋአ መጀመሪያ እንደተመሰረተ ግምቱን ሰጥቷል።

የ25ኛው ስርወመንግሥት ጅማሮ አንዳንዶች ካሻታ የላይኛው ግብፅን ወርሮ እራሱን የታችኛው እና የላይኛው ግብፅ ንጉሥ ብሎ ካወጀበት ሲያደርጉት፣ አንዳንዶች ከሱ በኋላ ከነገሠው ከፒዬ ያደርጉታል። ካሻታ የላይኛው ኑቢያን በመቆጣጠር በቴቤስ ሴት ልጁን የቀሳውስት አለቃ/ቅድስት አድርጎ አሹሟት ነበር። የሱ ተካታይ ፒዬ በታችኛው ኑቢያ የነበሩ ንጉሦንም አስገብሮ፣ ግብፅን ሙሉ በሙሉ በ727 ቅጋአ ገደማ ተቆጣጠረ። ፒየ በጀበል ባርካል ያቆመው የድል ሀውልት ለዚህ አንደኛው ማስረጃ ነው። ይህ የሀውልት ፅሁፍ ስለፒዬ ሀያልነት እና ስልጣን፣ እንዲሁም ስለግዛቱ ስፋት ጠቃሚ መረጃ ይዟል። ፒዬ በዚህ ፅሁፍ ላይ አንጋሽ እና ንግሥና ነሺ፣ ባጠቃላይ ሿሚ እና ሻሪ እሱ እንደሆን ከሱ ፍቃድ ውጭ በሱ ግዛት የሚደረግ ምንም ሹመት ሆነ ሽረት እንደሌለ በማያሻማ መልኩ የሁሉም የበላይ እንደሆነ ይገልፃል።[187] የ25ኛው የኩሽ ስርወመንግሥት ንጉሦች ሜሶፖታሚያ መቀመጫው ከነበረው ከአሲሪያን ኢምፓየር ጋር ለረጅም ዘመናት አታካች ውግያ በተደጋጋሚ አድርገዋል። በመጨረሻም በግብፅ የነበራቸውን ስልጣን በ650ዎቹ ውስጥ ይኸው ከአሲሪያኖች ጋር የነበራቸው ጦርነት አሳጥቷቸዋል። በዚህ ክፍል በሶስት

ንዑስ ክፍሎች የ25ኛው ስርወመንግሥት አነሳስን፣ የነገሥታቱን ዝርዝር ከአጫጭር ገለፃ ጋር እንዲሁም ይህ ስርወመንግሥት በግብፅ ታሪክ ላይ የተወውን አሻራ እንመለከታለን።

2.4.1 የ25ኛው ስርወመንግሥት አነሳስ

በላይኛው ክፍል እንደገለፅነው ከአዲሱ መንግሥት መውደቅ በኋላ በግብፅ ጠንካራ መንግሥት አልነበረም። በርግጥ አንዳንድ መንግሥታት ተሳክቶላቸው ግብፅን ሙሉ በሙሉ ለማስተዳደር ችለው ነበር። ለዚህ የ22ኛው ስርወመንግሥት መስራች የሚባለው ቀዳማዊ ሾሸንቅ (943-922 ቅጋአ)ን መጥቀስ ይቻላል።[188] ይህ ዝርያው ከሊቢያ/በርበር የሆነ ንጉሥ የታችኛው እና የላይኛውን ግብፅ በአንድ አድርጎ መግዛት ብቻ ሳይሆን፣ ዘምዶቹንም ዋና ዋና በሆኑ የእምነት ቦታዎች መድቦ በተለይ በቲቤስ የቀሳውሱትን በራስ ያፈነገጠ ስልጣን አስቀርቶ በራሱ እዝ ስር እንዲገባ ለማድረግ ችሎ ነበር። ቀዳማዊ ሾሸንቅ ከግብፅ አልፎ በታችኛው ኑቢያ ላይም ዘምቶ ነበር። ይሁን እንጂ፣ የላይኛው ኑቢያ ላይ ስለመዝመቱም ሆነ ይህን የኩሽን ምድር ስለመቆጣጠሩ አይታወቅም። የታችኛው ኑቢያን ለመቆጣጠር ቀዳማዊ ሾሸንቅ የመጨረሻው ሳይሆን አይቀርም የሚል ግምቱን ግሪማል (1992: 334) ሰጥቷል። ይልቁንም በስምንተኛም መቶ ክፍለዘመን (ቅጋአ) ኩሾች ግዛታቸውን አልፈው ወደግብፅ መግባት ጀመሩ። ከዚያም ግብፅን ከራሳቸው ግዛት ጋር አዳብለው ማስተዳደር ጀመሩ። ይህ በታሪክ የሚታወቀውን በግብፅ የ25ኛውን ስረወመንግሥት ነው። ይህ 25ኛው የግብፅ ስርወመንግሥት የተነሳው ከናፓታ ነበር።

ከላይ እንደገለፅነው ከኑቢያ የጨለማ ዘመን በኋላ በናፓታ ስለነበረው ንጉሥ የሚታወቀው ግብፅን ከወረረው ከካሻት በፊት ከነበረው ንጉሥ አላራ ጀምሮ ነው። በታሪክ ተመዝግቦ የሚታወቀው የ25ኛ ስርወመንግሥት መነሻ ከሆኑት የመጀመሪያው የኩሽ ንጉሥ አላራ መሆኑ ነው። በተከታዮቹ ዘንድ የ25ኛ የኩሾች ስርወመንግሥት መስራች ተድርጎ ቢወሰድም፣ አላራ አንድም የግብፅ ግዛትን ስለመቆጣጠሩ የሚታወቅ ነገር የለም። ግብፅን የወረረው እና በግብፅ ላይ ሙሉ የበላይነት እንዲኖር ጅማሮውን የጣለው ከአላራ በማስከተል የነገሠው ወንድሙ ካሻታ ነው።

ካሻታ የግብፅን መከፋፈል እና መድከም ተመልክቶ የታችኛው ኑቢያን ከዚያም ምናልባትም የላይኛው ግብፅን ሳይቆጣጠር አልቀረም። የላይኛው ግብፅ ላይ ዘምቶ ስለመቆጣጠሩ ተጨባጭ ማስረጃ ባይኖርም (ግሪማል 1992፡335)፣ በቴቢስ ሴት ልጁን፣ ቀዳማዊት አሜኒርዲስን፣ "የአሙን የአምላክ ሚስት"[189] በሚል ማእረግ የቀሳውስት አለቃ አድርጎ እንዳስቀመጣት በሰፋት ይታመናል። እንደ ዱንሀም ከሆነ ካሻታ ሴት ልጁን ቀዳማዊት አሜኒርዲስን ካራንክ በሚገኘው የአሞን አምልኮ ቅድስት እንዲያደርጓት የአሙን ታላላቅ ቀሳውስትን በማስገደድ ነበር (ዱንሀም 1947፡6)።[190] ካሻታ ከቲቤስ ጋር ጠንካራ ንግድ ያደርግ ስለነበር፣ በቲቤስ የነበረውን የቀሳውስት ስርዓት ብቻ ሳይሆን፣ የታችኛው ግብፅ አቅም ደካማ መሆኑንም ያውቅ ነበር። በቲቤስ በቀዳሚው ክፍል እንደገለፅነው የቀሳውስቱ ስልጣን እና በህዝብ ዘንድ ያላቸው ተሰሚነት ከፍተኛ ስለነበር፣ ካሻታ ልጁን በዚያ አለቃ አድርጎ መሾሙ በቀጥታ የላይኛው ግብፅን ስልጣን በቁጥጥር ስር ማድረግ

መሆኑ ተረድቶት ይመስላል (ማርክ 2016ለ፣ ማርክ 2018)። የታችኛው ግብፅ በራሱ የተከፋፈለ ስለነበር፣ በዚያም ቢሆን ካሻታ ጠንካራ ተቃውሞ አልገጠመውም ነበር። በዚህም ተበረታትቶ ካሻታ እራሱን የታችኛው ግብፅ እና የላይኛው ግብፅ ንጉሥ አድርጎ ሾመ (ዝኒከማሁ)።[191] ከዚህ እሳቤ በመነሳት፣ አንዳንዶች ለምሳሌ የኩሾች መንግሥት የሚለው በቺካጎ ዩኒቨርሲቲ የኦሬንታል ኢንስቲቲት መጣጥፍ እንዲሁም ከላይ የጠቀስናቸው ማርክ (2016ለ) እና ማርክ (2018)፣ ካሻታ የ25ኛው ስርወመንግሥት የመጀመሪያው ንጉሥ ያደርጉታል።[192] ይሁን እንጂ ካሻታ በግብፅ ላይ ንጉሥ ሆኖ መሾሙ እና ግብፅን ስለማስተዳደሩ ቀጥተኛ መረጃ የለም (ሞርኮት 2000: 158)። ከላይ እንደገለፅነው የ25ኛው የግብፅ ስርወመንግሥት መስራች ተደርጎ በስፋት የሚወሰደው ሰፊውን የግብፅን ግዛት በማያሻማ መልኩ የተቆጣጠረው ፒዬ/ፒያንኪ ነው (ዱንሀም 1947፥6፣ ኤድዋርድስ 2004፥115፣ ግሪማል 1992፥335)።[193] ፒዬ በደቡብ ከስድስተኛው ካታራክት አንስቶ በሰሜን እስከሜዴትርንያን ባህር ድረስ ሰፊ ግዛት በአንድ አድርጎ ለመግዛት ችሏል። ይህ ስርወመንግሥት ትልቅ ደረጃ ላይ የደረሰው በፒዬ እና በሱ ወራሽ በሆነው በልጁ ታራቃ ጊዜ ነበር።

የተወሰነ የግዛት መጥበብ እና መስፋት በየንጉሣኑ ንግሥና ዘመን የነበረ ቢሆንም፣ በአጠቃላይ በ25ኛው የኩሽ ስርወመንግሥት ዘመን (ከ760 እስከ 656 ቅጋአ) የነበረው የኩሽ/ግብፅ ግዛት በሚቀጥለው ካርታ የተመለከተውን አከባቢ ያካትት እንደነበር ከተገኙት መረጃዎች በመነሳት በስፋት ይገመታል። የሚከተለው ካርታ ናሽናል ጊኦግራፊ (2019)ን መሰረት አድርጎ ነው።[194]

ካርታ 8፡ ግብፅ በ25ኛው የኩሽ ስርወመንግሥት

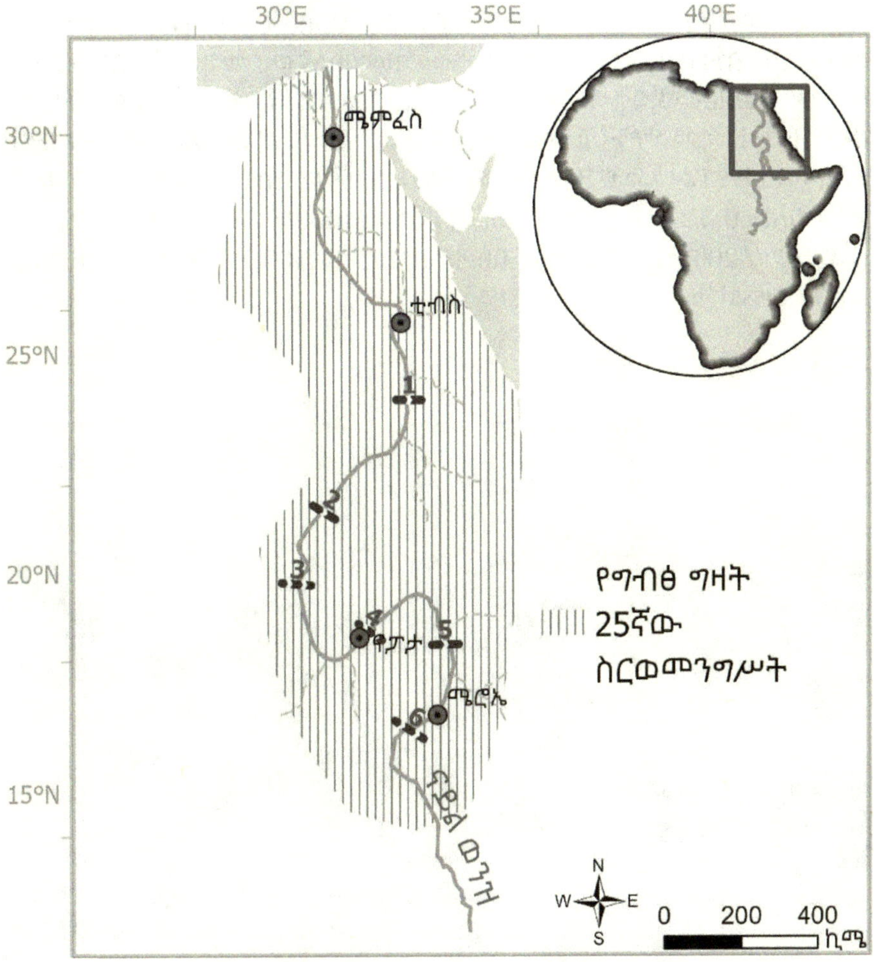

ክሬዲት፡ © ዳንኤል ካሳሁን (በNational Geographic 2019, CC BY-SA 4.0 ላይ ተመስርቶ የተሰራ)

የ25ኛው ስረወመንግሥት ንጉሦች ከአዲሱ መንግሥት በኋላ ትልቁን/ሰፊ የግብፅ-ኩሽ ግዛት የፈጠሩ ናቸው። በአስተዳደራቸው ወቅት የታችኛውን ግብፅ እና የላይኛውን ግብፅ አንድ አድርጎ መግዛት ብቻ ሳይሆን አጠቃላይ ኩሽን፣ ማ. የታችኛው እና የላይኛው ኑቢያን፣ አንድ አድርገው ገዝተዋል። ከዚህም በላይ የራሳቸውን ባህል ወደግብፅም አስተዋውቀዋል። የግብፅ አይነት ግንባታም በመላው በሚያስተዳድሩት ሀገር እንዲስፋፋ አድርገዋል። ከዚህም በላይ ኩሾች በቅርብ ምስራቅ እግራቸውን ለመትከል ያልተሳካ ጥረት በማድረግ ከአሲሪያ ንጉሦች ጋር በርካታ ውግያዎች አድረገዋል። በስተመጨረሻም ይኸው

ከአሲሪያኖች ጋር የነበራቸው ትግል ሙሉ በሙሉ የያዙትንም የግብፅ ግዛት እንዲያጡ በማድረግ የ25ኛው ስርወመንግሥት ማክተሚያ ሆኗል።

የ25ኛው የግብፅ ስርወመንግሥት የግብፅን ህዳሴ በማምጣትም ይታወቃል። ሃይማኖት፣ ስነጥበብ እና ስነህንፃ በጥንቱ፣ በመሀከለኛው መንግሥት እና በአዲሱ መንግሥት የነበረው ድንቅ ግዜ ተመልሶ ነበር። በርካታ ፒራሚዶች በዚህ ስርወመንግሥት ዘመን ተገንብተዋል፤ የጥንቶቹ መልሰው ታድሰዋል። በርግጥም ከመሀከለኛው መንግሥት በኋላ በርካታ የፒራሚድ ግንባታ የታየው በዚሁ በ25ኛው የኩሽ ስርወመንግሥት ወቅት ነው። ከእነዚህ ፒራሚዶች ውስጥ ብዙ ግንባታ የተካሄደው በአሁኑ ሱዳን ውስጥ ነው (ኤድዋርድስ 2004፡114 እና ቀገ)። በሱዳን ከሚገኙት ፒራሚዶች ውስጥ ከታች ምስል ዘጠኙን ይመልከቱ።

ምስል 9፡ የሜሮኤ ፒራሚዶች

ክሬዲት፡ Fabrizio Demartis, CC BY-SA 2.0

በሚቀጥለው ክፍል የነግሥታቱን ዝርዝር እና ያከናወኗቸውን ዋና ዋና ተግባራት እንዳስሳለን።

2.4.2 የ25ኛው ስርወመንግሥት የኩሽ ነገሥታት

የ25ኛው ስርወመንግሥት የሚታወቁት ንጉሦች ከካሻታ (ንዘ 760 ቅጋአ – 747 ቅጋአ) በመቀጠል የነገሡት ፒዬ (ንዘ 747 ቅጋአ – 716 ቅጋአ)፣ ሻባካ (ንዘ 716 ቅጋአ – 702 ቅጋአ)፣ ሼቢክቱ (ንዘ 702 ቅጋአ – 690 ቅጋአ)፣ ታራቃ (ንዘ 690 ቅጋአ – 664 ቅጋአ)፣

እና ታንታማኒ (ንዘ 664 – 656 ቅጋአ) ናቸው። ከላይ እንደገለፅነው የኩሽ ነገሥታት ግብፅን የሚያስተዳድሩት ከናፓታ ነበር። የንጉሣውያኑ እና የንግሥቶቹ መቃብር በኩሪ እና በኑሪ ነበር። ወደፊት በክፍል ሶስት እንደምንመለከተው እነዚህ ንጉሦች በእኛዎቹም በአንዳንድ ታሪክ ፀሀፊዎች በሀገራችን ላይ የነገሡ ተደርገው ይቀርባሉ። በሀገራችን ካለው እውነታ ጋር የሚገናኙበት ነገር ካለ ለምናደርገው ግምገማ ይረዳናል እና ስለአጠቃላይ የንጉሥነት ግዛት ዘመናቸው እና ስለፈፀሟቸው ዋና ዋና ተግባራት ከዚህ በታች እያንዳንዳቸውን በማንሳት እንዘረዝራለን።

ምስል 10፡ የ25ኛው ኩሽ ስርወመንግሥት ነገሥታት በከፊል ከከርማ ሙዚየም

ከግራ ወደቀኝ: ታንታማኒ፣ ታህርቃ (ከኋላ)፣ ሴንካማኒስከን፣ እንደገና ታንታማኒ (ከኋላ)፣ አስፔልታ፣ አንላማኒ፣ እንደገና ሴንካማኒስከን

ክሬዲት፡ Matthias Gehricke, CC BY-SA 4.0

2.4.2.1 ካሻታ

ካሻታ ከአላራ ተከታይ የኩሽ ንጉሥ ነው። ካሻታ ከላይ እንደገለፅነው የ25ኛው ስርወመንግሥት መስራች ተደርጎ በአንዳንዶች ይወሰዳል። ምክንያቱም የላይኛው ግብፅን ሙሉ በሙሉ ተቆጣጥሮ ሴት ልጁን ቀዳማዊት አሜኒርዲስ በቲቤስ "የአሙን የአምላክ ሚስት" በሚል የአሙን አምልኮ/እምነት ቅድስት አድርጓት ስለነበር ነው።[195] ካሻታ በማዕረጉም ላይ የታችኛው እና የላይኛው ግብፅ መሪ እንደሆነም ይገልፃል።[196] በዚህ ንጉሥ ዘመን ናፓታ እና ሜሮኤም በአንድ የሚተዳደሩ የኩሽ ግዛቶች ነበሩ (ኤድ እና ሌሎች፣ 1994፡ 45)። ኤድ እና ሌሎች (ዝኒከማሁ) እንዳመለከቱት በየትኛው የንግሥና ዘመኑ ግብፅን እንደተቆጣጠረ አይታወቅም። ግብፅን ለመቆጣጠሩ ከታች በግርጌ ማስታወሻ ከጠቀስነው የራሱ ፅሁፍ በተጨማሪ ሌሎች ማስረጃዎችም አሉ።

ማርከ (2016ለ) ካሻታ ከላይኛው ግብፅ ጋር የጠበቀ የንግድ ልውውጥ እንደነበረው እና የግብፅ ባህል አድናቂም እንደነበረ ይገልፃል። በዚህም ናፓታን ይበልጡኑ ግብፃዊ መልክ ሰጥቷት ነበር። ይህ የግብፅ አድናቆቱ እና ግብፅ በወቅቱ ደካማ አስተዳደር እንዳላት ማወቁ ግብፅን ለመቆጣጠር ምክንያት የሆነው ይመስላል። የአሙን እምነተ እና የቀሳውስቱ ስልጣን በህዝብ ዘንድ በጣም የተከበረ መሆኑን በመረዳቱም ይመስላል ሴት ልጁን ቀሳውስቱ በቲቤስ በእምነቱ ትልቅ ቦታ ያለውን ሹመት/ቅዱስነት እንዲሰጣት ያደረገው።[197] የታችኛው ግብፅም ደካማ እና የተከፋፈለ መሆኑን በመረዳቱ የላይኛው ግብፅን ከተቆጣጠር በኋላ የታችኛው እና የላይኛው ግብፅም ንጉሥ እንደሆነ አወጀ (ማርከ 2016ለ፣ ማርከ 2018)።[198] ይህ ሰው የነገሠበት ዘመን በጣም ተቀባይነት ያለው ከ760 ቅጋአ – 747 ቅጋአ ግድም ነው። ለምክንያቱ ከብዙ በጥቂቱ ኤድ እና ሊሎች (1994፡45)ን ይመልከቱ።

2.4.2.2 ፕዬ (747–721 ቅጋአ)

የካሻታ ልጅ ፕዬ ንግሥና ወንበሩ ላይ ከወጣ በኋላ (ገዘ 747-721 ቅጋአ) ከአባቱ በላይ በኩሽ እንዲሁም በአጠቃላይ በግብፅ ታሪክ ትልቅ ስራ ሰርቷል። ይህ ንጉሥ በላቲን ፕዬ[199] በሚል አሁን ተዘውትሮ ቢፃፍም፣ በቀድሞ ፅሁፎች ፒንካይ[200] እና ፒያንካይ[201] የሚል እንገኛለን።

ፕዬ እንደአባቱ ካሻታ የመንግሥቱ መቀመጫን በናፓታ ቀጠለ። ፕዬ በካሻታ የተጀመረውን ግብፅን የመውረር ዘመቻ በተሳካ ሁኔታ ጨረሰው። የታችኛው ግብፅ ንጉሦች በፊትም ሙሉ በሙሉ አልገበሩም ነበር እና በኩሽ አስተዳደር ላይ አመፅ አስነስተው ነበር። ፕዬ እነዚህን ድል በማድረግ ግብፅ በራሱ አስተዳደር ስር በአስተማማኝ ሁኔታ እንድትወድቅ አደረጋት። ፕዬ ይህን ድል የተቀዳጀው ጦሩን እራሱ በመምራት ነው። ድሉንም በጥልቀት በሄሮግላፊክ የድል ሀውልት ብሎ በሰየመው ላይ በናፓታ አስቀርፆታል። ይህ የድል ሀውልት በ19ኛው ክፍለዘመን አጋማሽ ላይ በ1862 በጀበል ባርካል በናፓታ የተገኘ ሲሆን፣ በአሁኑ ግዜ በካይሮ ሙዚየም ተቀምጧል። ሌላም የዚህን

ንጉሥ ፅሁፍ የያዘ ሀውልት በ1920 ተገኝቷል። ለዝርዝር የፅሁፎቹ ይዘቶች ኤድ እና ሌሎች (1994) እንዲሁም ሲምፕሰን (2003)ን ይመልከቱ።

የፕዬ የድል ሀውልት በግብፅ ታሪክ በጥልቀት ከተፃፉት የንጉሣዊ ቤተሰብ ፅሁፎች ውስጥ አንዱ ነው። ፕዬ በዚህ ፅሁፉ፣ ካደረጋቸው ዘመቻዎች እና ድሎች በተጨማሪ የመላው ግብፅ ንጉሥ መሆኑን በማስረገጥ መግለፅ ብቻ ሳይሆን፣ ከማናቸውም በላይ የግብፅ ንግሥና ባለመብት እንደሆነም ለማስገንዘብ ሞክሯል።[202] በተለይም የሊቢያውን ስርወመንግሥት በማጥላላት 'ላባ የሚለብሱ/የሚያደርጉ፣ አሳ የሚበሉ ኋላቀር ህዝቦች' በሚል ይኮንናቸዋል።[203] ይህ ንጉሥ በሁሉም ሿሚ ሻሪ እሱ እና እሱ ብቻ እንደሆነ ሁሉም እሱ ከሚለው ቃል እንደማይወጡ ይገልፃል፤

"የናፓታው አሞን/አምላክ በሁሉም ህዝብ ላይ የበላይ አድርጎኛል፤ ንጉሥ ነህ ያልኩት ንጉሥ ይሆናል፣ ንጉሥ አትሆንም ያልኩት ንጉሥ አይሆንም።

"የቲቤሱ አሞን በግብፅ ላይ የበላይ አድርጎኛል፤ እንደንጉሥ ልበስ ያልኩት እንደንጉሥ ይለብሳል፣ እንደንጉሥ እንዳትለብስ ያልኩት እንደንጉሥ አይለብስም . . .

"አማልክት ንጉሥ ይሾማሉ/ያነግሣሉ፣ ህዝብ ንጉሥ ይሾማል/ያነግሣል፣ እኔ ግን የተሾምኩት በአሞን ነው"።[204]

ከላይ የቀረበው በ20ኛው ክፍለዘመን በ1920 በቁፋሮ ከተገኘው ፅሁፍ ላይ የተወሰደ ነው። ፅሁፉ ፕዬ ምን ያህል ስልጣን እንዳለው ያሳያል። በግብፅ ላይ ስላደረገው ዝርዝር ድል፣ የፕዬ የድል ሀውልት የእንግሊዝኛ ትርጉምን ከሲምፕሰን (2003፡367 ቀገ) እና ከኤድ እና ሌሎች (1994፡ 62 ቀገ) ላይ ይመልከቱ። የፕዬ የድል ሀውልት ፅሁፍ በጣም ዝርዝር መረጃ የያዘ እና ረጅም የሚባል ነው።

ፕዬ ካከናወናቸው አበይት ተግባራት መካከል የጥንቱ እና የመካከለኛው የግብፅ መንግሥታት የሚታወቁባቸውን እና የሚታወሱባቸውን የፒራሚድ ግንባታ እንደገና እንዲያንሰራራ ማድረጉ አንዱ ነው። በአል-ኩሩ የነገሥታት መቃብር በነበረው አካባቢ ያለውን የመጀመሪያውን ፒራሚድ (ወይም ካሉት ውስጥ ቀዳሚውን) የገነባው ፒዬ ነው። ጀበል ባርካል በሚባለው ሀገር/ቦታ የነበረውን የአሙን ቤተ-አምልኮን በማስፋፋቱም ይታወቃል። ይህ ሰው ቢያንስ አምስት ሚስቶች እንደነበሩት ይገመታል። በስም የሚታወቁት እነዚህ አምስት ሚስቶች፣ ንግሥት ታቢርይ፣[205] ንግሥት አባር፣[206] ንግሥት ክሄንሳ፣[207] ንግሥት ፔክሳቴ እና ርኔፍሩኬካሸታ[208] ናቸው። ከላይ በካሻታ ስር እንደገለፅነው እህቱ አሙኒርዲስ በቴቢስ "የአሙን የአምላክ ሚስት"[209] ተደርጋ ነበር። በኋላ ላይ እንደምንመለከተው ልጁም ታሀርቆ/ታሀርቃ በግብፅ ላይ ንጉሥ ሆኗል።

2.4.2.3 ሻባካ (721-707/6 ቅጋአ)

ሻባካ[210] በአፃፃፍ ደረጃ ሻባቆ የሚልም እንገኛለን። ይህ ንጉሥ የካሻታ ልጅ የፕዬ ታናሽ ወንድም ነው (ኤድ እና ሌሎች፣ 1994፡121)። ሻባካ የታችኛውን እና የላይኛውን ግብፅ

ጨምሮ አጠቃላይ የአባይ ሸለቆን ዴልታውን ጨምሮ በ710/713 ቅጋአ አካባቢ ተቆጣጠሮ ሙሉውን የግብፅ ግዛት በኩሽ ኢምፓየር ስር አደረገ። በታቻኛው ግብፅ ፐዬ ያልደረሰበት አካባቢ ሻባካ ዘምቶ ሰፊ የግብፅን ግዛት በአስተማማኝ ደረጃ አስከብሯል (ኪሸን፣ 1986፡379)።[211] ሻባካ በጭካኔውም ቀላል አልነበረም። ቦቾሪስ[212] የተባለው ከቀድሞው የሳይስ ስርወመንግሥት[213] የነበረን ገዥ ለሻባካ አልገዛም/አልታዘዝም በማለቱ ከእነህይወቱ በእሳት እንዳቃጠለው ይነገራል።[214]

ሻባካ የታችኛው ግብፅን ከተቆጣጠረ በኋላ (የአስተዳደር) ከተማውን ወደ ሜምፌስ አሻገረ። እንደፒዬ እና ካሻታ የግብፅን ባህል እና ስልጣኔ አድናቂ ስለነበር የግብፅን ስልጣኔን እና ባህልን መጠበቅ ብቻ ሳይሆን ቀጣይ እንዲሆን በርካታ የግንባታ ተግባራታን አከናውኗል። ሻባካ ታላላቅ የግብፆች ሀውልቶች እድሳት በማድረጉም ይታወቃል። ወንድ ልጁን፣ ሆረማከሄትን፣[215] በቲቤስ የቀሳውስት አለቃ/ዋና ቄስ አድርጎ ሹሟል (ኪሸን፣ 1986፡382፣ ማርክ 2016ለ፣ ግሪማል 1992፡ 345)።[216] በሌላ ስራ ሻባካ ልጁን ሳይሆን እራሱ ቀዳሚ ቄስ እነደሆነ የሚገልፅ እናገኛለን፤ "የአሙን ቀዳሚ/መሪ ቄስ በመሆን ግብፅን ቀሳውስታዊ አገዛዝ[217] ለመጀመሪያ ግዜ አደረጋት"።

ሻባካ የሜምፊት ስነሃይማኖት/ስነፈለክ ከአንድ ያረጀ ፓፒረስ ላይ በድንጋይ ላይ አስገልበጦ ለረጅም ግዜ ለትውልድ ተጠብቆ እንዲቆይ በማድረጉም ይታወቃል። ይህ የሜምፊት ስነሃይማኖት የተቀረፀበት ድንጋይ በስሙ "ሻባካ ድንጋይ" በመባል ይታወቃል። ሻባካ በነገሠበት ዘመን የአሲሪያ መንግሥት ከፍተኛ መስፋፋት ያደርግ ነበር። እነየሩሳሌም በዚህ ግዛት ስር ነበሩ። ሻባካ የአሲሪያ መንግሥትን ሀይል ስለተገነዘበ ወደግብፅ አልፎ እንዳይመጣበት ከአሲሪያው ንጉሥ ዳግማዊ ሳርጎን ጋር ጥሩ ወዳጅነት እንደነበረው በበርካታ ስራዎች ይታመን ነበር። ለምሳሌ ሌክላንት (1981)ን፣ ኪሸን (1986)ን፣ እና ኤድዋርድስ (2004)ን ይመልከቱ። እንደዚህ እሳቤ በወቅቱ በቅርብ ምስራቅ በአሲሪያን መንግሥት ላይ አምፀው የነበሩ ህዝቦችን እገዛ እንዲያደርግላቸው ሻባካን ጠይቀውት ስላልደረሰላቸው በአሲሪያው ንጉሥ ዳግማዊ ሳርጎን ተሸንፈዋል። ለምሳሌ፣ ሌክላንት ይህን በተመለከተ የሚከተለውን አስፍሯል፤ "አሲሪያኖች ግዛታቸውን በኤስያ እያስፋፉ ስለነበር ይህ ጉዳይ የኩሽ ነገሥታትንም አሳስቧቸው ነበር። ከመሳፍንቱ እና ከሶሪያ-ፍልስጤም ከተማዎች በተለይም ደግሞ ከእየሩሳሌም በተስፋፊው የአሲሪያ መንግሥት ላይ እርዳታ እንዲያደርግላቸው ጠይቀው ነበር። ይሁን እንጂ፣ ሻባካ ከአሲሪያ ጋር ጥሩ ግንኙነት የነበረው ይመስላል" (ሌክላንት፣ 1981: 280-281)። በዚህም ምክኛት እገዛ ሳያደርግላቸው ቀረ። ኤድዋርድስም (2004፡120) ሻባካ/ሻባኮ ከአሲሪያኖች ጋር ጥሩ ግንኙነት እንደነበረው ግምቱን አስፍሯል። ኪሸን እንደገለፀው ኢማኒ የተባለ በፍልስጤም የአሾድ ንጉሥ በአሲሪያ አገዛዝ ላይ አምፆ ግብፅ ቢሰደድ ሻባካ አስሮ ለአስሪኖች አስረክቦታል (1986፡380)።[218] ይህም ሻባካ ከአሲሪኖች ጋር ወዳጅነት እንደነበረው ወይም ጠላትነት እንደማይፈልግ ጥሩ ማሳያ ተደርጎ ይወሰዳል። በሚቀጥለው ክፍል እንደምንመለከተው ካህን (2001፣ 2004) ከዚህ የተለየ ትንታኔ ይዞ ብቅ ብሏል።

ካህን (2004፡109) የአሾዱን ንጉሥ ኢማኒን ለአሲሪያኖች ያስረከበው ሻባካ ሳይሆን ሼቤቲኩ ነው ይላል። እንደካህን ከሆነ ሻባካ ከአሲሪአኖች ጋር የነበረው ግንኙነት ወዳጅነት ሳይሆን ሁሌም ጠላትነት ነበረ (ዝኒ ከማሁ)።[219] የሚቀጥለው ክፍልንም ይመልከቱ።

ሻባካ በሱዳን እና በግብፅ ሀውልቶች መገንባትን በስፋት ተያይዞት ነበር። በሚቀጥሉት ንዑሳን ክፍሎች በተወሰነ ደረጃ እንደምንመለከተው፣ የሀውልት ስራ እና የተለያዩ ግንባታዎች በሻባካ ወራሴ መንግሥት በሆኑት የፒዬ ልጆች በተወሰነ ደረጃ በንጉሥ ሻባታካ/ሻባታኮ እና በስፋት ደግሞ በታሀርቃ ቀጥሎ ነበር።[220]

2.4.2.4 ሻባታካ (707/6-690 ቅጋአ)

እንደኤድ እና ሌሎች ሻባታካ የሻባካ ልጅ ነው (1994፡127)። ሻባታካ[221] በአንዳንድ ስራዎች ላይ ሼቢትኩ፣[222] አንዳንዶች ላይ ደግሞ ሻባታቆ[223] የሚል እናገኛለን። እስከቅርብ ግዜ ድረስ ስለዚህ ንጉሥ ብዙም የሚታወቅ ነገር አልነበረም። ይህ ንጉሥ አንዳንዶች፣ ለምሳሌ ኤድ እና ሌሎች (1994፡ 129)ን ይመልከቱ፣ ከሻባካ ጋር ቢያንስ ለተወሰነ ግዜ በጋራ የነገሠ ነው ቢሉም፣ ይህ ትክክል እንዳልሆነ ካህን (2001) አስረግጦ ገልጿል። እንደካህን ከሆነ ሻባታካ ከሻባካ ጋር ንግሥናውን የሚጋራ ሳይሆን ራሱን ችሎ ከሻባካ በኋላ የነገሠ ነው። ይህን መከራከሪያውን ካህን (2001) ኢራን ከተገኘ የድንጋይ ላይ ፅሁፍ በመነሳት አቀረበ።

ካህን የሻባካን የንግሥና ዘመን ከ721 ቅጋአ እስከ 707/6 ቅጋአ ድረስ በማድረግ ከዚህ ቀጥሎ 707/6 ቅጋአ እስከ 690 ቅጋአ ያለውን የሻባታካ የንግሥና ዘመን አድርጎ አስቀመጠ። በኢራን የተገኘው የድንጋይ ላይ ፅሁፍ የአሲሪያኑ ንጉሥ የዳግማዊ ሳርጎን ነው። በወቅቱ ኢራን/ፋርስ በአሲሪያን ስር ነበረች። ፅሁፉ በቀዳሚው ክፍል በሻባካ ስር የጠቀስነው ኢማኒ የተባለ በፍልስጤም የአሽዶድ ንጉሥ በ712 ቅጋአ በሳርጎን ላይ አምፆ ወደግብፅ ቢያመልጥም ንጉሥ ሻባትካ ኢማኒን እጁን አስሮ ለሳርጎን ከ706 ቅጋአ በፊት አሳልፎ እንደሰጠው ይገልፃል።[224] በፊት የነበረው እሳቤ ይህን ድርጊት ያከናወነው ሻባካ ነው ነበር። አሁንም ይህን አስተያየት የሚደግፉ አሉ። የላይኛውን ክፍል ይመልከቱ። ይህ ንጉሥ አሚንን ለአሲሪኖች አሳልፎ ሰጠውም አልሰጠው የአሲሪያኑ ንጉሥ ዳግማዊ ሳርጎን ሲሞት ከአሲሪያኖች ጋር ጦርነት ገጥሞ ነበር (ኤድ እና ሌሎች 1994፡127)። በዚህ ጦርነት ከተሳተፉት ውስጥ አንደኛው በወቅቱ መስፍን የነበረው እና ከዚህ ንጉሥ በመቀጠል የነገሠው ልዑል ታሀርቃ ይገኝበታል (ካህን 2004፡109)።

ሻባታካ/ሼቢትኩ የፒዬ ልጅ ነው (ካህን 2005፡ 143)። የንግሥና ዘመኑ ከስራ ስራ ሰፊ በሚባል ደረጃ ይለያያል። ለምሳሌ፣ ዴፑይድት (1993፡270) እርግጠኛ መሆን የሚቻለው ሶስት ዓመት ብቻ ነው በማለት ንግሥና ዘመኑን ግ. ከ693-690 ቅጋአ ያደርገዋል። በዚህ ሰው ስሌት ከሱ ቀደም የነበሩት የነገሡበት ዘመን የሚከተልው ነው፤ ፒዬ ግ. ከ732-708 ቅጋአ፣ ሻባካ ግ. ከ708-690 ቅጋአ (ዝኒከማሁ)። ከላይ እንዳየነው ካህን (2001) የሻባታካን ንግሥና ዘመን 14 ዓመት (707/6-690 ቅጋአ) ሲያደርገው፣

ኪሽን በበኩሉ ከ13 ዓመት ያልበለጠ እና ከ8 ዓመት ያላነሰ ነው ይላል (ኪሽን፣ 1986፡ 154)።

2.4.2.5 ታሀርቃ (690-664 ቅጋአ)

ታሀርቃ[225] በመፅሀፍ ቅዱስ ቲርሐቅ የሚለው ነው። ኢሰያስ ምእራፍ 37 ቁጥር 9ን እና መጽሐፈ ነገሥት ካልዕ ምእራፍ 19 ቁጥር 9ን ይመልከቱ። በእንግሊዝኛው አፃፃፍ በመፅሀፍ ቅዱስ ላይ ያለው ከአማርኛው ጋር ተመሳሳይ ነው። ቲርሀካ[226] የሚል በብዙው ቅጂ እናገኛለን። በአንዳንድ የታሪክ ስራዎች ደግሞ ታሀርቆ[227] የሚል እናገኛለን። ለምሳሌ ኤድ እና ሌሎች (1994)ን ይመልከቱ።

ታሀርቃ፣ የ25ኛው ስርወመንግሥት መስራች የታላቁ ንጉሥ ፒዬ ልጅ ነው። ታሀርቃ በሻባቲኮ ጦር አዝማች ሆኖ ከማገልገሉም በላይ ሻባቲኮ ከገዛ ልጆቹ እና ከማንም በላይ ይወደው እንደነበር አንድ የድናጋይ ላይ ፅሁፍ ያሳያል።[228] ምናልባት ሻባቲኮም አልጋውን ያወረሰው ለዚህም ይሆናል። ታሀርቃ ሲነግሥ የ32 ዓመት ወጣት እንደነበረ ይገመታል (ኪሽን 1986፡ 388፣ ኤድ እና ሌሎች 1994፡131)።

ታሀርቃ ዋና የአስተዳደር ከተማውን ሜምፊስ አድርጎ ነበር። በግብፅ ታሪክ ታላቅ አሻራ አሳርፏል። በተለይ የመጀመሪያዎቹ 17 የታሀርቃ የግዛት ዘመኖች ወርቃማ ተደርገው ይወሰዳሉ። የታሀርቃ የንግሥና ዘመን በተለይ የመጀመሪያው አጋማሽ የሰላም ሲሆን ከዚያ የሚቀጥለው ሁለተኛው አጋማሽ ደግሞ ከአሲሪያኖች ጋር በጦርነት ያሳለፈበት ነው (ኪሽን፣ 1986፡388)።[229] ይህ የሰላም ዘመኑ ታሀርቃ የግብፅን ህዳሴ በተሳካ መልኩ በማምጣት/በመምራት ስሙን እንዲያስጠራ አድርጎታል። በመላው የናየል ሸለቆ በርካታ ግንባታዎች አከናውኗል። ስሙንም በተለያዩ የግንባታ ስራዎቹ አቀይቶልናል። ከእነዚህ በናየል ሸለቆ ከገነባቸው ውስጥ በጀበል ባርካል፣ በካዋ፣ እና በካርናካ ያሉት ይገኙበታል። በኩሽ ግዛት ትልቁን ፒራሚድ የገነባውም ታሀርቃ ነው። ይህ ፒራሚድ በኑሪ ይገኛል። የዚህ ፒራሚድ እንዳለ ባይቆይም ፍርስራሹ አለ። የሚከተለውን ይመልከቱ፤

ምስል 11፡ የታሀርቃ ፒራሚድ ፍርስራሽ በኑሪ

ክሬዲት፡ Sue Fleckney, CC BY-SA 2.0

የታሀርቃ አሻራ የማይገኝበት በኩሽ ግዛት የለም ማለት ይቻላል (ኤድዋርድስ 2004፡ 121)። በግብፅ ውስጥ ደግሞ ከሁሉም በላይ በግንባታ ረገድ ትልቅ አሻራ የተወው በቲቤስ ነው (ኪቨን 1986፡389)። ስለበርካታ የግንባታ ስራዎቹ ከብዙ በጥቂቱ ኪቨን (1986፡389 ቀገ)ን እና ሌክላንት (1981: 281-282)ን ይመልከቱ። ታሀርቃ ከሱ በፊት የነበሩት ፒራሚድ የገነቡበትን ኤል-ኩሩን ትቶ በኑሪ አደረገ። መቃብሩም በዚያው ኑሪ ነው (ኤድ እና ሌሎች፣ 1994፡131)። የዚህ ምክንያት ብዙም ግልፅ ባይሆንም ኢምበርሊንግ (2011:10) ምናልባት በወራሾች መሀከል ባለ ሽኩቻ ሳይሆን አይቀርም ይላል።[230] የታሀርቃ ወራሴ መንግሥት ንጉሥ ታንታማኒ[231] የቀደምቱን በመከተል የተቀበረው በኤል ኩሩ ሲሆን፣ ከዚያ በመከተለ የነገሠው የታሀርቃ ልጅ ግን እንደአባቱ በኑሪ ነው (ኤድ እና ሌሎች፣ 1994፡131)።

ካርታ 9፡ በላይኛው ኑቢያ የንጉሦች መቃብር የሚገኙባቸው ኤል ኩሩ እና ኑሪ

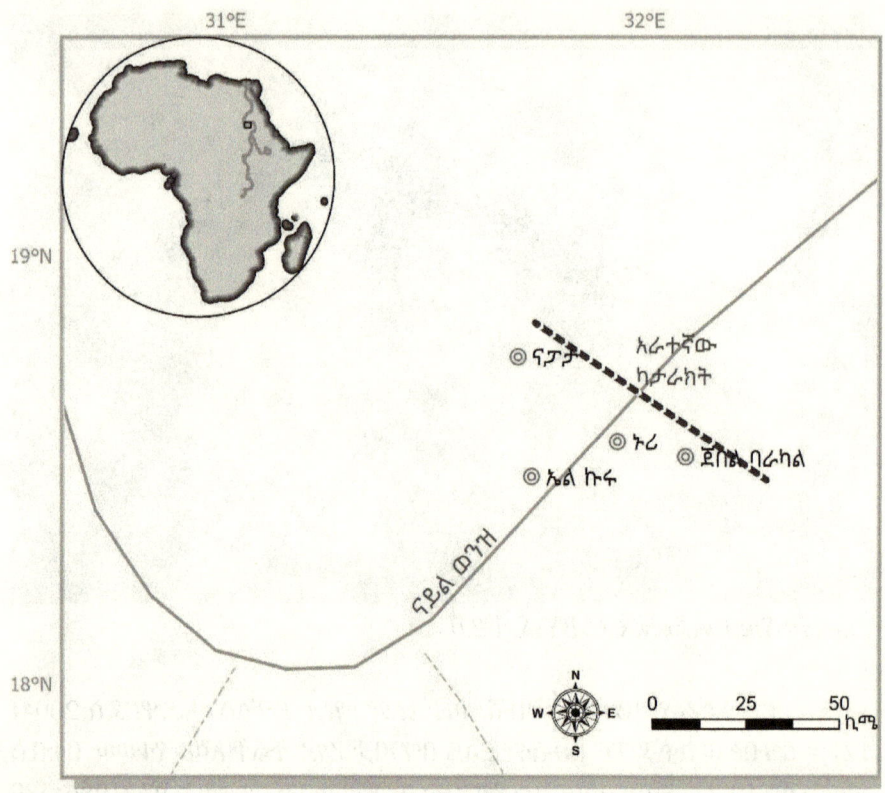

ክሬዲት፡ ዳንኤል ካሳሁን

በኑቢያ/ኩሽ ታሪክ እህት ማግባት የተለመደ ነው። ታሀርቃም ከነበሩት በስም ከሚታወቁት አምስት ሚስቶች ውስጥ ታበከናሙን፣ ናፓራየ፣ እና ታካሃታማኒ የተሰኙት ሶስቱ እህቶቹ እንደሆኑ ይነገራል።[232] ከብዙ በጥቂቱ ኤድ እና ሌሎች (1994:131)ን ይመልከቱ።

ከላይ እንደገለፅነው የአሲሪያው ኢምፓየር ንጉሥ ዳግማዊ ሳርጎን እጅግ ሰፊ ምድር ባቢሎንን ጨምሮ ሌሎች በርካታ የቅርብ ምስራቅ አካባቢ ሀገራትን ያስተዳድር ነበር። ከእነዚህ ውስጥ የግብፅ ወዳጅ የነበሩት እነ ከነዓን[233] እና ደቡብ አረማያ[234] ያካትት ነበር። በዚህ አካባቢ ያሉ ህዝቦች ሻባካን እርዳታ ጠይቀውት ሳይልክ ቢቀርም፣ ታሀርቃ ግን የግብፅን በቦታው ላይ ቀድሞ የነበራትን የበላይነት ለመመለስ በማሰብ ከእነዚህ ህዝቦች ጋር ትብብር በማድረግ የአሲሪያውን ንጉሥ ሱህናከሪብ ወግቶታል።[235] ይህ ንጉሥ የዳግማዊ ሳርጎን ወራሽ ነው። በላይኛው ክፍል እንደገለፅነው በርግጥ ዳግማዊ ሳርጎን እንደሞተ ክፍተቱን ተጥቅሞ የሻባካ ወራሽ የሆነው ሼበትኩ ከአሲሪአያኖች ጋር ተዋግቷል። በዚህ

ውግያ አዝማች የነበረው የወቅቱ ልዑል የአሁኑ ንጉሥ ታሀርቃ ንግሥናውን እንደተቀበለም ወጊያውን ቀጥሎበታል (ካህን፣ 2004)።

በወቅቱ የዳግማዊ ሳርጎን ወራሽ የነበረው ንጉሥ ሱህናክሪብ በታሀርቃ ድል ከተደረገ በኋላ አሲሪያኖች ዳግም ጦርነት ያደረጉት ከንጉሥ ሱህናክሪብ በኋላ በተነሳው ሌላ ንጉሥ ነበር። ታሀርቃ አሲሪያኖችን ለመውጋት የይሁዳው ንጉሥ ህዝቅያህን እንደረዳው በመፅሀፍ ቅዱስ ላይም ተጠቅሶ ይገኛል።[236] አሲሪያኖች ይሁዳን ሳያጠፉ እንደተመለሱ በመፅሀፍ ቅዱሱም ሆነ ሱህናክሪብ ትቶልን ባለፈው ፅሀፈት ይታወቃል። ሆኖም በመዝገቡ እና በመፅሀፍ ቅዱሱ ያለው ምክንያት የተለያየ ነው። በመፅሀፍ ቅዱሱ በመለኮታዊ ኃይል እንደተረፉ ሲገልፅ የሱህናክሪብ መዝገብ[237] ይሁዳ ግብር ለመክፈል መስማማቱን ከመግለፁም በተጨማሪ የታሀርቃን አጋዥ ጦር ድል አድርጎ ግብፆችን ሙሉ በሙሉ ከቅርብ ምስራቅ እንዳባረራቸው ያሳያል (ማርክ፣ 2014)። ማርክ (ዝኒከማሁ) እንደገለፀው የይሁዳው ንጉሥ አስሮት የነበረውን የኤክሮንን ንጉሥ ለመልቀቅ ከመስማማቱም በላይ አስራ አንድ ቶን ብር እንዲሁም አንድ ቶን ወርቅ ለሱህናክሪብ ልኮለታል።[238] በዚህም የይሁዳው ንጉሥ እየሩሳሌምን ከሱህናክሪብ ጥቃት ታግዷታል። በርግጥ ሱህናክሪብ ቂሙን ሳይረሳ ዳግም ዘምቶ ብዙውን የይሁዳ ክፍል እንዳወደም ገልጿል።[239] ይሁን እንጂ በዚህ ውድመት እየሩሳሌም እንዳልነበረችበት ይገመታል። ማርክን (2014)ን ይመልከቱ።

ይሁዳ ብቻ ሳትሆን ከአባቱ ይልቅ ደካማ አድርገው ሱህናክሪብን ስለቆጠሩት በአሲሪያኖች ስር የነበሩ ግዛቶች በየራሳቸው አምፀው ነበር። ባቢሎንም በወቅቱ በአሲሪያን አስተዳደር ስር ነበረች። በዚያም በተደጋጋሚ አመፅ ስላስቸገረው በስተመጨረሻ ላይ ሱህናክሪብ አስተዳዳሪ አድርጎ የገዛ ራሱን ልጁን ሾሞ ነበር (ማርክ 2014)። ባቢሎናውያኖች አምፀው ገዢያቸውን ገደሉት። ሱህናክሪብ በልጁ ሞት በጣም ተቆጥቶ ባቢሎንን አወደማት።[240] ባቢሎን ለአካባቢው ህዝብ የተቀደሰች ከተማ ተደርጋ ትቆጠር ስለነበር፣ እንዲሁም ባቢሎኖች አምፀው መነሳት መቻላቸው አበረታትቷቸው ሌሎች ግዛቶችም በየቦታው አመፁ። ሱህናክሪብም በተገላቢጦሹ ያልጠበቀው ተቃውሞ ገጠመው (ማርክ 2014)። ከማንም በላይ ደግሞ ወራሽነት ይጠብቅ የነበረው ልጅ ወራሽነቱ ለሱ ሳይሆን ለወንድሙ ተላልፎ ስለተሰጠበት በዚህ የተናደደው ሱህናክሪብን ገደለው (ፓርፖላ 1980፣ ማርክ 2014)።[241]

ከሱህናክሪብ በኋላ በአሲርያን የነገሠው ንጉሥ ኤሳርሀዶን ቀድሞ አሲርያኖች በኃይል በሚያስገብሯቸው በተለይ ከግብፅ በሚዋሰኑት ግዛቶች በመንግሥቱ ላይ የማመፃቸው ምክንያት የታሀርቃ በአካባቢው መገኘት ነው ብሎ በማሰብ ግብፅን ለመውጋት ተነሳ (ካህን፣ 2006:252)። ግብፅ ታሀርቃ መጀመሪያ ላይ የተወሰነ ድል ቀንቶት ነበር። ይህም በባቢሎን ዜናመዋዕል መዘገቡን ካህን (ዝኒከማሁ) ይገልፃል።

አሲሪያኖች በአጠቃላይ የደቡቡን ሌቫንቴ ግዛት እና የአረቦች እና የፊነሺያን የንግድ መስመርን ለመቆጣጠር ከኩሾች ጋር ብዙ ተዋግተዋል። አሲሪያኖች ኩሾችን ከሊቫንታየን ብቻ ሳይሆን ሙሉ በሙሉ ከግብፅ ለማባረር ለ10 ዓመት ያህል ከፍተኛ ውግያ ከ5 ግዜ

ያላነሰ በማድረግ በመጨረሻም ተሳክቶላቸዋል (ካህን 2013፡23)። የመጀመሪያውን በግብፅ ላይ የተሳካ ዘመቻ ያደረገው የሱህናክሪብ ወራሽ ንጉሥ ኤስርሀዶን፣ በ671 ቅጋአ ነው። ኤስርሀዶን ቀንቶት ታሀርቃን አቆሰለው፣ ዋናው መቀመጫ የሆነችውንም መምፊስ መቆጣጠር ብቻ ሳይሆን የታሀርቃን ሚስቶች፣ አልጋ ወራሹን እና ወንድሞቹን በምርኮኝነት ወደአሲሪያን ወሰዳቸው (ካህን፣ 2004፡ 112፣ ካህን 2006፡252)። በዚህም ግብፅ በአሲሪያን ስር ወደቀች። ታሀርቃም ከግብፅ አፈግፍጎ ወደአባቶቹ ግዛት ገባ። ኤስርሀዶን ታሀርቃን ብቻ ሳይሆን በአጠቃላይ ኩሾችን ከግብፅ በማባረር የግብፅ ተወላጅ ንጉሥ አድርጎ በመሾም ወደሀገሩ ተመለሰ። ይሁን እንጂ ከታች እንደምንመለከተው ታሀርቃ እንደገና አንሰራርቶ ነበር። የኩሾችን የግብፅ አስተዳደር የመጨረሻ ግብዓት ያደረገው ከኤስርሀዶን በመከተል የነገሠው አሹርባኒፓል ነው (ኢምበርሊንግ 2011:10፣ ካህን 2013፡23)። ይህ የአሲርያኖች ግብፅን መቆጣጠር የ25ኛው የኩሽ በግብፅ ላይ የነበረው ስርወመንግሥት ማክተሚያ ሆነ። በዚህም ኩሽን ያካታተው ሰፊው የግብፅ ኢምፓየር ለመጨረሻ ግዜ አከተመ። በሚከተሉት ክፍሎች እንደምንመለከተው ኩሾች ከመነሻቸው መቀመጫ ወደነበረችው ናፓታ ዋና ከተማቸውን በመጀመሪያ ሲያዞሩ ከዚያም እንደገና ወደደቡብ ከግብፅ ርቀው በሜሮኤ ዋና ከተማቸውን አድርገዋል። ከ25ኛው ስረወመንግሥት በኋላ ኩሾች ተመልሰው ግብፅን አልተቆጣጠሩም።

ያም ሆኖ አሲሪያኖች የራሳቸውን ወታደር ያስቀመጡት በሰሜን ብቻ ነበር። አሲሪያኖች ያስቀመጡት የተወላጆች መንግሥት የደቡብን ክፍል ለረጅም ግዜ ተቆጣጥሮ ማስተዳደር አልቻለም ነበር። በዚህም ምክንያት ታሀርቃ በተሸነፈ በሁለት አመቱ (669 ቅጋአ) ከኑብያ ተመልሶ በመምጣት የደቡብ ግብፅን እስከሜምፊስ ድረስ ተቆጣጠረው። ኤስርሀዶን (681 ቅጋአ እስከ 669 ቅጋአ) ይህን እንደሰማ ወደ ግብፅ ተመልሶ ላንዴ እና ለመጨረሻ ግዜ ኩሾችን ከግብፅ ለማባረር ቢያስብም ታመመ እና ለጦርነቱ ከመነሳቱ በፊት የአሲሪያን የሰሜን ከተማ በነበረችው ሀራን በተባለችው ሞተ። የሱ ተከታይ የሆነው አሹርባኒፓል በጣም ጠንካራ የሆነ ጦር በመያዝ በግብፅ ላይ በተደጋጋሚ በመዝመት ቲቤስን ተቆጣጠረ። በዚያም ታሀርቃን ላንዴ እና ለመጨረሻ ግዜ ከግብፅ አባረረው። ታሀርቃ ከዚህ በኋላ ብዙም በህይወት አልቆየም።[242]

2.4.2.6 ታንታማኒ (664-656 ቅጋአ)[243]

በሌሎችም ላይ እንደሚታየው ጥንታዊ ግብፅ አናባቢዎችን ስለማያመለክት የስሞች ንበት ላይ በተለያዩ ስራዎች የአፃፃፍ ልዩነት ይታያል። ታንታማኒ[244] ከሚለው በተጨማሪ ታኑታማኒ[245] የሚልም ይገኛል። ለምሳሌ ለመጀመሪያው ግሪማል (1992)ን እና ለሁለተኛው ኤድ እና ሌሎች (1994)ን ይመልከቱ።

ታሀርቃ ከመሞቱ ከአንድ ዓመት በፊት በ655 ቅጋአ ታንታማኒን አልጋ ወራሽ አድርጎት ነበር (ግሪማል 1992፡352፣ ኪሽን፣ 1986፡393)። ይህ ንጉሥ አንዳንዶች የሻባትካ ልጅ ነው ቢሉም፣ ምናልባት የሻባካ ልጅ ሳይሆን አይቀርም የሚለው ያመዝናል (ኤድ እና ሌሎች

፣ 1994፡ 191)። ታሀርቃ እንደሞተ ታንታማኒ ንግሥናውን ተቀብቶ ከአሲሪያኖች ግብፅን ነፃ ለማውጣት ቃል ገባ። በመጀመሪያ ዘመቻውም ድል ቀንቶት ቀዳማዊ ኔች የተባለውን የግብፅ መስፍን በማሸነፍ እስከ ቴቤስ ድረስ ዘልቆ ገባ (ኪሸን፣ 1986፡393)። የዴልታው ገዥም እጅ መስጠቱን መልክት ላከ (ግሪማል 1992፡353)። በዚህም ታንታማኒ ደቡብ ግብፅን በከፊል ለመቆጣጠር ቻለ።[246] ይሁን እንጂ የታንታማኒ ድል ለረጅም ግዜ ሊቆይ አልቻለም። አሲሪያኖች ጉዳዩን ዝም ብለው አልተመለከቱትም ነበር እና በ664/663 ቅጋአ ታንታማኒን ለመውጋት ጦር ላኩ። ሜምፊስ በእጃቸው ስትገባ ታንታማኒ ወደቲቤስ አፈገፈገ። አሲሪያኖች ግን በዚያ ብቻ አልቆሙም። ታንታማኒን ተከታትለው በቲቤስ ወጉት። ታንታማኒ የአሲሪያኖችን ጦር መቋቋም ባለመቻሉ ወደናፓታ ተመልሶ አፈገፈገ። ይህ ጦርነት ለቲቤስ ከፍተኛ መርዶ ነበር። በርካታ የታሪክ ፀሀፊዎች እንደዘገቡት፣ ለምሳሌ ግሪማል (1992)ን እና ኪሸን (1986)ን ይመልከቱ፣ ይች የእምነት ማእከል የነበረች ከተማ እንዳልነበረ ወደመች፤ የነበራት ሰፊ ሀብት በወራሪው ኃይል ተዘረፈ። ንብረት ከመዝረፍ በላይ ወራሪው ኃይል ከተማዋን አንድዷት ነበር። በቲቤስ ላይ የደረሰው ውድመት ዜና በወቅቱ በተለያዩ የአጎራባች ሀገራት ህዝብ ሁሉ ተዳርሶ ነበር።[247]

ቲቤስ ከዚያ ጦርነት በኋላ መልሳ ማንሰራራት አልቻለችም። ቲቤስ ብቻ ሳትሆን የ25ኛው የኩሽ ስርወመንግሥትም ከዚያ በኋላ አላንሰራራም። በዚያም የኩሾች የበላይነት በግብፅ ላይ እስከመጨረሻው አከተመ (ኪሸን፣ 1986፡394)። ኩሾችም የበለጠ ወደደቡብ አፈገፈጉ (ሌክላንት 1981: 282)። ግብፅ በአሲሪያኖች ስር መውደቋ ሌላ የታሪክ ምዕራፍ ከፈተ። አሰሪያኖች አለርህራሄ ቲቤስን ብቻ ሳይሆን በርካታውን የግብፅ ስልጣኔ አወደሙት፤ በህዝቡም ላይ ሸብር ለቀቁበት (ግሪማል 1992፡352)። አሰሪያኖች በቀጥታ እራሳቸው ገዢ ሆነው ከመቆየት ይልቅ፣ ታዛዥ የሆነ የግብፅ ተወላጅ ንጉሥ አድርገው ሾሙ። በግብፅ የ26ኛ ስርወመንግሥት ምስረታ ከዚሁ ጋር የተያያዘ ነው። የዚህ ስርወመንግሥት የመጀመሪያው ንጉሥ ቀዳማዊ ፕሳምቲክም[248] በአሲሪያኖች የተሾመው ነው። "ከቲቤስ ውድመት በኋላ እስከ ታንታማኒ የንግሥና ዘመን ፍፃሜ ድረስ የነበረው ታሪክ ግልፅ አይደለም። ታንታማኒ በእርግጠኝነት በናፓታ ቢኖርም፣ ቲቤስ እና ሜምፊስን ያስተዳድር እንደነበረ ማረጋገጫ የለም" (ግሪማል 1992፡352)።

ታንታማኒ የንግሥና ዘመኑ እስከሚያከትም ድረስ ቲቤስ በአሲሪያን እዝ ስር ለነበረው ለቀዳማዊ ፕሳምቲክ መገበሯ አይታወቅም። ቀዳማዊ ፕሳምቲክ የቲቤስን አማፅያን በሰላም አስማምቶ መላው ግብፅን ማስተዳደር የጀመረው ከታንታማኒ የንግሥና ዘመን ማክተም ጋር በተያያዘ በ656 ቅጋአ አከባቢ ነው። ይህ ዓመት፣ 656 ቅጋአ፣ በእርግጥ አሲሪያም በራሷ የውስጥ የእርስ በእርስ ጦርነት ምክንያት የተበታተነችበት እና ቀዳማዊ ፕሳምቲክ ከአሲሪያኖች መንግሥት እዝ ስር ነፃ የወጣበት ነበር። ቀዳማዊ ፕሳምቲክ ከ664 ቅጋአ እስከ 610 ቅጋአ ለ53 ዓመት ያህል በገዛበት ዘመን ግብፅ የሜዴትራንያን ባህል እየተላበሰች መጣች። ዘርዘር ላለ ማብራሪያ ከብዙ በጥቂቱ ግሪማል (1992፡352 ቀገ)ን፣ ሌክላንት (1981: 282)ን እና በዚያ የተጠቀሱ ስራዎችን ይመልከቱ።

2.4.3 የ25ኛው መንግሥት በግብፅ ታሪክ የተወው አሻራ

የ25ኛው ስርወመንግሥት በግብፅ የስልጣኔ ታሪክ ትልቅ አሻራ ትቷል። ከእነሱ በኋላ እንደመጡት አሲሪያኖች ሀገር ማንደድ እና ጥንታዊ ቅርሶችን ማውደም ሳይሆን፣ በቀደምት የግብፅ ታሪክ የተሰሩ ታላላቅ ተግባራት በእንክብካቤ ተይዘው እንዲቆዩ ጥረዋል። ካሻታ ግብፅን ያስገበረው አለአንዳች ጦርነት እንደሆነ ይነገራል። ካሻታ ለዚህ ያበቃው የግብፆች ስልጣኔ ባህል አድናቂ ስለነበር እንደሆነ ይገመታል። ሌሎቹም ከካሻታ ተከትለው በግብፅ የነገሡት የኩሽ ነገሥታት የግብፅ ባህል አድናቂ ነበሩ። ለዚህ ምስክራቸው ከጥንታዊ ግብፅ ስራዎች ትምህርት በመቅሰም እና እንደሞዴል በመውሰድ በእራሳቸውም በርካታ የግንባታ እና ሌሎች ተግባራትን ማከናወናቸው ነው። ከላይ የጠቀስነው የሻባካ ድንጋይ ይኸው ጥንታዊው ባህል እና ታሪክን መዝግቦ ለማቆየት ከተደረገው ጥረት የሚመደብ ነው። ሻባካ ይህ በኋላ በስሙ ሊጠራ የቻለውን የድንጋይ ላይ ፅሁፍ በፓፒረስ የነበረን የሜምፊት ኮስሞሎጂይን[249] ጥንታዊ ፅሁፍ ለረጅም ግዜ እንዲቆይ በማሰብ በድንጋይ ላይ አስገልብጦ አቆይቶልናል። የዚህ ስርወመንግሥት ነገሥታት ጥንታዊ የግብፅ እሴቶችን፣ ባህል፣ ጥበብ፣ ስነቅርፅ በከፍተኛ ደረጃ እንዲያንሰራሩ አድርገዋል። በዚህ ጉዳይ ላይ የአንዱን የታሪክ ተመራማሪ ምስክርነት ብቻ መጥቀስ የሚበቃ ይመስለናል፤

> የ25ኛው ስርወመንግሥት አሻራ/ክብር ትልቅ ነው። በጥንታዊ ታሪክ ፀሀፊዎች እራሱን የቻለ ትውፊት አዳብሯል። ከእነሱ ቀደም ከነበሩት ምርጥ ምርጡን በመያዝ ኩሾች ለ[ግብፅ ባህል] አዲስ እና የሚታይ ኃይል ሰጡት (ሌክላንት 1981:283)።[250]

የ25ኛው ስርወመንግሥት ስራዎች ከግብፅ አልፈው በመላው ሱዳን ዛሬ አሻራቸው ይታያል። የግብፅን መሰል በርካታ ፒራሚዶች እና ቤተ መቅደሶች በመላው ሱዳን ገንብተዋል። ይህ በሱዳን ታሪክ ትልቅ ቦታ የሚሰጠው ነው። ግብፅን እንደውጭ ወራሪ ለማጥፋት ሳይሆን ባህሏን ወስደው የነበረውን ከማስቀጠል አልፎ እንደአዲስ በርካታ ግንባታዎችን በማከናወን የ25ኛው የኩሽ ስርወመንግሥት ነገሥታት በግብፅ ትልቅ ታሪክ ፅፈዋል።

2.4.4 ማጠቃለያ

ኩሾች ግብፅን ጠቅልለው ባስተዳደሩበት በ25ኛው ስርወመንግሥት ወቅት እያንዳንዱ ንጉሥ ማለት ይቻላል፣ የተዳከመውን ግንባታ በስፋት ቀጥሎበት ነበር። ግብፅን በስነህንፃ ብቻ ሳይሆን፣ በስነፅሁፍም ጭምር ጥንታዊው ስልጣኔ እንዲያንሰራራ ከፍተኛ ጥረት አድርገዋል። የውጭ ገዢዎች ብዙውን ግዜ የወረሩትን ሀገር ሲያወድሙ፣ ኩሾች ግን የግብፆችን ባህል መውሰድ ብቻ ሳይሆን ታላቅ ተንከባካቢ እና አስቀጣይ ሆነው ተገኝተዋል። በርግጥ ይህ በየንጉሣኑ መጠሪያ ቅፅል 'ታይትል' ላይ ይታያል። ንጉሦቹ የመጠሪያ ቅፅሎቻቸውን የወሰዱት ባብዛኛው ከእነሱ አስቀድመው በታሪክ ትልቅ አሻራ ካላቸው የግብፅ ንጉሦች ነው። ለዝርዝር የንጉሦቹ መጠሪያ ቅፅል ኤድ እና ሌሎች (1994)ን ይመልከቱ።

የኩሽ መንግሥት ንጉሦች ምንም እንኳ ከግብፅ ቢባረሩም ቢያንስ ከዚያ በኋላ እስከ 350 ዓመት ጋአ ድረስ መንግሥታቸው መቀጠል ችሏል። አንዳንዶች—ለምሳሌ፣ ዱንሀም (1947፡6)ን ይመልከቱ—እነዚሁ የ25ኛው የኩሽ ነገሥታት ዝርያዎች ማለትም የልጅ ልጆቻቸው ናቸው ኩሽን እስከ 350 ዓመት ጋአ ድረስ በማስተዳደር የቀጠሉት ቢሉም ለዚህ ማረጋገጫ እንደሌለ እና የተለየ ስርወመንግሥት በሜሮኤ ተመስርቶ ነበር የሚል አስተሳሰብ አለ። በሚቀጥለው ክፍል እንመለከተዋለን። ከግብፅ ከተባረሩም በኋላ ንጉሣኑ ምንም በግብፅ ላይ ኃይል እና የበላይነት ባይኖራቸውም በስማቸው ላይ ግን የግብፅም ገዢ እንደሆኑ መግለፅን አላቆሙም ነበር። በዚህ ላይ ኤድ እና ሌሎች (1994)ን ለቀጥታ የፅሁፍ መረጃ ይመልከቱ። በሚቀጥለው ክፍል ኩሾች በግብፅ ላይ የነበራቸው አስተዳደር ካከተመ በኋላ ስለነበረው ሁኔታ እንዳስሳለን።

2.5 ኩሽ ድኅረ 25ኛው ስርወመንግሥት

ኩሾች ከግብፅ ከተባረሩም ማለትም የ25ኛው ስርወመንግሥት ካከተመ በኋላም ከላይ እንደገለፅነው ነገሥታቱ ኑቢያን/ኩሽን በፊት ከነበሩበት ዋና ከተማቸው ከናፓታ ያስተዳድሩ ነበር። በወቅቱ ሜሮኤ አንድ ግዛት ነበረች። ግብፆች ወደሜሮኤ ዋና ከተማቸውን እስካዛወሩበት ድረስ ያለው ዘመን የናፓታን ዘመን ይባላል። ከዚያ በማስከተል እስከ አራተኛው መቶ ጋአ ያለው ደግሞ የሜሮኤ ዘመን ይባላል። በተወሰነ ደረጃ ከስራ ስራ ቢለያይም አራተኛው መቶ ክፍለዘመን ጋአ የሜሮኤ ወይም በአጠቃላይ የኩሽ መንግሥት ማከተሚያ ተደረጎ ይወሰዳል። ከዚያ በኋላ በሱዳንም ራሳቸውን የቻሉ አዳዲስ መንግሥታት ብቅ አሉ።

ከላይ እንደገለፅነው ኩሾች በአሲሪያኖች ከግብፅ ተባረው ከወጡ በኋላ ለመቶ ዓመት ያህል በግብፅ ላይ የነበራቸው የበላይነት አከተመ። የአቅም ጉዳይ ነው እና በጥንት ግዛታቸው ብቻ ለመወሰን ተገደዱ። ዋና ከተማቸውም ግብፅን ከመውረራቸው እና አስተዳደራቸውን በግብፅ ላይ ከመመስረታቸው በፊት በነበረችው በናፓታ ከተማ ላይ አደረጉ። ከዚያም ወደሜሮኤ አዛወሩ። መናገሻቸውን በናፓታ ያቆዩት ከግብፅ ተባረው ከወጡበት 653 ቅጋአ (ወይም እንደአንዳንዶች ከሆነ ከ656 ቅጋአ) እስከ 542 ቅጋአ እስከ ማሎናቀን ዘመን ድረስ እንደሆነ ይነገራል። ከዚህ፣ ከ590 ቅጋአ፣ በኋላ እስከ አራተኛው መቶ ክፍለዘመን የጋራ አቆጣጠር ድረስ ያለው የሜሮኤ ዘመን የሚባለው ዋና ከተማው ወደሜሮኤ ዞሮ የኩሽ መንግሥት ሀገር የሚያስተዳድርበት ግዜ ነው። ይሁን እንጂ ይህ የዘመን ምደባ በሁሉ ስምምነት ያለው ነው ማለት አይደለም። ቀደም ያሉ ስራዎች የሜሮኤን ዘመን ኩሾች ከግብፅ ከተባረሩበት ግዜ ጀምሮ ሲያደርጉት የቅርብ ግዜዎቹ ደግሞ እንደውም ግዜውን ወደሶስተኛው መቶ ክፍለዘመን ቅጋአ ያወርዱታል። ለመጨረሻው ለምሳሌ ኢምበርሊንግ (2011:10)ን ይመልከቱ። በዚህ ላይ የሁሉ ስምምነት የለም። ሌክላንት ሽግግሩ በ590 ቅጋአ ነው የተደረገው የሚል አስተያየት ሰንዝሯል (1981፡285)። ሌክላንት ለዚህ ግምቱ ያቀረበውን ምክንያት በማጠቃለያው ክፍል እንመለስበታለን።

2.5.1 የናፓታ ዘመን (656/653 — 542 ቅጋአ)

የ25ኛው ስርወመንግሥት ግዛት ካከተመ በኋላ የኩሾች መንግሥት ምንም እንኳ በግብፅ ላይ የበላይነቱ ቢቀርም ሙሉ በሙሉ አልጠፋም ነበር። ከላይ እንደገለፅነው ኩሾች ወደቀድሞ ሀገራቸው ነበር ያፈገፈጉት። ምንም እንኳ በተለይ ከቅርብ ግዜ ወዲህ የብዙ አጥኚዎችን ትኩረት እየሳበ በመምጣቱ ከዛሬ 20 እና 30 ዓመት በፊት እንኳ ከነበረው የተሻለ ግንዛቤ ቢኖረንም፣ ልክ ግብፅን ከመውረረቻው በፊት እንደነበረው ከግብፅ ከተባረሩ በኋላም የኩሽ መንግሥት ታሪክ እምብዛም ግልፅ አይደለም። ግብፅን ከመውረራቸው በፊት ዋና ከተማቸው የነበረችው ናፓታ ከግብፅ ካፈገፈጉም በኋላ እስከ ስድስተኛው መቶ ክፍለዘመን ቅጋአ ድረስ ዋና ከተማ ነበረች። በቀዳሚ ክፍል እንደገለፅነው ናፓታ ቅዱስ ነው ተብሎ ከሚታሰበው ጀበል ባርካል አጠገብ የምትገኝ በራሷም የተቀደሰች ከተማ ተደርጋ ትቆጠር ነበር።[251]

የታቻኛው ኑቢያ ጉዳይ ግን ግልፅ አይደለም። በቀዳሚዎቹ ክፍል በዝርዝር እንደተመለከትነው በታሪክ የታችኛው ኑቢያ በሚል የሚጠቀሰው ከመጀመሪያው ካታራክት እስከሁለተኛው ካታራክት ድረስ ያለው ግዛት በየወቅቱ የአስተዳደር ለውጥ አድርጓል። ኩሾች ከግብፅ ከተባረሩ በኋላ ይህን ግዛት ስለማስተዳደራቸው የሚታወቅ ነገር የለም።[252]

ኩሾች ከግብፅ ሙሉ በሙሉ ተባረው ከወጡ በኋላ፣ ከታንታማኒ በማስከተል በናፓታ ስለነገሡት ስለመጀመሪያዎቹ ሁለት ንጉሦች እስከቅርብ ግዜ ድረስ ከስማቸው በላይ ብዙም የሚታወቅ ነገር አልነበረም። እነዚህም የታሀርቃ ልጅ እንደሆነ የሚታመነው የታንታማኒ ወራሴ መንግሥት አትላናርሳ[253] (653 — 643 ቅጋአ) እና የሱ ልጅ ሴንካማኒስኬን[254] (643 — 623 ቅጋአ) ናቸው። ይሁን እንጂ በቅርብ ግዜ በተደረጉ ጥናቶች ስለእነዚህ ንጉሦች ስለአከናወኗቸው ስራዎች እና/ግንባታዎች እና ስለቤተሰባቸው የተወሰነ ነገር ለማወቅ ተችሏል። ከእነዚህ በኋላ የነገሡት ሁለቱ የሴንካማኒስኬን ልጆች የበለጠ ይታወቃሉ። እነዚህም እንደነገሡበት ዘመን ቅደምተከል አንላማኒ (623 — 593 ቅጋአ) እና አስፔልታ (593 — 568 ቅጋአ) ናቸው።[255] እነዚህን ነገሥታት አጠር አድርገን እያንዳንዳቸውን ቀጥለን እንመለከታለን። ቆየት ያለ ቢሆንም፣ የናፓት ንጉሦች ስሞች እና የዘር ሀረግ/ትውልድ ጠቅለል ባለ መልኩ በቻርት የቀረበውን የዱንሀማ እና ማክዳም (1949፡ 149)ን ለመሰረታዊ ግንዛቤ ይመልከቱ።

2.5.1.1 አትላናርሳ (653 — 643 ቅጋአ)

አትላናርሳ በተወሰኑ ስራዎች ደግሞ አትላኔርሳ[256] በሚል እናገኛለን። ከላይ እንደገለፅነው ስለዚህ ንጉሥ ብዙም የሚታወቅ ነገር አልነበረም። የእዚህ ንጉሥ የሀውልት ፍርስራሽ በጀበል ባርከል ተገኝቷል። ሀውልቱም የተገኘው ፈራርሶ ያልተሟላ በመሆኑ ብዙ መረጃ ሊሰጥ አልቻለም። ይሁን እንጂ ስለእዚህ ንጉሥ አንዳንድ መረጃዎች በቅርብ ግዜ ተገኝተዋል። ይህ ንጉሥ እንደታሀርቃ በኑሪ ፒራሚድ አስገንብቶ መቃብሩንም በዚያው

አድርጓል (ዱንሀማ እና ማከዳም፣ 1949፡143)። አትላናርሳ መቃብሩን በዚያ ያደረገው እንዳባቱ ታሀርቃ የአባቱን ፈለግ መከተሉ ይመስላል (ኤድ እና ሌሎች 1994፡211)። ከአትላናርሳ በፊት በኑሪ ፒራሚድ ያስገነባ ብቸኛው ንጉሥ ታሀርቃ ነበር። አትላናርሳ በዚህ አካባቢ ፒራሚድ ሲያስገነባ ሁለተኛው ንጉሥ መሆኑ ነው። ከእዚህ ንጉሥ ሚስቶች ውስጥ ቢያንስ ሁለቱ እህቶቹ እንደሆኑ ይገመታል። እነዚህም የቁሮው እና ካለሰ[257] ይባላሉ (ዝኒከማሁ፡210)። አስቀድመን እንደገለፅነው በኩሽ ነገሥታት እህት ማግባት የተለመደ ነው።

2.5.1.2 ሴንካማኒስኬን (643 — 623 ቅጋአ)

ከላይ እንደገለፅነው ስለዚህም ንጉሥ ብዙም የሚታወቅ ነገር የለም። በእርግጠኝነት የንግሥና ዘመኑንም መናገር አይቻልም።[258] ይህ ንጉሥ በአትላናርሳ በጀበል በረካ የተጀመረ ቤተ አምልኮ አስጨርሷል (ኤድ እና ሌሎች ፣ 1994፡212)። ይህ ንጉሥ የአትላናርሳ ልጅ እንደሆነ ይገመታል (ዝኒከማሁ)። ከሚስቶቹ ውስጥ አንዷ ንግሥት ናሳልሳ[259] ትባል ነበር። በማከታተል የነገሡት አንላማኒ እና አስፔልታ የሚወለዱት ከዚች ንግሥት እንደሆነ ይገመታል። የዚህ ንጉሥ ሀውልት በጀበል ባርካል ተደብቆ ተገኝቷል። ስሙን የያዙ ሀውልቶች በሜሮኤም ተገኝተዋል። እንደታሀርቃ ይህ ንጉሥ እና ባለቤቱ ናሳልስ የተቀበሩት በኑሪ ነው (ዱንሀማ እና ማከዳም፣ 1949፡147፣ ኢምበርሊንግ፣ 2011:10)። በዚህ ንጉሥ ላይ ላለው የተወሰነ መረጃ ከላይ የጠቀስናቸውን ሁለት ስራዎች ይመልከቱ።

2.5.1.3 አንላማኒ (623 — 593 ቅጋአ)

አንላማኒ ከላይ እንደገለፅነው የንግሥት ናሳልሳ እና የንጉሥ ሴንካማኒስኬን ልጅ ሲሆን ከሱ በኋላ የነገሠው አስፔልታ ታላቅ ወንድሙ እንደሆነ ይገመታል (ዱንሀማ እና ማከዳም፣ 1949፡142)። የዚህ ግምት ምክንያት ከአስፔላታ ቀድሞ መንገሡ ነው (ኤድ እና ሌሎች ፣ 1994፡ 215)። አንላማኒ ከነበሩት አራት ሚስቶች ውስጥ ማዲከን የምትባለው እህቱ ነች። ማዲከን ልክ እንደሱው ከንግሥት ናሳልሳ እና ከንጉሥ ሴንካማኒስኬን ትወለዳለች (ዱንሀማ እና ማከዳም፣ 1949፡144)።

አንላማኒ ከሱ በፊት ከነበሩት ሁለት ነገሥታት ይልቅ ኩሽ እንድታንሰራራ አድርጓል። ስለዚህ ንጉሥ ሰፊ ግንዛቤ የተገኘው ካዋ ከሚገኘው ሀውልቱ ነው። የዚህ ሰው ሁለት ሀውልቶች በጀበል ባርካል ተገኝተዋል። በካዋ የሚገኘው የአንላማኒ የድንጋይ ላይ ፅሁፍን የእንግሊዝኛ ትርጉም ከኤድ እና ሌሎች (1994፡ 216 ቀገ) ይመልከቱ። በዚህ ፅሁፍ በተለያዩ ግዛቶቹ መዘዋወሩን እና ቡላኋ ከተባሉ ህዝቦች መዋጋቱን ይገልፃል።[260] እነዚህ ህዝቦች የቤጃ ጎሳ እንደሆኑ ይገመታል (ኤድ እና ሌሎች 1994፡221፣ ሌክላንት 1981: 285)።

2.5.1.4 አስፔልታ (593 — 568 ቅጋአ)

አስፔልታ የነገሠበትን ዘመን ኢምበርሊንግ (2011:10) ከ600–580 ቅጋአ አካባቢ ነው በማለት አቅርቦታል። እዚህ የሰጠነው ሌክላንትን (1981: 283-285) መሰረት አድርገን ነው። ልዩነቱ እምብዛም ብቻ ሳይሆን በሁለቱም እርግጠኛ በሚል የቀረበ አይደለም። ይህ በዚህ ክፍል የጠቀስናቸውን ሌሎቹንም ይመለከታል። የንግሥና ዓመቱ መቶ በመቶ እርግጠኛ አይደለም። የተወሰነ ልዩነት በሌሎቹም ይኖራል። በተለይ የአስፔልታን የንግሥና ዘመን አስመልክቶ እርገጠኛ ሆኖ መናገር እንደማይቻል ኤድ እና ሌሎች (1994፡330) አስረግጠው ገልፀዋል።

ከላይ እንደገለፅነው አስፔልታ የሴንካማኒስኬን እና የንግሥት ናሳልሳ ልጅ ሲሆን ከወንድሙ አንላማኒ ቀጥሎ የነገሠ ነው። አስፔልታ ከነበሩት አራት ሚስቶች ከሄብ የአንላማኒ እና የንግሥት ማዲከን ልጅ ነች (ኤድ እና ሌሎች 1994፡221)። አስፔልታ ሌሎች ሶስት አርታሃ፣ አሳታ እና ማቅማሎ የተባሉ ሚስቶች ነበሩት። የነዚህ ትውልድ/የዘር ሀረግ ግን አይታወቅም። ዱንሀማ እና ማከዳም (1949፡142-144)ን ይመልከቱ።

አስፔልታ በንግሥናው ብዙም ሳይቆይ የግብፅን ወረራ አስተናገደ። በ591 ወይም በ592 ቅጋአ ዳግማዊ ፕሳሜቲክ[261] የተባለ በግብፅ በነገሠ በሁለተኛው ዓመት ኩሽን ወረረ (ሌክላንት 1981፡283)።[262] በዚህ ወረራ የግብፁ ንጉሥ ናፓታን መቆጣጠር ብቻ ሳይሆን በርካታ ቤተአምልኮዎችን (የአሙን ቤተአምልኮን ጨምሮ) እና ቤተመንግሥቶችን[263] አፈራረሰ። በዚህ ዘመቻ የተደረገው ውድመት ታስቦ የንጉሣኑን ስሞች እና ታሪክ ለማጥፋት ሳይሆን በጦርንተ በደረሰ የአጋጣሚ አደጋ እንደሚመስል ኤድ እና ሌሎች (1994፡230) ይገልፃሉ። ለዚህ ምክንያታቸው ከፈራሱት ሀውልቶች ውስጥ የንጉሣኑ ስሞች መገኘታቸው እና ውድመቱ በሁሉም ላይ ተመሳሳይ አለመሆኑ ነው (ዝኒከማሁ)።[264] ይሁን እንጂ በተወሰኑት ላይ ለምሳሌ በአስፔልታ የምርጫ ሀውልት በሚባለው ላይ የአስፔልታን የዘር ሀርግ የሚገልፀው ሁሉ ተሰርዟል (ዝኒከማሁ፣ 231)።[265]

በወቅቱ ከተገኘ ፅሁፍ በመነሳት በኩሽ ላይ በተደረገው ዘመቻ ግብፆች ከራሳቸው ዜጋ ኃይል በተጨማሪ የውጭ ሀገር ቅጥረኛ ወታደሮች አሳትፈዋል። በዚህ ዘመቻ የውጭውን ቅጥረኛ ጦር ፖታሲምቶ የተባለ የጦር መኮንን ሲመራው፣ ግብፃውያኑን ደግሞ አማሲስ የተባለው ወታደራዊ አዛዥ መርቶታል።[266] ሌክላንት (1981፡285) ቅጥረኛ ጦሮቹ ግሪክ እና ቻሪያን እንደነበሩ ገልጿል።[267] ኤድ እና ሌሎች (1994፡289)ም ቅጥረኛ ወታደሮቹ ሌክላንት ከጠቀሳቸው ሁለት ሀገራት እንድሆኑ ይገልፃሉ። በጀበል ባርካል እንዲሁም በቅርቡ ደግሞ በከርማ የተገኙት በርካታ የንጉሣውያን ሀውልቶች በዚህ ወረራ ምክንያት/ወቅት የተሰባበሩ እንደሆነ ይገመታል። ለዚህ ኤድ እና ሌሎች (1994፡230)ን፣ ኢምበርሊንግ (2011:10)ን፣ ኤድዋርድስ (2004፡122)ን እና በእነዚህ የተጠቀሱ ስራዎችን ይመልከቱ።

በአንድ ወቅት የተፃፈ ታሪክ በሌላ ወቅት ሌላ ማስረጃ ሲገኝ የሚሻሻል ከሆነ ይሻሻላል። የሚጨመርበት እውነታ ካለ እንዲጨመርበት ይደርጋል። ይህ የግብፆችን እና የኩሾችን

ታሪክ ብቻ የሚመለከት ሳይሆን በማንኛውም ሀገር ያለ፣ በተለይ በጥንታዊ ታሪክ ላይ የሚከሰት ነው። ከላይ እንደገለፅነው፣ በተለይ ስለኩሽ ድኅረ 25ኛው ስርወመንግሥት ያለው ግንዛቤ በጣም አናሳ ነው። ወደበኋላ ላይ እንደምንመለከተው ቀደም ብለው ከተሰሩት እና በቅርብ ግዜ በተሰሩት በርካታ ልዩነቶች እናያለን። ምክንያቱ ግልፅ ነው። አንዳንድ መረጃዎች በቅርቡ የተገኙ መኖራቸው ነው።

አስፔልታ ከእሱ ቀደመው ከነገሡት ሶስት ንጉሦች በላይ በርካታ ፅሁፎች ትቶልን አልፏል። በዚህም ስለእዚህ ንጉሥ ከሌሎቹ በተሻለ ሊታወቅ ችሏል። ትቶልን ካለፈው በርካት ፅሁፎች ውስጥ ሁለት ታላቅ ፅሁፎች በ1980 አካባቢ ተገኝተዋል። አንደኛው ስለንግሥናው የሚያወራው ፅሁፍ ነው። ይህ ፅሁፍ የንግሥናው በመጀመሪያ ዓመት ላይ የተፃፈ ነው። እንደፅሁፉ ከሆነ አስፔልታ ለንግሥና የተመረጠው በ24 ወታደራዊ አዛዦች እና በሃይማኖት መሪዎች ነው። በ1980 ስለተገኙት ሁለቱ ጠቃሚ ፅሁፎች ይዘት ሌክላንት (1981: 283-285)ን ይመልከቱ። ለእነዚህ እና ለሌሎች ፅሁፎች ቀጥተኛ የእንግሊዝኛ ትርጉም ኤድ እና ሌሎች (1994)ን ይመልከቱ። የአስፔልታ ፅሁፎች ስለንጉሣዊ ቤተሰቦች ብዙ መረጃ ይሰጣሉ።

አስፔልታ የተቀበረው ከእሱ በፊት እንደነበሩት በዚያው ኑሪ ሲሆን የመቃብር ስፍራውም በአካባቢው ከሚገኘው በስፋቱ ሁለተኛ ነው (ዱንሀማ እና ማክዳም፣ 1949፡ 143)። በዚህ የመቃብር ስፍራ በርካታ ጠቃሚ የታሪክ ማስረጃዎች ተገኝተዋል። ለፅሁፍ ማስረጃዎቹ ኤድ እና ሌሎች (1994)ን ይመልከቱ። ጥቂት የማይባሉ የተለያዩ የዚህ ዘመን ማስረጃዎች በአሁኑ ግዜ በአሜሪካ በቦስተን ሙዚየም ይገኛሉ።[268]

2.5.1.5 አራማቴልቆ (568–555 ቅ.ጋ.አ)

አራማቴልቆ[269] የአስፔልታ ልጅ እና ወራሴ መንግሥት ነው። ንግሥናውም ከአስፔልታ ቀጥሎ እንደሆነ ይገመታል። የዚህ ግምት ከኑሪ መቃብሩ ላይ በመነሳት እንደሆነ ኤድ እና ሌሎች (1994፡290) ይገልፃሉ። አራማቴልቆ የንግሥት አማኒታካዬ[270] ባለቤት ከመሆኑም በላይ ከእሱ በመቀጠል የነገሠው ማሎናቀን ከእዚች ንግሥት የወለደው እንደሆነ ይታመናል። አራማቴልቆ እና ባላቤቱ አማኒታካዬ የተቀበሩት በኑሪ ነው (ዝኒከማሁ)። ዱንሀማ እና ማክዳም (1949፡ 141)፣ ይህ ንጉሥ አክሄቃ የተባለች ሌላ ሚስት እንደነበረችው ይገልፃሉ። እንደዱንሀማ እና ማክዳም (ዝኒከማሁ) ከሆነ አክሄቃ የአራማቴልቆ ባለቤት ብቻ ሳትሆን እሁቱም ነች። እሷም ከንጉሥ አስፔልታ ትወለዳለች።

2.5.1.6 ማሎናቀን (555–542 ቅ.ጋ.አ)

ማሎናቀን[271] የንጉሥ አራማቴልቆ እና የንግሥት አማኒታካዬ[272] ልጅ እንደሆነ ይገመታል (ዱንሀማ እና ማክዳም፣ 1949፡ 144)። ይህ ንጉሥ የተቀበረው በኑሪ ሲሆን፣ በሜሮኤ አሻራው ተገኝቷል (ኤድ እና ሌሎች ፣ 1994፡291)። ከዚህም በመነሳት ማሎናቀን እና

ከእሱ በፊት የነገሠውን አባቱን አራማቴልቆን በሜሮኤ ዘመን ማድረግ በተወሰኑ ስራዎች ይታያል። በርግጥ ለዚህ ሌላም ምክንያት አለ።

2.5.1.7 ማጠቃለያ

ከላይ ያየናቸው የኩሽ ነገሥታት ዋና ከተማቸው ናፓታ ነበር። ሀገሩን የሚያስተዳድሩት ከዚህ በመነሳት ነበር። እንደኢምበርሊንግ (2011:10) ከሆነ፣ "የኑቢያን/ኩሾች መሪዎች ዋናከተማቸውን የንጉሣውያን መቀበሪያቸውንም በ5ኛው እና በ6ኛው ካታራክቶች መሀከል በሚገኘው ሜሮኤ ያደረጉት በሶስተኛው መቶ ቅጋአ ነው። ይህ ሽግግር ከናፓታ ስርወመንግሥት ወደ ሜሮኤ ስርወመንግሥት መሆኑን ያመለክታል"። ይሁን እንጅ፣ እንደ ሌክላንት (1981: 285) እና ሌሎች በርካታ ቀደምት ስራዎች ከሆነ፣ ከናፓታ ወደ ሜሮኤ የተደረገው ሽግግር በ6ኛው መቶ ቅጋአ አካባቢ ነው። ሌክላንት ለዚህ ምክንያቱ ከላይ የገለፅነው የግብፁ ንጉሥ ፕሳሜቲክ በ590ዎቹ መጀመሪያ ያደረገው ወረራ መሆኑ ጥርጥር የለውም። እንደሌክላንት ከሆነ "አስፔልታ የመጀመሪያው የሜሮኤ ገዥ እንደ ነበር በቂ ማስረጃ አለ" (ሌክላንት፣ 1981: 285)።[273]

ከግብፅ ወረራ በተወሰነ ደረጃም ቢሆን ለመሸሽ ኩሾች ከግብፅ ድንበር ርቀው መቀመጥ ሳያስፈልጋቸው አልቀረም የሚል እምነት አለ። ይህ በኢትዮጵያ ከአክሱም ወደላሊበላ የተደረገውን አይነት መሸጋገር ይመስላል። ከጠላት ድንበር ራቅ ወዳለ ግዛት ዋናከተማን ማዛወር ጠላት ወረራ ቢያደርግ ዋና ከተማ እስከሚደርስ ለመከላከል ግዜ ይሰጣል። ይሁን እንጂ ከአስፔልታ በማስከተል የነገሡት ሁለት ንጉሦች—ንጉሥ አራማትለቆ (568–555 ቅጋአ) እና ንጉሥ ማሎናቀን (555–542 ቅጋአ)—በዚሁ በናፓታን ዘመን ስር በብዙ ስራዎች ይመደባሉ።[274] ወደሜሮቲክ የተደረገው የመቀመጫ መዘዋወር ቀስ በቀስ ነበር እና የተለያየ የሽግግር ዘመን በተለያዩ ስራዎች መቅረቡ ከዚህ የተነሳ ነው ብሎ መገመት ይቻላል። ዋናው ነገር ሜሮኤ በአስተዳደር ማእከልነት ቢያንስ ከአስፔልታ ዘመን ማከተሚያ አካባቢ ጀምሮ እየጨመረ የመጣ ይመስላል።

የኩሽ አስተዳደር ወደሜሮኤ በተዘዋወረበት ወቅትም ናፓታ የሃይማኖት ጠቀሜታዋን አላጣችም ነበር። በሚቀጥለው ክፍል ዘርዘር አድርገን እንደምንመለከተው እስከአራተኛው መቶ ክፍለዘመን መጨረሻ ድረስ የንጉሣውያን ቤተሰቦች የሚቀበሩት በዚችው ከተማ አካባቢ በምትገኘው ኑሪ ነበር።[275] ምናልባትም ኢምበርሊንግ ወደናፓታ የተደረገውን ሽግግር ወደሦስተኛው መቶ ክፍለዘመን ያወረደው ከዚህ ምክንያት በመነሳት ሊሆን ይችላል።

2.5.2 የሜሮቲክ ዘመን (ከ542/590 ቅጋአ እስከ 400 ጋአ)

ሜሮኤ የከተማም የአካባቢም ስም ነው። በስሙ አመጣጥ ላይ በራሱ የተለያዩ አስተያየቶች አሉ። ለዚህ ስያሜ የመጀመሪያ መነሻ ሀሳብ የሰነዘረው ስታሮቦ ነው። ስትራቦ ሜሮኤ የሚለውን ስያሜ ያወጣው ካምብይሲስ ነው ይላል። እንደስትራቦ ከሆነ ይህ ንጉሥ የአቼመኒድ ኢምፓየር በግብፅ ላይ የበላይነት በነበራቸው ወቅት የግብፅን ወታደር እየመራ

እስከሜሮኤ ደርሶ ነበር፤ እዚያም ሜሮኤ የተባለች ልጁ (አንዳንዶች ሚስቱ ናት ይላሉ) ትሞታለች። ስትራቦ በዚህ የተነሳ ለማሳታወሻ የልጁን ስም ለከተማዋ እና ለደሴቷ ሰጠ ይላል።[276]

ስትራቦ የሚያወራው ስለዳግማዊ ካምብይሲስ ይመስላል። ይህ ሰው ከ530 እስከ 522 ቅጋአ ድረስ የአቼመኒድ ኢምፓየር ንጉሠነገሥት የነበረ ሲሆን፣ በ525 ቅጋአ ግብፅን ወሮ ማስገበሩ በታሪክ ይታወቃል። ይሁን እንጂ፣ ካምብይሲስ ሜሮኤ ድረስ ስለመዝመቱ ከሌላ ታሪክ ማስረጃ የሚታወቅ ነገር የለም። በዚህ ላይ ማርክ (2010)ን ይመልከቱ። ሄሮዱተስ ይልቁንም ካምብይሲስ ወደኩሽ ያደረገው ዘመቻ በሽንፈት የተደመደመ እንደነበር ዘግቧል።[277] ሄሮዱተስ ስለዚህ ንጉሠነገሥት ያቀረበው ሀተታ በታሪክ ምሁራን ዘንድ ብዙም ተቀባይነት የለውም። ዲዮድሮስ ሲችልስም ካምብይሲስ በኩሽ ላይ ባደረገው ዘመቻ ኩሾች ማሸነፋቸውን እንደሚገልፁ አስፍሯል።[278]

በፅሁፍ የቀረበ ከናፓታ ወደሜሮኤ የተደረገ ሽግግርን የሚገልፅ ባለመኖሩ፣ ከላይ እንደገለፅነው የሜሮኤ ዘመን ጅማሮ ላይ የሁሉ ስምምነት የለም። አንዳንዶች በጣም አውርደው 300 ቅጋአ ሲያደርጉት፣ ሌሎች 600 መቶ ቅጋአ ያደርጉታል። ግምቱ ከተለያዩ ታሪካዊ ክስተቶች እና አርኪዎሎጂ ውጤቶች በመነሳት ነው። በአንዳንዶች ከናፓታ በጣም ደቡብ ወደምትገኘው ሜሮኤ የኩሽ መንግሥት መቀመጫ የዞረው በአስፔልታ ዘመን ወይም ከሱ በኋላ በሁለተኛ ዙር በነገሠው ዘመን ያደርጉታል። ከላይ እንደገለፅነው፣ በርግጥ በዚህ ጉዳይ ላይ እርግጠኛ ሆኖ መናገር ያስቸግራል። በጣም እንለጥጠው ካልን ሜሮኤ የኩሽ መናገሻ ከአስፔልታም አስቀድሞ ሊሆን ይችላል። የንጉሦች መቃብሩ በናፓታ መቆየቱ ናፓታ ከነበራት የሃይማኖት ማዕከልነት አንፃር ሊሆን ይችላል። ከላይ ያነሳነው ሄሮዱተስ በ430 ቅጋአ አካባቢ በፃፈው የታሪክ መፅሀፉ ሜሮኤ ታላቅ ከተማ እንደነበረች ገልጿል።[279] ይህ በራሱ ሜሮኤ በወቅቱ የኩሽ መናገሻ ከተማ መሆኗን ያመላክታል። ወደሜሮኤ ከናፓታ ይልቅ ሽግግር የተደረገበት ምክንያት ተብሎ የሚቀርበው ከስራ ስራ ሊለያይ ይችላል። ለዚህ ዋናው የታሪክ ፀሀፊው ወደሜሮኤ የተደረገው የሽግግር ዘመንን የከፈለበት አብዛኛውን ግዜ ይወስነዋል።

ግብፅን ከተነጠቁ በኋላ ኩሾች ከግብፅ ጋር የነበራቸው ንግድ መዳከሙ አልቀረም። ይህ በየግዜው ከነበረው ጦርነት ጋር ተዳምሮ ሜሮኤ ተፈላጊነቷ እየጨመረ እንዲመጣ አደረገ። የሜሮኤ ተፈላጊነት እየጨመረ መምጣት በሌሎችም ምክንያት ይመስላል። ከናፓታ ይልቅ ሜሮኤ በቂ የማገዶ እንጨት ነበራት። ናፓታ ለረጅም ዘመናት መናገሻ በመሆኗ የማገዶ እንጨት ችግር ወደኋላ ላይ ማምጣቱ አልቀርም። የእንጨት ተፈላጊነቱ ለማገዶ ብቻ ሳይሆን፣ በወቅቱ በጣም ተፈላጊ ለነበረው ለብረት ስራም ነበር። ሜሮኤ በብረት ስራ በርግጥ በጣም ታዋቂ ነበረች (ማርክ 2010)። ሌላው የወቅቱ የአለም ፖለቲካ እና ኢኮኖሚ ሁኔታ ነው። ግሪኮች በተለይ ግብፅን ከተቆጣጠሩ በኋላ በቀይባህር ንግድ ተስፋፍቶ ነበር። ሜሮኤ ደግሞ ለዚህ የባህር ንግድ ልውውጥ ከናፓት ይልቅ ትቀርባለች። ይህም ኩሽ ወደሜሮኤ ዋና ከተማውን ማዞር ተጨማሪ ምክንያት የሆነ ይመስላል። ሌላው

አስቀድመን ያነሳነው ነጥብ ነው፤ ከግብፅ ወረራም ለመራቅ ሜሮኤ የተሻለች አማራጭ ነበረች።

በቀዳሚው ክፍል እንዳየነው የግብፁ ዳግማዊ ፕሳሜቲክ አስፔልታን ወግቶ ብዙ ውድመቶች በቅጥረኛ ወታደሮች እገዛ አድርሷል። ይህ በራሱ ሙሉውን የመንግሥት አስተዳደሩ ወደሜሮኤ እንዲዞር ምክንያት ሳይሆን አይቀርም። ለአንዳንዶች የኩሽ መንግሥት መቀመጫ የዞረው ከዚሁ ከአስፔልታ ሽንፈት በኋላ ነው።

ሜሮኤ እውቅና ያገኘችው ግን ከዚህ ከ600 ቅጋአ በኋላ አይደለም። ኩሽ ኃይሏ ታላቅ ሆኖ ግብፅን አጠቃላ በምትገዛበት በ8ኛው መቶ ክፍለዘመን ወቅት ንጉሥ ታሀርቃ ቢያንስ አንድ ህንፃ በሜሮኤ ገንብቷል። ከአራት ትውልድ በኋላም የንጉሥ አንላማን/አንላማኒ ሜሮኤ በተገኙ ፅሁፎች በተደጋጋሚ ስሙ ተጠቅሶ ይገኛል። ከአንላማኒ በማስከተል የነገሡት አስፔልታ፣ አምታልቃ እና ማሌናቀን/ማሎናቀን ስምም በሜሮኤ ፅሁፎች ተጠቅሰው ይገኛሉ። በዚህ ወቅት የመኖሪያ ቤቶች ግንባታ እንደነበረም ዱንሀም፣ ጋርስታንግን በመጥቀስ ይገልፃል (ዱንሀም 1947፡7)። እንደዱንሀም (ዝኒከማሁ) እና ከላይ የጠቀስናቸው ሌልች በርካታዎች ከሆነ የኩሽ ነገሥታት በግብፅ ላይ የበላይነት ካጡ በኋላ ሜሮኤን በማዘውተር መኖሪያቸው ሳያደርጓት አልቀረም። ምንም እንኳን በአስተዳደር ማዕከሉ ሽግግር ዘመን ላይ ስምምነት ባይኖርም ኩሾች ከግብፅ ከተባረሩ በኋላ በኢኮኖሚውም ተፅዕኖ ምክንያት ሜሮኤን ቢያንስ እንደሁለተኛ የፖለቲካው ማዕከል/ዋና ከተማ አድርገው ሳይጠቀሙባት አይቀርም። ይሁን እንጂ የአሙን-እምነት ማእከል ከጥንት ጀምሮ የነበረችው ናፓታ መንግሥቱ በእርግጠኝነት ወደሜሮኤም ከተዛወረም በኋላም ለረጅም ግዜ የሃይማኖት ማዕከል ሆና ማገልገሏን አልተወችም ነበር። እስከማሌናቀን/ማሎናቀን ድረስ ንጉሡ ብቻ ሳይሆን ንግሥቶቹም ሲሞቱ ቀብራቸው ኑሪ በሚገኘው የንጉሦች መቃብር ነበር።[280] ይሁን እንጂ ከማሎናቀን በኋላ ከንጉሡ አጠገብ የሚቀበሩት የተወሰኑ ልዕልቶች (የንጉሣውያን ቤተሰቦች የሆኑ ሴቶች) ብቻ ነበሩ (ዱንሀም 1947፡7)። በዚህም ከማሎናቀን በኋላ የነገሡትን በሜሮኤ ዘመን ስር መመደብ የተለመደ ነው። ሙሉ በሙሉ የንጉሣውያን መቃብር ወደሜሮኤ የተዛወረው ከሶስተኛው መቶ ቅጋአ ጀምሮ ነው። ከዚህም በመነሳት አንዳንድ ስራዎች የሜሮኤን ዘመን ከ300 ቅጋአ ጀምሮ ያደርጉታል። ለዚህ፣ ለምሳሌ የሚከተለውን ከሎባን (2004፡ 258) ይመልከቱ፤

> በ315 ቅጋአ ንጉሥ ናስታሴን ምናልባት በናፓታ ኑሪ የተቀበረ የመጨረሻው የኩሽ ንጉሥ ሳይሆን አይቀርም። ንጉሥ አርካማኒ (ንዘ 270–260 ቅጋአ) ሲሞት፣ በአሁኑ ወቅት ሸንዲ በሚባለው አቅራቢያ በሚገኘው በሜሮኤ (ቤጅራዊያ) የተቀበረ የመጀመሪያው ንጉሥ ሆነ። ከናፓታ ወደሜሮኤ የተደረገው ሽግግርም በእነዚህ ሁለት ንጉሦች የንግሥና ዘመን መሀከል መሆን አለበት።[281]

ንጉሥ አርካማኒ በአንዳንድ ስራዎች አርካማኒቆ፣ አርቃማኒ፣ እንዲሁም አርካካማኒ እና ኤርካመነስ በሚልም ይገኛል።[282] ለኋለኛው ስም፣ ሆስኪንሰን (1835፡315)ን ይመልከቱ። እንደሆስኪንሰን ከሆነ ይህ ንጉሥ በዲዮድሮስ ስራ ቀዳማዊ ኤርጋመነስ በሚል የተጠቀሰው እንደሆነ ጥርጥር የለውም (ዝኒከማሁ)።[283] ሆስኪንሰን (1835፡314-315)ን በመከተል ንጉሥ አርካማኒ፣ በዲዮድሮስ ስራ የተጠቀሰው ቀዳማዊ ኤርጋመነስ ሳይሆን አይቀርም የሚል እምነት በበርካታ የታሪክ ምሁራን ዘንድ አለ። እንደሎባን (2004፡44 ቀገ) ከሆነ በዚህ ስም የነገሡ ሁለት ነገሥታት ሳይኖሩ አይቀርም። ቀዳማዊ ኤርጋመነስም ቀዳማዊ አርካማኒ ሳይሆን አይቀርም። እንደሎባን (ዝኒከማሁ) ግምት ከሆነ ይህ ንጉሥ ብቻ ነው አንዳንዴ አርካካማኒ በሚል ተጠቅሶ የሚገኘው።

በዲዮድሮስ ስራ ቀዳማዊ ኤርጋመነስ የተጠቀሰው ንጉሥ የኩሽ *መቀመጫን* ወደሜሮኤ ለማዞሩ ብቻ ሳይሆን ምናልባትም የኩሽ ስርወመንግሥት የነበረውን በአዲስ ስርወመንግሥት የለወጠ ተደርጎም ይወሰዳል። እንደቶሮክ (1997) ከሆነ ግን ይህ ንጉሥ፣ ማ. አርካማኒ፣ የኩሽ *መቀመጫን* ሳይሆን የንጉሦች *መቀበሪያን* እና የጥንቱን የኩሽ ንጉሦች የዘር ሀረግ ጥሶ በአዲስ ሜሮኤን መሰረት ባደረገ የዘር ሀረግ የተካ ነው። በዚህም ምክንያት ከዚህ ንጉሥ ጀምሮ ያሉ ነገሥታትን የሜሮኤ ስርወመንግሥት በማለት መጥራቱ አግባብ ነው ይላል (ቶሮክ፣ 1997፡423)።[284] ቶሮክ ለዚህ ድምዳሜው እንደ አንድ ምክንያት ያቀረበው የአርካማኒ የንግሥና ስምን ነው። ይህ ንጉሥ የወሰደው የንግሥና ስሟ አማሲስ የተባለ የ26ኛው ስርወመንግሥት የግብፅ ንጉሥ የሚጠቀምበትን ሲሆን፣ ይህ የግብፅ ንጉሥ ቀዳሚዎቹን በኃይል እንዳስወገደቻው በአደባባይ የሚገልፅ ነበር። ሌላኛው ምክንያት የሁለተኛው ቅጋአ የታሪክ ፀሀፊ የነበረው አጋታአርቺደስ ይህ አርካማኒ በሜሮኤ የነበረውን በቄሶች ትዕዛዝ ንጉሥ የመግደል ባህልን ያስቆመበትን ከተለየ አንፃር ‘አንግል’ በመመልከት ነው። የአጋታአርቺደስ ስራዎች አብዛኞቹ በመጥፋታቸው ከታች የተጠቀሰው የሲችልሱ ዲዮድሮስ መዝግቦ ያቆየው ነው። ይህ ፅሁፍ በተለያዩ የታሪክ ሰዎች የተለያየ ትርጓሜ የተሰጠው በመሆኑ እንዳለ እናቀርበዋለን። ከታች የቀረበው የኦልድፋዘር (1935፡ §5.3-6.4) የእንግሊዝኛ ትርጉም ላይ ተመስረቶ ነው።[285] ትርጉሙ ቀጥተኛ አይደለም።

> ከሁሉም ልማዶቻቸው በጣም የሚያስደንቀው ከንጉሦቻቸው ሞት ጋር ተያይዞ ያለው ነው። አማልክቶችን በማምለክ [ሙሉ] ግዜያቸውን የሚያሳልፉት የሜሮኤ ካህናት ከማንም በላይ ኃይል ነበራቸው። የአማልክቶች ፈቃድ መፈፀም አለበት በማለት ሐሳቡ በመጣባቸው ቁጥር ንጉሡ እራሱን እንዲያጠፋ መልእክተኛ ወደ ንጉሡ ይልካሉ።[286] አክለውም አማልክት ይህንን እንደገለጡላቸው እና የዘለለም ህያዋን የሆኑት አማልክት ትዕዛዝ በምንም መንገድ ሟች በሆነ አካል መሻር እንደማይችል ይገልፃሉ። [...] በቀድሞ ዘመን ነገሥታቱ ለካህናቱ ይታዘዙ ነበር። ይህን የሚያደርጉት በጦር ወይም በኃይል ተሸንፈው ሳይሆን፣ የማመዛዘን ኃይላቸው በአጉል እምነታቸው ተገድቦ ስለ ነበር ነው። ነገር ግን በዳግማዊ ቶለሚ ዘመን የ[ኩሹ] ንጉሥ ኤርጋሜኔስ [ማ. ቀዳማዊ አርካማኒ] የግሪክ ትምህርት እና ፍልስፍናን የተማረ በመሆኑ ትዕዛዙን እምቢ ለማለት የመጀመሪያውን ድፍረት አሳየ። መንፈስ/መንፈሳዊነት ለንጉሥ የሚገባ ስለመስለው

ከሥራዊቱ ጋር ከዚያ በፊት ወደማይቀረበው የወርቅ ቤተ መቅደስ የነበረው (የእምነት) ስፍራ ገብቶ ካህናቱን በሰይፍ አስገደላቸው እና ይህን ልማድ አጠፋ። ከዚያም በራሱ ፈቃድ ብቻ ሁሉም እንዲከናወን አዘዘ።

ከላይ የቀረበው የአጋታአርቺደስ/ዲዮድሮስ ትረካ በአብዛኛው ቀደምት የመስኩ የታሪክ አጥኚዎች ዘንድ የነበረው አረዳድ ቀዳማዊ አርካማኒ የንጉሦች መቀመጫን ከናፓታ ወደሜሮኤ ማዛወሩ ነው። ይህም ናፓታ የሃይማኖት ማዕከል ስለነበረች በዚያ የነበረውን የእምነት ባህል ለአንዴ እና ለመጨረሻ ግዜ የሰበረ ተደርጎ ይቆጠር ነበር። እንደቶሮክ (1997) ግን ይህ የሚያሳየው አርካማኒ ከእሱ በፊት የነበረውን የንግሥና ሀረግ ጥሶ አዲስ የሜሮኤ ስርወመንግሥት መመስረቱ ነው። ለዚህ እሳቤው ከሱም በኋላ የነገሡት በናፓታ የእምነት ቦታዎችን በማደስ ስራ ላይ ተጠምደው ነበር። ለዝርዝሩ ቶሮክ (1997፡ ምዕራፍ 7፣ §2.1)ን ይመልከቱ። በማያጠራጥር ሁኔታ ማለት የሚቻለው ከዚህ ንጉሥ ጀምሮ የንጉሦች መቃብር ናፓታን በመተው በሜሮኤ ሆኖ ነበር።

ከናፓታ ወደ ሜሮኤ የተደረገው የኩሽ መንግሥት መቀመጫ ለውጥ የጥድፊያ ሳይሆን ቀስ በቀስ እንደነበር አስቀድመን ካየናቸው ትንተናዎች መረዳትም ይቻላል። ይህ በእርግጥ የበርካታ የታሪክ ባለሙያዎች ግምትም ነው። ናፓታ ዋና የአስተዳደር ማዕከሉም ወደሜሮኤም ከተዛወረ በኋላም ለረጅም ግዜ የሃይማኖት ማዕከልነቷን አላጣችም ነበር። እንደዱንሀም ከሆነ "መሪዎቹ በሁለት ጎሳ ወይም ቤተሰብ የተከፈሉ ነበሩ። አንደኛው ዋና ማዕከሉን/መቀመጫውን ናፓታ ያደረገ ሲሆን፣ ሁለተኛው ሜሮኤ ነበር። ሁለቱም በጣም የተቀራረቡ እና ያጋራ ባህል ያላቸው ነበሩ" (ዱንሀም 1947፡7)።[287] ዱንሀም (ዝነከማሁ፡ 8) የኩሽ ነገሥታት መቀመጫቸውን ወደሜሮኤ ሲያዞሩ ሜሮኤን ያስተዳድሩ ከነበሩት ከተወላጅ ቤተሰቦች ጋር በጋብቻ መተሳሰር እንደጀመሩ ግምቱን ሰጥቷል። ንጉሣውያኑ ከራሳቸው ከናፓታ ጎሳዎች ከሚወስዷቸው ሚስቶች በተጨማሪ ከሜሮኤ መሳፍንት ልጆች ሚስቶችን ሳይወስዱ አልቀሩም ነው።[288] ለዚህ ግምት ዋነኛው ምክንያት በአስተዳደር ሽግግሩ ወቅት ከሜሮኤ ተወላጆ ህዝብ የተነሳ ተቃውሞ አለመመዝገቡ ነው። ይህም የሜሮኤ እና የናፓታ ህዝብ ምናልባት አንድ እንደነበሩ ብቻ ሳይሆን የሚያሳየው በጎሳ ልዩነት ደረጃም የተነሳ የሚታወቅ ግጭት አለመኖሩ በጋብቻ ተሳስረውም ጭምር መሆን አለበት ነው።

ካርታ 10፡ ከ400 ቅጋአ አካባቢ የነበረው የኩሽ ግዛት

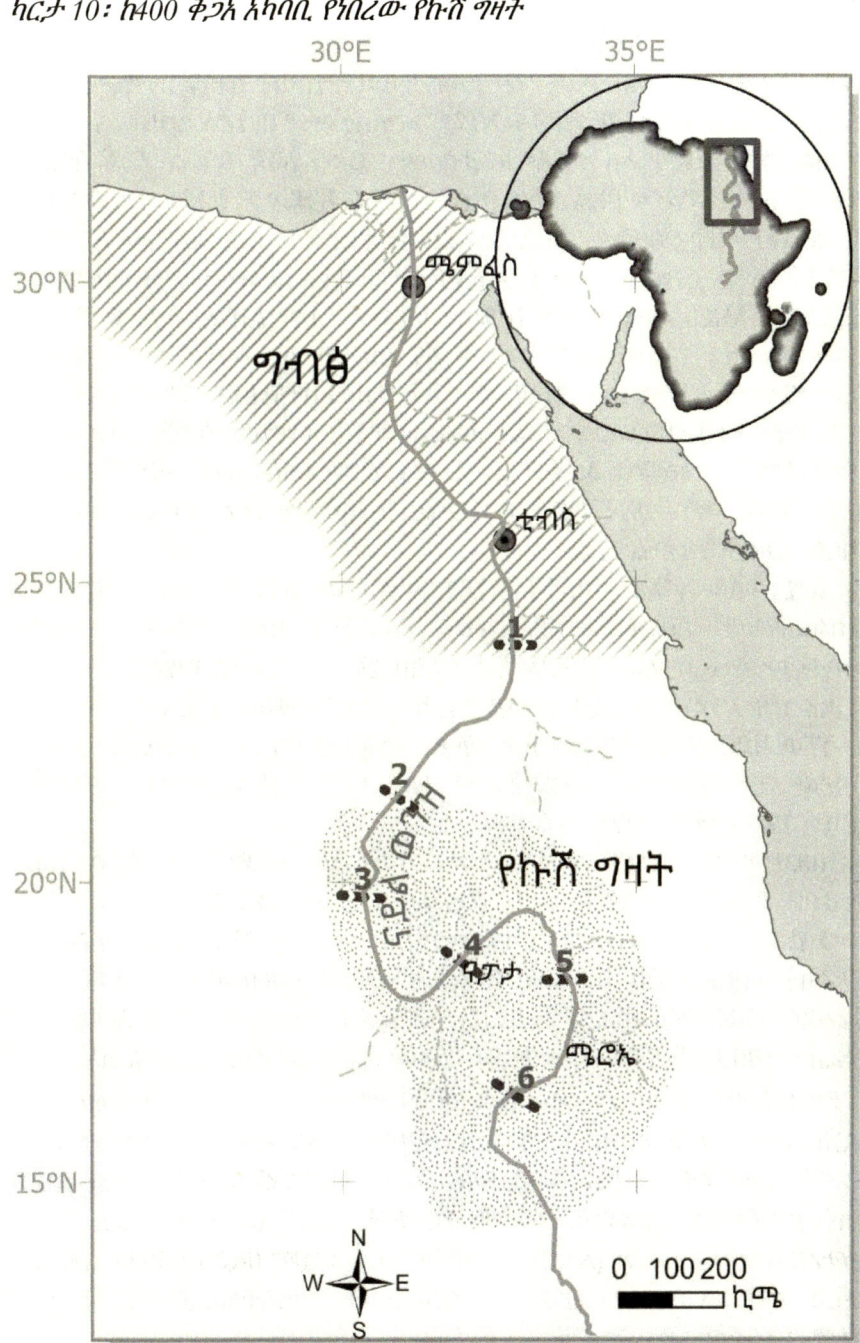

ክሬዲት፡ © ዳንኤል ካሳሁን

የኩሽ መንግሥት ወደ ሜሮኤ የተዛወረው ቀስ በቀስ ከ6ኛው መቶ አካባቢ ጀምሮ ነው ቢባልም ሜሮኤ ከዚያ በፊትም ቢያንስ ከ800 ቅጋአ ጀምሮ የንግድ እንቅስቃሴ የነበራት ከተማ ነች። ይች ከተማ በኩሽ መንግሥት ትልቅ ቦታ የሚሰጣት ከዋነኛ ከተማዎች ውስጥ አንዷ ነበረች። በሚቀጠለው ምእራፍ እንደምንመለከተውም በሜሮኤ ህዝብ እና በናፓታ መሀከል የነገድ ልዩነት አለ ተብሎ አይታሰብም። ይሁን እንጂ በባህል ደረጃ በሜሮኤ ነዋሪዎች እና በናፓታ መሀከል የተወሰነ ልዩነት አለ። እንደውም እንደኤድዋርድስ ከሆነ የባህል ልዩነቱ ከተመሳስሎው ይበልጣል (2004፡ 112)። ከላይ እንደአየነው አንዳንዶች ከሆነ ከአርካማኒ ጀምሮ የነገሡት ንጉሦች የቀድሞው የኩሽ ስርወመንግሥትን የመሰረቱት አይደሉም። እነዚህ ሙሉ በሙሉ ከሜሮኤ ናቸው። ይህም ልክ በኢትዮጵያ የአክሱም ስርወመንግሥት፣ የዛጉዬ ስረወመንግሥት እና በሁሏም ላይ እንደመጣው የሰለሞናዊ ስርወመንግሥት እንደሚባለው ማለት ነው። ኩሽ ግብፅን ከማስተዳደሯም ሆነ ከዚያ በፊት በነበረ ወቅት የራሷ የሆነ የፅህፈት ባህል አላዳበረችም ነበር። የሜሮኤ ሰዎች ግን የራሳቸውን ፅህፈት ለማዳበር ችለዋል። ፅሁፉም በመጀመሪያ ሄሮግላፊክስን በመጠቀም ነበር። በኋላ ከ2ኛው ክፍለዘመን ቅጋአ ጀምሮ ግን 23 ምልክት ያለው የተለየ ፅህፈት ፈጥረው 1300 አካባቢ ፅሁፎች ትተውልን አልፈዋል።

በሚቀጥለው ምእራፍ በስፋት እንደምንመለከትው ከተወሰኑ ቃላት እና የድምፅ ውክልና መለየት በስተቀር የሜሮኤ የፅሁፍ ማስረጃዎቹ ይዘት መታወቅ አልቻለም። ከሶስተኛው መቶ ክፍለዘመን ቅጋአ ጀምሮ እስከ 2ኛው ጋአ ድረስ የሜሮኤ መንግሥት ጠንካራ ሆኖ እንደነበር የተለያዩ በተለይ የግሪክ ፀሀፊዎች ትተውልን ካለፉት ፅሁፎች እና እራሳቸው ካደረጓቸው ግንባታዎች ማወቅ ይቻላል። ይህ መንግሥት ጠንካራ የጦር ኃይል የነበረው ብቻ ሳይሆን በግንባታም ረገድም ትልቅ ደረጃ ደርሶ ነበር። በዚህ መንግሥት በርካታ ፒራሚዶችም ተገንብተዋል።

በዚህ ዘመን በሰሜን የሜሮኤ ድንበር የታችኛው ኑቢያንም ያጠቃልል ነበር። ስትራቦም የግብፅ እና የኩሾች ድንበር ሲየነ እና ኤለፋንቴ እንደነበር ገልጿል።[289] በዚህ ዘመን የነበሩ አንስተኛ ቢሆኑም በርካታ መንደሮች በዚሁ በታችኛው ኑቢያ ከሶስተኛው ካታራክት እስከአንደኛው ካታራክት ድረስ ተገኝተዋል። እነዚህ መንደሮች በእርሻ ስራ ይተዳደሩ የነበሩ ሰፋፊ ሰፈራዎች ሳይሆኑ፣ ምናልባት የንግድ መስመርን ለመቆጣጠር የተፈጠሩ ጣቢያዎች ናቸው (ኤድዋርድስ 2004፡156)። ስትራቦም ቦታዎቹ ለእርሻ እና ለህይወት አመቺ አልነበሩም ይላል (ቅጽ ሶስት፣ መፅሀፍ 17፣ ገፅ 267)። በዚህ ወቅት ስለነበሩት መንደሮች ዝርዝር ኤድዋርድስን (2004፤ 156 ቀገ) እና በእዚያ የተጠቀሱ ስራዎችን ይመልከቱ። በእዚህ አካባቢ የነበሩ ሰፈራዎች በአንደኛው ቅጋአ አካባቢ ጨርሶ የጠፉ ይመስላል። የሰፈራዎቹ መዳከም፣ የሮማኖች ኑቢያን በአንደኛው ቅጋአ አካባቢ መውረር ሳይሆን አይቀርም (ኤድዋርድስ ዝኒከማሁ)። ከዚህም በላይ አካባቢው ለኑሮ እና ለእርሻ አመቺ አልነበረም። ሰፈራዎቹም ምናልባት ከንግድ ማስተላለፊያ ጣቢያነት የዘለለ ጥቅም የነበራቸው አይመስሉም።

ታላቁ እስክንድር ግብፅን ከተቆጣጠረ በኋላ በኩሽ እና በግብፅ መሀከል የቀጥታ ውጊያ ብዙውን ግዜ ባይኖርም መናቆሩ እንደቀጠለ ነበር። ቶሮክ እንደገለፀው ኩሾች በላይኛው ግብፅ የነበራትን የባልይነት ለማዳከም የተለያዩ ሙከራዎችን ያደርጉ ነበር (ቶሮክ 1997፡ 424)። ግብፅ በበኩሏ በታችኛው ኩሽ/ኑቢያ የበላይነት ለማስፈር ትጥር ነበር (ዝኒከማሁ)። ይህ ጥረቷ ብዙውን ግዜ ተሳክቶላት እንደበር ቶሮክ ይገልፃል። በዚህም የታችኛው ኑቢያ/ኩሽ ብዙውን ግዜ በግብፅ አስተዳደር ወድቆ ነበር። ይሁን እንጂ ግብፆች በግሪክ ዝርያ ያላቸው አስተዳደር ላይ ባመፁበት በ3ኛው መቶ ክፍለዘመን ቅጋኣ ማክተሚያ አካባቢ እና በሁለተኛው መቶ ክፍለዘመን ቅጋአ መጀመሪያ አካባቢ የሜሮኤው መንግሥት የታችኛው ኑቢያን መቆጣጠር ችለው ነበር። ለዚህ ማረጋገጫ የወቅቱ የሜሮኤ ንጉሦች ስም በታችኛው ኑቢያ እና በፊሌም ተገኝቷል (ቶሮክ፣ 1997፡ 428)።[290]

ሮማኖች የግሪኮችን አስተዳደር አስወግደው ግብፅን ማስተዳደር በጀመሩበት ወቅት በግብፅ እና ኩሾች መሀከል ያለው ግጭት እየሰፋ በመምጣት ወደጦርነት ገብተዋል። በክፍል 2.2 እንደገለፅነው ከፐቶለሚያዊ አስተዳደር (332–30 ቅጋአ) በኋላ ግብፅ በሮማኖች ከ30 ቅጋአ እስከ 641 ጋአ ድረስ ትደዳር ነበር። ሮማኖች የኩሽ ግዛት የነበረውን የታችኛው ኑቢያን የወረሩት በ23 ቅጋአ ነው። ለወረራቸው ምክንያት ኩሾች አልፎ አልፎ ወደግብፅ በመግባት ጥፋት ያደርሱ ስለነበር እንደሆነ ስትራቦ ይገልፃል።

ስለጦርነቱ እና ስላስከተለው ጉዳት ስትራቦ (17.100.1 §54) መዝግቦ አቆይቶልናል። እንደስትራቦ ትረካ ኩሾች ከሮማኖች ጋር በመጀመሪያ ባደረጉት ውጊያ የቄሳር ሀውልት ከማፍረስ በተጨማሪ ኤለፋንቲን፣ ፊሌን፣ እና ሲኔን ለመቆጣጠር ችለው ነበር። ይሁን እንጂ ፔትሮኒዩስ የተባለው ኩሾችን ከማባረር በተጨማሪ በምርኮኝነት የወሰዱትን እና የዘረፉትን እንዲመልሱ እና ጦርነቱን ለመጀመራቸው ምክንያታቸው ምን እንደሆነ እንዲገልፁ ይጠይቃል። ለውግያቸው መነሻ ከፔትሮኒዩስ በፊት የነበረው የሮማን ተወካይ የግብፅ ገዥ ጫና ያደርግባቸው ስለነበር እንደሆነ ይገመታል። ከዚህም ውስጥ ይህ ገዢ በኩሾች ላይ ቀረጥ ለመጣል እና አንዱ የሮማን ግዛት አካል ለማድረግ መሞከሩ እንደነበር ይታመናል። እንደስታርቦ ገለፃ ኩሾች የወሰዱትን እንዲመልሱ ፔትሮኒዩስ የሰጣቸው የሶስት ቀን ገደብ በማለቁ ውጊያ ገጠማቸው። ኩሾች ብዙም ሳይዋጉ ሸሹ። ከእነዚህ ውስጥ የኩሾች ንግሥት/ካንዳኬ ጀነራል የነበረ እንደሚገኝበት ስትራቦ ይገልፃል።[291] ፔትሮኒዩስ ማጥቃቱን ቀጥሎ ናፓታን እንደአወዳማት እና በወቅቱ በዚያ የነበረው የንግሥቲቷ ልጅ ሲያመልጥ በርካታዎች በምርኮኝነት ተወስደው የተሸጡም እንዳሉ ስትራቦ (ዝኒከማሁ) ገልጿል።[292] ዝርዝሩን ከሚከተለው የስትራቦ ትረካ ይመልከቱ፤

> ኩሾች ቲቤስን ከዚያም ሲኔን፣ ኤለፋንቴን እና ፊሌን በአካባቢው የነበረውን ኃይል በመደምሰስ ተቆጣጠሩ። በዚያ የነበረ የቄሳርን ሀውልት አፈረሱ። በወቅቱ ግብፅን የሚያስተዳድረው የሮማን ገዥ የነበረው ፐቢሉስ ፔትሮኒዩስ[293] አስር ሺህ ያህል እግረኛ እና ስምንት መቶ ፈረሰኛ ጦር አደራጅቶ ኩሾች ላይ ዘመተ። ኩሾችም ሴልቺስ[294] ወደተባለች ከተማቸው አፈገፈጉ። ሴልቺስ ማሀራቃ በመባል የምትታወቀው ናት።[295]

ፔትሮኒዩስ ኩሾች የዘረፉትን እንዲመልሱ እና ላደረሱት ጉዳት ካሳ እንዲከፍሉ፣ እንዲሁም ጦርነት ለማድረግ ምክንያታቸው ምን እንደሆነ እንዲገልፁ ምክቶልቹን ላከ። ኩሾችም በአካባቢው ገዥ ችግር ይደርስባቸው እንደነበረ እና ለተቀሩት ጥያቄዎቹ በሶስት ቀን ውስጥ መልስ እንደሚሰጡ ለመልክተኞቹ ነገሩ። ይሁን እንጂ በተባለው በሶስት ቀን ውስጥ መልስ ባለማምጣቸው ፔትሮኒዩስ ለሰላም የዘረጋ እጁን መልሶ ኩሾችን ወጋቸው። በርካታ ምርኮኞችም ወሰደ። በቅርበት የሚገኙትን የኩሾችን ከተማ በቁጥጥር ስር በማድረግ ወደ ናፓታ ገሰገሰ። የኩሽ ንግሥት ፔትሮኒዩስ የጠየቀውን ተቀብላ የሰላም ስምምነት ለማድረግ መልክት ላከች። ይህ ግን ለፔትሮኒዩስ በጣም የዘገየ በመሆኑ ተቀባይነት አላገኘም። ፔትሮኒዩስ ጦሩን አሰልፎ ናፓታ ድረስ ዘለቀ።[296] ኩሾችንም እዚያም ድል አደረጋቸው። ናፓታንም በከፍተኛ ደረጃ አወደማት። ህዝቡንም ምርኮኛ አድረገ። በምርኮኝነት ከወሰዳቸው የናፓትን ህዝብ ውስጥ የተወሰኑትን በአደባባይ ሸጣቸው። ናፓታን ፔትሮኒዩስ ሲቆጣጠር የኩሽ ንግሥት እዚያ አልነበረችም። ልጇ ግን እዚያው ነበር። ይሁን እንጂ ከመያዝ አምልጧል።[297]

ስትራቦ ይች ንግሥት ባለአንድ ዓይን እንደሆነች ገልጿል። ስታራቦ ካንዳኬ በሚል ያቀረባት ይች አንድዓይ እና ንግሥት አማኒሬናስ[298] እንደሆነች ይገመታል።[299] አንድዓይናን ያጣችውም በጦርነት እንደሆነ ይታመናል። የነገሠችበትም ዘመን ከ40 ቅጋአ እስከ 10 ቅጋአ አካባቢ ነው። ከመገደል ያመለጠው ልጇ አኪኒዳድ[300] ሳይሆን አይቀርም የሚል ግምት አለ። አኪኒዳድ ህውልቱ ከመገኘቱም በላይ ስሙም በካዋ[301] አንድ ቤተአምልኮ ተፅፎ ይገኛል። በዚህ ቤተአምልኮ የንግሥት አማንሻከሄቶ[302] ስምም ተፅፎ ይገኛል (ሌክላንት 1981: 290)።

ስትራቦ ናፓታን በወቅቱ የኩሾ መናገሻ ነች ይላል። ይህ ትክክል ከሆነ ኩሾች መናገሻቸውን ወደ ሜሮኤ ካዛወሩም በኋላ ቢያንስ የተወሰኑት ንጉሦች እንደገና መናገሻቸውን በናፓታ ያደርጉ ነበር ማለት ነው።

የግብፆች/ሮማኖች ኃይልም ሆነ የመጀመሪያ ሽንፈት ኩሾች በፀጋ ወዲያው አልተቀበሉትም። የኩሽ ንግሥት ለሽንፈት ሳትበረገግ በበርካታ ሺዎች የሚቆጠሩ ወታደሮች አሰልፋ ጦርነት እንዳደረገች እና ከዚህ ጦርነት በኋላም ከሮማኖች ጋር የሰላም ስምምነት መደረጉን ስትራቦ (ዝኒከማሁ) ገልጿል። ይህ እርቀሰላም ለኩሾች በሚመች መልኩ እንደተደረገ ይነገራል። ምክንያቱም በእርቁ ቁሳኑ በኩሾች ላይ የጣለው ግብር እንዲነሳ ከመደረጉም በላይ በታችኛው ኑቢያ የሮማን የጦር ኬላዎች/የመከላከያ ምሽጎች እንዲነሱ መስማማታቸው ነው (ዝኒከማሁ)።[303]

ኩሾች በሮማኖች የደረሰባቸው ሽንፈት ለናፓታ ትልቅ ውድቀት ሲሆን ለሜሮኤ ግን የእድገት ዘመን ሆኗል። ከዚህ ጦርነት በኋላ ያለው የጋራ ዘመን የመጀመሪያ አካባቢ የሜሮኤ ወርቃማ ዘመን ተደርጎ ይወሰዳል (ዱንሀም 1947፡9፣ ሌክላንት 1981:290)። ናፓታ በሮማን ወራሪዎች እንዳትነሳ ሆና መውደሟ ለሜሮኤ ማደግ አስተዋፅኦ ሳያደርግ አልቀረም የሚለው አስተሳሰብ አሳማኝ ይመስላል። በዚህ ወቅት በርካታ ህንፃዎች ተገንብተዋል፤ "የሜሮኤ የሜሮቲክ እደጥበብ/ስነጥበብ ያበበው ከዚህ ከፔትሮኒዩስ[304]

ማጥቃት በኋላ ነው” (ዱንሀም 1947፡9)። ሆኖም ከዚያ በፊት ምንም የስነጥበብ እድገት አልነበረም ማለት አይደለም። በዩኔስኮ ታሪካዊ ቅርስ ተደርጎ የተመዘገበው በሜሮኤ የሚገኘው የአንበሳው ቤተአምልኮም በሶስተኛው ቅጋአ በነበረው ንጉሥ አርኔከሃማኒ[305] እንደተገነባ ይነገራል። ይህ በጣም ዝነኛው ስራ የሜሮቲክ የስነጥበብ/እደጥበብ ምርጥ ማሳያ ተደርጎ ሊወሰድ የሚችል እንደሆነ ስራው እራሱ ምስክር ነው።

ምስል 12፡ የአንበሳው ቤተአምልኮ፣ ሜሮኤ

ክሬዲት፡ Vaido Otsar, CC BY-SA 4.0,

ለሮማን ኃይል ሳትበረግግ እና ይህን ያህል የረባ ግዛት አሳልፋ ሳትሰጥ ኩሾችን ከሮማን አስተዳደር ነፃ ማድረግ ከቻለችው በታሪክ ከአለማችን ጀግኖች ተርታ የምትቆጠረ ከንግሥት/ካንዳኬ አማኒሬናስ በኋላ የነገሠችው ንግሥት አማንሻክሄቶ ናት። የንግሥና ዘመኗም 10 ቅጋአ እስከ 1 ጋአ ገደማ እንደሆነ ይገመታል።

በኡዋድ ቤን ናጋ ከወንዙ አካባቢ የተገኘው ቤተመንግሥት የዚች ንግሥት እንደሆነ ይገመታል። የዚች ንግሥት የሚያምር የመቃብር ሀውልት አሁንም በሜሮኤ ባለው በሰሜን መቃብር ቦታ ይገኛል። ከፒራሚዱ የተዘረፉ የሚያማምሩ ውድ ጌጣጌጦች ዛሬ በሙኒክ እና በበርሊን ሙዚየሞች ይገኛሉ። ከተለያዩ መቃብሮች እና ስነህንፃዎች ያጌጡበት ሲታይ ንጉሣውያኑ እና ንግሥቶቹ የተንደላቀቀ ህይወት ይኖሩ እንደነበር ነው። ይሁን እንጂ፣ በሜሮኤ ግፍም በዚያው ልክ ይፈፀምባት ነበር። ከእነዚህ ግፎች መሀከል እስረኞች ከነህይወታቸው ለአንበሳ ይሰጡ ነበር (ሌክላንት፣ 1981: 290-291)።[306]

ንጉሥ ናታካማኒ[307] እና ባለቤቱ እንደሆነች የምትገመተው ንግሥት አማኒቴሬም[308] ታላቅ የግንባታ ተግባር አከናውነዋል። ሌክላንት (1981: 290) የንግሥት አማኒቴሬም የንግሥና ዘመን ከ12 ቅ.ጋ.አ እስከ 12 ጋ.አ ሲያደርገው፣ ዱንሀም በበኩሉ ከ15 ቅ.ጋ.አ እስከ 15 ጋ.አ ያደርገዋል፤ "ኔቴካማን እና ባለቤቱ ንግሥት አማንታሪ [/አማኒቴሬ] ከ15 ቅ.ጋ.አ ጀምሮ ለ30 ዓመት ያህል በነገሡበት[309] ግዜ በሱዳን ታሪክ ወደር የሌለው ሀውልቶች[310] ቀረፃ ተከናውኗል" (ዱንሀም 1947፡9)። የሜሮኤ ነገሥታት የንግሥና ዘመን ላይ እርግጠኝነት ከመጉደሉም በላይ የአንዳንዶቹ ከስም በላይ የሚታወቅ ነገር የለም። ይሁን እንጂ ከቅርብ ግዜ የስነቁፋሮ ውጤቶች እና ተጨማሪ መረጃዎች በመነሳት በአሁኑ ወቅት ንግሥት አማኒቴሬ[311] የነገሠችው በአንደኛው ጋ.አ እስከ 20 ጋ.አ እንደሆነ ይገመታል። ከእሷ በፊት የነገሠችው ከላይ የጠቀስናት ንግሥት አማንሻክሄቶ[312] (ንዘ 10 ቅ.ጋ.አ እስከ 1ጋ.አ ገደማ) ናት።

የንጉሥ ናታካማኒ[313] እና ባለቤቱ እንደሆነች የምትገመተው ንግሥት አማኒቴሬም በኩሾች ህንፃዎች እና ሀውልቶች[314] ላይ ሁሉ በስፋት ስማቸው ይገኛል። ንግሥት አማኒቴሬም በበርካታ ፅሁፎች የኩሽ ገዢ/መሪ እንደነበረች ተፅፎ ይገኛል። በአሁኑ ወቅት ናታካማኒ ከንግሥት/ካንዳኬ አማኒቴሬም ጋር አብረው የነገሡ/በጋራ ሀገር የሚያስተዳድሩ እንደነበር ይታመናል (ኤድ እና ሌሎች ፣ 1998: 902)። ግንኙነታቸው ግን የባልና ሚስት ይሁን የልጅ እና እናት በትክክል አይታወቅም። ሆኖም ከተለያዩ በወቅቱ ከተፃፉ ስራዎች በመነሳት ኤድ እና ሌሎች ባል እና ሚስት ሳይሆኑ አይቀርም ይላሉ (ዝኒከማሁ፡902-903)።[315]

የንግሥት/ካንዳኬ አማኒቴሬ የዘውድ ስሟ መርካሬ ነው (ኤድ እና ሌሎች ፣ 1998: 902)። ትርጉሙ 'ሬ ነው መንፈስ/ነፍስ የሚወደው' ነው።[316] የዚች ንግሥት ስም በጀባል ባርካል የአሙን ቤተአምልኮ ግድግዳ ላይ ተገኝቷል። ይህም ናፓታ ከወደመችም በኋላ እና የኩሽ ዋና ከተማዋ ሜሮኤ ከዞረም በኋላ ነገሥታቱ በናፓታ የተለያዩ ግንባታዎች ማድረጋቸውን አለማቆማቸውና ናፓታ የሃይማኖት ማዕከልነቷን ይዛ እንደቆየች ማሳያ ነው። የእነዚህ ንጉሦች የስልጣኔ ስራዎች በመላ ኩሽ ግዛት ይገኛል። በንጉሥ ናታካማኒ እና በባለቤቱ የንግሥት/ካንዳኬ አማኒቴሬ የጋራ ንግሥና ዘመን የሜሮኤ መንግሥት ከፍተኛ የባህል ስልጣኔ አሳይቷል (በርስታይን፣ 1997፡62)።

> በሰሜን ኑቢያ በ2ኛው ካታራክት ደቡብ ወገን አማራ ላይ ቤተአምልኮ ገንብተዋል [...]። በ3ኛው ካታራክት አካባቢም የነዚህ ንጉሣውያን አሻራ ይገኛል። በናፓታ በፔትሮኒዩስ የወደመውን መልሰው ገንብተዋል። ከነዚህ ውስጥ የአሞንን ቤተአምልኮ መልሰው መገንባታቸው ሊጠቀስ ይችላል። በሜሮኤም የናቴካማኒ እና የሚስቶቹ[317] ስም ከልዑል አሪካንክሃሮር[318] ስም ጋር በታላቁ የአሞን ቤተአምልኮ ይገኛል። በኡዋድ ቤን ናጋ ደቡብ ቤተአምልኮ[319] የነሱ ስራ ውጤት ነው። እነዚህ ንጉሣውያን በናጋ የተለየ ትኩረት ያደረጉ

ይመስላል። ናጋ ከሜሮኤ በስተደቡብ የሚገኝ ነው። […] የንጉሡ፣ የንግሥቷ እና የልዑላኑ ፒራሚድ በሜሮኤ ተገኝቷል (ሌክላንት 1981: 290-291)።

ንግሥት አማኒቶሬ የተቀበረችው እራሷ በሜሮኤ ባሰራችው ፒራሚድ ነው። በእነዚህ ንጉሦች ዘመን በመላው ሀገሪቱ ማለት ይቻላል በርካታ ግንባታዎች ማከናወናቸው ሜሮኤ የእድገት ቁንጮዋ ላይ የደረሰችበት ዘመን ተደርጎ ይወሰዳል (ሌክላንት 1981: 291)። የመጀመሪያዎቹ ሁለት ክፍለዘመናት ባጠቃላይ የሜሮኤ መንግሥት ወርቃማ ዘመን ተደርገው ይቆጠራሉ (በርስታይን፣ 1997፡62)።

ኩሾች በሮማኖች ከተሸነፉ እና ናፓታም በሮማኖች ስር ከወደቀች በኋላ ባደረጉት የሰላም ስምምነት መሰረት የንግድ ልውውጥ ጀምረው እንደነበር ቢታወቅም፣ መቆራቆሱ ስለቀጠለ እንዲሁም በቤጃዎች/ብለሚስ ያላሰለሰ ጥቃት የተነሳ ከአንደኛው ጋአ መጨረሻ አካባቢ ወይም በሁለተኛው ጋአ መጀመሪያ አካባቢ አንስቶ የኩሽ ኃይል እየተዳከመ መጣ። የኃይል መዳከም ብቻ ሳይሆን፣ ሜሮኤም በስነጥበብ እና እደጥበብ[320] ቁልቁል እየወረደች እና ሀገሪቱም በእርስ በእርስ ጦርነት እየደከመች መጣች (ዱንሀም 1947፡9)። በመጨረሻም በ350 ሜሮኤ በኢዛና ፍፃሜዋን አገኘች። ይህ የጥንታው ሱዳን ማከተሚያ ተደርጎ ይወሰዳል። ከዚህ በኋላ ሱዳን እስከስድስተኛው ክፍለዘመን ድረስ የጨለማ ዘመን ውስጥ ገባች (ሎባን፣ 2004፡259)። በእርግጥ ከሜሮኤ መንግሥት ማከተም በኋላ በጣም የደከመ ባህል እስከስድስተኛው መቶ ክፍለዘመን ጋአ አጋማሽ ድረስ በዚያው ነበር። ኤድዋርድስ (2004)ን እና ከላይ የጠቀስናቸውን ስራዎች ይመልከቱ። የጥንት ሃይማኖቷም በቀጣዩ ዘመናት በክርስትና ተተካ።

2.5.3 ኩሽ ድኅረ ሜሮቲክ ዘመን፡ ክርስትያን ኩሽ (350-1450 ጋአ)

ከላይ እንደገለፅነው በ350 ጋአ አካባቢ ሜሮኤ በኢዛና የኩሽ መንግሥት ፍፃሜ እንደሆነ በአብዛኛው ይታመናል። የዚህ ታሪክ ቁልፍ መረጃ ኢዛና እራሱ የተወለን የድል አድራጊነት ፅሁፍ ነው። ኢዛና ግዛቶቼ ብሎ ከዘረዘራቸው ውስጥ ኩሽንም እንዲሁም ኖባን ማስገባቱ ምናልባትም ሜሮኤ እየተዳከመች ከመጣችበት ሀለተኛው መቶ ጋአ ዘመን ጀምሮ የአክሱም ኤምፓየር ገባሮች ሆነው ሊሆን ይችላል የሚል እምነት አለ። ኢዛና ካሱ/ኩሽ ከሚለው በተጨማሪ ኖባም ገባር እንደነበር መግለፁ የሜሮኤ መንግሥት እየተዳከመ ሲመጣ በኋላ ላይ ጎልተው የወጡት ሶስቱ መንግሥታት፣ ማለትም ኖባ/ኖባቲያ፣ ማኩሪያ[321] እና አሎዲያ፣[322] በዚያን ግዜም የተወሰነ ነፃነት ያላቸው ራስገዝ አይነት አስተዳደሮች ፈጥረው የነበር ይመስላል። በዚህ ላይ በርስታየን (1997:108 ቀን)፣ ኤድዋርድስ (2004፡182 ቀገ)ን እንዲሁም በእነዚህ የተጠቀሱ ስራዎችን ይመልከቱ።

ከሜሮኤ አስተዳደር በኋላ ኩሽ ሶስት እራሳቸውን የቻሉ ሀገር ሆናለችና፣ ሀገራቱ እራሳቸውን በቻለ መልክ መከፈል አለባቸው እንጂ፣ እንደአንድ ሀገር በማስመሰል ድህረ ሜሮቲክ ዘመን፣ ወይም የክርስትያን ዘመን ብሎ ማስቀመጡ አግባብ አይደለም በማለት ኦብሊስኪ (2014፡8) ይከራከራል።[323] እዚህ ዘመኑን ያስቀመጥነው አከፋፈሉ ትክክል ነው

ከሚል አይደለም። በርግጥ ክርስትና በእነዚህ ሶስት ሀገራት ተስፋፍቶ ነበር። ሶስቱም ሀገራትም የተነሱት ከሜሮኤ መውደቅ በኋላ በመሆኑ የዘመን ምደባው ከምንም ተነስቶ አይደለም። ከትወራ አንፃር ስንመለከተው ደግሞ ኦብሉስኪ ሀገራቱ እንደአንድ ሀገር መቆጠር የለባቸውም የሚለው ትክክል ይመስላል። ሆኖም ዋናው ትኩረታችን ከሜሮቲክ መንግሥት መውደቅ በኋላ በኩሽ የነበረውን ታሪክ መመልከት ላይ ነው እና የዘመን አከፋፈሉ ስያሜ ላይ ያለውን ውዝግብ ጠቁመን ብቻ ለማለፍ እንወዳለን። ከዚህ በታች በጣም አጠር አጠር አድርገን እነዚህን ሶስት ትንንሽ መንግሥታት እንዳስሳለን።

2.5.3.1 ኖባቲያ (370-700 ጋአ)

ከሜሮኤ መውደም በኋላ በኩሽ ግዛት ከላይ የገለፅናቸው ሶስት ትናንሽ መንግሥታት ተመሰረቱ። ኖባቲያ በሰሜን ሱዳን ከግብፅ አዋሳኝ በመጀመሪያው እና በሁለተኛው ካታራክት መሀከል በኖባዎች የተመሰረተው ነው። ይህ ግዛት ከሜሮኤ መንግሥት መደመሰስ በኋላ ከ4ኛው ክፍለዘመን ጀምሮ በራሱ ንጉሥ ይተዳደር እንጂ ሜሮኤ እየተዳከመች ከመጣችበት ከሁለተኛው ክፍለዘመን መጨረሻ ጀምሮ እራሱን የቻለ ራስገዝ አስተዳደር ሳይሆን አይቀርም (ኦብሉስኪ 2014፡195 እና ቀገ፣ ኤድዋርድስ 2004፡182 እና ቀገ)።

ኖባዎች አሁንም በግብፅ እና በሱዳን ይገኛሉ። እነዚህ በኢዛና ፅሁፍ ኖባ በሚል የተገለፁት ናቸው። ይሁን እንጂ፣ የኢዛናው ኖባ ሌሎች በጠረፍ አካባቢ የሚኖሩ በዚህ ስም የሚጠሩ ኖረው እነሱን ለመግለፅ ሊሆን ይችላል የሚል መላምት በህረነስ (1986) ቀርቧል። በኢዛና ፅሁፍ ካሱ የሚለውም ኩሽን የሚመለከት አይደለም የሚል አስተያየት አለ። ለዚህ ኤድዋርድስ (2004፡184)ን ይመልከቱ።[324] ይሁን እንጂ ኢዛና ኩሽን አስገበረም አላስገበረም ካሱ ከኩሽ ውጭ ያለ ሀገርን/ህዝብን ያመለክታል ለሚለው ከግምት በዘለለ አሳማኝ ማስረጃ እስካሁን የለም። ይልቁንም ኢዛና ዘምቶ ስለተዋጋቸው ህዝቦች በሚገልፅበት ወቅት ካሱ የሚለው የሜሮኤን መንግሥት እንደሆነ በግልፅ ያሳያል። የኢዛናን ፅሁፍ እንግሊዝኛ ትርጉም ቅጂ ከዴቪድሰን (1991፡68&69) ይመልከቱ።

ኖባቲያ በስድስተኛው ክፍለዘመን መጀመሪያ ላይ ጠንካራ ሆነው ቤጃዎችን/ብለሚዩሶችን በማሸነፍ ግዛታቸውን እስከ ሶስተኛው ካርታራክት ድረስ ማስፋፋት ችለው ነበር። በቢለሚሶች/ቤጃዎች ላይ ድል የተቀዳጀው የኖባቲያ ንጉሥ ሲልኮ በሚል የሚታወቀው ነው። ድል መቀዳጀቱን የሚገልፅ ፅሁፍ በግሪክ ቋንቋ ትቶልን አልፏል። በዚህ ላይ ለሰፊ ትንታኔ ሳሊም ፋራጂ (2012)ን ይመልከቱ። ኖባቲያ በመንግሥት ደረጃ ክርስትናንም በ6ኛው መቶ ክፍለዘመን አጋማሽ ተቀብላለች። ልክ እንደኢትዮጵያው የኖባቲያ ንጉሦች የግብፅን ፓትሪያርክ የበላይ አድርገው ወስደው ነበር (ቤሪ፣ 2015፡8)። በዚህ ጉዳይ ላይ ለዝርዝር መረጃ ዲጅክስትራ (2005)ን እንዲሁም ኦብሉስኪ (2014፡169 ቀገ)ን እና በእዚያ የተጠቀሱ ስራዎችን ይመልከቱ።

2.5.3.2 ማኩሪያ (370-1450 ጋአ)

ከሜሮኤ መውደም በኋላ በኩሽ ግዛት ከተመሰረቱት ከላይ የገለፅናቸው ሶስት ትናንሽ መንግሥታት መሀከል ሌላኛው ማኩሪያ ነው። ይህ ሀገር በሱዳን መካከለኛ ግዛት የተመሰረተ ነው። የሰሜን ድንበሩ ሶስተኛው ካታራክት ነበረ። ማኩሪያ ዋና ከተማም ዶንጎላ ነበር። ልክ እንደኖባቲያ ማኩሪያም ክርስትናን በስድስተኛው ክፍለዘመን ከኖባቲያ 26 ዓመት በኋላ ተቀበለች። ኖባቲያ ክርስትናን በመንግሥት ደረጃ የተቀበለችው በ543 ዓም ሲሆን፣ ማኩሪያ ደግሞ በ569 ዓም ነው። በዚህ ላይ ከብዙ በጥቂቱ ከላይ የጠቀስናቸውን ስራዎች እንዲሁም ኤድዋርድስ (2004፡216 እና ቀገ)ን ይመልከቱ።

በ7ኛው ክፍለዘመን ማኩሪያ ወደሰሜን ተስፋፍታ ኖባቲያን በስሯ አስገባች። ከደቡብ ከነበረው አሎዲያ መንግሥት ገዢዎች ጋር ደግሞ ጥሩ ግንኙነት መሰረተች። በዚህም የማኩሪያ መንግሥት በአካባቢው ኃያል ሆነ። በጦር ብቻ ሳይሆን ትልቅ የባህል እድገትም ከ9ኛው ክፍለዘመን እስከ 11ኛው ክፍለዘመን ድረስ በዚህ ግዛት ታይቷል። የኑቢያ ቋንቋ በስፋት በፅህፈት ላይ ውሏል። ማኩሪያ በ7ኛው ክፍለዘመን ዘመን አረቦች ግብፅን ተቆጣጥረው ወደደቡብ የሚያደርጉትን መስፋፋትም ማቆም ችላ ነበር። ከተደጋጋሚ ጦርነት በኋላ አረቦችም አማራጭ አልነበራቸውም እና ከማኩሪያ ጋር የሰላም ስምምነት ለማድረግ ተገደዱ። ስምምነቱ ሀገራቱ ከጦርነት ታቅበው በሰላም የንግድ ልውውጥ እንዲያደርጉ የሚያስችል ነበር። ይህ የሰላም ስምምነት እስከ 13ኛው ክፍለዘመን ድረስ ተከብሮ ቆየ። ማኩሪያ ከ12ኛው ክፍለዘመን ጀምሮ መዳከም ጀመረች። በእርስበእርስ ጦርነትም ትታመስ ጀመር። በተለይ በ1365 በተደረገው የእርስበእርስ ጦርነት እጅጉን ተዳከመች። ምናልባትም በ16ኛው ክፈለዘመን መጀመሪያ አጋማሽ ጀምሮ የማኩሪያ መንግሥት ሙሉ በሙሉ ያከተመ ይመስላል። ለዚህ አንደኛው ማስረጃ በ1560 ኦቶማን ቱርኮች የታችኛው ኑቢያን በወረሩበት ወቅት ጦርነቱን ለመከላከል ኃይል ያስተባበረ የማኩሪያ ንጉሥ ስለመኖሩ ምንም ማረጋገጫ የለም። በዚህ ላይ ሰፋ ላለ ግንዛቤ ሩፊን (2012)ን ይመልከቱ።

ከበርካታ ያልተሳካ ወረራ በኋላ ከማኩሪያ ጋር በሰላም ለመኖር እና ንግድ ለመለዋወጥ ስምምነት ማድረጋቸው አረቦችን እስልምናን ለማስፋፋት አላገዳቸውም ነበር። ለዚህ ዋናዎቹ ነጋዴዎቹ ነበሩ። በእነዚህ የአረብ ነጋዴዎች አማካኝነት እስልምና ለ600 ዓመት ያህል በዘለቀው የሰላም ስምምነት ዓመት፣ በኑቢያ ቀስ በቀስ እየተስፋፋ መጥቶ ክርስትናን አዳከመው። የማኩሪያ ዋና ከተማ በነበረችው ዶንጎላ የነበረው ቤተክርስትያን ወደ መስኪድነት የተቀየረው በ14ኛው ክፍለዘመን መጀመሪያዎቹ ዓመታት በ1317 ነው (ቨርነር 2013፡71፣ ኦብሉስኪ እና ሌሎች 2013፡248)። ከዚህ ዓመት በፊት እስልምና እየተስፋፋ ቢመጣም በዶንጎላ መስጊድ እንደነበር ማረጋገጫ የለም። ከዚህን ወቅት በፊትም ምንም እንኳን እስልምና እየተስፋፋ ቢመጣም አብዛኛው ህዝብ የከርስትና እምነት ተከታይ ነበር። እምነቱ በስፋት ወደህዝቡ የወረደው ከመስጊድ ምስረታው ጀምሮ ሲሆን በርካታ የእስልምና ሰባኪዎች መግባት በመጀመራቸውም ነው (ዝኒከማሁ 137 ቀገ)። ምናልባትም

በ16ኛው መቶ ክፍለዘመን ሙሉ በሙሉ ክርስትና በእስልምና ሳይተካ አልቀረም። በኑቢያ ስለክርስትና አነሳስ እና እድገት ጠለቅ ላለ ግንዛቤ ዲጅክስትራ (2005)ን ይመልከቱ።

2.5.3.3 አሎዲያ (370-1500 ጋአ)

ሶስተኛው የደቡቡን ግዛት የያዘው፣ አሎዲያ የሚባለው ነው። የዚህ ዋና ከተማው በአሁኑ ግዜ ካርቱም የሚገኝበት አቅራቢያ ያለው ሶባ የሚባለው ነው። አሎዲያ አልዋ በመባልም ይታወቃል። መንግሥቱ ወደክርስትና የተቀየረውም ከሌሎቹ ዘግይቶ በ580 ዓም ነው። ስለዚህ ሀገር ብዙ የሚታወቅ ነገር ባይኖርም፣ ልክ እንደማኩሪያ ከዘጠነኛው እስከ 12ኛው ክፍለዘመን ባለው ግዜ ውስጥ ትልቅ እድገት የታየበት መንግሥት መመስረት ችለው ነበር። የአሎዲያ መንግሥት እየተዳከመ የመጣውም ማኩሪያ እየተዳከመች በመጣችበት ተመሳሳይ ዘመን ነው። የአረብ ጎሳዎች በ14ኛው ክፍለዘመን ወደላይኛው ናየል እየገቡ መስፈራቸው እንዲሁም ከደቡብ በተደጋጋሚ በተነሱት ጥቃቶች ለአሎዲያ መዳከም ምክንያት እንደሆኑ ይታመናል። በሰሜን ሱዳን የነበር አብደላ ጀማል የተባለ የቤዲውን መሪ በ1500 በአሎዲያ ክርስታያን መንግሥት ላይ ጦርነት አድርጎ የመንግሥቱን መቀመጫ የሆነችውን ሶባን ተቆጣረ (ስፓውልዲንግ 1974፡13)። ከ4 ዓመት በኋላ ደግሞ ሶባ በፉንጅ ስር ወደቀች እና የአሎድያ ፍፃሜ እና የፉንጅ ወይም ስናር መንግሥት መመስረቻ ሆነ (ዝኒከማሁ፣ ኤድዋርድስ 2004፡161)። በዚህም ሶባ በፉንጅ መንግሥት ስር ገባች። ዌልስቢ (2014)ንም ይመልከቱ። እነዚህ ሁለት መሰረታዊ ኩነቶች/ጦርነቶች ለክርስትያን አሎዲያ መጥፋት ዋንኛ ምክንያቶች ተደርገው ይወሰዳሉ። በዚህ መንግሥት ላይ ለመሰረታዊ ትንተና ስፓውልዲንግ (1974)ን ይመልከቱ።

2.5.4 ኩሽ ድኅረ ሜሮቲክ ዘመን፡ እስላም ኩሽ

አረቦች እስልምናንን ለማስፋፋት በ642 እና 652 ኩሽን ቢወሩም፣ ኩሾች ወረራውን መክተው የአሩቡ ኃይል እንዲወጣ አድርገው ነበር (ቤሪ ፣ 2015፡ 10)። በኩሽ የእስልምና መስፋፋት ከዚያ በኋላ ቀስ በቀስ በነጋዴዎች እና በሰባኪዎች አማካኝነት የተከናወነ ነው።

በላይኛው ክፍል እንደተመለከትነው በ16ኛው ክፍለዘመን መጀመሪያ ከዶንጎላው መንግሥት በስተደቡብ በማዕከላዊው ሱዳን የሚገኘው የአሎዲያው መንግሥት ፈርሶ፣ በፉንጅ ወይም ስናር በተባለው መንግሥት ስር ገባ። የፉንጅ ነገድ ጥንተ አመጣት እስካሁን የታወቀ ነገር የለም (ሎባን፣ 2004፡164)። ፉንጅ በስተኋላ ላይ እስልምናን ተቀብለው ጠንካራ መንግሥት በመመስረት እስከ 19ኛው ክፍለዘመን ለመዝለቅ ችለዋል። በዚሁ በ16ኛው ዘመን የታችኛው ኑቢያ በቱርኮች ስር ገብቶ ነበር። ዳርፉርም እራሱን የቻለ ሱልጣኔት ነበረው። ሌሎች ትንንሽ አስተዳደሮችም በየቦታው ነበሩ። ከእነዚህ ውስጥ በኮርዶፋን የነበረው አንዱ ነው።

ፉንጆች በሁሉም አቅጣጫ ግዛታቸውን ለማስፋፋት ጥረው የነበረ ቢሆንም፣ የኢትዮጵያው ክርስትያን መንግሥት ሀገሩን አልፈው ወደምስራቅ እንዳይስፋፉ

ሲገድቧቸው፣ በደቡብ ደግሞ የአባያዊ እና የአዛንዴ ህዝቦች ወደሰሜን ይገፉ ስለነበር ይህ ፉንጆችን ወደቡብ መስፋፋት እንዳያደርጉ አግዷቸዋል (ሎባን፣ 2004፡164)። የፉንጅ/ሲናር መንግሥት በ19ኛው ክፍለዘመን መጀመሪያ እየደከመ መጥቶ ነበር (ቤሪ፣ 2015፡13)። የተቀረው ሱዳንም በትንንሽ መንግሥታት በመከፋፈሉ የግብፁ ገዥ መሀመድ አሊ በ1820 እና 1821 ሱዳንን በቀላሉ ወሮ ሙሉ በሙሉ ለመቆጣጠር ቻለ። በ1881 የአካባቢው ሰው አመፅ ማድረግ ጀመረ። በ1882 እንግሊዞች ግብፅን ወረሩ። በኋላም ሱዳንን በእንግሊዝ-ግብፅ ጥምር አስተዳደር ስር ለማስገባት ቻሉ። በ1881 የጀመረው የመህዲስቶች አመፅ ሱዳን በእንግሊዝ ግብፅ ጥምር አስተዳደር ስር ከገባችም በኋላ አልቆመም። በታሪክ እንደሚታወቀው ይኸው ጦስ ለኢትዮጵያም ተርፎ ለአፄ ዮሐንስ መሰዋት ምክንያት ሆኗል።

2.5.5 ኩሽ ድኅረ ሜሮቲክ ዘመን፡ ዘመናዊ ኩሽ/ሱዳን

የንጉሣዊ አስተዳደር በመፈንቅለ መንግስት 1952 ላይ በግብፅ ከተወገደ በኋላ እና ግብፅ ሪፐብሊክ ሆና ከተመሰረተች በኋላ ሱዳንም ከጥምር የግብፅ እንግሊዝ አስተዳደር ስር ለመውጣት መንገድ ከፈተላት። ሱዳን ከግብፅ ተነጥላ የሱዳን ሪፐብሊክ በሚል በ1956 ተመሰረተች። በቅርቡ ደግሞ ደቡብ ሱዳን ከተቀረው ተለይቶ ሀገር ሆኗል። በቀዳሚ ክፍሎች እንዳየነው በተለይ ከአራተኛው ክፍለዘመን ጀምሮ በሱዳን ታሪክ ትልቅ ድርሻ የነበራቸው በአብዛኛው በሰሜኑ ክፍል የኖሩት ኑቢያኖች/ኖባዎች እጣፈንታ ግን ለሁለት መሰንጠቅ ሆነ። የአስዋን ግድብ በከፍተኛ ደረጃ ያፈናቀላቸውም እነዚህን ህዝቦች ነው። እነዚህ ህዝቦች ቢያንስ ከመጀመሪያው ክፍለ ዘመን ጀምሮ በኩሽ ግዛት ስር የነበሩ ቢሆንም በሚቀጥለው ምዕራፍ እንደምንመለከተው ከኩሾች ጋር በነገድ የተለዩ እንደሆኑ ይገመታል።

2.6 ማጠቃለያ

በዚህ ምዕራፍ በሱዳን የነበረውን የጥንታዊ መንግሥት አንሳስ እና እድገት ቃኝተናል። በታሪክ የኩሽ መንግሥት በመባል የሚታወቀው የሀገር በቀል የሆነ እድገት ላይ የተመሰረተ መንግሥት ከመነሻው በከርማ ትልቅ መንግሥት ለመመስረት የቻለ ሲሆን፣ በ8ኛው መቶ ክፍለዘመን ደግሞ ግብፅን አካቶ እስከመግዛት ደርሷል። ይህ ግብፅን አካቶ የገዛው የኩሽ ስረወመንግሥት በግብፅ 25ኛው ስርወመንግሥት ሲሆን፣ በታሪክም በስሙ 25ኛው የኩሽ ስርወመንግሥት በመባል ይታወቃል። ይህ ስርወመንግሥት በአንዳንድ በተለይ ቀደምት ስራዎች በኩሽ ፈንታ 25ኛው የኢትዮጵያ ስርወመንግሥት እየተባለ ቢጠቀስም፣ በአሁን ወቅት ይህ ስያሜ ከአሁኒቷ ኢትዮጵያ ያለውን መምታታት ለማስቀረት መንግሥቱም በራሱ በሚታወቅበት ስም ኩሽ በመባል በስፋት ይጠቀሳል።

አንዳንዶች በ25ኛው ስርወመንግሥት ስር ንጉሥ ኩሻታ 760-752 መካተት አለበት ሲሉ፣ አብዛኞቹ የታሪክ ምሁራን ግን ስርወመንግሥቱን ከእሱ ተከታይ ከሆነው እና ሙሉ

በሙሉ ግብፅን ተቆጣጥሮ ማስተዳደር ከጀመረው ከፒዬ ይጀምራሉ። ለኋለኞቹ ምክንያታቸው ካሻታ የተወሰነ የግብፅ ግዛትን ተቆጣጥሮ ስለነበረ ነው። ለመጀመሪዎቹ ደግሞ ሙሉ በሙሉ በማየጠያይቅ መልኩ ግብፅን የተቆጣጠረው ፒዬ ስለሆነ ነው። በታሪክ የማያጠያይቀው፣ የኩሽ ስርወመንግሥት በግብፅ የ25ኛው ስርወመንግሥት ባለቤቶች መሆናቸው ነው። በፒዬም አልንው በካሻታ የተመሰረተው በግብፅ የኩሾች ስርወመንግሥት በአሲሪያን ኢምፓየር ተሸንፎ ከግብፅ እስከተባረረበት እስከ 656 ቅጋአ ድረስ ለመቶ ዓመት ያህል ቆየ። ይህ የ25ኛው የኩሽ ስርወመንግሥት የጥንቱ ግብፅ ህዳሴ ነበር ማለት ይቻላል። በዚህ ስርወመንግሥት በርካታ ታላላቅ የስልጣኔ ተግባራት ተከናውነዋል። ከአዲሱ መንግሥት ቀጥሎ ግብፅም ታላቅ የቆዳ ስፋት የነበራት በዚሁ በኩሽ አገዛዝ ስር በነበረችበት ወቅት ነው። በዚህ በ25ኛው ስርወመንግሥትም ሆነ ከዚያ በፊት እና በኋላ በነበረው የኩሽ መንግሥት፣ በአሁኒቷ ኢትዮጵያ የነበረን አንድም ግዛት አስተዳድሮ ወይም አካቶ አያውቅም።

ማስታወሻዎች

1 ለተጨማሪ አዳም (1981:232)ን ይመልከቱ።

2 ምንም እንኳ አሳማኝነቱ አጥጋቢ ባይሆንም፣ ለምሳሌ አዳምስ (1985)ን ይመልከቱ፣ ብሩስ ዊሊያምስ (1980) የግብፆች ፋራኦን/የንጉሦች አስተዳደር መነሻ ኩሾች ናቸው የሚል መላምት አቅርቧል።

3 ካራትው ማስተካከያ ተደርጎበት ከሚከተለው በፈቃድ ቁጥር በተጠቀሰው በህጋዊነት የተወሰደ ነው፤ ክሬዲት ID 168424756 © Rainer Lesniewski | Dreamstime.com።

4 ትርጉማችን ቀጥተኛ አይደለምና ከምንጭ የእንግሊዝኛውን ቀጥሎ ይመልከቱ፤ "[By —2800 writing was in general use in Egypt,] probably because of the demands of a highly centralized political organization, and contributed to the development of irrigation and so of a common agriculture which took over from hunting, fishing and stockbreeding; and this gradually reinforced the differences between the civilizations of Greater Nubia and Egypt" (አዳም፣ 1981:232)።

5 New Kingdom of Egypt። ስለግብፅ መንግሥታቱ ስያሜና ዘመን የሚከተለውን ክፍል ይመልከቱ።

6 በአዲሱ የግብፅ መንግሥት ከ16ኛው ክፍለዘመን ቅጋአ ጀምሮ ኩሽ በግብፅ ስር ነበረች። በ1070 ቅጋአ አካባቢ አዲሱ የግብፅ መንግሥት ሲፈራርስ ኩሽ እራሷን የቻለች መንግሥት ሆነች። የሚቀጥለውን ክፍል ይመልከቱ።

7 ለዚህ ከብዙ በጠቂቱ አዳም (1981:232)ን ይመልከቱ።

8 የከርማ ከተማ ፍርስራሽ በአርኪዮሎጂ ቁፋሮ የተገኘውን ከታች ከስእል አንድ ይመልከቱ።

9 ይህ ግዛት ግብፅንና ኩሽን የሚለይ ወሰን (በእንግሊዝኛው በፈር ዞን) ነበር።

10 የዚህ ንጉሥ የንግሥና ዘመኑ 2055 ቅጋአ እስከ 2004 ቅጋአ ወይማ ከ2061 እስከ 2010 አካባቢ እንደሆነ ይገመታል። ለመጀመሪያው ግምት ባየርብራየር (2008፡142)ን ይመልከቱ።

11 የኩሽ ስረወመንግሥት ታሪክ በበርካታ የታሪክ ስራዎች ከናፓታ የመጀምሩ ዋንኛው ሚስጥር የተሟላ ታሪካዊ ማስረጃ ቅድመ ናፓታ ባለመኖሩም ነው።

12 በእንግሊዝኛው ፌዝስ የሚለውን ይመለከታል።

13 በኩሽ ስርወመንግሥት በናፓታን ዘመንና በሜሮኤ ዘመን ስለነበሩት አንኳር አንኳር ታሪካዊ ክስተቶች ጠቅለል ላለ ጭምቅ ሀሳብ ከብዙ በጥቂቱ ዱንሃም (1947:9-10)ን ይመልከቱ።

14 ከስራ ስራ የተወሰነ፣ በአንዳንዱ እጅግ የሰፋ የዘመን ልዩነት አለ። ይህ በ25ኛው የኩሽ ስርወመንግሥት ላይ ብቻ ሳይሆን በአጠቃላይ በግብፅ ጥንታዊ መንግሥታት ዘመንና የቆይታ እድሜም ላይ ነው። ለዝርዝሩ ከታች ክፍል 2.2.3ን ይመልከቱ።

15 Dynasty

16 Menes

17 Narmer

18 ሚኒዝ/ማኔእ የሚለው ስም ከማኔቶ ስራ ላይ ቢወሰደም፣ ይህ ስም የመጀመሪያው ንጉሥ ስም ላይሆን ይችላል። የዚህ ንጉሥ ስም ከአፈታሪክ ላይ በመነሳት ይሆናል የተፃፈው የሚል ግምት አለ። ለዚህ ምክንያቱ ይህን ንጉሥ/ስያሜ በተመለከተ ተጨማሪ መረጃ ስላልተገኘ ነው። የፓልሜሮ ድንጋይ ይህን ስም የመጀመሪያ ንጉሥ አድርጎ አይገልፅም። ከስነቁፋሮ እና ሌሎች ታሪካዊ ማስረጃዎች የተገኙት ሁለቱን የታችኛውና የላይኛው ግብፆችን ለመጀመሪያ ግዜ አዋህዶ የገዛው ናርሜር የሚባል ነው። ከዚህ በመነሳት ሚኒዝ/ማኔእ በማለት የተገለፀው ንጉሥ ናርሜር ነው የሚል እምነት አለ። ግሪማል (1992፡47-48)ን ይመልከቱ። ንጉሦች በግብፅ ታሪክ የተለያየ ስሞች አላቸው።

19 በግብፅ ስለመንግሥት አመሰራረት እንዲሁም ለመንግሥት መመስረት መሰረት ስለጣለው ሁኔታና በአጠቃላይ ስለግብፅ ጥንታዊ ታሪክ ከብዙ በጥቂቱ ጀምስ (1964)ን እና ግሪማል (1992)ን ይመልከቱ። በተለይ ግሪማል (1992) በግብፅ ጥንታዊ ታሪክ መሰረታዊ የሚባል ስራ ነው።

20 periods

21 አማካይ ዘመን በሚል የሚከፈሉት የግብፅ የታሪክ ዘመናት ማዕከላዊ መንግሥት ተዳክሞ መከፋፈል የበዛባቸውንና አንድነት የሌላቸውን ሲሆን፣ መንግሥት በሚል የሚገለፁት የታሪክ ዘመናት ደግሞ ጠንካራ ማዕከላዊ መንግሥት የነበረባቸውን የሚያመለክቱ ናቸው። ለተጨማሪ የሚከተለውን ከማርክ ይመልከቱ፤ “The term 'kingdom' is used to define an era of strong central government while 'intermediate period' designates a time of disunity and divided rule” (ማርክ 2016ለ)።

22 Craniometric analysis

23 የዚህን ሰው ስራ ከዋዴል (1940) ይመልከቱ።

24 ይህን ጉዳይ የማኔቶን ስራ ወደእንግሊዝኛ የተረጎመው ዋዴል (1940) በመግቢያው ላይ አንስቶታል፤ "Many of the lengths of reigns have been found impossible: in some cases the names and the sequence of kings as given by Manetho have proved untenable in the light of monumental evidence" (ዋዴል 1940፡ xxv)።
25 የማኔቶን ስራ ከእንግሊዝኛ ትርጉም ጋር ዋዴል (1940)ን ይመልከቱ።
26 Old Kingdom
27 First Intermediate Period
28 Middle Kingdom
29 Second Intermediate Period
30 New Empire። ይህ በበዙ ስራዎች አዲሱ ስረወመንግሥት/new Kingdom ይባላል።
31 Third Intermediate Period
32 New Era
33 "The conquest by Alexander of Macedonia in —332 marks the end of the history of Pharaonic Egypt and the beginning of the Hellenistic period" (ሙኪታር፣ 1981፡11)።
34 ከፍፍሉን የወሰድንው ከሚከተለው መጣጥፍ ነው፤ Chronology: Digital Egypt for Universities. https://www.ucl.ac.uk/museums-static/digital egypt/ chronology/ index.html Accessed 3/20/2015
35 Late Period
36 Achaemenid Egypt
37 Classical Antiquity
38 Ptolemaic Egypt
39 Roman and Byzantine Egypt
40 Sassanid Egypt
41 Middle Ages
42 Arab Egypt
43 Fatimid Egypt
44 Ayyubid Egypt
45 Mamluk Egypt
46 Early Modern
47 Ottoman Egypt
48 French occupation
49 Egypt under Muhammad Ali
50 Khedivate of Egypt
51 Modern Egypt
52 British occupation
53 Sultanate of Egypt

54 Kingdom of Egypt
55 Republic
56 ስለ ጥንታዊ ግብፅ ታሪክ በርካታ መፅሀፎች ቢኖሩም፣ የግሪማል (1992) ስራን መመልከቱ መሰረታዊ ግንዛቤ ለመጨበጥ በጣም ጠቃሚ ነው።
57 Early
58 Later period
59 1st Achaemenid Period
60 2nd Achaemenid Period
61 Argead Dynasty
62 Ptolemaic Kingdom.
63 ስለሀይክሶሶች ሰፋ ላለ ግንዛቤ አሬን (1997)ን ይመልከቱ። ይህ መፅሀፍ የመጣጥፎች ስብስብስ ሲሆን ሙሉ ትኩረቱ በሀይክሶ ላይ ነው።
64 "The 150-year period between the Old and Middle Kingdoms is known as the First Intermediate Period - a term which is arguably almost meaningless. The 'intermediate' period is not an acceptable historical concept, since every period is in a sense intermediate between two other phases of a civilization" (ግሪማል 1992፡137)።
65 Shoshenq I
66 የ22ኛው ስርወመንግሥት የሊብያ ዝርያ ያላቸው ግብፅን ያስተዳደሩበት ዘመን ሲሆን፣ የ25ኛው ስርወመንግሥት ደግሞ የኩሽ ሰዎች ግዛት ነው።
67 ስለእዚህ ቃል አገባብ በኋላ ላይ እንመለስበታለን። ለግዜው አልፎ አልፎም ቢሆን ይህን ቃል በአሁኑ ግዜ ከሞላ ጎደል ሱዳንን እና የተወሰነ ደቡብ ግብፅን ለሚያመለክተው ግዛት ይህንኑ ቃል እንጠቀማለን።
68 ይህ የታችኛው ኑቢያ የሚባለው ነው። የላይኛው ኑቢያ ከሁለተኛው ካታራክት ጀምሮ ያለውን ይመለከታል። በአሁኑ ግዜ አብዛኛው የታችኛው ኑቢያ በግብፅ ስር ሲሆን የተወሰነው ደግሞ በሱዳን ስር ነው። የታችኛው ኑቢያ ከመጀመሪያውና ከሁለተኛው ካታራክቶች መሀከል የሚገኘው የአባይ ሸለቆ ክፍል ነው። ይህ ትልቁ የግብፅ ግድብ፣ የናስር ግድብ፣ የተሰራበት ነው። ስለሀ-ቡድን እና ስለ ሐ-ቡድን ታሪክ ከሞላ ጎደል አመላካች የሆኑት ቅርሳቅርሶች ግድቡ ከመሰራቱ በፊት በአካባቢው ላይ በተደረገው የዘመቻ ስነቁፋሮ የተገኙ ናቸው።
69 ሀ-ቡድን ያልነው በእንግሊዝኛው A-Group የሚባለውን ነው።
70 ሐ-ቡድን የእንግሊዝኛውን C-Group የሚመለከት ነው።
71 Pan-Grave
72 ካራታው መጠነኛ ማስተካከያ ተደርጎበት ከሚከተለው በፈቃድ ቁጥር በተጠቀሰው በሀጋዊነት የተወሰደ ነው፤ ክሬዲት ID 168424756 © Rainer Lesniewski | Dreamstime.com።
73 ጥንታዊ ኑቢያ፡ ሀ-ቡድን = Ancient Nubia: A-Group 3800–3100 BC. The Oriental Institute. https://oi.uchicago.edu/museum-exhibits/nubia/ancient-nubia-group-3800%E2%80%933100-bc Retrieved 3/20/2020.

74 ጥንታዊ ኑቢያ፡ሀ-ቡድን (ዝኒከማሁ)።

75 A-Group

76 ስነቁፋሮ የሚለውን በዚህ ስራ አርኪዮችሎጂ ከሚለው ጋር በተለዋዋጭነት ተጠቅመንበታል። ከሞላ ጎደል የኋለኛው በትምህርቱ ዓለም በአማርኛውም የተለመደ በመሆኑ ነው።

77 ጥንታዊ ኑቢያ፡ሀ-ቡድን = Ancient Nubia: A-Group 3800–3100 BC. The Oriental Institute. https://oi.uchicago.edu/museum-exhibits/nubia/ancient-nubia-group-3800%E2%80%933100-bc Retrieved 3/20/2020.

78 Ancient Nubia: A-Group 3800–3100 BC. The Oriental Institute, The University of Chicago. https://oi.uchicago.edu/museum-exhibits/nubia/ancient-nubia-group-3800%E2%80%933100-bc Retrieved 3/20/2020.

79 እዚህ ላይ ሰፋ አድርገን ኤድዋርድስን እንጠቅሳለን፤ "When first identified at the beginning of the twentieth century, the A-Group represented a new and highly distinctive culture. Its distinctive qualities are rather less apparent a century later when, despite the often abundant Egyptian material found in A-Group contexts, A-Group material culture can be seen to have much in common with that found further south. Ceramic culture shares the same black-topped red polished wares, abundant rippled decoration as well as impressed designs, encountered as far south as Khartoum. Possibly more distinctive are red-painted 'eggshell' wares, abundant in Late A-Group contexts, especially at Qustul. Such pottery is found elsewhere in Lower Nubia in only limited quantities and may have been made in the Qustul area for elite consumption (Williams 1986). However, rather similar pottery is now being found in the Kerma area, raising the possibility that it may have a more widespread distribution further south. Stone palettes, abundant beadwork and jewellery in shell, stone and ivory, ivory bracelets and clay figurines all maintain and develop existing Neolithic cultural forms, to which may be added rare gold and copper beads. Animal burials are also found in cemeteries" (ኤድዋርድስ፣ 2004፡68)።

80 "The C-Group from the time of the 6th dynasty (± 2250 B.C.) till the beginning of the New Kingdom(± 1550 B.C.), occupied approximately the same part of Nubia as the A-Group, from Kubaniya north of Elephantine to the Batn el-Haggar, which formed a natural boundary to the south" (ባይታክ፣ 1987፡116)።

81 ለምሳሌ የሚከተለውን ይመልከቱ፤ "While by the second millennium BC Kerma was culturally very different from the C-Group, such differences were not evident in earlier centuries, nor is there any a priori reason to assume that they existed. Several types of Early Kerma pottery, found at Kerma, are virtually identical to Early C-Group pottery, and on occasions have been identified as such. Regional cultural variability certainly exists but this is evident as much within these two regions as between them. Later distinctions which emerge between the C-Group and Kerma were the creation of different histories, rather than pre-existing realities" (ኤድዋርድስ 2004፡75)።

82 የሚከተለውን ከባይታክ ይመልከቱ፤ "Agriculture seems to have had no part in the economy of the early C-Group. Not even grinding ·stones have been found in the settlements" (1987፡119)።

83 ለእነዚህ እና መሰል ጥንታዊ ፅሁፎች እንግሊዝኛ ትርጉም የሚከተሉትን ስራዎች ይመልከቱ፤ ሲምፕሰን (2003)፣ ሊችሃይም (1973) እና ቀደም ላለ ትርጓሜ ብረስታድ (1906)።

84 ወኒ/አኒ በሶስት ንጉሦች ዘመን (በቴቲ፣ በቀዳማዊ ፔፒ እና በመርነረ) የነበረ ሹመኛ ነው።

85 መጃ የሀገር ስም ሲሆን በዋናነት መጃይ ህዝቡን/ሰዉን ያመለክታል። ይሁን እንጂ መጃ በተለዋዋጭነት ህዝቡንም መሬቱንም ለማመልከት ሲውል ይስተዋላል። ይህ ነገድ በአሁኑ ግዜ ቤጃ የሚባለው እንደሆነ ይገመታል። ቤጃዎች አሁንም ከግብፅ ጀምሮ እስከኤርትራ ድረስ አሉ። ስለቤጃ ቋንቋ የተወሰነ ነገር በምዕራፍ አምስት እንመለከታለን።

86 ያም፣ የም፣ እና ኤሪም የሚሉት የአንድ አካባቢ/ህዝብ ስሞች ናቸው። ሄሮግላፊክስ አናባቢን ስለማይወክል በእንግሊዝኛው አንዱ ስም በተለያየ መልኩ ተፅፎ ይገኛል። ይህ በያም/የም/ኤሪም ላይ ብቻ የታየ ሳይሆን ወደፊት በሰፋት እንደምንመለከተው በማናቸውም ስሞች (የንጉሦች ስሞችን ጨምሮ) ላይ የሚታይ ነው።

87 የወኒ/አኒ ግለታሪክ እንግሊዝኛ ትርጓም ከሚከተሉት ስራዎች ይመልከቱ፤ ሲምፕሰን (2003፡404) ብረስተድ (1906፡142 ክፍል 310) እና ሊችትሀይም (1973፡19)።

88 ለምሳሌ ኢምበርሊንግ (2011:8) የሚከተለውን ይላል፤ "ዋዋት የሚባለው ቦታ ትክክለኛው መገኛው ከምላ ጎደል ታውቋል። ይህ ቦታ በሁለተኛውና በአንደኛው ካታራክት መሀከል ነው"። የሚከተለውንም ከባይታክ (1987፡116-117) ይመልከቱ፤ "While the C-Group settled in the land of Wawat in the understanding of Middle Egyptian records, the Kerma Culture occupied the land of Kush. Originally, in Egyptian records, at the end of the Old Kingdom the land of Wawat seems to have been only the northernmost part of Lower Nubia, between the First Cataract and Tomas, bordering directly on Egypt. The districts south of it to the Second Cataract were called Irtjet and Satju"።

89 በርግጥ የእነዚህ ሀገሮች በተለይ የያም/የም ትክክለኛ ቦታ ሙሉ በሙሉ አልታወቀም። በዚህ ጉዳይ ላይ ወደኋላ ላይ እንመለስበታለን።

90 የሚከተለውን ከወኒ/ኡኒ ግለታሪክ ይመልከቱ፤ "His Majesty sent me to excavate five canals in the southland and to fashion three barges and four towboats of acacia-wood of Wawat (Nubia) while the chieftains of Jrtjet, Wawat, Iam, and Medja were felling wood for them" (ሲምፕሰን፣ 2003፡404)።

91 ለሀርኩፍ ግለታሪክ እንግሊዝኛ ትርጉም ከላይ የጠቀስናቸውን ሲምፕሰን (2003)ን፣ ሊችትሀይም (1973)ን እና ቀደም ላለ ትርጓሜ ብረስታድ (1906)ን ይመልከቱ።

92 ለዝርዝሩ ከሀርኩፍ ፅሁፍ የሚከተውን ይመልከቱ፤ "I found the ruler of [the confederacy of] Irtjet, Setju, and Wawat. I came down with three hundred donkeys laden with incense, ebony, ḥknw-oil, *s3t*, (5) panther skins, elephant's-tusks, throw sticks, and all sorts of good products. Now when the ruler of Irtjet, Setju, and Wawat saw how strong and numerous the troop from Yam was which came down with me to the residence together with the army that had been sent with me, this ruler escorted me, gave me cattle and goats, and led me on the mountain paths of Irtjet-because of the excellence of the vigilance I had employed beyond that of any companion and chief of scouts who had been sent to Yam before" (ሊችትሀይም 1973፡26)።

93 "Pan-Grave people are physically not related to the C-Group. They are very robust and superior in size (average males 171 cm) to the C-Group and the Egyptian population. They show a very strong local variability" (ባይታክ 1987፡123).

94 የዚህ ንጉሥ ስም በእንግሊዝኛው በተለያየ መልኩ ተፅፎ ይገኛል። ከእነዚህም ውስጥ Amenemhet (ሲምፕሰን፣ 2003)፣ አሜነመስ Ammenemes (ግሪማል 1992)፣ አሜነምሃት Amenemhat ይገኛሉ።

95 "I enslaved the men of Nubia, took prisoner the Medjay" (ሲምፕሰን 2003፡170)። ቀረብ ባለ ግዜ ለተሰራ የዚህ ፅሁፍ ሙሉ የእንግሊዝኛ ትርጉም ሲምፕሰን (2003፡166 ቀገ)ን ይመልከቱ።

96 ካሞሴ ስላደረገው ዘመቻ ዝርዝር ስፓሊንገር (2005፡2-3)ን ይመልከቱ።

97 "The original Medjay forces are recorded as early as the Sixth Dynasty (2323–2150 B.C.E.) when they were used as mercenary troops." (በንሰን 2002፡233)

98 ከበዙ በጠቂቱ ከላይ የጠቀስናቸውን ስራዎች እንዲሁም (249) እና መጥበሻ መቃብር ባህል መጣጥፍን (መጥበሻ መቃብር ባህል = Pan-Grave Culture: The Medjay. The Oriental Institute, The University of Chicago. https://oi.uchicago.edu/museum-exhibits/nubia/pan-grave-culture-medjay) ይመልከቱ።

99 "These Nubian warriors [i.e. Medjay troops] distinguished themselves in Egypt's battles against the Asiatic invaders during the Second Intermediate Period (1640–1532 B.C.E.) and in the early stages of the New Kingdom, aiding both KAMOSE and 'AHMOSE as they fought the HYKSOS in the Delta. When the country returned to peace, the Medjay assumed the role of state police" (በንሰን 2002፡95)

100 "Their role serving the forces of authority was so enduring that by the time of the Egyptian New Kingdom the name Medjay had become a word for police of any ethnic or cultural background." (Pan-Grave Culture: The Medjay. The Oriental Institute, The University of Chicago. https://oi.uchicago.edu/museum-exhibits/nubia/pan-grave-culture-medjay)

101 Matoi

102 Mazoi

103 Medjay

104 Coptic

105 ግድም ወይም ገደማ ለማለት አላስፈላጊ መንዛዛትን ለማስወገድ በጣም ተደጋግሞ ስለሚመመጣ ገ.ን እንጠቀማለን።

106 በቅድመ ከርማ ባህል ጅማሮ እና ስያሜ ላይ የተለያየ አመለካከት አለ።

107 ይህን በተመለከት የሚከተውን ከኤድዋርድስ ይመልከቱ፤ "By the second half of the third millennium BC, the Northern Dongola Reach was the focus of an increasingly distinctive and materially rich culture, whose centre was a large settlement and religious site close to modern Kerma [...]. This has given its name to the remarkable Bronze Age civilization which persisted and developed over the next thousand years. Extensive areas sharing very similar material culture increasingly seem to have been united as political units. Kerma, as the largest of these came to dominate some 700km of the Nile valley, and at times was to make war in Egypt, far to the north. Various names for these Bronze Age peoples of this and adjoining regions have come down to us in Egyptian texts; they are most widely known as the people of Kush." (ኤድዋርድስ 2004፡75)። ለተጨማሪ ከብዙ በጥቂቱ ካህን (2013፡17)ን እና በዚያ የተጠቀሱ ስራዎችን ይመልከቱ።

108 Kingdom of Kerma. Mission Archeologique Suisse a Kerma (Soudan). https://kerma.ch/en/histoire/royaume-de-kerma. Retrieved 04/04/2020.

109 Neolithic። ይህ የመጨረሻውን የድንጋይ ዘመን ወቅት የሚያመለክት ነው። አንዳንዴም አዲሱ የድንጋይ ዘመን ይባላል። ይህ ዘመን የእርሻ ተግባር የተጀመረበትና ቋሚ ሰፈራ የተመሰረተበትን ዘመን ያመለክታል።

110 ሆነገር (2004ሐ፡41)ንም ይመልከቱ።

111 Ancient Sudan-Kush. http://www.ancientsudan.org/history_14_pre_kerma.htm Retrieved 04/12/2020.

112 Kingdom of Kerma. Mission Archeologique Suisse a Kerma (Soudan). https://kerma.ch/en/histoire/pre-kerma Retrieved 04/12/2020.

113 Kingdom of Kerma. Mission Archeologique Suisse a Kerma (Soudan). https://kerma.ch/en/histoire/pre-kerma Retrieved 04/12/2020

114 ትርጉሙ ሀሳቡን ብቻ በመያዝ እንጂ ቀጥተኛ አይደለምና ከምንጩ የሚከተለውን ይመልከቱ፤ "The most common buildings were subcircular post-built structures, mainly 4–5m in diameter, and smaller structures which may have been granaries. Amongst these there were wooden palisades/enclosures, probably for livestock, as well as a few larger buildings 6–7m in diameter. In addition, there were also a small number of rectangular buildings, some rebuilt in the same position a number of times. While little of the settlement survives apart from the posthole plan, it suggests the existence of a substantial nucleated settlement. Two late pre-Kerma settlements have been found some 4km further east of the Kerma, one of which may date to around 2600 BC" (ኤድዋርድስ፣ 2004:67)።

115 ለምሳሌ ጥንታዊ ሱዳን በሚለው ድረገፅ ቅድመከርማ የሚለውን መጣጥፍ ይመልከቱ። Ancient Sudan-Kush. http://www.ancientsudan.org/history_14_pre_kerma.htm Retrieved 04/12/2020

116 ስለከርማ ተጨማሪ መሰረታዊ ግንዛቤ ይሰጣልና ሆንገር በዚህ አካባቢ ካለው ስነቁፋሮ በመነሳት የሰጠውን ምልከታ ሰፋ አድርገን እዚህ እንጠቅሳለን፤ "The different structures studied imply a certain amount of specialisation of the dwelling areas. The storage pits are concentrated in one zone and may have been destined for a specific use. The huts are of different dimensions, implying their different functions: granaries, dwelling areas, stables, or houses of important people. The rectangular buildings were also built for specific uses. One seems more important, as it was rebuilt three times exactly on the same spot. The other one is isolated outside the periphery of the other buildings; it is probably linked to a system allowing access to the

settlement. The posthole alignments also describe complex defensive structures" (ሆነገር 2004ሐ፡92).

117 "Two late pre-Kerma settlements have been found some 4km further east of the Kerma, one of which may date to around 2600 BC" (Edwards 2004:67)

118 "Amongst the desiccated archaeobotanical remains recovered from the pits, finds of emmer wheat (*Triticum dicoccon*) and barley (*Hordeum vulgare*) are of interest representing rare early finds of these northern crops." (Edwards 2004:67)

119 የሚከተለውን ይመልከቱ፤ "By 3000 BC, the area was transformed into a thriving town with an organized urban infrastructure. Governed by a centralized authority, pre-Kerma was a fully developed polity. The town was highly organized; politically, economically, and socially" (Pre-Kerma. Ancient Sudan-Kush. http://www. ancientsudan.org/ history_14_pre_kerma.htm Retrieved 04/12/2020)። በ3000 ቅጋአ ከርማ ከተማ ነበረች የሚለው ወደኋላ ላይ እንደምንመለከተው አብዛኛው የመስኩ ምሁራን አይቀበሉትም። እዚህ ላይ ልብ ማለት የሚገባን አብዛኛውን ግዜ በጥንታዊ ታሪኮች እና እድሜያቸው በትክክል ባልተመዘገበበት ታሪካዊ ክስተቶች ላይ በውጥ አጥኚዎችና በሀገር በቀሉ መሀከል ግልፅ ልዩነት ይታያል። የውጭ አጥኚዎች አብዛኞቹ ስራዎች ላይ ማለት ይቻላል የአንድ አፍሪካዊ ታሪካዊ ክስተት በሀገር በቀሉ ከሚቀርበው እጅግ የቅርብ ሆኖ ሲቀርብ ይስተዋላል። ይህ በተለይ ከስልጣኔ የተያያዘ ታሪካዊ ክስተት ላይ ጎልቶ የሚታይ ነው።

120 የሚከተለውን ከሆነገር ይመልከቱ፤ "Settlements covering several hectares, fortifications, and specialisation of the dwelling areas are characteristics generally cited to demonstrate the existence of the first cities. As yet, it is still difficult to know whether the Pre-Kerma settlement is a true city, as it would be necessary to extend the excavated surface in order to decide. However, its organisation shows that the settlement may already have been part of the social and economic process which led to the kingdom of Kerma" (ሆነገር 2004ሐ፡93)።

121 ይህ ዛፍ በእንግሊዝኛ ኢቦኒ የሚባለው ነው። ዛፉ ውስጡ ጥቁር ወይም ደማቅ ቡናማ የሆነ የእንጨት አይነት ነው።

122 ቅድመ ከርማ፤ ጥንታዊ ሱዳን-ኩሽ። Pre-Kerma. Ancient Sudan-Kush. http://www.ancientsudan.org/history_14_pre_kerma.htm Retrieved 04/12/2020።

123 በዚህ ላይ የሚከተለውን ከስዊዝ አርኪዎሎጂ ቡድን ይመልከቱ፤ "Archaeological data pertaining to this period are rather rare in Upper Nubia and it is rather difficult to highlight connections between Pre-Kerma people and their neighbours. We only know that contacts deepen

throughout the Nile Valley and that Nubia's riches—notably gold, ivory, ebony and cattle—are coveted by elites in the north. Trade increases between Lower Nubia, occupied by the A-Group, and Upper Egypt. Upper Nubia was undoubtedly influenced by these interactions, but it remains difficult to ascertain its implication in Nilotic trade. At the moment, because of the few Pre-Kerma settlement sites and the rarity of necropoleis, it is impossible to formulate a firm idea regarding the dynamism of this culture in the region" Kingdom of Kerma. Mission Archeologique Suisse a Kerma (Soudan). https://kerma.ch/en/histoire/pre-kerma Retrieved 04/12/2020

124 "[T]he existence of Pre-Kerma demonstrates that the emergence of the Kenna civilisation is based in part on the dynamics of the local substrarum and it is not necessary to envisage an immigration of an external population to explain the emergence of the first kingdom of Nubia" (ሆነገር፣ 2004ሀ፤46)።

125 በዚህ ላይ የሚከተለውን ከኤድዋርድስም ይመልከቱ፤ "By the mid-third millennium BC, a relatively homogeneous Early Kerma (or 'Kerma Ancien' amongst Francophone archaeologists) material culture can be identified over an extensive area to north and south of Kerma itself, extending into Middle Nubia and further north" (ኤድዋርድስ፣ 2004፡77)።

126 "The presence of numerous institutions, large secular and religious structures, and spacious dwellings in strategic locations reflects the centralization of power and indicates a hierarchical society in control of the exchange of goods. More complicated still was the study of military defenses constructed mainly of wood and galous, a mix of silt, straw, and dung shaped into large clods" (ቦኔት 2019፡2)።

127 በዚህ ላይ ኤድዋርድስንም ይመልከቱ፤ "The number of Kerma sites now being discovered and mapped also makes it clear that settlement in the Dongola Reach was on a much greater scale than anything seen in Lower Nubia during that period, maintaining the region's importance as a centre of population already established during the Neolithic period" (ኤድዋርድስ፣ 2004፡77)።

128 "By the late third millennium the first enclosure walls were constructed, soon to be levelled to allow it to expand. Larger multi-roomed buildings were also appearing and the beginnings of monumental construction began in the Deffufa building. Relatively little is known of other settlements during this period, although

excavations at a site *c.*25km south of Kerma (Gism al-Arba) have revealed a settlement of several large buildings" (ኤድዋርድስ፣ 2004፡86 ቀገ)።

129 የሚከተሉትን ከእነዚህ ስራዎች ይመልከቱ፤

"The Egyptians called this kingdom Kush, and this political entity seems to have been established around 2000 BCE." (ሀፍሳስ-ፃኮስ 2009፡ 50)።

"The Egyptians called this kingdom Kush, and built a series of imposing fortresses along the Nile in the years after 2000 bc in an attempt to control trade and to protect against its military power" (ኢምበርሊንግ 2011:9)።

130 በዚህ ላይ የሚከተለውን ከኤድዋርድስ ይመልከቱ፤ "By the second millennium BC, there is little reason to doubt that Kerma was the centre of a substantial kingdom, almost certainly the earliest in sub-Saharan Africa, and one which came to be a major rival to Egypt" (ኤድዋርድስ 2004፡75)።

131 የሚከተለውን ከቦኔት ይመልከቱ፤ "The city developed progressively in independent districts that could each be closed of with its own gate. The fortified enclosure surrounding the city surmounted a series of ditches reaching 7 meters in depth. Defensive works took up more and more space. Several locations devoted to the stockpiling of goods as well as animal enclosures were established" (ቦኔት፣ 2019፡ 26)።

132 "This period saw the town site of Kerma change and develop with more substantial fortifications and domestic architecture (Bonnet 1990, 1992). The great Western Deffufa formed a focal point for what appears to have been a substantial 'religious quarter'. As well as workshops and other buildings, chapels or shrines began to be constructed in the same area. Larger mudbrick buildings appeared, often with large open courtyards. In contrast to these structures, what was clearly a very major and important building was built to the southwest of the Deffufa during this period (Figure 4.3). Its rounded external walls were built in mud with an internal frame of massive wooden posts supporting the roof. Enclosed on three sides by a large mudbrick wall, its southern side seems to have been bounded by wooden palisades. This massive building is unique at the site and represents an unusually large covered area, nearly 18m across on the interior. Built around the beginning of the "Middle Kerma period it seems to have survived for several centuries, being destroyed and

rebuilt at least six times on the same site. This period also saw the establishment of an extra-mural religious centre to the southwest of the main town, which contained a cluster of chapels similar to examples within the town as well as in the main cemetery" (ኤድዋርድስ 2004፡90)።

133 ስለዚህ በከርማ የታየው የከብት ጭንቅላት የመቅበርና የከብት ቀንድን በማስተካከል/በማረቅ፣ በአፍሪካ ስላለው ባህል ቻይና ሌሎች (2012)ን ይመልከቱ።

134 ራይዝነር ስለእነዚህእና በአጠቃላይ በከርማ ስለተገኙት ትልልቅ መቃብሮች የሚከተለውን ይላል፤ "The large graves present one general type, the burial apartment or apartments for the main burial, covered with a low dome-shaped tumulus of earth much larger than is necessary to cover the main burial, a broad ring of dark stones outlining the tumulus and assisting to maintain its form, a sprinkling of white pebbles over the tumulus inside the darkring, a crescent of ox-skulls around the southern sector, and a cone of white quartzite which appears to have stood at the summit of the tumulus. Usually the extra space in the tumulus is more or less filled with small graves of the same general period as the main burial. Five of the largest tumuli contain such graves, which I call subsidiary graves" (ራይዝነር፣ 1923፡ 64)። ራይዝነር (1923) በከርማ የተደረገ ቀደምት የስነቁፋሮ ሪፖርት በመሆኑ እጅግ በርካታ ጠቃሚ መረጃዎችን ይዟል። ስለከርማ መቃብሮች ብቻ ሳይሆን አጠቃላይ በከተማዋ ስለተገኘው የአርኪዎጂ ውጤት ለተጨማሪ ግንዛቤ ራይዝነርን ይመልከቱ።

135 Kingdom of Kerma. Mission Archeologique Suisse a Kerma (Soudan). https://kerma.ch/en/histoire/royaume-de-kerma. Retrieved 04/04/2020. በዚህ ላይ ኤድዋርድስ (2004፡96)ን፣ ቦኔት (2019፡ 43)፣ እና ራይዝነር (1923፡21 ቀገ)ን ይመልከቱ።

136 ይህ ቃል ወደግሪክ ሲገባ ሀይከሶስ ሆነ እንጂ መነሻው የግብፅ ሄኩ ካሱት *Heqau Khasut* በጥሬ ትርጉሙ 'ከውጭ ሀገር የመጡ መሪዎች' ማለት ነው። እነዚህ ህዝቦች ከነዓኖች እንደሆኑ ይገመታል። ዲርሚንቲ (2014፡337)ን እና በዚያ የተጠቀሱ መረጃዎችን ይመልከቱ።

137 forts

138 "Following the collapse of the Middle Kingdom and the Hyksos (Asiatic tribes) invasion, the Egyptians lost their control over Nubia. The forts were ransacked and burnt by the natives, who seem to have seized the opportunity of the collapse of the central government in Egypt to regain their independence" (ሸሪፍ 1981፡ 258)።

139 ስለፑንት በሌላ ክፍል እንመለሳለን።

140 "The kings of Kush were able to assemble alliances with distant rulers—including those of the *medjay* and of the land of Punt near

the Red Sea—and nearly captured the Egyptian capital at Thebes in raids around 1600 bc" (ኢምበርሊንግ፣ 2011:9).

141 Apophis

142 ይህ የካሞሴ ፅሁፍ የአማርኛው ትርጉም ከሲምፕሰን (2003) የእንግሊዝኛ ትርጉም የተወሰደ ነው። "[H]e had sent (a letter) as far as Kush to seek out his protection. But I captured it on the way. I did not let it arrive. Then I let it be taken back to him" (ሲምፕሰን 2003፡ 350)። የዚህ ደብዳቤን ይዘት ካሞሴ እንደሚከተለው ይገልፀዋል፤ "For it was on the upland way of the oasis that I captured his messenger going south to Kush with a written letter. I found on it saying in writing: From the ruler of Avaris, Aa-user-re. Son of Re Apopi, greetings to the son of the ruler of Kush: Why have you arisen as ruler without letting me know? Do you see what Egypt has done against me? The ruler who is in it, Kamose the valiant, given life, attacks me on my soil, although I have not attacked him in the manner of all he has done against you, for he chooses the two lands to afflict them, my land and yours, and he has devastated them. Come northward, do not blench, for he is here with me, and there is no one who can stand up to you in (this part of) Egypt. See, I will not give him a way until you arrive. Then we shall divide the towns of Egypt, and both our fine lands(?) shall be in joy" (ሲምፕሰን 2003፡ 349)።

143 ካሞሴ ስላደረገው ወጊያ፣ ስላገኘው ድልና ስለምርኮው በዝርዝር በፅሁፍ ትቶልን አልፏል። የእነዚህን ፅሁፎች ትርጉም ከሲምፕሰን (2003፡346 እና ቀገ) ይመልከቱ።

144 "Kamose would defeat the Hyksos (employing Nubian *medjay* in his army) and retake part of Nubia. His successors in the Egyptian New Kingdom eventually conquered Nubia as far as the 4th Cataract and held this territory for four centuries" (ኢምበርሊንግ፣ 2011:9)።

145 "This campaign seems to have been more of a raid with no territorial gain, as Davies has already suggested. During the rest of the 18th Dynasty, several more campaigns were conducted against Kush" (ካህን 2013፡18)።

146 "The abandonment must therefore have been the result, in large part, of the conflicts at the beginning of the New Kingdom" (ቦኔት፣ 2019፡55)።

147 'Late' phase

148 ቀዳማዊ አህሞሴ በሀይክሶሶች ላይ ስላደረገው ዘመቻና ድል እንዲሁም ከእሱ በመቀጠል የተነሱት የ18ኛው ስርወመንግሥት የመጀመሪዎቹ ንጉሦች ስላደርጉዋቸው ውጊያዎች ዋንኛ መረጃዎች የባህር ኃይል ባልደረባ የነበረው አህሞሴ የኤባና ልጅ 'Ahmose son of Abana' እና አህሞሴ-ፔን-ኔክቤት 'Ahmose-Pen-Nekhbet'

የህይወት ታሪክ ፅሁፎች ናቸው። የእነዚህን ፅሁፎች እንግሊዝኛ ትርጉም ከጠቃሚ ግርጌ ማስታወሻዎች ጋር በብረስተድ (ቅፅ 2፣ 1906፡3 እና ቀገ)ን እና በሊችትህይም (ቅፅ 2፣ 1973፡12 እና ቀገ) ይገኛል።

149 የኩሽ መንግሥት "ቀዳማዊ ቱትሞስ (1504 - 1492 ቅጋአ) እስከ አራተኛው ካታራክት አልፎ ኑቢያን ሲቆጣጠር ማክተሚያው ሆነ" (ሸሪፍ 1981: 261)። "The kingdom of Kush, which controlled the whole of Nubia south of Elephantine after the collapse of the Middle Kingdom in Egypt following the Hyksos invasion, came to an end when Tuthmose I conquered Nubia beyond the Fourth Cataract." (ሸሪፍ 1981: 261)።

150 "[I]t was Tuthmose I (— 1530 to —1520) who accomplished the conquest of the northern Sudan; thus bringing the independence of the kingdom of Kush to an end. [...] Thus Nubia came to be fully controlled by Egypt and a new and remarkable era in its history began, which left permanent marks on its cultural life throughout the following periods" (ሸሪፍ፣ 1981: 265-266)

151 በእንግሊዝኛው የተለያየ አፃፃፍ እናገኛለን፤ Thutmosis እና Tuthmose።

152 የሚከተለውን ይመልከቱ፤ "በአስዋን እና ፊሌ 'Philae' መሀከል ላይ ከሚገኝ የድንጋይ ላይ ፅሁፍ እንደምንረዳው ከሆነ፣ ቱቶሚስ ቀዳማዊ ከሞተ በኋላ ቱቶሚስ ዳግማዊ የመጀመሪያ የንግሥና ዓመት ላይ በኑብያ አመፅ ነበር። ከዚህ ድንጋይ ላይ ፅሁፍ እንደምንረዳው አንድ መልዕክተኛ ወደንጉሱ ቀርቦ ኩሽ አመፅ እንደጀመረ እና የኩሽ መሪ እና ከሱ በስተሰሜን የሚገኙ ሌሎች መሳፍንት አብረው እንደመከሩ ነግሮታል። ይኸው ፅሁፍ ጦር ተልኮ አመፁን እንደተቆጣጠሩትም ይገልፃል። ከዚህ ሀይለኛ ቅጣት ከተወሰደባቸው በኋላ ሰላም በኑብያ ለተወሰነ ዓመትም ቢሆን ሰፍኖ። ቱቶሚስ ዳግማዊን በመከተል አልጋውን የወረሰቸው ዝነኛዋ ንግሥት ሀትሼፐሱት ባጠቃላይ በሀገሩ/አካባቢው ሰላም ሰፍኖ ነበር" (ሸሪፍ 1981: 266)።

"From a rock inscription between Aswan and Philae dating from the first year of Tuthmose II70 we know that there was a revolt in Nubia after the death of Tuthmose I. According to this inscription a messenger arrived to bring to His Majesty's ears the news that Kush had started to rebel and that the chief of Kush and other princes to the north of him had conspired together. It also informs us that an expedition had been sent and the rebels quelled. After this punitive mission peace was restored and firmly established in Nubia for some years.

"Peace prevailed throughout the reign of Queen Hatshepsut who succeeded Tuthmose II" (ሸሪፍ፣ 1981: 266)።

153 በዚህ ላይ ለምሳሌ የሚከተለውን ከሞርኮት ይመልከቱ፤ "It was with the three military campaigns during the co=reign of Hatshepsur and Thutmose III (+ 63-84) that Egyptian dominarion asfar asthe 3rd

Cararacrt was assured and some significant control was gained over the region as far as the 4th Cataract. Thutmose III did not return to Nubia for rwenty-five years (+ 109), when he sailed through the Dongola Reach as far as Gebel Barkal. He claims to have been the first pharaoh to do this - and there is no evidence to the contrary. This year therefore marks the establishment of the Egyprian frontier at the 4th Cataract" (2001:233)።

154 ስለከተማነቷ የሚከተለውን የኤድዋርድስ አስተያየት ጥሩ ግንዛቤ የሚያስጨብጥ ይመስለናል፤ "While we will refer to it as a 'town', much still remains to be learnt about its character. This religious core was to dominate the site throughout its long history. Later fortified and including a range of different types of structures, including more shrines, workshops and palaces, circular wooden buildings as well as rectilinear mudbrick houses, it certainly appears to represent an 'urban' community (ኤድዋርድስ 2004፡81)።

155 Kerma Culture. The Oriental Institute. The University of Chicago. https://oi.uchicago.edu/museum-exhibits/nubia/kerma-culture Retrieved 04/24/ 2020.

156 የከርማ ባህል የሚለው የዩኒቨርሲቲ አፍ ቺካጎ መጣጥፍ አራት መቃብሮች እንደሆነ ይገልፃል፤ "The largest tombs were four royal burial mounds nearly 300 feet in diameter that contained the sacrificial burials of human servants as well as animals" (Kerma Culture. The Oriental Institute. The University of Chicago. https://oi.uchicago.edu/museum-exhibits/nubia/kerma-culture Retrieved 04/24/2020).

157 "About three kilometers east of the settlement was a huge cemetery with a smaller *deffufa* that served as a funerary chapel. The burials were visible as rings of small stones or simple mounds on the surface, and three of them were (p. 8) significantly larger than the others, up to ninety meters in diameter and four meters high. These mounds were built over a central burial chamber and a series of mud-brick walls that provided structure to the mound (see page 40, Fig. 39). As many as 322 human sacrificial victims were buried in the corridors of the mound along with the kings, while nearly a thousand cattle skulls—representing the wealth of the king and probably deriving from the funeral feast—were neatly arranged around the mounds" (ኢምበርሊንግ፣ 2011:9)።

158 headrest

159 "At Kerma the main burial lay on a bed on the right side. On this bed were put a wooden headrest, an ostrich-feather fan, and a pair

of sandals. A large number of pottery vessels were placed beside the bed and round the walls of the chamber. The most striking burial custom at Kerma was the use of human sacrifices. The owner of the grave was accompanied by 200 to 300 persons, the majority being women and children. They were buried alive in the central corridor" (ሸሪፍ 1981፡ 265)

160 Thutmose I

161 አሙን 'Amun' አንዳንዴም፣ አሜን 'Amen' ወይም አሞን 'Amon/Ammon' በሚል ከስራ ስራ ተፅፎ ይገኛል።

162 ለዚህ ባጅ ከፓፒረስ ላይ አግኝቶ ወደእንግሊዝኛ ተርጉሞ ካቀረበው የዚህ አምላክ መዝሙር ውስጥ የሚከተለውን ይመልከቱ፤ "Chief of all the gods, Lord of Truth, father of the gods, maker of men, creator of all animals" (ባጅ 1914፡214)።

163 የአሙን እምነት በጣም ከመስፋፋቱ የተነሳ አማኙ በመሀላው "የአሙን ፍቃድ ሆኖ በህይወት ከቆየሁ" የሚል ሀረግ ያካትት ነበር (ኤርማን፣ 1997፡ 60)። ማንኛውም አማኝ ተማፅኖውን ለማቅረብ የሚጠበቅበት ኃጥያቱን ለቄስ መናዘዝ ብቻ ነበር (ዝኒከማሁ)።

164 Deities in Ancient Egypt – Amun https://egyptianmuseum.org/deities-amun Retrieved 09/14/2024.

165 ቆየት ያለ ስራ ቢሆንም ስለአሙን-ራ ጥምረትና እንዴት አሙን ዋና አምላክ በአዲሱ መንግሥት እንደሆነ ሰፋ ላለ ትንተና ኤርማን (1907፡ 57 ቀገ)ን ይመልከቱ።

166 Hatshepsut

167 Thutmose III

168 Dukki Gel

169 በዚህ ከተማ ስለተገኘው የስነቁፋሮ ውጤት ዝርዝር ገለፃ ቦኔት (2019፡71 ቀገ)ን ይመልከቱ።

170 "King's Son of Kush,"

171 ንዘ = ንግሥና ዘመን

172 ለተመሳሳይ አስተያየት (ኤድዋርድስ 2004፡106)ን እና ሞርኮት (2013፡916)ን ይመልከቱ።

173 "At the upstream end of the Dongola Reach, an Egyptian presence was also established at Jebel Barkal, in the area known as Napata. This seems likely to have been a sacred site of great antiquity and the sacred mountain became the home of several Egyptian shrines including a large Amun temple, probably built by Tutankhamun or Horemheb, later enlarged by Seti I and Ramesses II (Kendall 1990, 1994), with at least two other temples closeby. Some building work was undertaken by Thutmosis IV, while there may have been even earlier temples there founded by Thutmosis III or even Thutmosis

II (Dunham 1970). Masked by numerous phases of Kushite buildings of the first millennium BC, the extent of the Egyptian temple complex is still unknown, although its presence does not necessarily imply the existence of a major settlement there. Some New Kingdom tombs have also recently been found close to Jebel Barkal (Vincentelli 1997, 1999)" (ኤድዋርድስ 2004፡ 103). በዚህ ላይ ሞርኮት (2013፡917-918)ን ይመልከቱ።

174 "By the end of the New Kingdom there were over 80,000 priests employed by the temple at Thebes alone, not counting other cities in various districts. The most notable of these priests were richer and owned more land than the pharaoh" (ማርክ 2016)።

175 Amenhotep

176 Heri-Hor

177 የሄሪ-ሆር ማንነት በዚያው ግብፅ ቢወለድም ቤተሰቦቹ ግን የሊቢያ ሰዎች ናቸው ተብሎ ይታሰባል። በዚህ ላይ ከብዙ በጥቂቱ ግሪማል (1992፡292)ን እና ሽሪፍ (1981: 271)ን ይመልከቱ።

178 Smendes

179 እንደግሪማል (1992፡292) ከሆነ ራሜሴስ አስራአንደኛ የሞተው በ1069 ቅጋአ ነው።

180 የሚከተለውን ከሞርኮት (2016) ይመልከቱ፤ "The evidence for the process of Egyptian abandonment of its Nubian territories is less clear than in Asia, but, 'revellions', notabley by the kingdom of Irem, threatened the far south of Egyptian control from early in the 19th Dynasty" (ሞርኮት፣ 2016፡260-261)።

181 ኢምበርሊንግ (2011:9-10)ና በዚያ የተጠቀሱ ስራዎችን ይመልከቱ።

182 "The excavations at Amara suggested the possibility that the site had been systematically closed down, rather than simply abandoned or destroyed in a period of unrest. Given that the latest work there belongs to the reign of Ramesses IX (dated to year 6), it is perhaps possible that the reigns of Ramesses X or Ramesses XI saw a withdrawal by the Egyptians back to the Second Cataract in the face of a rising Kushite power to the south. This, of course, is speculative, but the later years of the reign of Ramesses XI must have been marked by considerable political disturbance in Nubia and Upper Egypt" (ሞርኮት፣ 2013:953)

183 "From the end of the ninth century before our era we get a re-awakening: G. A. von Reisner's excavation of the El-Kurru necropolis1 near Napata below the Fourth Cataract revealed the tombs of a succession of princes: initially mounds and later masonry structures of mastaba type" (ሌክላንት፣ 1981: 278)።

184 Gebel Barkal

185 "The collapse of the Egyptian empire in Nubia brought on a dark age of uncertain length. Sometime between 1000 and 800 BC, however, a new Nubian dynasty developed in the southern bend of the Nile, building royal tombs at El-Kurru that for the first time in Nubian history took the form of pyramids. These kings (Fig. 23) ruled from Napata, located in the area of Gebel Barkal, and scholars call them the Napatan Dynasty. They would soon conquer Egypt, where they would rule as its 25th Dynasty (ca. 750–650 BC)" (ኢምበርሊንግ፣ 2011:9-10)።

186 የወራሾቹ ሁኔታ የሚያሳየው ምናልባት በኑቢያን ውርስ የሚሄደው በሴቶች ሊሆን መቻሉን ነው።

187 የዚህን ሰው ስራ እንግሊዝኛ ትርጉም ከሲምፕሰን (2003) ይመልከቱ። በእንግሊዝኛው ትርጎም ላይ ከስራ ስራ የተወሰን ልዩነት እንዳለ ልብ ይሏል። የተወሰነውን የዚህን ፅሁፍ ክፍል ስለዚህ ንጉሥ ባነሳንበት ቦታ እንመለከተዋለን።

188 በግብፅ 22ኛው፣ 23ኛው እና 24ኛው ስርወመንግሥታት የሊቢያ ዝርያ ያላቸው ንጉሦች ናቸው። የ21ኛው ስርወመንግሥትም የሊቢያን ሰዎች ሳይሆኑ አይቀርም ተብሎ ይገመታል። በዚህ ላይ ሰፋ ላለ ማብራሪያ ማርክ (2016ለ)ን ይመልከቱ።

189 God's Wife of Amun

190 "Kashta [...] forced the adoption of his daughter Amenirdis by the high-priestess of Amon at Karnak" (ዱንሀም 1947፡6)። ይሁን እንጂ አንዳንድ ስራዎች ቀዳማዊት አሜኒርዲስን በቲቤስ ያስቀመጣት አባቷ ከሻታ ሳይሆን በኋላ ላይ የነገሠው ወንድሟ ፒዬ ነው የሚሉ አለ። ለምሳሌ የሚከተለውን ከግሪማል (1992፡ 335) ይመልከቱ፤ "He [i.e. Piankhy] took Thebes under his protection and ensured that his sister Amenirdis I was adopted by Shepenwepet I as Divine Adoratrice"። ካህን (ካ2013፡23) በበኩሉ በዚህ ላይ ግልፅ የሆነ ነገር የለም ይላል፡ "It is not clear whether it was Kashta who conquered Upper Egypt and installed his daughter as the wife of the god Amun at Thebes, or whether it was his son, Piankhy, who may have installed his sister" (ካህን 2013፡23)።

191 "To the south, the Kushite king Kashta (c. 750 BCE) recognized Egypt's weakness and moved to capitalize on it. Kashta greatly admired Egyptian culture and had 'Egyptianized' his capital city of Napata and, by extension, his realm. He had strong ties through trade with Thebes and was aware of the process by which priests and other high officials were appointed. With no central rule from Lower Egypt able to exert any authority in Upper Egypt, Kashta had his daughter, Amenirdis I, appointed God's Wife of Amun. The significance of this position was immense, as Van de Mieroop notes:

"The political importance of these women was very great and publicly acknowledged. They often acted as regents for their fathers or brothers in the Theban area, adopting royal attributes there" (275). Amenirdis I effectively took control of Thebes and, with it, Upper Egypt. With Lower Egypt divided, Kashta peacefully took control of the country and declared himself King of Upper and Lower Egypt" (ማርክ 2016ለ)

192 "The Kushite king Kashta arrived in Egypt amid political disarray to claim the office of pharaoh, apparently at Thebes and apparently peacefully. He was the first of the Nubian line of kings who ruled as Egypt's 25th dynasty (747–656 BC)." Kushite Kingdom, Oriental Institute, The University of Chicago. https://oi.uchicago.edu/museum-exhibits/nubia/kushite-kingdom. Retrieved 06/09/2020.

193 "although direct evidence for Kashta's installation as king at Thebes is still lacking (Morkot 2000: 158). The Kushite domination of Egypt was only really secured under Piankhy perhaps some 20 years later, in a series of campaigns recorded in his 'Victory Stela' (*FHN* I: 62–112), discovered in the Amun temple at Jebel Barkal in 1862, and now in Cairo." (Edwards 2004:115).

194 National Geographic 2019, CC BY-SA 4.0

195 የአሙን የአምላክ ሚስት የሚለው የተጀመረው በመሀከለኛው መንግሥት ዘመን ይመስላል። የአሙን አምላክ ሚስት ልጃገረድ ስትሆን ከሌላ ማንም ወንድ አትገናኝም። ምክንያቱም ባሏ አምላክ ተብሎ የሚታሰበው አሙን ስለሆነ። በዚህ ማዕረግ የምትመደብ/የምትሾም ሴት ከፍተኛ ስልጣን አላት። በተለይ ወደበኋላ ላይ በ25ኛው ኩሽ ዘመን ከአሙን ቀሳውስቱ እለቃ እኩል ስልጣንና ሀብት ነበራት።

196 የሚከተለው የካሻታ ፅሁፍ የእንግሊዝኛ ትርጉም ከኤድ እና ሌሎች (1994፣ ቅፅ 1) ነው፤ "The King-of-Upper-and-Lower-Egypt, 'He-who-belongs-to-Rê's-Order, Son-of-Rê, Lord of Two-lands, Kashta, beloved, living for ever, beloved of Khnum-Rê, Lord of Cold-water (the First Cataract), and Satis, Lady of [Elephantine]" (1994:45)።

197 በዚህ ላይ ከስራ ስራ የተወሰነ ልዩነት አለ። የካሻታ ልጅ አሞንሪደስ ቀዳማዊት 'Amonirdis I' ይህ ቅድስና የተሰጣት በወራሹ ፐዬ ነው የሚል አለ። ፐዬ የካሻታ ልጅ ሲሆን፣ አሞንሪደስ ቀዳማዊት ደግሞ እህቱ ነች። ለዝርዝር ዋቢዎች ኤድ እና ሌሎች (1994:47)ን ይመልከቱ።

198 "With Lower Egypt divided, Kashta peacefully took control of the country and declared himself King of Upper and Lower Egypt" (ማርክ 2016ለ)።

199 'Piye'

200 'Pinkhai'

201 'Piankhy'
202 በዚህ ፅሁፍ መነሻ አካባቢ ላይ የሚከተለው ሰፍሮ ይገኛል፤
"Hear what I have done in exceeding the ancestors.
I am the king, the representation of god,
the living image of Atum,
who issued from the womb marked as ruler,
who is feared by those greater than he,
[whose father] knew and whose mother perceived
even in the egg that he would be ruler,
the good god, beloved of the gods,
the Son of Re, who acts with his two arms,
Piye, beloved of Amon." (ሲምፕሰን 2003፡368)
203 ከላይ እንደገለፅነው የ21ኛው ስረወመንግሥትን እንኳ ወደጎን ብንተው ከዚያ በኋላ የነበረው 22ኛው ስርወመንግሥት የሊቢያን ዝርያ ያለቸው የነገሡበት ነበር።
204 ትርጉሙ ሌክላንት (1981: 280)ን መሰረት አድርጎ ነው።
Amon of Napata has made me sovereign over every people; he to whom I say "thou art a king" shall be a king; he to whom I say "thou shalt not be a king" shall not be a king. Amon of Thebes has made me sovereign over Egypt; he to whom I say "be clothed as a king" is clothed as a king; he to whom I say "thou shalt not be clothed as a king" shall not be clothed as a king . . . the gods make a king, the people make a king, but it is Amon who made me. (ሌክላንት፣ 1981: 280)።
205 Tabiry
206 Abar
207 Khensa
208 Nefrukekashta
209 "God's Wife of Amun"
210 Shabaka
211 በአንደኛው ፅሁፉ ላይ ከማንም ቀዳሚ ንጉሥ በላይ በአሙን አምላክ ተወዳጅ መሆኑና ጠላቶቹን ሁሉ እንደደመሰሰ እንደሚከተለው ይገልፃል፤ "Shabako, given life, more loved by Amun than any king who has existed since the founding of the land. He has slain those who rebelled against him in both South and North, and in every foreign land. The Sand-dwellers [Asiatic semi-nomads] are faint because of him, falling for (very) fear of him - they come of themselves as captives and each among them seized his fellow - for he (the king) had performed benefactions for (his) father (Amun), so greatly does he love him" (ኪሸን፣ 1986፡379)።

የፅሁፉ ትርጉም ከኪሽን ነው። ትንሽ ለየት ላለ ትርጉም ኤድ እና ሌሎች (1994፡ 123/4) ይመልከቱ።

212 Bocchoris

213 Sais dynasty

214 ከብዙ በጥቂቱ የሚከተለውን ከሌክላንት ይመልከቱ፤ "Towards —713, Shabaka, brother of Peye, ascended the throne. He brought the entire Nile valley as far as the Delta under the empire of Kush and is reputed to have had Bocchoris, dynast of Sais, who resisted him, burnt to death" (1981: 280-281)።

215 Horemakhet

216 "Shabako [...] installed a son of his own - Haremakhet - as High Priest of Amun" (ኪሽን፣ 1986፡382)።

217 theocratic monarchy

218 ለዚህ ኪሽንን ሰፋ አድርገን እንጠቅሳለን፤ "In 712 RC., Sargon 11 sent his army-commander (the turtanu) to settle accounts with the Philistine city of Ashdod, where the usurper Iamani sought anew to throw off the Assyrian yoke. Ashdod was captured, a victory stela was erected, and a governor was installed alongside a new king to keep an eye on him. Iamani fled to Egypt. There, Shabako, the 'Pharaoh of Egypt' (Pir'u king of Musru), 'which (land) belongs (now) to Kush' (Nubia), obligingly extradited the fugitive Iamani to the Assyrian's satisfaction" (ኪሽን፣ 1986፡380)።

219 የዚህ ሰው ስራ በኋላ ላይ ከአሲሪያን ከተገኘ መረጃ ላይ ተመስርቶ የቀረበ በመሆኑ እዚህ ሰፋ አድርገን እንጠቅሰዋለን፡ "In 721 BC Shabaka ascended the throne of Kush. He conquered Egypt by the beginning of his second year of reign in February 720 BC. In the spring of 720 BC the Kushites fought a pitched battle against the Assyrian army near Raphiah. Shabaka maintained a hostile policy towards Assyria until his death in 706 BC. In 712 Iamani, king of Ashdod, revolted against Assyria and at the arrival of the Assyrian forces he fled to Sargon's opponent, Shabaka. He received asylum from Shabaka until the latter's death, which occurred at the end of 706 BC. Within months after ascending the throne, Shebitku changed his predecessor's hostile policy towards Assyria and, as a gesture of good will, extradited Iamani to Sargon" (ካሀን፣ 2004፡109)።

220 የሻባካን ንግሥና እን ስኬት ማርክ እንደሚከተለው ያጠቃልለዋል፤ "[Shabaka's] son, with the very Egyptian name of Haremakhet, was appointed High Priest of Amun at Thebes, and his reign is characterized by

building projects throughout Egypt, preservation of historical documents, and securing the borders against invasion" (ማርክ 2016ለ).
221 Shabataka
222 Shebitku
223 Shabataqo
224 የዚህ ፅሁፍ ክፍል የእንግሊዝኛ ትርጉም የሚከተለው ነው፤ "I (scil. Sargon) plundered the city of Ashdod. lamani, its king, feared [my weapons] and ... He fled to the region of the land of Melubba and lived (there) stealthfully (literally: like a thief). [...] Shapataku' (Shabatka), king of the land of Melub-ba, heard of the mig[ht] of the gods Ashur, *Nabu,* (and) Marduk which *I had [demonstrated]* over all *lands,* ... [...] He put (Iamani) in manacles and handcuffs ... he had him brought captive into my presence " (ካህን 2001፡2)።
225 Taharqa
226 Tirhakah
227 Taharqo
228 የዚህን ፅሁፍ ይዘት ኤድ እና ሌሎች ወደእንግሊዝኛ እንደሚከተለው መልሰውታል "[Shebitqo] "loved (Taharqo) more than all his brethren and all his children and (...) preferred (Taharqo) to them" (1994:131)።
229 "The reign of Taharqa, at 26 years, divides with convenient balance into two epochs of some 13 years each - the first, years of peace, and the second, years of conflict with Assyria" (ኪሽን፣ 1986፡388)።
230 "For reasons that remain unclear but may relate to a succession struggle, Taharqo initiated a new royal cemetery at Nuri, fifteen miles upstream of El-Kurru" (ኢምበርሊንግ፣ 2011:10)
231 Tanutamani
232 የእነዚህ እህቶቹ ስም ዝርዝርዝ በእንግሊዝኛ በኤድ እና ሌሎች (1994፡131) የቀረበው እንደሚከተለው ነው፤ Tabekenamun፣ Naparaye እና Takahatamani።
233 ይህ ግዛት ያሁኒቷን እስራኤል፣ የፍልስጤም ግዛቶችን እና ሳናይን ያካትት ነበር።
234 ይህ ግዛት በበኩሉ ያሁኒቷን ደቡብ ምዕራብ ሶርያን እና ደቡብ ሊባኖስን ያካትታል።
235 በአማርኛው መፅሀፍ ቅዱስ ላይ አሲሪያን አሦር፣ ሱህናክሪብን ደግሞ ሰናክሬም ይለዋል። ለምሳሌ፣ የሚከተለውን ይመልከቱ፤ ከመጽሐፈ ነገሥት ካልዕ 19:9 "የአሦርም ንጉሥ ሰናክሬም ተነሥቶ ሄደ፥ ተመልሶም በነነዌ ተቀመጠ።"
236 መጽሐፈ ነገሥት ካልዕ 19:9-35ን እና ኢሳያስ 37:9ን ይመልከቱ።
237 annals
238 የሚከተለውን ከማርክ ይመልከቱ፤ "Hezekiah released the King of Ekron and sent eleven tons of silver and a ton of gold to Sennacherib at Lachish. The Assyrian army withdrew from Jerusalem to fight the

Egyptians at Eltekeh. They defeated the Egyptian forces and then marched back to the region of the Levant and put down the rebellions at Ekron, Tyre, and Sidon" (ማርክ፣ 2014)።

239 የሚከተለው የሱህናክሪብ ፅሁፍ እንግሊዝኛ ትርጉም ከማርክ (2014) ነው፤ "As to Hezekiah, the Jew, he did not submit to my yoke, I laid siege to his strong cities, walled forts, and countless small villages, and conquered them by means of well-stamped earth-ramps and battering-rams brought near the walls with an attack by foot soldiers, using mines, breeches as well as trenches. I drove out 200,150 people, young and old, male and female, horses, mules, donkeys, camels, big and small cattle beyond counting, and considered them slaves. Himself I made a prisoner in Jerusalem, his royal residence, like a bird in a cage. I surrounded him with earthwork in order to molest those who were his city's gate. Thus I reduced his country, but I still increased the tribute and the presents to me as overlord which I imposed upon him beyond the former tribute, to be delivered annually. Hezekiah himself, did send me, later, to Nineveh, my lordly city, together with 30 talents of gold, 800 talents of silver, precious stones, antimony, large cuts of red stone, couches inlaid with ivory, nimedu-chairs inlaid with ivory, elephant-hides, ebony-wood, boxwood and all kinds of valuable treasures, his own daughters and concubines."

240 ይህ የውድመት ጀብዱውን ሱህናክሪብ እንደሚከተለው አስቀምጦታል፤ "I destroyed, I devastated, I burned with fire. The wall and outer-wall, temples and gods, temple-towers of brick and earth, as many as there were, I razed and dumped them into the Arahtu canal. Through the midst of the city I dug canals, I flooded its site with water…That in days to come, the site of that city, and its temples and gods, might not be remembered, I completely blotted it out with floods of water and made it like a meadow. I removed the dust of Babylon for presents to be sent to the most distant peoples." ትርጉሙን የወሰድነው ከማርክ (2014) ነው።

241 ይህ ጉዳይም በመጽሐፍ ቅዱስ በመጽሐፈ ነግሥት ካልዕ ምዕራፍ 19 ቁጥር እና 37 ተገልጿል፤ "(36) የአሦርም ንጉሥ ሰናክሬም ተነሥቶ ሄደ፥ ተመልሶም በነነዌ ተቀመጠ። (37) በአምላኩም በናሳራክ ቤት ሲሰግድ ልጆቹ አደራሜሌክና ሳራሳር በሰይፍ ገደሉት፤ ወደ አራራትም አገር ኰበለሉ። ልጁም አስራዶን በእርሱ ፋንታ ነገሠ። " በዚህ ላይ የተለያየ አመለካከት አለ። ስለአሟሟቱ ማርክ (201$0ን ይመልከቱ።

242 ለዝርዝሩ ከብዙ በጥቂቱ ሌክላንት (1981: 281-282)ን እና ካህን (2006፡257)ን ይመልከቱ።

243 አንዳንዶች የዚህን ንጉሥ የንግሥና ዘመን እስከ 653 ቅጋአ ያደርጉታል።
244 Tantamani
245 Tantumani
246 ይህን ድሉን ኪሸን እንደሚከተለው ገልፆታል፤ "Tantamani now claimed the double kingship of Nubia and Egypt [...]. After he had been accepted in Napata, he sailed straight back north to Elephantine, to Thebes, and then stormed Memphis and invaded the Delta. As Assyrian vassal and appointee for Memphis as well as Sais, Necho I was the soul of resistance to Tantamani, and so was slain by the Nubian king. At length the Delta chiefs decided to recognize Tantamani, and—since Necho I was dead—sent a deputation to Tantamani led by Pekrur, ruler of Pi-Sopd" (1994፡393)።
247 ኪሸን ይህን አስመልክቶ የሚከተለውን ይላል፤ "the Assyrians plundered and looted Thebes of its balance of fourteen centuries of treasures, including two solid electrum obelisks.ssi The reverberations of this calamity echoed round the ancient world; a few decades later, the Hebrew prophet N ahum could invoke no more dire fate on Nineveh itself than what had befallen No-Amon, 'city of Amun'" (ኪሸን፣ 1986፡394)።
248 Psammetichus I
249 memphite cosmology
250 The glory of the twenty-fifth dynasty was great; a whole tradition about it developed among the classical authors. And in fact the art of this epoch shows great vigour. Taking over the best of the past tradition the Kushites gave it new power and notable force (ሌክላንት 1981:283)።
251 "After the retreat of the Kushites from Egypt under the assaults of Assyrians, their history is much more difficult to determine; even the chronology is extremely vague. For a millennium a state survived, becoming ever more African, the kingdom of Kush, the name of its own choice from the ancient native name for the territory. In the eyes of conventional Egyptology this represents a long period of decadence during which the Pharaonic influences became progressively corrupted. In actual fact it is a culture out of Africa which alternately entrenches itself in its specificity or seeks to align itself with the Egyptian civilization - itself, for that matter, African properly speaking; from time to time echoes reach it from the Mediterranean, in particular after the foundation of Alexandria. To begin with, the capital remained at Napata at the foot of the sacred

mountain, Gebel Barkal. Later, almost certainly in the sixth century before our era, it was transferred much farther south to Meroe" (ሌክላንት፣ 1981: 283-285)።

252 በርግጥ በአጠቃላይም "የኩሽ መንግሥት ድንበሮችና የሚያካትቱት ክፍለሀገሮች እርግጠኛ ሆኖ መናገር አይቻልም። የታችኛው ኑቢያ ሁልግዜ የግጭት እና ባሁን አነጋገር የይገባኛል ግዛት ነበር። ይህ ነገር የለም የሚባለው ግብፆች ኑቢያን/ኩሾች አንድ አድርገው ባስተዳደሩበት ወቅት እና ኑቢያዎች በተራቸው ግብፅን አንድ አድርገው ባስተዳደሩበት ወቅት ነው" (ሌክላንት 1981: 282)።

253 Atlanarsa

254 Senkamanisken

255 "Of the first two kings barely more than the names are known; they were Atlanarsa (~653 to ~643), son of Taharqa, and the former's own son, Senkamanisken (~643 to ~623), of whose statues fragments of great beauty have been found in the Gebel Barkal. The two sons and successors of Senkamanisken, first Anlamani (~623 to ~ 593), succeeded by Aspelta (~593 to ~568), are better known" (ሌክላንት 1981: 283-285)።

256 Atlanersa

257 በኤድ እና ሌሎች የእነዚህየአትላናርሳ እህቶች ስም Yeturow እና Khalese እንደቅደምተከተላቸው በሚል ነው የቀረበው።

258 ለምሳሌ ኢምበርሊንግ (2011:10) የዚህን ንጉሥ ንግሥና ዘመን ከ640–620 ቅጋአ ያደርገዋል።

259 Nasalsa

260 ይህንን ያሰፈረው እንደሚከተለው ነው፤ "His Majesty caused his army to invade the foreign country Bulahau"። ትርጉሙ ከኤድ እና ሌሎች (1994፡ 221) ነው።

261 Psammetich II

262 ኤድ እና ሌሎች (1994፡ 23) እንዲሁም ኤድዋርድስ (2004፡122) የዚህን የወረራ ዘመን 593 ቅጋአ ያደርጉታል።

263 palaces

264 የሚከተለውን ይመልከቱ፤ "The condition in which the statues were found indicates that they were damaged rather accidentally (the faces are not uniformly damaged and the names are not erased, which would be expectable if a willful destruction of royal images were carried out by Egyptians)" (ኤድ እና ሌሎች ፡ 1994፡230)።

265 የሚከተለውን ይመልከቱ፤ "On the Election Stela also the face of the Queen Mother, her cartouches, and the cartouches of Aspelta's female ancestors were erased, what seems to indicate that not only his memory, but also the claim of legitimacy of his line, at least as to

the female succession line, was condemned. [...]. I]n the Election Stela those details were erased which justified Aspelta's dynastic legitimacy: the names and face of his mother, the name of his brother and predecessor, and the list of his female ancestors" (ኤድ እና ሌሎች ፣ 1994፡231)።

266 ይህንን መረጃ የያዘው ፅሁፍ እንግሊዝኛ ትርጉም በኤድ እና ሌሎች የቀረበው የሚከተለው ነው፤ "Potasimto led those of foreign speech and Amasis the Egyptians. Archon, son of Amoibichos, wrote us—and (so did) Axe of unknown parentage" (1994፡288)።

267 "In ~591, or the second year of the king's reign, the land of Kush was invaded by an Egyptian expedition, stiffened with Greek and Carian mercenaries, under two generals, Amasis and Potasimto, and Napata was captured" (ሌክላንት፣ 1981: 283-285)።

268 Art of Ancient Egypt, Nubia, and the Near East. https://www.mfa.org/collections/ancient-egypt-nubia-and-the-near-east

269 Aramatelqo

270 Amanitakaye

271 Malonaqen

272 Amanitakaye

273 "Thenceforward the Kushites aimed at keeping a greater distance between themselves and their powerful northern neighbours; it is undoubtedly to this Egyptian raid, whose importance has long been underestimated, that we must attribute the transfer of the capital from Napata to Meroe, i.e. much farther south, at no great distance from the Sixth Cataract. Aspelta is in fact the first attested Meroe sovereign" (ሌክላንት 1981: 285)።

274 ከነዚህ በማስከተል እስከ 300 ቅጋአ ስለነገሱት ነገሥታት ዝርዝር ኤድዋርድስ (2004፡ 115)ን ይመልከቱ።

275 "This notwithstanding, Napata unquestionably remained the religious capital of the kingdom: the monarchs continued to be buried in the Nuri necropolis down to the end of the fourth century" (ሌክላንት፣ 1981: 285)። ዱንሀም (1947፡7)ንም ይመልከቱ።

276 የሚከተለውን ይመልከቱ፤ "Cambyses [...], when he was in possession of Egypt, had advanced with the Egyptians as far even as Meroe; and it is said that he gave this name botn to the island and to the city, because his sister, or according to some writers his wife, Meroe died there. For this reason therefore he conferred the appellation on the island, and in honour of a woman" (ስትራቦ፣ 1903፡ 17.100.1 §5)።

277 የሚከተለውን የሄሮዶቱስ የእንግሊዝኛ ትርጉም ይመልከቱ፤ "Cambyses [...] proceeded to march his army against the Ethiopians, not having ordered any provision of food nor considered with himself that he was intending to march an army to the furthest extremities of the earth; but as one who is mad and not in his right senses, when he heard the report of the Ichthyophagoi he began the march, ordering those of the Hellenes who were present to remain behind in Egypt, and taking with him his whole land force: and when in the course of his march he had arrived at Thebes, he divided off about fifty thousand of his army, and these he enjoined to make slaves of the Ammonians and to set fire to the seat of the Oracle of Zeus, but he himself with the remainder of his army went on against the Ethiopians. But before the army had passed over the fifth part of the way, all that they had of provisions came to an end completely; and then after the provisions the beasts of burden also were eaten up and came to an end. Now if Cambyses when he perceived this had changed his plan and led his army back, he would have been a wise man in spite of his first mistake; as it was, however, he paid no regard, but went on forward without stopping. The soldiers accordingly, so long as they were able to get anything from the ground, prolonged their lives by eating grass; but when they came to the sand, some did a fearful deed, that is to say, out of each company of ten they selected by lot one of themselves and devoured him: and Cambyses, when he heard it, being alarmed by this eating of one another gave up the expedition against the Ethiopians and set forth to go back again; and he arrived at Thebes having suffered loss of a great number of his army" (ማከውላይ 1890፡221-222)።

278 "Cambyses, for instance, they say, who made war upon them with a great force, both lost all his army and was himself exposed to the greatest peril" (ዲዮድሮስ/አልድፋዘር፣ ተርጓሚ፣ 1933፡ § 3.3.1)።

279 የሚከተለውን ይመልከቱ፤ "you will come to a great city called Meroe. This city is said to be the mother-city of all the other Ethiopians: and they who dwell in it reverence of the gods Zeus and Dionysos alone, and these they greatly honour; and they have an Oracle of Zeus established, and make warlike marches whensoever this god commands them by prophesyings and to whatsoever place he commands" (ማከውላይ 1890፡128)።

280 ለተጨማሪ መረጃ የላኛውን ክፍል ይመልከቱ።

281 ትርጉሙ ቃል በቃል አይደለምና የመከተለውን ከምንጩ ይመልከቱ፤ "In about 315 BCE, King Nastasen (q.v.) was probably the last Kushite to be buried near Napata at Nuri (qq.v.) pyramid 15. At the death of King Arkamani (q.v.; 270–260 BCE), he became the first to be buried at Meroë (Bejrawiya), near modern Shendi. Thus, it apparently was between the reigns of Nastasen and Arkamani that the Kushite capital was shifted from Napata to Meroë" (ሎባን፣ 2004: 258)። ለተጨማሪ ኤድዋርድስ (2004:112)ን እና በዚያ የጠቀሱ ስራዎችን ይመልከቱ።

282 ለኋለኛው ስም፣ ሆስኪንስን (1835:315)ን ይመልከቱ።

283 "We may, therefore, with certainty conclude, that it [Ergamenes] is the Ethiopian monarch Erkamenes" (ሆስኪንስን፣ 1835:315)።

284 የሚከተለውን ይመልከቱ፤ "In accordance with the terminological consensus in the literature, yet laying stress on the fact that with Arqamani a new dynasty of southern origins had emerged rather than that the capital of the land was transferred from Napata to Meroe, henceforth we shall also use the terms Meroe, Meroitic when speaking of the kingdom of Kush" (ቶሮክ፣ 1997:423)።

285 ትርጉሙ ቀጥተኛ አይደለምና እንዳለ የእንግሊዝኛውን እንሰጣለን። የእንግሊዝኛው ቅጂ በራሱ ትርጉም በመሆኑ ከታች ሌላ የቅርብ ግዜ ትሩምም እንሰጣለን። በኦልድፋዘር የተተረጎመው የሚከተለው ነው፤ "Of all their customs the most astonishing is that which obtains in connection with the death of their kings. For the priests at Meroe who spend their time in the worship of the gods and the rites which do them honour, being the greatest and most powerful order, whenever the idea comes to them, dispatch a messenger to the king with orders that he die. For the gods, they add, have revealed this to them, and it must be that the command of the immortals should in no wise be disregarded by one of mortal frame. And this order they accompany with other arguments, such as are accepted by a simple-minded nature, which has been bred in a custom that is both ancient and difficult to eradicate and which knows no argument that can be set in opposition to commands enforced by no compulsion. Now in former times the kings would obey the priests, having been overcome, not by arms nor by force, but because their reasoning powers had been put under a constraint by their very superstition; but during the reign of the second Ptolemy the king of the Ethiopians, Ergamenes, who had had a Greek education and had studied philosophy, was the first to have the courage to disdain the command. For assuming a spirit which became the position of a king he entered with his soldiers into

the unapproachable place where stood, as it turned out, the golden shrine of the Ethiopians, put the priests to the sword, and after abolishing this custom thereafter ordered affairs after his own will" (ዲዮድሮስ/አልድፋዘር፣ 1935፡ §5.3-6.4)። ለዚህ ቀረብ ባለ ግዜ ለተተረጎመ የሚከተለውን ከኤድ እና ሌሎች (1996) ይመልከቱ፤ "The strangest thing, however, is the circumstances that surround the death of their kings. In Meroe the priests who busy themselves with the worshiping and honouring of the gods, the highest and most powerful class in the society, send a message to the king whenever it occurs to them, ordering him to die. This is an oracle sent them by the gods, they pretend, and a command from the immortals must in no way be neglected by a mortal being. They also give other reasons likely to to be accepted by simple minds brought up in the old and ingrained traditions and lacking a reason for protesting against arbitrary commands. In former times the kings were subject to the priests, without being vanquished by arms or any force at all, but overpowered in their minds by just this kind of superstition. At the time of Ptolemy II, however, Ergamenes, king of the Aithiopians, who had received instruction in Greek philosophy, was the first who dared disdain this command. With the determination worthy of a king he came with an armed force to the forbidden place where the golden temple of the Aithiopians was situated and slaughtered all the priests, abolished this tradition, and instituted practices at his own discretion" (ኤድ እና ሌሎች ፣ 1996፡647)።

286 ይህን ትረካ ስትራቦም የንጉሣኑን ስም አይጥቀስ እንጂ እንደሚከተለው አቅርቦታል፤ "In Meroe the priests anciently held the highest rank, and sometimes sent orders even to the king, by a messenger, to put an end to himself, when they appointed another king in his place. At last one of their kings abolished this custom, by going with an armed body to the temple where the golden shrine is, and slaughtering all the priests (ስትራቦ 17.100.2 §. 3)።

287 "The ruling class was divided into two clans or families, one with headquarters at Napata and the other living at Meroë. They were closely related and shared a common culture" (ዱንሀም 1947፡7)።

288 "When the growing economic importance of Meroë induced the kings to spend an increasing part of their tirtiet here, and eventually to govern from that city, they doubtless began also to marry women from the Meroitic aristocracy in addition to wives from their own Napatan clan" (ዱንሀም 1947፡8)።

289 “Syene and Elephantina […] are the boundaries of Egypt and Ethiopia” (ስትራቦ ቅጽ ሶስት፣ መፅሀፍ 17፣ ገፅ 220)።

290 የላይኛው ግብፅ በግሪኩ አስተዳደር ላይ በአመጹበት ወቅት “Kush was ruled by Arkamaniqo's (Ergamenes [I]) fifth and sixth successors of Arqamani (Ergamenes [II]) and Adikhalamani. Their names appear on temple buildings and other monuments in Lower Nubia as well as in Philae” (ቶሮክ፣ 1997፡428)።

291 ስትራቦ የዚችን ንግሥት ስም አልጠቀሰም። ካንዳኬ ብቻ ብሎ ነው ያቀረባት። ንግሥቲቱ አንድ አይን እንደሆነችና ወንዳወንድ እንደነበረችም ገልጿል፤ “Among the fugitives, were the generals of Candace, queen of the Ethiopians in our time, a masculine woman, and who had lost an eye” (ስትራቦ፣ 17.100.1 §54)።

292 “Some of the prisoners were publicly sold as booty, and a thousand were sent to Cesar, who had lately returned from the Cantabrians, others died of various diseases” (ስትራቦ፣ 17.100.1 §54)።

293 Publius Petronius

294 Pselchis

295 Pselchis (Maharraqa)

296 ስትራቦ በወቅቱ ናፓታ የንጉሣውያን መቀመጫ እንደበረች ይገልፃል። ምናልባትም የኩሽ ንጉሦች ወደሜሮኤ ከሄዱም በኋላ በተወሰነ ደረጃም ቢሆን ናፓታ እንደዋና ከተማ ሳይጠቀሙባት አልቀረም።

297 ይህ ጥቅስ ጂኦግራፊ አፍ ስትራቦ በሚል ከእንግሊዝኛ ህትመት ቅፅ ሶስት፣ መፅሀፍ 17፡ ገፅ 267 ቀን ተጨምቆ የቀረበ ነው። ቀጥተኛ ትርጉም አይደለም።

298 Amanirenas

299 ካንዳኬ ንግሥት ማለት ነው።

300 Akinidad

301 Kawa

302 Queen Amanishakheto

303 የሚከተለውን ይመልከቱ፤ “The ambassadors obtained all that they desired, and Ceasar even remitted the tribute which he had imposed” (ስትራቦ፣ 17.100.1 §54)።

304 Petronius

305 Arnekhamani

306 “This period around the start of the Christian era is one of the peaks of Meroitic civilization, as a number of buildings attest. The names of Akinidad and of the Queen Amanishakheto are inscribed in Temple T at Kawa, and a palace discovered of late years at Ouad ben Naga close by the river has been attributed to the queen.32 Her fine tomb is still to be seen in the Northern Cemetery of Meroe.33 The

pyramid, with the traditional eastern approach of pylon chapel, is one of the most imposing in the old city and in 1834 yielded to the Italian adventurer Ferlini the elaborate jewels which are today the glory of the Munich and Berlin museums. Similar ornaments adorn the reliefs, where queens and princes display a rather flashy luxury which is to some degree reminiscent of that of another civilization - of rich merchants — on the frontiers of the Hellenized world, namely, Palmyra. To the luxury is added a touch of violence, with cruel scenes of prisoners being torn to pieces by lions, impaled on pikes or devoured by birds of prey" (ሌክላንት/Leclant 1981: 290-291)።

307 Natakamani

308 Queen Amanitere

309 ሌክላንት (1981: 290-291) የንግሥና ዘመናቸውን ከ12 ቅጋአ እስከ 12 ጋአ ያደርገዋል።

310 monuments

311 Amanitore

312 Queen Amanishakheto

313 Natakamani

314 monuments

315 ዝርዝር ምክንያታቸው የሚከተለው ነው፤ "In the surviving monuments Amanitore is represented together with King Natakamani and in the presence of one of the princes Arikankharor, Arkhatani or Shorakaror. These contexts indicate that she may have been either the mother or the wife of Natakamani. The probable meaning "royal sister" of her title ktke, however, and the iconographical contexts in which she is always a member of a conventional trio consisting of the King, the Queen, and a Prince strongly suggest that she was in fact the king's consort and the mother of the three princes" (ኤድ እና ሌሎች ፣ 1998: 902-903)።

316 "Rê-is-One-whose-ka-is-loved"። ሬ/ራ በጥንታዊ ግብፅ የፀሀይ አምልክና ፈጣሪ አምላክ ነው። ካ ነፍስ ወይም መንፈስ ተብሎ ሊተረጎም ይችላል።

317 His consort

318 Arikankharor

319 South Temple

320 craftsmanship

321 Makuria

322 Alodia

323 የሚከተለውን አብሊስከ መከራከሪያ ያቀረበውን ይመልከቱ፤ "Three different states cannot be considered as one. It just would not do to coin a term like 'the Christian period' to refer to Germany, Poland, and France together since the Middle Ages, perhaps even up to this day. More than a thousand years of history is the history of these states first and foremost and only later a history of religion. If there is no void, then all signs of continuation and borrowings from, the Meroitic period cease to be so surprising. Why is it that we speak of a Christian period when dealing with reliable information on the functioning of three strong African states? In 2009 I proposed to create a new timeline for the Late Antique and Medieval Nubia. Firstly, it will be clear after reading this book that there is no political gap between Meroe and the three new kingdoms. New political and probably ethnic groups took over the Nile Valley and formed separate social entities: Nobadia (Migi), Makuria (Dotawo), and Alodia (Alwa). Thus, there is no such thing as the Post Meroitic period. Secondly, even if Christianity impressed a stamp on each and every aspect of Nubian culture between the sixth and fifteenth centuries, one should reject using the term 'Christian period' or 'Christian Nubia'. The suggested approach is to call this period by names of the kingdoms, Nobadian, Makurian, and Alwan, respectively. If there is a need for more general terms, the most appropriate seem to be the Three Kingdoms period before Nobadia merged with Makuria and the Two Kingdoms period after the unification" (ኦብሉስኪ 2014፡ 8-9)

324 ኤድዋርድስ ይህን አስመልክቶ የሚከተለውን ይላል፤ "It is not even certain that the Kasu, who remained in the title of the Axumite kings into the sixth century [...], may be equated with the Kushites. Similar ethnic names are known in various periods along the Sudanese–Ethiopian frontier zones" (2004፡184)።

ምዕራፍ ሶስት፡ የኩሽ ነገድ እና ቋንቋ

3.1 መግቢያ

በቀዳሚው ምዕራፍ እንደገለፅነው የኩሽ መንግሥት ግብፅን ወሮ 25ኛውን ስርወመንግሥት ከመመስረቱ በፊት መቀመጫው/ዋና ከተማው በቅድሚያ ከርማ ከዚያም ናፓታ ላይ ነበር። ናፓታ ኩሾች ከግብፅ ከተባረሩም በኋላ ቢያንስ እስከ ስድስተኛው፣ ምናልባትም እስከ አራተኛው መቶ ቅጋአ ድረስ የአስተዳደር ከተማነቷን አላጣችም። ዋና ከተማው ወደሜሮኤ ከተዛወረም በኋላ በሃይማኖት ማዕከልነቷ ቀጥላ ነበር። ከናፓታ የአስተዳደር ከተማው የተሻገረው ወደ ሜሮኤ ነበር። በቀዳሚው ምእራፍ እንደገለፅነው በሽግግሩ የታየ አንዳችም የህዝቦች ግጭት በታሪክ አልተመዘገበም። በሁለቱም ከተሞች የነበሩት አመራሮች ወይ ዘመዳሞች ወይም በጋብቻ የተገናኙ እንደሆኑ ይገመታል። ከዚህም በላይ በሁለቱም ከተሞች የነበሩት ህዝቦች ምናልባትም አንድ ነገድ አልያም በጣም ተቀራረቢ/ተዛማጅ የሆኑ ነገዶች ሊሆን ይችላሉ የሚል ግምት አለ።[1] ኑቢያኖች/ኑቦች በኩሽ መንግሥት ስር ቢኖሩም እና የኩሽ መንግሥት በተለዋጭ የኑብያ መንግሥት እየተባለ ቢጠራም፣ እነዚህ ህዝቦች ግን ከኩሾች የተለዩ ናቸው። የኑብ ህዝቦች አሁንም በዚህ ስም በመጠራት ከመኖራቸውም በላይ ቋንቋቸውም አልጠፋም። የእነዚህ ቋንቋ ከኩሾች ቋንቋ የተለየ ነው።

በዚህ ክፍል የጥንታዊ ኩሽ ነገድ እና ቋንቋን ትንሽ ዘረዘር አድርገን እንዳስሳለን። በቅድሚያ በታሪካዊው የኩሽ ግዛት ቃሉ የነበረውን አጠቃቀም ከታሪካዊ የሰነድ መረጃ አንፃር እንመለከታለን። በማስከተል፣ በመፅሀፍ ቅዱስ እሳቤ ኩሽ የትኛውን ህዝብ እና ሀገር የሚያመለክት እንደሆነ እና በታሪክ ከሚታወቀው የኩሽ ህዝብ ጋር ያለውን ዝምድና እና ልዩነት እንመረምራለን። በክፍል 3.3 ኩሽ፣ ኢትዮጵያ ከሚለው ቃል እና እነዚህ ሁለቱን ከጥቁር ህዝቦች ጋር የማገናኘት ትርጓሜ/አንድምታ ከየት እንደመጣ እንመረምራለን።

3.2 የኩሽ ነገድ እና ቋንቋ በጥንታዊው የኩሽ መንግሥት

ኑቢያ የጥንቱን የኩሽ ሀገር እና ስልጣኔ ለማመልከት በስፋት በተለይ በምሁራን ስራ ላይ ይዘወተራል። ለምሳሌ፣ በዚህ ስራ የተጠቀምንባቸው ስራዎችን በዋቢስራዎች ስር ይመልከቱ። ይሁን እንጂ፣ በመግቢያችን እንደገለፅነው፣ ኑቢያ የሚለው ቃል የመጣው ኖባ ከሚባሉ በሶስተኛው መቶ ቅጋአ አካባቢ የላይኛው ኩሽን ወረው ከነበሩ (በወቅቱ) ዘላን ህዝቦች ነው። እነዚህ ህዝቦች ሮማኖች ኖባቲያ ይሏቸው ነበር። በበርካታ የዓለማችን ሀገራት ስያሜዎች እንደሚታየው ኑቢያ የግሪክን ሰዋስው የተከተለ ሲሆን ትርጉሙም የኑብ ሀገር እንደማለት ነው።

ኑቢያ የሚለው ቃል የግሪክን ሰዋስው የተከተለ ሲሆን የኑባዎች ሀገር ማለት ነው። ይህም ኑብ የተባሉ ህዝቦችን/ጎሳዎችን የተመለከተ ነው። ይህ ቃል ለመጀመሪያ ላይ የምናገኘው በሶስተኛው መቶ ቅጋአ አካባቢ ነው። ይህም የታላቁ እስከንድር ጀነራል የነበረው ፐቶለሚ ተወላጆች የሆኑ ግብፅን በሚያስተዳድሩበት ወቅት ማለት ነው። ስለዚህም ኑቢያ ኋላ የመጣ የውጭዎችን እንጂ የሀገሬውን ተወላጅ አስተሳሰብ የሚያንፀባርቅ አይደለም። ይህ ቃል በዚህ ሀገር/ግዛት/አካባቢ ዛሬም የሚኖሩ የተወሰኑ ህዝቦችን የሚመለከት ነው። ባሁኑ ግዜ የኑቢያ ቋንቋ ተናጋሪ የሆኑ ህዝቦች ታሪካቸውን ከዚህ ጥንታዊ ባህል ያዛምዳሉ። ኑቢያ እንደባህል ዘልማድ የተለያዩ ቡድኖችን እና ሀገሮችን/ግዛቶችን የሚወክል ነው ማለት ነው (ኢምበርሊንግ፣ 2011:7-8)።

ከኢምበርሊንግ በተጨማሪ በበርካታ ስራዎች ቃሉ መጀመሪያ ተጠቅሶ የሚገኘው ኖባዎች ኩሽን ከወረሩበት ከ300 ዓመት ጀምሮ መሆኑ ሲገለፅ[2]፣ ይህ ቃል በፐሊኒ የመጀመሪያው መቶ ክፍለዘመን ስራም ተጠቅሶ ይገኛል።[3] ኑቦች ኩሽን ከመውረራቸው በፊት በዚያው አካባቢ በአባይ ሸለቆ ይኖሩ እንደነበር ይገመታል።

በመግቢያችን እንደገለፅነው፣ ኑቦች በኩሽ መንግሥት ስር ቢኖሩም እና የኩሽ ስርወመንግሥት በተለዋጭ የኑብያ መንግሥት እየተባለ ቢጠራም፣ እነዚህ ህዝቦች ግን ከኩሾች የተለዩ ናቸው። የኑብ ህዝቦች በዚሁ ስያሜ እየተጠሩ አሁንም በግብፅ እና በሱዳን አሉ። በሱዳን እነዚህ ህዝቦች 15% እንደሆኑ ይነገራል። ቋንቋቸውም የአባይሰሀራዊ ወገን ነው።[4] ጥንታዊ የስልጣኔው ባለቤት ኩሾች ግን በአሁኑ ግዜ እራሱን በቻለ ኩሽ በተሰኘ ነገድ አይታወቁም። የኑብ ህዝቦች ቋንቋ ከኩሾች ቋንቋ ጋር የተለየ ነው። የኩሾች ቋንቋ በሜሮኤ የተገኘው ነው ተብሎ ይታሰባል።

የሜሮቲክ ቋንቋ እስካሁን ሁሉም የተስማማበት የዘር ምደባ የለውም። በተወሰኑ ስራዎች የአፍሮኤሽያዊ ቋንቋ አካል ተደርጎ ሲቆጠር፣ በአንዳንድ ስራዎች ደግሞ በኒሎሰሃራን ታላቅ የቋንቋ ቤተሰብ ስር የምስራቅ ሱዳኒክ ቋንቋ ሳይሆን አይቀርም የሚል ግምት አለ። የኋለኛውን በተለይ ራይሊ (2004) አጥብቆ ይገፋበታል። ይሁን እንጂ፣ ዝርዝሩን ከታች በክፍል 3.2.2 እንደምንመለከተው፣ የሜሮቲክ ቋንቋ ወገኑ ከዚህ ነው ለማለት የሚያስችል በቂ መረጃ እስካሁን አልተገኘም።

3.2.1 የኩሽ ነገድ

ከላይ እንደገለፅነው ኑብያ የሚለው አጠቃቀም ኋላ የመጣ ነው። የኩሽ ህዝቦችም ሆኑ ጥንታዊ ግብፆች የኩሽን ግዛት እና ህዝብ በዚህ ስያሜ ለመጥራታቸው ምንም ማስረጃ የለም። ይሁን እንጂ ባሁኑ ግዜ ለዚህ ስያሜ መነሳት ምክንያት የሆኑት የኑቢያ ቋንቋ ተናጋሪ የሆኑ ህዝቦች ታሪካቸውን ከዚህ ጥንታዊ ስልጣኔ ጋር ማዛመድ ብቻ ሳይሆን ቀጥተኛ ወራሾች አድርገው ይመለከታሉ (ኢምበርሊንግ፣ 2011:7-8)። በስያሜ ደረጃ ሳይቀር ኩሽ የሚለው ቃል ላይ የተንተራሰ የተፅውኦ ስሞች በአሁን ወቅት በኑቢያኖች ሲዘወተሩ ይስተዋላል። ነገሩን የሚያወሳስበው በሚቀጥለው ክፍል በምሳሌም እንደምንመለከተው የኩሾችን የነገድ ማንነት ለማሳየት በሚጥሩ ስራዎች ሳይቀር ኑብያ የሚለውን በተለዋጭ

ጥንት፣ ኩሽ፣ እና ዳዓማት-አክሱም

ለኩሽ ተጠቅመው መገኘቱ ነው። በዚህ ክፍል የኩሽን የነገድ ማንነት ስንመረምር በተቻለ መጠን ኑብ/ኑብያ ከተባሉት ነገዶች ለመለየት እንዲያመቸን ኑብያ የሚለውን አጠቃቀም ወደጎን በማድረግ ነው።

ስለኩሽ ህዝቦች ማንነት የተለያየ፣ አንዳንዴም ተቃራኒ አስተያየት ሲሰጥ ይስተዋላል። በቀዳሚው ምዕራፍ እንደገለፅነው ጥንታዊ ግብፆች ስራዎች/ሰነዶች ውስጥ የህዝብ ስም የሚመስሉ የተለያዩ ስያሜዎች አሉ። ለምሳሌ በስድስተኛው ስርወመንግሥት ዘመን ከቀዳማዊ ፔፒ ቀጥሎ እንደነገሠ የሚገመተው መረኔር የመጁ (መጃይ)፣ ኢርተት እና ዋዋት መሪዎችን/ባላባቶችን ወደአንደኛው ካታራክት መጥቶ እንደተቀበላቸው የተገለፀበት ይገኛል (ብረስተድ፣ 1906፣ ቅፅ 1፣ ገፅ 318)።[5] ለተጨማሪ የዚህ ንጉሥ እና የተከታዩ ሹመኛ የነበረው ሀርኩፍ ያደረጋቸውን አራት ጉዞዎች በዘገበባቸው ውስጥ የጠቀሳቸውን ስያሜዎች ከብረስተድ (1906፣ ቅፅ 1፣ ገፅ 325 ቀገ) ይመልከቱ። መጁ/መጃይ ቤጃ እንደሆነ ይታመናል (ዊሊያምስ፣ 1997)። የተቀሩት ስያሜዎች ግን በቀጥታ ከጥንታዊው ግብፅ ደቡብ የሚገኙ የኩሽ ህዝቦች የተለያዩ ነገዶች ይወክሉ ወይም የአንድ ነገድ የተለያዩ አካባቢዎች የሚታውቅ ነገር የለም። ግብፆች በጥቅሉ ከነሱ ደቡብ ያሉትን ነህሱ ወይም በስተኋላ ላይ ኩሽ ስለሚሏቸው የኩሽ መንግሥት ባለቤቶች/መስራቾች የነገድ ማንነት በውል የሚገልፅ መረጃ አልተገኘም። አንዳንዶች ለምሳሌ ቶሮክ (1997፡39 ቀገ) የታችኛው ኑቢያ/ኩሽ አካባቢ ነዋሪዎች ከርማን እና የሐ-ባህል ህዝቦችን ጨምሮ የኑቢያን ቋንቋ ተናጋሪዎች እንደነበሩ፣ በወቅቱ የኩሽ ተናጋሪዎች በላይኛው ኑቢያ በቡታ እና አካባቢ እንደነበሩ ግምቱን ሰጥቷል።[6] በርግጥ በምዕራፍ ሁለት እንደተመለከትነው ግብፅን ወሮ የ25ኛው ስርወመንግሥትን የመሰረተው የኩሽ መንግሥት የተነሳው እና ግዛቱን የበለጠ ወደቡብ እስካዞረበት ድረስ መቀመጫው የነበረው በላይኛው ኑቢያ/ኩሽ ናፓታ ላይ ነበር። ይህ እንዳለ ቢሆንም የኩሾች የነገድ ማንነት እስካሁን በውል ለመለየት አልተቻለም። በዚህ ላይ በቅርቡ ጥናት ያደረገው ኢምበርሊንግ ያለውን ብቻ መመልከቱ በቂ ይመስላል፤ "ከመጀመሪያው ካታራክት ወደታች የሚገኙትን ህዝቦች ምንነት ከግብፆች ፅሁፎች ለማጣራት ሞከሬ ብዙም የሚረዳ ሆኖ አላገኘሁትም" (ኢምበርሊንግ 2011:7)። በርግጥ በጥንታዊ የግብፅ ሰንዶች ላይ የነገድን ማንነት በትክክል የሚያሳይ መረጃ ማግኘት ይከብዳል። ይህ በተለያየ ምክንያት ነው። አንደኛው፣ በቀዳሚው ምዕራፍ እንደገለፅነው ጥንታዊ ግብፆች ኩሾችን እና በአጠቃላይ ከመጀመሪያው ካታራክት ወደታች የሚገኙትን ህዝቦች ጠላት አድርገው ይመለከቷቸው ስለነበር ነው (ዝኒ ከማሁ)።[7] ይህ አመለካከት በእራሱ ተፅዕኖ አለው። ለምሳሌ በዚህ ረገድ በጣም ከሚታወቀው ውስጥ የእስራኤሎች እና የከነአኖችን ታሪክ መጥቀስ ይቻላል።

የቋንቋ ዝምድና እንደዋና ማሳያ ከወሰድን እስራኤሎች የሚናገሩት እብራይስጥ ከከነአኖች ከሚናገሩት ጋራ ልዩነቱ የዘዬ ያህል ነው። በመልካምድርም ከሆነ ሁለቱም ጎረቤታሞች ነበሩ። ይህ እንዳለ ሆኖ እስራኤሎች ከነአኖችን ከነሱ አርቀው የተለየ ነገድ አድርገው አቅርበዋቸዋል። የዚህ ምክንያት በወቅቱ ከነአኖች የእስራኤሎች ደመኞች

ስለነበሩ እንደሆነ ይገመታል። ሌላኛው ምክንያት ጥንታዊ ግብፆችም ሆኑ ሌሎቹ ስለነገዶች የነበራቸው እይታ አሁን ላለን ግንዛቤ ብዙም የማይረዳ መሆኑ ነው። በመልክ ደረጃ ባንድ ወቅት ጥቁር ተደርጎ የተሳለው በሌላው ግዜ ያው ሰው የተለየ መልክ ተሰጥቶት ሊሳል ይችላል። ለዚህ ማሳያ የ18ኛው ስርወመንግሥት የመጀመሪያዋ ንግሥት አህሞሴ ኔፈርታሪ[8] የተለያዩ ምስሎችን ማየቱ በቂ ነው። በሀገራችን በዚህ ደረጃ የጌዶን እና የጉጂን ለአብነት መጥቀስ ይቻላል። ጉጂዎች በአሁኑ ቋንቋን ብቻ መሰረት ባዳረገ የጎሳ ፖለቲክ የኦሮሞ ብሄረሰብ ተደርገው ቢወሰዱም፣ ጌዲኦዎችን ከጉጂ አባት ታላቅ ወንድም ትውልዶች አድርገው ሲቆጥሩ አረምኛ ተናጋሪ የሆኑት የቦረና እና አርሲ ጎሳዎች ግን ጠላቶቻቸው አድርገው ይቆጥሩ ነበር (ታደሰ በሪሶ፣ 1988)። አሁን ባለው የጎሳ ፖለቲካ የተነሳ ይህ አስተሳሰብ ምን ያህል እንደተለወጠ አናውቅም።

ኩሾች እና ጥንታዊ ግብፆች በመልክ ብዙም የተለያዩ ተደርገው አይወሰዱም። ለዚህ ከ16ኛው መቶ ክፍለ ዘመን ቅጋአ በፊት የነበሩ ስራዎች ምስክሮች ናቸው። በእነዚህ ስራዎች በጥንታዊ ግብፆች እይታ ኩሾች በመልክ ከነሱ ጠቆር ቢሉም በትክለ ሰውነታቸው ግን አንድ ናቸው። ኑቢያኖች/ኑቦች ግን በመልክ ብቻ ሳይሆን በሰውነት ቅርፅም ከኩሾች እና ከግብፆች የተለዩ ናቸው። የኑቢያኖች ትክለ ሰውነት የማዕከላዊ እና ምዕራብ አፍሪካን እንደሚመስል በርካቶች የገለፁት ጉዳይ ነው። ለምሳሌ የሚከተለውን ከአዳም (1981፡ 231) እንመልከት።

> ከ1580 ቅጋአ በፊት የነበሩ የግብፆች ስዕሎች በታችኛው ኩሽ በሚኖሩት በወቅቱ ነሄስዩ በሚሏቸው ህዝቦች እና በናየል ሸለቆ በሚኖሩት ኑብያኖች መሀከል የትክለ ሰውነት ልዩነት ያሳያሉ። ነሄስዩ ከግብፆች በመልክ/በቀለም ትንሽ ጠቆር በማለት ብቻ ሲለዩ፣ ኑቢያኖች ግን ከነዚህ ብዙ የተለዩ ሆነው ይቀርቡ ነበር። እነዚህ ኑቢያኖች ምናልባትም ወረራ በማካሄድ ወይም፣ ግብፆች እና ነሄስዩ ወደደቡብ በመዝለቅ ከእነዚህ ህዝቦች ጋር ተገናኝተው ሊሆን ይችላል። እነዚህ ለግብፆች አዲስ የሆኑ ህዝቦች በጣም ጥቁር ብቻ ሳይሆኑ በመልካቸው—ትክለ ሰውነታቸው (የፊት ቅርጽ፣ አፍንጫ፣ ከንፈር ወዘተ)—በአሁኑ ግዜ በማዕከላዊ እና በምዕራብ አፍሪካ ያሉ ሰዎችን በአብዛኛው ይመስላሉ (አዳም 1981፡231)።[9]

አዳም ከላይ በጠቀስነው ላይ (የእንግሊዝኛ ምንጩን በግርጌ ማስታወሻው ይመልከቱ)፣ ኩሽ የሚለውን የተጠቀመው ለኑብ ነገዶች ሲሆን ኑቢያን በሚል የተጠቀመው ደግሞ በነገድ ደረጃ ካየነው ለጥንታዊ ታሪክ ባለቤት ለሆኑት ግብፆች ነህሱ ለሚሏቸው ኩሾች ነው።

ኑቢያኖች እና ከግብፆች በተለይ የምዕራብ አፍሪካን ሰዎች ይመስላሉ የሚለው የአዳም ትንታኔ በርግጥ በብዙዎች ስራ ተጠቅሶ ይገኛል። በአሁኑ ግዜ ኑባ በመባል የሚጠቀሱት በሱዳን የሚኖሩት ጎሳዎችም ይህን ያሳይሉ። ስለነዚህ ጎሳዎች ባህል እና አኗኗር ራሀል (2001)ን ይመልከቱ። ይሁን እንጂ በቁጥር ጥቂት ቢሆኑም አንዳንዶች የጥንታዊው ስልጣኔ ባለቤት ኩሾች የምእራብ አፍሪካን ሰዎች ይመስላሉ የሚሉም አሉ። የዚህ አይነት እሳቤ

ያላቸው በተለይ አፍሪካ-ማዕከል[10] ያደረገ አስተሳሰብ የሚያራምዱ ፀሀፊዎች ናቸው። ይህ የተጀመረው በዋናነት ጥቁር የራሱ ስልጣኔ የለውም የሚለውን ለመቃወም ቢሆንም፣ ፀሀፊዎች ነገሩን በመለጠጥ ከራሳቸው ትክለ ሰውነት ጋር ለማዛመድ መሞከራቸው አልቀረም። ለምሳሌ ዲዮፕ (1982)ን ይመልከቱ።

ዲዮፕ በሌላ ስራውም እንዲያውም ጥንታዊ ግብፅ ቋንቋን ከምዕራብ አፍሪካው የኒጀር ኮንጎ አባል ከሆነው ዎልፍ ጋር አንድ ዘር ነው እስከማለት ደርሷል። ይህን የዲዮፕን የቋንቋ የዘር ምደባ የሚደግፍ ምንም ስነልሳናዊ መረጃ የለም። ጥንታዊ ግብፅ በማያጠያይቅ መልኩ የአፍሮኤሽያቲክ አባል ነው። ኩሾች ብቻ ሳይሆኑ ዲዮፕ ጥንታዊ ግብፆችም መልካቸው/ትክለ ሰውነታቸው የምዕራብ አፍሪካን ይመስላል ይላል። ይህን ለመቀበል አስቸጋሪ ነው። አንደኛ፣ የምዕራብ አፍሪካን ትክለ ሰውነት የሚመስሉ ስዕሎች እና ቅርፆች መገኘታቸው እውነት ቢሆንም፣ ይህ የኩሽንም ሆነ የግብፅን ህዝብ ሙሉ በሙሉ ለመግለፅ አይበቃም።

ጥንታዊ ግብፆችም ሆኑ ኩሾች በትክለ ሰውነት ደረጃ፣ ከላይ እንደገለፅነው በተለይ ከ16ኛው መቶ ክፍለዘመን ቅጋአ በፊት በተሰሩ በበርካታ ቅርፆች እንደሚታየው ልዩነት የላቸውም። ጥንታዊ ሱዳን በሚል ድረገፅ ላይ የቀረበውም ይህንኑ የሚያስረግጥ ከላይ በአዳም የጠቀስነውን እና በሌሎች በርካታ የታሪክ ምሁራን የቀረበውን የሚያስረግጥ ነው። [11] ይህ መጣጥፍ ሰርቪስን (1998: 56) በመጥቀስ የኩሽ ህዝቦች የአሁኒቷን ሰሜን ሱዳን ህዝቦች እንደሚመስሉ፣ ከተዉልን የግርግዳ ላይ ስዕሎች እና ቅርፃቅርፆች/ሀውልቶች እንዲሁም ከጥንታዊ ኩሾች ቅሪተ አካል የስነሰብ ጥናት እንዳረጋገጠው የሰሜን ሱዳን ህዝቦች ጋር አንድ ናቸው ይላል። ይህ በእርግጥ በአብዛኛው ምሁራን ዘንድ በአሁኑ ወቅት ስምምነት ያለው አስተሳሰብ ነው። በግብፆች እና በተለይ በታችኛው ኑቢያ/ኩሽ ህዝብ መሀከል ከቅድመ ስርወመንግሥት ምስረታ በፊትም ሆነ በኋላ ልዩነት እንደሌለ በርካታዎች ገልፀዋል። ከእነዚህ ውስጥ የቅሪተ አካል ምርመራ ያደረጉም ይገኙበታል። ለምሳሌ ቀደም ካሉ ጥናቶች ውስጥ ባትራዊ (1935፣ 1946)ን ይመልከቱ። ይሁን እንጂ በአንዳንድ ስራዎች ኩሾች ከግብፆች ጠቆር ያሉ ተደርገው የቀረቡበት አጋጣሚ አለ። ይህ በተለይ ወደኋላ ላይ ከ16ኛው ክፍልዘመን ቅጋአ ወዲህ ባሉ ዘመኖች ነው። ለዚህ ምክንያቱ የኩሽ ግዛት ስር ከግብፆችም እና ግብፆች በፊት ኩሽ በሚል ከሚያውቋቸው በተለየ ጠቆር የሚሉ ነገዶች ተገኝተው እነሱን ለማመልከት ሊሆን ይችላል። ወይም በላይኛው ኑቢያ የከርማን መንግሥት ከዚያም ናፓታን ይዘው ታዋቂውን የኩሽ መንግሥት የመሰረቱት ከታችኛው ኑቢያ በተለየ ጠቆር ያሉ ሆነው ሊሆን ይችላል።

ብሬየር ቪቻልን በመጥቀስ የሚከተለውን ይላል፤ "አረብኛ ተናጋሪ የሆኑ በግብፅ የሚገኙ የቤጃ ሰዎች/ቡድን አሁንም ጠቆር ያለ ቆዳ ያለውን ህዝብ ኪሻብ ይላሉ (ብ በኪሻብ ላይ ያለችው ተባእታይ ተሳቢ አመልካች ነች)" (ብሬየር 2007:459)። በ1820 ቅጋአ በ'*ቡክ ኦፍ ጌትስ* የነገዶች ምስል ላይ ኩሽ የቀረበው ከሌሎቹ ጥቁር ሆኖ ነው።

ምስል 13፡ የነገዶች ምስል

ከግራ ወደ ቀኝ ቴሙ 'ሊቢያዊ'፣ ነህሱ 'ኩሽ'፣ አሙ 'ኤሲያዊ' እና ፔት 'ግብፃዊ'

ክሬዲት፡ Heinrich Menu von Minutoli (1772–1846) (drawing), Public domain, via Wikimedia Commons

በርግጥ ኩሾችም ከአፍሪካ ምድር የበቀሉ ጥቁር መሆናቸው ከበፊት ጀምሮ የታወቀ ነው።

> የጥንቱ የሜዴትራንያን ህዝብን የሚገርማቸው፣ ሁሉም ማለት ይቻላል፣ ኑቢያ ጥንትም ሆነ አሁንም የጥቁር ህዝቦች ሀገር መሆኗ ነው። ግብፆችም […] እነዚህን ህዝቦች (ኩሾችን) ከራሳቸው የጠቆሩ አድርገው ነበር የሚያቀርቧቸው። ግሪኮች በኋላም ሮማኖች 'ኢትዮጵያውያን'—(በፀሀይ) የተቃጠለ/የጠቆረ ፊት—ነበር የሚሏቸው። የመጀመሪያዎቹ የአረብ ተጓዦችም ባሌድ-አስ-ሱዳን 'የጥቁር ህዝቦች ምድር/ሀገር' ነበር የሚሏቸው (አዳም 1981፡231)።

የአሁኑ ሱዳን የሚለው ስያሜም ከዚሁ የመጣ ነው።[12]

ኩሽን ከጥቁረት ጋር ማያያዝ የመጣውም እንዲያም እራሳቸው ኩሾች ከግብፆች በተለይ ጠቆር ስለሚሉ ምናልባት ወደኋላ ላይ ከመቀላቀል የመጣ ወይም ከላይ

እንደገለፅነው እና በስፋት እንደሚታመንበት ኩሾች በሚያስተዳድሩዋቸው ህዝቦች መሀከል ሌሎች ጠቆር የሚሉ ኖረው ሊሆን ይችላል። ግሪኮች ኩሾችን ለመግለፅ ኢትዮጵያ የሚለውን የተጠቀሙበት ከላይ በአዳምም እንደቀረበው ለዚህ ሊሆን ይችላል። በቀጣዩ ክፍል እንደምንመለከተው ለምሳሌ በመፅሀፍ ቅዱስ ኩሽ የሚለው ስም በአብዛኛው በግሪክ ኢትዮጵያ በሚል ተተክቶ ይገኛል። ምናልባት ከሶስተኛው ክፍለዘመን ጀምሮ የኑቢያኖች/ኖባዎች የበላይነት እያገኙ መምጣት፣ ከዚያም የእስልምና ሃይማኖት መስፋፋት የተለየ የአረብ ማንነትን እያላበሰ የኩሽ ማንነት ሊጠፋ እንደቻለ መገመት ይቻላል። ከሜሮኤ መውደቅ በኋላ ኩሽ እንደሀገር ስምንትም ሆነ የህዝብ መለያ ሲውል አይስተዋልም (ሎባን፣ 2004፡ 136)። ከዚህም በላይ የጥንታዊ ኩሽ መንግሥት መስራቾች በከርማ ኩሽ በመባል እራሳቸውን ይጠሩ እንደነበር ማስረጃ የለም። ከዚህም በላይ የከርማ ህዝቦች እራሳቸው ኩሽ ይሁኑ ወይም ሌላ ኩሽ የሚባል ምናልባትም ከናፓታ አካባቢ የነበረ ነገድ ከእነሱ ተቀላቅሎ በኋላ ኩሽ በሚል ይጠራ በውል የሚታወቅ ነገር የለም (ቀዳሚውን ምዕራፍ እና ከላይ የጠቀስነውን ስራ ይመልከቱ)። በቀዳሚው ምዕራፍ እንደገለፅነው ግብፆች የከርማ አካባቢ ህዝቦችን በተለያየ ስም ሲጠሯዋቸው ይስተዋላል።

> በአሁኑ ግዜ ኩሽ በሚል ነገድ የሚጠራ ሱዳናዊ አለመኖሩ ብቻ ሳይሆን እንደአንዳንድ መረጃዎች 70% ያህሉ የሱዳን ህዝብ አረብ ነኝ ወይም የአረብ ዝርያ አለኝ ይላል። ከእነዚህ ጃአልዩን፣ ሻይጊያእና ማናሴር[13] ይገኙበታል። በእነዚህ 70% አረብ ነን በሚሉ ሱዳኖች እና በኑቢያኖች መሀከል ያለው ዋና ልዩነት ቋንቋ ነው። ኑቦች የጥንቱን ኑቢያን የሚባለውን ቋንቋ ሲናገሩ፣ ሌሎቹ አረብኛን ይናገራሉ (ጥንታዊ ሱዳን)።[14]

የተወሰነ አረቦች በስደት እና ሃይማኖት በማስፋፋት ሰበብ ሱዳን ሰፍረው መቅረታቸው ሊኖር ቢችልም፣ እዚህ ላይ ልብ ማለት የሚገባው፣ እስልምና በሱዳን የተስፋፋው ነዋሪውን በማጥፋት አረቦች በብዛት በመስፈራቸው አለመሆኑ ነው።

በአሁኑ ግዜ አረብ ነኝ በሚለው እና ከተወሰኑ ነገዶች በስተቀር በሌሎቹ ሱዳናውያን መሀከል በመልክም ሆነ በአጠቃላይ በሰውነት ቅርፅ/በአካል መለየት አይቻልም።[15] ስለዚህ አረብ ነን የሚለው ሱዳናዊ ከቋንቋ የዘለለ የደም ትስስር ከአረቦች ጋር እንደሌለው መገመት ይቻላል።[16] ከዚህ በፊት የወጡ ስራዎችም በርግጥ ይህንኑ አስረግጠው ብለውታል።

ኑቦችም አሁንም ማንነታቸውን ሳያጠፉ በመኖራቸው፣ የአረብ ማንነት የወሰዱት ኩሾች ናቸው ብሎ መገመት ይቻላል። ይህ ግን የኑቢያን ማንነትን የወሰዱ ኩሾች ሊኖሩ አይችሉም ማለት አይደለም። ከዚህም በላይ ጥንታዊው ሱዳን አንድ ነገድ ብቻ ነበረው ለማለት አይቻልም። በቀዳሚው ምዕራፍ እንዳየነው ጥንታዊ ግብፆች በታችኛው ኩሽ/ኑብያ የነበሩ ህዝቦችን በተለያዩ ስሞች ሲጠሩ ይስተዋላል። ህዝቡ ከነበረው ለረጅም ግዜ የቆየ ግንኙነት የተነሳ የተቀላቀሉ እንዳሉ መገመት ስህተት ሊሆን አይችልም። ይህ በእርግጥ በየትኛውም የአለማችን አህጉር ያለ እውነታ ነው። ውህደት በግለሰብ ደረጃ ብቻ ሳይሆን ሙሉ በሙሉ በነገድ ደረጃም ይካሄዳል። የኩሾች ጉዳይ ከአግዐዝያን/ግዕዝ

ተናጋሪዎች ጋር ተመሳሳይ ነው። ዛሬ የጥንታዊ አክሱም መስራች የሚባሉት ግዕዝ ተናጋሪ የነበሩት በሌላው ተውጠው የተለየ የነገድ ማንነት የላቸውም።

በቀዳሚው ምዕራፉ እንደተመለከትነው፣ የሱዳን አካባቢ የአባይ ሸለቆው ከጥንት ጀምሮ የሰው ዘር ይኖርበት ነበር።[17] የመሀከለኛው ድንጋይ ዘመን[18] ቁሳቁሶች በዚህ አካባቢ ተገኝተዋል።[19] ጥንታዊ ኩሾችም ሆኑ ኑቢያኖች ከሌላ አካባቢ ፈልሰው የመጡ ናቸው ተብለው አይታሰቡም። እነዚህ ህዝቦች በአባይ ሸለቆ ከጥንት ጀምሮ ይኖሩ የነበሩ ህዝቦች ቀጣይ ትውልድ ናቸው።[20] የአሁኖቹ የተወሰኑት ሱዳኖችም ምንም እንኳ አረብ ነን ቢሉም፣ በቀዳሚው ክፍል እንዳየነው እስልምናን እራሱ የተቀበሉት እንደ ግብፅ ሳይሆን በጣም ዘግይተው ከመሆኑም በላይ አረቦች ህዝቡን አፈናቅለው ስለመስፈራቸው ምንም ማስረጃ የለም። ኩሾችም በጦርነትም ሆነ በኢኮኖሚያው ምክንያት ከነበሩበት ለቀው ወደ ሌላ ሀገር እንደህዝብ የፈለሱበት ታሪክ የለም። ይህም የተወሰኑ አረቦች በጋብቻ ከኩሾች ተቀላቅለው ሊሆን ከመቻሉ በቀር የጥንቱን የኩሽ ህዝብ (የደም) ማንነት/ዘር ሊያስለውጠው የሚችል አይደለም። ስለዚህ የአሁኑ የሱዳን ህዝብ የጥንቱ ኩሾች ትውልድ ለመሆናቸው ጥርጥር የለውም። ይህ የበርካታ በዚያ የሚኖሩ/የነበሩ ነገዶች መቀላቀል መኖሩን ሳንዘነጋ ነው። ይህን በተመለከት አዳምስ (1967)ም በአጠቃላይ በሱዳን ታሪክ ሙሉ በሙሉ የህዝብ ለውጥ ስለመደረጉ ምንም ማስረጃ የለም፤ ይልቁንም የነበረው ህዝብ ቀጣይ ነው ይላል።[21] እነዚህ ህዝቦች ከጥንት ጀምሮ ጥቁር ህዝቦች እንደሆኑ መናገር ይቻላል። በጋራ ዓመት መጀመሪያ አካባቢ የነበረው ስትራቦም የሰጠው ምስክርነት ይሄው ነው። በርግጥ ሄሮዱተስ እራሱ ግብፆችንም ጥቁሮች ናቸው ይል ነበር።[22] እንደዴዮድሮስ እምነት ግብፆች እራሳቸው የመጡት ከእነሱ ደቡብ ካለው ግዛት ነው። ዊሊያም ብሩስም (1980) በቁስቱል በነበረ የሀ-ቡድን የመቃብር ቦታ ከተገኙ ቁሳቁሶች በመነሳት ከግብፅ ፋራኦናዊ ቀዳሚ መንግሥት በፊት በዚያ ፋራኦናዊ መንግሥት መኖሩን እና ለግብፅ ጥንታዊ መንግሥት መነሻ እንደነበሩ ገልጿል።[23] የግብፆችን መነሻ ከኩሾች ሳይሆን ከፈጣሪ ሀገር ህዝቦች ከሚሏቸው በመልክም ከራሳቸው አንድ አድርገው ከሚያስቀምጧቸው ከፑንቶች የማገናኘት ነገር አለ። አንዳንዶች የ19ኛው ክፍለዘመን ፀሀፊዎች ጥንታዊ ግብፆች ከኢትዮጵያ ህዝቦች/ከሀበሾች እንደሚመሳሰሉ የገለፁበት ወቅትም ነበር።[24] ይህ የኋለኛው ከፑንት መነሻ ጋር የሚዛመድ ነው። ፑንት በአብዛኛው የግብፅ ስራ በኋላ ላይ የደዓማት እና አክሱም መንግሥታት የተነሱበት ጋር ይገናኛል። ይህንን በሚቀጠለው ምዕራፍ በስፋት እንመለከተዋልን።

3.2.2 ሜሮቲክ ቋንቋ

የሜሮቲክ ቋንቋ ከከርማ መንግሥት ጀምሮ እስከ ሜሮኤ መንግሥት ድረስ የዘለቀው የኩሽ መንግሥት ቋንቋ እንደነበር ይገመታል። በፅሁፍ ሰፍሮ የምናገኘው ከ300 ቅጋአ ጀምሮ ሲሆን፣ ማክተሚያውም 400 ጋአ ነው።[25] ከዚህ በመነሳት የሜሮቲክ ቋንቋን የሜሮቲክ መንግሥት፣ ማ. የኩሽ መንግሥት በሜሮቲክ ዘመን፣ ቋንቋ ብቻ አድርገው የሚገልፁም አሉ። ይሁን እንጂ ይህ ቋንቋ ከጥንቱ የኩሽ መንግሥት የቀጠለ ተደርጎ በአብዛኛው ምሁራን

ዘንድ ይወሰዳል። ለምሳሌ፣ በሜሮቲክ ቋንቋ ላይ ሰፋ ያለ ጥናት ካደረጉት ጥቂት ሰዎች ውስጥ አንዱ የሆነው ራይሊ የሚከተለውን ይላል፤

> *ሜሮቲክ የኩሽ ተከታታይ መንግሥታት ቋንቋ ነበር። በፅሁፍ መቅረብ የጀመረው የኩሽ መንግሥት የመጨረሻው የስልጣኔ ደረጃ ላይ ነው። ይሁን እንጂ፣ ይህ ቋንቋ የራሱ የሆነ ፊደል ተቀርፆለት ባይሆንም እጅግ ከዚህ ቀደም ብሎ በፅሁፍ ለመስፈሩ ማስረጃ አለ። ከ16ኛው መቶ ቅጋአ የሆነ የግብፅ ፓፒረስ ላይ በመጀመሪያው የኩሽ መንግሥት/ከርማ መንግሥት የልዕለ-ሜሮቲክ የሰው ስሞች (የኩሽ መንግሥት ታላላቅ ሰዎች/ባለስልጣናት) ተፅፈው ይገኛሉ* (ራይሊ፣ 2004፡1)።[26]

የሜሮቲክ ቋንቋ የራሱ ፊደል ነበረው። የሜሮቲክ ፅህፈት ሁለት አይነት ነበር። አንደኛው ሜሮቲክ ሄሮግላፊክ የሚባለው ሲሆን ሁለተኛው ሜሮቲክ ፊደል ነው። የኋለኛው ፊደል/አፃፃፍ በዋናነት መዝገብ ለመያዝ ይውል ነበር። ሄሮግላፊክ የሆነው በአብዛኛው በድንጋይ ላይ ተቀርፆ የሚገኝ ሲሆን፣ በነገሥታቱ እና መሳፍንቱ ዙሪያ እና የሃይማኖት ሰነዶች የሚፃፉበት ነበር። ይህ አፅፃፍ/ፅሁፍ በብዛትም አይገኝም። ለዝርዝሩ ሎባን (2004፣ 262)ን ይመልከቱ።

ሜሮቲክ ፅህፈት ስነድምፃዊ ነው ተብሎ ይታሰባል። ከሶስት ቀለም ከሚወክሉ ፊደሎች በስተቀር ሌሎቹ 20ዎቹ አንድ ድምፅ ነው የሚወክሉት (ሎባን፣ 2004፡ 262)። በሚከተለው የሜሮቲክ ፊደል ገበታ ላይ ቴ፣ ኔ እና ሴን ከሚወክሉት በስተቀር ሌሎቹ በአብዛኛው አገባባቸው አንድ ድምፅ ይወክላሉ። ምናልባትም ወደፊት ተጨማሪ ጥናት የሚያስፈልገው የቃል መክፈያው ነው። ከታች በፊደል ገበታው ላይ እንደምንመለከተው የፊደል መክፈያው ልክ እንደኢትዮጵያዊው ፊደል አፃፃፍ ሁለት ነጥብ ነው። ይህን ሌሎች አጥኚዎችም ቀደም ብለው አስተውለውታል።[27]

ኩሽና ኩሻዊ

ሠንጠረዥ 3፡ የሜሮቲክ ፊደል

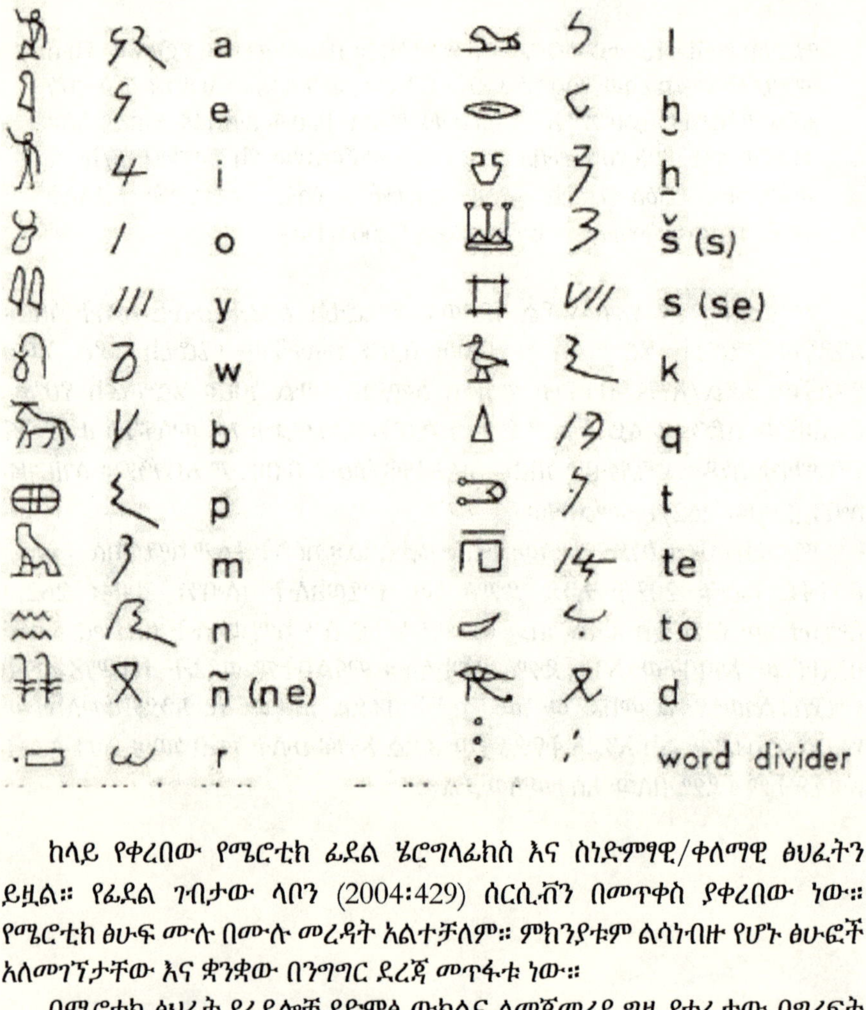

𓀀	ሃ	a				l
	ሃ	e				h
	ተ	i				ẖ
	/	o				š (s)
	///	y				s (se)
	ፘ	w				k
	レ	b			/១	q
	ξ	p			ፘ	t
	ʒ	m			/4	te
	/2	n				to
	🝳	ñ (ne)				d
	ﻼ	r				word divider

ከላይ የቀረበው የሜሮቲክ ፊደል ሄሮግላፊክስ እና ስነድምፃዊ/ቀለማዊ ፁሁትን ይዟል። የፊደል ገብታው ላቦን (2004:429) ሰርሲቭን በመጥቀስ ያቀረበው ነው። የሜሮቲክ ፁሁፍ ሙሉ በሙሉ መረዳት አለተቻለም። ምክንያቱም ልሳነብዙ የሆኑ ፁሁፆች አለመገኘታቸው እና ቁንቋው በንግግር ደረጃ መጥፋቱ ነው።

በሜሮቲክ ፁሁፍት የፊደሎቹ የድምፅ ውክልና ለመጀመሪያ ግዜ የተፈታው በግሪፍት ነበር (ግሪፍት 1909)።[28] ከዚያም በመከተል በተሰሩ ስራዎች የተወሰኑ ቃላትን ፍቺ ማወቅ ተችሏል። በተለይ በሌሎች ቁንቋዎች የሚገኙ እና የተወሰኑ የተዐወአ ስሞች ሊለዩ ችለዋል። ይሁን እንጂ በየጊዜው ጥረቱ ቢቀጥልም እስካሁንም ሙሉ በሙሉ ፁሁፆችን ለመረዳት አለተቻለም። ለምሳሌ፡ የራይሊ እና ሾግት (2012) መፅሀፍ ትኩረት የሜሮቲክ ቋንቋን እና ፁሁትን የሚመለከት ሲሆን፤ የሮዋን (2006) የዱክትርና መመረቂያ ፁሁፍ የሜሮቲክ ስነድምፆ ምርመራ ነው።

146

ፑንት፣ ኩሽ፣ እና ዳዓማት-አክሱም

የሜሮቲክ ፅህፈት ሙሉ በሙሉ መረዳት አለመቻሉ የቋንቋውን ወገን አፍ ሞልቶ ይሄ ነው ለማለት አላስቻለም። ይሁን እንጂ ትርጉማቸውን እርግጠኛ መሆን የተቻለባቸውን ቃላት በመያዝ እና የተወሰኑ ምዕላዶችን፣ እንዲሁም ስነድምፁን በመመልከት የቋንቋውን ወገን ለማወቅ ጥረት መደረጉ አልቀረም። ሆኖም በዚህም ላይ ቢሆን ስምምነት የለም። ለምሳሌ፣ ከላይ የጠቀስናቸው ሁለት ስራዎች እንኳ እርስበርስ አይስማሙም። እነትሪገር (1964) እና ራይሊ (2004፣ 2012) ሜሮቲክ የኒሎ-ሰሀራን ወገን ነው ሲሉ፣ ሮዋን (2006፣ 2011) ስነድምፁ የሚያሳየው የአፍሮኤሽያቲክ ቋንቋዎችን ባህርይ ነው ይላሉ።

በቋንቋ ዘር ጥናት ላይ ትልቅ አሻራ የተወው ግሪንበርግ (1950፣ 1955፣ 1966) ሜሮቲክ ከማናቸው በአሁኑ ግዜ ከሚነገሩ ቋንቋዎች ዝምድና ያለው አይመስልም ይላል። ቤንደርም (1981) ከግሪንበርግ ጋር ተመሳሳይ ሀሳብ ሰንዝሯል፤ "የሜሮቲክ ዝምድና ለወደፊት ጥናት ክፍት ሆኖ መተው ቢገባውም አሁን ባለ መረጃ ራሱን የቻለ ልዩ ቋንቋ[29] ተደርጎ ሊወሰድ ይችላል" (ቤንደር 1975፡3)።[30] ግሪንበርግ (1971፡438) በኋላ ላይ ባቀረበው ጥናቱ ቋንቋው ሙሉ በሙሉ መረዳት ባልተቻለበት ሁኔታ ሜሮቲክ የዚህ ወገን ነው ለማለት አይቻልም ይላል።[31] ቤንደር (1981) በወቅቱ ካለው መረጃ በመነሳት፣ ትሪገር (1964) ሜሮቲክ በኒሎ ሰሀራ ውስጥ በተለይ የምስራቅ ሱዳኒክ ወገን ነው ያለውን፣ ለመደገፍ የሚያስችል መረጃ በጥናቱ ከመረመራቸው ሰዋስዋዊ ምዕላዶች ማግኘት አልቻለም፤ "ካሉት ውሱን ሰዋስዋዊ ምዕላዶች ሜሮቲክ ከአባይሰሀራዊ በተለይ ከምስራቅ ሱዳኒክ ቋንቋዎች ዝምድና አለው የሚል ማስረጃ የለም" (ቤንደር 1975፡9)።[32] ቤንደር የቃላት ንፅፅር ባደረገበትም ክፍል የደረሰበት ድምዳሜ ከዚህ የተለየ አይደለም (ቤንደር 1975፡28)።[33] ቤንደር (1981) ወደፊት ሜሮቲክን በንፅፅር ከኒሎ ሰሀራን ቋንቋዎች ማጥናቱ ያለውን ጠቀሜታ ቢገልፅም፣ ክርስቲ ሮዋን (2006፡169) ይህን ማድረጉ ለመቶ ዓመት ያህል ምንም ፋይዳ ያለው ድምዳሜ ላይ ሊያደርስ ባለመቻሉ ይልቁንም ሜሮቲክ ከአፍሮኤሽያዊ ቋንቋዎች ጋር ያለውን ዝምድና መመርመሩ ይበጃል ትላለች።[34] ሮዋን (2006) በዚህ ስራዋ ትኩረት ያደረገችበት በተለይ በአረብኛ እና በተወሰኑት አፍሮኤስያቲክ ቋንቋዎች የሚታየውን የተነባቢዎች አሰላለፍ ህግ ሜሮቲክም ያሳያል ከሚል ነው። "ለምሳሌ፣ ተ(ነባበኤ)-አ(ናባኤ)-ተ(ነባቢ) በሆነ ቀለም ሁለቱም ተነባቢዎቹ የከናፍር ወይም የትናጋ የሆኑ ማግኘት በጣም ከባድ ነው"። ይህ የስነድምፅ ስርጭት ውስንነት የአፍሮኤሽያቲክ ቋንቋዎች እንጂ የአባይሰሀራዊ ቋንቋዎች ባህርይ አይደለም። ስለዚህም እንደሮዋን እምነት ሜሮቲክ እንደአጎራባቹ ጥንታዊ ግብፅ ከአፍሮኤሽያቲክ ወገን መሆን አለበት። ይሁን እንጂ ሮዋን የጠቀሰችው ህግ ከአረብኛ ውጭ በሌሎቹ ሴማዊ ቋንቋዎች እንኳ ተግባራዊነቱ በጣም ውሱን ነው። ቤንደር (1978) ይህን ህግ በሌሎች አፍሮኤሽያዊ ቋንቋዎች ለማየት ሞክሮ የአፍሮኤስያቲክ ቤተሰብ አንዱ መለያ ተደርጎ ሊወሰድ ይችላል ቢልም፣ እራሱ ቤንደርም እንዳሳየው፣ በርካታ ቋንቋዎች ይህን ህግ አለመከተላቸው ብቻ ሳይሆን በህጉ መሰረት ይታያሉ የሚባሉትም ትንሽ የማይባል ማፈንገጥ ያሳያሉ።

ሊፒንስኪም (2011፡89) የሮዋንን የስነድምፅ ድርደራ ውሱንነት/ስርጭት ተጠቅሞ የቋንቋውን ወገን መመደቡ አጥጋቢ መለኪያ ሊሆን እንደማይችል ገልጿል።[35]

ራይሊ በ2010 በፈረንሳይኛ ባሳተመችው መፅሀፍ ሜሮቲክ በኒሎ ሰሀራን ቤተሰብ የሰሜን-ምስራቅ ሱዳኒክ ከእነ ኑቢያን፣ ናራ፣ ታማን ኒይማ ጋር ሊመደብ ይችላል በማለት ያቀረባቸው 50 ቃላት፣ እንደ ሊፒንስኪ (2011) ከሆነ በተገላቢጦሹ አብዛኞቹ የአፍሮኤስያ በተለይም ሴማዊ ሲሆኑ፣ የተወሰኑት ደግሞ ከጥንታዊ ግብፃዊ በውሰት የገቡ እና ከኩሻዊ በንፅፅር የተስተካከሉ ናቸው።[36] ሊፒንስኪ (2011:104) ከዚህ በመነሳት የሚከተለውን ይላል፤

> አንድ ሰው ሜሮቲክ የኩሻዊ የጥንታዊ ግብፃዊ እና የቅብጥ ተፅዕኖ ያደረበት/ያረፈበት የሴማዊ ቋንቋ ሆኖ በተለይ ምድቡ የደቡብ ኢትዮ-ሴማዊ ወገን ነው ለማለት ይዳዳው ይሆናል። ይሁን እንጂ የግስ አምዶች ከሜሮቲክ በስፋት አለመታወቃቸው አሁን ባለን እውቀት ይህ ምደባ ትክክል ነው ለማለት አያስደፍረንም። ስለዚህም ጥያቄው ክፍት መሆን አለበት (ሊፒንስኪ 2011:104)።[37]

በየትኛውም አውድ ቢሆን፣ ውስን መረጃ ይዞ የቋንቋን ዘር መለየት አዳጋች ነው። በተለይ የሴማዊ ቋንቋዎችን በቀላሉ ከሚለያቸው ባህርያት ውስጥ አንዱ እና ዋንኛው የሆነው ከተነባቢ ብቻ የሚዋቀረው ስር ነው። ይህን ስር-አምድ ስነምዕላድ በተለይ ለመለየት ግሶችን መለየቱ ወሳኝ ነው። በሜሮቲክ ላይ በቂ ግሶች ፍቺያቸው ተለይተው አለመታወቃቸው ሊፒንስኪ እንዳለው ሜሮቲክ የሴም ወገን ነው ብሎ አፍ ሞልቶ ለመደምደም ይከብዳል። የውሱን ቃላቱ ንፅፅርም ቢሆን፣ የቋንቋውን ወገን በማያሻማ መልኩ ለመለየት አያስችልም። በአጠቃላይ፣ በሜሮቲክ ቋንቋ ላይ ከተደረጉት ጥናቶችም ሆነ ቋንቋው ሙሉ በሙሉ ካለመታወቁ ማለት የሚቻለው ቤተሰባዊ ዝምድናው በትክክል አይታወቅም ነው። ፅሁፎቹን በውል መረዳት አልተቻለምና፣ ዘሩን ለመለየት በቂ መረጃ የለም።

3.3 ኩሽ በመፅሀፍ ቅዱስ እሳቤ

በመፅሀፍ ቅዱስ ያለውን የኩሽ አገባብ በርካታ ስራዎች ሲመረምሩት ቆይተዋል። በሀገራችን እንኳ ሩቅ ሳንሄድ ኪዳነወልድ ክፍሌን (1948) እና ተክለፃዲቅ መኩሪያን መጥቀስ ይቻላል። የኤፍሬም ይስሐቅ (1982) *ኩሽ፣ ጁዳይዝም እና ሰሌሽሪ* 'ኩሽ፣ ይሁዲነት እና ባርነት' የሚለው መጣጥፍ የኩሽን አገባብ በስፋት በመፅሀፍ ቅዱስ እና በድኅረ-መፅሀፍ ቅዱስ የአይሁድ እምነት ስራዎች ውስጥ የሚመረምር ነው።

ኩሽ (እና ከዚህ ስር የወጡ ምስርት ቃላት) በተለያዩ ቋንቋዎች ባሉት መፅሀፍ ቅዱስ ተመሳሳይ አይደለም። በአንድ ቋንቋ በተለያየ ወቅት በሚገኙ መፅሀፍ ቅዱስ ቅጂዎች ውስጥ እራሱ ልዩነት አለ። ለምሳሌ፣ በመፅሀፍ ቅዱስ አሪት ዘፍጥረት ላይ በአባ ሩሚ የተተረጎመው እና በ1879 (በፈረንጆች ደግሞ 1886) የታተመው የገነትን መገኛ በሚገልፅበት ክፍል

እንዲህ ይላል፤ "የሁለተኛው ፈሳሽ ወንዝ ስም ጊሆን ነው። እርሱ የኩሽን (የኢትዮጵያን) ምድር ሁሉ ይከባል" (ኦሪት ዘፍጥረት፣ ምዕራፍ 2: ቁጥር 13)። ከዚህ ቀደም ብሎ በ1844 ላይ የታተመው ኩሽ የሚለውን አይገልፀውም። ኢትዮጵያ ነው የሚለው፤ "የሁለተኛው ፋሳሽ (sic.) ወንዝ ስም ጊሆን ነው። እርሱ የኢትዮጵያን ምድር ሁሉ ይከባል" (ኦሪት ዘፍጥረት፣ ምዕራፍ 2: ቁጥር 13-14)።

በእብራይስጥ ኩሽ የሚለውን በሶስተኛው መቶ ቅጋአ ወደግሪክ በተተረጎመው ብሉይ ኪዳን እና በሌሎች የእብራይስጥ ፅሁፎች ላይ በወጥነት ኢትዮጵያ በማለት ቀርቧል። እንደዚሁም፣ ቮልጌት የሚባለው የአራተኛው ክፍለዘመን የላቲን መፅሀፍ ቅዱስ ትርጉምም ኢትዮጵያ በሚል ያቀርበዋል።[38] በእንግሊዝኛው ኪንግ ጀምስ ቅጂ ኢትዮጵያ የሚለውን ከኩሽ ከሚለው ጋር እናገኛለን። ለምሳሌ፣ የካም ልጆችን ሲዘረዝር (ዘፍ 10፡6፣ 1መዋ 1፡ 8፣ 1መዋ 1፡9፣ 1መዋ 1፡ 10)[39] ኩሽ ሲል፣ በሌሎች በርካታ ቦታዎች ደግሞ ኢትዮጵያ ይላል።[40] በአማርኛው መፅሀፍ ቅዱስ ያለው ሁኔታም እንደዚሁ ነው። ለምሳሌ፣ በ1962 በወጣው መፅሀፍ ቅዱስ ላይ ኩሽ (ዘፍጥረት 10:6፣ 7 እና 8)፣ ኢትዮጵያ (ዘፍ 2፡13፣ 2መሳ 19፡9፣ አስ 1፡1፣ አስ 8፡9፣ ወዘተ)፣ እንዲሁም ኩሲ (2ሳሙ 18:21፣ 2ሳሙ 18:22፣ 2ሳሙ 18:23፣ 2ሳሙ 18:31፣ 2ሳሙ 18:32፣ ኢር 36፡14፣ ሶፎ 1፡1) እና ኩዝ (መዝ 7፡ መግቢያ [7፡1]) የሚሉትን እናገኛለን።[41] ከእብራይስጡ ለመስማማት በእንግሊዝኛው ቅጂ ከግሪኩ ኢትዮጵያ የሚለውን በመተው ኩሽ የሚለውን ብቻ በመውሰድ የቀረቡ የቅርብ ግዜ ቅጂዎችም አሉ።

ኩሽ የሚለውን ቃል አገባብ በመፅሀፍ ቅዱስ ስንመረምር ለሁለት ነገሮች ውሎ እናገኛለን። አንድም፣ ህዝብን (ማ. ነገድን ወይም ግለሰብን)፣ እና ሁለትም ሀገርን ሲገልፅ ይታያል።[42] ሀገርን የሚገልፀው በእንግሊዝኛው ኪንግ ጀምስ ቅጂም ሆነ በአማርኛው በ1962 ህትመት ላይ ብዙውን ግዜ ኢትዮጵያ በሚል ይገኛል።

ኩሽ የሚለው ወይም ከዚህ ቃል የወጡ በመፅሀፍ ቅዱስ ብቻ ሳይሆን በድኅረ-መፅሀፍ ቅዱስ ባሉ የአይሁድ ስራዎች ህዝብን እና ሀገርን ለማመልከት ሲውል እንደሚገኝ በመስኩ ጥናት ያደረጉ በርካታ ባለሙያዎች ሲገልፁ ኖረዋል። የሚከተለውን ከኤፍሬም ይስሐቅ ይመልከቱ፤[43]

> በመፅሀፍ ቅዱስ እና ድኅረ-መፅሀፍ ቅዱስ ባሉ የአይሁድ እምነት ስራዎች ኩሽ ሶስት ክፍሎችን ለመግለጽ ሲገባ ይታያል። አንዱ ግለሰብን ለማመልከት ሲውል ይስተዋላል፣ ለምሳሌ የሙሴ ባለቤትን (ኁልቆ 12:1)፣ በታሪክ ታዋቂ የሆነው የኩሽ ጀነራል ታርሀቃ (መጽሐፈ ነገሥት ካልዕ 19:9፤ ኢሰ 37:9)፣ ወይም አቤሜሌክም፥ የነቢዩ ኤርምያስ ጓደኛ እና የይሁዳ ንጉሥ የነበረው ንጉሥ ዘደኪያህ (ታማኝ) አገልጋይ (ኢር 38:7)፣ እና እንደአይሁድ ዘልማድ ከሆነ የመጀመሪያው የዓለም ስልጣኔ ንጉሥ የሆነው ኒምሮድ [ኦሪት ዘፍጥረት10:8-12] መጥቀስ ይቻላል። ሁለተኛ ህዝብን ለማመልከት ይውላል። ለምሳሌ የሚከተሉትን መጥቀስ ይቻላል፤ የኤርምያስ 'ጋሻም የሚያነግቡ የኢትዮጵያ እና የፉጥ ኃያላን' (ኢር 46:9)፣ ወይም የአሞጽ 'የእስራኤል ልጆች ሆይ፣ እናንተ ለእኔ እንደ

ኢትዮጵያ ልጆች አይደላችሁምን?' ወይም የኢሰያስ "እናንተ ፈጣኖች መልእክተኞች ሆይ፥ ወደ ረጅም እና ወደ ለስላሳ ሕዝብ፥ ከመጀመሪያው አስደንጋጭ ወደ ሆነ ወገን፥ ወደሚሰፍር እና ወደሚረግጥ፥ ወንዞችም ምድራቸውን ወደሚከፍሉት ሕዝብ ሂዱ" (ኢሰ 18:2)። ሦስተኛ፣ ሀገርን የሚያመለክት ነው። ለምሳሌ ሀገረ ኩሽ ከግብፅ ጋር እየተነፃፀረ/በአቻነት ከቀረበበት ውስጥ ለምሳሌ፣ (ዘፍ 10:6; 1 መዋ 1:8) እና ከፋርስ (ሕዝ 38:5)፣ ወይም ወርቅ፣ መዳብ፣ ብረት፣ የዝሆን ጥርስ፣ እጣን፣ ቴምር፣ እህል እና ሌሎች እቃዎችን የምትነግድ ሀገር (ኢሰ 45:14፤ እዮብ 28:19)፤ የገነት ወንዞች ውስጥ አንዱ የሆነው የሚያልፍበት (ዘፍ 2:13፤ ሲፎ 3:10) (ኤፍሬም ይስሀቅ፣ 1980:7-8)።[44]

በመፅሀፍ ቅዱስ ያለው ኩሽ የወከለው ከግብጽ በስተደቡብ ያለውን በቀዳሚዎቹ የተመለከትነውን ሀገር እና ነገድ ብቻ አይደለም። ከላይ እንደገለፅነው ኩሽ የካም የመጀመሪያ ልጅ ሲሆን፣ ሚዝራም (ግብፅ)፣ ከነዓን (የከነዓን ምድር)፣ እና ፑት ወንድሞቹ ናቸው። ኩሽ በዘፍጥረት 10፡6 እና መዋዕለ ቀዳማዊ 1:8 የኒምሮይድ አባት ነው። ኒምሮይድ እንደአይሁዶች ዘልማድ የመጀመሪያውን መንግሥት በባቢሎን የመሰረተ ታላቅ እና ኃይለኛ ንጉሥ ነበር።[45] በኦሪት ዘኍልቆ 12፡1 የሙሴ ሚስት ኢትዮጵያዊ/ኩሽ ይላታል; "ሙሴም ኢትዮጵያይቱን አግብቶአልና ባገባት በኢትዮጵያይቱ ምክንያት ማርያምና አሮን በእርሱ ላይ ተናገሩ።" ይሁን እንጂ የሙሴ ሚስት ዚፎራ/ሲፎራ ከሚዲያን እንደሆነች በተለያዩ ቦታ ተገልፆ ይገኛል። [46] ለምሳሌ በኦሪት ዘፀአት (2:15–22) የሚከተለውን ይመልከቱ፤

15. ፈርዖንም ይህን ነገር በሰማ ጊዜ ሙሴን ሊገድለው ፈለገ። ሙሴ ግን ከፈርዖን ፊት ኰበለለ፥ በምድያምም ምድር ተቀመጠ፤ በውኃም ጕድጓድ አጠገብ ዐረፈ።
16. ለምድያምም ካህን ሰባት ሴቶች ልጆች ነበሩት፤ እነርሱም መጥተው ውኃ ቀዱ፥ የአባታቸውንም በጎች ሊያጠጡ የውኃውን ገንዳ ሞሉ።
17. እረኞችም መጥተው ገፉአቸው፤ ሙሴ ግን ተነሥቶ ረዳቸው፥ በጎቻቸውንም አጠጣላቸው።
18. ወደ አባታቸው ወደ ራጉኤልም በመጡ ጊዜ። ስለ ምን ዛሬ ፈጥናችሁ መጣችሁ? አላቸው።
19. እነርሱም። አንድ የግብፅ ሰው ከእረኞች እጅ አዳነን፥ ደግሞም ቀዳልን፥ በጎቻችንንም አጠጣ አሉ።
20. ልጆቹንም። እርሱ ወዴት ነው? ለምንስ ያንን ሰው ተዋችሁት? ጥሩት እንጀራም ይብላ አላቸው።
21. ሙሴም ከዚያ ሰው ጋር ሊቀመጥ ወደደ፤ ልጁንም ሲፓራን ለሙሴ ሚስት ትሆነው ዘንድ ሰጠው።
22. ወንድ ልጅም ወለደች። በሌላ ምድር መጻተኛ ነኝ ሲል ስሙን ጌርሳም ብሎ ጠራው።

የሲፎራ ሀገር ሚዲያን ትክክለኛው ቦታ የት እንደሆነ የተለያየ አስተያየት ቢኖርም፣ በመካከለኛው ምስራቅ የነበረ ሀገርን እንደሚያመለክት ሁሉም ማለት ይቻላል የታሪክ ባለሙያ የሚስማሙበት ነው።[47]

ሌላኛው በእብራይስጥ መፅሀፍ ቅዱስ ውስጥ ያለው ኩሽ ስለተባለው ሰው በመዝሙር 7 ላይ የተገለፀው የብንያማዊው ሰው ነው። ይህን ሰው የ1962 አማርኛ መፅሀፍ ቅዱስ ኩዝ ነው የሚለው፤ "ስለ ብንያማዊ ሰው ስለ ኩዝ ቃል ለእግዚአብሄር የዘመረው የዳዊት መዝሙር" (መዝ 7፡ መግቢያ [7፡1])። ይህ ሰው የሳኦል ተከታይ እንደነበር ይገመታል።

አንዳንድ የመፅሀፍ ቅዱስ ሊቃውንት በተለይ በኦሪት ዘፍጥረት ምዕራፍ 10 ስለኩሽ የተጠቀሰው የአፍሪካውን ወገን የሚመለከት አይደለም የሚሉ አሉ። እንደነዚህ ሊቃውንት ይልቁንም የባቢሎን ስርወመንግሥት በ1595 ቅጋአ የጣለው ካሣቲን የሚመለከት ነው (ጎልደንበርግ፣ 2022)።[48] በመጽሐፈ ዜና መዋዕል ካልዕ (21:16) ደግሞ ሀገረ ኩሽን/ኢትዮጵያን የአረቦች ጎረቤት ያደርገዋል፤ "እግዚአብሔርን የፍልስጥኤማውያንና በኢትዮጵያውያን አጠገብ የሚኖሩትን የዓረባውያንን መንፈስ በኢዮራም ላይ አስነሣ።"

በምዕራፍ ሁለት እንደገለፅነው ኩሽ በሀገረ ኩሽ የሚኖሩ ህዝቦች ስያሜ ተደርጎ ይወሰድ ነበር። ይህ ሀገረ ኩሽ በቀይባህር ሁለቱም ወገን ወይም በአንደኛው ወገን የነበረ ነው የሚል የጥንታዊ ዘልማድ ነበር። በመፅሀፍ ቅዱስ ኩሽ የሜሮኤ መንግሥትን የተመለከተ አንዳንዴም፣ ጥንታዊው ሰፊው የኩሽ ግዛት፣ እና/ወይም የአረብያን ፔንሱላ የሚገኝ ሀገር ተደርጎ ይወሰዳል።[49] መፅሀፍ ቅዱስ የእምነት እንጂ የታሪክ መፅሀፍ አይደለም እና ለምን በታሪክ የሚታወቀውን ሀገረ ኩሽ እና በዚያ የሚኖረውን ህዝብ ብቻ አልገለፀም የሚል ወቀሳ ሊነሳበት አይገባም።

አንዳንድ ቀደምት ስራዎች የሁሉም ምንጭ መፅሀፍ ቅዱስ አድርገው ከማሰብ ኩሽ የሚለው ቃል ከግብፅ ደቡብ ለሚኖረው ህዝብ እና ሀገር መዋል የጀመረው ከመፅሀፍ ቅዱስ በመውሰድ ነው ቢሉም፣[50] እብራይስጥ እራሱ ቃሉን የወሰደው በተገላቢጦሹ ከሀገሩ ስያሜ መሆኑን መገመት አዳጋች አይደለም። ባለፈው ክፍል እንደተመለከትነው ኩሽ አዲስም ሆነ ብሉይ ኪዳን የሚባል ሳይፃፍ የነበረ ስያሜ ነው። ይህ ቃል ዳዊት ነገሠ ከተባለበት ከሺህ ዓመት በፊት የነበረ ቃል ነው።[51] ለመጀመሪያ በግብፅ ስራዎች በተጠቀሰበት በ11ኛው ስርወመንግሥት በ2100 ቅጋአ ራሱን የቻለ እብራይስጥ የተባለ ቋንቋም ሆነ የአይሁድ ህዝብ አይታወቅም። የእብራይስጥ ምሁር የሆነው ዴቪድ ጎልደንበርግ (2005፡18)ም የእብራይስጡ ኩሽ በግብፅ ስራዎች ከእነሱ ደቡብ ለሚኖሩት መጠሪያነት ካዋሉት ካሽ ከሚባለው ቃል ነው የመጣው ይላል። ጎልደንበርግ (ዝኒ ከማሁ) በማከል ሲገልፅ የእብራይስጥ መፅሀፍ ቅዱስ በተፃፈበት ወቅት የኩሽ/ኑቢያ መንግሥት ዋና መቀመጫው ሜሮኤ ነበር። በመፅሀፍ ቅዱስ ይህን ቦታ በተለይ የሚመለከት ተደርጎ የተጠቀሰበትም ምክንያት ለዚህ ይሆናል። ለምሳሌ፣ ሕዝቄል 29፡10ን፣ እና ናሆም 3:9ን ይመልከቱ።

የመጀመሪያው ክፍለዘመን ጋአ ታዋቂው እስራኤላዊው ዮሴፍ ስለ ሀገረ ኩሽ የካም ልጅ፣ የኖህ የልጅ ልጅ የሚከተለውን ይላል፤ "በኢትዮጵያውያኖች ላይ የነገሠባቸው

ከአራቱ የሀም ልጆች [የሆነው] የኩሽን ስም እስካሁን ግዜ አለወጠውም፤ [እነዚህ ህዝቦች] በራሳቸውም ኤስያ ባሉ ህዝቦችም ኩሾች ይባላሉ" (ገፅ 75, L1. C 6)።[52] በመፅሀፍ ቅዱስ ትንቢተ ሕዝቄል ምዕራፍ 29፣ ቁጥር 10 ላይ ሀገረ ኩሽ እንደሚከተለው ቀርቧል፤ "ስለዚህ፥ እነሆ፥ በአንተና በወንዞችህ ላይ ነኝ፥ የግብጽንም ምድር ከሚግዶል ጀምሮ እስከ ሴዌኔ[53] [እ]ና እስከ ኢትዮጵያ ዳርቻ ድረስ ውድማና ባድማ አደርጋታለሁ።" እነዚህ አይነት መረጃዎች ኩሽን በማያወላዳ ከግብፅ ደቡብ የነበረውን ሀገረ ኩሽ የሚያመለክት ቢሆንም፣ አንዳንዶቹ በመፅሀፍ ቅዱስ ያሉት የትኛውን ሀገር እንደሚያመለክቱ እርግጠኛ ሆኖ መናገር አይቻልም። ከላይ የገለፅነው እንዳለ ሆኖ፣ በበርካታ የክርስትና ሃይማኖት ሊቃውንት ዘንድ ኩሽ ወይም ኢትዮጵያ የሚለውን የአሁኒቷ ኢትዮጵያን የሚመለከት አድርገው መውሰድ ሙንሮ-ሄይ (1991:20)ም እንዳለው በጣም የተዘወተረ ነው።[54]

3.4 ኩሽ፣ ኢትዮጵያ እና ጥቁረት

የኩሽ መንግሥትንም ሆነ በመፅሀፍ ቅዱስ የሚገኘውን ኩሽ የተሰኘውን ነገድ በጥንታዊ ግሪክ ኢትዮጵያ ይለዋል። ግሪኮች ኢትዮጵያ የሚለውን ቃል ተጠቅመው የምናገኘው ከሆሜር እና ሄሮዱተስ ጀምሮ ነው። እዚህም እዚያም እንደገለፅነው ቃሉንም የተጠቀሙበት ወጥ በሆነ መልኩ አይደለም። አንዳንዴ መላው አፍሪካን ለማመልከት ነው። ከላይ እንደገለፅነው በግሪክ ኢትዮጵያ ማለት በፀሀይ የተቃጠለ ፊት ያለው ህዝብ ማለት ነው። ይህን ትርጓሜ የኛ ሀገር ቀደምት የታሪክ ፀሀፊዎችም ተገንዝበውታል። ለምሳሌ የሚከተለውን ከተክለፃዲቅ ይመልከቱ፤

> ከግሪኮች ውስጥ ከክርስቶስ ልደት በፊት በ9ኛው መቶ ዓመት ላይ የነበረው የኦዲሴውስ እና የኤሊያስ ፀሀፊ ሆሜር በተለይ ቤሊያስ (ድ) መፅሀፍ ላይ ምዕራፍ 5ና በሌላውም ክፍል የታሪክ አባት የሚባለው በ5ኛው መቶ ዓመት ላይ የነበረው ሄሮዱት በታሪክ መፅሀፍ በ2ኛውና በ3ኛው፣ በ4ኛውና በ7ኛው ክፍል ኢትዮጵያ ይላሉ (ተክለ ፃዲቅ መኩሪያ 1951፡12)።[55]

በጥንታዊ ግሪክ ፀሀፊዎች ስለዚህ ሀገር እና ህዝብ ያለውን አጠቃቀም፣ በአንደኛው ክፍለዘመን የነበረው ስትራቦ ጂኦግራፊያ በሚለው መፅሀፉ በምዕራፍ አንድ በዝርዝር የቃኘበትን ክፍል መመልከት ጠቃሚ ነው።[56]

ኩሽ በእብራይስጥ ጥቁር ማለት እንደሆነ በብዙ ስራዎች ተገልፆ ይገኛል።[57] ትንቢተ ኤርሚያስ ላይ (ኢር 13፡23) "በውኑ ኢትዮጵያዊ/ኩሽ መልኩን ወይስ ነብር ዝንጉርጉርነትን ይለውጥ ዘንድ ይችላልን?" የሚለው በጥንቱ ኩሽ ሀገረ ግዛት ስር የሚኖሩ በጣም ጥቁር የሆኑ ነገዶችን የሚያመለክት ሊሆን ይችላል የሚል ግምት አለ። በዚህ ቦታ ኩሽ በሚል የተጠቀሱት ከእስራኤሎች የተለየ ቀለም/መልክ እንደነበራቸው መገመት ይቻላል። ኩሽ እንደነገድ ስምነቱ (በአይሁዶች የነገድ እሳቤ) ጥቁር ህዝቦችን በሙሉ የሚመለከት ተደርጎም ይወሰዳል። ይህ እሳቤ ግን ኋላ የመጣ ይመስላል።[58] የካም ሌሎች

ልጆች ምዝራይም፣ ከነዓን እና ፉጥ/ፑት ናቸው። ከነዓን በቋንቋ ደረጃ ለእብራይስጥ በጣም ይቀርባል። መቀመጫውም ከእስራኤሎች ጋር እዚያው ቅርብ ምስራቅ ነበር። ምስራይ በግዕዝ ምስር የሚባለው የግብፅ መጠሪያ ነው።

የግብፅ ሰዎች መልክ እና ትክለ-ሰውነት ትተውልን ካለፉት ስዕሎች እና ቅርፃቅርፆች መረዳት እንደምንችለው ያሁኑን ኢትዮጵያውያንን ወይም የአሁኑ ሰሜን ሱዳኖችን ይመስላሉ። ግብፆች እና አክሱሞች እራሳቸውን ቀይ ህዝብ ብለው ነው የሚጠሩት (ኡብሊስከ 2014፡164-165)። ይህ አስተሳሰብ ልክ በአሁን ግዜ እንዳለው የሰው ፊት ቀለም መለያ እንጂ እንደእንግሊዝኛው የነገድ መለያ አይደለም። በዚህ ላይ ሰፋ ላለ ትንታኔ እና ለተጨማሪ መረጃ መፃህፍት ሙንሮ-ሄይ (1991፡ 48-49)ን ይመልከቱ።

ከላይ በግርጌ ማስታወሻ ስር የጠቀስነው የፑሌኒ ገለፃ ባለ ዞማ/ሉጫ ፀጉር ያላቸው የሚለው በአሁኑ ግዜ ኢትዮጵያ እና ሱዳን እንዲሁም በአብዛኛው የአፍሪካ ቀንድ ከሚኖሩት ህዝቦች ትክለ ሰውነት ጋር የተመሳሰለ ነው። በአሁኑ፣ በተለይ በአሜሪካኖች የዘር እሳቤ ከሄድን ጥቁር ከሚለው እንጂ ነጭ ከሚለው የሚመደቡ አይደሉም። ይህ ከሆነ ኩሽ እንዴት በእብራይስጥ ጥቁር ማለት ሆነ—ግብፅን ሳያካትት—የሚል ጥያቄ ሊነሳ ይችላል። የጥንቱ የእብራውያን የቀለም/የሰው ቀለም እሳቤ ባሁኑ ግዜ እንዳለው የአሜሪካኖች እሳቤ ነው ብሎ መገመቱ ትክክል አይመስልም። ሊሆን የሚችለው፣ ልክ በአሁኑ ግዜ በኢትዮጵያ እንዳለው አይነት ይመስላል—ጥቁር፣ ቀይ፣ ጠይም፣ ነጭ። በቀዳሚው ክፍል እንደገለፅነው ኩሾች ወይም በኩሽ ግዛት ስር የነበሩ ሌሎች ነገዶች ከጥንታዊ ግብፆች ይልቅ በቀለም ጠቆር ያሉ ይገኛሉ። ስለዚህም በእብራይስጥ ጥቁር ማለት የመጣው እራሳቸው ቃሉን ከኩሾች ወስደውት ይመስላል (ጎልደንበርግ 2003፡18)። ይህ ቃል ሴማዊ አይደለም። በእብራይስጥ ኩሽ ጥቁር በሚል ፍችው ከዘር በስተቀር ለሌላ ሲውል አይስተዋልም። ለምሳሌ፣ ጥቁር ልብስ፣ ጥቁር ውሻ ወዘተ የሚገለፁት በሌላ ቃል ነው። በእብራይስጥ ጥቁር ሻሆር ነው። ይሁን እንጂ አሁንም በእብራይስጥ ኩሺ የሚል ቃል ከመልክ ጋር በተያያዘ ጥቁረትን ለመግለፅ ይውላል። ይህን ቃል እስራኤሎች በአሁኑ ግዜ የሚጠቀሙበት ለስድብ ነው። ቃሉ ባርያ ወይም በእንግሊዝኛው ደግሞ ኔግሮ የሚለው አይነት አጠቃቀም አለው (ሳልደር፣ 2005፡16)።[59]

በቀዳሚው ክፍል እንደተጠቀሰው የኦሪት ዘፍጥረትን ወደግሪክ በአራተኛው መቶ ቅጋአ ሲመልሱ ኩሽ የሚለውን ኢትዮጵያ ብለውታል። ይህ የግሪኩ ስራ ሴፑጊንት በመባል የሚታወቀው ነው።[60] በዚህ ስራ በእብራይስጡ ኩሽ የሚለውን ኢትዮጵያ እያለ ነው የተረጎመው። ኢትዮጵያ የተቃጠለ ፊት ከማለት በዘለለ በሀገር ስምነትም ጥቁር ህዝብ የሚኖርበትን አፍሪካን እና የተወሰነ የኤስያን ክፍልም ያመለክት ነበር። የዚህ ቃል ፍቺ መለጠጥ ኩሽ ወይም ኢትዮጵያ አፍሪካን ባጠቃላይ አንዳንዴ ሲያመለክት በመጥበብ ደግሞ የጥንቱን ኩሽ ግዛት ወይም የአሁኒቷን/አክሱማይት ኢትዮጵያን ያመለክታል። ይህን ጉዳይ፣ የኛ ሀገር ቀደምት ፀሀፊዎች ሳይቀሩ የተገነዘቡት ጉዳይ ነው። ለምሳሌ፣ ኪዳነወልድ ክፍሌ (1948)ን፣ ጎሩይ ወልደስላሴ (1999)ን እንዲሁም ተክለፃዲቅ መኩሪያ (1951)ን ከብዙ በጥቂቱ ይመልከቱ። ከተክለፃዲቅ ለምሳሌ የሚከተለውን ይመልከቱ፤

የጥንት ፀሀፊዎች ግብፆችም፣ እስራኤሎችም ግሪኮችም ግማሾቹ የኩሽ ሀገር የቀሩት ኢትዮጵያ እያሉ ሲጠሩን አሁን ባለንበት የፖለቲካና የሀገር ክፍል የምንገኘውን ኢትዮጵያውያኖችን ብቻ አይደለም። ነገር ግን ከዛሬው ቱኒዚና ማሮክ ከሊቢያና ግብፅ ከፍልስጥኤም ወደ ደቡብ በኤርትራ ባህር ግራና ቀኝ እስከ ህንድ ውቅያኖስ ጠረፍ ድረስ ያለውን የዛሬውን የአረብንም የሱዳንንም በመካከል የሚገኘውን ያሁኑን የኛንም ሀገር አንዳንድ ግዜ እየለዩ ብዙ ግዜ እያደባለቁ ነው (ተክለ ፃዲቅ መኩሪያ 1951፡14)።

ከላይ በተክለፃዲቅም እንደተጠቀሰው፣ የቃሉ በሀገር ስምነትም ሆነ በህዝብ ስምነት የነበረው ውክልና በታሪክ ሁልግዜ አንድ አልነበረም። ከላይ በመፅሀፍ ቅዱስ ላይ እንደተመለከትነው በታሪክ ፀሀፊዎችም ያለው አጠቃቀም እንደታሪክ ፀሀፊው የጂኦግራፊ እውቀት ይወሰን ነበር። ከክርስትና በፊት በግሪኮች ስላለው አጠቃቀም ዳሰሳ የአንደኛው መቶ ክፍለዘመን የነበረውን ስትራቦን መመልከት ጠቃሚ ነው።[61] ስትራቦ እራሱ ኢትዮጵያ ሲል መለው አፍሪካን የሚያካትት ነው።[62] እዚህ ላይ ጃክሰን (1939:4-5) ስታሮቦ እና ከሱ በፊት የነበሩት ስለቃሉ ያላቸውን አጠቃቀም የገለፀውን ከታች ከገርጌ ማስታወሻው ይመልከቱ።[63] በግሪኮች እና በሮማኖች ቃሉ ስለነበረው አጠቃቀም እና ስለአጠቃላይ ጥቁር ህዝቦች ስኖውደን (1970)ን መመልከቱ ጠቃሚ ነው። ለድኅረ መፅሀፍ ቅዱስ ስራ በአራት ቅፅ የቀረቡትን የስትራቦን ስራዎች ይመልከቱ።

የኩሽ መንግሥትን የሚገልፁ የግሪክ ስራዎች በአጠቃላይ የኢትዮጵያ መንግሥት እያሉ ነበር የሚጠሩት። ኢትዮጵያ በታሪክ ለአሁኒቷ ሀገር መጠሪያ እራሱ ተወላጁ አውሎት የምናገኛው ወደ አራተኛው ክፍለዘመን አካባቢ ነው። ኩሽ በኢዛና ከተጠቀሱት ዘጠኝ ግዛቶች ውስጥ አንዱ ነው። ለምሳሌ DAE 5/6/7 የድንጋይ ላይ ፅሁፉ የሚከተለውን ዘጠኝ ግዛቶች ዝርዝር እናገኛለን፤ "በጠላት የማይሸነፈው የመሐረም ልጅ ንጉሥ ኢዛና የአክሱም፣ የሕምያር፣ የኩሽ፣ የሳባ፣ የሀበሻ፣ የራይዳን፣ የሳልሄን፣ የጺያም እና የቤጃ ንጉሠ ነገሥት" (DAE 5/6/7)። በርግጥ በዚህ ፅሁፍ ኢዛና ኩሽን ኩሳ ነው የሚለው ቤጃንም በጌ። ጀ እና ሸ በግዕዝ የሉም። ምንም እንኳ ኩሽ በግሪክ ፅሁፎች ኢትዮጵያ በሚለው ቢተካም ኢዛና በግሪክ ኢትዮጵያ የሚለው ግዛት በግዕዙ (DAE 5/2-3)—አናባቢ በሌለው ፅሁፍ— *ሐበሠተ* (ḥbśt) (DAE 6/1) እና በሳብኛ ደግሞ *ሐበሸተመ* (ḥbštm) (DAE 7/1) ብሎታል። ይህም ሀበሻ ማለት ነው።ኢዛና ግዛቶቹ ባላቸው ስር በግሪኩ ኢትዮጵያ ብሎ የጠቀሰው በሳቢያን እና ግዕዝ *ሐበሠተ* የሚለውን የሚመለከት ነው ማለት ነው። ይህ ግዛት የሰሜን ኢትዮጵያ ይዞ በአክሱማውያን ይተዳደር የነበረውን ቢያንስ እስከማዕከላዊ ኢትዮጵያ ያለውን የሚያካታት ነው።[64] ኢዛና ግዛቴ ብሎ ከዘረዘራቸው ውስጥ ጽያሞ በምዕራብ ኢትዮጵያ ጋምቤላን የሚመለከት ነው (ስርግው፣ 1972፡94)።[65]

አንዳንድ የኩሽ ሰዎችም ሀገራቸውን ኢትዮጵያ ያሉበት በጣም የተወሰኑ ቢሆንም መረጃዎች አሉ። ለዚህ አንደኛው ሲልኮ የተባለው ንጉሥ በማዕረጉ ላይ የኖባዴስ እና የሁሉም ኢትዮጵያውያን ንጉሥ በማለት የገለፀበት ፅሁፍ ይጠቀሳል። በዚህ ላይ ከብዙ በጥቂቱ ኦብሊስክ (2014፡ 164 ቀገ)ን እና ሙንሮ-ሄይ (1997:14)ን ይመልከቱ።

3.4 ማጠቃለያ

ታሪካዊው የኩሽ/ኑብያ ስርወመንግሥት በአፍሪካ የነበረ የጥቁሮች መንግሥት መሆኑ ጥያቄ የለውም። ይህ መንግሥትን ግሪኮች ኢትዮጵያ ይሉት ነበር። ኩሽም ሆነ ኢትዮጵያ ከጥቁረት ጋር እየተያያዘ ለመላው አፍሪካ እና ሌሎች ጠቆር ላሉ ህዝቦች እና እነዚህ ህዝቦች ለሚገኙባቸው ሀገሮች ሲውልም ቆይቷል። የአብረሀም እምነት፣ ስለፍጥረት ትንታኔ ሲሰጥ አንድም ከዚህ ጋር እያዛመደ፣ አንዳንዴም ከዚህ እየዘለለ ማቅረቡን አይተናል። ኩሽ በመፅሀፍ ቅዱስ ያለው እሳቤ ሙሉ በሙሉ ከታሪካዊው ኩሽም ሆነ ከህብረተሰቡ የዘርም ሆነ የቋንቋ ግንኙነት/ዝምድና አንድ ነው ማለት አይቻልም። ለምሳሌ፣ ከነኣን የኩሽ ወንድም የሀም ልጅ ተደርጎ ሲቀርብ፣ እስራኤሎች ደግሞ ከሀም ወንድም ከሴም የተወለዱ ተደርገው ቀርበዋል። ከነአኖች ይናገሩት የነበረው ቋንቋ፣ ከእብራይስጥ ጋር በጣም የሚቀራረብ የዘዬ ያህል ሊታይ የሚችል የንግግር አይነት ነው። እነዚህ ህዝቦች የሚኖሩትም አንድ ቦታ ወይም ጎን ለጎን ከእስራኤሎች ጋር ነበር። ለእስራኤሎች ከእነዚህ ህዝብ በላይ በዝምድና የሚቀርባቸው አልነበረም። እስራኤሎች በኦሪት ያለውን ታሪክ ሲያቀናብሩ ከከነአኖች ጋር ደመኛ ስለነበሩ፣ ከነአኖችን ከነሱ በዝምድና ማራቅ ብቻ ሳይሆን፣ የእግዚአብሄርም እርግማን እንዳለባቸው በማድረግ ለማቅረብ ሞክረዋል የሚል ግምት አለ። ከነአኖችን የኩሽ ወንድም ሊያስብላቸው የቻለውም ምክንያቱ ይህ ሊሆን ይችላል። ኑምሮይድ የባቢሎን/የአካድያን መስራች ተደርጎ የተወሰደው ካየን አካዶች ሴማዊ እንጂ የኩሻዊ ቋንቋ ወገን ተናጋሪ አይደሉም። ከነአኖችም ሆኑ የባቢሎን ስልጣኔ ባለቤቶች አካዲያኖች በመልክ ከእስራኤላውያን የተለዩ ተደርገው አይወሰዱም። የእነዚህ ወንድም ተደርጎ የተወሰደው ኩሽ ከሁለቱ ተለይቶ ጥቁር ነው በሚል እስራኤሎች በወቅቱ ተረድተውት ነበር ለማለት ይከብዳል። ይልቁንም በእብራይስጥ ቋንቋ እራሱ ኩሽን ከጥቁረት ጋር ማያያዝ የተጀመረው ጎልደንበርግ እና ሌሎችም በርካታዎች እንዳሉት የግሪኩን ትርጉም በመመልከት ወደኋላ ላይ የመጣ ነው።

ኢትዮጵያ የሚለውን ስያሜ ለአሁኒቷ ሀገር ተወላጁ አውሎት እንደነበር ማስረጃ ያለን ከኢዛናው ፅሁፍ ነው። ከዚያ በፊት ይህ ስያሜን ተወላጁ ለራሱ ማዋሉን ለማወቅ የፅሁፍ ማስረጃ የለንም። በኢዛናም ፅሁፍ ቢሆን ኢትዮጵያ የሚለውን የተጠቀመው በግሪክ ቅጂው ነው። በግዕዙ እና በሳብኛው ሀበሻ ነው። በምዕራፍ ሁለት እና በዚህ ምዕራፍ እንደገለፅነው ኩሽ አንዳንዴ የአሁኒቷዋን ኢትዮጵያን እያካተተ ቢገለፅም በኢዛና ፅሁፍ እነኩሳ/ኩሽ በኢትዮጵያ ስር ሳይካተቱ ራሳቸውን ችለው ቀርበዋል። ኢትዮጵያ የሚለውም አጠቃቀም ከግብፅ ደቡብ ያለውን (በአካባቢው ኩሽ በመባል የሚታወቀውን እነኑብያን ሁሉ በጥንታዊ ፅሁፎች) ብዙውን ግዜ ያካትት የነበረ ቢሆንም የኢዛና ፅሁፍ ግን የአሁኒቷ ኢትዮጵያ የምትገኝበትን ብቻ ያመለክታል። ኢትዮጵያ የሚለው በግሪክ ቅጂው (DAE 5/2-3) ላይ የምናገኘው በግዕዝ *ሐበሠተ* (DAE 6/1) በሳብያን *ሐበሽተመ* (DAE 7/1) ማለትም ሀበሻ የሚለውን በመተካት ነው።

በአሁኑ ወቅት በቀጥታ የኩሽ ነገድ ይሄ ነው ማለት ባይቻልም፣ ይህ ነገድ/ህዝብ በአሁኑ ሱዳን የነበረ ልክ እንደግዕዝ ተናጋሪው/አግዓዚያን የነገድ ማንነቱን ለአሁኑ ትውልድ ሳይስተላልፍ ያለፈ ነው። ይህ ነገድ አሁን ቢያንስ ስማቸውን ሳይለቁ የቆዩትን መጃይ/ቤጃ እና ኑቢያን ጨምሮ በአንድ ሀገር ሲያስተዳድር የነበረ ነው። ይህ ነገድ ከአሁኑ የኢትዮጵያ ነገዶች ጋር በቋንቋም ሆነ በነግድ ውልደት ይዛመድ አይዛመድ የሚታወቅ ነገር የለም። ከታሪካዊ ስነልሳን አንፃር ቢያንስ የቋንቋ ዝምድናውን ለመለየት እስካሁን አልተቻለም። ምክንያቱም በርካታ ፅሁፎች የተውልን ቢሆንም፣ ቋንቋቸውን መፍታት/መረዳት ባለመቻሉ ነው።

ማስታወሻዎች

---

1 ለምሳሌ፣ ይህን በተመለከተ በመስኩ ላይ ከፍተኛ ጥናት ካደረጉት ከቀደምት የታሪክ ባለሙያዎች ውስጥ ዱንሀም (1947:6) የሚከተለውን ይላል፤ "Meroë at the beginning of our story as a city perhaps as large as Napata: a provincial centre of major importance subservient to the capital and controlled by people of the same stock, whether governors appointed by the ruling family at Napata or nominally independent cousins of the same racial origin።" ለተጨማሪ ከብዙ በጥቂቱ ከሎባን የሚከተለውን ይመልከቱ፤ "As far as it is presently understood, Meroë represents a linear dynastic sequence from the earlier Napatan (q.v.) state, which is a continuation from the 25th Dynasty (q.v.) or even before" (2004፡ 258)።

2 "The term *Nubia* itself has a Greek grammatical form meaning "land of Nub" (referring to the Noba tribe) and first appears in the historical record in the third century BC, at a time when Egypt was ruled by Greek-speaking descendants of Alexander the Great's general Ptolemy. Nubia is thus a relatively late designation that reflects the ideas of foreigners rather than indigenous conceptions. It is also the name of some people living in the region today, speakers of Nubian languages, who trace their history back to this ancient culture. As the name for a cultural tradition, "Nubia" thus conceals a diversity of groups and regions" (ኢምበርሊንግ፣ 2011:7-8)።

3 የሚከተለውን ከፒሊኒ ይመልከቱ፤ "insula in Nilo Sembritarimi reginae paret. ab ea Nubaei Aethiopes dierum viii itinere (oppidum eorum Nilo inpositum Tenupsis), Sesambri, apud quos quadrupedes omnes sine auribas, etiam elcphanti" (ራክሃም 1942፡480). Trans.: "An island in the Nile, belonging to the Sembritae, is governed by a queen. Eight

days' journey from this island are the Nubian Ethiopians, whose town Tenupsis is situated on the Nile, and the Sesambri, in whose country all the four-footed animals, even the elephants, have no ears" (ዝኒከማሁ፡ 481)። ትንሽ ለየት ላለ የፐለኒን ስራ የእንግሊዝኛ ትርጓሜ ኤዲ እና ሌሎች (1996፡ 548)ን ይመልከቱ።

4 ለዝርዝር ምደባው ቤንደር (1997ለ)ን ይመልከቱ።

5 የዚህ ፅሁፍ የብረስተድ እንግሊዝኛ ትርጉም የሚከተለው ነው፤ "The coming of the king [i.e. Mernere] himself, standing behind the hill-country, while the chiefs of Mazoi (*Md̲ʾ*), Irthet (*Yrt̲t*), and Wawat *(Wʾwʾ t)*, did obeisance and gave great praise" (ብረስተድ፣ 1906፣ ቅፅ 1፣ ገፅ 318)።

6 ከዚህ ሰው የሚከተለውን ይማልከቱ፤ "[T]he population of the Lower Nubian C-Group culture as well as the Upper Nubian Kerma population (mid-3rd to mid-2nd millennia BC) were Nubianspeakers. The original homeland of the speakers of the Meroitic language is supposed to be in the northwestern Butana" (ቶርክ 1997፡40)።

7 "We look to the names of places in Egyptian texts to try to understand cultural and political organization south of the 1st Cataract, but this exercise is complicated by Egyptian ideology, which tended to categorize people living to the south as undifferentiated enemies of the Egyptian state" (ኢምበርሊንግ = Geoff Emberling 2011:7-8).

8 Ahmose-Nefertari

9 "Egyptian drawings from before—1580 make a clear distinction between the physical type of the Nehesyu from Lower Nubia, who only differ from the Egyptians in the colour of their skin, and that of the 'Kushites' who appear in the Nile valley at this time either as invaders or, more probably, because Egyptians and Nehesyu Nubians had by now come into contact with them farther south. These new 'Kushites' were not only very dark-skinned; they also had many of the facial traits still to be observed in Central and West Africa; they were quite different from both ancient and contemporary Nubians" (Adam 1981፡231).

10 Afro-centeric

11 http://www.ancientsudan.org/ethnicity.htm accessed 3-9-2015

12 "One fact struck all observers from the ancient Mediterranean world: Nubia was and is a land of black people. The Egyptians always depicted its inhabitants with a much darker skin than their own. The Greeks, and later the Romans too, called them 'Ethiopians', i.e. those

with a 'burnt skin', and the first Arab travellers referred to Nubia as 'Baled-as-Sudan', the 'land of black people'" (Adam 1981፡231)።

13 *Jaa'lyeen*, *Shaygiya*, and *Manaseer*

14 ከላይ የቀረበው የተጨመቀ ሀሳብ እንጂ ቀጥተኛ ትርጉም አይደለም። ከምንጩ የሚከተለውን ይመልከቱ፤ "While the Nubians continue to form a distinct ethnic minority in Sudan (15%), there is no longer a recognized *Kushite* ethnic identity. The domination of the Nubians in the third century, followed by the spread of the Semitic-Arab identity in conjuncture with Islam in the fourteenth century, has probably contibuted to the extinction of the Kushite ethnicity. Instead, the vast majority of Sudanese today identify with Semitic-Arab lineages (70%). These lineages include the *Jaa'lyeen*, *Shaygiya*, and *Manaseer*. The biggest difference between the Semitic and Nubian populations is language. While the Nubians traditionally speak dialects of the so-called *Nubian language*, the Semitic population speak Arabic (http://www.ancientsudan.org/ethnicity.htm accessed 3/9/2015.)

15 በዚህ አካባቢ ስላሉ ህዝቦች ዘረመል/የደም ትስስር ጥናት ክሪንግሥ እና ሌሎች (1999)ን ይመልከቱ።

16 የሚከተለውን ይመልከቱ፡ "Whether Nubian or Semitic in identity, the people of North Sudan are indistinguishable in physical characteristics. The fact that they evidently originate from virtually the same gene pool, indicates that no significant intermixture with outsiders has taken place. The Semitic identity is therefore more language and culture based than genetic" (ትንታዊ ሲዳን)። http://www.ancientsudan.org/ethnicity.htm accessed 3/9/2015።

17 ቫን ፒር (1998)፣ አዳምስ (1967፡3) እና በእዚያ የተጠቀሱ ስራዎችን ከብዙ በጥቂቱ ይመልከቱ።

18 Middle Stone age። ይህ ዘመን በአብዛኛው መሀከለኛው ፓሊኦሊቲክ 'Middle Paleolithic' በሚል ይታወቃል።

19 ለምሳሌ ቫን ፒር (1998)ን ይመልከቱ።

20 በዚህ ላይ ለጥልቅ ትንታትኔ አዳምስ (1967)ን ይመለከቱ።

21 የሚከተለውን ከአዳምስ ይመልከቱ፤ "So far as population is concerned, we have, notwithstanding earlier theories, no reliable evidence of any major or complete changes during the whole historic period [of Nubian history]. In the absence of such evidence, and in view of the obvious social and cultural continuity between most of the Nubian cultural phases, we must now adopt as a working hypothesis the idea that the Nubian population has remained basically the same since Neolithic times—neither markedly Negroid nor markedly

'Egyptian,' but a stable bend of the two strains. The stock has certainly been augmented by immigration at many times, but probably never to the extent of upsetting the existiung balance, either biological or social" (አዳምስ፣ 1967፡18)።

22 "The Egyptians appear to have been among the darkest races: with which the Greeks of the early times came_ into direct contact. Herodotus calls them 'blacks;'" (Rawlinson Vol 1. 1881:99)

23 ይህን የዊሊያም ብሩስን (1980) ትናታኔ በመቃወም አዳምስ (1985) አንድ የግምገማ ፅሁፍ አቅርቧል። የአፀፋ ምላሽ ደግሞ ዊሊያም (1987) ሰጥቷል። ዝርዝሩ ሩቅ ያስኬደናልና ተጨማሪ መረጃ ለሚፈልግ ለአንባቢ ምንጫቸውን ብቻ ገልፀን ለማለፍ ወደናል። ዋናው ነገር በአሁኑ ግዜ በአብዛኛው ምሁራን ዘንድ ስምምነት አለ የሚያስብለው የግብፅ ስልጣኔ ሀገር በቀል መሆኑ ነው። ይህም ማለት በዚያው የነበሩ ህዝቦች የፈጠሩት ነው።

24 ለምሳሌ የሚከተለውን ይመልከቱ፤ "It has been maintained by some that the immigration was from the south, the Egyptians having been a colony from Ethiopia which gradually descended the Nile, and established itself in the middle and lower portions of the valley; and this theory can plead in its favour, both a positive statement of Diodorus, and the fact, which is quite certain, of an ethnic connection between the Egyptians and some of the tribes who now occupy Abyssinia (the ancient Ethiopia)" (Rawlinson Vol. 1 1881:97)

25 ሊፒንስኪ ከ3ኛው መቶ ቅጋአ እስከ5ኛው መቶ ጋአ ድረስ ነው ይላል፤ " Meroitic is attested by written records found in the Nile valley of northern Sudan and dating from the 3rd century B.C. through the 5th century A.D." (ሊፒንስኪ 2011፡87)።

26 "Meroitic was the language of the successive kingdoms of Kush. It was not written before the last stage of the civilization of Kush, the so-called 'Kingdom of Meroe'. However, there is evidence for a much earlier date for the appearance of this language (Rilly, 8th Nilo-Saharan Conference, Hamburg, 2001), although it was not yet written with a script of its own. A list of Proto-Meroitic names of persons, obviously important figures of the first Kushite state, the Kingdom of Kerma, appears in an Egyptian papyrus from the sixteenth century BC" (ሪይሊ፣ 2004:1)።

27 ለዚህ ለምሳሌ የሚከተለውን ከሎባን (2004፡262) ይመልከቱ፤ "Meroitic (like Ge'ez and Amharic) makes use of the clarifying double-dot or rare triple-dot word dividers"።

28 ለዝርዝር ግንዛቤ ግሪፍት (1909)ንና ቀጣይ ስራዎቹን፣ ግሪፍት (1911 & 1912)ን ይመልከቱ።
29 language isolate
30 "Meroitic's affinities remains open, especially as data collection and analysis move forward in the next several decades, but for now the existance of a genuine African isolate can also be considered plausabile" (ቤንደር፣ 1981:3)።
31 የሚከተለውን ይመልከቱ፤ "In the absence of bilingual inscriptions of any significant extent, our knowledge of the Meroitic language, lexically and grammatically, remains very limited and uncertain to a degree" (ግሪንበርግ፣ 1971:438)።
32 "The only overall conclusion must be that we have no conveincing evidence of Meroitic affinities to Nilo-Saharan or specifically to East Sudanic, based on the few grammatical morphemes available" (ቤንደር፣ 1981:9)።
33 የሚከተለውን ይመልከቱ፤ "Based on the scatter of correspondance scores againest Nilo-Sharan and other languages, one cannot conclude that Meroitic was Nilo-Sharan, much less East Sudanic" (Bender 1981:28).
34 "The affiliation of Meroitic with the Nilo-Saharan Nubian language should finally be abandoned as this proposal consistently reappears even though it has drawn no conclusive evidence in the hundred years in which it has been constantly investigated" (Rowan 2006: 169).
35 "Her [i.e. Kirsty Rowan] demonstration, built on the consonantal compatibility restriction in Afro-Asiatic and Meroitic, is based on a material too slim to reach a firm conclusion, while the incompatibility of homorganic consonants in the same root is no characteristic that can be regarded as an Afro-Asiatic peculiarity" (ሊፒንስኪ 2011: 89)።
36 "The examination of the fifty words in question shows instead that most of them seem to belong to the Afro-Asiatic vocabulary, in particular Semitic, with some Egyptian loanwords and lexical Cushitic analogies"
37 "One could be tempted to regard Meroitic as a Semitic language, close to South-Ethiopic and influenced, as expected, by Cushitic, ancient Egyptian, and Coptic. However, the lack of verbal paradigms, very important in this question, does not allow us to

follow this idea in the present state of our knowledge. The question should thus remain open" (ሊፒንስኪ 2011:104)።

38 ከብዙ በጥቂቱ ቀደም ካሉት ስራዎች ላይ ኢንስያክሎፐዲያ ብሪታኒካ (1911፡666) ይመልከቱ።

39 "And the sons of Ham; Cush, and Mizraim, and Phut, and Canaan" (Gn 10:6); "The sons of Ham; Cush, and Mizraim, Put, and Canaan" (1Ch 1:8). "And the sons of Cush; Seba, and Havilah, and Sabta, and Raamah, and Sabtecha" (1Ch 1:9) (Bible-King James version, 1611).

40 ለምሳሌ ለዝርዝሩ አባሪውን ይመልከቱ።

41 በመፅሀፍ ቅዱስ ቃሉ የሚገኝባቸውን ቦታዎች በዝርዝር ከአባሪ አንድ ይመልከቱ።

42 ባለፈው ምዕራፍ እንደገለፅነው ኩሽ በግብፆችም ከሀገር ስምነት በተጨማሪ የነገድ ስምም ነበር። በኩሽ ሀገር የሚገኙ ህዝቦች ኩሽ ይባሉ ነበር። ይህ ቃል በሰዎች መጠሪያ ስምም ላይ ይገባ ነበር። ለዚህ ተዘውትሮ የሚጠቀሰው ንጉሥ ካሻታ ነው።

43 በዚህ ላይ ለተጨማሪ መረጃ ሳድለር (2005)ን ይመልከቱ። ሳድለር ጥንታዊ አይሁዶች ስለኩሽ ያላቸውን ግንዛቤ ከአይሁድ የእምነት መፅሀፎችና ከመፅሀፍ ቅዱስ በመነሳት በስፍታ የተነተናል።

44 "Both the Biblical and Rabbinic Jewish sources concur that Cush was the father of one of the prosperous nations of the earth. There are three categories of references to Cush in Biblical and post-Biblical Jewish sources. These are: *(a)* references to individuals such as the wife of Moses (Num 12:1), the historically well-known general Tarhaqa of Cush (I K. 19:9; Is. 37:9; Cant.R. 4:8:3), or Ebedmelech, the servant and confident of King Zedekiah of Judah and the friend of Jeremiah, the prophet (Jer. 38:7); and Nimrod, the first king known to civilization according to Jewish tradition (Gen. R. 42:4); *(b)* references to people such as Jeremiah's 'the mighty men of Ethiopia' (Jer.46:9), or Amos's 'Are you not like the children of the Cushites, [children] unto me, O children of Israel?'22 or Isaiah's 'Go ye swift messengers to a nation tall and smooth - people feared far and near - a nation mighty and conquering' (Is. 18:2); (c) references to the land of Cush as a political entity comparable to Egypt (Gen. 10:6; I Chron. 1:8; Esther R. 1:4; Meg. lia)23 and Persia (Ez. 38:5), or as a commercial power trading in gold, copper, iron, ivory, ebony, dates, cereals and other merchandise (Is. 45:14; Job 28:19) - the land through which one of the rivers of the garden of Eden passes (Gen. 2:13; Zeph. 3:10)" (ኤፍሬም ይስሀቅ 1980:7-8)

45 ከኦሪት ዘፍጥረት ምዕራፍ 10 የሚከተሉትን ከቁጥር 8 እስከ 10 ይመልከቱ፤
"8. ኩሽም ናምሩድን ወለደ፤ እርሱም በምድር ላይ ኃያል መሆንን ጀመረ።

"9. እርሱም በእግዚአብሔር ፊት ኃያል አዳኝ ነበረ፤ ስለዚህም። በእግዚአብሔር ፊት ኃያል አዳኝ እንደ ናምሩድ ተባለ።
"10. የግዛቱም መጀመሪያ በሰናዖር አገር ባቢሎን፥ ኦሬክ፥ አርካድ፥ ካልኔ ናቸው።"

46 ኦሪት ዘፀአት (2:15–22)ን፣ ኦሪት ዘፀአት (4:20፣ 24–26)ን እና ኦሪት ዘፀአት (8:2–5)ን ይመልከቱ።

47 በዚህ ኡዳይ ላይ ሰፋ ላለ ትንታኔ ጎልደንበርግ (2022)ን ይመልከቱ።

48 እንደዴቪድ ጎልደንበርግ ከሆነ እነዚህየመፅሀፍ ቅዱስ ምሁራን አንዳንድ ሳይሆን አብዛኖዮች ናቸው፤ "Most scholars identify the Kush of Genesis 10 as a reference to the Kassites (*Kaššu/Kuššu* in the cuneiform texts, Greek *Kossaioi*) of Mesopotamia who overthrew the first Babylonian dynasty in 1595 B.C.E. and ruled Babylon for the next 450 years. During this time, Babylonia was known as the land of the Kassites" (ጎልደንበርግ 2022)።

49 ከለይ ከገለፅነው በተጨማሪ የሚከተለውን ይመልከቱ፤ "The locality of the land of Cash is a question upon which eminent authorities have been divided; for while Bochart maintained that it was exclusively in Arabia, Schulthess and Gesenius held that it is to be sought for nowhere but in Africa. Others again, such as Michaelis and Rosenmiiller, have supposed that the name Cush was applied to tracts of country both in Arabia and Africa—a circumstance which would easily be accounted for on the very probable supposition that the descendants of the primitive Cushite tribes emigrated across the Red Sea from the one continent to the other" (ኢንሳይክሎፔድያ ብሪታኒካ 1878፡729)።

50 ለምሳሌ የሚከተለውን ከኢንሳይክሎፔድያ ብሪታኒካ (1878፡729) ይመልከቱ፤ "CUSH, the eldest son of Ham, from whom seems to have been derived the name of the Land of Cash, which is commonly rendered by the Septuagint and by the Vulgate Eihiopia"።

51 የሚከተለውን ከሎባን ይመልከቱ፤"The Egyptian reference to "Kush" (q.v.) first appears at this time (in the Florence stela from Buhen). For these military missions, Mentuhotep II used mercenaries from both Libya and Nubia, as shown in the Mesehti tomb models" (ሎባን፣ 2004፡254)። ለተጨማሪና ለዝርዝር መረጃ ቀዳሚውን ምዕራፍ ይመለከቱ።

52 "For of the four sons of Ham, time has not at all hurt the name of Chus; for the Ethiopians, over whom he reigned, are even at this day, both by themselves and by all men in Asia, called Chusites" (የሴፍ፣ ገፅ 75, L1. C 6)።

53 በአሁኑ ግዜ አስዋን በማለት የሚጠራውን ቦታ የሚመለከት ነው።

54 "[T]he mentions of Kush in the Bible have been attributed to Aksumite `Ethiopia', instead of Meroitic/Kushite Ethiopia, by those Christian interpreters determined to bestow a long and prominent tradition, beginning with Kush, grandson of Noah, on their country" (ሙንሮ-ሄይ፣ 1991:20)።

55 ተክለፃዲቅ ከዚህ አስከትለው ያቀረቡት በጥንቃቄ መታየት የሚገባው ነው። የሚከተለውን ይላሉ፤ "ከእስራኤሎችም ወገን ይኸው ነው። [...] በ7 መቶ ዓመት የነበረው ኢሳያስ ደግሞ በትንቢቱ ምዕራፍ 11 ቁጥር 11፣ ምዕራፍ 18 ቁጥር 1-2፤ ሶፍያንም በምእራፍ 3 ቁጥር 10 የኩሽ ሀገር ሲሉ ይገኛሉ። ጓደኛቸው ዕንባቆም ደግሞ በምዕራፍ 3 ቁጥር 7 መልሶ ኢትዮጵያ ይላል" (ተክለ ፃዲቅ መኩሪያ 1951፡12)። በቀዳሚው ክፍል እንደተመለከትነው፣ በመፅሀፍ ቅዱስ የኩሽ/ኢትዮጵያ አጠቃቀም ከቋንቋ ቋንቋ ብቻ ሳይሆን በአንድ ቋንቋም በተለያዩ ወቅቶች በተተረጎሙ ስራዎች ይለያያል።

56 የአንደኛው ክፍለዘምን ፐሊኒ ባለ በሳል አእምሮ ናቸው ያላቸውን የኢትዮጵያውያን ትከለሰውነትን ኋላቀር ካላቸው ከነጮች በማወዳደር እንደሚከተለው ገልፆታል፤ "There are things bound up with these celestial causes that deserve to be linked to this discussion. For there is no doubt that the Aithiopians are scorched by the heat through the closeness of the sun; they have a burnt appearance when they are born, and their beards and hair are curly. On the other hand, people living in the opposite zone of the earth have a white and ice-like skin and long blond hair. The freezing cold makes the latter savage, whereas the mobility of the air makes the former wise. Even their legs prove this point: among those in the hot region the quality of the heat draws the bodily juices to the upper parts of the body, in the others they are driven to the lower parts by the downwards movement of the moisture" (ኤድ እና ሌሎች 1998:855-856)።

57 ለምሳሌ ኤፍሬም ይስሐቅ የሚከተለውን ይላል፤ "Though it was held that the descendants of Cush inhabited both Asia and Africa, the very name Cush itself meant black and Cush came to represent black Africa" (Isaac 1980:7)።

58 ጎልደንበርግ (2005)ን ይመልከቱ።

59 "Cush is a term often racialized by modern exegetes [...]. In this regard, the term "Cushi," a singular gentilic used to describe people from Cush, has become a translational equivalent for the racial term "Negro" in modern Hebrew" (ሳልደር፣ 2005፡16)። ቃሉ እንደስድብ ስለተቆጠረ ኩሽቲክ የሚለውን በቋንቋ ዘር ስያሜ እንኳ በእስራኤል ትምህርት ቤቶች ውስጥ ላለመጠቀም ጥረት ይደረጋል (ዶር አንበሳ ተፈራ፣ ግል ንግግር)።

60 ሴፑጊነት ማለት ሰባ ማለት ነው።ቃሉ የመጣው ስራውን ለመተርጎም ከተሳተፉት ሰባ ሊቃውንት በመነሳት ነው።

61 In a note to his translation of part of Starbo's Geographia, Hamilton states the following: "For yesterday Jove went to Oceanus, to the blameless Ethiopians, to a banquet. Iliad I. 423. The ancients gave the name of Ethiopians, generally, to the inhabitants of Interior Africa, the people who occupied the sea-coast of the Atlantic, and the shores of the Arabian Gulf. It is with this view of the name that Strabo explains the passage of Homer; but the Mediterranean was the boundary of the poet's geographical knowledge; and the people he speaks of were doubtless the inhabitants of the southern parts of Phoenicia, who at one time were called Ethiopians. We may here remark too, that Homer's ocean frequently means the Mediterranean, sometimes probably the Nile" (ሀሚልተን እና ፋልኮነር = The Geography of Starbo, Vol.1, 1903:4)።

62 ለምሳሌ የሚከተለውን ይመልከቱ፤ ""In small distances a little deviation north or south does not signify, but when it is the whole circle of the earth, the north extends to the furthest confines of Scythia [Tartary], a or Keltica [France], and the south to the extremities of Ethiopia" (Strabo Vol 1: page 13)".

63 "Another classical historian who wrote about the Ethiopians was Strabo, from whom we quote the following: "I assert that the ancient Greeks, in the same way as they classed all the northern nations with which they were familiar as Scythians, etc., so, I affirm, they designated as Ethiopia the whole of the southern countries toward the ocean." Strabo adds that "if the moderns have confined the appellation Ethiopians to those only who dwell near Egypt, this must not be allowed to interfere with the meaning of the ancients." Ephorus says that: "The Ethiopians were considered as occupying all the south coasts of both Asia and Africa," and adds that "this is an ancient opinion of the Greeks." Then we have the view of Stephanus of Byzantium, that: "Ethiopia was the first established country on earth; and the Ethiopians were the first who introduced the worship of the gods, and who established laws." The vestiges of this early civilization have been found in Nubia, the Egyptian Sudan, West Africa, Egypt, Mashonaland, India, Persia, Mesopotamia, Arabia, South America, Central America, Mexico, and the United States" (Jackson 1939:4-5).

64 የሚከተለውንም ከሙንሮ-ሄይ (1997:14) ይመልከቱ፤ "Certain Aksumite inscriptlons, in their Greek versions, use 'Ethiopians' [...] in parallel to the term 'Habashat' found in their Ge'ez and epigraphic South Arabian versions. In this work the terms Ethiopia and Abyssinia are used for present day Ethiopia alone; that is, those northern and central parts of the country which were ruled by the Aksumite, Zagwe, and Solomonic dynasties."

65 "Siamo was the country which has been identified as the region of Gambella in the far west" (ሰርግው 1972፡94)።

ምዕራፍ አራት፡ ፑንት፣ ኩሽ፣ እና ዳዓማት-አክሱም

4.1 መግቢያ

በምዕራፍ ሁለት ስለጥንታዊ የኩሽ መንግሥት ቃኝተናል። በዚያ ምዕራፍ እንደገለፅነው የኩሽ መንግሥት የአሁኗ ኢትዮጵያ ግዛት ገብቶ ስለማስተዳደሩ የሚታወቅ ነገር የለም። የኩሽ ትልቁ ትኩረትም ወደ ግብፅ ነበር። በተለይ ከ15ኛው መቶ ክፍለዘመን ቅጋአ እስከ 10ኛው መቶ ክፍለዘመን ቅጋአ ኩሾች በግብፅ አስተዳደር ስር ወድቀው የነበረ ቢሆንም፣ ኩሾች በተራቸው ግብፅን በ8ኛው መቶ ቅጋአ ወረው አንድ ክፍለ ዘመን ሊሞላው ትንሽ ለቀረው አመታት ያህል ግብፅን ከራሳቸው ግዛት ጋር አካተው ሰፊ ሀገር በመመስረት አስተዳድረዋል። በዚህ ምክንያት ኩሾች በባህል በቅርብ ከግብፆች ተዋህደዋል። ቋንቋቸውን የፃፉት በመጀመሪያ ላይ በግብፆቹ በሄሮግላፊክ እንደነበር በቀዳሚው ምእራፍ ተመልክተናል።

ከኢትዮጵያ፣ ከኩሽ እና ከግብፅ ጋር በተያያዘ ከሚነሳው ጥንታዊ ሀገር ሌላኛው ፑንት የሚባለው ነው። ግብፅ ከፑንት ጋር ቢያንስ ለ1400 ዓመት ያህል እጣንን፣ ከርቤን፣ ወርቅን፣ የዝሆን ጥርስን ጨምሮ ሌሎች የንግድ ውጤቶች ስታስገባ እንደነበር በቂ ማስረጃ አለ። ይሁን እንጂ፣ ስለዚህ ሀገር መገኛ ከግምት በዘለለ እርግጠኛ መሆን አልተቻለም። ለዚህ አንደኛው ምክንያት አጥጋቢ መረጃ ባለመገኘቱ ነው። እስካሁን ድረስ ስለዚህ መንግሥት/ስለፑንት መረጃ የተገኘው ከግብፆች ወገን ብቻ ነው። ያም ፑንት ስለሚባል ሀገር/ህዝብ መኖሩ ፍንጭ ከመስጠት ባሻገር የተሟላ ታሪካዊ መረጃ የያዘ ነው የሚባል አይደለም። የፑንትን መገኛ በእርግጠኝነት መናገር ባይቻልም በታሪክ የሚታወቀው ኩሽ እንዳልሆነ ግን የግብፅ ሰነዶች በማያወላዳ መልኩ አስቀምጠውታል። በምዕራፍ ሁለት እግረመንገዳችንንም የኩሽ መንግሥት ከኢትዮጵያ ጋር ያለውን ግንኙነት በተወሰነ ደረጃ ገልፀናል። በዚህ ምዕራፍ በኩሽ እና በኢትዮጵያ መሀከል ስለነበረው ግንኙነት እንዲሁም ስለ ፑንት ትንሽ ሰፋ አድርገን እንዳስሳለን።

4.2 ፑንት

ጥንታዊ ግብፅ የንግድ ልውውጥ ታደርግባቸው ከነበሩት ሀገሮች/ህዝቦች መሀከል አንዱ ፑንት ነው። የዛሬዋ የሶማሊያ ግዛት ፑንትላንድ ከዚህ ታሪካዊ ሀገር ጋር እራሷን ታያይዛለች። ፑንትላንድ የሚለው ስያሜም ከዚህ የተነሳ ነው። ፑንትላንድ ስትቴ ኤንድ ፋክትስ (2019) በሚል በፑንትላንድ መንግሥት መስሪያ ቤት የተዘጋጀውን ሰንድ ለዝርዝሩ ይመልከቱ።

ስለፑንት በግብፃዊያን ስራዎች ከ2500 ቅጋአ እስከ 600 ቅጋአ ድረስ ተጠቅሶ ይገኛል። ከዚህ በመነሳት ፊሊፕስ (1997:423) ይህ ሀገር ምናልባትም እስከ 600 ቅጋአ አካባቢ ድረስ የነበረ ይመስላል ይላል።[1] ይሁን እንጂ ግብፆች ከፑንት ጋር ስላደረጉት የንግድ ልውውጥ የመጨረሻው ሰንድ ያለን በ12ኛው መቶ ክፍለዘመን ቅጋአ ነው። ከእዚያ በኋላ ላይ ያለው 6ኛው መቶ ክፍለዘመን ቅጋአ የተገኘው የአባይ ሙላት ከፑንት ተራሮች ላይ በሚዘንበው ዝናብ ምክንያት እንደሚከሰት የገለፀበት ሰንድ ብቻ ነው።

ከሰነዶቹ እና ከአንዳንድ የአርኪዖሎጂ/ስነቁፋሮ ውጤቶች በመነሳት የፑንትን መገኛ ለመገመት የተሞከረ ቢሆንም እርግጠኛ መሆን ግን እስካሁን አልተቻለም። ይህን ለማወቅ ጥቂት የማይባሉ ስራዎች ለዘመናት ተከናውነዋል። በየግዜው ከሚወጡት ስራዎች መገመት እንደሚቻለው፣ አሁንም ፍለጋው እንደቀጠለ ነው። በእርግጥ አንዳንድ ስራዎች የፑንት ትክክለኛ መገኛ ይሄ ነው፣ ከዚህ በኋላ መልፋት አያስፈልግም እስከማለት የደረሱ አሉ። ለምሳሌ ፋቶቪች (2018)ን ይመልከቱ። ፋቶቪች (2018: 209) ካሁን በኋላ የቀረው የፑንትን መገኛ መፈለግ ሳይሆን ፑንት ከግብፅ ጋር በነበራት ግንኙነት የግብፅ ንግድ በፖለቲካ ኢኮኖሚው እና በባህል እድገቷ ላይ ያሳደረውን ተፅዕኖ መመርመሩ ላይ መሆን አለበት ይላል።[2] በፋቶቪች አስተያየት/ምክር የተነሳ ፍለጋው ግን አልቆመም። ለምሳሌ፣ የፋቶቪች ስራ ከወጣ በኋላ ኢርዋንቶ (2019) ፑንት በምዕራብ ኢንዶኔዥያ የሚገኘው የሱሜትራ ደሴት ነው ይላል።[3] ይህ የኤርዋንቶ ግምት ከፋቶቪች ፑንት የአፍሪካ ቀንድ አካባቢ ነው ከሚለው እጅጉን የተራራቀ መሆኑን ልብ ይሏል። የፑንትን መገኛ ለማወቅ ትልቁ ችግር የይሆናል ግምት በተሰጣቸው አካባቢዎች የግብፅን አሻራ የያዙ በቂ የታሪክ ቅሪቶች/መረጃዎች አለመገኘታቸው ነው። በዚህ ክፍል ስለፑንት ዘርዘር አድርገን እንመለከታለን።

4.2.1 የፑንት ስያሜ እና የመረጃ ምንጭ

4.2.1.1 የፑንት ስያሜ

ፑንት የሚለው ስያሜ ምንጩ የግብፅ ሰነዶች ናቸው። ግብፆች በዚህ ስም የሚጠሩት ሀገር በወቅቱ ተወላጁ በዚያ ስም ይጠራው እንደነበር ምንም ማስረጃ የለንም። እንደዚህ የሚባል ሀገርም ሆነ ህዝብ ስለመኖሩ ከግብፅ ስራዎች ውጭ ከሌላ አልተገኘም። የዛሬዋ ፑንትላንድ ይህን ስያሜ የወሰደችው ከጥንቱ ፑንት መሆኑ ቢገለፅም ስያሜው በሶማሊያ የዚህ ግዛት ከመፈጠሩ በፊት ስለመኖሩ ማስረጃ አልተገኘም። በእርግጥ ሞሪስ አሊዮት (1951) በግሪክ ስራዎች ኦፑን በምትባል የምትጠቀሰው በሶማሊያ ራስ ሀፉን የምትገኘው ወይም በአሁኑ ወቅት ራስ ሀፉን የምትባለው[4] ፑንት ነች በማለት ፑንት የሚለውን ቃል እራሱ ኦፑን ከሚለው የመጣ እንደሆነ አትቷል (በብሬየር 2010፡239 ውስጥ)።[5] የአሊዮት ትንተና ግብፆች ኦፑን የሚለውን ቃል ወደቋንቋቸው ሲወርሱ የተወሰነ የድምፅ ለውጦች አድርገውበት ፑንት ሆነ ነው። ይሁን እንጂ ፑንት የሚለው የድምፅ መዋቅር እራሱ ጥንታዊ ግብፆች በእዚህ መልክ ያነቡት/ይጠሩት እንደነበር ማስረጃ የለም። ቃሉ አናባቢ በሌለው

ፑንት፣ ኩሽ፣ እና ዳዓማት-አክሱም

*ፐወነተ /*pwnt/ ተደርጎ ይፃፍ ስለነበረ ትክክለኛ ንበቱ ይሄ ነው ለማለት አልተቻለም። በአብዛኛው የእንግሊዝኛ ስራዎች ፑንት 'Punt' ተደርጎ ቢፃፍም፣ አንዳንዶች የተለየ አፃፃፍ እንደሚጠቀሙ ማስተዋል ያስፈልጋል። ምዕራፍ ሁለትን ይመልከቱ።

ከላይ የጠቀስነው የአሊዮት ፑንት ከኦፑን በስነድምፅ ለውጥ የተገኘ ነው የሚለው ሀሳብ ተቀባይነት ብዙም ባያገኝም፣ ፑንትን በመጀመሪያው ክፍለዘመን እንደተፃፈ በሚገመተው *ፐሪፐሉስ ኦፍ ዘኤሪቲሪያን ሲ* በመባል በሚታወቀው ፅሁፍ የተጠቀሰችው ኦፑን ጋር ማያይዝ በሌሎች ስራዎችም ተደግሟል።[6] ፑንትን ከሶማሊያ ማያያዝ የመጣው ከቅርብ ግዜ ወዲህ አይደለም። በዚህ ረገድ የሀትሼፕሱት/ሀትሱ የመቃብር እና የአምልኮ ቦታ ስለፑንት የሚገልፀው ፅሁፍ በፈረንሳይ የጥናት ቡድን በስነቁፋሮ እንደተገኘ ከእዚያ በመነሳት ማሪት (1877) በሰጠው ትንታኔ ነው። በወቅቱ ተከታይ ጥናት ካደረጉት ውስጥ ኤድዋርድስም (1894፡276) የማሬትን ሀሳብ እንዳለ ወስዶ ፑንትን ከሶማሊያ ጋር አያይዟታል።[7] ለፑንትላንድ ስያሜም ዋንኛው መነሻ ይኸው የምሁራኖች ግምት ነው። በሶማሊያ የሚገኘው ኦፑን በታሪክ ከመመዝገቡ በተጨማሪ በጥንታዊ ስራዎች፣ ለምሳሌ በርበራም ተጠቅሶ ይገኛል። በኢዛና እና በንጉሥ ካሌብ ዘመን የሶማሊያ ጠረፍ አካባቢ ቢያንስ የአሁኑ ሶማሌላንድ እና ጅቡቲን የአክሱም መንግሥት አካል እንደነበሩ ይታሰባል። በአንድ መንግሥት ስር የመተዳደር ያለመተዳደር ጉዳይ በወቅቱ ከነበረ የንጉሣኑ የጦር ጥንካሬ አንፃር የሚታይ ሊሆን ቢችልም፣ ከሶማሊያ ጠርፍ አካባቢ ከተሞች/አካባቢዎች የአክሱማይት መንግሥት እና ቀደምት መንግሥታት ግንኙነት እንደነበራቸው በታሪክ ብዙም የሚያጠያይቅ አይደለም።

ከፈረንሳዮቹ የስነቁፋሮ ጥናት በመቀጠል በሮያል ኤክስፒዲሺን ፈንድ በተደረገው የስነቁፋሮ ጥናት የመጀመሪያ ቅፅ ሪፖርት ላይ ናቪል (1898፡ 11) ፑንትን ግልፅ የሆነ ወሰን እና የአስተዳደር ግዛት ያለው መንግሥት ነው ብሎ መውሰዱ ስህተት ነው ይላል።[8] ናቪል (1898፡ 12) በተጨማሪ ፑንት በሚል ግብፆች የሚጠሩት የአረቢያን ወገን ቢያካትትም በንግሥት ሀትሼፕሱት የንግሥና ዘመን የተደረገው ጉዞ ግን የአፍሪካ ወገን የሆነውን የሚመለከት እንጂ አረቢያን የማያካትት ነው ይላል።[9] ፑንት በአሁኑ ወቅት በስፋት የሚታመነው ከሱዳን እነከሰላን ይዞ ኤርትራን እና የኢትዮጵያን ሰሜን ክፍል ያካትት የነበር ሀገር እንደሆነ ነው። ይሁን እንጂ ከታች ሰፋ አድርገን እንደምንመለከተው በሀገር ደረጃ የፑንት መገኛ ከይሆናል በዘለለ ትክክለኛ የታሪክ ማስረጃ እስካሁን አልተገኘም።

ግብፆች ፑንትን የእግዚአብሄር ሀገር ይሉትም ነበር። ከዚህ ስያሜ መረዳት እንደሚቻለው ከፑንት ህዝብ እና መንግሥት ጋር ግብፆች ጥሩ ወዳጅነት እንደነበራቸው ነው። በርግጥም ግብፆች ከፑንቶች ጋር አንድም ጦርነት ያደረጉበትን ወይም በጠላትነት ፑንቶችን የፈረጁበት ማስረጃ እስካሁን አልተገኘም።[10] ግብፆች ፑንቶችን በመልክም ሆነ በትክለ ሰውነት በአብዛኛው ስራዎቻቸው የሚያቀርቧቸው ከራሳቸው ጋር አንድ አድርገው ነው። ፑንትን የአምላክቶቻቸው ሀገር/መቀመጫ አድርገው ከመውሰዳቸውም በተጨማሪ ግብፆች ወደነበሩበት ከመምጣታቸው በፊት የትውልድ ሀገራቸው/እናት ሀገራቸው

አድርገው ሳይወስዱት አይቀርም የሚል ግምት አለ።[11] ይህ ከኩሾች እና ከአሲሪያኖች ከነበራቸው ግንኙነት የተለየ ነው። አብዛኛውን ግዜ ከእነዚህ ጎረቤቶቻቸው ጋር ግብፆች መልካም ወዳጅነት አልነበራቸውም። በምዕራፍ ሁለት እንደገለፅነው ግብፆች በአብዛኛው ታሪካቸው ኩሾችን የሚያቀርቧቸው ጠላቶቻቸው አድረገው ነው። ከአሲሪያኖችም ጋር በርካታ ውግያዎች አድርገዋል። ለምሳሌ፣ ለ25ኛው የኩሽ ስርወመንግሥት በግብፅ መውደቅ ዋንኛው ምክንያት የአሲሪያኖች ጥቃት መሆኑን እዚህ ማስታወሱ በቂ ነው። ምዕራፍ ሁለትን ይመልከቱ።

4.2.1.2 ስለፑንት የመረጃ ምንጭ

ከላይ እንደገለፅነው ስለፑንት መረጃ የሚገኘው ከግብፅ ነው። ይህም በዋናነት ሰነዶችን እና የተለያዩ የስነቁፋሮ ውጤቶችን ያካትታል። ግብፅ ከፑንት ጋር ስለነበራት የንግድ ግንኙነት እና ጉዞዎች/የንግድ ልውውጥ የሚገልፁ ሰነዶች ከጥንታዊው መንግሥት ከአምስተኛው ስረወመንግሥት ጀምሮ እስከ አዲሱ መንግሥት ራሜሴስ ሳልሳዊ (ንዘ 1186 እስከ 1155 ቅጋእ) ድረስ ይዘልቃል። ከአምስተኛው ስርወመንግሥት በፊት፣ ስለፑንት የሚገልፅ ፅሁፍ አይገኝ እንጂ በግብፅ እና በፑንት መሀከል ግንኙነት እንደነበር አመላካች ነገሮች በስነቁፋሮ ተገኝተዋል። እነዚህም ወደበኋላ ላይ ከፑንት መጡ የተባሉትን አይነት ምርቶች እንደባልጩት እና ዛጎል የመሳሰሉት ከቅድመ አምስተኛው ስርወመንግሥት በፊት በነበሩት ስርወመንግሥቶች እና ከዚያም ቀደም ብሎ በአጠቃላይ ከቅድመ አሮጌው መንግሥት በነበሩ ዘመኖች በግብፅ መገኘታቸው ነው።[12]

የውስጥ ሽኩቻ በበዛባቸው በግብፅ አማካይ ዘመኖች በሚባሉት ውስጥ ወደፑንት የተደረገ የንግድ ልውውጥ የሚያትት እምብዛም ወይም ጨርሶውንም አይገኝም። ለምሳሌ ከጥንታዊው መንግሥት በኋላ ወደ200 ዓመት በቆየው በመጀመሪያው አማካይ ዘመን ከፑንት ጋር የተደረገ የንግድ ልውውጥ መረጃ አልተገኘም። ቀጣይ መረጃ ያለው በመሀከለኛው መግሥት ዘመን ነው። ከእዚያ የሚቀጠልው ሁለተኛው አማካይ ዘመንም ቢሆን እንዲሁ መረጃ የለም። እንደገና ስለፑንት መረጃ የምናገኘው በአዲሱ መንግሥት ወቅት ነው። መረጃዎቹን ትንሽ ዘርዘር አድርገን እዚህ እንመለከታለን።

በጥንታዊነቱ የሚታወቀው ቀደምት የታሪክ ሰንድ በግብፅ የፓርሌሞ ድንጋይ[13] በሚል ስያሜ የሚጠራው ነው። የፓርሌሞው ድንጋይ ምናልባትም በአምስተኛው ስርወመንግሥት ወቅት እንደተፃፈ ይገመታል። ይህ የድንጋይ ላይ ፅሁፍ በግብፅ ከቀደምት የፅሁፍ ማስረጃዎች ውስጥ አንዱ ነው። በወቅቱ እንደተፃፉ የሚገመቱ ሌሎች ስድስት የድንጋይ ላይ ፅሁፎች ተገኝተዋል። ስያሜው የመጣው የድንጋይ ላይ ፅሁፉ በአሁኑ ወቅት ከሚገኝበት ከጣልያኗ ፓርሌሞ ነው። ይህ የድንጋይ ላይ ፅሁፍ ስለቀዳማይ መንግሥት እና አሮጌው መንግሥት የንጉሶች ዝርዝር እና ሌሎች ታሪካዊ ድርጊቶች ጠቃሚ መረጃ ይዟል። ከብዙ በጥቂቱ ከቀደምት ስራዎች ውስጥ ብረስተድ (1906፣ ቅፅ 1፣ ገፅ 51ቀገ)፣ ለቅርብ ግዜ ትንተና እና መረጃ መፃህፍት ህሱ (2010)ን ይመልከቱ።

የፓልሬሞ ድንጋይ ስለፑንት የሚነግረን ነገር አለ። የዚህ የድንጋይ ላይ ፅሁፍ በአምስተኛው ስርወመንግሥት በፋራኦ ሳሁር (2458-2446 ቅጋአ) ወቅት ከፑንት ከርቤን፣ እጣንን፣ ወርቅን እና ብርን ጨምሮ ሌሎች የንግድ ውጤቶችን ማስመጣቱን ይገልፃል (ኪሽን 1993፡587)። በዚሁ በአምስተኛው ስርወመንግሥት በፋራኦ ጄድካር አይሴሲ (2414 – 2375 ቅጋአ) ወቅትም የንግድ ልውውጡ እንደቀጠለ ማሳያ መረጃ ተገኝቷል። ይህ ንጉሥ ከፑንት ካስመጣቸው ውስጥ ድንክዬ ይገኝበት ነበር (ጊልበርት፣ 2008፡77፣ ኪሽን 1993፡587)።[14] በቀጣዩ ስርወመንግሥት ዘመንም ከፑንት ጋር የነበረው ግንኙነት አለመቋረጡን የሚገልፁ የተወሰኑ መረጃዎች አሉ። እጣን እና ከርቤ ዋንኛዎቹ ከፑንት የሚገቡት ምርቶች እንደነበሩ በየጊዜው ግብፆች ከፑንት ስለአስመጧቸው ምርቶች በሚገልፁበት ቦታ ሁሉ ተጠቅሶ ይገኛል።

በግብፅ ታሪክ ረጅም እድሜ የነገሠው ዳግማዊ ፔፒ[15] (2246-2152 ቅጋአ አካባቢ)[16] ስልጣን የተረከበው በህፃንነቱ ምናልባትም በስድስት አመቱ ነበር። ንጉሡ ከሁሉም በላይ የሚያስደስተውን ደናሽ ድንክዬ ከፑንት እንዲያመጡለት ሀርኩፍ በተባለ ባለስልጣኑ የሚመራ የንግድ ልዑካን ልኮ ነበር (ሊችታይም፣ 1973/2006፣ ቅፅ 1፣ ገፅ 27)።[17] በዚህ ሀርኩፍ[18] በተባለው ሹም የተመራው የንግድ ልዑካን የፑንት ተፈላጊ ምርቶችን አምጥቶለት ነበር። በርግጥ ሀርኩፍ እራሱ ፑንት ድረስ አልተጓዘም። ስለዚህ መረጃ የያዘው የሀርኩፍ ግለህይወት ታሪክ በአባይ ወንዝ ላይ ኢያም/ያም እስከተባለ ሀገር ድረስ ብቻ እንደተጓዘ ከእሱ በፊት ከነበሩት ጉዞዎች ይልቅ የእሱ የተለየ እንደሆነ ይገልፃል።[19] ይህ ሀገር/ቦታ ምናልባት ከግብፅ በስተደቡብ የአሁኑ ካርቱም አካባቢ ሳይሆን አይቀርም የሚል ግምት በስፋት አለ። ለምሳሌ ፊሊፕስ (1997)ን እና ኦኮኖር (1982)ን ከብዙ በጥቂቱ ይመልከቱ። ኦኮኖር (1982፡900) ፑንትም አጎራባቹ እንደሆነች በመገመት በካርታ የም/ያምን ከፑንት በስተደቡብ አድርጎ ያስቀምጠዋል።[20] በቀዳሚው ክፍል ካርታ 12ን ይመልከቱ። ይሁን እንጅ አንዳንዶች የተለየ ትንታኔ የሚያቀርቡም አሉ። ለዚህ ኩፐር (2012)ን ይመልከቱ። የኩፐር ሙሉ የጥናት ወረቀቱ ትኩረት የያምን መገኛ ከመፈለግ ላይ ያተኮረ ነው።

በመካከለኛው ዘመን ካሉት ሰንዶች ውስጥ የሜንቱሆተፕ ሳልሳዊ (ንዘ 2004–1992 ቅጋአ)[21] ሹመኛ ሄነኑ[22] ወደፑንት ስላደረገው ጉዞ የገለፀው ይገኝበታል። ሄነኑ ወደፑንት ስላደረገው ጉዞ የገለፀበት ፅሁፍ የሚከተለው ነው።

> "ጌታዬ/ግርማዊ፣ ህይወት፣ ብልጽግና [እና] ጤና [ይስጣቸውና]፣ በቀይ ምድር [በበረሀ] የሚኖሩ ገዢዎች ትኩስ ከርቤ እንዳመጣ ወደ ፑንት መርከብ እንድልክላቸው ላኩኝ። ከዚያም ግርማዊ ባዘዙኝ መንገድ ከቆፕቶስ ወጣሁ።
>
> "3,000 ሰራዊት ይዤ ወጣሁ። በየእለቱ ለእያንዳንዳቸው የቆዳ ኮዳ፣ ተሸካሚ ምሰሶ፣ 2 ማሰሮ ውሃ፣ 20 ማሰሮ እና 20 ዳቦ ሰጥቼ ነበር እና መንገዱን ወንዝ፣ ቀይ ምድርንም (በረሃውን) [ለምለም] ሜዳ አደረግኩት። …

“በቁጥቋጦ ውስጥ 12 ጉድጓዶችን፣ እና በኢዴሄት ሁለት ጉድጓዶችን [ሰራሁ። …]አንደኛው [ጉድጓድ] 20 [ካሬ] ክንድ [ሲሆን]፣ ሌላኛው ደግሞ 31 [ካሬ] ክንድ [ነበር]። በኢሕቴብ ሌላ 20 በ20 ክንድ የሆነ [ጉድጓድ ሰራሁ]። […]

"ከዚያም ቀይ ባህር ደረስኩ። ከዚያም ይህችን መርከብ ሠራኋት። ለእርስዋም ታላቅ የከብት፣ የበሬዎች እና የሜዳ ፍየል መስዋዕት ካደረግሁላት በኋላ ሁሉንም ነገር ጭኜ ላክኋት/ጉዞ አስጀመርኳት።

“አሁን፣ ከቀይ ባህር ከተመለስኩ በኋላ፣ የግርማዊዬን ትእዛዝ ፈጸምኩ፤ እና በእግዚአብሔር ምድር (ፑንት) ክፍለሀገሮች ያገኘኋቸውን ስጦታዎች ሁሉ [ለግርማዊ] አመጣሁላቸው። በሐማማት (ሸለቆ) በኩል ተመለስኩ። ለቤተ መቅድስ ሀውልት የሚሆኑ የሚያማምሩ ጥርብ ድንጋዮችን አመጣሁላቸው። ከእዚህ በፊት ማንም በንጉሡ አደባባይ ያለ [ማ. ከንጉሡ የቅርብ ባለሟሎች ውስጥ] ለንጉሡ ይህን አላደረገም። ከአምላክ ዘመን ጀምሮ ማንም የንጉሥ ታማኝ የሆነ ሰው ይህን ያህል/እኔ ያደረግሁትን የሚስተካከል አላደረገም። ይህን ያደረኩት ጌታዬ ግርማዊ በጣም ስለሚወዱኝ [እርሳቸውን ለማስደሰት ስል] ነው።”

ከላይ የቀረበው ከብረስተድ (1906፣ ቅፅ 1፣ ገጽ 209-210) የተተረጎመ ነው። ብረስተድ ከላይ የጠቀስነውን ፅሁፍ ወደእንግሊዝኛ የተረጎመው በክፍል በክፍል በማድረግ ርዕስ ሰጥቶ ነው።[23] ከታች የግርጌ ማስታወሻውን ይመልከቱ።

ሄነኑ ወደፑንት ያደረገው ጉዞ በየብስ/የእግር ጉዞ፣ ከዚያም በባህር ነበር። ሄነኑ ከኮፕቶስ ተንስቶ በረሃውን ያቋረጣበት በወዲ ሀማማት ደርቅ ወንዝ ላይ ነው። ከባህር ከግብፅ በኩል የተነሳበት አካባቢ በወዲሀማማት መጨረሻ በስተምስራቅ በኩል በአሁኑ ወቅት መርሳ/ወዲ ገዋሲስ የምትባለው ቦታ በቀጣዩ በ12ኛው ስርወመንግሥትም ዋና ወደፑንት የመነሻ ወደብ ሆና ታገለግል ነበር (ሰይድ፣ 1977)። ይህች በቀይ ባህር ጠረፍ የምትገኝ ቦታ ሌሎቹም ወደፑንት በባህር የተደረጉ ጉዞዎች መነሻ እንደነበረች ብዙ መረጃዎች ተገኝተዋል። ባርድ፣ ፋቶቪች እና ሌሎች (2009፡ 22) ወደኋላ ላይ ከተደረጉ የስነቁፋሮ ውጤቶች በመነሳት ከ12ኛው ስርወመንግሥት በተጨማሪ በመላው መሀከለኛው መንግሥት፣ በአሮጌው መንግሥት መጨረሻ አካባቢ፣ በሁለተኛው አማካይ ዘመን መጨረሻ፣ እና በአዲሱ መንግሥት መነሻ ዘመን መርሳ/ወዲ ገዋሲስ በወደብነት ታገለግል እንደነበርም ገልፀዋል።[24] በዚህ ላይ ለሰፊ ትንታኔ ባርድ እና ፋቶቪች ቀጣይ ስራን፣ ባርድ እና ፋቶቪች (2018)ን፣ ይመልከቱ።

በዚሁ በመሀከለኛው መንግሥት ዘመን የንግድ ግንኙነቱ ቀጥሎ እንደነበር ሌሎች ማስረጃዎች አሉ። በ12ኛው ስርወመንግሥት በቀዳማዊ ሴሶስትሪስ (ንዘ 1971 ቅጋአ እስከ 1928 ቅጋአ)፣[25] በዳግማዊ አመነምሃት (ንዘ 1928 ቅጋአ እስከ 1897 ቅጋአ)[26] እንዲሁም በዳግማዊ ሴሶስትሪስ (ንዘ 1897 ቅጋአ እስከ 1878 ቅጋአ)[27] ከፑንት ጋር

የንግድ ልውውጦች መደረጋቸውን የሚገልፁ ሰነዶች ተገኝተዋል። በእነዚህ ሰነዶች የቀረቡት ግን ከጥቆማ ያለፈ ዝርዝር ስለፑንት መገኛም ሆነ ህዝብ ብዙ መረጃ የሚሰጡ አይደሉም። በዚህ ላይ ከብዙ በጥቂቱ ካላንደር (2000፡ 150ቀገ)ን እና ኪሽን (1993፡ 591)ን ይመልከቱ።

ከዚሁ ከመሀከለኛው ዘመን ሳንወጣ ስለፑንት የሚያነሳ በተለያዩ ስራዎች ተጠቅሶ የሚገኝ አንድ ተረት አለ። ለዚህ ተረት ሙሉ የእንግሊዝኛ ትርጉም ሊችታይም (1973 ቅፅ 1፣ 211- 215)ን ይመልከቱ። ተረቱ መርከቡ በማዕበል ተሰብራ ከ120 መረከበኞች ውስጥ በህይወት የተረፈ ብቸኛ መርከበኛ ታሪኩን የሚተርክበት ነው።

በዚህ ተረት ከግብፅ ንጉሥ ወደ ማዕድን ማውጫ ተልከው ሲጓዙ መርከባቸው በማዕበል ትመታለች። በዚህ አደጋ ሁሉም ሲያልቁ አንዱ ግን ማዕበሉ ወደአንድ ደሴት ላይ ገፍቶት ይተርፋል። ይህ መርከበኛ በደሴቱ ላይ አንድ ተናጋሪ ዘንዶ እንዳገኘ እና ዘንዶው የፑንት ንጉሥ እንደሆነ እንደነገረው እና ተንከባክቦ እንዳቆየው ይተርካል። በዚህ ተረት ላይ ዘንዶው ስላደረገለት ውለታ ብድሩን ወደሀገሩ ከተመለሰ በኋላ እንደእጣን፣ ከርቤ ወዘተ እንደሚያመጣለት ሲገልፅ ዘንዶው አስረግጦ እሱ የፑንት ንጉሥ መሆኑ እና ከርቤም ሆነ እጣን የፑንት ዋናው መገኛ መሆኑን እንደገለፀለት ይተርካል።[28] መርከበኛውም ፈላጊዎቹም አግኝተውት ወደሀገሩ ሲመለስ ዘንዶው የፑንቶች ምርት የሆኑትን እነእጣን፣ ከርቤ፣ ሽቶ፣ ኩል፣ የዝሆን ቀንድ፣ የቀጭኔ ጭራ፣ ጦጣ፣ ዝንጀሮ፣ ቅመማ ቅመም፣ እና ሌሎች በርካታ ውድ ስጦታዎች እንደሰጠው ይተርካል።[29]

ምንም እንኳን ይህ ተረት ቢሆንም ለዚህ ስራ ሁለት ጠቃሚ ነገሮችን ያመላክታል። አንደኛው፣ ፑንትን ከእጣን እና ከከርቤ ጋር ማዛመዱ ብቻ ሳይሆን ከላይ ባነሳናቸው በታሪክ ሰንዶች እንዳየነው የፑንት የሚባሉት ሌሎች ምርቶችም በዚህ ተረት ውስጥም መካተታቸው ነው። ሁለተኛው፣ የዘንዶው ታሪክ ነው። በጥንታዊ አክሱም አንድ ተረት አለ። ይህ ተረት የመጀመሪያው የአክሱም ንጉሥ ዘንዶ እንደነበረ የሚገልፅ ነው።[30] በዘንዶ ማመን በኢትዮጵያ በተለያዩ ቦታዎች የተለመደ ይመስላል። ለምሳሌ አይዘንበርግ እና ክራፔፍ (1843፡409) በወሎ ሀይቅ አካባቢ ከክርስትና በፊት በዘንዶ ማመን እንደነበረ አፈ-ታሪክ መኖሩን ገልፀዋል።[31] ይህም ዘንዶ በንጉሥነት እና በተመላኪነት የሚተረክበት አካባቢ ጋር ፑንት መገናኘቱን ያመላክታል።

ከላይ እንደገለፅነው ከዚህ ከመሀከለኛው መንግሥት ዘመን ቀጥሎ ባለው ሁለተኛው አማካይ ዘመን ይህን ያህል ጠቃሚ የሚባል መረጃ ስለፑንት አልተገኘም።[32] ከላይ ያነሳነው በ12ኛው ስርወመንግሥት የነበረ ተደጋጋሚ የንግድ ልውውጥ ከፑንት ጋር በእዚህ በአማካይ ዘመን ስለመቀጠሉ ብዙም አይታወቅም። ይልቁንም ግንኙነቱ ጨርሶም የጠፋ ይመስላል። ይህ ግንኙነት እንደገና የታደሰው በአዲሱ ዘመን ይመስላል። ለዚህ የንግሥት ሀትሼፕሱት[33] ስራ ለታሪክ ትልቅ ግብዓት ሆኖ አልፏል። በዚች ንግሥት ዘመን የተደረገውን ስለፑንት ጉዞና የንግድ ልውውጥ የበርካታ

ምሁራንን ቀልብ ለመሳቡ በየወቅቱ የሚወጡት ጥናቶች ምስክሮች ናቸው። እዚህ ትንሽ ሰፋ አድርገን እንመለከተዋለን።

ምስል 14፡ የንግሥት ሀትሼፕሱት አምልኮ ስፍራ/ መቃብር

ክሬዲት፡ *Andrea Piroddi, CC BY-SA 3.0*

በበርካታ ስራዎች በእኛ ሀገሮችም ሳይቀር እንደተዘገበው፣ ከሀርኩፍ ህይወት ታሪክ ከያዘው ቀጥሎ በስፋት ስለፑንት ተጠቅሶ የሚገኝበት ሰንድ በንግሥት ሀትሼፕሱት (1508-1458 ቅጋአ) ዘመን ወደፑንት የተደረገውን ዘመቻ/የንግድ ጉዞ የሚገልፀው ነው። ለዚህ ምክንያቱ በዚች ንግሥት የተደረገውን ጉዞ የሚገልፀውን ሰንድ ያህል በዝርዝር ስለፑንት የሚያትት ሌላ ሰነድ ባለመገኘቱ ነው። በዚች ንግሥት አምልኮ ስፍራ/መቃብር በዴር ኤል ባህሪ የተገኘው በምስል የተደገፈ የግድግዳ ላይ ፅሁፍ ስለፑንት ከመግለፁም በላይ የንግድ ልዑካኑ ሲሄዱ እና ሲመለሱ እንደዚሁም ከአካባቢው የመጡ የንግድ ውጤቶችን እና የነበረውን ጉዞ ያሳያል። ይህ በሶስት ግድግዳ ላይ የሰፈረ ፅሁፍ እና ምስል የተወሰነው ክፍል ጉዳት ቢደርስበትም በርካታ ጠቃሚ መረጃዎችን ይዟል።[34] ቀደም ካሉት ጥናቶች ውስጥ የዚህን የድንጋይ ላይ ፅሁፍ በምስል በማስቀረት እና በጥልቀት በመዘርዘር እና በመመርመር ትልቅ ስራ ከተውልን ተመራማሪዎች ውስጥ ማሪት (1877)፣ ኤድዋርድስ (1891)፣ እና ናቪል

(1894፣ 1898) ይገኙበታል። ወደፑንት ስለተደረገው የንግድ ጉዞ ምክንያት የአማልክቱ አለቃ አሜን/አሙን በማዘዙ እንደሆነ በግድግዳው ላይ ሰፍሯል።[35]

የሀትሼፕሱት የንግድ ልዑካን ቡድኑ ጠገራ፣ ጨቤ፣ እና የተለያዩ ጌጣጌጦችን ይዘው እንደሄዱ በምስል ሳይቀር አስፍረውልናል። የሚከተለውን ምስል ከኤድዋርድስ (1891፡283) ይመልከቱ። ኤድዋርድስ ምስሉ ከማሬት (1877) ላይ የተወሰደ እንደሆነ ይገልፃል።

ምስል 15፡ ለፑንት መስፍን/ ንጉሥ ከግብፅ የተላኩ ስጦታዎች

ከላይ በምስሉ የሚታዩት አሳዎች እና ሌሎች በዚሁ ምስል ያልቀረቡ በግድግዳው ስዕል ላይ የሚታዩ አሳዎች፣ የባህር ኤሊን ጨምሮ በቀይ ባህር የሚገኙ በመሆናቸው ጉዞው በአባይ ወንዝ ላይ ላለመሆኑ እንደአንድ ማረጋገጫ ተደርጎም ይወሰዳል (ኤድዋርድስ፣ 1891፡283፤ ኪሽን፣ 1993፡292-294)።[36] የፑንትን መገኛ ወይም ቢያንስ የሀትሼፕሱት/ሀታሱ የንግድ ልዑካን የተጓዙበት ሀገር ሌላ ፍንጭ የሚሰጠው ከፑንት እጣን እና የመሳሰሉትን ብቻ ሳይሆን ይዘው የመጡት የእጣን ዛፉን እንዳለ በግብፅ ለመትከል ጭምር ነው። የሚከተለውን ምስል ከናቪል (1898:65) ይመልከቱ፤

ምስል 16፡ የእጣን ዛፍ/ ችግኝ ከፑንት

የእጣን ዛፉን በግብፅ መልሶ ለመትከል ማምጣታቸው የሚያሳየው ግብፆች በወቅቱ የሄዱበት ቦታ ሶስተኛ ሀገር ሳይሆን በቀጥታ ዛፉ የሚበቅልበት ሀገር እንደሆነ ነው። የዚህ አይነቱ እጣን ዛፍ በብዛት በሶማሊያ የሚገኝ ቢሆንም፣ በኤርትራ እና በሱዳን ኢትዮጵያ ድንበርም ይገኛል (ኪሸን 1993፤ ባርድ፣ ፋአቪች እና ሌሎች፣ 2018)። ጉዞቸው በባህር ከመሆኑ አንፃር ምንም እንኳን በምስል ላይ የሚታየው ዛፉ የሚገኘው በባህር ጠረፍ ባይሆንም፣ ለባህር ጠረፍ የቀረበ ዛፉ የሚገኝበት አካል ሶማሊያ ወይም የኤርትራ/ትግራይ እና የምስራቅ ሱዳን አካባቢን የሚመለከት መሆኑን መገመት ይቻላል። በቀዳሚው ክፍል እንደገለፅነው የሀትሼፕሱት መቃብር ቦታ ላይ ስለፑንት የተገለፀው እንደተገኘ ማሪት (1877) ፑንት ሶማሊያ ነች ለማለት ያስቻለው አንዱ እና ዋንኛው ምክንያት ይሄ ነው። ይሁን እንጂ ሾው (2003:317) የእጣን ዛፉ በራሱ የሚያመለከተው ምናልባት ሁሉም ቡድን በቀይ ባህር እንዳልተጓዘ ነው ይላል። ምናልባትም የተወሰነ ቡድን በአባይ ላይ በጀልባ እና በምድር ተጉዟል የሚል ግምት እንዳለ ይገልፃል። ለእዚህ ግምት የሚሰጠው ምክንያት፣ ሾው (ዝኒ ከማሁ)ም እንደጠቀሰው፣ በቀይ ባህር ላይ ከአረቢያም ሆነ ከሶማሊያ ያን ያህል ርቀት ተጉዞ ግብፅ በመድረስ የእጣን ዛፉ ለመተከል አይደርስም ነው።[37] የኪሽን (1971፡ 202-203) ሙግት ግን ሩቅ ያልሆነ የቀይባህር ጠረፍ፣ ከአሁኗ ሱዳን ባህር ጠረፍ ያላለፈ፣ ሄደው ከእዚያ በእግር እጣኑ የሚገኝበት ቦታ ድረስ ተጓዙ ነው። በሚቀጥለው ክፍል በስፋት እንደምንዳስሰው ሁሉም ስለፑንት የሚገልፁ ጥንታዊ የግብፅ ሰንዶች አንድን ቦታ ብቻ ያመለክታሉ ለማለት አይቻልም።

ግብፆች በፑንት የሚገኙ የዱር እና የቤት እንስሳትን ሳይቀር ከሀትሼፕሱት የንግድ ልዑካን የፑንት ጉዞ መልስ በምስል አስቀርተውልናል። ከእነዚህ ውስጥ ቀጭኔ፣

አውራሪስ፣ ዝንጀሮ፣ ነብር፣ እና አቦሸማኔ ይገኙበታል። የሚከተለው ከናቪል (1898:75) የተወሰደው ምስል የተወሰኑትን የዱር እንስሳት ያሳይል።

ምስል 17፡ የፑንት የዱር እንስሳት

ከላይ በቀረበው ምስል ላይ ጉዳት ቢደርስበትም ቀጭኔ፣ አቦሸማኔና ነብር ይታያሉ። እነዚህ ሁሉም በአፍሪካ ይገኛሉ። ቀጭኔን ብንወስድ በአፍሪካ ብቻ የምትገኝ ነች። ወደግብፅ ከመጀመሪያው የሀትሼፕሰት የአምልኮ ቦታ ግኝት በኋላ በማስከተል በቦታው ላይ ተጨማሪ የስነቁፋሮ ጥናት ካደረጉት ወስጥ አንዱ የሆነው ናቪል ይህን ጉዳይ ቀደም ብሎ ካስተዋሉት ውስጥ አንዱ ነው፤ "የፑንት እንስሳዎች ሙሉ በሙሉ የአፍሪካ እንስሳዎች ናቸው።"[38]

የዱር እንስሳቱን በስዕል ከማስፈራቸውም በላይ የተወሰኑትን ወደግብፅ ወስደዋል። ከእነዚህ ውስጥ ዝንጀሮ እና ቀጭኔ ይገኙበታል (ናቪል፣ 1898:75)። በዚህ በንግሥት ሀትሼፕሱት/ሀታሱ ወቅት ሌላው ጠቃሚ መረጃ የፑንትን ባላባት እና ባለቤቱን ስም ከመጥቀስ በተጨማሪ በምስል መቅረቡ ነው። የሚከተለውን ምስል ከኤድዋርድስ (1891፡283) ይመልከቱ፤[39]

ምስል 18፡ የፑንት መሪ ከባለቤቱ፣ ከልጆቹና ከአገልጋዮቻቸው ጋር

ከቀኝ ወደግራ፡ የፑንት መሪ፣ ባለቤቱ እና ልጆቹ። ካህያዋ ቀጥለው ያሉት አገልጋዮቻቸው ናቸው።

የፑንቱ መሪ፣ ንጉሥ ይሁን ወይም የአንድ ጎሳ መሪ/ባላባት በቂ ማስረጃ የለም። የተለያዩ የጥናት ወረቀቶች በሚፈልጉት መልኩ ሲገልፁት ይስተዋላል። ከእነዚህ ውስጥ ለምሳሌ በእንግሊዝኛ ከተሰሩት የጎሳ መሪ/ባላባት "ቺፍ"፣ መስፍን "ፕሪንስ" እና ንጉሥ 'ኪንግ' የሚሉ ይገኙበታል። ይህ የፑንት መሪ ስሙ ፔራሁ ሲሆን፣ ባለቤቱ ደግሞ አቲ ትባላለች። የንግሥቲቷና የንጉሡ ስም መጠቀሱ ጥሩ ቢሆንም፣ አሁን ካሉት ቋንቋዎች አንፃር ፍንጭ ሊሰጡ አልቻሉም። ይህ መሪ ጩቤ የታጠቀው ሲሆን ባለቤቱ ከሱ ኋላ የምትገኘው ወፍራሟ ናት። መሪው የታጠቀው አይነት ጩቤ እና አለባበስ አሁንም በሶማሌዎች እና አፋሮች ዘንድ አለ። ከባለቤቱ ቀጥሎ ያሉት፣ ሁለቱ ወንዶች እና ሴቷ፣ ልጆቹ ናቸው (ኤድዋርድስ፣ 1891፡284፣ ናቪል 1898፡14)።[40] ከአህያዋ በኋላ ያሉት አገልጋዮቹ ናቸው። አህያዋ አቲን፣ የፔረሁ ባለቤትን፣ ከቦታ ቦታ የምታመላልስ እንደሆነችም በፅሁፍ ተገልጿል (ኤድዋርድስ፣ 1891፡284፣ ናቪል 1898፡14 ቀን)።

በዚህ በሀሼፐስት ወቅት በተደረገው የንግድ ጉዞ ግብፆች ወርቅን፣ የዝሆን ጥርስን፣ እጣን፣ የእጣን ዛፍን፣ ኩልን፣ እና የመሳሰሉትን ጨምሮ ይዘው እንደተመለሱ በምስሎቻቸው ጭምር አስቀምጠዋል።[41] የሚከተለው ምስል የፑንት ምርቶች ወደግብፅ መርከብ ሲጭኑ የሚያሳይ ነው።[42]

ምስል 19፡ በግብፅ መርከብ የፑንት ሺቃዎች ሲጫን

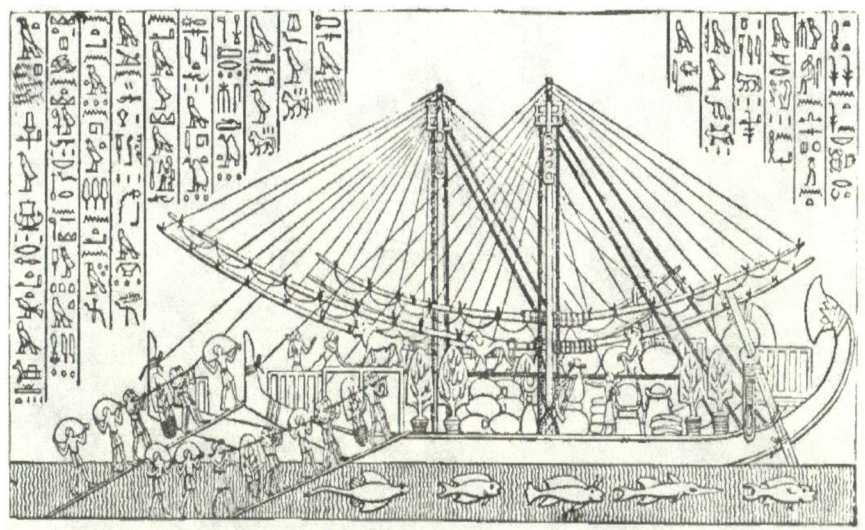

ስለፑንት መረጃ ከሚሰጡት ጥንታዊ የግብፆች ስራ ውስጥ በቀዳሚ ክፍል እንደገለፅነው፣ በሀይክሶስ ዘመን ኩሾች ግብፅን ለመውረር የፑንት መንግሥትን እርዳታ መጠየቃቸው የሚገልፀው ሰነድ ሌላኛው ነው። ከሀትሼፕሱት በመቀጠል በነገሡት በሳልሳዊ ቱትሞሴ፣[43] በዳግማዊ አሜንሆቴፕ፣[44] በቱትሞሴ አራተኛ፣[45] በሳልሳዊ አሜንሆቴፕ፣[46] በአኬናተን[47] እና በሆረምሄብ[48] የንግሥና ዘመን የንግድ ግንኙነቱ በስፋት የቀጠለ ይመስላል። በንጉሥ ሆረምሄብ ወቅት እንደተሰራ የሚገመት የፑንት መስፍን ምስልም ተቀርፆ ይገኛል። የሚከተለውን ምስል ከኤድዋርድስ (1891፡286) ይመልከቱ፤

ምስል 20፡ የፑንት መሰፍን

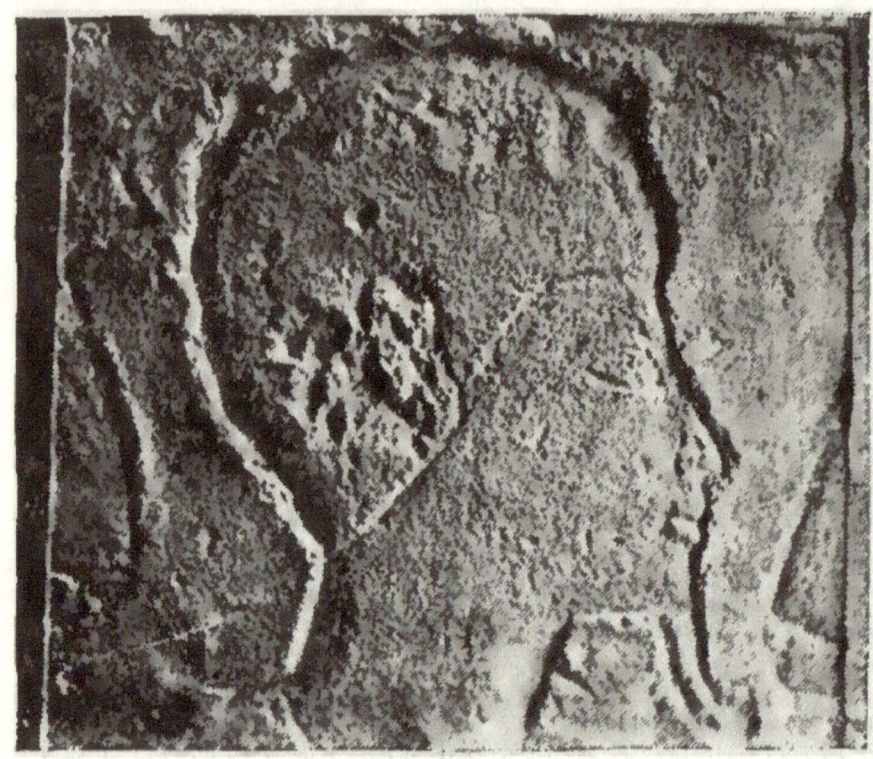

በሳልሣዊ ቱትሞሴ፣ በዳግማዊ አሜንሆቴፕ፣ በቱትሞሴ አራተኛ፣ በሳልሣዊ አሜንሆቴፕ፣ በአኬናተን እና በሆረምሄብ የንግሥና ዘመኖች ግብዖች ብቻ ሳይሆኑ ኩሾችም ወርቅ፣ እጣን፣ ኩል፣[49] የሰጎን እንቁላል እና የሰጎን ላባ፣ የነብር ቆዳ እና የተለያዩ የንግድ ውጤቶችን እየያዙ ወደግብፅ መምጣታቸው ከላይ ካየነው የፑንት መስፍን ምስል በተጨማሪ በቤተአምልኮች እና የመቃብር ህውልቶች ላይ በፅሁፍ የተዉልን ሰንዶች ያሳያሉ (ዴቪስ 1935፣ ኪሸን 1993፣ ባርድ እና ፋቶቪች፣ 2018፡ 158፣)።[50] ከእነዚህ ሰንዶች በአንደኛው የፑንት መርከብ/ጀልባ ይገኛል። የሚከተለው የፑንት መርከብ ንድፍ ከዴቪስ (1935:46) ነው።

ምስል 21፡ የፑንት መርከብ

የፑንቶች ወደግብፅ በመጓዝ የንግድ ውጤቶቻቸውን መሸጥ መቻላቸው እና የራሳቸውን መርከብ/ጀልባ ሰርተው እስከ ግብፅ መጓዛቸው ፑንት የአስተዳደር መመዋቅር የነበረው ከፍ ያለ ባህል ባለቤት እንደነበር መገመት ይቻላል። ምንም አይነት የአስተዳደር መዋቅር የሌለው እና ማህበረሰባዊ አደረጃጀት ንግድን ጨምሮ ባህል ባለቤት ያልሆነ ህዝብ/ሀገር ከምንም ተነስቶ በባህር ደረጃ ተጉዞ ለመነገድ የሚያስችል የኢኮኖሚ ፍላጎት ይኖረዋል ማለት አሳማኝ አይሆንም።

በፅሁፍ ሰፍሮ የምናገኘው ወደፑንት ከግብፅ የተደረገው የመጨረሻው የንግድ ጉዞ በራሜሴስ ሳልሣዊ[51] 12ኛው ክፍለዘመን ቅጋአ ወቅት ነው (ሾው፣ 2003፡317)። ይህ የታወቀው በፓፒረስ/ደንከል ላይ ወደፑንት የተደረገው ጉዞ በዝርዝር በፅሁፍ ሰፍሮ መገኘቱ ነው። በዚያ ፅሁፍ ላይ መረከቦች እና ጀልባዎችን ገንብተው በርካታ የግብፅ ምርቶችን በመጫን ወደግብፅ ጉዞ እንደተደረገ፣ እንዲሁም ወደ ፑንት ሀገር በሰላም እንደደረሱ ይገልፃል። ለፅሁፉ ዝርዝር ይዘት እንግሊዝኛ ትርጉም ቀደም ላለው ብረስተድ (1906፣ ቅፅ 4፣ ገፅ 203-4፣ ቁጥር 407)ን፣ ለቅርብ ግዜ ደግሞ ኪሽን (1993፡601)ን ይመልከቱ።[52]

ከራሜሴስ ሳልሣዊ (ንዘ 1186 ቅጋአ –1155 ቅጋአ) በፊት የነገሡት ቀዳማዊ ሴቲ (ዘን 1294 ቅጋአ እስከ 1279 ቅጋአ)[53] እና ዳግማዊ ራሜሴስ (ዘን 1279 ቅጋአ እስከ 1213 ቅጋአ)[54] የፑንት በርካታ ምርቶች እንዷላቸው ገልፀዋል (ኪሽን፣ 1993፡600-1)። ከእነዚህ ውስጥ፣ ለምሳሌ፣ ዳግማዊ ራሜሴስ ጓሮውን በፑንት እፅዋት እንደሞላው የገለፀበት ፅሁፍ ይገኛል።[55] ከራሜሴስ ሳልሣዊ በኋላ ወደፑንት የንግድ ልዑካን ተልከው እንደሆነ ማስረጃ አልተገኘም። ከፑንትም ነጋዴዎች ወደግብፅ ስለመምጣታቸውም ከዚህ ዘመን በኋላ አይታወቅም። ከዚህ ቀጥሎ ስለፑንት የሚገልፀው ከስምንት መቶ ዓመት በኋላ በስድስተኛው መቶ ክፍለዘመን ቅጋአ በ26ኛው ስርወመንግሥት በዴፋንህ ሀውልት ላይ የሚገኘው ፑንትን ከአባይ ወንዝ ሙላት ጋር የሚያያይዘው ፅሁፍ ነው።[56] በዚያ ፅሁፍ/ሀውልት ፑንት የአባይ ወንዝ ሙላትን የሚያስከትለው ዝናብ ከሚዘንብባቸው ተራሮች ሀገር በማለት ይገልፀዋል፤ "በፑንት ተራሮች ላይ ዝናብ ሲዘንብ የአባይ ሙላት ይከሰታል።"[57] ይህ በማያወላዳ የጣና አካባቢን የሚመለከት ተደርጎ ሊወሰድ ቢችልም፣ አንዳንዶች ምናልባት የአባይ ገባር ወንዝ የሆኑትን የሚመለከት ሊሆን ይችላል የሚሉ አሉ። በእዚህ ላይ በኋላ እንመለስበታለን።

በዚህ ክፍል እንደተመለከትነው፣ በአጠቃላይ፣ ስለፑንት የሚገልፁ ከ2500 ቅጋአ እስከ 600 ቅጋአ ድረስ በግብፅ የተለያዩ መረጃዎች ይገኛሉ። ከላይ በየነጥቦቹ ከጠቀስናቸው ስራዎች በተጨማሪ፣ ለዝርዝር ስለፑንት የሚያስረዱ የግብፅ የታሪክ መረጃዎች ኮዞሊኖ (1993)ን ይመልከቱ። ኮዞሊኖ ስለፑንት የሚገልፁ ጥንታዊ ሰነዶችን ነቅሶ የያዘ ስራ ነው። ከዚህ ስራ ውጭ ለጥሬ መረጃ በቅርብ ግዜ የተገኙ ሰንዶችን ባያካትትም የብረስታድ የግብፅ ጥንታዊ ፅሁፎች ስብስብ የያዙትን ቅፆች ይመልከቱ።

ስለፑንት ሌላው ጠቃሚ መረጃ የሚመጣው ከስነቁፋሮ የተገኙ የታሪክ ቅርሶች ነው። እነዚህ ቅርሶች፣ ቁሳቁሶችን ጨምሮ የእንስሳዎች ቅሪቶችን ያካትታሉ። በተለይ በመርሳ/ወዲ ገዋሲስ የተገኘው ወደፑንት የተደረገውን የጉዞ መርከብ ፍርስራሽ እንዲሁም ከፑንት የመጡ እቃዎችን መጥቀስ ይቻላል (ባርድ፣ ፋቶቪች እና ሌሎች፣ 2009፡27)። ለእነዚህ እና ሌሎች መረጃዎች ወይም ለተጨማሪ በፑንት ላይ የተሰሩ ስራዎችን መመልከቱ ጠቃሚ ነው። እነዚህ ስራዎች ታሪካዊ ሰነዶችን ከመጠቆማቸውም ባሻገር የሚያቀርቡት ትንታኔ ጠቃሚ የመረጃ ግብዓት ነው። ከእነዚህ ስራዎች ውስጥ በዚህ ምዕራፍ የጠቀስናቸውን እና በእነዚያ ውስጥ የተጠቀሱትን መመልከቱ ቀደምት በፑንት ላይ የተሰሩ ስራዎችን ዝርዝር እና ዋና ፍሬ ሀሳባቸውን ለማወቅ ይረዳል። ለምሳሌ ከእነዚህ ውስጥ ማህፉዝ (2023) አንዱ ነው። ይህ ስራ የቅርብ ከመሆኑም በላይ በጥንቃቄ በርካታ ስራዎችን የመረመረ ነው።

4.2.3 የፑንት ሕዝብ እና መንግሥት

ፑንት ከግብፅ ስራዎች በመነሳት ከ2500 ቅጋአ እስከ 600 ቅጋአ ድረስ የነበረ ሀገር መንግሥት ነው የሚል ግምት በአንዳንዶች ቢሰጥም፣ ለምሳሌ ፊሊፕስ (1997)ን ይመልከቱ፣ ምናልባትም ይህ ሀገር እስከ 1000 ቅጋአ አካባቢ ብቻ የነበር ሳይሆን አይቀርም። በሚቀጥለው ክፍል እንደምንመለከተው፣ ቢያንስ 900 ቅጋአ አካባቢ የደዓማት መንግሥት ተመስርቷል። ይህ ደግሞ ከሞላ ጎደል ፑንት ከሚገኝበት ጋር የተያያዘ ነው። ይሁን እንጂ ይህ ሀገረ መንግሥት ምን ያህል ጠንካራ እንደነበረ እንዲሁም የግዛት ስፋቱ እና የአስተዳደር መዋቅሩ ብዙም አይታወቅም። በሚቀጥለው ክፍል በስፋት እንደምንመለከተው ፑንት በሚል በግብፅ ስራዎች የተጠቀሰው ሀገር ሁልግዜም አንድን ቦታ ስለማመልከቱ ማረጋገጫ የለም። ቦታውም ቢሆን በእርግጠኝነት ይህ ነው ማለት አልተቻለም። ከዚህም በላይ ፑንት በመንግሥት ደረጃ የተዋቀረ አስተዳደር ነበረው የሚለው በእራሱ አጠቃያቂ ነው። ምናልባት በባላባት የሚተዳደር ነገድ ወይም የነገዶች ጥምረት አስተዳደር ሊሆን ይችላል።

በመግቢያችን እንደገለፅነው፣ ፑንት ጥንታዊ ሶማሌዎችን የሚመለከት ነው ከማለት ፑንትላንድ የሚል ስያሜ ተሰጥቷል። ፑንት በጥንታዊ ግብፅ ስራዎች በአብዛኛው የሀገር ስም ሆኖ ቢገባም፣ በተወሰነ ስራዎች ውስጥ ደግሞ በፑንት የሚኖሩ ሕዝቦችም ስያሜ ሆኖ የገባበት አለ። አንዳንድ ስራዎች፣ በተለይ የመፅሀፍ ቅዱስ ምሁራን የተከናወኑ በመፅሀፍ ቅዱስ የሃም ልጅ የሆነው ፉጥ ከዚህ ከጥንታዊ ሀገር ጋር ይያያዛል የሚሉ አሉ። በመፅሀፍ ቅዱስ የትውልድ ሀረግ/የነገድ እሳቤ “የካምም ልጆች ኩሽ፥ ምጽራይም፥ ፉጥ፥ ከነዓን ናቸው” (ኦሪት ዘፍጥረት፣ ምዕራፍ 10፣ ቁ 6)። ከጥቅሱ ማስተዋል እንደሚቻለው፣ በአማርኛው መፅሀፍ ቅዱስ ፑንትን ፉጥ ብሎ ነው የሚያቀርበው።

የአንደኛው ክፍለዘመን የአይሁድ የታሪክ ሊቅ ፍላቩስ ዮሴፍ ፑንቶችን በሊቢያ የሚገኙ ህዝቦች ሲያደርጋቸው ፑንት እንደሀገርነቱ ሊቢያ ያደርገዋል (አንቲኩቲይ ኦፍ ዘ ጂውስ፣ መፅሀፍ 1፣ ምዕራፍ 6፣ ቁጥር 2)። [58] ዮሴፍ (ዝኒ ከማሁ) የመፅሀፍ ቅዱሱን የዘር

እሳቤ በመያዝ ሌሎችንም ነገዶች ለመግለፅ ሞክሯል። በመፅሀፈ ቅዱስ የተጠቀሱት አንዳንዶች አሻራቸው ቢጠፋም፣ አንዳንዶቹ የሀገር እና የህዝብ መጠሪያ ሆነው ቀጥለዋል በማለት ዮሴፍ ካቀረባቸው ምሳሌዎች ውስጥ በመፅሀፍ ቅዱስ ኦሪት ዘፍጥረት፣ ምዕራፍ 10፣ ቁጥር 6&7 የኩሽ ልጆች ተደርገው የሚጠቀሱት ሳባ እና ኑምሮይድ ይገኙበታል። ኑምሮይድ የባቢሎን መስራች ተደርጎ የሚወሰደው ሲሆን፣ ይህንኑ በመንተራስ ዮሴፍ ኑምሮይድን ከባቢሎን፣ ሳባን ደግሞ በደቡብ አረቢያ ከነበሩት ሳባዊያን ጋር ያያይዛቸዋል። እነዚህ ሁለቱም የሚወከሏቸው ህዝቦች የሚናገሯቸው ቋንቋዎች—ኑምሮይድ → አካዲያን፣ ሳባ → ሳቢያን—በዘር ዝምድና ደረጃ ከመጣን የሴማዊ ወገኖች መሆናቸውን ልብ ይሏል።[59]

የአራተኛው ክፍለዘመን ቅዱስ ኤፒፓኑስ ኩሽን ከኑቢያ፣ ፑንትን ከአክሱም፣ ምጽራይምን/ምስራይ ከግብፅ ያዛምዳል (ዊሊያምስ፣ ተርጓሚ፣ 2009፡18፣ ክፍል 1፣ ቁጥር 2፡12)።[60] የኤፒፓኑስ አስተያየት ከላይ ከጠቀስነው ዮሴፍ የሚለየው በፑንት ብቻ ነው። ዮሴፍ ምስራይን ከግብፅ ኩሽንም ከኑቢያ ያዛምዳል።[61] ፑንትን ከአክሱም ማዛማዱ ብዙም የሚገርም አይደለም። ግርማ እና አህመደ ዘካሪያ (2014) በስፋት እንዳብራሩት፣ በንግሥት ሀትሼፕሸት ዘመን ስለፑንት የሚገልፀው በ1460 ቅጋአ አካባቢ እንደተፃፈ በሚገመተው የድንጋይ ላይ ፅሁፍ የፑንት ሕዝቦችን ሀበሻዎች በማለት አስፍሮ ይገኛል። ሀበሻ ደግሞ በጥንቱ በአክሱም ዘመን እና ቀደም ባለው ወቅት የነበረ የህዝብ ስያሜ ብቻ ሳይሆን አሁንም በኢትዮጵያ እና ኤርትራ ለሚኖሩ ህዝቦች የወል መጠሪያ ሆኖ የሚያገለግል ነው። ግርማ እና አህመድ ሙዩለር (1893)ን በመጥቀስ ያቀረቡትን ትንታኔ እንመልከት፤

> ንግሥት ሀትሼፐሸት መቃብር ላይ በተገኘው ፅሁፍ *ኀበስተየ* (ḫbstĩ) የሚል ቃል ነበር። ይህ ቃል፣ በግብፅ ደቡብ የሚገኙ ከርቤ እና እጣን የሚመርትበት "የፑንት ሀገር ህዝቦችን" የሚገልጽ ነው (ሙዩለር 1893)። ሙዩለር ይህን ቃል በብዙ ቦታዎች ገብቶ እንዳገኘው ይገልፃል። ከነዚህም መሀከል የሚከተሉትን ሀረጎችን መጥቀስ ይቻላል፤ የሐበሻ ሀገር ህዝቦች 'die Leute der Gegende von Ḫbst'፣ የ(ግብጽ) ሰዎችን የማያውቁት ፑንቶች (በፑንት ያሉት)፣ የእግዚአብሄር ሀገር ሀበሾች 'die puntĩ, die nichit die Menschen (d. h. Ägypter) kannten, die [...] ḫbstĩ des Gotteslandes' (ሙዩለር 1893:116)። የሙዩለር (1893) ግኝትን ተመርኩዞ ሰፊ ትንታኔ ያቀረበው ግላሰር (1895) ነው። ግላሰር *ሀበሾች በአረቢያ እና በአፍሪካ* 'Die Abessinier in Arabien und Afrika' በሚለው መፅሀፉ በግብፅ የተገኘው ኀበስተየ፡ ሀበሻ ከሚለው ጋር ግንኙነት እንዳለው ለማሳየት ሞከረ። እንደግላሰር ከሆነ ጥንት ሀበሻ (ወይም የዚህ ቃል ዝርያ) ለበርካታ ህዝቦች መጠሪያነት ይውል ነበር። ይህ ቃል በኢትዮጵያ ላሉ ብቻ ሳይሆን በሶማሊያ፣ እንዲሁም በደቡብ አረቢያ ላሉ የጠረፍ ህዝቦች መጠሪያ ነበር። ይህ እምነቱ፣ (1) ፑንት የሚለው የምስራቅ አፍሪካን ጠረፍ ህዝቦች ብቻ ሳይሆን ደቡብ አረቢያንም ያካትታል ከሚል፣ (2) [...] በንግሥት ሀትሼፐሸት የተገለፀው ኀበስተየ የሚለው ቃል እና በደቡብ አረቢያ የተገኘው *ሐበሸት/አሐበሸን* ከአማርኛው

ሀበሻ (እና ከግዕዙ ሐበሠ) ጋር ይገናኛል ከሚል እና (3) በደቡብ አረቢያ እና በኢትዮጵያ መሀከል ያለው የቋንቋ ዝምድናን መሰረት በማድረግ ነው (ግርማ እና አህመድ፣ 2014)።

በንግሥት ሀትሼፐሸት መቃብር የተገኘውን የፑንት ህዝቦች መጠሪያ የሆነውን *ኀበሰተየ* መሰረት በማድረግ የፑንት ህዝቦችን ከሀበሾች ማገናኘት ከግላሰር (1895) እና ከግርማ እና አህመድ (2014) ስራዎች በተጨማሪ ሌሎችም በርካታ ስራዎች አሉ። ለምሳሌ፣ ብሬየር (2016)ን መጥቀስ ይቻላል። ብሬየር (2016) የግብፁን *ኀበሰተየ* ከሀበሻ ከማገናኘት አልፎ ፑንት በቀጥታው ኢትዮጵያን የሚመለከት አድርጎ አቅርቧል። ብሬየር (2016) ይህን ነጥብ በቀጥታ ጉዳዩ አድርጎ ባየነሳውም፣ ቅደመ አክሱማይት የነበረው የደዓማት መንግሥት የጥንታዊው ፑንት ቀጣይ መንግሥት እንደሆነ ይገልፃል።[62] ይህን ጉዳይ በእርግጥ በቀዳሚው ስራውም፣ *ብሬየር (2010)፣ በግልፅ አስቀምጦታል።*

በንግሥት ሀትሼፐሸት የድንጋይ ላይ ፅሁፍ የተጠቀሱት የፑንት ህዝቦች ሀበሾች መሆናቸው በግልፅ ቢቀመጥም፣ በሁሉም የግብፅ መንግሥታት ወቅት ፑንት በሚል የተጠቀሰው ሀገር እና ህዝብ ሀበሾችን ብቻ የሚመለከት ነው ብሎ ለመደምደም በቂ መረጃ የለም። ሌላው በዚህ ስያሜ የሚጠሩት ህዝቦች የአሁኖቹ ሀበሾች ብቻ ናቸው ማለት ያስቸግራል። ይህን በተመለከተ ግርማ እና አህመድ ያቀረቡትን ማብራሪያ ከታች እንመልከት፤

> አንደኛው ቃሉ ከመሰረቱ ምናልባት በጠረፍ ያሉትን ህዝቦች ሳይሆን ገባ ብለው የሚገኙትን የሚያመለክት ይሆናል። ሁለተኛው ግን ቃሉ የጠረፉ ህዝብ[ም ሶማሊያን ጨምሮ] ሲጠቀምበት ኖሮ የእስልምና መስፋፋት ሲጀምር ቀስ በቀስ ስርጭቱ እየቀነሰ መጥቶ ሊሆን ይችላል (ግርማ እና አህመድ፣ 2014)።

የግላሰር (1895) አስተያየትም ከሁለተኛው የግርማ እና አህመድ ግምት ጋር የተያያዘ ነው። የግላሰር ስራ ከወጣ በኋላ *ኀበሰተየ* ስለተባሉት ህዝቦች በርካታ መረጃዎች ተገኝተዋል። ኤርቪን (1965) በደቡብ አረቢያ የድንጋይ ላይ ፅሁፎች የተገኘው ሐበሸተ (እና የሱ ዝርያ አሐበሸን) የሚያመለክተው ኢትዮጵያኖችን እንደሆነ አሳይተዋል። ቃሉ በደቡብ አረቢያ የሚኖሩ ህዝቦችን ለማመልከቱ አሳማኝ መረጃ አልተገኘም። ይህ በራሱ ስለፑንት ሀገር መገኛ ቦታ የሚነግረን አለ።

ስለፑንት ህዝቦች ማንነት ሌላ ፍንጭ የሚሰጥ ፑንቶችን በስዕል የተዉልን መረጃ ነው። በግብፅ ሰነዶች ፑንቶች የተሳሉት ሁልግዜም አንድ ነው ባይባልም ግብፆች ፑንቶችን ከእራሳቸው ጋር በመልክ ተቀራራቢ ያደርጓቸዋል። በቅድሚያ የሚከተለውን ምስል ከንግሥት ሀትሼፐሱት የንግድ ጉዞ የግብፅ ወታደሮችን የሚያሳየውን ይመልከቱ።

ምስል 22፡ የግብፅ ወታደሮች ከሀትሼፐሹት የንግድ ጉዞ መሀከል

ክሬዴት፡ Σταύρος, CC BY 2.0

ከላይ የቀረበው ምስልን በዚያው በንግሥት ሀትሼፐሱት የንግድ ጉዞ የፑንት ሰዎችን ከሚያሳየው ከታች ከቀረበው ጋር በንፅፅር ይመልከቱ። በሁለቱ መሀከል ይህ ነው የሚባል የሰውነት ቅርፅ/ትክለ ሰውነት መልክን ጨምሮ አይታይም። ተከታዩ ምስል ከናቪል (1898) ነው።

ምስል 23፡ የፑንት ሰዎች በሀትሼፐሸት የንግድ ጉዞ ወቅት

ቀደም ባሉ የግብፅ መንግሥታት መረጃዎች ፑንቶችን ከኩሾችም ይልቅ ቀላ ያሉ፣ በእኛ እሳቤ ቀይ እና ረጅም ፀጉር ያላቸው ሲያደርጉዋቸው በኋላ ላይ በወጡት ደግሞ ጠጉራቸውን አጭር ያደርጉታል (ሾው 2003፡ 317፣ ኦኮኖር፣ 1982፡917)።[63] ናቪል ከሀትሼፐሱት የግድግዳ ምስል ላይ የተመለከተውን ይዞ ሲገልፅ ፑንቶች ከግብፆች እንደውም ቀላ ያሉ ተደርገው እንደተሳሉ ያስረዳል (ናቪል 1898፡12-13)።[64] የናቪል ስራ በወቅቱ በነበረው በምርምር ስራዎች ላይ ሳይቀር በስፋት በሚንፀባረቀው ዘረኝነት የተቃኘ ቢሆንም በግብፆች እና በፑንቶች መሀከል በትክለ ሰውነት ደረጃ ልዩነት እንደሌለ ናቪል አስረግጦ ገልጿል (ናቪል 1898፡13)።[65]

በስዕሎቻቸው ከቀይ ባህር ማዶ የሚገኙትን አሲሪያኖችን ከፑንቶች እና ከራሳቸው የተለዩ አድርገው ነው የሚያቀርቧቸው። በቀዳሚው ምዕራፍ የተጠቀሰውን ምስል ይመልከቱ። በርግጥ ግብፆች ጥንተ መፈጠሪያቸው ፑንት እንደሆነ እና የአማልክቶቻቸውም ሀገር ከእዚያው እንደሆነ ያስረዳሉ። ይህ በእራሱ የሚያሳየው ፑንት በምስራቅ አፍሪካ የሚገኝ ቦታ መሆኑን ነው። በጥንታዊ ግብፅ እና በምስራቅ አፍሪካ በሚነገሩት ኩሻዊ እና

ሴማዊ ቋንቋዎች መሀከል ያለው ዝምድና ለዚህ ጠንካራ ማስረጃ ነው። የዚህን ቅፅ ቀዳሚ የሆነውን ቋናቋ እና ነገድ በኢትዮጵያ ቅፅ አንድን ይመልከቱ።

ፑንቶች የራሳቸውን መርከብ/ጀልባ ሰርተውም ግብፅ ድረስ በመጓዝ ይነግዱ እንደነበር የሚያሳየው እነዚህ ህዝቦች በንጉሥም ሆነ በጎሳ መሪ ይተዳደሩ ቢያንስ ግን የተደራጀ ህዝብ እና ሀገር እንደነበራቸው የሚያመለከት ነው። ያን ያህል ርቀት ተጉዞ ንግድ ለማድረግ የህበረተሰቡ የኢኮኖሚ ፍልጎት የግድ ነው። አለ ፍላጎት አቅርቦት አይኖርም። የዚህ አይነት ፍላጎት ደግሞ የተደራጀ ህዝብ መኖርን ግድ ይላል። በተለያየ ቦታ በዘላንነት ተበትኖ የሚኖር ህዝብ ያንን ያህል ተጉዞ የንግድ ልውውጥ የሚያደርግበት ምንም ኢኮኖሚያዊ ፍላጎት አይኖረውም። ሌላው በግብፅ ስራዎች ተደጋግሞ የሚጠቀሰው ፑንት የራሱ የወርቅ ማምረቻ/ማእድን ቦታ እንደነበረው ነው። ወርቅን በተደራጀ መልክ እያወጣ ለግብፅ ብቻ ሳይሆን ለሌላ አጎራባች ይነግድ እንደነበር የተወሰነ ማስረጃ አለ (ኪሽን 1993፡ 603)። ይህ በተጨማሪ የሚያሳየው፣ ፑንት የተደራጀ እና በመደብ የተከፋፈለ ኢኮኖሚያዊ ባህል ያዳበረ ህብረተሰብ እንደነበረ ነው።

4.2.4 የፑንት መገኛ

የፑንት መገኛ ለመገመት የሚያስችሉ በዋናነት በከፍል 4.2.1 ያነሳናቸው ሶስት ነጥቦች ናቸው። አንደኛው ግብፆች ከፑንት ያስመጧቸው የንግድ እቃዎች፣ እንስሳዎችንም ጨምሮ፣ ሁለተኛው፣ ግብፆች ወደፑንት ያደረጉት ጉዞ መስመር፣ እና ሶስተኛው፣ በስዕል እና በፅሁፍ የተዉልን ሰነዶች ናቸው። ፑንት የሚባለው ሀገር የአሁኗን ኤርትራን፣ ሰሜን ኢትዮጵያን፣ ምስራቅ ሱዳንን፣ ጅቡቲን፣ እና ሶማሊያን ወይም ከእነዚህ የተወሰኑትን የሚያካትት የነበረ ነው ሲሉ፣ አንዳንዶች ከቀይባህር ማዶ ያለውንም በተለይ የደቡብ አረቢያን የባህር ጠረፍ አካባቢ በተለይ የአሁኒቷን የመንን ሁሉ ያካትታል ወይም የኋለኛውን ብቻ የሚመለከት ነው የሚሉ አሉ። ሌሎች ከእነዚህ ቦታዎች አርቀው ከህንድ አንስቶ ኢንዶኔሽያ የምትገኘውን ሱሜትራ (ኤርዋንቶ 2019) ያደረጉ አሉ። ለዝርዝር መረጃ ማህፉዝ (2023)ን ይመልከቱ። እንደፊሊፐስ ከሆነ ፑንት የአሁኒቱን ኤርትራ፣ ምስራቅ ሱዳንን እና ሰሜን ኢትዮጵያን እንጂ ሶማሊያንም ሆነ ባህር ማዶ ያሉትን የአረቢያ ሀገሮችን አይጨምርም (ፊሊፐስ፣ 1997:438)። የፊሊፐስ እሳቤ ከሞላ ጎደል ከኪሽን (1971)፣ ፋቶቪች (2018) እና ብሬየር (2010) ጋር አንድ ነው። ፋቶቪች ኤርትራን እና ምስራቅ ሱዳንን ወይም ምስራቅ ሱዳንን ብቻ የሚያካትት ነው ይላል። ይህ ሰው አረቢያን ያካትታል የሚለውን ሀሳብ ሙሉ በሙሉ አላስወገደውም። ይህን ጉዳይ እዚህ ዘርዘር አድርገን እንመለከታለን።

4.2.4.1 ፑንት እና አረቢያ

በቀዳሚው ክፍል የገለፅነው የግላሰር ትንታኔ ፑንት በቀይባህር ዳርቻ ያሉ የአረቢያን እና የአፍሪካን አካባቢዎች ያካትታል። ይህ አስተሳሰብ በተለይ በቀደምት ስራዎች በጣም ተቀባይነት የነበረው ነበር። ሆኖም የሀበሻ ስያሜ በደቡብ አረቢያ የሚገኘውም ከቀይባህር

ወዲህ በአፍሪካ አህጉር ያለውን ብቻ የሚያመለክት ከሆነ፣ የስያሜው ወይም የሀበሻዎች በደቡብ አረቢያ መገኘት ፑንት በአረቢያ ያለውን ሀገርም ያካትታል ማለቱ አሳማኝ አይሆንም። ይሁን እንጂ ፑንት አረቢያን ያካትታል (ግላሰር 1895) ወይም የአረቢያን ሀገር ብቻ የሚመለከት ነው (ሚክስ 2003) የሚለው ሀበሻ የሚለው ስያሜ በደቡብ አረቢያው ከመገኘቱ ብቻ የመጣ አይደለም። በርካታ ስራዎች እንደውም ለግምታቸው የዚህን ቃል መገኘት እንደመረጃም ሲያቀርቡ አይስተዋልም። ለምሳሌ ሚክስ (2003)ን ይመልከቱ። አንደኛው ምክንያት ወደፑንት የሚደረገው ጉዞ በቀይባህርም ላይ ይደረግ ስለነበር ነው። ሁለተኛው ግብፆች ከፑንት ያስመጡት ከነበሩት ውስጥ እጣን እና ከርቤ በስፋት በአረቢያ መገኘቱ ነው። ሚክስ (2003)ን ይመልከቱ።

አረቢያን ያካትታል የሚለው የመጣው በዋናነት ከላይ በጠቀስናቸው ሁለት ምክንያት ቢሆንም ሌሎች ምክንያቶችም አሉ። ከእነዚህ ውስጥ በቀይ ባህር በአፍሪካ እና በአረቢያ ባሉት በሁለቱም ጠረፎች አካባቢ ያሉ ህዝቦች ጠንካራ ግንኙነት የነበራቸው መሆኑ አንዱ ነው። ግንኙነቱ በአንድ መንግሥት ስር እስከመተዳደር ይደርስ ነበር። በመረጃ የሚታወቀውን የንጉሥ ካሌብን ጨምሮ በአክሱማውይት ንጉሦች የሀገር ግዛት ዝርዝር ስር የደቡብ አርቢያ ቦታዎች እንደሚጠቀሱ ታሪክ የሚያውቀው ነው።[66] ፑንት በነበረበት ወቅት ይህ ስለመኖሩ ማረጋገጫ ባይኖርም፣ ቢያንስ የሳባውያን ፅሁፍ እና የአምልኮ ምልክቶች በየካ በ8ኛው ሙቶ ክፍለዘመን ቅጋአ መገኘቱ ቀደም ባለው ግዜም በሁለቱም ባህር ጠረፎች በሚኖሩ ህዝቦች መሀከል ጠንካራ ግንኙነት መኖሩን ጠቋሚ ተደርጎ ሊወሰድ ይችላል። ይህ በሁለቱ ጠረፍ ህዝቦች መሀከል የነበረው ግንኙነት ግብፅን ማካተቱ ግን አጠያያቂ ነው።

የቅርብ ግዜ ጥናቶች፣ ከሚክስ (2003) በስተቀር ሁሉም ማለት ይቻላል፣ ፑንት አረቢያን ይመለከታል የሚለውን አስወግደዋል። ለዚህ አንደኛው ምክንያት ወደፑንት በግብፅ በስተደቡብ ኩሽን አቋርጦ በእግር/በምድር መጓዝ መቻሉ ነው። ሁለተኛው በግብፅ ስራዎች የፑንት ተብለው የተጠቀሱት እንስሳት፣ የዱር እንስሳትን ጨምሮ፣ ሙሉ በሙሉ በአፍሪካ ወገን ሲገኙ የተወሰኑት ደግሞ በአረቢያው የማይገኙ ናቸው። ከእነዚህ ውስጥ ቀጭኔ እና አውራሪስን መጥቀስ ያቻላል። እነዚህ ሁለቱ ጨርሶውንም በአረቢያ አይገኙም።

4.2.4.2 ፑንት እና ሶማሊያ

ፑንትን ከሶማሊያ ማያያዝ የመጣው፣ በመግቢያችን እንደገለፅነው፣ ከ19ኛው ሙቶ ክፍለዘመን ጀምሮ ነው። የፈረንሳይ አጥኚዎች ከሀትሼፕሱት የመቃብር እና አምልኮ ቦታ የተገኘውን ሰፊ መረጃ በጥልቀት ማጥናት ሲጀምሩ ከፑንት ከመጡት የንግድ ውጤቶች እና ምርቶቹ እና ከጉዞ ምስሎቹ በመነሳት የሀትሼፕሱት የንግድ ልዑካን የተጓዙት ሶማሊያ ነው በማለት ፑንትን ከሶማሊያ ጋር ማያያዝ ተጀመረ። ለዚህ ግንባር ቀደሙ ማሬት (1877) ነው። በእርግጥም በደጋማ/ተራራማ ቦታ ከሚገኘው ዝንጀሮው በስተቀር በሀትሼፕሱት የፑንት የንግድ ጉዞ ፅሁፍ እና ስዕል የተገለፁት ሁሉ በሶማሊያ ይገኛሉ። እንዲያውም

አንዳንዶች በሚከተለው ከሀትሼፕሱት የንግድ ጉዞ ሰንድ የተገኘው የፑንት መንደር ምስል ላይ የተወሰኑት በሶማሊያ ብቻ የሚገኙ ናቸው ይላሉ። በቅድሚያ ምስሉን እንመልከት፤[67]

ምስል 24፡ የፑንት መንደር በከፊል

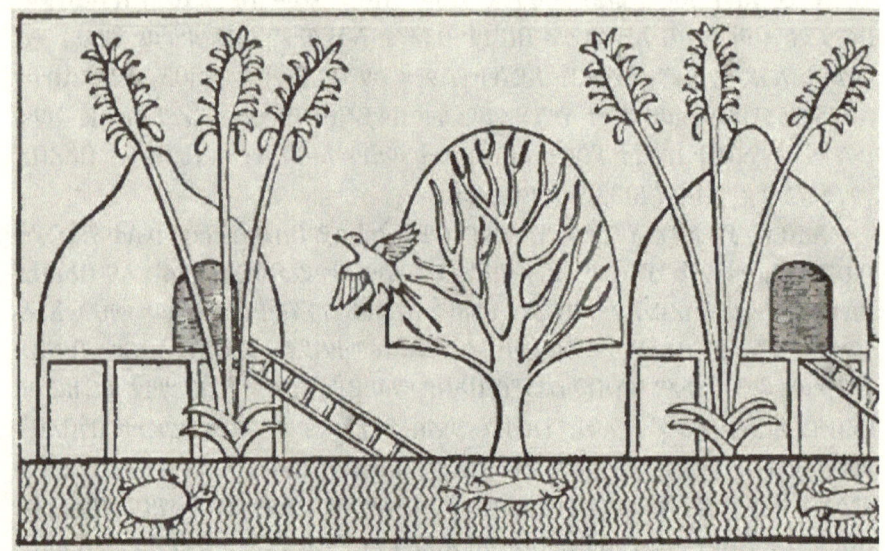

ኤድዋርድስ (1891፡282) ከላይ በቀረበው ምስል ላይ የምትታየው ወፍ በሶማሊያ ብቻ የምትገኝ ነች ይላል። እንደ ማህፉዝ ደግሞ፣ በምስሉ ላይ የሚታየው የዘምባባ ዛፍ/ቴምር በደቡብ ሶማሊያ ብቻ የሚገኝ ነው (2023፡ 149)። ይሁን እንጂ ባርድ እና ፋቶቪች ሌሎች ስራዎችን በመጥቀስ ዘምባባ/ቴምር ዛፍ በ19ኛው መቶ ክፍለዘመን በኤርትራ እና በሱድን ቆላማ ቦታዎች ይገኝ እንደነበር ይገልፃሉ (ባር እና ፋቶቪጭ 2018፡ 160)።[68] ሌላኛው ነጥብ በርካታ ጥናቶች የፑንት መንደር ምስል ላይ ያሉ ሁሉ ከአንድ አካባቢ ላይሆኑ ይችላሉ ይላሉ። ለምሳሌ፣ ኤድዋርድስ (1891፡282) በስዕሉ ላይ ያቀረበው ትንታኔ ይህን የሚያሳይ ነው። ኤድዋርድስ (ዝኒከማሁ) በስዕሉ ላይ የምትታየው ወፍ በሶማሊያ ብቻ የምትገኝ እንደሆነች ቢገልፅም፣ ቤቶቹ ደግሞ በሱዳን ይገኛል ያለውን ቶቁልስ የተባለ ነገድ ቤት አሰራር እንደሚመስሉ ገልጿል።[69]

የንግሥት ሀትሼፕሱት የንግድ ልዑካን ሶማሊያ ድረስ አልተጓዙም፤ ፑንትም ሶማሊያን አይመለከትም በሚል የሚሞግቱ የቅርብ ግዜ ጥናቶች በርካታ ናቸው። ከእነዚህ ውስጥ በፑንት ጥናት መገኛ ላይ ትልቅ ቦታ የሚሰጠው ኪሽን (1971) አንዱ ነው። ከምክንያቶቹ ውስጥ አንደኛው ፑንት በእግር ጉዞ/በየብስ ከግብፅ መደረሱ ነው። በወቅቱ ከግብፅ ተነስቶ በየብስ ሶማሊያ ድረስ በመጓዝ ሄዶ ይነገዳል ማለት የማይታሰብ ነው። ከእግር ጉዞ ርቀቱ እና አስቸጋሪነቱ በተጨማሪ በቀይ ባህርም ቢሆን ያን ያህል ርቀት የሚያስጉዝ አቅም

ግብፆች መኖራቸው አጠያያቂ ነው (ሾው፣ 2003፡317)። ከዚህም በላይ ግብፆች የሚፈልጓቸው ሶማሊያ ይገኛሉ የሚባሉት እንደእጣን እና ከርቤ ከምስራቅ ሱዳን ኢትዮጵያ ጠረፍ እና በኤርትራ በቅርበት ስለሚገኙ ነው (ኪሽን 1971፣ ባርድ እና ፋቶቪች 2018፣ ፊሊፕስ 1997)። ዝርዝሩን በሚቀጥለው ክፍል እንመለከተዋለን።

4.2.4.3 ፑንት እና ሰሜን ምስራቅ አፍሪካ

የፑንት መገኛ በቀይባህር ዳርቻ በሁለቱም ወገን ያሉ እነ የመንን፣ በአፍሪካው ወገን ደግሞ እስከ ደቡብ ወርዶ ሶማሊያን ያካትታል ተብሎ በተለይ በቀድሞ ጥናቶች ቢገመትም፣ ከላይ እንደገለፅነው፣ እንደኪሽን (1971፣ 1993)፣ ሄርዞግ (1968)፣ ባርድ እና ፋቶቪች (2018)፣ ብሬየር (2010)፣ ፊሊፕስ (1997) እና በርካታ ሌሎች ከሆነ የሰሜን ምስራቅ አፍሪካን ክፍል የሚመለከት ነው። ይህን በተመለከተ ፊሊፕስ (1997:438) የሚከተለውን ይላል፤ "ለታሪክ የተረፉልን መዛግብት መረጃዎቻቸው ሲሰባሰቡ የሚያሳዩን [ፑንት] በዘመናዊቷ ሱዳን ከዘመናዊው ፖርት ሱዳን፣ ከኤርትራ፣ እና ከኢትዮጵያ ሰሜን ጫፍ ወይም ትንሽ ገባ ብሎ ወደውስጥ ያለን የምስራቅ የባህር ጠረፍ በጥቅሉ የያዘን አካባቢ [የሚመለከት ሀገር] ነው።"[70] ፊሊፕስ (ዝኒከማሁ) ቀደም ባለው ወቅት የነበረው ፑንት በደቡብ በኩል ከግብፅ በጣም ርቆ በሚገኘው በዘመናዊው ሶማሊያ ሰሜናዊ የባህር ዳርቻ አካባቢ የሚገኝ ሀገር ነበር የሚለው አጠቃላይ አስተያየት በቅርብ ዓመታት ውስጥ ተቀባይነት አለማግኘቱንም ሳይገልፅ አላለፍም።[71] ፊሊፕስ (1997:424) የፑንትን የይሆናል ሀገር በሚከተለው መልኩ በካርታ አስቀምጦታል። ካርታው ከፊሊፕስ ተገልብጦ የገባ ሳይሆን በባለሙያ ሀሳቡን እንደመነሻ በመውሰድ እንደገና የተሰራ ነው።

ካርታ 11፡ የፑንት መገኛ በፊሊፕስ እይታ

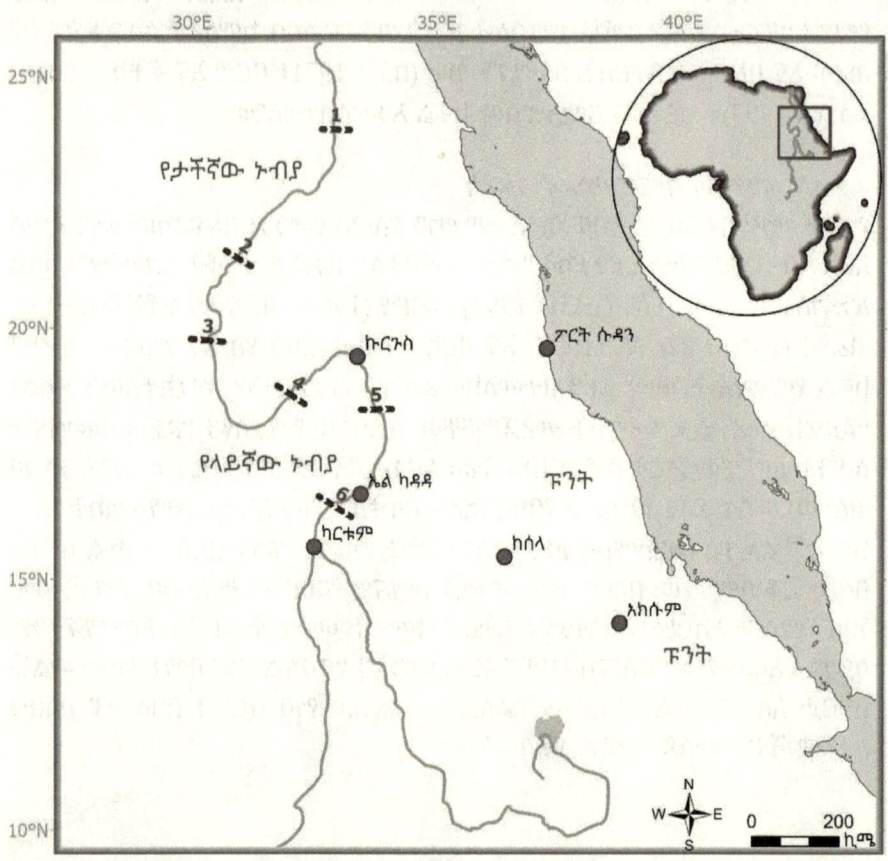

ክሬዲት፡ ዳንኤል ካሳሁን (በፊሊፕስ፣ 1997:424 ላይ የተመሰረተ)

ፋቶቪች (2018) ከፊሊፕስ ጋር ተቀራራቢ አይነት ሀሳብ ሰንዝሯል። ሆኖም፣ ፋቶቪች፣ ፑንት የኤርትራን እና የሱዳንን አካባቢ ያመለክታል ይላል። ፋቶቪች የሶማሊያን ግዛት እና ወደውስጥ የዘለቀውን የኢትዮጵያን ግዛት አላካተተም። ከእነዚሁ ጋር ተቀራራቢ የሆነ የኪሸን አስተያየት ነው። ኪሸን (1971፡188) ፑንት በቀይ ባህር እና በአባይ መሀከል የሚገኝ ሲሆን በዚህም የሰሜን እና የሰሜን ምዕራብ የኢትዮጵያ ደጋማ ቦታዎችን እና ምስራቅ ሱዳንን ያካትታል ይላል። ይህንኑ ሀሳብ በ1993 መጣጥፉም አጠናክሮታል። ኪሸን (1971፡202) ግብፆች በመርከብ የተጓዙት ከመርሳ ጋዊያ እና የአሁኗ ፖርት ሱዳን እስከ ሱአኪን፣ ምናልባትም ቢርቅ መርሳስ ሼክ ኢብራሂም እና ሳዓድ ድረስ ቢሆን ነው ይላል። እንደዚህ ሰው ከሆነ ከዚህ አልፎ ወደቡብ እስከ ሶማሊያ ባህር ጠረፍ ድረስ ጉዞ ተደርጓል ለማለት ይከብዳል።[72] የኪሸን እሳቤ ከእዚህ ተነስተው በመሬት/በእግር ወደ ውስጥ ምናልባትም እስከ ሁለት ወር የፈጀ ተጉዘው፣ ለምሳሌ በሀትሼፐሸት የንግድ ጉዞ ወቅት፣

የእጣን ዛፉን ሳያመጡ አልቀረም ነው። ኪሽን በሌሎቹ የንግድ ጉዞዎች ወቅትም ቢያንስ ከቀይ ባህር ገባ ሲሉ ከሚገኙት ተራራማ ቦታዎች ድረስ እየተጓዙ ሳይሆን አይቀርም ፑንቶችን የሚያገኛቸው ይላል (ዝኒ ከማሁ)። በዚህም፣ ከሰላ አካባቢ ምናልባት የፑንት ዋነኛ ማዕከል ሳይሆን አይቀርም (ዝኒከማሁ፡203)። በኪሽን ግምት በዚህ ከፖርት ሱዳን ወይም ሳሱኒከ ተነስተው ወደከሰላ ተራራማ ቦታዎችን እያቋረጡ ሲጓዙ በሀትሼፕሱት የፑንት ጉዞ በሚገልፀው የግድግዳ ላይ ምስል የታዩትን ዝንጀሮ እና ቴምር ዛፍ ሳያዩ አልቀረም (ኪሽን 1971፡203)።[73]

በምስራቅ ሱዳን ከሰላ አካባቢን ይዞ በስነቁፋሮ ስለተገኙት ጥንታዊ የሸክላ ስራዎች ቅኝት ማርክስ እና ፋቶቪች (1989)ን እና ፋቶቪች (1989)ን ይመልከቱ። ይህን አካባቢ አካተተም አላካተተ ቢያንስ ፑንት በግብፅ ስራዎች በተጠቀሰበት ወቅት በአካባቢው ሰፈራ ስለመኖሩ እነዚህ ስራዎች ጥሩ ማስረጃ ይሰጣሉ። እነዚህ ስራዎች አክለውም በተለይ በ2ኛው ሺህ ቅጋአ አካባቢ በዚህ አካባቢ፣ የእርሻ ተግባር ቢያንስ እንደሚካሄድ እና በኢትዮጵያ እና በግብፅ መሀከል ግንኙነት እንደነበር የአርኪዎሎጂ ግኝቶቻቸው እንደሚያሳዩ ሳይጠቁሙ አላለፉም። ለምሳሌ ማርክስ እና ፋቶቪች (1989:457) በሁለተኛው ሺህ ቅጋአ የአትባኢ ባህል ምስራቃዊ ክፍል፣ በኢትዮጵያ እና በግብፅ መሀከል ግንኙነት እንደነበረ ገልፀዋል።[74] ፋቶቪች በርግጥ በአባይ ሸለቆ እና በጋሽ ዴልታ ክፍለሀገር መሀከል ግንኙነት ከ5/6ሺህ ቅጋአ አካባቢ እንደተጀመረ ግምቱን ሰቷል (ፋቶቪች፣ 1989፡ 497)።[75] ፋቶቪች (ዝኒከማሁ) አክሎም በዚህ በጋሽ ዴልታ አካባቢ ያሉት የሸክላ ስራዎች እና ጌጣጌጦች ቅድመ-አክሱማይት ከነበሩት ጋር ተመሳሳይነት እንዳላቸው ገልጿል።[76]

ብሬየር (2010) የፑንትን መገኛ ከላይ ከተጠቀሱት ስራዎች እምብዛም አላራቀውም። የተወሰነ የምስራቅ ሱዳን፣ የሰሜን ኢትዮጵያን እና አብዛኛው ኤርትራን የሚያካትት አድርጎ ነው ያቀረበው። ከታች ካርታ 11 የዚህ በብሬየር (2010)ን የቀረበውን ካርታ መሰረት ተደርጎ የተነደፈ ነው።

ካርታ 12፡ የፑንት መገኛ በብሬየር እይታ

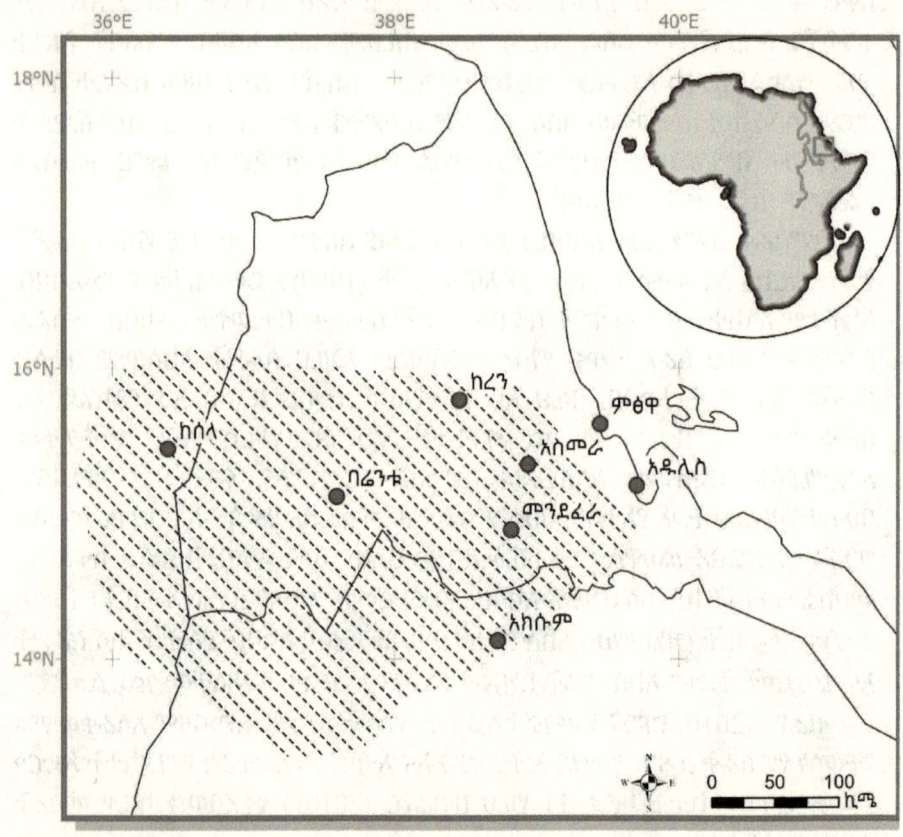

ክሬዲት፡ ዳንኤል ካሳሁን (በብሬየር 2010 ላይ የተመሰረተ)

ከላይ በምስል 6 እና በቀዳሚው ምስል እንደምንመለከተው በሁለቱ መሀከል የተወሰነ ልዩነት አለ። ብሬየር የቀይ ባህሩን ጠረፍ አላካተተውም። ይሁን እንጂ ብሬየር የፑንት መገኛ ግምቱ አብዛኛው የወቅቱ ምሁራን የፑንት መገኛ መሆኑን እንደሚያምኑበት በመግለፅ ነው። ይህንኑ ጉዳይ ኦኮኖር (1982፡917)ም ብሎታል።[77] ኦኮኖር (1982፡917) ፑንትን ከኢሪም/ያም[78] በስተምስራቅ በ17° እና በ 12° ላቲቲዩድ ሰሜን መሀከል የሚገኝ ነው ይላል።[79] የሚከተለው ካርታ በኦኮኖር (1982፡900) የቀረበውን መሰረት አድርጎ የተሰራ ነው። ኦኮኖር የኢረም/ኤሬም ያለውን በጥያቄ ምልክት ውስጥ ነው ያስገባው። በእርግጥም በዚህ ሀገር/ህዝብ መገኛ ቦታ ላይ እርግጠኝነት የለም።

ካርታ 13፡ ፑንት በኦኮነር እይታ

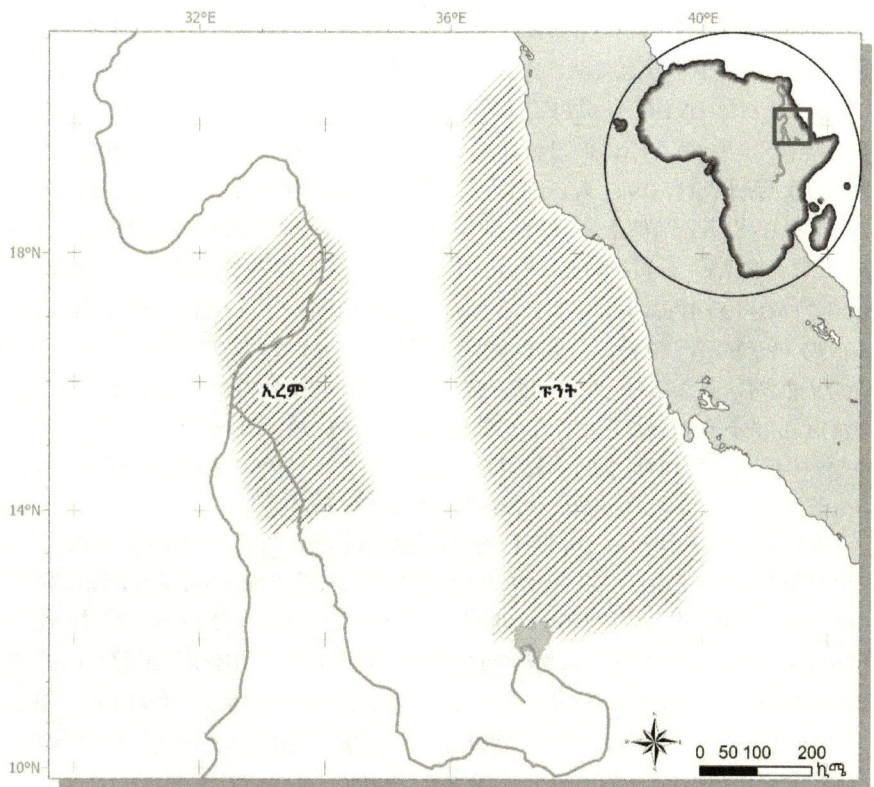

ክሬዲት፡ ዳንኤል ካሳሁን (በኦኮኖር 1982 ላይ የተመሰረተ)

ከላይ በሶስቱ ተከታታይ ካርታዎች እንደምንመለከተው በስራዎቹ መሀከል መጠነኛ ልዩነት ቢኖርም፣ ፑንት በአጠቃላይ የሰሜን ምስራቅ አፍሪካን የሚመለከት ሆኖ ነው የቀረበው። በእርግጥ ከላይ እንዳየነው በፑንት ላይ ተጠቃሽ ስራዎችን በማቅረቡ የሚታወቀው ኪሽንም የዚህ ሀሳብ አራማጅ ነው።

በፊሊፕስ (1997)፣ ፋቶቪች (2018)ም ሆነ በኪሽን (1971 እና ቀጣይ ስራዎች 1993) ለፑንት መገኛ ቦታዎች ግምት በዋናነት ከሚጠቀሱት ሁለት ምክንያቶች ውስጥ አንደኛው፣ ወደግብፅ ይገቡ የነበሩት የንግድ ውጤቶች፣ የዱር እንስሳዎችን ጨምሮ፣ አብዛኞቹ በሰሜን ምስራቅ አፍሪካ አካባቢ መገኘታቸው ነው። ከዘንባባው ጨምሮ የዱር እንስሳት እና ሁሉም የፑንት የሚባሉት ምርቶች እነፊሊፕስ፣ ኪሽን በገለፁት ኤርትራ፣ ምስራቅ ሱዳን እና የሰሜን ኢትዮጵያ ባለው አካባቢ ይገኛሉ። ሾውም (2003:317) የኪሽንን ሀሳብ በማጠናከር በግብፅ የፑንት ምርቶች ወይም ፑንትን የሚያሳዩት በጠቅላላው

ማለት ይቻላል በሰሜን ኢትዮጵያ፣ ኤርትራን እና ምስራቅ ሱዳንን በሚያካትተው የፑንት የይሆናል ሀገር ይገኛሉ ይላል።[80]

ሁለተኛው ምክንያት ልክ እንደአክሱም ከግብፅ ወደፑንት በባህርም በየብስም የሚደረገውን የጉዞ መንገድ ነው። ይህ ከፑንት ግብፅ እና ከግብፅ ፑንት የሚደረግ ጉዞ ልክ ከአክሱም ግብፅ በየብስም፣ በቀይባህርም ተደርጎ መድረስ መቻሉ ማለት ነው (ፊሊፐስ 1997፡438)።[81] ፊሊፐስ ወደፑንት በባህርም በየብስም መሄድ መቻሉ የሚያመለክተው የሰሜኑን የኢትዮጵያ ክፍል እና የኤርትራ አካባቢ እንደሆነ ሲገልፁ ኪሽን በበኩላቸው የምስራቅ ሱዳን እና የሰሜን እና ሰሜን ምዕራብ ኢትዮጵያ እና የኤርትራን ደጋም ቦታዎችን እንደሆነ ይገልፃሉ። ፋቶቪች (2018) በበኩሉ ይህ የሚያሳየው ኤርትራን እና ምናልባትም የተወሰነ የሱዳንን ክፍል እንደሆነ ይገልፃል። ሳሪጊሎ (2014፡37) የኪሽን ግምት ከሁሉም አሳማኝ መሆኑን እና ፑንትን ከአባይ መነሻ ከሆነው የኢትዮጵያ ደጋማ ቦታዎች የማያያዝ የጥንታዊ ግብፆች ስራዎች ጋር አብሮ የሚሄድ እንደሆነ ያስገነዝባል።[82] በርግጥ በበርካታ የግብፅ ስራዎች ስለፑንት የተጠቀሰው የሚያሳየው ፑንት ምናልባትም ከጥንታዊው የኩሽ መንግሥት በስተደቡብ ያለ አጎራባች ሀገር መሆኑን ነው። ለእዚህ እሳቤ እላይ ከጠቀስናቸው ሁለት ማስረጃዎች በተጨማሪ ሌሎችም አሉ።

አንደኛ፣ ፑንት ከግብፅ ብዙም የምትርቅ አይደለችም ሊያስብል የሚችለው ሌላኛው ምክንያት ለጦርነት እርዳታ ፑንቶች መጋበዛቸው ነው። በቀዳሚው ምዕራፍ እንደገለፅነው፣ ከርማ ላይ ዋናው መናገሻ በነበረበት ወቅት የኩሽ መንግሥት ግብፅን ለመውጋት ከተለያዩ ህዝቦች መሀከል ፑንቶችንም እርዳታ መጠየቁ ተዘግቦ ይገኛል (ማህፉዝ፣ 2023፡ 149ንም ይመልከቱ)።[83] በዚህም ኩሾች የግብፁን ቴቢስ ለመቆጣጠር ተቃርበው ነበር (ኢምበርሊንግ 2011:9)። ይህ የሚያሳየው ፑንት ቢያንስ በዚህ የጦር እርዳታ በተጠየቀበት ወቅት ፑንት የሚሉት ሀገር ሶማሊያ ድረስ የሚርቅ ሀገር አለመሆኑን ነው።

ሁለተኛ፣ ኪሽን (1971፡187) ለምሳሌ ከታች በምስል 12 ላይ የሚታየው ከሀትሼፕሱት የግድግዳ ስዕል የተወሰደው ዝንጀሮ በደጋማ አካባቢ በተለይ በኢትዮጵያ እና ኤርትራ ተራራማ አካባቢዎች የሚገኝ እንጂ በቆላማ አካባቢ የሚገኝ አይደለም ይላል። ምስሉ ከናቪል (1898:68) ነው።

ምስል 25፡ የፑንት ዝንጀሮ

በግብፅ መቃብሮች ከፑንት የሄደ አንድ የዝንጀሮ አስከሬን ተገኝቷል። የዚህ የዝንጀሮ አስከሬን ዲኤንኤም ከኪሽን ሀሳብ ጋር በመስማማት ዝንጀሮው ከኢትዮጵያ/ኤርትራ ደጋማ አካባቢዎች መሄዱን ፍንጭ ሰጥቷል።

ሶስተኛ፣ ከላይ ፊሊፒስ የገለፀው እንደተጠበቀ ሆኖ፣ በ26ኛው ስርወመንግሥት (664 – 525 ቅጋአ) ወቅት በዴፈኔህ ሀውልት ላይ እንደተፃፈ በሚነገርለት ስለፑንት አካባቢ/መገኛ ግልፅ የሆነ መልዕክት የያዘው በቀዳሚው ክፍል የገለፅነው ነው። ይህም የአባይ ሙላትን የሚያስከትለው ዝናብ ከሚገኝበት የፑንት ተራሮች የሚል ይገኛል። በበርካታ አጥኚዎች ይህ በቀጥታ ጥንታዊ ግብፆች ፑንት የሚሉት ሀገር የአባይ ሙላትን የሚያስከትሉት የኢትዮጵያ ተራሮችን ያካትት እንደነበር ማስረጃ ተደርጎ ይወሰዳል። ለምሳሌ ኪሽን (1993:602)ን ይመልከቱ።[84]

አራተኛ፣ ጥንታዊ ግብፆች ከሰሜን ምስራቅ አፍሪካ ጋር በታሪክ ከሚታወቀው የንጉሥነት ግዛት ከመመስረቻው ወይም ከዚያም ቀደም ካለው ግዜ ጀምሮ ግንኙነት እንደነበራቸው ይገመታል። ሳርጊሎ (2014)፣ ፊሊፕስ (1997) እና ሌሎችም እንደገለፁት ግብፆች ከእዚህ አካባቢ ህዝብ ጋር ከፋራኦናዊ መንግሥት መመስረት በፊት ጀምሮ ግንኙነት እንደነበር አንዳንድ የአርኪዎሎጂ ጥናት ውጤቶች ተገኝተዋል። ጥንታዊ ግብፆች ይጠቀሙባቸው ከነበሩት ውስጥ አንዳንዶቹ ከኢትዮጵያ/ኤርትራ አካባቢ የሄዱ ምርቶች ናቸው። ለምሳሌ፣ ለአንዳንድ መስታወት ስራ እና ለጌጣጌጥ የሚጠቀሙበት ባልጩት በእዚህ አካባቢ የሚገኝ ሆኖ ተገኝቷል። ሌላው ስለፑንት ምንም አይነት የሰነድ ማስረጃ ባልተገኘበት ቀዳሚ ጥንታዊ ግብፅ ዘመን ለአምልኮ ተግባር ከርቤን ይጠቀሙ ነበር። ይህ ከርቤ አንድም ከኢትዮጵያ ወይም ከአጎራባች ሀገሮች የሄደ መሆኑን መናገር ይቻላል።

አምስተኛ፣ በቀዳሚው ክፍል ከላይ የጠቀስነው የፑንት ህዝቦችን ሀበሾች በሚል በንግሥት ሀትሼፕሽት ወቅት የተፃፈው የድንጋይ ላይ ፅሁፍ ሌላኛው ስለፑንት መገኛ

ፍንጭ ሰጪ ማስረጃ ነው። አሁን ቃሉ ካለው አጠቃቀም ተነስተን ሙሉ በሙሉ በግብፅ ወቅት ስለነበረው መናገር ባይቻልም፣ የአባይ ሙላትን ከሚያስከተለው ዝናብ ከሚጥልባቸው ተራሮች ከሚለው ጋር ሲዳመር፣ ሀበሻ በሚል የሚጠቀሰው ፑንት ቢያንስ የሰሜኑን የኢትዮጵያ ክፍል ያካትት ነበር ብሎ መገመት ስህተት አይሆንም።

ስድስተኛ፣ ይህ አካባቢ ቀደምት የእርሻ ተግባር ከነበራቸው የአለማችን ጥቂት አካባቢዎች አንዱ ነው። ቢያንስ ከ5 ሺህ ዓመት ያላነሰ የእርሻ ተግባር ያካሂድ የነበረ ህዝብ የሚኖርበት ሀገር ከግብፅም ሆነ ከሌሎች አጎራባቾች ጋር የንግድ ልውውጥ ለማድረጉ ቢያንስ ባህላዊ ስልጣኔ/ኢኮኖሚያዊ ፍላጎት አለው።

ሰባተኛ፣ በዚህ ሰሜን ኢትዮጵያ፣ ኤርትራን እና ምስራቅ ሱዳን አካባቢ በሚያካትተው የፑንት የይሆናል ሀገር የተወሰኑ ቢሆንም ከግብፅ ጋር የሚያገናኙ እንደመስታወት፣ የሸክላ ስራዎች፣ ብረታብረቶች፣ ወዘተ ቁሳቁሶች ተገኝተዋል። ለዚህ ማንዞ (2011 & 2012)ን፣ ባርድ እና ፋቶቪች (2018)፣ እና በእነዚህ ስራዎች የተጠቀሱትን ይመልከቱ። የግብፅ የሆኑ ምርቶች በኢትዮጵያ እና በእነዚህ አካባቢዎች መገኘታቸው የሚያመለከተው ግብፅ ወደደቡብ የነበረው የንግድ ልውውጥ፣ ሄንዝ እንዳለውም፣ ኢትዮጵያን እንደሚያካትት ነው (ሄንዝ፣ 2000፡ 15)።[85]

ይህን ክፍል ከማጠቃለላችን በፊት የፑንት ቆጥ ቤቶችን የሚያሳየው የሀትሼፐሸት መቃብር በመሰላል የሚወጣ ጎጆ የያዘ ምስል እንመርምር። የሚከተለው ምስል ከናቪል (1898:55) የተወሰደ ነው፤

ምስል 26፡ የፑንት መንደር

ከቤቶቹ አሰራር በመነሳት የይሆናል ግምት በተለያዩ ምሁራን ተሰጥተዋል። ሄርዞግ (1968) የእነዚህ ቤት አሰራር የሚነግረን ከባህር ጠረፍ አካባቢ ያልሆነ ወደውስጥ ገባ ያለ ሀገር መሆኑን ነው ሲል፣ ፊሊፕስ (1996) ከኪሽነር (1971) ሀሳብ በመስማማት የጠረፍ አካባቢን ይጨምራል ይላል። ፊሊፕስ ቤቶቹ በዚህ አይነት መሰራታቸው፣ አንድም

በክረምት በምስራቅ አፍሪካ ባጠቃላይ ካለው ከዝናብ/ጎርፍ ለመከላከል፣ አሊያም ከሙቀት እና ቅዝቃዜ ጋር በተያያዘ ሊሆንም ይችላል በሚል የተለያዩ የይሆንታ መላምቶችን አቅርቧል።

ከላይ የቀረበው አይነት ቆጥ ቤት በጎረቤት ሀገሮች መኖሩን ማረጋገጥ ባንችልም፣ አሁንም በገጠሩ የኢትዮጵያ ክፍል የዚህ አይነት ቤት አሰራር አለ። ወንድ ልጅ ከፍ ሲል፣ ቆጥ አበጅቶ አዳሩን ከዚያ ማድረግ አሁንም አለ። እነዚህ አይነት ቤቶች በዋና መኖሪያነት የሚያገለግሉ ሳይሆን፣ በአብዛኛው የቤት እንስሣቶችን ከዱር አራዊት እና ከሌባ ለመጠበቅ የከብቱ ማደሪያን/በረትን በግልፅ ሊያሳይ በሚችል ቦታ ላይ የሚገነቡ ናቸው። የጥንቱ ቤት አሰራር ምክንያት በአሁን ግዜ ካለው ጋር አንድ መሆኑን ለማረጋገጥ አስቸጋሪ ቢሆንም፣ ተመሳሳይ አሰራር አሁንም በተለይ ከጠረፉ አካባቢ ገባ ብሎ በሚኖረው፣ በለተለይ በሰሜን እና ማዕከላዊ ኢትዮጵያ ህዝብ ዘንድ መኖሩ ለፑንት መገኛ ተጨማሪ ፍንጭ የሚሰጥ ይመስለናል። በምስሉ በቀረበው መሰረት ሁሉም የፑንት ቤቶች እንደዚያ መሆናቸው ማረጋገጫ የለም። ምናልባት ግብፆች ፑንትን ጎብኝተው ያን ምስል በሰሩበት ወቅትም ቆጦቹ አሁን ላለው አይነት አላማ የሚውሉ ከሌሎች ዋና ቤቶች ጋር የሚገኙ ሊሆን ይችላል። እነዚህ አይነት ቤቶችን ብቻ ግብፆቹ ለይተው ያሰፈሩበት ምክንያት ከራሳቸው እና ከሚያውቀት የቤት አሰረራ ለየት ብለው በመገኘታቸው ሊሆን ይችላል። እነዚህ ሁኔታዎች ሀበሻ ከሚለው ጋር ሲደመሩ በሀትሼፕሱት ወቅት ወደፑንት የተደረገው ጉዞ የአሁኒቷን ኢትዮጵያን/ኤርትራን የሚመለከት ይመስላል። እዚህ ላይ ልብ ማለት የሚገባው የሱዳን ምስራቅ አካባቢ ከሰላን ማዕከል አድርጎ የፑንት መገኛ እየተደረገ የቀረበው፣ በእነኪሸን (1971) እና ፊሊፕስ (1997) ብንመለከት ይህ አካባቢ ከአሁን የፖለቲክ ድንበር በፊት አብዛኛውን ግዜ፣ በኋላም በደዓማት እና አክሱም፣ እንዲሁም እስከቅርብ የእንግሊዞች ቅኝ ግዛት ዘመን ድረስ በአንድ መንግሥት ስር ይተዳደር የነበረ ወይም ተመሳሳይ ባህል የነበረው መሆኑን ነው። የስነቁፋሮ ውጤቶችም የሚያሳዩት ይህንኑ ነው። ከዚህም በላይ አክሱም አሁንም ድረስ የእጣን ንግድ ማዕከል መሆኗ ጥንታዊ ግብፆች እነዚህን ምርቶች የሚያገኙት አክሱም አሁን ከምታገኝበት ተመሳሳይ ምንጭ ሳይሆን አይቀርም የሚል ግምት አለ (ሙንሮ ሀይ 1991፡ 16)።[86]

በብሬየር (2010፡241) እሳቤ በአትባራ እና ጋሽ አካባቢ በነበሩ ሰፈራዎች በድርቅ ምክንያት መጥፋት ከግብፆች እና ፑንቶች ግንኙነት መቋረጥ ዘመን ጋር የተቀራረበ ነው። ከፑንት ጋር የነበረው ንግድ መቋረጥ ከዚህ ድርቅ ዘመን ጋር የተቀራረበ መሆኑን ሌሎችም ያስተዋሉት ጉዳይ ነው። ለምሳሌ ማህፉዝ (2023፡152) እና በእዚያ የተጠቀሱ ስራዎችን ይመልከቱ። ድርቁ ምናልባት ለፑንት መጥፋት ዋንኛ ምክንያት ሊሆን እንደሚችል ይገመታል። እንደብሬየር (ዝኒከማሁ፡242) ከሆነ ሌላኛው ምክንያት የደቡብ አረቢያዎች ተፅዕኖ በዚህ አካባቢ እያደገ መምጣት እና በኋላም የደዓማት መንግሥት መመስረት የፑንት ማክተሚያ ሳይሆን አይቀርም።[87]

4.2.4.4 ማብራሪያ እና ማጠቃለያ

ግብፃውያን ሰነዶች በግልፅ እንደሚያሳዩት ከግብጽ ወደ ፑንት የሚደረገው ጉዞ በሁለት ቦታ ነበር፤ በባህር ላይ በቀይባህር እና በምድር (በአባይ ወንዝ ላይ የሚደረገውን ጉዞም ጨምሮ)። ከላይ እንደገለፅነው በእግር ጉዞ/ምድር ከመደረጉም አንፃር ፑንት ከግብፅ ብዙም አትርቅም ያስባለው ሌላኛው ምክንያት ነው። ይህን በተመለከተ ባርድ እና ፋቶቪች (2018፡160)ም የቀደምት ስራዎችንም በመጥቀስ የፑንት መገኛ ሰሜን ምስራቅ አፍሪካ መሆኑን አስረግጠው ገልፀዋል። ለዚህ ድምዳሜያቸው ዋና ምክንያት ያደረጉት በሀትሼፐሱት/ሀትሱ የመቃብር ቦታ እና በሌሎች በርካታ የግብፅ ፅሁፎች የተጠቀሱት የተፈጥሮ ምርቶች እና እንስሳዎች በዚህ አካባቢ መገኘታቸውን ነው።[88]

ካሉት መረጃዎች በምድር በኑቢያ በኩል ከተደረገው ጉዞ በላይ በባህር የተደረገው ይበልጣል (ለዝርዝር መረጃዎች ማህፉዝ፣ 2023ን ይመልከቱ)። ይህ ፑንት በአረቢያ የነበረች ግዛት ነች የሚለውን የሚያጠናክር ቢመስልም፣ ለዚህ ምክንያቱ ሳርጊሎ (2014:32) በስተኋላ ላይ ከርማ እያደገች በመምጣቷ/የከርማ መንግሥት በመመስረቱ ምክንያት ሊሆን ይችላል ይላል።[89] ይህ ማለት ግን ሁልግዜ ከከርማ/ከኩሾች ጋር ግብፆች የነበራቸው ግንኙነት የጠላትነት ነበር ማለት አይቻልም። በየብስ የሚደረገው ጉዞ፣ በአባይ ላይ የሚደረገውንም ጨምሮ፣ ከቀይ ባህሩ ይልቅ ቀላሉ/ቅርቡ ቢሆንም፣ በግብፅ እና በፑንት መሀል ያለው መንገድ ሽፍታ የበዛበት ወይም ከግብፅ የማይስማማ አስተዳደር በነበርበት ወቅት አማራጩ የቀይ ባህርን መስመር መጠቀም ስለሆነ ሊሆን ይችላል የሚለው ግምት በበርካቶች ይሰነዘራል። ለምሳሌ ያህል፣ ፊሊፕስ (1997)ን፣ ማህፉዝ (2023፡ 156&157)ን እና በእዚያ የተጠቀሱ ስራዎችን ይመልከቱ።

በባህር ጉዞ መደረጉ ከቀይ ባህር ማዶ ያለውን የአረቢያውን ግዛት ብቻ ሳይሆን በአሁኑ ወቅት በአፍሪካ በኩል ያለውን የባህር ጠረፍ ህዝቦች ኤርትራን እና ሶማሊያንም እንደሚያካትት መገንዘቡ ጠቃሚ ነው። ፑንት ሶማሊያን ወይም የጠረፉን የሶማሊያን አካባቢ የሚያካትት ነው የሚለውን ወደ ግብፅ ከሚወሰዱት ምርቶች ውስጥ እንደእጣን እና ከርቤ ከእዚህ አካባቢ መገኘቱ አንዱ ነው። እጣን ብቻ ሳይሆን ከላይ እንደገለፅነው የእጣን ዛፍም በሀትሼፐሱት ዘመን ወደግብፅ ተወስዷል። የእጣን ዛፎቹም ግብፅ ሳይደርቁ መድረሳቸውን የሚያመለክተው ተተክለውም መታየቱ ነው። የሚከተለው ምስል ከናቪል (1898:79፣ Plate LXXVIII) ነው፤

ምስል 27፡ የፑንት እጣን ዛፍ በአማልክቱ አሙን ስም በተሰየመው የአትክልት ቦታ

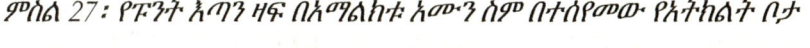

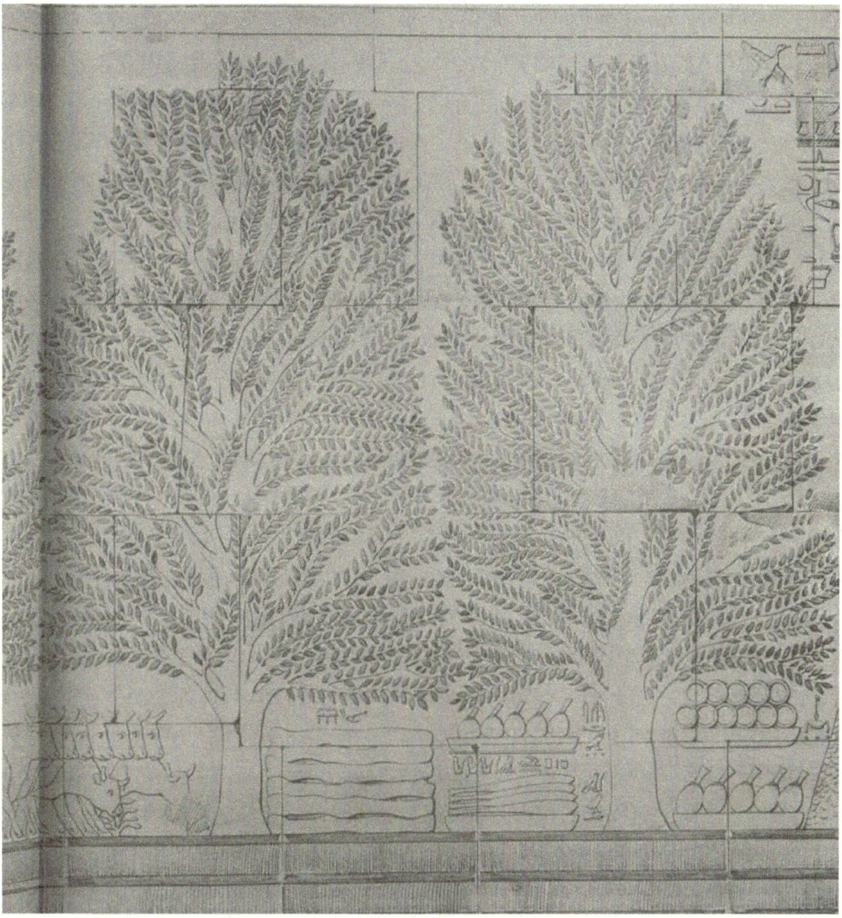

ግብፆች ከሱዳን ጠረፍ አልፈው እስከ ሶማሊያ የባህር ጠረፍ ድረስ ያን ያህል ርቀት ሊጓዙ አይችሉም የሚለውን፣ ለምሳሌ በእነኪሽን (1971)፣ ሄርዞግ (1968) እና ሾው (2003) የተደገፈውን፣ መላምት ከግምት ማስገባት ያስፈልጋል። ሌላው ነጥብ በጥንታዊ ግብፅ ስራዎች ከፑንት ጎን ለጎን ተጠቅሶ የሚገኘው የፑንት የወርቅ ማዕድን ማውጫ 'ቢያ ፑንት' ነው። በቀዳሚ ክፍል እንደገለፅነው ፑንት ወደግብፅ ከምትልካቸው ውስጥ ወርቅ አንዱ ነበር። ግብፆችም በተደጋጋሚ ወርቅ ከፑንት ስለመምጣቱ ብቻ ሳይሆን ስለወርቅ ማውጫው ቦታ፣ ቢያ ፑንት፣ ጠቅሰው ይገኛል። የወርቅ ማዕድን ማውጣት ደግሞ በእዚህ ሰሜን ምስራቅ አፍሪካ አካባቢ ረጅም እድሜ ያስቆጠረ ነው። ይህ በተጨማሪ የሚያሳየን ፑንት ሰሜን ምስራቅ አፍሪካ አካባቢ የሚመለከት ነው ማለቱ ስህተት አለመሆኑን ነው።

ምንም እንኳን መረጃዎች የሚያመዝኑት ፑንት የሰሜን ምስራቅ አፍሪካን የሚመለከት ነው የሚለው ቢሆንም፣ የሶማሊያው ጠረፍ አካባቢ ከጥንታዊ ግብፆች ግንኙነት ጨርሶ አልነበረውም ብሎ ለመደምደም የሚያስችል ነገር የለም። የሶማሊያው ክፍል የእጣን ሀገር መሆኑ ወደኋላ ላይ በወጡ የአክሱም ንጉሥ ስራዎች ተጠቅሶ ይገኛል (ኮቢሻኖቭ 1981፡ 383)።[90] በርግጥ ፑንቶች ለግብፅ ያቀርቡ ከነበሩት የምርት ውጤቶች በመነሳት ሙሉ በሙሉ ግዛቱን ለማመልከት አስቸጋሪ ነው። ለዚህ ምክንያቱ ፑንቶች እራሳቸው ከሌሎች ገዝተው ለግብፆች በማቅረብ ይነግዱ ሊሆን ስለሚችልም ነው። ከላይ የጠቀስናቸው ፊሊፕስ፣ ኪሽን እና ሌሎችም በተጨማሪ እንዳስገነዘቡት በተለያያ ግዜ በግብፅ ስራዎች የተጠቀሰው ሁሉ አንድ ሀገር/ቦታ ብቻ ያመለክታል ማለት አይደለም። ፑንቶች በግብፅ በተለያየ ወቅት በተሳሉት ውስጥ የተወሰነ ልዩነት መኖሩ በጥቅሉ ፑንት ከሚባል የመጡ የተለያዩ ጎሳዎች ወገኖች ሊሆን ይችላሉ የሚል መላምትም አለ። ለዚህ ባርድ እና ፋቶቪች (2018፡157)ን ይመልከቱ።[91] ሁለተኛው፣ በወቅቱ ከነበረው የጂኦግራፊ ግንዛቤ እና ከትውልድ ትውልድ የመረጃ መተላለፍ አንፃር፣ ግብፆች በተለያዩ ዘመናት ፑንት የሚሉት አንድን አካባቢ ብቻ ነበር ብሎ ለመደምደም አስቸጋሪ ነው። ይህን አስመልክቶ ፊሊፕስ እንደውም እርግጠኛነት በተሞላው መልኩ ግብፆች በተለያዩ ዘመናት ፑንት የሚሉት የተለያዩ አካባቢዎችን ለማመልከት ነው ይላል (ፊሊፕስ፣ 1997፡438)።[92] ይህ በርግጥ የበርካታ የታሪክ ባለሙያዎች እሳቤ ነው። ለምሳሌ ፓወል ሄንዝ (2000)ን ይመልከቱ።[93] እንደ ፊሊፕስ እሳቤ ፑንትን ከከርቤ ጋር ማያያዙ በግብፅ ስለነበረ፣ ከርቤ የሚገኝበት ሁሉ ለግብፆች ፑንት ማለት ሳይሆን አይቀርም (ዝኒከማሁ፡439)። እንደፊሊፕስ አስተያየት በአንድ ወቅት ግብፅ ፑንት ብላ የምትጠራው ሀገር በስነቁፋሮ ቦታው እርገጠኛ ሆኖ ቢገኝ እንኳን በሁሉም ዘመናት ግብፆች ፑንት እያሉ የሚጠሩት ያን አካባቢ ብቻ ነው የሚወክለው ብሎ ለመደምደም አይቻልም (ዝኒከማሁ)። ከዚህ ከፊሊፕስ አስተያየት ላለመስማማት አስቸጋሪ ነው። እንኳን ጥንታዊ ግብፆች ይቅር እና በኋላ በግሪክ ስልጣኔ ዘመን ሳይቀር በቀዳሚው ምዕራፍ ያየነው ኢትዮጵያ የሚለው የሀገር ስም የነበረው አጠቃቀም ልዩነት የዚህ ማስረጃ ነው።

ከላይ በካርታ 10 እንዳየነው የፊሊፕስ የፑንት ይሆናል ሀገር ከኪሽንም ሆን ከሌሎቹ ሰሜን ምስራቅ አፍሪካ ከሚሉት ወደደቡብ በጣም ይወርዳል። ይህ ሰው ፑንት ሶማሊያን አያካትትም የሚለውን ሙሉ በሙሉ አላስወገደም። በምን ያህል ደረጃ ግብፆች ያስገቡት የነበረው ከርቤ እና እጣን እነኪሽን በጠቀሱት ሰሜን ምስራቅ አፍሪካ መገኘቱ እርግጠኛ ባይኮንም፣ በእነዚህ ምርቶች ደረጃ ሶማሊያ እና በቀይባህር ማዶ ያለው በየመን የሚገኘው ከጥንት ጀምሮ ይታወቃል። ምንም እንኳን አስቀድመን እንደጠቀስነው ሶስተኛ ወገን ንግድ መኖሩ መቻሉን ሳንዘነጋ፣ በተለያየ ዘመን ግብፆች የጠቀሱት አንድን ቦታ ብቻ ላይሆን አለመቻሉ፣ የሶማሊያው እና የየመንን ወገን ፈፅሞ ግብፆች ፑንት የሚሉት አይወክላቸውም ለማለት አይቻልም። በፑንት ዘመን ከየመኖችም ጋር ምናልባትም የንግድ ልውውጡ የነበረ ይመስላል የሚለውን የሚያጠናክሩ ምክንያቶች አሉ። ለዚህ አንደኛው በዚህ ፑንት የሚለው ማካተቱን በአሁን ግዜ የማያጠያይቅ የሚመስለው ሰሜን ምስራቅ አፍሪካ በ1ኛው

ሺህ ትልቅ ግንኙነቱ ከግብፅ ይልቅ ከአረቢያው መሆኑ ነው። ይህም ደንበኛ ማስረጃ ያለን በደዓማት እና አክሱም ስልጣኔዎች ወቅት ነው።

ፑንት አረቢያን አይመለከትም ለማለት የተወሰኑ ስራዎችን ያበቃው ወደፑንት ከተወሰዱ የዱር እንስሳዎች ወይም በፑንት የሚገኙ እንስሣዎች በሚል በምስል የሚቀርቡት እነቀጭኔ እና አውራሪስ በአፍሪካ ብቻ የሚገኙ መሆናቸው ነው። በእርግጥ አውራሪስ በሩቅ ምስራቅ በተለይ በህንድ ይገኛል። ነገር ግን አውራሪስ በአረቢያ የለም። የዚህ ድምዳሜ ፑንት ግብፆች በተለያዩ ወቅት ፑንት የሚሉት አንድ ቦታ ላይሆን ከመቻሉም አንፃር ቢያንስ በተወሰነ ግዜ የሚጠቀሰው በሶማሊያ እና የመንንም የሚያካትት ቢሆንም፣ በአብዛኛው ስራዎቻቸው የጠቀሱት የሰሜን ምስራቅ አፍሪካን፤ ኤርትራን ምስራቅ ሱዳንን፣ እና ሰሜን ኢትዮጵያን የሚያካትተውን ሀገር ነው የሚለው የእነኪሽን እሳቤ ጋር ሚዛን የሚደፋ ነው ማለት ይቻላል።

ከፑንት ጋር ስለተደረገ የንግድ ልውውጥ ከራሜሴስ ሳልሳዊ ከ12ኛው መቶ ክፍለዘመን በኋላ ምንም ማስረጃ አለመገኘቱ፣ የግብፆች መንግሥት እየተዳከመ መምጣቱ አንደኛው ምክንያት ቢሆንም፣ ፑንት ይገኝበታል ተብሎ በሚታሰበው ቦታ ዋንኛው በሆነው የምስራቅ ሱድንን (የከሰላ አካባቢን) ይዞ በሰሜን ኢትዮጵያ እና በአሁኗ ኤርትራ እራሱን የቻለ ግንኙነቱን በተለይ ከአረቢያው ጋር ያደረገ ሰፊ ባህል መመስረቱ ሳይሆን አይቀርም የሚል ግምት አለ (ሙንሮ ሀይ 1991 & 1993፤ ፋቶቪች፣ 1999፤ ፊሊፐስ፣ 1997)። ይህ በተለይ የሚመለከተው ቢያንስ በ9ኛው ክፈለዘመን ቅጋአ የደአማት ስርወንግሥት መመስረቱ አንዱ ማስረጃ ነው። የዚህ እይታ አንድምታው ደዓማት- አክሱም የፑንት ቀጣይ ስልጣኔዎች ወይም በፑንት ላይ መሰረታቸውን የጣሉ ናቸው። በዚህ ላይ ከብዙ በጥቂቱ ሙንሮ ሄይ (1993፣ 1991)ን እና ብሬየር (2010)ን ይመልከቱ።[94] ይህን ጉዳይ ስለደዓማት-አክሱም በሚዳስሰው በሚቀጥለው ክፍል በዝርዝር እንመለከታለን።

4.3 ደዓማት-አክሱም

የዚህ ክፍል አላማ ስለአክሱም እና ደዓማት መንግሥታት የታሪክ ትንታኔ ለማቅረብ አይደለም። በዚህ ላይ በታሪክ ባለሙያዎች የተሰሩ በርካታ ስራዎች አሉ እና እነሱን ማየቱ ጠቃሚ ነው። ዋናው አላማችን እነዚህ መንግሥታት ከጥንታዊ የኩሽ መንግሥት ጋር የሚያገናኛቸው ነገር እንዳለ መመርመር ላይ ነው። በመግቢያው ምዕራፍ እንደገለፅነው፣ በተለይ የተወሰኑ የኢትዮጵያ ፖለቲከኞች የኢትዮ-ኩሻዊ ተናጋሪ ህዝቦች የጥንታዊ የኩሽ መንግሥት ባለቤት ናቸው ከማለት ባለፈ፣ የኩሽ መንግሥትን መቀመጫ ኢትዮጵያ በማድረግ የተዛባ ታሪክ ሲያሰራጩ ይስተዋላል። ነገሩ ለፖለቲካ ፍጆታ በሚመስል መልኩ ቢጀመረም እየሰፋ መጥቶ ወደ ተራው ህብረተሰብ ክፍል ወርዶ ይገኛል። በተለይ ትንሽ ፊደለ በቀመሰው ዘንድ መደናበሪያም፣ ማደናገሪያም እስከመሆን ደርሷል። ለዚህ አብነት ዛሬ ከሚዲያ አንስቶ የተለያዩ የንግድ ተቋሞች ሳይቀር ይህን ስያሜ በመያዝ መፍላታቸውን መጥቀሱ በቂ ይመስለናል። ውሻ በቀደደው ጅብ ይገባል ነው እና ዛሬ፣ በብዕር ስም በጠላትነት የሚፈረጁ የውጭ መንግሥት ሰላዮች ሳይቀር ይህን ትርክት ምሁራዊ

ለማስመሰል በርካታ ፅሁፎች በየድረገፁ ሲያወጡ ይስተዋላል። ለእዚህ አብነት መጋሎ ማቲስ በሚል የብዕር ስም በተለያዩ ወቅቶች የወጡ ፅሁፎችን መጥቀሱ ብቻ በቂ ይመስለናል። የኢትዮጵያ ኩሻዊ ቋንቋ ተናጋሪዎችን ከጥንታዊው ኩሽ መንግሥት ጋር ማገናኘቱ/ማዛመዱ ቅንጣት ያህል እውነትነት ቢኖረው ባልከፋ ነበር። ነገሩ ጭብጥ የሌለው ትርክት መሆኑ ነው። ድርጊቱ ተናጋሪውን ከማሳፈር አንስቶ የሀገር መሳቂያ እና መዛበቻ ማድረጉ አልቀረም። ለዚህ በአሁኑ ግዜ እግረመንገድ ወረፍ የሚያደርጉ የውጭ ምሁራን ስራዎችን መጥቀሱ በቂ ይመስለናል።

በሚቀጥለው ምዕራፍ የኩሻዊ ቋንቋዎችን ከመዳሰሳችን በፊት በኢትዮጵያ የመንግሥት አነሳስን፣ በምዕራፍ ሁለት ከገለፅንው ከኩሽ መንግሥት እና በቀዳሚው ምዕራፍ ካነሳንው ፑንት ጋር በማነፃፀር አጠር አድርገን እንመለከታለን። በምዕራፍ ሁለት እንደተመለከትንው የኩሽ መንግሥት ከአሁኒቷ ኢትዮጵያ ጋር የግዛት አንድነት አልነበረውም። የአክሱም ደዓማት መንግሥታት ምንም እንኳን የኩሽን ያህል የዘለቀ እድሜ ባይኖራቸውም የተወሰነ ዘመን በጋራ የሚጋሩት መኖሩ ነገሩን የበለጠ ያጠራዋል ብለን እንገምታለን። በእዚህ ክፍል እነዚህን መንግሥታት ከተመለከትን በኋላ በክፍል 4.4 ፑንት በክፍል 4.5 ደግሞ ኩሽ ከእነዚህ መንግሥታት ጋር የሚያገናኛቸውን ጉዳይ እንቃኛለን።

በቀዳሚው ክፍል እንደገለፅንው፣ ስለፑንት በተለያዩ ዘመኖች በግብፅ ስራዎች የተጠቀሰው አንድን አካባቢ ብቻ የሚያመለክት ነው ለማለት አሳማኝ መረጃ የለም። ይሁን እንጂ ቢያንስ በተወሰነ ወቅት የተገለፁት የሰሜኑን ኢትዮጵያን ክፍል ያካተት እንደነበር አይተናል። በህትሼፕሰት/ሀታሱ ወቅት የፑንት ሀገር ህዝቦችን ሀበሾች በማለት የተገለፀው መረጃ በቀላሉ የሚታለፍ አይደለም።

4.3.1 ደዓማት

ስለደዓማት መንግሥት ብዙም አይታወቅም። ይህ መንግሥት ከአክሱም መንግሥት በፊት የነበረ እና ምናልባትም ከ1000 ቅጋአ ጀምሮ እስከ አክሱም ዘመን መነሻ ድረስ የቆየ ይመስላል። የአክሱም መንግሥትም የዚህ የደዓማት መንግሥት ተከታይ እንደሆነ ይታሰባል። ይህ፣ ልክ የዛጔ ስረወመንግሥት የአክሱሙ ቀጣይ እንደሆነው ማለት ነው። የደዓማት መንግሥት ዋናው መቀመጫው የሀ ነው ተብሎ ይታሰባል (ፋቶቪች 1999፡6)። [95] ለዚህ ምክንያቱ፣ በየሀ የተገኘው የቤተ አምልኮ ፍርስራሽ ዋንኛው ነው። የደዓማት መንግሥት የአክሱም መንግሥት ከመነሻው ይጠቀምበት እንደነበረው በሳቢያን ይፅፍ ነበር። ለዚህ ብዙም ባይሆኑም በየሀ የተገኙት በሳቢያን የተፃፉ የተወሰኑ የድንጋይ ላይ ፅሁፎች ዋንኛ ምስክሮች ናቸው። የደዓማት መንግሥት የሳቢያን ፅህፈት ከመጠቀሙም በተጨማሪ በመስኖ ላይ የተመሰረተ እርሻን፣ እንዲሁም ብረትም ያቀልጥ ነበር (ፋቶቪች 1999፡6)።[96]

ስለደዓማት መንግሥት የግዛቱ ስፋት አፍ ሞልቶ መናገር ባይቻልም፣ በአትባራ እና ጋሽ ቆላማ ስፍራዎች የሚኖሩ አርብቶ አደሮችም በዚህ መንግሥት ስር እንደነበሩ ይገመታል

(ዝኒከማሁ)። በተለያዩ የትግራይ እና ኤርትራ አካባቢዎች የዚህ ዘመን አሻራ የሆኑ ስፈራዎች ተገኝተዋል።

የደዓማት መንግሥት ከደቡብ አረቢያ የወረሰው ፅሑፍ ብቻ አይደለም። በየሀ ከተገኘው ፍርስራሽ መረዳት እንደሚቻለውም የአምልኮ ቤት አሰራሩ እና አምልኮው ከደቡብ አረቢያኖች ጋር ተመሳሳይ ነበር። የመስኖ ቴክኒክም ከደቡብ አረቢያኖች የተወሰደ ይመስላል። ይሁን እንጂ፣ ደቡብ አረቢያኖች አካባቢውን ወረው ስልጣኔውንም፣ የእርሻ ተግባሩን ሳይቀር ይዘው በመምጣት የመሰረቱት ነው የሚለው የቀድሞው መላምት ስህተት መሆኑ በአሁን ግዜ በታሪክ ምሁራን ደረጃ የታወቀ ነው። ለዚህ ከብዙ በጥቂቱ ሙንሮ ሀይ (1991)ን፣ ግሪንፊልድ (1965)ን፣ እና ፊሊፕሰን (2012)ን ይመልከቱ። ከቋንቋ አንፃርም ሳቢያን ለግዕዝ እና ለሌሎቹ ኢትዮሴማዊ ቋንቋዎች መሰረት/ወላጅ ነው የሚለው በአሁኑ ግዜ ተቀባይነት የለውም። ለዚህ ከብዙ በጥቂቱ ሙርቶነን (1967, 1969)ን፣ ሀድሰን (1977, 1978)ን፣ ግርማ (2009/2014)ን እና በዚያ የተጠቀሱ ስራዎችን ይመልከቱ።

የደዓማት መንግሥት ከደቡብ አረቢያን በመጡ ሰፋሪዎች የተመሰረተ አይደለም ከሚያስብለው ውስጥ የእርሻ ተግባር በአካባቢው እነዚህ ሰፋሪዎች መጡ ከተባሉበት በፊትም መኖሩ አንዱ ነው። ከዚህም በላይ፣ የደዓማት መንግሥት ነበረ በተባለው ዘመን የነበሩ የህዝብ ሰፈራዎች የተገኙ የስነቁፋሮ መረጃዎች ጨርሶውንም የደቡብ አረቢያን ተፅዕኖ የማያሳዩ ሆነው ተገኝተዋል (ፊሊፕሰን 2012:23)።[97] ፊሊፕሰን (2012፡24) በማከል ሲገልፅ ይህ ህዝብ ይልቁንም ቀደም ካለው ዘመን የቀጠለ የእርሻ መር ኢኮኖሚ እንደነበረውና[98] የስነህንፃውም ቢሆን ሀገር በቀል መሰረት ያለው ነው።[99]

የደዓማት መንግሥት በእርግጠኝነት መቼ እንዳከተመ አይታወቅም። ከዚህም በላይ መቀመጫውን እራሱ ወደአክሱም አዙሮ ይቀጥል ወይም በአክሱም አካባቢ ጠንካራ አስተዳደር ተፈጥሮ በኋላም ላይ የደዓማቱን መንግሥት ይዋጠው የሚታወቅ ነገር የለም። ይሁን እንጂ በአክሱም የተነሳው እራሱን የአክሱም መንግሥት በማለት መጥራት ጀመረ እንጂ የደዓማት መንግሥት ብሎ አልቀጠለም። ያም ቢሆን፣ የአክሱም መንግሥት የደዓማቱ ቀጣይ ተደርጎ ነው የሚወሰደው።

በአክሱም አካባቢ የነበሩ ሰፈራዎች የሚያሳዩት በአምስተኛው ክፍለዘመን ቅጋአ ጀምሮ በአካባቢው የተደራጀ ህብረተሰብ መኖሩን ነው። ይህ ህብረተሰብም በየሀ አካባቢ ካለው ያነሰ የደቡብ አረቢያን ተፅዕኖ ይታይበታል (ባርድ፣ ፋቶቪች፣ ማንዞ እና ፔሊንጌሪ፣ 2002፤ ፊሊፕሰን፣ 2012) ። ከዚህ በመነሳት እነባርድ፣ ፋቶቪች፣ ማንዞ እና ፔሊንጌሪ (2002፡32) በሳቢያውያን ተፅዕኖ ነበረበት ያሉትን የደዓማት መንግሥት እድሜ ከ700 እስከ 400 ቅጋአ በማድረግ ከዚያ የሚቀጥለውን የቀዳሚ አክሱማይት ዘመን ያደርጉታል። የፅህፈት ስርዓቱም ከመነሻው እንደደዓማቱ በሳቢያን ነበር።

4.3.2 አክሱም

ከላይ እንደገለፅነው የአክሱም መንግሥት የደዓማት መንግሥት ቀጣይ ተደርጎ ቢወሰድም፣ አንዱ ያከተመበት እና ሌላኛው የተነሳበት ትክክለኛው ዘመን አይታወቅም።[100] በአክሱም

አካባቢ የተደራጀ ህዝብ/በመደብ የተከፋፈለ ህዝብ ያለባቸው ሰፈራዎች ከ5ኛው ቅጋአ ጀምሮ ተገኝተዋል። በዚያ ዘመን አክሱምንም ደዓማት ጨምሮ ያስተዳድር አያስተዳድር የሚታወቅ ነገር የለም። የሚታወቀው ነገር በአክሱም አካባቢ የተገኙት የስነቁፋሮ ቁሳቁሶች ከደቡብ አረቢያ ጋር የሚያገናኛቸው እምብዛም አለመኖሩ ነው። የየሀ አካባቢውም ከላይ እንደገለፅነው የደቡብ አረቢያን ባህል በተወሰነ ደረጃ ያሳያል። ይህ በአክሱም አካባቢ ባለው ብዙም አይታይም። ይህ ምናልባት የአዲስ መንግሥት ምስረታ መኖሩን አመላካች ተደርጎ ሊወሰድ ቢችልም፣ በደዓማት መንግሥት ዘመን ከየሀ ውጭ ባሉ አካባቢዎች ሁሉ የደቡብ አረቢያ ባህል ተፅዕኖ በጣም ትንሽ ወይም፣ ከላይ እንደገለፅነው፣ ጨርሶውንም ተፅዕኖ የሌለበት (ፊሊፕሰን፣ 2012:23) በመሆኑ፣ የደዓማት መንግሥት የአክሱም አካባቢን አያካትትም ነበር ብሎ ለመደምደም ሆነ የአክሱም ሰፈራዎች በነበሩበት ወቅት ደዓማት ሀይሉ ተዳክሞ ነበር ለማለት በቂ መረጃ የለንም። አክሱማዊው መንግሥት ስልጣኑን ከደዓማት መንግሥት ላይ መቼ እንደወሰደው ብቻ ሳይሆን በምን መልክ እንደወሰደውም ማረጋገጫ የለም።[101]

የአክሱማይት መንግሥት እራሱን የደዓማት መንግሥት ብሎ አልጠራምና፣ በአክሱም አካባቢ ከነበሩት ሰፈራዎች በመነሳት ታሪክ ከዘገበው የንጉሣኑን ዝርዝር ከማወቃችን በፊት የነበረውን እና ከዚያ በኋላ እስከ ስርዓተ መንግሥቱ መድከሚያው ድረስ በተለያዩ ዘመኖች መከፈል ያታያል። ይህም ቅድመ/ቀዳሚአክሱማይት 'በእንግሊዝኛው ፕሪ/ፕሮቶ አክሱማይት'፣ መነሻ አክሱማይት 'ኧርሊ አክሱማይት'፣ ወዘተ በማለት ነው። ይህ አከፋፈል ጊዚያዊ ከመሆኑም ባሻገር በሁሉ ስምምነት ያለው አይደለም። አከፋፈሉ ጨርሶውንም አስፈላጊ አይደለም፤ አሳማኝ ምክንያቶችም የሉትም የሚሉ አሉ። ለምሳሌ ፊሊፕሰን (2012፡19 ቀገ)ን ይመልከቱ። ይህ አከፋፈል አሳማኝ ምክንያት የሚኖረው በፊት እንደሚታሰበው የአክሱማይት ስልጣኔ በደቡብ አረቢያን ሰፋሪዎች የተመሰረተ ቢሆን ነበር። አሁን ያለው አመለካከት ከቀድሞው አስተሳሰብ በኋላ የተገኙት የስነቁፋሮ ውጤቶች እንደሚያሳዩት በቦታው ለረጅም ግዜ የነበር ህዝብ ቀጣይ ስልጣኔ ስለሆን ቅድመ አክሱማይት ብሎ የተወሰኑ ክፍለ ዘመኖችን ብቻ ማስቀመጡ አግባብነት የለውም (ፊሊፕሰን፣ ዝኒከማሁ)።

በአንድ አስቀመጥንውም በተለያዩ አደረጃጀት፣ የአክሱም መንግሥት መነሻ አንዳንዶች ከጋራ አቆጣጠር በፊት በነበረው 100 ዓመት ሲያደርጉት አንዳንዶች ከጋራ አቆጣጠር ወዲህ በነበረው 100 ዓመት ያደርጉታል። በአንደኛው ክፍለዘመን እንደተፃፈ በሚገመተው *ዘ ፐሪፐለስ ኦፍ ዘ ኤርቲሪያን ሲ* (ቁጥር 4 & ቁጥር 5) ላይ አክሱም የንግድ ማዕከል የነበረች ከተማ እንደነበረች እና የግሪክ ቋንቋ እውቀትም በነበረው ዞስካለስ በሚባል ንጉሥ ትመራ እንደነበር ተገልፆ ይገኛል።[102] በዚህ በአንደኛው ክፍለዘመን አጋማሽ እንደተፃፈ በሚገመት ስራ የወቅቱን የአለማቀፍ ቋንቋ የሚያውቅ ንጉሥ ያለው ሀገር ቀዳሚ መሰረት የጣለ ንጉሥ አልነበረውም ማለት ይከብዳል። ከዚህ አንፃር እንኳ ብቻ በመነሳት የአክሱማዊ መንግሥት

ከ100 ቅጋአ አካባቢ ነበረ የሚለው ሚዛን የሚደፋ ይመስላል። የባርድ፣ ፋቶቪች፣ ማንዞ እና ፔሊንጌሪ (2002) ስነቁፋሮ ውጤትም ይህን የሚደግፍ ነው።

ከላይ እንደጠቀስነው ባርድ፣ ፋቶቪች፣ ማንዞ እና ፔሊንጌሪ (2002፡31) በእንዳ ጊዮርጊስ የተደረገን የስነቁፋሮ ጥናት መሰረት በማድረግ የቀዳሚ አክሱማይት ዘመንን ከ382 እስከ 32 ቅጋአ ያደርጉታል። በዚህ ስነቁፋሮ በተለይ በኦና እንዳ አቦይ ዘውጌ እና ኦነ ነገሥት የተገኙ ቁሳቁሶች እስከ አራት መቶ ቅጋአ ዘመን የተደራጀ እና ያደገ ባህል ያለው ትልልቅ ስራዎችን ማከናወን የሚችል በመደብ የተከፋፈለ ህዝብ መኖሩን የሚጠቁሙ ሆነው ተገኝተዋል (ዝኒከማሁ፡32)። ከእነዚህ ግኝቶች ውስጥ በኦና እንዳ አቦይ ዘውጌ ከግብፅ የመጡ 200 የሚሆኑ ከከበረ ድንጋይ እና መስታወት የተሰሩ ጌጣጌችም ተገኝተዋል። እነዚህ ጌጣጌጦች ስሪት የግሪክ እጅ ያለበት በመሆኑ ግሪኮች ግብፅን በሚያስተዳድሩበት ዘመን በሁለተኛው እና በአንደኛው ክፍለ ዘመን ቅጋአ ከግብፅ ጋር ግንኙነት መኖሩን ማሳያ ተደርገው ይወሰዳሉ።

ከላይ እንደገለፅነው የደዓማት መንግሥት ቀጣይ የሆነው የአክሱማይት መንግሥት ከደዓማት ባነሰ የደቡብ አረቢያ ባህል ይታይበታል። ፋቶቪች (1999፡7) ይህን አስመልክቶ የአክሱማይት ባህል/ስልጣኔ ከአካባቢው ላይ የተነሳ መሆኑን እና የዚህ ባህል ልዩ መለያ የሆነው ሀውልት ከደቡብ አረቢያም ሆነ ከግብፅ ግንኙነት የለውም ይላል። እንደዚህ ሰው ከሆነ መነሻቸው ምናልባትም የመቃብር ቦታን ለማመልከት የጋሽ አካባቢ ህዝቦች ጋር የሚገናኝ ይመስላል (ዝኒከማሁ)። የባርድ፣ ፋቶቪች፣ ማንዞ እና ፔሊንጌሪ (2002፡32) በእንዳ ጊዮርጊስ ያደረጉት የስነቁፋሮ ግኝት የሚያሳየውም አክሱም አካባቢ የታየው ስልጣኔ ከደዓማት ባነሰ የሳቢያን ተፅዕኖ ያለበት ወይም ጭራሹንም ከተፅዕኖ ውጭ ነው የሚያስብል ነው። ምንም እንኳን የቅድመአክሱማይት መንግሥቶቹ ሀውልቶች በእርዝማኔ ከመሀል ተልጊኖ ካሉት ቢለዩም፣ ቅድመአክሱማይት ከላይ እንደገለፅነው ከመሀል ተልጊኖ ካሉት ጋር ተመሳሳይነት አላቸው (ባርድ፣ ፋቶቪች፣ ማንዞ እና ፔሊንጌሪ፣ 2002፡31)።

የአክሱም መንግሥት በታሪክ እንድሚታወቀው ትኩረቱ ብቻ ሳይሆን የግዛት ስፋቱን በደቡብ አረቢያ አድርጎ ነበር። ይህ የሶማሊያን የባህር ጠረፎችም ያካትታል። ቋንቋ እና ነገድ በኢትዮጵያ ቅፅ አንድ ላይ እንደገለፅነው፣

> ከአንደኛው ክፍለዘመን ጋአ ጀምሮ አክሱማውያን ባህር ተሻግረው ደቡብ አረቢያኖችን ያስገብሩ እንደነበር ይነገራል። ለዚህ የስድስተኛው ክፍለዘመን ኮስማስ የተባለው የግብፁ መነኩሴ አዱሊስ ላይ ያገኘው *ምኑመንተም አዱሊስ* በሚል እስካሁን የሚታወቀው በዕምነበረድ ላይ በግሪክ የተቀረፀ ፅሁፍን መጥቀስ ይቻላል (ማክሪንድል 1897)። ይህ ፅሁፍ አሁን ቢጠፋም ኮስማስ *ክርስትያን ቶፖግራፊ* የሚለው ስራው ላይ ገልብጦ ይዘቱን ለታሪክ አቀይቶልናል።[103] ኮስማስ *ምኑመንተም አዱሊስ* ላይ ያገኘውን እንደአስፈረው፤ የአክሱም ንጉሥ በመጀመሪያ በአካባቢው ያሉትን ግዛቶች (እነአጋሜን)፣ ከዚያም በሁሉ አቅጣጫ በመዝመት ያሁኒቱ ኢትዮጵያን አብዛኛ ግዛቶች፣ ሱዳንን፣ እና ሶማሊያን አስገበረ። ከዚያም፣ ባህር በመሻገር በደቡብ አረቢያ እነሳባን እና በባህር

ጠረፎች አካባቢ ያሉ ሌሎች ግዛቶችን ማስገበሩን ይገልፃል (ማከሪንድል 1897:57 እና ቀጣይ ገፆች)። ይህ የአክሱም ንጉሥ፣ በአንዳንድ ስራዎች የተለያየ ግዜ ቢሰጠውም፣ አሁን ተቀባይነት ያለው በመጀመሪያው ክፍለዘመን (ጋአ) የነበረ መሆኑን ነው። ሌላው፣ [ቢያንስ] በሁለተኛው ክፍለዘመን ጀምሮ ኢትዮጵያውያኖቹ በደቡብ አረቢያ እንቅስቃሴ ያደርጉ እንደነበር በግልፅ ይታወቃል (ከብዙ በጥቂቱ ስርግው 1972ን፣ ሙንሮ-ሀይ 1991ን፣ እና ባወርሳክ 2013ን ይመልከቱ)።[104] ለዚህ አስረጂ ስለንጉሥ ገደረት እና ንጉሥ አፅብሀ በድንጋይ ላይ በደቡብ አረቢያ የተፃፉ ፅሁፎችን መጥቀስ ይቻላል። ከእነዚህ ለምሳሌ ስለንጉሥ ገደረት ከተፃፉት CIH 318ን እና Ja 631ን፣ እንዲሁም ስለንጉሥ አፅብሀ Ja 576ን ይመልከቱ (ግርማ፣ *ቋንቋ እና ነገድ በኢትዮጵያ ቅፅ አንድ*፣ 2018፡158-159)።

የአክሱም ንጉሶች በሁለተኛው እና በሶስተኛው መቶ ክፍለዘመን ደቡብ አረቢያን ተቆጣጥረው እንደነበር የሚያሳይ የፅሁፍ መረጃ በደቡብ አረቢያ ከመገኘቱ ባሻገር በታሪክ በሚታወቀው በአራተኛው ክፍለዘመን በኢዛና ወቅትም የአክሱማይት መንግሥት ወደምስራቁ ብቻ ሳይሆን ወደደቡብ እንዲሁም ወደምዕራብ እና ሰሜን ተስፋፍቶ በርካታ ግዛቶችን ያካትት ነበር።[105] ለምሳሌ ኢዛና ማዕረጉን ሲገልፅ የሚከተሉት ግዛቶቹ በእርሱ ስር እንደነበሩ ያመለክታል፤ "በጠላት የማይሸነፈው የመሐረም ልጅ ንጉሥ ኢዛና የአክሱም፣ የሕምያር፣ የኩሽ፣ የሳባ፣ የሀበሻ፣ የራይዳን፣ የሳልሄን፣ የጺያሞ እና የቤጃ ንጉሠ ነገሥት" (DAE 5/6/7)።" የኩሽ መቀመጫ የሆነችው ሜሮኤ ኢዛና ፍፃሜዋን እንዳአደረገው በወቅቱ ከተዉልን ፅሁፍ መረዳት ይቻላል። ኢዛና ሜሮኤን ወግቶ እንዲያጠፉት ያደረገው አልገብርም ብለው አምፀው ሊሆን ይችላል የሚል ግምት አለ።[106]

አክሱም በንጉሥ ካሌብም ግዜ ገናናነቷ እየጨመረ የነበረ መሆኑን ወደደቡብ አረቢያ ዘምቶ ክርስቲያኖቹን ሲበድል የነበረውን ንጉሥ ወግቶ በዚያው የራሱን ሰው መሾሙን መጥቀሱ ብቻ ይበቃል። በዚህ ንጉሥ ዘመን የአክሱማይት ግዛት ስፋትን ብሩክ (2007:9) ከተለያዩ ሰንዶች በመነሳት 100,000 ስኬር ኪሎሜትር ያደርገዋል።[107] በዚህ ዘመን የነበረው የአክሱም ግዛት በካርታ የሚከተለውን አድርጎ ማስቀመጥ ይቻላል።

ካርታ 14፡ አክሱም በስድስተኛው ክፍለ ዘመን/ በንጉሥ ካሌብ ዘመን

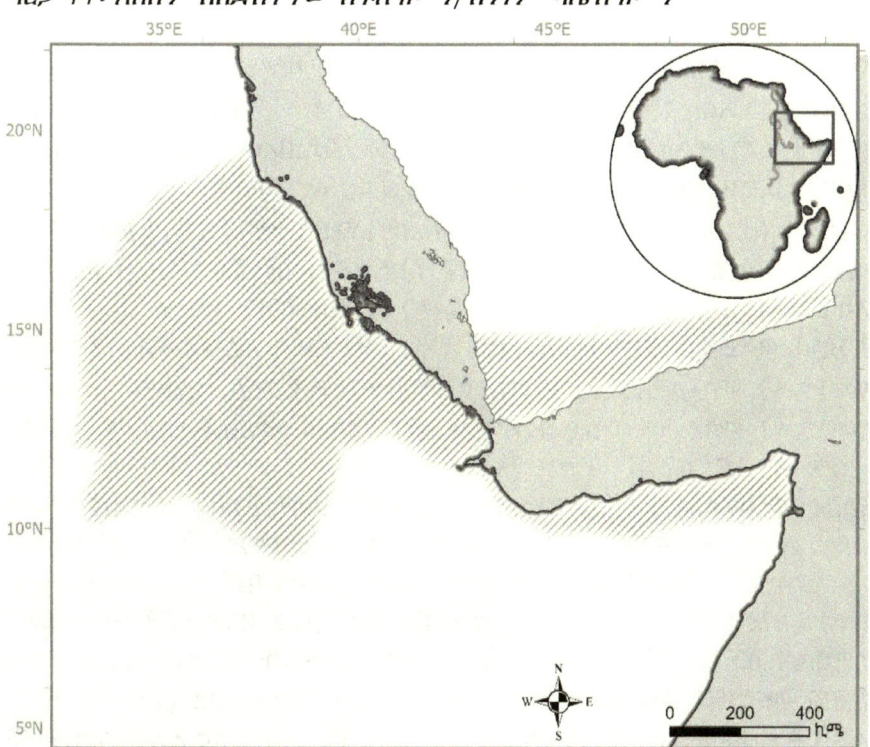

ክሬዲት፡ ዳንኤል ካሳሁን

የአክሱም መንግሥት በወታደራዊ ሀይል ብቻ ሳይሆን በስነቅርፅ፣ ስነፅሁፍ፣ በሸክላ ስራ ወዘተ ታላቅ ስልጣኔን የገነባ መንግሥት ነው።[108] በዚህ ላይ ብዙ ስራዎች አሉ እና እነሱን መመልከቱ ጠቃሚ ነው። ከእነዚህ ውስጥ፣ ተክለፃዲቅ መኩሪያ (1951)ን፣ ስርግው (1972)ን፣ ሙንሮ ሀይ (1991)ን፣ ፊሊፕሰን (2012)ን፣ እና ሀትኬ (2011 & 2013)ን መመልከቱ ብቻ በጉዳዩ ላይ መሰረታዊ ግንዛቤ ያስጨብጣል። ይህ መንግሥት፣ በአጠቃላይ የደዓማት-አክሱም መንግሥት ከጥንት እና በምዕራፍ ሁለት ከዳሰስነው የኩሽ መንግሥት ጋር በማነፃፀር የተወሰኑ ነጥቦችን በሚቀጥሉት ክፍሎች እንዳስሳለን። በእርግጥ የእነዚህን ዋና ዋና ነጥቦች በላይኛው ክፍሎች እግረመንገዳችንን አንስተናቸዋል።

4.4 ጥንት እና ዳዓማት-አክሱም

በክፍል 4.2 እንደገለፅነው፣ ስለጥንት በተለያዩ ዘመኖች በግብፅ ስራዎች የተጠቀሰው አንድን አካባቢ ብቻ የሚያመለክት ነው ለማለት አሳማኝ መረጃ መረጃ የለም። ይሁን እንጂ ቢያንስ በተወሰነ ወቅት የተገለፁት የሰሜኑን ኢትዮጵያን ክፍል ያካተት እንደነበር በክፍል

4.2 የጠቀስናቸው መረጃዎች እና ፑንትን ጉዳዩ ብለው የመረመሩ በርካታ የቅርብ ዘመን ስራዎች እንደሚያሳዩ አይተናል። ፑንት ኢትዮጵያን ማካተቱ እንደሄንዝ ከሆነ የሚያጠራጥር ነገር የለውም (2000፡15)።[109] በእርግጥ ከሰሜን ኤርትራ ጀምሮ እስከ ሀረርጌ ድረስ እስከ 10 ሺህ ቅጋአ የሚደርሱ ዘመን ያስቆጠሩ የዋሻ ስዕሎች ላይ የከብት ምስሎች ተገኝተዋል። እነዚህ ምስሎች በአባይ ሸለቆ እንደነበረው የባህል ስልጣኔ የከብት እርባታ በእዚህ አካባቢ ይደረገ እንደነበር ማሳያ ተደርገው ይወሰዳሉ (ኮንተንሰን 1981፡ 341)።[110] በደቡብ በኦሞቲክ ህዝብ ዘንድ የነበረውን የእርሻ ተግባር እንኳ ለጊዜው ወደጎን ብንለው፣ በሰሜኑ አካባቢ የማሽላ እርሻ እና የሸክላ ስራ ከሶስት ሺህ እና አራት ሺህ ቅጋአ አካባቢ እነደነበረ እና ይህ ህዝብ አስቀድመን እንደጠቀስነው ከግብፅ ጋር ግንኙነት እንደነበረው ይታሰባል (ኮንተንሰን 1981፡341)።[111] ይህም ራሱን ለቻለ ስልጣኔ እና የመንግሥት ምስረታ እንዲፈጠር ምክንያት ነበር ማለት ይቻላል (ዝኒከማሁ)። ከእዚህ የመንግሥት ምስረታው ውስጥ በቀዳሚው ክፍል ያነሳነው ታሪክ የመዘገበው የደዓማት መንግሥት እና ከትንሽ መንግሥትነት ተንስቶ ታላቅ ኢምፐየር እስከመመስረትና፣ የሶስተኛው ክፍለዘመን ፐርሺያዊው ማኒ እንደዘገበው፣ በአለማችን በወቅቱ ከነበሩት አራት ኃያላን መንግሥታት ውስጥ አንዱ ለመሆን የበቃው የአክሱም መንግሥት ተጠቃሽ ናቸው።

የደዓማት መንግሥት አድጎ የአክሱም መንግሥት ከመሆኑ በፊት እራሱ የተመሰረተው በጥንቱ ሀገረ ፑንት ላይ እንደሆነ፣ በርግጥ የበርካቶች የታሪክ ባለሙያዎች ግምት ነው። ለምሳሌ ኪሽን ስለፑንት በግብፅ ስራዎች መጥፋትን አስመልክቱ በቦታው ላይ ሌላ ባህል እያበበ መምጣቱን አስረግጦ ገልጿል (1993፡ 606)። የሙንሮ-ሀይ (1991፣ 1993)፣ ፋቶቪች (1999፣ 2010)፣ ፊሊፐስ (1997)፣ ፊሊፐሰን (2012) እና ሌሎች በርካታዎች እሳቤ ይኸው ነው።[112] ፋቶቪች (1999፣ 2010)ም ቀደምት ጥናቶች የቅድመአክሱማይት ስልጣኔ/የደዓማት መንግሥት ከደቡብ አረቢያ በመጡ ሳባዊያን በሚባሉ ሴማዊ ተናጋሪዎች ቅኝ በመግዛት የተፈጠረ ነው ቢባልም በአሁን ግዜ ግን ይህ ስልጣኔ ሀገር በቀል ላይ ተመስርቶ ከሳቢያውያን ለምሳሌ ፅሁፋቸውን አይነት የወሰደ እናም ምናልባትም ግንኙነቱን ከእነዚህ ከባህር ማዶ ካሉ ህዝቦች ጋር ያደረገ መንግሥት መሆኑን ይገልፃል።[113] ፊሊፐሰንም የአክሱም ስርወመንግሥት በሳቢያን ቅኝ ግዛት የተፈጠረ ነው የሚለው የቀድሞ አስተሳሰብ አሁን ተቀባይነት እንደሌለው በመጥቀስ ግምቱ በዚህ አካባቢ የነበረን የህዝብ ሰፈራ እና ባህል ካለማገናዘብ የመጣ ነው ይላል። ለምሳሌ ያህል በኮንቲሮስኒ የደቡብ አረቢያን ናቸው የተባሉት ደቡብ አረቢያኖች መጡ ከተባለበት ቀደም ብለው የነበሩ የአካባቢው ህዝብ ስልጣኔ ውጤቶች ሆነው ተገኝተዋል።[114] ይህ ማለት ደዓማት፣ አክሱም ፑንት በሚል በሚጠቀሰው ሀገር ላይ የተመሰረቱ መንግሥታት ናቸው።[115] ለምሳሌ በመሀል ተጋሊኖ፣ (ከሰላ፣ ሱዳን) የስነቁፋሮ መረጃዎች እንደሚያሳዩት ከ2300 እስከ አ500/1400 ቅጋአ እድሜ ያላቸው በኋላ በቅደመአክሱም ዘመን ከተሰሩት ሀውልቶች ጋር ተመሳሳይ ሆነው ተገኝተዋል (ባርድ፣ ፋቶቪች፣ ማንዞ እና ፔሊንጌሪ፣ 2002፡ 31)። በርግጥ እነዚህ ሀውልቶች በርዝመት የቅደመአክሱሞቹን አያክሉም። ባርድ፣

ፋቶቪች፣ ማንዞ እና ፔሊንጌሪ የእንዳ ጊዮርጊስ ስነቁፋሮ ውጤት የሚያሳየው ቅድመ አክሱማይት በኤርትራ ሱዳን አዋሳኝ አካባቢዎች ከነበረው ቅድመታሪክ ባህል ጋር ግንኙነት እንደነበረው ነው ይላሉ (ዝኒከማሁ፡33)። እነዚህ ሰዎች እንደጠቀሱት በቤተጊዮርጊስ የተገኙት የሸክላ ስራዎች "በቅርፅ ከመሃል ቴግሊኖ [ከሰላ] ጋር ግልፅ መመሳሳሰል ያሳይሉ" (ዝኒከማሁ)።[116]

የአክሱም መንግሥት ከደቡብ አረቢያ ካሉ ከሳቢያን እና ሌሎች ትንንሽ መንግሥታት ብቻ ሳይሆን ከኩሽ፣ ከፐርሺያን እና ግሪኮችም ግንኙነት ነበረው።[117] ዋናው ነጥብ አንፍሬ (1981፡378) እንዳለው የአክሱም ስልጣኔ አፍሪካዊ መሰረት ያለው መሆኑ በአሁኑ ወቅት ለጥያቄ የሚገባ አለመሆኑ ነው።[118] ከደቡብ አረቢያዎች በመጡ የተፈጠረ ነው ለሚለው መላምት እንደዋና ማስረጃ ይቀርብ የነበረው የቋንቋ ዝምድና ምንም ስነልሳናዊ ድጋፍ እንደሌለው የቅርብ ስጣኖቶች አሳይተዋል። ይልቁንም ግዕዝም ሆነ ሌሎቹ ኤትዮ ሴማዊ ቋንቋዎች በአካባቢው ሳብያን ፅሁፍ ከመታየቱ በፊት የነበሩ ናቸው።[119] ባጠቃላይ የአክሱም ስልጣኔ በፊት ከነበረው ባህላዊ እድገት ላይ የቀጠለ ነው (ፊሊፕሰን 2012፡ 17)።[120] በዚህ ላይ ቀደም ላለ ስራ ግሪንፊልድ (1965)ንም ይመለከቱ።

4.5 ኩሽ እና ዳዓማት-አክሱም

ኩሽ በመጀመሪያ ሺህ አጋማሽ ቅጋአ አክባቢ አስተዳደሩን ወደ ሜሮኤ ሲያዞር ወደኢትዮጵያ ድንበር በጣም በመቅረቡ ከኢትዮጵያ ጋር ግንኙነት እንደነበረው መገመት ይቻላል። በቀዳሚዎቹ ክፍሎች እንደገለፅነው ግብፆች ወደፑንት በእግር/በየብስ የሚያደርጉት በኩሽ በኩል ነው። ፑንት እንደሀገር መንግሥት መስርቶ ግልፅ የሆነ ጠረፍ ያለው የተወሰነ ግዛት ያስተዳድር እንደነበር ማስረጃ ባይኖርም፣ ባለፈው ክፍል እንደገለፅነው፣ የንግድ ልውውጥ የሚያደርግ የተደራጀ ህዝብ ነበረው። ከግብፅ ጋር የንግድ ልውውጥ ማድረጉ ከኩሽም ጋር ያደረግ እንደነበር መገመት ይቻላል። የቅርብ ግዜ የስነቁፋሮ ውጤቶችም የሚያሳዩት ይህንኑ ነው። ለምሳሌ፣ እነባርድ፣ ፋቶቪች፣ ማንዞ እና ፔሊንጌሪ (2002፡35 እና ቀገ) በእንዳ ጊዮርጊስ ያደረጉት ስነቁፋሮ ቅድመአክሱም ከላይኛው ኑቢያ ጋር የባህል መመሳሰሎች አግኝተውበታል። ከዚህ ባህላዊ መመሳሰል ውስጥ የማህተሞች ቅርፅ አንዱ ነው።

ይሁን እንጂ፣ በቀዳሚ ክፍሎች እንደገለፅነው፣ የኩሽ ግዛት በየትኛውም ወቅት ቢሆን የደዓማት/አክሱም አካባቢን የሚያካትት አልነበረም። ኩሽ ግዛቱን ወደደቡብ በመጀመሪያው ሺህ አጋማሽ ቅጋአ አካባቢ ሲያዞር፣ በወቅቱ በኢትዮጵያ ራሱን የቻለ መንግሥት እንደነበረ በቀዳሚዎቹ ክፍሎች አይተናል። ከላይ በክፍል 4.3 እንደገለፅነው የደዓማት መንግሥት ቢያንስ ከ9ኛው መቶ ቅጋአ ጀምሮ የነበረ ይመስላል። የዚህ መንግሥት ከኩሹ ጋር የሚያዛምደው እምብዛም ነው። በቀዳሚው ክፍል እንደገለፅነው የደዓማት-አክሱም ባህሉ በተለይ አምልኮው በደቡብ አረቢያ ላይ የተቃኘ እና ከዚያ ባለፈ አካባቢያዊ ይዘት የነበረው ነበር።

በአጠቃላይ የደዓማት-አክሱም መንግሥት ስልጣኔም ሆነ ምስረታ ከኩሽ መንግሥት ጋር በቀጥታ የተገናኘ አይደለም። ከላይ እንደገለፅነው የኩሽ-ግብፅ ተፅዕኖ በኢትዮጵያ/ዳዓማት-አክሱም ስልጣኔ ላይ እምብዛም የለም። በእርግጥ በኢትዮጵያ በርካታ ባህሎች ከግብፅ ጋር የሚመሳሰሉ አሉ። ለምሳሌ፣ እሬሳን ሳይበሰብስ ማቆየት። ይህ በተለይ ለከፍተኛ ባለስልጣኖች የሚደረግ ነው። ይህ አሁንም በኮንሶዎች ዘንድ የሚደረግ ነው። የህይወት ምልክት የሆነችው ከላይ ክብ ያላት የመስቀል ቅርፅ ምልክት አሁን በበርካታ የሀገራችን የአፍሮኤሽያዊ ህዝቦች ዘንድ አለ። እነዚህ ግን ከጥንት ከአንድ ወላጅ በመውሰድ የተገኙ ባህሎች ይመስላሉ። በንክኪ እና በውርስም ቢሆን በኢትዮጵያ ላይ የተነሳው የዳዓማት እና የአክሱም መንግሥታት በኩሽ መስፋፋት ምክንያት የተመሰረቱ አይደሉም። ይህ ማለት ግን የዳዓማት-አክሱም መንግሥት ከኩሽ ጋር ግንኙነት አልነበረው ማለት አይደለም። ቀድሞ ከፑንት ጋር ይደረግ የነበረው የንግድ ልውውጥ ዳዓማት-አክሱም ወቅትም እንደቀጠለ ማስረጃዎች አሉ (ሙንሮ-ሄይ፣ 1991: 13)።[121] ይህ የንግድ ልውውጥ ከግብፅ ጋር ብቻ ሳይሆን ከኩሽም እንደነበር መገመት አስቸጋሪ አይደለም።

የዳዓማት-አክሱም መንግሥት እየተጠናከረ በመጣበት ወቅት በተለይ በደቡብ አካባቢ የነበሩ የኩሽ ግዛቶችን ወይም ከኩሽ አዋሳኝ የነበሩ እነ ኖባ እና ቤጃን ማስተዳደር እና ማስገበር ችሎ የነበረ ይመስላል። ከላይ ኢዛና ግዛቶቼ ብሎ ከዘረዘራቸው ውስጥ እነዚህ ሀገራት መጠቀሳቸውን ልብ ይሏል።[122] በቀዳሚ ምዕራፎች እዚህም እዚያም እንደገለፅነው፣ ምንም እንኳ በዚህ ረገድ አጥጋቢ መረጃ ባይኖርም፣ ለኩሽ መንግሥት ፍፃሜ ዋናው ንጉሥ ኢዛና እንደሆነ ይታመናል። ለዚህ የታሪክ ድምዳሜ ኢዛና እራሱ ካቆመው የድል ሀውልት በመነሳት ነው። ኢዛና ሜሮኤን ድል አድርጎ እንዳታንሰራራ አውድሟታል። ይህን ድሉንም በድል ሀውልቱ ላይ አስፍሯል።[123]

4.6 መደምደሚያ

በዚህ ምዕራፍ ፑንት በሚል በአብዛኛው የግብፅ ስራዎች የተጠቀሰው የሰሜን ምስራቅ አፍሪካ አካባቢን የሚመለከት እንደሆነ አይተናል። ይህ አካባቢ ምስራቁን የሱዳን ክፍል እንከሰላን ይዞ ኤርትራን እና ሰሜን ኢትዮጵያን በዋናነት የሚመለከት ነው። ይሁን እንጂ በእጣን ምርቷ ከጥንት ጀምሮ የምትታወቀው የዛሬዋ ሶማሊያ እንዲሁም ሌላኛዋ የእጣን አምራቿ የመን ግብፆች ፑንት በሚል ቢያንስ በተወሰነ ወቅት በሚገልፁት ላይ እነሱንም የሚመለከት እንደነበር መገመት ይቻላል። የእጣን በየመን በስፋት መኖር፣ ለምሳሌ ፋቶቪች (2018) ፑንት የአረቢያውን ወገን ያካትታል ለሚለው እሳቤ ማጠናከሪያ አድርጎ ያቀርበዋል። በሀገርነት ሁሉንም ማካተት አለማካተቱን ሙሉ በሙሉ መናገር ከአሉት መረጃዎች አንፃር ቢከብድም፣ አንድ ነገር ግልፅ መሆን የሚገባው፣ ጥንታዊ ፑንት ከእነዚህ ሀገሮች ውጭ የነበረ አለመሆኑን ነው።

ሌላኛው ፑንት አካባቢን እንጂ ምንም እንኳን ግብፅ ድረስ ተጉዞ ለመነገድ የሚያስችል ባህል/የባህል ስልጣኔ ቢኖረውም፣ ትልቅ መንግሥት መስርቶ ወሰን አበጅቶ ይተዳደር

የነበረ ሀገር ነው ለማለት በቂ ታሪካዊ/የአርኪዎሎጂ ማስረጃ አለመኖሩን በውል መገንዘብ ያስፈልጋል። ከእዚህም በላይ፣ በተለያዩ የግብፅ ዘመናት የተጠቀሰው ፑንት ባለቢት አንድ ቦታ ብቻ ነው ለማለት፣ ከላይ እንደገለፅነው፣ በቂ ማስረጃ የለም። በአንድ ወቅት የፑንት ትክክለኛ መገኛ ቢገኝ እንኳ አሁን በእዚያ ስፍራ የሚገኘው ህዝብ የጥንታዊው ፑንት ነው ማለት አይቻልም (ኪሽን፣ 1999፡178 እና ሳግሪሎ፣ 2014፡ 38)። ምክንያቱም ህዝብ ተንቀሳቃሽ ነው እና እዚያ ቦታ ያለ ወደሌላ ቦታ ሰፍሮ ሌላው በሱ ተተክቶ ወይም ከሌላው ተዋህዶ አሻራው ጠፍቶ ሊሆን ይችላል። ይህ በእርግጥ በየትኛውም የአለማችን ክፍል የነበር የሰው ልጅ ታሪክ ነው። እዚህ ላይ ፊሊፕሰን በዛሬ የፖለቲካ ሀገረ ወሰን ላይ ቆመን የጥንቱን የህዝብ ሰፈራ ይህ ነው ማለት በየትኛውም መስፈርት አግባብ አለመሆኑ ማወቅ ይገባል በማለት አስረግጦ ያስገነዘበውን ይህንኑ የበለጠ ቆም ብለን እንድናስብ የሚያደርግ ይመስለናል።[124]

የአክሱም መንግሥት የደዓማት መንግሥት በሚል እራሱን ሲጠራ ባይስተዋልም፣ አክሱም የሚወሰደው የደዓማት መንግሥት ቀጣይ ተደርጎ ነው። የደዓማት-አክሱም መንግሥት ከግብፅ እና ኩሽ መንግሥታት ጋር ሲነፃፀር እድሜው የቅርብ ነው። ይህ መንግሥት ከተመሰረተ ጀምሮ በተለይ በንግድ ከግብፅ እና ኩሽ መንግሥታት ጋር ግንኙነት ቢኖረውም፣ በምስረታው ረገድ የሁለቱ መንግሥታት ቀጥታ እጅ የለበትም። ግብፅም ሆነ ኩሽ ኃያላን በነበሩበት ወቅት እንኳ ግዛታቸው የደዓማት-አክሱም የተነሳበትንም ቦታ ሆነ የዛሬዋን ኢትዮጵያ የትኛውም ግዛት ስለማካተቱ ምንም መረጃ የለም። ይልቁንም፣ የደዓማት-አክሱም መነሻ ግብፆች ፑንት በሚል በሚጠሩት ሀገር እና ህዝብ ላይ የተመሰረተ ነው። የአክሱም መንግሥት ከጥንት ጀመሮ ንጉሠ ነገሥት በሚል የሚጠራው እስከ አፄዎቹ ማክተሚያ ድረስ የነበረ ነው።[125] ይህ አይነት በሚመስል መልኩ በግብፅ ስራዎች የፑንትን መሪ 'የመሪዎች/የባላባቶች አለቃ' በሚል የቀረበበትም አለ። ይህ አይነት ጥምረት መፍጠር ምናልባት በአክሱሞች የተጀመረ ሳይሆን በቦታው ላይ ቀድሞም በፑንት ወቅት ከነበረው የቀጠለ መሆኑ ፑንት የደዓማት አክሱም የተነሳበትን ያካተተ ነበር ለሚለው ተጨማሪ ማስረጃ ተደርጎ ሊወሰድ ይችላል። በእርግጥ ፑንት የደዓማት አክሱም መነሻ ሀገርን ብቻ ይመለከታል ማለት አይደለም። ከላይ እንደገለፅነው ቢያንስ በተወሰኑ ወቅቶች በተፃፉ የግብፅ ሰነዶች ፑንት በሚል የጠቀሱት ሶማሊያን እና የመንን ጨርሶ አይመለከቱም ለማለት ይከብዳል።

ለዛሬዋ ኢትዮጵያ መነሻ የሆነው የደዓማት-አክሱም መንግሥት ከግብፅም ሆነ ከኩሽ ጋር የሚያገናኘው ንግድ ነበር። ከዚህ ውጭ በአሁኒቷ ኢትዮጵያ የትኛውም ግዛት በኩሽ ስር ኖሮ አያውቅም። በደዓማት-አክሱም መንግሥት ምስረታም ግብፅ እና ኩሽ ቀጥታ ተሳትፎ አልነበራቸውም። አሁን በኢትዮጵያ የሚገኙት ኩሻዊም ሆነ ሴማዊ ቋንቋ ተናጋሪዎች ከግብፅ እና ኩሽ መንግሥታት ጋር ቀጥታ የሚያገናኛቸው የታሪክ ባለቤትነት ድርሻ የላቸውም።

ማስታወሻዎች

1 “The land of Punt has not yet been located with certainty on any map and no archaeological remains have ever been identified, even tentatively, as 'Puntite'. Punt exists, for us, only in the Egyptian records; even the name we use is taken directly from the Egyptian name Pwnt. These sources have given us a general idea of where Punt was located, what it was like, and the period of its existence (generally, c. 2500 to ?600 B.C.), and from this information scholars have attempted to identify its position in Africa” (Phillips 1997:423).

2 የሚከተለው የፋቶቪች ቃል ነው፤ “I feel confident that the problem of the location of Punt has been solved and the investigation of this region must now shift from where Punt was located to what was the impact of the Egyptian trade on the socio-economic and political development of this region” (ፋቶቪች 2018፡209)።

3 ኢርዋንቶን ቃል በቃል የሚከተለውን ይላል፤ “From the abundance amount of converging evidence, it is clearly reasonable to argue that the Land of Punt is Sumatera. In connection with the Land of Punt as the ancestral land of the ancient Egyptians, it can be concluded that the Divine Land or the ancestral land of the Egyptians is Sumatera” (Irwanto 2019: 143). በዝርዝር በዚህ ክፍል ወደኋላ ላይ እንደምንመለከተውና ኪሽንም እንዳለው ፑንትን ሱማትራ ድረስ ለመውሰድ የሚያበቃ አሳማኝ መረጃ የለም፤ “There is no warrant for placing Punt in India, Java, or Sumatra—the only habitats of habitats of the rhinoceros outside Africa” (ኪሽን፣ 1971:187)።

4 “Opone is the remarkable headland now known as Ras Hafun, 10° 25' N., 51° 25' E., about 90 miles below Cape Guardafui” (ሾፍ 1912፡ 87፣ ቁጥር 13)።

5 “Alliot (1951:1–7) identifi ed the Ptolemaic Greek toponym *'Opwvnh*, *Opè´ ne* (i.e. Ra's Hafun in Somalia) found also in the ÷*Periplus of the Erythraean Sea*, with P. and reconstructed a “Hamitic” toponym **opun*, from which the Egyptian form *Pwn.t* would have been borrowed; this is based on the assumption that P. was located in northern Somalia, which has, however, been put into doubt later” (ብሬየር 2010፡239)።

6 *ኦፑን በፐሪፐሉስ ኦፍ ዘኤሪቲሪያን ሲ* የንግድ ከተማ እነደነበረች ይገለፃል (ሾፍ፣ 1912፡ገፅ 27፣ ቁጥር 13)። ሾፍ (1912) ቀደም ያለ የእንግሊዝኛ ትርጉም ነው።

7 “[T]he Land of Punt [is] a region identified by Maspero and Mariette with that part of the Somali country which is situate on the eastern

coast of Africa, bordering the Gulf of Aden. This region, rich in incense -bearing trees, in costly gums and resins, in myrrh and amber, gold, lapis-lazuli, ivory, and precious woods, is the Cumamomifera regio, sometimes called the aromatifera regio of the ancients" (ኤድዋርድስ፣ 1891:276)። በዚህ ጉዳይ በሚቀጥለው ክፍል እንመለስበታለን።

8 "I belive that it is an error to consider the name of Punt as applyinmg to a territory with definite boundaries, to a state or kingdom, or to a group of states" (ናቪል፣ 1898:11)።

9 "Although it is undenaaiable that the name of Punt and Neterto, 'the divine land,' often extends to the Arabian coast of the Red Sea, there can be no doubt that the place where the soldiers of Hatsehepsu landed was in Africa. The animals represented in the scluptures are exclusively African, as well as part of the population" (ናቪል፣ 1898: 12)።

10 የሚከተለው የሀርቪ ገለፃ ይህንን እውነታ በጥሩ ሁኔታ የሚያሳይ ይመስለናል፤ "Despite thousands of years of indirect and occasionally direct Egyptian trade with Punt, there is no evidence that Punt was ever dominated militarily by Egypt. Nor is the famous Punt scene in Hatshepsut's temple cast in the visual rhetoric of conquest; it instead reflects official exchange between emissaries of the Egyptian court and the local rulers of Punt" (ሀርቪ፣ 2003:83)።

11 ይህን በተመለከተ ቀደም ካሉት ስራዎች ናቪል የሚከተለውን ይላል፤ "Generally Punt is written without the sign indicating a foreign country, and it is often employed as synonymous with [...] *Neterto*, 'the divine land.' The frequent mention of Punt in mythological inscreiption seems to show that the Egyptians considered they were in some way connected with that country. There may have been a vague and ancient tradition that they orginally came from the Land of Punt, and that it had been their home before they invaded and concoured the lower valley of the Nile" (ናቪል፣ 1898:11)።

12 ለምሳሌ የሚከተለውን ከሳግሪሎ ይመልከቱ፤ "Egyptian records suggest there was no contact between the two before the Fifth Dynasty, but archaeological evidence suggests trade between these two areas occurred much before. Cowrie shells [=ዛጎል] [...] naturally occur between the Red Sea and The Maldives, but have been found in graves in the Nile Valley dating to as early as the Neolithic period in Nubia [...]. This suggests a trade route between Egypt and this area before the development of pharaonic, centralized culture in the Nile Valley or at the least trade through an intermediary that could or

could not be the region the Egyptians later referred to as Punt" (ሳግሪሎ፣ 2014:27)።

13 Parlemo Stone

14 ይህን የሚገልፀው ፅሁፍ ቀደም ላለ የእንግሊዝኛ ትርጉም ብረስተድ (1906፡ ቅፅ 1፣ ገፅ 160፣ ቁጥር 151)ን ይመልከቱ። ብረስተድ በአምስት ቅፅ የቀረበ የጥንታዊ ግብፅ ፅሁፎችን የያዘ ስብስብ ነው።

15 Pepi II

16 ይህ ንጉሥ፣ ኔፈርካሬ 'Neferkare' በመባልም ይታወቃል።

17 "My majesty desires to see this pygmy more than the gifts of the mine-land [i.e. Sinai]and Punt" (ሊችታይም፣ 1973/2006፣ ቅፅ 1፣ ገፅ 27)።

18 Harkhuf

19 ሀርኩፍ በንጉሥ ፔፒና ከሱ በፊት በነበረው ንጉሥ/ፋራኦ ከፍተኛ የመንግሥት ሹም ሲሆን፣ የግል ህይወት ታሪኩን በፅሁፍ አስፍሮም አልፏል። ስለፑንት ስለተደረገው የንግድ ዘመቻም መረጃው የተገኘው ከሀርኩፍ ፅሁፍ ነው። ሀርኩፍ የላይኛው ግብፅ አስተዳዳሪ እና የውጭ ንግድ የመምሪያት ሀላፊነት ነበረው። ይህ የንግድ ጉዞ አራተኛውና የመጨረሻው እንዲሁም ከሁሉም የንግድ ጉዞዎች ይልቅ ረጅም ርቀት የተጓዘበት እንደነበር ሀርኩፍ ገልጿል። ለሀርኩፍ ግለታሪክ ሙሉ የእንግሊዝኛ ትርጉም፣ ሊችታይም (1973/2006፣ ቅፅ 1፣ ከገፅ 23 እስከ 27)ን ይመልከቱ።

20 ቤጃዎች ያም/የም የሚሉት አባይ ወንዝን ነው (አላቲቂ 2024፡ 75)።

21 Mentuhotep III። የንግሥና ዘመንና አጠቃላይ የስርወመንግሥታቱ ዓመት ከስራ ስራ ሊለያይ እንደሚችል ልብ ይሏል።ለምሳሌ ካለንደር (2000፡142) ይህ ንጉሥ የነገሠበት ዘመን ከላይ ያቀረብነው በመስጠት በ1992 ቅጋአ እንደሞተ ሲገልፅ ስትዋርት (2006፡ 81) የንግሥና ዘመኑን 2009–1997 ቅጋአ በማድረግ የሞተበትን ደግሞ በ1998 ቅጋአ አድርጎታል። የዚህ አይነት ልዩነት በተለያዩ ስራዎች ይታያል። ይህ አይነቱ ልዩነት ከንግሥና ዘመንም አልፎ ስርወመንግሥታትንና የመንግሥታትን ዘመን ክፍፍል ሁሉ ይመለከታል። ምዕራፍ ሁለትን ይመልከቱ።

22 Henenu። ይህ ሰው በአንዳንድ ስራዎች፣ ለምሳሌ ጊልበርት (2008፡79)ንና ብረስተድ (1906)ን ይመልከቱ፣ ሄኑ 'Henu' በሚል ተጠቅሶ ይገኛል።

23 የብረስተድ እንግሊዝኛ ቅጂ የሚከተለው ነው፤ "*Preparation for the Expedition*

429 [My lord, life, prosperity],health! sent me to dispatch a ship to Punt to bring for him fresh myrrh from the sheiks over the Red Land, by reason of the fear of him in the highlands. Then I went forth from Koptos upon the road, which his majesty commanded me. [...]

Departure and Provisions

430. I went forth with an army of 3,000 men. I made the road a river, and the Red Land (desert) a stretch of field for I gave a leathern bottle, a carrying pole [...], 2 jars of water and 20 loaves to each one among them every day. [...]

Wells Dug

431. Now, I made 12 wells in the bush, and two wells in Idehet [...], 20 [square] cubits in one, and 31 [square] cubits in the other. I made another in Iheteb [...], 20 by 20 cubits on each side.[...]

Ship Built and Sent

432. Then I reached the (Red) Sea; then I made this ship, and I dispatched it with everything, when I had made for it a great oblation of cattle, bulls and ibexes.

Return and Quarrying at Hammamat

433. Now, after my return from the (Red) Sea, I executed the command of his majesty, and I brought for him all the gifts, which I had found in the regions of God's-Land. I returned through the [valley] of Hammamat, I brought for him august blocks for. statues belonging to the temple. Never was brought down the like thereof for the king's court; never was done the like of this by any king's-confidant sent out since the time of the god. I did this for the majesty of my lord because he so much loved me."

24 "New inscriptions and a detailed chronology of the site based on the study of ceramics showed that the site was used for the whole Middle Kingdom as well as in the late Old Kingdom and in the late Second Intermediate Period-early New Kingdom. Moreover, it was also shown that the site was very intensively used at the end of the 12th Dynasty (reigns of Amenemhat III, Amenemhat IV, and possibly Senusret III)" (ባርድ፣ ፋቶቪች እና ሌሎች፣ 2009፡22)። .

25 Sesostris I

26 Amenemhat II

27 Sesostris II

28 "He [i.e. The snake] said to me: You are not rich in myrrh and all kinds of incense. But I am the lord of Punt, and myrrh is my very own. That *hknw*-oil you spoke of sending, it abounds on this island" (ሊችታይም፣ 1973፡ 214)።

29 የስጦታዎቹ የእንግሊዝኛ ትርጉም ዝርዝር የሚከተለው ነው፤ "a load of myrrh, hknw-oil, laudanum, hsyt-spice, tspss-spice, perfume, eye-paint, giraffe's tails, great lumps of incense, elephant's tusks, greyhounds, long-tailed monkeys, baboons, and all kinds of precious things" (ሊችታይም 1973: 214).

30 ይህ የአክሱም ተረት በተለያዩ ስርዎች ተጠቅሶ ይገኛል። ለፍሬ ሀሳቡና ለተጨማሪ መረጃ መፃህፍት ሙንሮ-ሀይ (1991፡17)ን ይመልከቱ።

31 "The people of Haik, I was told, worshipped a serpent till Abuna Salama-Qaasieb came to the island and converted them to Christianity" (አይዘንበርግ እና ክራፕፍ፣ 1843፡409)።

32 "There is little evidence of further expeditions to Punt, until the New Kingdom and the reign of Queen Hatshepsut" (ጊልበርት፣ 2008፡81).

33 Queen Hatshepsut ይች ንግሥት በተለይ ቀደም ባሉ ስራዎች ሀታሱ 'Hatasu" በሚል ነው የምትታወቀው። ለምሳሌ ኤድዋርድስ (1891)ን ይመልከቱ። አብዛኖቹ የግብፅ ንጉሦች ስሞችም በእንግሊዝኛ በተለያየ አጻጻፍ ቀርበው እናገኛለን። ይህ የመጣው የግብፁን ሄሮግላፊክ ንበት በተለያየ መልኩ ከመረዳት ነው።

34 ከፍተኛ ውድመት የደረሰበት ክፍል ስለንግሥቲቷ የልጅነት ዘመን የሚገልፀው ክፍል ነው፤ "It is natural that every record of that important event of her life [i.e. the childhood of Hatshepsu], which probably was seen with much displeasure by her subjects, should have been suffered more than anything else from the hatered of her successors. All the figures and inscriptions have been completely destroyed, and were never restored, except here and there the name Amon or another god, sometimes quite out of place" (ናቪል፣ 1898፡Preface)።

35 የዚህ ፅሁፍ በኤድዋርድስ የቀረበው የእንግሊዝኛ ትርጉም የሚከተለው ነው፤ "Departure of the soldiers of the Lord of the Two Worlds traversing the Great Sea on the Good Way to the Land of the Gods, in obedience to the will of the King of the Gods, Amen of Thebes, lie commanded that there should be brought to him the marvellous products of the Land of Punt, for that he loves the Queen Ilatasu above all other kings that have ruled this land" (ኤድዋርድስ፣ 1891፡ 279)።

36 ለተለየ አመለካከት፣ ተቀባይነት ባያገኝም፣ ሄርዞግ (1968)ን ይመልከቱ። በሄርዞግ ላይ ግምገማ ያደርገው ኪሽን (1971) በአሳማኝ ሁኔታ ጉዞው በቀይ ባህር ላይ እንደነበር አሳይቷል። ቀደም ብለን እንደገለፅነው በጉዞው ላይ ያዩትን ያሰፈረበት የባህር አሳዎቹና ኤሊዋ በቀይ ባህር እንጂ በአባይ ወንዝ የሚኖሩ አለመሆናቸው ጉዞው በቀይ ባህር ላይ እንደነበር አንዱ ማሳያ ነው።

37 እዚህ ላይ ሾውን ሰፋ አድርጎ መጥቀሱ ተገቢ ይመስለናል፤ "It used to be assumed (primarily on the basis of the scenes at Deir el-Bahri depicting Hatshepsut's expedition to Punt in the mid-18th Dynasty) that the trading parties travelled by sea from the ports of Quseir or Mersa Gawasis, but it now seems likely that at least some of the Egyptian traders sailed south along the Nile and then took an

overland route to Punt, perhaps making contact with the Puntites in the vicinity of Kurgus, at the fifth cataract.

"[…] Among the surrounding vegetation are palms and myrrh trees, some of the latter already in the process of being hacked apart in order to extract the myrrh. The scenes also show myrrh trees being loaded onto the ships so that the Egyptians could produce their own aromatics from them (and it has been argued that this in itself may be an argument for the combined Nile-overland route from Punt to Egypt, given the fact that such plants might well have died during the more difficult voyage northwards along the Red Sea coast). These myrrh trees might even have been replanted in the temple at Deir el-Bahri itself, judging from the surviving traces of tree pits there" (ሾው 2003:317)።

38 "The fauna of Punt consists entirely of African animals. We see there[sic. their] cattle belonging to two different breeds, with short and long twisted horns. This last breed is still common in Southern Africa. It has always been largely exported from the Sudan to Egypt, from the early Pharaohs down to our own time.

"With the cattle we find the giraffe, one of the animals brought down to Egypt as an object of curiosity" (ናቪል 1898፡13)።

39 ይህ ምስል እንደቀደመው ከማሬት (1877) ላይ የተወሰደ እንደሆነ ኤድዋርድስ ይገልፃል። ከታች የጠቀሰነውም ኤድዋርድስ ከማሬት የወሰደው ነው።

40 ይህ ጠቃሚ ምስል ናቪል ቦታውን በጎበኘበት ወቅት እንደላገኘው ገልጿል (1898፡ 14)።

41 የሚከተለው በዝርዝር ከፑንት ወደመርከብ የጫኑትን በፅሁፍ የሰፈረው በብረስተድ (1906፡ ቅፅ 2፣ ገፅ 109፣ ቁጠር 265) ወደእንግሊዝኛ የተተረጎመው ነው፤ "The loading of the ships very heavily with marvels of 'the country of Punt; all goodly fragrant woods of God's-Land, heaps of myrrh-resin, with fresh myrrh trees, with ebony and pure ivory, with green gold of Emu, (*'mw),* with cinnamon wood, khesyt wood: with ihmut-incense, sonter-incense, eye-cosmetic, with apes, monkeys, dogs, and with skins of the southern panther, with natives and their children. Never was brought the like of this for any king who has been since the beginning."

42 ምንጭ፡ ኤድዋርድስ (1891፡ 290)

43 Thutmose III (r.1479 BCE - 1425 BCE)

44 Amenhotep II (r. 1427 BCE – 1401 BCE)

45 Thutmose IV (r. 1401 BCE - 1391 BCE)

46 Amenhotep III (r. 1391 BCE – 1353 BCE)

47 Akhenaten (r. 1353 BCE – 1336 BCE)

48 Horemheb (r. 1323 BCE – 1295 BCE).

49 የአይን ማስዋቢያው የሆነው ኩል ከፑንት መሄዱ ብቻም ሳይሆን፣ በጥንታዊ ግብፅም መጠሪያው እንደአማርኛው ኩል ነው። ድንክዬ እንደዚሁ ከአማርኛው ጋር አንድ ስርወቃል ናቸው። ይህ በራሱ የሚነግረን አለ።

50 ባርድና ፋቶቪች በአዲሱ መንግሥትና በቀዳሚዎች መንግሥታት ይገቡ የነበሩትን የፑንት ምርቶች አጠቃለው እንደሚከተለው ዘርዝረውታል፤ "The list of products imported from Punt changed through time. Frankincense and/or myrrh, electrum, gold (?), throw sticks, and pygmies (at least once) were imported in the Old Kingdom. Frankincense and/or myrrh, electrum(?), and gold(?) are recorded in the Middle Kingdom. Frankincense and/or myrrh, electrum, gold, ebony, baboons, hounds, ivory, animal skins, ostrich eggshells and feathers, semi-precious stones, kohl, and throw sticks were imported in the New Kingdom" (ባርድ እና ፋቶቪች፣ 2018፡ 158)።

51 Ramesses III

52 በብረስተድ የቀረበው ይህ ፅሁፍ የሚከተለው ነው፤ "I hewed great galleys with barges before them, manned with numerous crews, and attendants in great number; their captains of marines were with them, with inspectors and petty officers, to command them. They were laden with the products of Egypt without number, being in every number like ten-thousands. They were sent forth into the great sea of the inverted water, they arrived at the countries of Punt, no mishap overtook them, safe and bearing terror.' The galleys and the barges were laden with the products of God's-Land, consisting of all the strange marvels of their country: plentiful myrrh of Punt, laden by ten- thousands, without number. Their chief's children of God's-Land went before their tribute advancing to Egypt. They arrived in safety at the highland of Coptos; they landed in safety, bearing the things which they brought. They were loaded, on the land-journey, upon asses and upon men; and loaded into vessels upon the Nile, (at) the haven of Coptos. They were sent forward down-streams and arrived amid festivity, and brought (some) of the tribute into the (royal) presence like marvels. Their chief's children were in adoration before me, kissing the earth, prostrate before me. I gave them to all the gods of this land, to satisfy the two serpent-goddesses every morning" (ብረስተድ 1906፣ ቅፅ 4፣ ገፅ 203-4፣ ቁጥር 407)።

53 Seti I

54 Ramesses II

55 ይህ የተገለፀበት ፅሁፍ የእንሊዝኛ ትርጉም በብረስተድ (1906፣ ቅፅ 3፣ ገፅ 223፣ ቁጠር 527) የቀረበው የሚከተለው ነው፤ "His treasury was filled with every costly stone, silver, gold in blocks; the magazine was filled with every thing from the tribute of all countries. He planted many gardens, set with every (kind of) tree, all sweet and fragrant woods, the plants of Punt. The Son of Re,Lord of Diadems, Ramses-Meriamon, beloved of Osiris, First of the Westerners, great god, lord of Abydos, made (it) for him"።

56 "We next get a substantial reference to Punt on the Defenneh stela, from the Twenty-sixth Dynasty. In this text, Punt is mentioned in a purely geographical context, where the 'mountains of Punt' are said to be where the inundation rains fall to influence the annual flooding of the Nil" (ሳግሪሎ፣ 2014:16)።

57 "when rain falls on the mountain of Punt, the Nile floods"

58 "Phut also was the founder of Libya, and called the inhabitants Phutites, from himself: there is also a river in the country of Moors which bears that name; whence it is that we may see the greatest part of the Grecian historiographers mention that river and the adjoining country by the appellation of Phut: but the name it has now has been by change given it from one of the sons of Mesraim, who was called Lybyos. We will inform you presently what has been the occasion why it has been called Africa also" (Flavius Josephus, *The Antiquities of the Jews, Book 1*, Chapter 5, Number2).

59 ሳብውያን የሚናገሩት ሳብያን ከግዕዝ በፊት በኢትዮጵያ በፅሁፍ በስፋት ሰፍሮ የምናገኘው ነው። ይህ ወደኋላ እስከ 8ኛው መቶ ክፍለዘመን ቅጋአ የደአማት መንግሥት ድረስ ይዘልቃል።

60 And so they were divided right and left over the whole earth, some returning to the place from which they had set out and some going to the east ahead of them, but others reached Libya. (13) Thus, if anyone wanted to determine the precise facts about these people he could fi nd, in the case of each country, how each received his allotment. Thus Mistrem was allotted Egypt, Cush Ethiopia, Put Axumis, Ragman and Sabteka and < Dedan, also called Judad >, the region bordering on Garama" (ዊሊያምስ፣ ተርጓሚ፣ 2009፡18፣ ክፍል 1፣ ቁጥር 2፡12)።

61 የሚከተለውን ይመልከቱ፡ "The children of Ham possessed the land from Syria and Amanus, and the mountains of Libanus; seizing upon all that was on its sea-coasts, and as far as the ocean, and keeping it as their own. Some indeed of its names are utterly vanished away;

others of them being changed, and another sound given them, are hardly to be discovered; yet a few there are which have kept their denominations entire. For of the four sons of Ham, time has not at all hurt the name of Chus; for the Ethiopians, over whom he reigned, are even at this day, both by themselves and by all men in Asia, called Chusites. The memory also of the Mesraites is preserved in their name; for all we who inhabit this country [of Judea] called Egypt Mestre, and the Egyptians Mestreans" (Flavius Josephus,The Antiquities of the Jews, Book1, Chapter 5, Number2).

62 ብሬየር (2016) በእዚህ ስራው የተመለከተው የሀበሻን ቃል አመጣጥ ነው። እንደዚህ ሰው ትንታኔ ከሆነ፣ ዋናው ለኢትዮጵያው ቃል መነሻ የግብፁ ነው። ለዚህ ግምቱ ቃሉ የሴሜቲክ ስር የለውም ከሚል እና ቃሉ የሚያመለክተው የሰሜኑን ክርስትያን የሆነውን የሴሜቲክ ተናጋሪውን ብቻ ነው ከሚል ነው።ስለኋለኛው ነጥብ ግርማና አህመድን (2014) ይመልከቱ። የቃሉን ምንጭ/መነሻ ትክክለኛውን ማስቀመጥ ባይቻልም፣ የብሬየርን ትንታኔ ለመቀበል ግን አስቸጋሪ ነው።

63 የሚከተለውን ይመለከቱ፤ "The Puntites are depicted in several Eighteenth Dynasty scenes. Typically, the men have dark reddish skins and fine features; characteristic negroid types are not shown, although they occur amongst depictions of riverine southerners (of Wawat, Kush, Irem, etc.). Other Puntite features are also not found amongst other southerners. Long hairstyles are typical for Puntites until the reign of Amenhotep II; during his reign and earlier, in that of Tuthmosis III, an intermediate ' bobbed' hairstyle appears, and thereafter Puntites have close-cropped hair similar to that of the chief of Punt under Hatshepsut" (ኦኮኖር፣ 1982፡917)። ይኸው ምልከታ በሾውም ተስተውሏል፤ "By the New Kingdom, such expeditions were being depicted in temples and tombs, showing the inhabitants of Punt as a people with a dark-reddish complexion and fine features; they were shown with long hair in the earlier paintings, but from the late 18th Dynasty onwards they had evidently adopted a more closecropped style" (ሾው፣ 2003፡317)።

64 "The Puntite is a tall, well-shaped man, of a a type which certainly belongs to the Caucasian race; his hair is flaxen, and is divided in well-made plaits; his nose is aquiline, his beard long and painted. [...] The Puntites are painted red, but not as dark as the Egyptians" (ናቪል 1898፡12-13).

65 "[The Puntites] were closely related to the Egyptians. If we compare the types of both nations when we see the men engaged together in the same work, carrying frankincense trees, it is clear that the two

types differ much less than a Puntite does from a negro, and their relationship is undeniable" (ናቪል 1898፡13).

66 ከብዙ በጥቂቱ ስርግው ሀብለሥላሴ (1972)ን፣ ሙንሮ ሀይ (1991፣ 1993)ን እና በእነዚህ ስራዎች የተጠቀሱ ስራዎችን ይመልከቱ። ጠቅለል ላለ ትንተና ክፍል 4.3ን ከታች ይመልከቱ።

67 ምስሉ ከኤድዋርድስ (1891፡282) ነው። ለተመሳሳይ እና ሰፋ ላለ ምስል ናቪል (1898:55)ን ይመለከቱ።

68 "In the 19th century AD dom palms were found across the landscape of the Sudanese-Eritrean lowlands, which also was the habitat of baboons and large savanna mammals – a landscape that conforms to that of the Punt reliefs in Hatshepsut's Deir el-Bahri temple" (ባር እና ፋቶቪች፣ 2018፡ 160)።

69 "The huts of the native? are built on piles and approached by ladders, and, according to Diimichen, closely resemble the Toguls of the modern Soudanese. The trees are two date-palms in fruit, and three myrrh-trees (odoriferous sycamore), the foliage of the latter being indicated by a line bounding the tops of the branches. The bird riving to left is identified with the Cinnyris metallica, a native of the Somali country, having two long tail feathers, of which only one has been given by the ancient Egyptian artist" (ኤድዋርድስ፣ 1891፡282)።

70 "The textual records that have survived, when their information is pooled, provide us with enough information to suggest strongly a generalized area within the eastern coastal regions of the modern Sudan south of modern Port Sudan, Eritrea, and northern-most Ethiopia, or somewhat further inland. Earlier opinion that Punt was even farther south, in the northern coastal area of modern Somalia, generally has been rejected in recent years" (ፊሊፕስ፣ 1997:438)።

71 ከላይ በግርጌ ማስታወሻው የተካተተውን የፊሊፕስ ጥቅስ ይመልከቱ።

72 "[O]ne may suggest that the Egyptian sea- expeditions landed in the general area of coastline from about Mersa Gwiyai and Port Sudan to Suakin and possibly as far as Mersas Sheikh Ibrahim and Saʿad, less likely any further south" (ኪሸን፣ 1971፡202)።

73 "Going through the mountains, the party would see the haadryas baboons in the dom-palms, and on the inland side glimse giraffes and rhinos browsing. In the approparaite area (Sudan-Ethiopian borderlands), they would get their ebony and aromatics-trees—under the tutelage of the Puntites" (ኪሸን 1971፡203)።

74 የሚከተለውን ይመልከቱ፤ "[By] the 2nd millennium B.C. there was considerable contact between the eastern area of the Atbai Tradition and both Ethiopia and Egypt" (ማርክስና ፋቶቪችን፣ 1989:457)።

75 "The contacts [of the Gash Delta region] with the Nile valley probably started in the 6th/5th millennium B.C. They were more intense during the 3rd and 2nd millennium, and apparently ended at the beginning of the 1st millennium B.C. In the later period there were some possible contacts with the Northern Ethiopia" (ፋቶቪች፣ 1989፡497)።

76 የሚከተለውን ከፋቶቪች ይመልከቱ፤ "The appliqued knobs and chains are directly comparable to the pre-Axumite decorative patterns of the Northern Ethiopia" (ፋቶቪች፣ 1989፡497)።

77 "Within broad limits, the location of Punt is now well established [...] although it is important to note that the savanna animals sometimes ascribed to Punt actually are characteristic of Irem and *Nmʒyw*, adjoining Punt on the west" (ኦኮኖር፣ 1982፡917)።

78 ይህ ቦታ ሀርኩፍ ወደፑንት እቃ ለማምጣት ሞክሮ ፑንት ሳይድረስ ያረፈበት የመጨረሻው የደቡብ ጠረፍ ጉዞው ሀገር ነው።

79 "Punt included the coastal plain and the hilly country east of it between latitudes 17° and 12°N, but little of the semidesert and savanna lands east of the hills" (ኦኮኖር፣ 1982፡917)። እዚህ ላይ ልብ ማለት የሚገባን በምዕራፍ ሁለት እንደገለፅነው ኢሬምን ኩሾች ናቸው ተብሎ በብዙ ስራዎች ይታሰባል። ይህ እላይ በኦኮኖር ከቀረበው ኩሽን ከኢሬም የተለየ ከማድረግ ይለያል። በሁለቱም በኩል እርግጠኛ መሆን የሚያስችል የታሪክ ሰንድ የለም። ሁለቱም በራስ መንገድ መረጃዎችን በመተርጎም የተሰጡ የይሆናል አስተያየት ናቸው።

80 "A strong argument has now been made for its location in either southern Sudan or the Eritrean region of Ethiopia, where the indigenous plants and animals equate most closely with those depicted in the Egyptian reliefs and paintings" (ሾው፣ 2003:317).

81 "Virtually all relevant surviving ancient Egyptian texts indicate Punt (and Aksum) were reached by travelling south along the Red Sea after crossing the Eastern Desert. It was this sea route through which almost all known direct trade was conducted, although Punt was also indirectly accessible via the southern reaches of the Nile river" (Phillips 1997:438).

82 የሚከተለውን ከሳግሪሎ (2008፡38) ይመልከቱ፤ "numerous academic opinions exist, ranging from the south Arabian Peninsula, the Ethiopian mountains, and both. The evidence considered adds to all of these theories, but the most convincing is that of Kenneth

Kitchen [1971 : 188], that Punt lies "between the Red Sea and the middle Nile, in the north/north-west Ethiopian highlands and eastern Sudan" (figure 13). Most of the species that are seen traded from Punt come from this region; it can be reached both overland and by sea and is close to the mountains referred to in the Ptolemaic inscriptions referring to the rains of the inundation" (ሳርጊሶ፣ 2014:37-38)።

83 "The end of the Second Intermediate Period is marked by important evidence concerning the localization of Punt in the tomb of the Sobeknakht of El-Kab (No. 10). A *dipinto* reveals that the kingdom of Kush, whose capital was at Kerma, organized a coalition of several Nubian tribes, including the inhabitants of *Wawat* (Lower Nubia), those of the islands of *Khenthennefer* (Upper Nubia), the Puntites and the *Medjayu* to attack the southern part of Egypt towards the end of the 17th dynasty. (V. Davies 2003, 38-44) (Valbelle, BIFAO 112, 2012, 450-451)" (ማህፉዝ፣ 2023፡ 149)። ማህፉዝ በማያይዝ ሲገልፅ ፑንት ከኩሽ የምትርቅ አይመስልም ይላል፡ "Punt, according to this text, does not seem far from Nubia. The presence, on the site of Doukki Gel, of African-culture architecture, different from that of the neighbouring city of Kerma also implies the presence in this ceremonial city of populations from other regions of Sudan, engaged in the resistance against Egypt. (Bonnet, BIFAO 115 2015, 1-14) (Bonnet, CRAIBL II 2013, 807-823)" (ዝኒከማሁ)።

84 በፑንት ላይ በርካታ ተጠቃሽ ስራዎችን ያበረከተልን ኪሽን (1993:602)፣ ፑንትን ከአባይ ሙላት ጋር ያያዘውን የግብፅ ፅሁፍ/መረጃ አስመልክቶ የሚከተለውን ይላል፤ "[A] clear connection seems to be made between the rain on the mountains of Punt and the (subsequent) Nile inundation into Egypt, credited to the goddess Neith's benevolence. On this basis, Punt is regarded as including mountains on which rain fell to swell the Nile. Hence, in effect, Punt must include some part of the north/west Ethiopian highlands።"

85 "Occasional finds of Egyptian goods - pottery, glass, scarabs, metal- in northern Ethiopia confirm that Egypt's southward trade included Ethiopia" (ሄንዝ 2000፡15)።

86 "Aksum is still today a sorting and distribution centre for the frankincense produced in the region, and it is not unlikely that the coastal stations visited by the ancient Egyptians acquired their incense from the same sources" (ሙንሮ ሀይ 1991፡ 16)።

87 እዚህ ብሬየርን ሰፋ አድርገን እንጠቅሳለን፤ "A major drought in northeastern Africa and the simultaneous disappearance of settlements along the Atbara and Gaš coincide with the end of the Egyptian–P. relationship. The demise could have also been brought about by the growing South Arabian infl uences in north-east Africa, which culminated in DŸMT kingdom. From then onwards, and until the Ptolemaic and Roman times, trade was under southern Arabian control, and in Egypt P. remained a toponym only reported in legends and religious texts" (ብሬየር፣ 2010፡241)።

88 የሚከተለውን ይመልከቱ፤ "A location of Punt in the northern Horn of Africa seems more probable because of the occurrence of specific natural resources there and a cultural landscape that is consistent with the information about Punt in Egyptian sources [...]. In the 19th century AD dom palms were found across the landscapeof the Sudanese-Eritrean lowlands, which also was the habitat of baboons and large savanna mammals – a landscape that conforms to that of the Punt reliefs in Hatshepsut's Deir el-Bahri temple" (ባርድና ፋቶቪች፣ 2018፡160)።

89 "The latter is obviously relevant to the view of Punt laying in Arabia, but the growth of Kerma could serve as an explanation for a reduction of the use of the Nubian route" (Sagrillo 2014:32)።

90 በስነቁፋሮ አንዳንድ የግብፅ የመሰሉ ቅርፃ ቅርፆችን በሶማሊያ ተገኝተዋል።

91 "In Egyptian representational art Puntite men were depicted with short hair and headbands, wearing short skirts, while Puntite women had long hair, headbands and long skirts. Their standardized dress in representational art possibly suggests that the Egyptians perceived them as the same population. Only in the 18th Dynasty was another Puntite group, with long hair, associated with Punt, possibly suggesting that another Puntite group participated in trade with Egypt at this time" (ባርድና ፋቶቪች፣ 2018፡157)

92 የሚከተለውን ይመለከቱ፤ "[T]he term 'Punt' was used by the Egyptians for different localities at different periods" (ፊሊፕስ፣ 1997፡438)።

93 ይህን አስመልክቱ ሄንዝ የሚከተለውን ይላል፤ "Where was Punt? Somewhere along the Red Sea, perhaps even beyond the Straits of Bab el Mandeb on the coast of Somalia or in southern Arabia. The name actually may have included the whole Horn of Mrica and South Arabian region, a general term the way we now use "The Horn of Mrica" or "the Middle East". Or, since it was used for thousands of years, it

may have referred to different regions on either side of the Red Sea at different times" (2000፡15)

94 በዚህ ላይ ለምሳሌ የሚከተለውን ከብሬየር ይመልከቱ፡ "Today, most scholars agree that this toponym [i.e. Punt] designated a flourishing ancient culture in the Horn of Africa, preceding the D'MT kingdom" (ብሬየር፣ 2010፡239)።

95 ይህን አስመልክቶ ፊሊፕሰ የሚከተለውን ይላል፤ "The centre of the D'MT culture seems to have been at Yeha (modern northern Ethiopia), where a magnificent ashlar block temple still stands due to its later conversion into a church. A number of large shaft tombs have been excavated here, one of which (no. I 2) contained an Egyptian or Napatan imported alabastron that can be dated to within the Twenty-fifth and Twenty-Seventh Dynasties (770-404 B.C.), a date that coincides with the 'inundation' inscription from Defenneh" (ፊሊፕስ፣ 1997፡442)።

96 "The people of western Tigray who were definitely in contact with the southern Arabians worked iron, as we can infer from slag found at Gobedra rock shelter near Aksum" (ፋቶቪች፣ 1999፡6)።

97 ለዚህ የሚከተለውን ከፊሊፕሰን (2012:23) እንመልከት፤ "A group of sites on the high plains west and south of Asmara has been known for some years and recently seen detailed investigation and publication. Designated 'Ancient Ona'by their most recent investigators, these sites are now dated to the first millennium BC and seen as peasant settlements of subsistence farmers whose lifestyle and material culture shows little –if any –sign of contact with southern Arabia or with élite communities in more southerly parts of the northern Horn. Of numerous known sites (Fig. 4), those most intensively investigated include Mai Temenai, Sembel, Mai Chiot, Weki Duba, Mai Hutsa and Ona Gudo.

"A similar situation prevailed in the Aksum area, where a large farming settlement has been investigated in the deeper levels at Kidane Mehret; it has been shown to be broadly contemporaneous with the Ancient Ona sites and, like them, to lack evidence for significant southern Arabian connections."

98 "Strong continuity is apparent from earlier times, notably in pottery, flaked-stone artefacts and farming economy" (ፊሊፕሰን 2012፡24)።

99 "[E]arlier domestic architecture in the northern Horn remains unknown, that of the first millennium BC appears entirely local in its inspiration [...]. It is safe to conclude that peasant communities –

almost entirely indigenous in origin –continued to form the majority population in the northern Horn throughout the first half of the first millennium BC" (ፊሊፕሰን 2012፡24)።

100 "The process of development of the Aksumite state is obscure." (ሙንሮ ሄይ 1991፣ 62)።

101 ይህን በተመለከት የሚከተለውን ከሙንሮ-ሄይ ይመልከቱ፤ "A kingdom called D`MT (perhaps to be read Da`mot or Di`amat) is attested in Ethiopian inscriptions at this early date, and, though the period between this and the development of Aksum around the beginning of the Christian era is an Ethiopian `Dark Age' for us at present, it may be surmised that the D`MT monarchy and its successors, and other Ethiopian chiefdoms, continued something of the same `Ethio-Sabaean' civilisation until eventually subordinated by Aksum (ሙንሮ-ሄይ፣ 1991: 11)።

102 ለዚህ ስራ እንግሊዝና ትርጉም ሾፍ (1912)ን ወይም ማክሪንድል (1879)ን ይመልከቱ።

103 በወቅቱ የአክሱም ንጉሥ የነበረው ንጉሥ የአዱሉስ ገዥ የነበረው ፅሁፉን አስገልብጦ እንዲልክለት በጠየቀው መሰረት ፅሁፍን ከገለበጡት ውስጥ አንዱ ኮስማስ ነበር። ኮስማስ ፅሁፉን ገልብጦ ለራሱም አንድ ቅጂ አስቀርቶ ነበር። በኋላ በመፅሀፉ ላይ ያወጣው ይህንን ለራሱ ያስቀረውን ቅጅ ነው ። ኮስማስ ይህን በተመለከተ የሚከተለውን ይላል፤ "[A]t the beginning of the reign of the Roman Emperor Justinus, Elesbaan, who was the king of the Axomites, and was preparing to start on an expedition against the Homerites on the opposite side of the Gulf wrote to the Governor of Adule directing him to take copies of the inscriptions on the Chair of Ptolemy and on the tablet, and to send them to him. Then the Governor, whose name was Abbas, applied to myself and another merchant called Menas, who afterwards became a monk at Rhaithfi, and not long ago departed this life-and at his request we went and copied the inscriptions. One set of the copies was made over to the Governor ; but we kept also like copies for ourselves which I shall here embody in this work, since their contents contribute to our knowledge of the country, its inhabitants, and the distances of the several places" (ማክሪንድል፣ 1897:55-56)።

104 ለምስሌ የሚከተለውን ከሙንሮ-ሄይ ይመልከቱ፤ "The Aksumites grew strong enough to expand their military activity into South Arabia by the end of the second or early third century AD, where their control over a considerable area is attested by their Arabian enemies' own inscriptions" (ሙንሮ-ሄይ፣ 1991: 12).

105 ለምሳሌ የሚከተለውን ከኮቢሻኖቭ (1981፡ 381) ይመልከቱ፤ "Between 183 and 213 the Aksumites' kings, Gadara and his son, seem to have been the most powerful rulers in southern Arabia and the real leaders of the anti-Sabaean coalition. At the end of the third and in the early years of the fourth centuries, 'Azbah, an Aksumite King, also waged war in South Arabia'".

106 በቀዳሚ ክፍል እንደገለፅነው ኢዛና በግዕዙ እና "ሀበሻ" ያለውን ሀገር/ግዛት በግሪኩ ኢትዮጵያ በሚል ነው ያቀረበው። ይህ ኢትዮጵያ የሚለውን ቃል ተወላጇ አሁን ለምናውቃት ኢትዮጵያ ማዋል የጀመረው ከቀደምቱ ውስጥ አንዱ ነው።

107 "Although the geographic area controlled by Aksumite society varied through the centuries, at its largest extent, in the sixth century AD, it is believed to have stretched (North to South) from present-day Sudan to Somalia and (East to West) from Sudan to Yemen across the Red Sea- an estimated area of 100,000 square kilometers" (ብሩክ፣ 2007:9)።

108 ይህን በተመለከተ ከሙንሮ-ሀይ የሚከተለውን ብቻ መጥቀሱ በቂ ይመስለናል፤ "The Aksumites developed a civilisation of considerable sophistication. [...] Aksum's contribution in such fields as architecture and ceramics is both original and impressive. Their development of the vocalisation of the Ge`ez or Ethiopic script allowed them to leave, alone of ancient African states except Egypt and Meroë, a legacy of written material from which we can gain some impression of Aksumite ideas and policies from their own records. In addition, uniquely for Africa, they produced a coinage, remarkable for several features, especially the inlay of gold on silver and bronze coins" (ሙንሮ-ሀይ፣ 1991: 10)።

109 "All these commodities could have been obtained on the Ethiopian coast, so Ethiopia was almost certainly part of Punt. Occasional finds of Egyptian goods - pottery, glass, scarabs, metal- in northern Ethiopia confirm that Egypt's southward trade included Ethiopia" (ሄንዝ፣2000፡15)።

110 "During the last ten millennia before our era, the few stone tools that have survived resemble the collection of artefacts dating from the late stone age of southern Africa. In this period, pastoral peoples seemed to have lived here, who made drawings of their humpless, long-horned cattle on the rocky crags that stretched from the north of Eritrea to the land of the Hareri; their herds resembled those that were raised at the same period in the Sahara and in the Nile basin.

These peoples were in contact with the Egyptian world from a very early date." (ኮንተንሰን 1981፡341)፨

111 "The practice of millet-growing and the use of pottery began in the third or fourth millennium. Thus there is reason to believe that, alongside pastoral activities, a recognizably Ethiopian type of agriculture began to develop from this time. The new techniques were probably associated with a more settled way of life, which created more favourable conditions for the development of a higher civilization" (ኮንተንሰን 1981፡341)፨

112 "This process [i.e. the process of state development] apparently started in the Eritrean–Sudanese lowlands in the 3rd millennium BC and culminated with the development of the Kingdom of Aksum in the highlands of Tigray and Eritrea in the 1st millennium AD" (ፋቶቪች፣ 2010፡146)፨

113 ለምሳሌ የሚከተለውን ይመልከቱ፤ "Until the 1980s, most Ethiopianists assumed that a state emerged on the highlands in Eritrea and Tigray as a consequence of a South Arabian (mainly Sabean) colonization of the northern Horn of Africa in the early 1st millennium BC. According to this reconstruction, the South Arabian colonists dominated the local populations, and after the decline of the Kingdom of Saba in Yemen in the 4th–3rd century BC they gave rise to a local kingdom with the capital at Aksum in Tigray. The Aksumite kingdom progressively incorporated the whole region into its territory and laid the foundation of the Christian kingdom of Ethiopia, which survived until the 1970s. This hypothesis was mainly based on the indisputable evidence of a South Arabian influence in Eritrea and Tigray in the mid-1st millennium BC[…].

"Beginning in the 1960s, this narrative has been challenged by archaeological research, which suggests that the development of complex societies and states in Tigray and Eritrea was not a linear process of state formation, consolidation and decline, but consisted of at least two distinct trajectories to social complexity, indirectly related to each other, in the Eritrean–Sudanese lowlands and the Eritrean and Tigrean highlands respectively. This process was characterized by a shift in the location of complex societies from the lowlands to the highlands in the early 1st millennium BC" (ፋቶቪች፣ 2010፡147)፨

114 በዚህ ላይ የሚከተለውን ከፊሊፕሰን ይመልከቱ፤ "a number of innovations to which Conti Rossini had attributed a southern Arabian origin were

in fact indigenous African developments at a significantly earlier date." (2012፡19)።

115 "[I]t seems that the kingdom [i.e. Da'amat Kingdom] originated from the contacts between an indigenous chiefdom and the southern Arabians, who deeply affected the local cultural pattern" (ፋቶቪች 1999፡6)።

116 ባርድ፣ ፋቶቪች፣ ማንዞ እና ፔሊንጌሪ በማከል የሚከተለውን ይላሉ፡ "The nature of the contacts between Kassala and Aksum cannot be explained thus far because we do not have any other secure evidence dating to late prehistoric times in the highlands. However, some pottery from Temben, a region to the south of Aksum, most likely dating to late historic times, shows thsome interesting similarities to the Gash Group ceramics of the Kassala lowlands. This might suggest that both the lowlands and the highlands between the Mareb-Gash and Takazze Rivers were part of the same cultural horizon in late prehistoric times" (ባርድ፣ ፋቶቪች፣ ማንዞ እና ፔሊንጌሪ፣ 2002፡:35)።

117 በዚህ ላይ ለምሳሌ የሚከተለውን ከፋቶቪች ይማልከቱ፤ "The kingdom of Da'amat appeared in this phase. Its territory stretched from western Tigray to central Eritrea. Most likely, the capital was located at Yeha (western Tigray) and monumental and epigraphical evidence stresses a direct link with the kingdom of Saba in southern Arabia. Some rock inscriptions recorded in Eritrea point to contacts with other south Arabian peoples and there were also contacts with the Nubian kingdom of Kush, the Achemenian Empire, and the Greek world" (1999፡6)።

118 "[W]e know that the civilization of Aksum owes its particular qualities to its African roots" (አንፍሬ፣ 1981፡378)።

119 ለዝርዝሩና ለቅርብ ግዜ መረጃዎች ግርማ (2018) ቋንቋ እና ነገድ በኢትዮጵያ ቅፅ አንድን ይመልከቱ።

120 "There is growing realisation that the first millennium BC in the northern Horn was a period of adaptation and continuity from earlier times rather than simply one of abruptly imposed change from elsewhere" (ፊሊፕሰን 2012፡ 17)።

121 "Aksum's considerable imports, ranging from wines and olive oil to cloth, iron, glass and objects of precious metals, are reported by various ancient writers, but containers for the foodstuffs and examples of some of the others have also been found in tombs and domestic buildings excavated at the capital and other towns" (ሙንሮ-ሄይ፣ 1991: 13)።

122 ሙንሮ-ሄይ (1991: 13) ይህን አስመልክቶ የሚከተለውን ይላል፤ “Aksum's claim to control the catchment area of some of these exports, including parts of such neighbouring regions as the old Kushite or Meroitic kingdom, the lands of the Noba and Beja peoples, other now-unidentifiable African districts, and even parts of South Arabia (ሙንሮ-ሄይ፣ 1991: 13)።

123 ከዚህ ለየት ላለ ትንታኔ ሀትኬ (2013)ን ይመልከቱ።

124 ፊሊፕሰን የሚለው የሚከተለው ነው፤ “National and international boundaries in northeastern Africa are mainly nineteenth- or twentieth-century impositions and do not necessarily have any relevance for earlier times. Furthermore, no community–today or in the past –has been able to exist in total isolation, and it would be misleading to reconstruct its history in such terms” (ፊሊፕሰን፣ 2012:3)።

125 “The title *negusa nagast*, or king of kings, used by Aksumite and successive Ethiopian rulers until the death of the late emperor Haile Sellassie, is a reflection of the sort of loose federation under their own monarchy which the Aksumites achieved throughout a large part of Ethiopia and neighbouring lands (Munro-Hay, 1991: 11)።

ክፍል ሁለት

ምዕራፍ አምስት: ኩሻዊ ቋንቋ እና (ተናጋሪው) ህዝብ

5.1 መግቢያ

ኩሻዊ በአፍሮኤሽያዊ ስር ለሚመደቡ ቋንቋዎች (እና እነዚህን ቋንቋዎች ለሚናገሩ ህዝቦች) መጠሪያ የሚውል የቤተሰብ ስም ነው። በዚህ ቤተሰብ ስር ባሁኑ ወቅት የሚመደቡት፤ (1) ማዕከላዊ ኩሻዊ፣ (2) ሰሜን ኩሻዊ፣ (3) ደቡብ ኩሻዊ፣ እና (4) ምስራቅ ኩሻዊ በመባል ነው። ኦሞአዊ/ኦሞቲክ በቀደምት ስራዎች፣ ምዕራብ ኩሻዊ በሚል በዚሁ የቋንቋ ቤተሰብ ስር ይመደብ ነበር። ፍለሚንግ በተለያዩ ስራዎች ይህ የቋንቋ ቤተሰብ እራሱን ችሎ (በአፍሮኤሽያዊ ስር) አንድ የቋንቋ ቤተሰብ እንደሆነ ካሳየ በኋላ በኩሻዊ ስር የመመደቡ ሁኔታ ከሞላ ጎደል ቀርቷል።[1] በአሁኑ ወቅት በዚህ ጉዳይ ብዙም የሚያከራክር አይደለም እና የኦሞቲክን ጉዳይ እዚህ አናየውም። ቀዳሚውን ቅፅ ይመልከቱ።[2] ለተለየ አመለካከት ግን ዛቦርስኪ (1986)ን ይመልከቱ። የሰሜን ኩሻዊ ጉዳይም በኩሻዊ ስር ከሚመደቡት ውስጥ ከፍተኛ ክርክር/አለመስማማት የሚታይበት ነው። በምስራቅ ኩሻዊ በተሰኙትም ውስጣዊ አከፋፈል ላይ ትንሽ የማይባል ልዩነት በየስራዎቹ አለ።

ኩሽ የሚለውን ቃል ለቋንቋ ቤተሰብ እና ያንን ቋንቋ ለሚናገሩ ህብረተሰብ ማዋል የተጀመረው ሴም የሚለውን ቃል ለዚሁ ተግባር መዋሉን በማስተዋል ነው። ይህ ስያሜ ለመጀመሪያ ግዜ የዋለው በ1858 በጀርመናዊው ሊቀስነልሳን ሙለር እንደሆነ ይነገራል (ልፒንስኪ፣ 1997፡ 23)።[3] በኩሻዊ እና በሴማዊ ቋንቋዎች መሀከል መመሳሰል መኖሩን ማስተዋል የተጀመረው ወደኋላ እስከ 17ኛው ክፍለዘመን ይሄዳል።[4] ሴማዊ ያልሆኑ ግን ከሴም ቋንቋዎች ጋር የሚመሳሰሉ ቋንቋዎች ሲገኙ በ19ኛው ክፍለዘመን እነዚህ ቋንቋዎች ሀሜቲክ የሚል ስያሜ ተሰጣቸው። ለዚህ ስያሜ አሰጣጥ ከቀዳሚዎቹ አንዱ ቤንፌይ (1869፡684) ነው። ቤንፌይ ቀደም ባለው ስራውም የሴሚቲክ ቋንቋዎችን ከግብፃዊው ጋር ንፅፅራዊ ጥናት በማድረግ በርካታ መመሳሰሎች እንዳሉ አሳይቷል (ቤንፌይ 1844)። ይህ ሰው እንደቀደምቶቹ፣ ለምሳሌ ሉዶልፍ (1661፣ 1698)፣ ግዕዝን ኢትዮፒክ ሲለው አማርኛን በስሙ አስቀምጦታል። ግዕዝን አሁንም በበርካታ የውጭ ሀገር ምሁራን ስራዎች ኢትዮፒክ በሚል ሲጠቀስ ይስተዋላል። በቀዳሚው ምዕራፍ እንዳየነው ኩሽ በብዙ ስራዎች ኢትዮጵያ በሚለው የግሪክ ቃል ቢተረጎምም/አቻ ተደርጎ ቢወሰድም፣ በቋንቋ ደረጃ ግን ኢትዮጲክ የሚወክለው ግዕዝን ብቻ ሲሆን ኩሽ እራሱን ችሎ ለሌሎች ቋንቋዎች ውሏል።

ሙለር (1876 እስከ 1888) በአራት ቅፅ ባወጣቸው ተከታታይ ስራዎች የአለም ቋንቋዎችን ለመመደብ ጥረት ከማድረጉም በላይ በቋንቋ የዘር ጥናት ላይ ትልቅ አሻራ

አሳርፏል (ሙለር፣ 1876፣ 1879፣ 1884፣ 1888) ። ይህ ሰው በእነዚህ ስራዎቹ ከሴማዊ ጋር ግንኙነት ያላቸውን ቋንቋዎች ሀሚቶ-ሴማዊ ብሏቸዋል (ሙለር፣ 1876፡76)። ቀደም ባለ ስራ ቤንፌይ (1869:683) ይህን የቋንቋ ቤተሰብ ሴሚቶ-ሀሜቲክ ብሎታል።

እስከቅርብ ግዜ በዚህ ታላቅ የቋንቋ ቤተሰብ ላይ የሚደረጉ ጥናቶች ትኩረት ሀሜቲክ የተባሉትን ከሴማዊ ቋንቋዎች አንፃር መተንተን ላይ ነበር። ለዚህ ከላይ የጠቀስነው የቤንፊይ የሴሚቲክ ቋንቋዎችን ከግብፃዊው ጋር በንፅፅር የተመለከተበትን መጥቀስ ይቻላል። ይህ አካሂድ በተወሰነ ረገድ መልኩን ቢለውጥም አሁንም በአንዳንድ ስራዎች ይታያል። ለምሳሌ ለዚህ በቅርቡ ኤድዛርድ (2012) አርታኢነት ሴማዊ እና አፍሮኤሽያዊ በሚል የወጣውን የመጣጥፎች ስብስብስ የያዘ መፅሀፍን መጥቀስ ይቻላል።

ሀሜቲክ የተባሉት ቋንቋዎች ግን በውስጣቸው የሴምቲክ የቋንቋ ቤተሰብ ያህል የሚታዩ በርካታ ቡድኖች የሚመሰርቱ መሆናቸው ሲታወቅ ይህን ስያሜ በመተው እራሳቸውን ችለው በተለያዩ ስያሜዎች መጠራት ተጀመረ። የቋንቋው የቤተሰብ ስያሜም ተለውጦ አፍሮኤሽያዊ ተባለ።[5] ይህ የቋንቋ ቤተሰብ ከአፍሮኤሽያዊ፣ እንዲሁም ከላይ የጠቀስናቸው ሴሚቶ-ሀሜቲክ (ቤንፊይ 1869:683)፣[6] እና ሃሚቶ-ሴሚቲክ (ሙለር፣ 1876፡76)፣[7] በተጨማሪ ኤርትራይክ (ተከር፣ 1967)፣ ሊስራሚክ (ሆጅ[8] 1972)፣ አፍራሽያን (ዶልጎፖልስኪ[9]፣ 1972) ወዘተ የሚሉ ስያሜዎች አሉ። ለዝርዝሩ ሆጅ (1976:43)ን ይመልከቱ። አሁን አፍሮኤሽያዊ የሚባለው ግዙፍ የቋንቋ ቤተሰብ የሙለርን ስያሜ በመያዝ እስከቅርብ ግዜ፣ የሚታወቀው ሀሚቶ-ሴሚቲክ በመባል ነበር።[10] ግሪንበርግ (1963) ሀሜቲክ ራሱን ችሉ በንፅፅር ከሴሚቲክ ጋር የሚታይ የቋንቋ ቤተሰብ ሳይሆን በውስጡ እራሳቸውን የቻሉ ከሴሚቲክ ጋር በአቻነት ያሉ ቡድኖች የያዘ በመሆኑ እና ሀሜቲክ ከዘር ጋር የተያያዘ አሉታዊ ትርጓሜ ስላለው ሀሜቲክ የሚለውን ስያሜ በማስወገድ ቤተሰቡን ቋንቋዎቹ ከሚነገሩበት በመነሳት አፍሮኤስያቲክ የሚለው ተቀባይነት እንዲኖረው ትልቅ አስተዋፆ አድርጓል። ይህን ስያሜ በእንግሊዝኛ ለመጀመሪያ ግዜ የተጠቀመበትም ይኸው ሰው ነው። ቃሉን ለመጀመሪያ ግዜ ያስተዋወቀው ፈረንሳዊው ሊቀልሳን ዲአልፋንሶ ነው (ዲመንዳል፣ 2008፡ 840)።

በእርግጥ ግሪንበርግ/ዲአልፋንሶ ይህን የስም ለውጥ ሲያደርግ ለስሙ መነሻ የሆነው ቋንቋዎቹ የሚነገርበት ቦታ ነው። ሌላው ሀማቲክ ሌላውን ለመስደብ የሚውልም በመሆኑ ከፖለቲካ የራቀ ስያሜ መጠቀሙ አፍሮኤስያቲክ ለሚለው ስያሜ ተቀባይነት ማግኘት ትልቅ አስተዋፆ አድርጓል።

በመፅሀፍ ቅዱስ ኩሽ የካም ልጅ ነው እና 'ኩሻዊ' የተሰኘውን ቃል "ሀማቲክ" ስር ላለው አንደኛው የቋንቋ ቤተሰብ ማዋል የተጀመረው ከላይ ከገለፅነው እሳቤ በመነሳት ነው።[11] በቅፅ አንድ እንደገለፅነው ሀሜቲክ፣ ሴማዊ የሚሉት ቃላት ከመፅሀፍ ቅዱስ ካለው ቢወሰዱም በቋንቋ ቤተሰብ ስያሜነታቸው ፈፅሞ የመፅሀፍ ቅዱስን የዘር ግንድ እሳቤ መሰረት ያደረጉ አይደለም። በአሁኑ ግዜ በስፋት ይህ ታላቅ የቋንቋ ቤተሰብ አፍሮኤሽያዊ

የተባለበት ምክንያትም እምነት እና ስነልሳናዊ ጥናት ቀጥታ ግንኙነት ስሌላቸው ነው። ሀሜቲክ/ሀማዊ የሚለው በአሁኑ ግዜ ከቋንቋ ቤተሰብ ስያሜነት በአብዛኛው የስነልሳን ስራዎች ዘንድ ቢወገድም አለመታደል ሆኖ ሴም እና ኩሽ የሚሉት ስያሜዎች በሌላ ከምንም ነገር ንክኪ በሌለው ቃል ሳይተኩ እስካሁን እንዳለ አሉ። በስነልሳን ምሁራን ዘንድ ያለው እሳቤ አዲስ ስያሜ መስጠቱ መደናገርን ያስቀራል ከሚል የመነጨ ቢሆንም፣ ከሙያው ውጭ ባለው ዘንድ እየፈጠረ ያለው ውዥንብር በቀላሉ የሚታይ አይደለም።

በዚህ ምዕራፍ በክፍል 5.2 ክፍል ኩሻዊ የሚባሉትን (ወይም በአንድ ወቅትም ሆነ ኩሻዊ ስር የተመደቡት) ከዝርዝሩ በርግጥ ቀድሞ ምዕራብ ኩሻዊ ይባሉ የነበሩትን አላስገባንም። ከዚህም በላይ አንዳንዶቹ እራሳቸውን የቻሉ ቋንቋ ሳይሆኑ የሌላ ቋንቋ ዘዬ ናቸው። ከዚህም በላይ አንዳንዶቹ ደግሞ ጨርሶውንም ኩሻዊ መሆናቸው አጠያያቂ የሆኑ አሉ። ይህን በዚያው ክፍል እንመለከታለን። በዚህ ክፍል የቋንቋዎቹን/የንግግር አይነቶች ዝርዝር ለመስጠት እንሞክራለን። ዝርዝሩ ከሞላ ጎደል በአባሪ በቀዳሚዎቹ ቅፆች የቀረበ ነው። በክፍል 5.3 ስለኩሽ ቋንቋዎች እና ተናጋሪዎቻቸው መጠነኛ ዳሰሳ እናደርጋለን። ይህን ደሳሰችንን የምናደርገው ከላይ በጠቀስናቸው አራት ምድቦች፣ ማለትም ሰሜን ኩሻዊ፣ ማዕከላዊ ኩሻዊ፣ ደቡብ ኩሻዊ እና ምስራቅ ኩሻዊ በሚሉት ስር ነው። ይህን ያደረግነው ምደባው የተዘወተረ ከመሆኑ የተነሳ እንጂ ትክክል ነው ከማለት አይደለም።

ኩሻዊ ተዘውትረው ከሚጠሩት ስድስት የአፍሮኤሽያዊ ታላቅ ቤተሰብ ቅርንጫፎች ውስጥ አንደኛው ቤተሰብ ተደርጎ ቢወሰደም፣ ይህ ምደባ ያልለቀለት አይደለም። በቅፅ አንድ እንደገለፅነው ኩሻዊ እንደተቀሩት ቤተሰቦች በእኩል ደረጃ የሚታይ አንድ ቤተሰብ ተደርጎ መወሰድ አይገባውም የሚሉ ትንሽ የማይባሉ ጥናቶች አሉ። ቀረብ ብለን ስንመረምርም የምናገኘው እውነታ ከእነዚህ ጥናቶች ጋር ተመሳሳይ ነው። በእያንዳንዳቸው ንዑሳን የቋንቋ ቤተሰቦች ውስጥ ያለው ክፍፍል በየወቅቱ እየታደሰ ያለ ከመሆኑም በላይ፣ በየክፍሎቹ መሀከል ያለው ግንኙነት እንኳ ገና መፍትሄ አላገኘም። በክፍል 5.4 የቋንቋዎቹን/ ቡድኖቹን የእርስ በእርስ ግንኙነታቸውን እና በአጠቃላይ የኩሻዊን የውስጥ ምደባ እንቃኛለን።[12] ክፍል 5.5 በምዕራፉ የተነሱትን ነጥቦች ጨምቆ በማቅረብ መደምደሚያ የሚሰጥ ነው።

5.2 ኩሻዊ ቋንቋዎች/የንግግር አይነቶች

አብዛኞቹ የኩሻዊ ቋንቋዎች የሚገኙት በኢትዮጵያ ሲሆን፣ የተወሰኑት እንደ ኦሮምኛ እና ሶማልኛ አይነቶቹ ድንበር ተሻጋሪ ናቸው። ከኢትዮጵያ ውጭ የሚገኙት በቁጥር ትንሽ ናቸው እና እዚህ ሁሉንም የኩሻዊ ቋንቋዎች ዘርዝረናል። በኢትዮጵያ የሚገኙትን በቀላሉ ለመለየት እንዲቻል የሁሉንም የንግግር አይነቶች የሚነገሩበትን ሀገር ገልፀናል።

በኩሻዊ ቡድን ላይ ያለው ትልቁ ችግር ከላይ በመግቢያው ጠቆም እንዳደረግነው ኩሻዊ ራሱ እንደአንድ ቤተሰብ ሊታይ ይችላል ወይ የሚለው ነው። እዚህ በኩሻዊ ስር የዘረዘርናቸው እንደአንድ ቤተሰብ መታየት ይገባቸዋል ከሚል እምነት አይደለም። ዋናው ነጥብ ኩሻዊ የሚባሉት ወይም በአንድ ስራም ሆነ በሌላ (ከኦሞአዊ ቋንቋዎች በስተቀር)

በኩሻዊ ስር የቀረቡት ቋንቋዎች እነማን ናቸው የሚለውን ለማሳየት ብቻ ነው። ስለአከፋፈላቸው እና ከሌሎቹ የአፍሮኤሽያዊ ቤተሰቦች ጋር ስላላቸው ግንኙነት ክፍል 5.4ን ይመልከቱ።

በኩሻዊ ቤተሰብ ስር በአንዳንድ የንግግር አይነቶች ላይ ልክ በሌሎቹም እንዳለው የቋንቋ እና የዘዬ ጉዳይ አንዱ አወዛጋቢ ሆኖ ይገኛል። ለምሳሌ ብለንች (2006)፣ በሶማልኛ ስር ያሉ የንግግር አይነቶችን ከስምንት በላይ እራሳቸውን ያቻሉ ቋንቋዎች አድርጎ ሲመድብ፣ በኦሮምኛ ስር ያሉትን የንግግር አይነቶች ደግሞ አራት እራሳቸውን የቻሉ ቋንቋዎች አድርጎ አስፍሯል። በርግጥ በሶማልኛ እና በኦሮምኛ ውስጥ ባሉ የተወሰኑ የንግግር አይነቶች መሀከል መግባባት የሚያግድ ከዘዬ ያለፈ ግንኙነት አለ። ሆኖም የዘዬዎቹ እንደሰንሰለት መያያዝ ሁሉንም በቀላሉ ለይቶ ለማውጣት አስቸጋሪ ነው። እዚህ ወደዚያ ዝርዝር ሳንገባ ሶማልኛን እና ኦሮምኛን እንደ ቋንቋ ቡድን ሳይሆን እራሳቸውን እንደቋንቋ አድርገን አቅርበናል። በእነዚህ ቋንቋዎች ስር ስላሉት የንግግር አይነቶች ሰፋ ላለ ገለፃ የሚቀጥለውን ክፍል እና በእዚያ የተጠቀሱ ስራዎችን ይመልከቱ። ከታች በቀረበው ሠንጠረዥ የቋንቋዎቹ ISO 639-3 የሶስት ፊደል ኮድንም ጨምረናል።

በቋንቋዎቹ ስያሜ ላይ በአማርኛ ተናጋሪው ዘንድ በጣም የተለመዱት ላይ እንዳለ በአማርኛ ተናጋሪው እንደሚጠራቸው አቅርበናል። ሌሎቹን ግን በተቻለ መጠን ተናጋሪው ህብረተሰብ እንደሚጠራቸው፣ ይህ ግልፅ ሳይሆን እንዳለ በእንግሊዝኛ በቀረቡበት መልኩ አስቀምጠናል።

ሠንጠረዥ 4፡ ኩሻዊ ቋንቋዎች

ቡድን/ቤተሰብ/ ቅርንጫፍ	**ቋንቋ/የንግግር አይነት**	**ISO 639-3 ኮድ**	**የሚነገርበት ሀገር**
ሰሜን	ቤጃ/ቤደዊን	[bej]	ሱዳን
አገው/ማዕከላዊ	ኻምጣንጋ	[xan]	ኢትዮጵያ
	ቢለን	[byn]	ኤርትራ
	አዊ	[awn]	ኢትዮጵያ
	ቅማንትነይ	[ahg]	ኢትዮጵያ
ደጋማው ምስራቅ ኩሻዊ	ቡርጂኛ	[bji]	ኢትዮጵያ
	ሀዲይኛ	[hdy]	ኢትዮጵያ
	ከምባትኛ	[ktb]	ኢትዮጵያ
	ሲዳምኛ	[sid]	ኢትዮጵያ
	አላብኛ-ቀቤንኛ	[alw]	ኢትዮጵያ
	ሊቢዶኛ	[liq]	ኢትዮጵያ

	ጌዴኦኛ	[drs]	ኢትዮጵያ
ዱላይ	ቡሳ	[dox]	ኢትዮጵያ
	ገዋዳ	[gwd]	ኢትዮጵያ
	ፀማይ/ፀማኮ	[tsb]	ኢትዮጵያ
ቆላማው ምስራቅ ኩሻዊ	አፋርኛ	[aar]	ኢትዮጵያ፣ ኤርትራ፣ ጅቡቲ
	ሳሆኛ	[ssy]	ኤርትራ
	ኢሮብኛ		ኢትዮጵያ
	ኦሮምኛ	[gax]፣ [hae]፣ [gaz]	ኢትዮጵያ
	ኦርማ	[orc]	ኬንያ
	ዋጣ	[ssn]	ኬንያ
	ዲራሻ/ጊዶሌ	[gdl]	ኢትዮጵያ
	ኮንሶኛ	[kxc]	ኢትዮጵያ
	ቦኒ/አዌር	[bob]	ኬንያ
	ሬንዴሌ	[rel]	ኬንያ
	ቦን	[bnl]	ሶማሊያ
	ሶማልኛ	[som]	ሶማሊያ፣ ኢትዮጵያ፣ ኬንያ
	ያኩ	[muu]	ኬንያ
	ዳሀሎ	[dal]	ኬንያ
	አርቦሬ	[arv]	ኢትዮጵያ
	ባይሶ	[bsw]	ኢትዮጵያ
	ዳሳናች	[dsh]	ኢትዮጵያ
	ኤል ሞሎ	[elo]	ኬንያ
ደቡብ	አሳኽ	[aas]	ታንዛንያ
	አልጋዋ	[wbj]	ታንዛንያ
	ቡሩንጌ	[bds]	ታንዛኒያ
	ጎሮዋ	[gow]	ታንዛንያ
	ኢራቅው	[irk]	ታንዛንያ
	ቅውአድዛ	[wka]	ታንዛንያ

ስለቋንቋዎቹ እና ተናጋሪዎቻቸው በተወሰነ ደረጃ በሚቀጥለው ክፍል የምንመለከተው ቢሆንም፣ ከላይ በቀረበው ሠንጠረዥ ላይ ከሰፈሩት የተወሰኑት ላይ እዚህ አንዳንድ ማብራሪያ ማቅረብ የሚያስፈልግ ይመስለናል።

ሀዲይኛ ከሊቢዶኛ ወይም ማረቆኛ ጋር የዘዬ ግንኙነት አለው። አላብኛ፣ ቀቤንኛ፣ እና ጥምባሮኛ ከከምባትኛ ጋር ግንኙነታቸው መግባባት የሚያግድ አይደለም። ኢሮብኛ ከሳሆኛ ጋር በጣም ይቀራረባል። በዚህም ምክንያት ብዙ ግዜ እንደሳሆኛ ዘዬ በመቁጠር ለብቻው ተጠቅሶ አናገኘውም።

በኦሮምኛ ሶስት ኮዶች ያሉት፣ ለሶስት የተለያዩ ንግግር አይነቶች ነው። [gax] ደቡብ ኦሮምኛን ማለትም ቦረና፣ አርሲ፣ ጉጂን የሚመለከት ነው። [hae] ምስራቅ ኦሮምኛን፣ ማለተም ሀረር ኦሮምኛን የሚመለከት ነው። ሶስተኛው፣ [gaz] ምዕራብ እና ማዕከላዊ ኦሮምኛን፣ ማለትም ሜጫ/ወለጋ፣ ራያ፣ ወሎ/ከሚሴ፣ ቱለማ/ሸዋን፣ የሚመለከት ነው። ከነዚህ ውጭ በኬንያ የሚነገሩት ኦርማ እና ዋጣ የኦሮምኛ ዘዬዎች ተደርገው ሊወሰዱ ይችላሉ። እነዚሁ ሁለት የንግግር አይነቶች ከደቡብ የኦሮምኛ ዘዬዎች በተለይ የቦረና ዘዬ ጋር ግንኙነታቸው መግባባት የሚያግድ አይደለም (ሆስኪንስ፣ 2011)።

ደሃሎ በቀድሞው በደቡብ ኩሻዊ ስር ይመደብ የነበረ ሲሆን አሁን በምስራቅ ኩሻዊ ይመደባል። ይሁን እንጂ ይህ ቋንቋ ጨርሶውንም ኩሻዊ ነው ለማለት አስቸጋሪ ነው። የኩሻዊ ቋንቋዎችን ባህርያት በተወሰነ ደረጃም ቢያሳይም፣ የባንቱ እና የኮኾሽያን ባህርያት በስፋት አሉበት። በደቡብ ኩሻዊ ውስጥ የተጠቀሱት አሳኽ እና ቅዋድዛ ቋንቋዎቹ ጠለቅ ያለ የሰዋስው ጥናት ሳይደረገባቸው እና በቂ ጥሬ መረጃ ሳይተዉልን የጠፉ በመሆናቸው ምድባቸው ይህ ነው ለማለት በእርግጠኝነት አልተቻለም።

ኢትኖሎግ (2017) በሶማሊያ የሚነገሩ በሚል ሶማልኛን እንደቡድን ስም በመውሰድ ከራሱ ከሶማልኛ ጋር ስድስት የንግግር አይነቶችን ዘርዝሯል። የንግግር አይነቶቹን እንዳለ በምንጫቸው/በተጠቀሱበት መልኩ ከታች በተሰጠው ሠንጠረዥ አቅርበናል።

ሠንጠረዥ 5፡ የኢትኖሎግ የሶማልኛ "ቡድን" ዝርዝር

ቡድን	ቋንቋ/የንግግር አይነት[13]	ISO 639-3 ኮድ	የሚነገርበት ሀገር
ሶማልኛ[14]	ደባሬ	[dbr]	ሶማሊያ
	ጋሬ	[gex]	ሶማሊያ
	ጂዱ	[jii]	ሶማሊያ
	ማአይ	[ymm]	ሶማሊያ
	ሶማልኛ	[som]	ሶማሊያ
	ቱኒ	[tqq]	ሶማሊያ

ከላይ በቀረቡት በተወሰኑት የሶማልኛ የንግግር አይነቶች መሀከል ያለው የግንኙነት ደረጃ መግባብት የሚያግድ መሆኑን የተወሰኑ ስራዎች ገልፀዋል። በሚቀጥለው ክፍል ሶማልኛን ስንመልከት እንመለስበታለን።

5.3 ኩሻዊ ቋንቋዎች ዝርዝር ዳሰሳ

ኩሻዊ ቤተሰብን ሰሜን ኩሻዊ (ቤጃ)፣ ማዕከላዊ ኩሻዊ/አገው፣ ምስራቅ ኩሻዊ፣ እና ደቡብ ኩሻዊ በሚል የሚታየው የተለመደ ክፍፍል ከቀድሞው የነበረ ወይም በሁሉ ስምምነት ያለበት አይደለም። የዚህ ምደባ በተለይ በግሪንበርግ (1963) የቀረበ ነው። ግሪንበርግ በአጠቃላይ የአፍሮኤሽያቲክ ቋንቋዎችን የከፋፈለው በሚከተለው መልኩ በአምስት ቡድን ነው፤

ሠንጠረዥ 6: የአፍሮኤሽያዊ ክፍፍል በግሪንበርግ (1963)

አፍሮኤሽያዊ

1. ሴማዊ
2. በርበር
3. ጥንታዊ ግብፃዊ
4. ኩሻዊ
    4.1 ሰሜን ኩሻዊ
    4.2 ደቡብ ኩሻዊ
    4.3 ማዕከላዊ ኩሻዊ
    4.4 ምስራቅ ኩሻዊ
    4.5 ምእራብ ኩሻዊ
5. ቻዳዊ

ከላይ እንደምንመለከተው ግሪንበርግ በእዚህ ስራው ምዕራብ ኩሻዊ በሚል በአሁኑ ግዜ ኦሞአዊ የሚባሉትን መድቦ ነበር። ከላይ እንደገለፅንው፣ ኦሞአዊ ራሱን የቻለ ተደርጎ መወሰድ ብቻ ሳይሆን ራሱን በቻለ ቅፅ የተመለከትንው ስለሆነ በዚህ ቡድን ስር ስለሚጠቀሱት ቋንቋዎች እዚህ አናነሳም። የተቀረው የአራቱ የኩሻዊ ቡድኖች የግሪንበርግ ምደባም ቢሆን በሁሉ ተቀባይነት ያለው አይደለም። የኩሻዊ ውስጥ ምደባ ከስራ ስራ አብዛኛውን ግዜ ይለያያል። በአንዳንድ ስራዎች ደቡብ ኩሻዊ የሚባለው እንዳለ ቀርቶ በምስራቅ ኩሻዊ ተጠቃሎ ይገኛል። እንደዚሁም ማዕከላዊ ኩሻዊ በምስራቅ ኩሻዊ ውስጥ ተመድቦ የምናገኝበትም አጋጣሚ አለ። በክፍል 3.3 የምንመለከተው ስለሆነ እዚህ ወደዝርዝሩ አንገባም። እዚህ የኩሻዊ ወይም ኩሻዊ በሚባል የሚጠቀሱ ቋንቋዎችን ከላይ በጠቀስናቸው በአራቱ ምድቦች ስር የምናነሳው፣ ስለኩሻዊ አከፋፈል የተለየ አቋም መያዛችን እንዳልሆነ ለማሳየት ነው። ከላይ እንደገለፅንው፣ እነዚህ ስያሜዎች

የተጠቀምንው የተለመዱ በመሆናቸው ብቻ ነው። በምደባው ላይ ስላለው የወቅቱ ምልከታ ቀጣዩን፣ ማለትም ክፍል 5.4ን ይመልከቱ። ሆኖም፣ በዚህ ክፍልም፣ ዝርዝር ቋንቋዎቹን ስናነሳ በክፍፍሉ ላይ የተወሰኑ ነጥቦችን እግረመንገዳችንን ማንሳታችን አይቀርም።

5.3.1 ማዕከላዊ ኩሻዊ/አገው

በማዕከላዊ ኩሻዊ ስር የሚገኙት ቋንቋዎች የአገው ቋንቋዎች በመባልም የሚታወቁት ናቸው። እነዚህ ቋንቋዎች ኻምጣንጋ፣ ቅማንትነይ፣ አውንጊ፣ እና ቢለን ናቸው። ኻምጣንጋ በማዕከላዊ ወሎ የሚነገር ቋንቋ ነው። ህብረተሰቡ ኸምጣ ይባላል። ቅማንትነይ የቅማንት ብሄረሰብ የሚናገረው በጎንደር ያለ ቋንቋ ነው። ይህ ቋንቋ በመጥፋት ላይ እንዳለ ይታወቃል (ዘለዓለም ልየው 2003ን ይመልከቱ)።

አውንጊ በአዊ ዞን በጎጃም ክፍለሀገር የሚገኝ ነው። ቋንቋው በርካታ ዘዬዎች በውስጡ እንዳሉት ይገመታል። ህብረተሰቡ አዊ ይባላል (ተሾመ 2015 እና በዚያ ላይ የተጠቀሱ ስራዎችን ይመልከቱ)። ቢለን በኤርትራ ከረን አካባቢ የሚገኝ ነው። እነዚህ አራቱም ባንድ ወቅት ምናልባትም ወጥ የሆነ ሀገር ይዘው እንደነበር ይገመታል።

ከላይ ከጠቀስናቸው ውጭ ኩንፈል፣ ቋርኛ እና ካይልኛ የሚሉ የንግግር አይነቶች አሉ። ቋርኛ የቅማንትነይ ዘዬ ተደርጎ ይወሰዳል። በኩንፈል እና በካይልኛ ላይ ያለው ወጥ አቋም አይደለም። በተለያዩ ስራዎች ኩንፈል በሚል የምናገኘው ተናጋሪው አገዊ ማለትን ስለሚመርጥ በዚህ ስራ ይህንኑ የህብረተሰቡን ስያሜ እንጠቀማለን። ካይልኛ አሁን የጠፋ ሲሆን፣ በጎንደር አካባቢ ይነገር የነበረ የንግግር አይነት ነው። ዝርዝሩን በክፍል 5.3.1.2 እንመለከተዋለን።

5.3.1.1 የአገው ነገድ

የኢትዮሴማዊ ቋንቋዎች ከደቡብ አረቢያ ፈልሰው ነው የመጡት የሚለውን እሳቤ በሚያራምዱ ሊቃውንት ዘንድ የሰሜኑ የኢትዮጵያ ክፍል እና አብዛኛው በተለይ ደጋማው ኤርትራ የአገው ህዝቦች መኖሪያ እንደነበር ይገለፃል። በእዚህ ትወራ መሰረት በአሁኑ ግዜ የሰሜኑ ሴማዊ ተናጋሪዎች የአማርኛ ተናጋሪዎችን ጨምሮ አብዛኛው ቋንቋውን የወሰዱ አገዎች ናቸው። ይህን አስተሳሰብ አሁንም ከሚያራምዱ ውስጥ ስለአገው ቋንቋዎች ሰፊ ጥናት ያደረገው አፐልያርድ ይገኝበታል። ለምሳሌ፣ የሚከተለውን ከዚህ ሰው ይመልከቱ፤

> የአገው ህዝቦች ከሰሜን ኪደጋማው ክፍል መረብ ወንዝ ጀምሮ እስከ ደቡብ ጀማ ወንዝ ድረስ ከመነሻው ሰፍረው የነበሩ ናቸው። በኋላ ላይ በአክሱማዊት ስርወመንግሥት የሴማዊ ቋንቋዎችን እና ባህልን (አብዛኞቹ) ሊወስዱ ችለዋል። ቋንቋቸውም ለእንትግርኛ እና አማርኛ የስነልሳን መሰረት ሆኗል። የዛሬዎቹ በኤርትራ እና በኢትዮጵያ የሚገኙት የአገው ህዝቦች የዚህ የጥንታዊ/ቀዳሚ ሰፋሪ ህዝብ ቅሪቶች ናቸው። ወደኋለኛው የአክሱማይት ዘመን ወቅታዊ/የበላይ/ተፅእኖ ወደነበረው ሴማዊ ቋንቋ እና ክርስትያን ባህል የነበረው ውህደት የጀመረው ምናልባትም ወደስድስተኛው ክፍለዘመን ሲሆን፣

ከፍተኛ ደረጃ የደረሰው በዛጉዌ ስርወመንግሥት ምስረታ በ12ኛው እና በ13 ክፍለዘመን ነው። የውህደቱ ሂደት በሁሉም የአገው ህዝቦች ደረጃ ወጥ አልነበረም። እስካሁንም የተለየን ነን የሚለው እና የተለየ ማንነት መያዝ አለ። ለዚህ ቤተ እስራኤሎችም ሊጠቀሱ ይችላሉ (አፐልያርድ፣ 2003:139)።[15]

ቤተ እስራኤሎች አብዛኞዎቹ የአማርኛ እና የትግርኛ ተናጋሪ ቢሆኑም የተለየ ማንነት በመያዝ ሙሉ በሙሉ ከሴማዊ ተናጋሪው ጋር አለመዋሀደቻውን ምክንያት በማድረግ ነው አፐልያርድ ቤተ እስራኤሎችን በምሳሌነት ያነሳው። ጋምስት (2003)ም ከላይ ከቀረበው የአፐልያርድ አስተያየት ጋር የሚዛመድ አስተያየት እና ትንታትኔ ሰጥቷል።[16]

የሴሜቲኩ ህዝብ በኋላ ላይ የፈለሰ ነው የሚለው እሳቤ አሁን ተቀባይነት የለውም። የህበረተሰብ መቀላቀል እንዳለ ቢሆንም፣ እንዲሁም የተወሰኑ የአገው ተናጋሪዎች የሰሜን ሴማዊ ተናጋሪዎች እንደሆኑ መገመት ባያዳግትም፣ በሰሜኑ የሀገራችን ክፍል የአገው ህዝቦች ብቻ ነበሩ የሚለው ሚዛን የሚደፋ አይደለም። ሁለቱም ህዝቦች ብቻ ሳይሆን የናይሎ ሰሀራን ቋንቋ ተነጋሪዎችም ለምሳሌ ናራ እና ኩናማ ጎን ለጎን ለበርካታ ዘመናት አብረው እንደነበሩ የቅርብ ግዜ የስነልሳን ጥናቶች ያመለክታሉ። ለዝርዝሩ ቅፅ አንድን ይመልከቱ።

በፍልሰት ላይ በተመሰረተው ትወራ አካሂድ ሴማዊው ህዝብ/ቋንቋ ብቻ ሳይሆን ኩሻዊውም ከኤስያ የፈለሰ ነው። ልዩነቱ ኩሻዊው ቀደም ብሎ መፍለሱ ላይ ነው። ዝርዝሩን በክፍል 5.3 ስር እንመጣበታለን። የአገውም ህዝብ ሆነ የሴሜቲኩ ፈልሶ የመጣ ነው አልንም አላልንም አንድ ነገር እርግጠኛ መሆን የሚቻለው የአገው ህዝብ አብዛኛው የአለማችን ህዝብ ከአደን ኑሮ ባልተላቀቀበት ዘመን የእርሻ ተግባር ያካሂድ የነበረ ጥቂት የማይባሉ ሰብሎችንም ለአለም ያስተዋወቀ እንዲሁም ከሌላው አካባቢም በመውሰድ የሰብሎችን አይነት ያስፋፋ የጥንታዊ ስልጣኔ ባለቤት ህዝብ ነው።[17] የአገው ህዝብ የዛጉዌ ስርወመንግሥት መስራች የነበረ ነው። ዛጉዌ የሚለው ስያሜ እራሱ ከግእዝ ዘአገው የመጣ እንደሆነ ይታመናል። ይህ ስርወመንግሥት ከ900 አካባቢ እስከ የሰለሞናዊያን ወገን ነኝ ከሚለው አፄ ይኩኖአምላክ እስከነገሠበት 1270 ድረስ የነበረ አስተዳደር ሲሆን፣ በኢትዮጵያ ታሪክ ያራሱን ትልቅ አሻራ አሳርፏል። በአለም በአስደናቂነታቸው የሚታወቁትን የላሊበላ ውቅር አብያተ ክራስትያናት ያነፀ ይህ ስርወመንግሥት ነው።

አገው በአክሱም ዘመን ቀዳሚ በሚባሉ ሰንዶች ሳይጠቀስ የታለፈበት ግዜ የለም። በስድስተኛው ክፍለዘመን እንደተፃፈ በሚነገርለት ክርስትያን ቶፖግራፊ[18] በሚለው ስራ እንዲሁም ከዚያ ቀደም በነበረው እና አዱሊስ ላይ ነበር በሚባለው በ3ኛው ክፍለዘመን እንደተፃፈ በሚነገርለት የአዱሊስ ሀውልት በሚባል በሚታወቀው ላይ አገው ተጠቅሶ ይገኛል።[19] ጋምስት በ4ኛው ክፍለዘመን በኢዛና የድንጋይ ላይ ፅሁፍም ተጠቅሶ እንደሚገኝ ገልጿል (ጋምስት 2003፡142)።[20] ይህም ህብረተሰቡ በዚሁ ስም እየተጠራ ለረጅም ግዜ እንደቆየ ማሳያ ነው።

5.3.1.2 የአገው ንግግር አይነቶች

በአገው ቋንቋዎች ላይ ጠለቅ ያለ መሰረታዊ ጥናት ካደረጉት ውስጥ ቀዳሚው ሌኦ ራይኒሽ ነው። ይህ ሰው በቢለን (1882) "ዲ ቢለን-ሽፐራኽ ኢን ኖርድኡስት አፍሪካ" በሚል ርዕስ፣ በቅማንትነይ (1885) "ዲ ቋራሽፐራኽ ኢን አቢሲኒየን" በሚል ርዕስ፣ እና በኻምጣንጋ (1884) "ዲ ቻሚርሽፐራኽ ኢን አቢሲኒየን" በሚል ርዕስ ላይ ሰዋሰው እና መዝገበቃላትን ያካተቱ መፅሀፎች አሳትሟል።[21] በዘመናችን ዴቪድ አፐልያርድ በእነዚህ ቋንቋዎች ላይ በርካታ ጠቃሚ ጥናቶች አካሂዷል።

በቀዳሚው ክፍል እንደተመለከትነው የአገው ቋንቋዎች ኻምጣንጋ፣ ቅማንትነይ፣ አውንጊ፣ እና ቢለን እንዲሁም ካይልኛ ናቸው። ካይልኛ የበለጠ ቅርርቡ ከቅማንትነይ እና ኻምጣንጋ ጋር ሆኖ በሁለቱ መሀከል ያለ ድልድይ ተደርጎሮ መወሰድ እንደሚችል አፐልያርድ (2003፡140) ይገልፃል። በኤርትራ የሚነገረው ቢለን ከኻምጣንጋ ጋር ቅርርቡ ከፍተኛ እንደሆነ ይነገራል። እንደአፐልያርድ ግምት ሁለቱ የተለያዩት ከ1000 ዓመት ወይም በታች ባለ ግዜ መሆን አለበት (አፐልያርድ 2003፡139)። እነዚህ ሁለቱ ከአውንጊ ይልቅ ለቅማንትነይ የበለጠ ይቀርባሉ (አፐልያርድ 2003፡139)። አፐልያርድ አውንጊን (እና ኩንፈልን)[22] በአንድ በኩል የተቀሩትን በሌላ ወገን በማድረግ አገውን በሁለት ቅርንጫፎች ይከፍለዋል።

ሠንጠረዥ 7፡ የአገው ቋንቋዎች ክፍፍል

ልዕለአገው
1. አውንጊ -አገዊ/ኩንፈል
2. ቢለን-ኻምጣንጋ-ካይላ-ቅማንትነይ
   2.1 ቢለን-ኻምጣንጋ
      2.1.1 ቢለን
      2.1.2 ኻምጣንጋ
   2.2 ካይልኛ
   2.3 ቅማንትነይ

የአገው ቋንቋዎች በሴማዊ በተለይ በትግርኛ፣ በትግረ እና በአማርኛ ቋንቋዎች ተከበው በመገኘታቸውም በቋንቋዎች መሀከል በርካታ መወራረስ አለ። ይህ መመሳሰል በቃላት፣ በስነመዋቅር እንዲሁም በተወሰነ ደረጃም ቢሆን በስነምዕላድ ያታያል። ይሁን እንጂ የአገው ቋንቋዎች ለረጅም ግዜ አብረው ከኖሯቸው ከአጎራባቾቻቸው የሴማዊ ቋንቋዎች እጅጉን የሚለዩዋቸው ድምፆች አሏቸው። ለምሳሌ፣ የትናጋ የሆነችው ŋ አንዷ ነች። ይች ድምፅ በአገው ቋንቋዎች ንጥረ ድምፅ ስትሆን በሌሎቹ አይደለችም። ለምሳሌ በአማርኛ ይች

ድምፅ የ/ን/ ዘረድምፅ ናት። የዚች ድምፅ ከንፍራዊ ቅርፅም እንዲሁ በአገው ቋንቋዎች ንጥረ ድምፅ ስትሆን፣ እንደአማርኛ ባሉት ግን ዘረድምፅ ነች። ለምሳሌ አንጉዋ።[23]

የአገው ቋንቋዎች ከአጎራባች የሴማዊ ቋንቋዎች የበለጠ ውስብስብ ስነምእላድ አላቸው። አፐልያርድ እንዳመለከተው (2003:140) ግስ ለስሙሙነት፣ ለግዜ፣ ለስልት እና ለአስፔክት ከመርባት በተጨማሪ፣ ለአሉታ እና ለአወንታ የተለየ እርባታ አላቸው። እንዲሁም፣ በጥገኛ አረፍተነገር ውስጥ የግሶቹ እርባታ ከዋና አረፍተነገር የሚለይበት ሁኔታ እና ሌሎች የግስ እርባታ ልዩነቶች ያሳያል (ዝኒ ከማሁ)።

ከላይ እንደገለፅነው የአገው ቋንቋዎች በጎንደር፣ በጎጃም፣ በወሎ፣ እንዲሁም በኤርትራ ይነገራሉ። ዘርዘር አድርገን እያንዳንዳቸውን ቀጥለን እንመለከታለን።

5.3.1.2.1 ኻምጣንጋ

ኻምጣንጋ የቋንቋው ስም ሲሆን ተናጋሪው እራሱን ኻምጣ ይላል። በአካባቢው ህብረተሰብ ደግሞ አገው በመባል ይታወቃል። ይህ ህዝብ በአብዛኛው በቀድሞው ወሎ ክፍለሀገር በአሁኑ በዋግ ህምራ ዞን ይኖራል። ህብረተሰቡ ከ300 ሺ በላይ እንደሆነ ይገመታል። ይህ ህብረተሰብ በአብዛኛው በእርሻ ተግባር ላይ የተሰማራ ሲሆን አብዛኛው ወይም ሙሉ በሙሉ ማለት ይቻላል የኦርቶዶክስ ተከታይ ነው (ጋምስት 2003፡143፣ ጋምስት 2005፡995)።።

አፐልያርድ (1987) ኻምጣንጋ አራት አካባቢያዊ ዘዬዎች ሊኖሩት እንድሚችሉ ግምቱን ሰጥቷል። እነዚህም በአበርገሌ አካባቢ የሚነገረው፣ በዝቋላ አካባቢ የሚነገረውን፣ ሰቆጣ አካባቢ እና በሰሜን በበለሳ እና በስሃላ ወረዳዎች የሚነገሩትን ይይዛል (አፐልያርድ፣ 1987፡243-244)። ተሾመ (2016፡30)፣ ገብሬን በመጥቀስ ሌሎች ሁለት ተጨማሪ፣ ፃጊብጂ እና ቴላጄ የሚባሉ ዘዬዎች እንዳሉ ይገልፃል፣ ይህም ኻምጣንጋ በአጠቃላይ ወደ ስድስት የሚጠጉ ዘዬዎች አሉት ማለት ነው። የተሾመ (2016፡30) የስነድምፅ ጥናትም ያተኮረው በአፐልያርድ ባልተጠቀሰው የፃጊብጂ ዘዬ ላይ ነው።

ኻምጣንጋ በስነድምፅ ደረጃ እንደብሌን እና በአጠቃላይ እንደሌሎች አገው ቋንቋዎች የእንጥል ድምፆች አሉት። ይሁን እንጂ ከሌሎቹ በተለይ ከቢሌን የሚለይበት ድምፆች አሉት። ይህ ቋንቋ በብሌን ያየናቸው ሰባት ንጥረ ድምፃዊ አናባቢዎች ሲኖሩት፣ በተነባቢ ደረጃ ተሾመ (2016) ሰላሳ ሶስት ንጥረ ድምፆች እንዳሉት አሳይቷል። ይህ ራይነሽ (1884) ካቀረበው ሰላሳ ሁለት ተናባቢዎች ጋር በቁጥር ተቀራራቢ ነው።

ተሾመ የከናፍር ሹሉክሉክ የሆነቸው /β/ በዚህ ቋንቋ ንጥረ ድምፅ ነች ይላል። ይች ድምፅ በሌሎቹ የአገው ቋንቋዎች ብቻ ሳይሆን በበርካታ የኢትዮጵያ ቋንቋዎች ትገኛለች። በቢለን ይች ድምፅ እንደአማርኛው ዘረድምፅ እንጂ ንጥረ ድምፅ አይደለችም። ስርጭቷ በሁለት አናባቢዎች መሀከል ነው። ከተሾመ ምሳሌ መረዳት እንደምንችለው በኻምጣንጋ ግን ከቃል መነሻ፣ መሀከል እና መጨረሻ በአጠቃላይ በማናቸውም ቦታ ትገኛለች (ተሾመ

2016፡35)። ስርጭቷ በስነድምፃዊ ሂደት የተገደበ አይደለም። ራይኒሽ (1884፡7/577) ግን ይችን ድምፅ በተነባቢው ሠንጠረዥ ላይ አላስገባትም።

ኻምጣንጋ ሌላው ከቢለን የሚለየው በ/θ/ ነው። ይች ድምፅ ወደ ኻምጣንጋ የገባችው በውሰት ከሴማዊ ቋንቋ ነው ቢባልም፣ በዚህ ቋንቋ ንፐረ ድምፅ ነች። የሚከተሉት አንድዬ ጥንዶች ከአፐልያርድ (2005፡996) ናችው፤ ፅብራ /s'ɨbra/ 'አመድ' ~ ስብራ /sɨbra/ 'እባብ'።

የማንቁርት ድምፆች በቢለን ቢገኙም፣ እንደተሾመ (2016) ከሆነ ኻምጣንጋ እነዚህ ድምፆች የሉትም። ራይኒሽ (1884፡7/577) ግን የማንቁርት የሆነችው /ሐ/ በእዚህ ቋንቋ እንደምትግኝ አስፍሯል። ተሾመ (2016፡30) የጎሮሮ እግድ የሆነችውን /ሀ/ ድምፅም በኻምጣንጋ አላሰፈረም። ይች ድምፅ ግን በራይንሽ ሰፍራለች። ራይኒሽ (1884) ቻሚር በሚል የጠቀሰው ኻምጣንጋ ላይ ያቀረበው ስራ ከ100 ዓመት በላይ እድሜ ያስቆጠረ በመሆኑ በዚህን ወቅት የስነድምፅ መጠነኛ ለውጥ ተደርጎበትም ሊሆን ይችላል። ተሾመ (2016) በቅርቡ ከመሰራቱም በተጨማሪ ፀሀፊው ከአካባቢው ጋር በቅርበት የሚተዋወቅ በመሆኑ በአሁኑ ወቅት ቋንቋው ያለውን ድምፆች የተሾመ ስራ የበለጠ ያሳያል ብሎ መገመት ይቻላል። የሚከተለው ሠንጠረዥ ከተሾመ ነው።

ሠንጠረዥ 8፡ የኻምጣንጋ ተናባቢዎች

		ከናፍራዊ	የጥርስና ከንፈር	የድድ	ላንቃ	ትናጋ	ከናፍራዊ ትናጋ	እንጥል	ከናፍራዊ እንጥል	ጉሮሮ
እግድ	ኢነዛሪ			t		k	kʷ			
	ነዛሪ	b		d		g	gʷ			
	ፈንጂ			t'		k'	kʷ'	q	qʷ	
ሹሉክሉክ	ኢነዛሪ		f	s	ʃ			χ	χʷ	h
	ነዛሪ	β		z						
	ፈንጂ			s'						
ፍትግ	ኢነዛሪ				tʃ					
	ነዛሪ				dʒ					
	ፈንጂ				tʃ'					
ተርገብጋቢ				r						
ጎናዊ				l						
ሰርናዊ		m		n	ɲ	ŋ	ŋʷ			
ከፊል አናባቢ		w			j					

በተሾመ ጥናት መሰረተ ኻምጣንጋ በፋሎን (2006) ከቀረበው ቢለን በሌሎች ድምፆችም ይለያል። ፋሎን በቢለን የትናጋ ሹሉክልክ /x/ ድምፅ እና የዚህን ዝርያ የሆነውን ከናፍሪዊውን ድምፅ /x^{w}/ በንጥረ ድምፅነት ሲያቀርብ ተሾመ እነዚህን ድምፆች አላቀረበም። ይልቁንም ከእነዚህድምፆች ጋር ተቀራራቢ የሆነውን /χ/፣ የዚህን ዝርያ የሆነውን ከናፍሪዊውን ድምፅ /χ^{w}/ እና የእንጥል ድምፆች ነው ያቀረበው። በእነዚህ ቋንቋዎች መለያየት ምክንያቱ የትግረ እና የትግርኛው ተፅዕኖ በቢለን ላይ በማረፉ ነው ብሎ መገመት ይቻላል።

በርግጥ ተሾመ (2016) ንጥረ ድምፅ ብሎ ካቀረባቸው ውስጥ በሌሎች ስራዎች ለምሳሌ በአፕልያርድ (1987) ያልቀረቡ አሉ። ከላይ እንደጠቀስነው የተሾመ ጥናት ያተኮረው ከስድስቱ የኻምጣንጋ ዘዬዎች ውስጥ በፃጊብጂ ላይ ነው። ይህ ዘዬ ደግሞ ስለመኖሩ እንኳን በአፕልያርድ አልተጠቀሰም። ምናልባት ልዩነቱ ከዚህ ከዘዬ ጋር የተያያዘ ሊሆን ይችላል። በእርግጠኝነት ለመናገር ግን በኻምጣንጋ ዘዬዎች ላይ ጠለቅ ያለ የስነድምፅ ንፅፅራዊ ጥናት ያስፈልጋል።

5.3.1.2.2 አውንጊ

አውንጊ የቋንቋው ስያሜ ሲሆን፣ ነገዱ እራሱን አዊ ይላል። በአዲሱ አስተዳደር አዊዎች በዋናነት የሚኖሩበት ከነገዱ ስያሜ በመነሳት አዊ ዞን ይባላል። በዚህ ዞን የሚኖሩ አዊዎች እንደአብዛኛው የኢትዮጵያ ነገዶች በግብር እና የሚተዳደሩ ሲሆን፣ አብዛኞቹ ወይም ሙሉ በሙሉ የኢትዮጵያ ኦርቶዶክስ ክርስትና ተከታይ ናቸው (ጆሽዋ ፕሮጀክት፤ የኢትዮጵያው አውንጊ)።[24]

አዊዎች ከአዊ ዞን ውጭም በመተከል ዞን በአሁን ወቅት ዳጉር በመባል በሚጠራ ወረዳ ስር ይኖራሉ። በጎንደር በአለፋ እና ቋራ ወረዳዎች በሚገኙ በተለያዩ ቦታዎች የሚኖሩ አገዎች የሚናገሩት የንግግር አይነትም የአውንጊ ዘዬ ተደርጎ በአንዳንድ ስራዎች ተቀምጧል። ለዚህ አፕልያርድ (2003:140)ን፣ ጆስዊግ (2010፡1)ን እና ኢትኖሎግን (ሲሞን እና ፊኒንግ፡2017፡13) ይመልከቱ። በአንዳንዳንድ የውጭ ስራዎች እነዚህ በጎንደር የሚኖሩ አገዎችን እና ቋንቋቸውን ኩንፈል በሚል ተጠቅሶ ቢገኝም ህብረተሰቡ በዚህ ስም መጠራትን አይፈልግም (ጆስዊግ፣ 2010፡1)። እነዚህ በጎንደር የሚኖሩ አገዎች እራሳቸውን አገው እንጂ አዊ ብለው አይጠሩም።

አዊ ሰባት "ቤቶች"፣ ማ. ጎሳዎች ወይም ንዑሳን ቡድኖች፣ እንዳሉት ይጠቃሳል። እነዚህም መተከል፣ ባንጃ፣ ቋቁራ፣ አንከሻ፣ አዛና/አዘና፣ ዚገን/ዚገም፣ እና ጫራ የተባሉ ናቸው (ጋምስት 2003፡143)። ይህ አከፋፈል የጎንደር አገዎችን አያካትትም። በአዊ ዞን የሚነገረው ከመተከሉ የተወሰነ የዘዬ ልዩነት እንዳለው አፕልያርድ (ዝኒከማሁ) ይገልፃል። ከዚህ አንፃር ከተመለከትንው አውንጊ ቢያንስ ሶስት ዘዬዎች አሉት። እነዚህን ዘዬዎች ኢትኖሎግ ደጋ፣ ቆላ እና ሰሜን አውንጊ በማለት አስቀምጧቸዋል (ሲሞን እና ፊኒንግ፡

2017፡13)። ኢትኖሎግ ሰሜን አውንጊ በማለት ያስቀመጠው ኩንፈል ወይም አገዊ የሚባለውን ነው። አገዊን ራሱን በቻለ ክፍል ተመልከተንዋል።

የኢትዮጵያው የ2007 የህዝብ ቆጠራ እምነት የሚጣልበት ባይሆንም፣ አዊዎች በዚህ የህዝብ ቆጠራ 631,565 እንደሆኑ ተቀምጧል (የኢትዮጵያ የህዝብ ቆጠራ ኮሚሽን፣ 2008፡84)። ይህም በወቅቱ 0.85% የኢትዮጵያን ህዝብ ቁጥር ይይዛል። በወርልድ ሜትር ቀጥታ የቆጠራ ትንበያ በግሪጎሪያን አቆጣጠር 04/24/2024 ቀን በ21፡03 የአሜሪካ ምስራቅ መደበኛ ሰዓት[25] ላይ 129,135,152 አድርጎታል።[26] በዚህ ስሌት ከሄድን የአዊ ህዝብ ብዛት በግሪጎሪያን አቆጣጠር 04/24/2024 ቀን በ21፡03 የአሜሪካ ምስራቅ መደበኛ ሰዓት ከአንድሚሊየን ዘጠና ሰባት ሺህ በላይ ነው።

ልክ ሰሜን አርጎብኛ ከአማርኛ እና ከደቡብ አርጎብኛ ይልቅ የወላጅ ማዕከላዊ ደቡብ ኢትዮ-ሴማዊ ቋንቋን ጥንታዊ ቅርፅ የሚያንፀባርቅ ነው ተብሎ እንደሚወሰድ ሁሉ፣[27] አውንጊም ከሁሉም የማዕከላዊ ኩሻዊ ቋንቋዎች ጥንታዊ ቅርፅ የያዘ ነው ተብሎ ይገመታል (ዛቦርስኪ 1984ን ይመልከቱ)። አውንጊ በአናባቢ ደረጃ ልክ እንደኻምጣንጋው ሰባቱ በኢትዮ-ሴሜትክ ያሉት አናባቢዎች አሉት። በተነባቢ ደረጃ ከኻምጣንጋ እና ከቢለን የተወሰነ ልዩነት ቢያሳይም የአገው መሰረታዊ/መለያ የሆኑት የእንጥል ድምፆች በዚህም ቋንቋ ይገኛሉ። የሚከተለው የተናባቢዎች ሠንጠረዥ አንድሪያስ ጆስዊግ (2010)ን መሰረት ያደረገ ነው።

ሠንጠረዥ 9፡ የአውንጊ ተናባቢዎች

		ከናፍራዊ	የጥርስና ከንፈር	የድድ	ላንቃ	ትናጋ	ከናፍራዊ ትናጋ	እንጥል	ከናፍራዊ እንጥል	ጉሮሮ
እግድ	ኢነዛሪ			t		k	k^{w}			
	ነዛሪ	b		d		g	g^{w}	ɢ	ɢ^{w}	
	ፈንጂ			t’		k’	k^{w}’	q	q^{w}	
ሹሉክሉክ	ኢነዛሪ		f	s	ʃ					(h)
	ነዛሪ	β		z						
	ፈንጂ			s’						
ፉትግ	ኢነዛሪ				tʃ					
	ነዛሪ				dʒ					
	ፈንጂ				tʃ’					
ተርገብጋቢ				r						
ጎናዊ				l						

ሰርናዊ	m		n		ŋ	ŋʷ			
ከፊል አናባቢ	w			j					

አውንጊ በአዊ ዞን በአንደኛ ደረጃ በአፍ መፍቻ ትምህርት መስጫነት ያገለግላል። የሚጠቀመው ፊደል የግዕዙን ሲሆን፣ በኻምጣንጋ እንዳየነው፣ የላንቃ ድምፆች ለሆኑት ተጨማሪ ፊደሎች አሉ።

5.3.1.2.3 ቅማንትነይ

ቅማንትነይ የቋንቋው ስያሜ ሲሆን ነገዱ ቅማንት ይባላል። ይህ ቋንቋ በመጥፋት ላይ የሚገኝ መሆኑን የዘላለም ሰፊ ጥናት አሳይቷል። በ1994 (ግሪጎርያን አቆጣጠር) የህዝብ ቆጠራ 1,650 አፍ ፈት ተናጋሪ እንደነበረው ይገልፃል። በዚህ የህዝብ ቆጠራ የነገዱ ብዛት 172,000 ነው። ይህ በራሱ ቋንቋው ምን ያህል አደጋ ላይ እንደሆነ መግለጫ ነው።

ቤተ እስራኤሎች ይህንን ቋንቋ ወይም ከዚህ ቋንቋ ጋር ተያያዥ የሆነን ዘዬ ቢናገሩም ሁለቱ እራሳቸውን የተለያዩ ነገዶች/ብሄረሰቦች አድርገው ይቆጥራሉ (ዘላለም 2000፡44)።

የነገዱ ዋና መኖሪያ በሰሜን ጎንደር ሲሆን ቀደም ባለው ግዜ በጭልጋ እና አርማጮ በስፋት እንደሚነገር ይታመናል (ዘላለም 2000፡30)።[28] እንደዘላለም ከሆነ በአሁን ወቅት በሰሜን አርማጮ ምንም ተናጋሪ የለውም። ቋንቋው ሙሉ በሙሉ ጠፍቷል ከማለት የሚታደጉት ጥቂት ተናጋሪዎች በጭልጋ ብቻ እንደሚገኙ ዘላለም በመስክ ጥናቱ አረጋጧል (ዘላለም 2000፡30)።[29]

ኢትኖሎግ ቅማንትነይ ሰባት ዘዬዎች እንዳሉት ይገልፃል። እነዚህም ቅማንት፣ ደምቢያ፣ ኋራሳ፣ ካይላ፣ ሰሜን፣ አችፈር፣ እና ኳላሳ ናቸው።[30] ደምቢያ በሚል በኮንቲ ሮስኒ የቀረበው ሲሆን ይህ የቅማንትነይ ዘዬ ሳይሆን አይቀርም ተብሎ ይታሰባል። አፐልያርድም (1975፡316) በሰበሰበው የቅማንትነይ መረጃ እና በኮንቲ ሮስኒ ደምቢያ መሀከል መመሳሰል እንዳገኘበት ገልጿል። ኋራሳ በሚል በኢትኖሎግ የቀረበው ቋርኛ ወይም ቋራ የሚባለው ሲሆን ይህ ዘዬ በአንድ ወቅት ስለመኖሩ የራይኒሽ (1885) ጥናት በራሱ በቂ ይመስላል። ጋምስት (1969) ምንም እንኳን ጭልጋን እና ሌሎች ቅማንት ይገኙባቸዋል ያላቸውን ቦታዎች እና የቅማንት ሰፈረቾን ቢጎበኝም በዋናነት ጥናቱን ያደረገው በጎንደር ከተማው አካባቢ በሚገኝ ከርከር[31] በሚባለው ላይ እንደሆነ ገልጿል። አፐልያርድም (1975) የሰዋስው ቅኝቱን የሰራው በዚሁ በከርከር ላይ ነው። ይህ እራሱን ችሎ እንደዘዬ መታየት ይገባው ወይም ከጭልጋ ጋር ካለው አንድ ይሁን ብዙ ማስረጃ የለም። ዘላለም (2000) ከጭልጋ በሰበሰበው መረጃ እና በአፐልያርድ ከከርከር ከሰበሰብው መሀከል ይህ ነው የሚባል ልዩነት እንዳላየ ዘላለም ገልጿል። ይሁን እንጂ አፐልያርድ (1975፡316) በእነዚህ ሁለት አካባቢዎች በሚነገሩት መሀከል በርካታ ልዩነቶች እንዳገኘ እና ተናጋሪዎቹም የዘዬ ልዩነት መኖሩን እንድሚያውቁ ይግልፃል።[32]

ጋምስት የቅማንት ማህበረሰቦች በተለያዩ ቦታዎች መኖራቸውን ቢገልፅም፣ በንግግር ደረጃ በእነዚህ መሀከል ያለው ልዩነት የዘዬ ይሁን አይሁን ማረጋገጫ የለም። ትንሽ የማይባሉትም በወቅቱም ቋንቋውን የማይናገሩ ነበሩ። በኢትኖሎግ ቅማንት በሚል የተጠቀሰው ቅማንት የነገዱ መጠሪያ በመሆኑ ከቅማንትነይ በምን እንደሚለየው ግልፅ አይደለም። ካይላ በቤተእስራኤሎች በጭልጋ የሚነገረውን ከዋናው ቅማንትነይ ትንሽ ለየት የሚል ዘዬ እንደሆነ ዘላለም ይገልፃል። በተቀዳሚው ክፍል እንደገለፅነው በፉቶቪች የተጠቀሰው ካይልኛ የቅማንትነይ ዘዬ ተደርጎ መወሰድ እንደማይገባው አፐልያርድ (2003፡139) ይገልፃል። ይህን በሚቀጥለው ክፍል እንመለከተዋለን። ከላይ የጠቀስነው ራይኒሽ (1885) ያጠናው ቋራ ወይም ቋርኛም የቅማንትነይ ዘዬ ሲሆን ይህም በቋራ ይኖሩ የነበሩ ቤተእስራኤሎች የሚናገሩት የነበረ ነው (አፐልያርድ 2003:140፣ ዘላለም 2000፡ 44)። ይህ ዘዬ በአሁኑ ወቅት በአካባቢው አይነገርም (አፐልያርድ፣ 2003:140)።[33]

ሌሎቹ በዘዬ መልክ የተጠቀሱት ልዩነታቸው ምን ያህል እንደሆነ ማረጋገጥ አሁን አይቻልም። ምክንያቱም በተባለው ቦታ እነዚህ የንግግር አይነቶች አሁን የሉም እና (ዘላለም፣ 2000፡43)። እንደዘላለም እምነት ቤተእስራኤሎች የሚናገሩት የቅማንትነይ ዘዬ የሆኑት ቋርኛም ይሁን ካይላ/ካይልኛ ከቅማንቶች የወሰዱት እንጂ ከመነሻው የራሳቸው ቋንቋ አልነበሩም። የዚህ አስተያየት መነሻ ቤተእስራኤሎች ስለራሳቸው የሚያወሱት ታሪክ ነው።

ቅማንትነይ በተነባቢ ደረጃ ያሉት ስነድምፆች የአማርኛው ተፅዕኖ እንዳለበት የዘላለም (2000) ጥናት ያሳያል። የሚከተለው የተናባቢ ሠንጠረዥ ዘላለም (2000፡152)ን መሰረት ያደረገ ነው፤

ሠንጠረዥ 10፡ የቅማንትነይ ተናባቢዎች

		ከናፍራዊ	የጥርስና ከንፈር	የድድ	ላንቃ	ትናጋ	ከናፍራዊ ትናጋ	ጉሮሮ
እግድ	ኢነዛሪ			t		k	kʷ	
	ነዛሪ	b		d		g	gʷ	
	ፈንጂ			t’		k’	kʷ’	
ሹሉክሉክ	ኢነዛሪ		f	s	ʃ	x	xʷ	h
	ነዛሪ	β	v	z		ɣ	ɣʷ	
	ፈንጂ			s’				
ፍትግ	ኢነዛሪ				tʃ			
	ነዛሪ				dʒ			
	ፈንጂ				tʃ’			

ተርገብጋቢ			r				
ጎናዊ			l				
ሰርናዊ	m		n	ɲ	ŋ	$ŋ^w$	
ከፊል አናባቢ	w			j			

ከላይ ከሰንጠረዡ ላይ እንደምንመለከተው፣ የአገው መሰረታዊ/መለያ ከሆኑት ድምፆች ውስጥ የትናጋዋን /ɣ/ እና የዚችን ከናፍራዊ አቻ /$ɣ^w$/ ቢያሰፍርም የእንጥል ድምፆችን ዘላለም አላሰፈረም። የዚህ ምክንያቱ ቋንቋው በመጥፋት ላይ በመሆኑ ሊሆን ይችላል። ራይኒሽ (1885) የቋራ ቋንቋ በሚለው ስራው የአገው መሰረታዊ ናቸው ከሚባሉት ውስጥ ሁሉንም አካቶ አቅርቧል። የሚከተለው ሠንጠረዥ እንዳለ ከራይኒሽ (1885፡ 11/663) የተወሰደ ነው።

ሠንጠረዥ 11፡ የቅማንትነይ ተናባቢ ከራይኒሽ

	Explosive tonl.	Explosive tön.	Fricative tonl.	Fricative tön.	Liquiden	Nasale
Dentale:	ት *t*	ድ *d*	ስ *s*	ሥ, ዝ *z*	ል *l* ር *r*	ን *n*
Präcacuminale:	ጥ *ṭ*	—	ሽ *š*	(*ž*)	—	—
Mediopalatale:	ክ *k*	ግ *g*	ኅ *χ*	ኽ *ġ*	—	ጝ *ṅ*
Postpalatale:	ቅ *q*	—	—	*q̇*	—	—
Palatale:	ች *c* ጭ *c̣*	ጅ *j*	ጽ *ṣ*	ይ *y*	—	ኝ *ñ*
Laryngale:	—	—	ሕ *ḥ*	ህ *h*	—	—
Labiale:	ፕ *p* (ጰ *ṗ*)	ብ *b*	ፍ *f*	ው *w*	—	ም *m*

በዘላለም በቀረበው ላይ ቅማንትነይ ላይ የአገው የተወሰኑት ድምፆች አለመኖር ቋንቋው በመጥፋት ላይ በመሆኑ በሂደት ድምፆቹን አጥቷቸው ይሆናል ለማለት ተጨማሪ ማስረጃው ከሆኑት ውስጥ፣ ዘላለም እንደገለፀው፣ በቅማንትነይ ላይ በቃላት ደረጃ ላይ የሚታየው ከአማርኛ የተወረሱ ቃላት መብዛት አንዱ ነው። ሰፋ ላለ ምልከታ እና ለዝርዝሩ ዘላለምን (2000) ይመልከቱ።

ዘላለም (2000፡159) ከላይ ከቀረበው ሰንጠርዥ ላይ ከተዘረዘሩት 33 ስነድምፆች ውስጥ ንጥረ ድምፆች ናቸው ያላቸው በቁጥር 25 ናቸው። ይህም ሙሉ በሙሉ ፈንጂ ድምፆች በውሰት ቃላት ውስጥ ብቻ ነው የሚገኙት በማለት ሲያስወግዳቸው የጉሮሮዋን ብቸኛ ድምፅ ሀ፣ የከንፈር ሹልክልክ የሆነችውን β እና ቨ [v] በመተው ነው። ዘላለም ለዚህ ምክንያቱ ቨ በውሰት ቃላት ላይ የሚገኝ በመሆኑ ሲሆን፣ β ግን ስርጭቱ ውሱን እና በስነድምፃዊ ሂደት የተገደበ ስለሆነ ነው።

ዘላለም ይህ የንጥረ ድምፅ ግኝቱ ቀደም ብለው በቋንቋው ላይ ከተሰሩት ጥናቶች ለየት እንደሚል ሳይጠቅስ አላለፈም። ለምሳሌ አፐልያርድ (1975፡316/7) ያቀረበው ከፈንጂ ድምፆቹ ውስጥ /ጠ/፣ /ጬ/ እና /ቀ/ን በመጨመር 28 ንጥረ ድምፆችን ነው። አፐልያርድ መረጃውን የሰበሰበው ከጎንደር ከተማው እና በዚያው አካባቢ ከሚገኘው ከትክል ድንጋይ እንደሆነ ገልጿል (1975፡316)። ዘላለም (2000) በበኩሉ መረጃውን የሰበሰበው ከጭልጋ ወረዳ እንደሆነ ገልጿል። ምናልባት ይህ ልዩነት የመጣው ከዘዬ ልዩነት ሊሆን ይችላል ለማለት ቢያዳዳም፣ እንደዘላለም ከሆነ አፐልያርድ በሰበሰበው መረጃ እና እሱ በሰበሰበው መረጃ መሀከለ ያለው ልዩነት ኢምንት ነው።[34] ይሁን እንጂ አፐልያርድ ከላይ እንደገለፅነው በሁለቱ መሀከል የዘዬ ልዩነት መኖሩን ሳይገልፅ አላለፈም።

በአናባቢ ደረጃ ቅማንትነይ ልክ እንደኻምጣንጋው እና ብሌኑ ሰባት አናባቢዎች አሉት። ይህም ልክ እንደአብዛኛው ኢትዮሴማዊ ቋንቋዎች ማለት ነው።

5.3.1.2.4 ቢለን/ብሌን

ቢለን ወይም ብሌን የህብረተሰቡ እንዲሁም የቋንቋው መጠሪያ ነው። ህብረተሰቡ በኤርትራ በአብዛኛው በከረን ከተማ እና አካባቢ ይኖራል። ዊሊያምስ (2020) ብሌኖች አብዛኞቹ በኤርትራ ቢኖሩም በኢትዮጵያ በተለይ በትግራይ እና በጅቢቲም እንደሚኖሩ ይገልፃል። ይህን የዊሊያምስ አስተያየት ከሌሎች ማስረጃዎች ማረጋገጥ አልቻልንም።[35] ይልቁንም ፕሮጀክት ጆሸዋ ብሌን በኤርትራ ብቻ እንደሚገኝ ይገልፃል።[36]

ይህ ቋንቋ እና ህዝብ በትግርኛ ብሊና ሲባል ቦጎ ወይም ቦጎስ በመባልም ይታወቃል (ናደል፣ 1944፡ 16፤ ኡለንዶርፍ፣ 1960፡39፣)። ብሌን ሁለት ትልልቅ ጎሳዎች አሉት። አንደኛው ቤት ታርቄ ሲባል፣ ሌላኛው ቤት ታውቄ ይባላል (ዝኒ ከማሁ፣ ጋምስት፣ 2003፡ 142-3)። እነዚህ ሁለት ጎሳዎች በአሁኑ ወቅት ያላቸው አመለካከት የናዳልን ማንፀባረቁ ባይታወቅም፣ ናዳል በሀያኛው መቶ አጋማሽ ላይ ባወጣው ስራው ሁለቱ ጎሳዎች የተለያየን ነን እንድሚሉ እና አንደኛው ከሀማሴን ሌላኛው ደግሞ ከላስታ የመጣን ነው እንደሚሉ ገልጿል (ናዳል፣ 1944፡ 16)።

አብዛኛው ብሌን—እንደ ጋምስት (2003፡142-3) ከሆነ ሁለት ሶስተኛው የህብረተሰቡ ክፍል—የእስልምና ተከታይ ሲሆን፣ የተቀረው አብላጫው የካቶሊክ እምነት ተከታይ ነው።[37] ኡለንዶርፍም አብዛኛው ቢለን የእስልምና ተከታይ እንደሆነ ገልጿል (1960፡39)። ከዚህ ለየት የሚለው የፕሮጀክት ጆሽዋ ሪፖርት ነው። እንደፕሮጀክት ጆሽዋ ከሆነ 54% ብሌኖች ክርስትያኖች ናቸው።[38] ኤርትራ በጣልያን ስር በነበረችበት ወቅት ጥቂት የፕሮቴስታንት እና የኦርቶዶክስ ተከታዮችም ነበሩ (ናደል 1944፡16)። የእስልምና ተከታዩ በአብዛኛው በገጠር አካባቢ ሲኖር አብዛኛው የክርስትና ተከታዩ በከተማ የሚኖር ነው። እስከ19ኛው ክፍለዘመን ድረስ ብሌኖች የኢትዮጵያ ኦርቶዶክስ ተከታቶች ነብሩ (ኡለንዶርፍ፣ 1960:39፣ ናደል 1944፡16)። በአፄ ዮሀንስ ዘመን ግብፆች የሰሜኑን ክፍል

በወረሩበት ወቅት በተለይ በደጋማው የከረን አካባቢ የተወሰነ ግዜ (ከ1860 እስከ 1876) በቆዩበት ወቅት የቤተ ታውቄ ጎሳን ሙሉ በሙሉ እንደዚሁም አብዛኛውን የቤት ታርቄን ጎሰ አሰለሙት። በርግጥ ግብፆች በዚህ ቆይታቸው በርካታ የትግረ ተናግሪዎችንም አስልመዋል።

የካቶሊክ ተከታዮቹ የቤት ታርቄ ጎሳ አባሎች እንደሆኑ ይነገራል። የዚህ ጎሳ አባላት ወደ ካቶሊክ የተለወጡት በፈረንሳይ ሚሲዮናዊያን እንደሆነ ይነገራል (ኡለንዶርፍ፣ 1960:39፣ ናደል 1944፡16)። ምክንያቱ ደግሞ የፈረሳይ ሚሲኖዮናውያኖች በወቅቱ ከነበረው የቤን አሚር ጥቃት እና ወረራ እንጠብቃችኋለን በሚል ማባበያ እንደሆነ ይነገራል።

ብሌን አሁን ያሉበት ከጥንትም መቀመጫቸው ሆኖ ሳይሆን ከላስታ አካባቢ ፈልሰው እንደሆነ አፈ-ታሪክ አላቸው። እንደአፈ-ታሪኩ ከሆነ ስደቱ/ፍልሰቱ በሁለት የተለያዩ ወቅቶች የተካሄደ ነው። አንደኛው በ6ኛው ወይም በ7ኛው መቶ ክፍለዘመን አካባቢ በንግሥት ቤን ሃማዊያ የተባለች ላስታ አካባቢን በወረረችበት ወቅት ነው የሚል ሲሆን፣ ሁለተኛው ስደት/ፍልሰት የተደረገው ደግሞ የዛጉዌ መንግሥት በወደቀበት ወቅት ነው የሚል ነው (ስኩሽ፣ 2005:222)። ስኩሽ ካቀረበው አፈ-ታሪኩ ውጭ ንግሥት ሀማዊያ የተባለች በ6ኛውም ሆነ በ7ኛው መቶ ክፍለዘመን ስለመኖሯም ሆነ ላስታን ስለመውረሯ በታሪክ ወይም በሌላ አፈ-ታሪክ የሚታወቅ ነገር የለም። ምናልባት ግን ይህች ንግሥት በአፈ-ታሪክ የምትታወቀው የአክሱም መንግሥትን በዘጠነኛው/በአስረኛው መቶ ክፍለዘመን አፍርሳለች ተብሎ የምትገመተው ዮዲት ትሆናለች። ጋምስት ባቀረበው ላይ የብሌን አፈ-ታሪክ የመጀመሪያው ስደት በ10ኛው መቶ ክፍለዘመን እንደሆነ ይገልፃል (ጋምስት 2003፡142)።[39] ይህ በአፈ-ታሪክ በስፋት ከምትታወቀው ዮዲት ዘመን ጋር አንድ ነው። ከላይ በስኩሽ የቀረበው አፈ-ታሪኩን በትክክል ሳይመዘግበው ይሆናል።

ብሌኖች አብዛኞቹ ከራሳቸው ቋንቋ ውጭ ትግርኛን፣ ትግረን የተወሰኑት አማርኛንም ይናጋረሉ (ፋሎን፣ 2006፡93)። እንደዊሊያምስ (2020) ከሆነ ትግረን በሁለተኛ ቋንቋነት የሚናገሩት ሙስሊሞቹ ሲሆኑ፣ ክርስትያን ብሌኖች ትግርኛን ይናገራሉ።[40] በአሁኑ ወቅት የህዝቡን ቁጥር በትክክል ማስቀመጥ ባይቻልም ከመቶ ሀያ ሺህ በላይ እንደሆኑ መገመት ይቻላል። አፕልያርድ በ2003 ባሳተመው ስራው ብሌኖች ከ90 ሺህ እስከ 120 ሺህ ይሆናሉ ይላል (አፐልያርድ፣ 2003:139)።[41] ፕሮጀክት ጆሸዋ (2024) ብሌኖች 121 ሺህ ናቸው ይላል።[42]

በብሌን ከላይ የገለፅናቸውን ሁለት ነገዶችን መሰረት ያደረጉ ሁለት ታቋር እና ታርቄቋር የተሰኙ ዘዬዎች አሉት (አፐልያርድ፣ 2003:139)።[43] የዘዬ ልዩነቱ፣ እንደአፐልያርድ (ዝኒከማሁ) ከሆነ፣ የሚያመዝነው በቃላት ላይ ሲሆን፣ በምዕላድ ደረጃም የተወሰነ ይታያል። ላምበርቲ (2003፡584)ም የዘዬ ልዩነቱ በቃላት፣ በስነምዕላድ እና ስነአገባብ ላይ እንደሆነ ገልጿል። በስነድምፅ ደረጃ ልዩነት ስለመኖሩ የሚታወቅ ነገር የለም።

ብሌን ልክ እንደ ኢትዮሴማዊ ቋንቋዎች ሰባት አናባቢ አለው። የሚከተለውን የተነባቢ ሠንጠርዥ ይመልከቱ።

ሠንጠረዥ 12፡ የብሌን አናባቢዎች

	ፊት	መሀከል	ኋላ
ላይ	i	ɨ	u
አማካይ/መሀከል	e	ə	o
ታች		a	

በተነባቢ ደረጃ በመግቢያችን ከላይ የጠቀስናቸው ሁለት የአገው ብቻ የሆኑ ድምፆች አሉት። ይህ ቋንቋ እንደትግርኛ፣ ግዕዝ፣ ትግረ እና ሰሜን አርጎብኛ የላንቃ የሆኑት ዐ እና ሐ ድምፆች አሉት። የሚከተለው የተነባቢ ሠንጠርዥ አይፒኤን[44] መሰረት ባደረገው አፃፃፍ ይመልከቱ። ስለስንድምፆቹ ስንደምፅዊ ሂደት ፋሎን (2001)ን ይመልከቱ።

ሠንጠረዥ 13፡ የብሌን ተናባቢዎች

		ከናፍራዊ	የጥርስና ከንፈር	የድድ	ላንቃ	ትናጋ	ከናፍራዊ ትናጋ	እንጥል	ከናፍራዊ እንጥል	ጉሮሮ	ላንቃ
እግድ	**ኢነዛሪ**			t		k	k^w			(ʔ)	
	ነዛሪ	b		d		g	g^w				
	ፈንጂ			t’		k’	$k^{w’}$	q	q^w		
ሹሉክሉክ	**ኢነዛሪ**		f	s	ʃ	x	x^w			h	ħ
	ነዛሪ			z							ʕ
ፍትግ	**ኢነዛሪ**				(tʃ)						
	ነዛሪ				dʒ						
	ፈንጂ				tʃ’						
ተርገብጋቢ				r							
ጎናዊ				l							
ሰርናዊ		m		n		ŋ	$ŋ^w$				
ከፊል አናባቢ		w			j						

ብሌን ሰባት አናባቢዎች ልክ እንደኢትዮሴማዊ ቋንቋዎች መኖሩ የኢትዮፒክ/ግዕዝ ፊደልን በቀላሉ ለመጠቀም አስችሎታል። በፅሁፍ ደረጃም ለ119 ዓመት ያህል በዚሁ

በግዕዝ ፊደል እየተጠቀመ ቢቆይም፣ ልክ በኢትዮጵያ እንደታየው ሻቢያ ስልጣን ሲይዝ ከሴማዊ ቋንቋዎች ውጭ ያሉ በላቲን መሰረት ባደረገ ፊደል መፃፍ አለባቸው በማለት ፊደሉን ለውጦታል።[45] ይሁን እንጂ አሁንም ብሌኖች በዚሁ በኢትዮፒክ ፊደል ሲጠቀሙ ይስተዋላል። ለዚህ ተኪኤ ዓልበኪት፣ ክፍለማርያም ሐምደ እና ፍስሃጽዮን ዘሚካኤል (1994) ግዕዝን መሰረት ያደረገውን የፅህፈት ስርዓቱን ወጥ ለማድረግ ያደረጉትን ጥረት መጥቀስ ይቻላል። ክፍለማርያም ሐምደ (1997)[46] የቋንቋው የመማሪያ መፅሀፍ ያዘጋጀው የላቲኑን መሰረት ያደረገ ቢሆንም ቢለን እሱ እስከሚያውቀው ድረስ በግዕዝ ፊደል እንደሚፃፍና[47] እራሱም በግዕዝ ፊደል መፃፍ እንደሚመርጥ ገልጿል።[48] የሚከተለው የግዕዙ የቢለን ፊደል ገበታ በተኪኤ ዓልበኪት፣ ክፍለማርያም ሐምደ እና ፍስሃጽዮን ዘሚካኤል (1994፡5) የቀረበውን መሰረት ያደረገ ነው።

ሠንጠረዥ 14፡ የብሌን ፊደል ገበታ

አይፒኤ	ግእዝ	ካዕብ	ሳልስ	ራብዕ	ኃምስ	ሳድስ	ሳብዕ
h	ሀ	ሁ	ሂ	ሃ	ሄ	ህ	ሆ
l	ለ	ሉ	ሊ	ላ	ሌ	ል	ሎ
ħ	ሐ	ሑ	ሒ	ሓ	ሔ	ሕ	ሖ
m	መ	ሙ	ሚ	ማ	ሜ	ም	ሞ
s	ሰ	ሱ	ሲ	ሳ	ሴ	ስ	ሶ
ʃ	ሸ	ሹ	ሺ	ሻ	ሼ	ሽ	ሾ
r	ረ	ሩ	ሪ	ራ	ሬ	ር	ሮ
k’	ቀ	ቁ	ቂ	ቃ	ቄ	ቅ	ቆ
q	ቐ	ቑ	ቒ	ቓ	ቔ	ቕ	ቖ
b	በ	ቡ	ቢ	ባ	ቤ	ብ	ቦ
t	ተ	ቱ	ቲ	ታ	ቴ	ት	ቶ

ኩሽና ኩሻዋ

n	ነ	ኑ	ኒ	ና	ኔ	ን	ኖ
ʔ	አ	ኡ	ኢ	ኣ	ኤ	እ	ኦ
k	ከ	ኩ	ኪ	ካ	ኬ	ክ	ኮ
x	ኸ	ኹ	ኺ	ኻ	ኼ	ኽ	ኾ
w	ወ	ዉ	ዊ	ዋ	ዌ	ው	ዎ
ʕ	ዐ	ዑ	ዒ	ዓ	ዔ	ዕ	ዖ
j	የ	ዩ	ዪ	ያ	ዬ	ይ	ዮ
d	ደ	ዱ	ዲ	ዳ	ዴ	ድ	ዶ
dʒ	ጀ	ጁ	ጂ	ጃ	ጄ	ጅ	ጆ
g	ገ	ጉ	ጊ	ጋ	ጌ	ግ	ጎ
ŋ	ጘ	ጙ	ጚ	ጛ	ጜ	ጝ	ጞ
t'	ጠ	ጡ	ጢ	ጣ	ጤ	ጥ	ጦ
tʃ'	ጨ	ጩ	ጪ	ጫ	ጬ	ጭ	ጮ
f	ፈ	ፉ	ፊ	ፋ	ፌ	ፍ	ፎ
z	ዘ	ዙ	ዚ	ዛ	ዜ	ዝ	ዞ
ʒ	ዠ	ዡ	ዢ	ዣ	ዤ	ዥ	ዦ
tʃ	ቸ	ቹ	ቺ	ቻ	ቼ	ች	ቾ
ɲ	ኘ	ኙ	ኚ	ኛ	ኜ	ኝ	ኞ
s'	ጸ	ጹ	ጺ	ጻ	ጼ	ጽ	ጾ

p’	ጰ	ጱ	ጲ	ጳ	ጴ	ጵ	ጶ
p	ፐ	ፑ	ፒ	ፓ	ፔ	ፕ	ፖ
v	ቨ	ቩ	ቪ	ቫ	ቬ	ቭ	ቮ

ከብ ድምፆች

k^{w}**’**	ቈ		ቊ	ቋ	ቌ	ቍ
q^{w}	ቘ		ቚ	ቛ	ቜ	ቝ
k^{w}	ኰ		ኲ	ኳ	ኴ	ኵ
x^{w}	ዀ		ዂ	ዃ	ዄ	ዅ
g^{w}	ጐ		ጒ	ጓ	ጔ	ጕ
ŋ^{w}	ⶓ		ⶔ	ጟ	ⶕ	ⶖ

በማንኛውም ቋንቋ ፊድል ገበታ እንደሚጠበቀው፣ በፊደል ገበታው ላይ ማየት እንደሚቻለው ንጥረ ድምፅ ያልሆኑ እና በቋንቋው በውስት ቃላት ላይ የሚታዩ ድምፆች ተካተዋል። ለምሳሌ፣ በቀ እና በእንጥል ድምፅ በሆነችው ቐ መሀከል ያለው ልዩነት ስነድምፃዊ ነው (ራይኒሽ፣ 1882፡592)። እንደ ራይኒሽ ከሆነ እነዚህ ድምፆች በፅህፈተም ሆነ በንግግር አለምንም ልዩነት ሲለዋወጡ ይስተዋላል። ለምሳሌ ‘ሽማግሌ’ ጋቃ ወይም ጋቐ ተብሎ ሲነበብ እና ሲፃፍ ይስተዋላል (ዝኒከማሁ)። የዚህ፣ ብዙ ቁጥሩ ጋቅ መሆኑ ድምፆቹ ንጥርድምፆች አለመሆናቸው ተጨማሪ ማስረጃ ነው።

ብሌን ከኻምጣንጋ ጋር ካለው ቅርርብ በመነሳት አፐልያርድ (2003:139) የእነዚህ ሁለት ቋንቋዎች መለያየት ከአንድ ሺ ዓመት ሊበልጥ አይችልም ይላል።[49] ይህ ብሌኖች ከላስታ አካባቢ ከዛጒዌ መውደቅ በኋላ ነው የመጣነው ከሚሉት አፈታሪክ ጋር ይስማማል።

5.3.1.2.5 አገዊ

አገዊ በበፊት ስራዎች ኩንፈል በሚል ተጠቅሶ የሚገኘው ነው። ይህ የንግግር አይነት 2,000 አካባቢ ተናጋሪ እንዳለው ጆስዊግ እና መሀመድ (2011) ገምተዋል። በቀዳሚው ክፍል እንደገለፅነው ተናጋሪው እራሱን አገው ቋንቋውን ደግሞ አገዊ ማለት ከመምረጡም

በተጨማሪ ኩንፈል በሚል መጠራትን ጨርሶ እንደማይፈልግ ጆስዊግ እና መሀመድ (2011፡1) በመስክ ጥናታቸው ወቅት ለመረዳት ችለዋል።

አገዊ በዋናነት በደቡብ ምዕራብ ጣና በቆላማ ቦታዎች እንደሚኖሩ ጋምስት ይገልፃል (ጋምስት 2003፡142-3)። ጆስዊግ እና መሀመድ (2011) አገዊዎች አሉበት የተባለውን ቦታ ሁሉ ዳሰው በቋራ እና አለፋ ወረዳዎች እንደሚኖሩ በመስክ ጥናታቸው ወቅት አረጋግጠዋል።[50]

አገዊ ከአውንጊ ጋር ቀረቤታ ቢኖረውም በእርግጠኝነት የአውንጊ ዘዬ ነው ለማለት የሚያስችል ጥልቅ ጥናት እስከምናውቀው ድረስ የለም። በዚህ ላይ አገዊን ከሌሎች አገው ቋንቋዎች በተለይ ከአውንጊ ጋር ያለውን ግንኙነት ለመለየት የመስክ ጥናት በዋናነት ያደርጉት ጆስዊግ እና መሀመድ (2011) ናቸው። በዚህ የመስክ ጥናት ተናጋሪው ከቃላት ንፅፅር በተጨማሪ የመግባባት ደረጃን ለመለመየት በአዊ ዞን ከሚነገረው እና በመተከል ዞን ከሚነገረው የአውንጊ ዘዬዎች ጋር አወዳድረዋል። አገዊ ተናጋሪዎች የሌሎቹን የአውንጊ ዘዬዎች ለመረዳት ችግር ባይኖርባቸውም፣ በተገላቢጦሹ ግን ሌሎቹ አገዊን መረዳት አልቻሉም (ዝኒከማሁ፡6)። የቃላት ንፅፅሩ መመሳሰሉ ከ75 በታች በመሆኑ አውንጊ ራሱን የቻለ ቋንቋ ነው ለማለት ቢያስችልም፣ ጆስዊግ እና መሀመድ (2011) ግን የአውንጊ ዘዬ ነው ማለትን መርጠዋል።[51] ለዚህ ድምዳሜያቸው ዋናው ምክንያት የአገዊ ተናጋሪዎች አውንጊ እነሱ ከሚናገሩት ልዩነት የለውም ማለታቸው ነው።[52]

5.3.1.2.6 ቋርኛ እና ካይልኛ

ቋርኛ እና ካይልኛ በቋራ እና በጭልጋ ወረዳ ይኖሩ የነበሩ ቤተ እስራኤሎች እንደቅደምተከተላቸው የሚናገሩዋቸው የንንግግር አይነቶች ናቸው/ነበሩ። ቤተ እስራኤሎች ፈላሻ እንዲሁም ካይላ በመባል በተለያዩ ስራዎች ተጠቅሰው ይገኛል። ፈላሻ፣ በቀጥታ ትርጉሙ ስድብ ባይሆንም ቤተ እስራኤሎች እራሳቸውን የሚጠሩት ቤተ እስራኤል በሚል በመሆኑ በራሱ መጥራቱ አግባብነት አለው። ካይላ በስፋት የማይታወቅ ከመሆኑም በላይ በተወሰኑት ዘንድ ፀያፍ ተደርጎ ይወሰዳል። በቀዳሚው ክፍል እንደገለፅነው ይህ ቃል ቅማንቶች ቤተእስራኤሎችን ለመስደብ የሚጠሩበት ቃል በሚል ፀያፍ ተደርጎ በአንዳንዶች ይቆጠራል። በቅማንትነይ ይህ ቃል ቡዳ ማለት እንደሆነ ዘላለም (2000) ይገልፃል። ዘላለም አያይዞ እንደገለፀውም ቅማንቶች ካይላ የሚሏቸው ፈላሾችን/ቤተ እስራኤሎችን ሲሆን በቋንቋ ደረጃ በካይልኛ እና ቅማንትነይ መሀከል ያለው የዘዬ ልዩነት መጠነኛ ነው። ሆኖም በቅማንትነይ ክፍል እንደገለፅነው አፐልያርድ ያቀረበው አስተያየት ካይላኛ እንደተለየ ቋንቋ የሚያስወስደው ነው። ዘላለም (2000) እዚህ ድምዳሜ ለመድረሱ ያቀረበው ስነልሳንዊ መረጃ የለም።

ካይልኛ ፀያፍ ተደርጎ ቢወሰድም በዚህ ላይ በቤተ እስራኤሎች ያለው አመለካከት ወጥ ነው ማለት አይቻልም። ካፕላን (2007) ቤተእስራኤሎች ስለዚህ ቃል አመጣጥ የሚሉትን ዘላለም ካቀረበው የተለየ እንደሆነ ሁለት አባባሎችን አቅርቧል። አንደኛው፣ ዲአባዲ አባ

ይስሐቅ የተባሉ ቤተእስራኤላዊ ነገሩኝ ብሎ ያቀረበው ነው። እንደዚህ ትረካ ከሆነ ካይላ ማለት ያልተሻገሩ ማለት ነው። በቀዳማዊ ምኒልክ ዘመን ከእየሩሳሌም ወደ አክሱም በሚመጡበት ወቅት የተወሰኑት በሰንበት ባህር አንሻገርም ይላሉ። እነዚህ በሰንበት ባህር አንሻገርም ያሉት ካይላ 'ያልተሻገሩ' ተባሉ። የአሁኖቹ የእነዚህ በሰንበት አንሻገርም ያሉት ትውልዶች ናቸው (ዝኒከማሁ)።

ሁለተኛው፣ ካፕላን (2007፡362) ያቀረበው በእስራኤል የሚኖሩ ከትግራይ የሄዱ ቤተእስራኤላውያን ካይላ የሚለው ቃል ከእብርይስጡ *ክሂላ* 'ማህበረሰብ' ከሚለው የመጣ መሆኑን የሚገልፁበት ትረካ ነው። እንደእነዚህ ቤተ እስራኤላውያን ከሆነ የዚህ ቃል ከእብራይስጡ *ክሂላ* መምጣቱ ቅድመአያቶቻቸው እንብራይስጥ ተናጋሪ መሆናቸውን የሚያረጋግጥላቸው ነው (ዝኒከማሁ)።

ካይላ የሚለው ቃል አመጣጥ እንደቤተ እስራኤሎቹ አባባል ሆነም አልሆነ ቃሉ ቤተእስራኤሎችን ለመግለፅ መዋል የጀመረው ከቅርብ ግዜ ወዲህ አይመስልም። ለምሳሌ ክረሚ (2007፡362) በአጼ ዮሀንስ ቀዳማዊ ዘመን "ካይላ የሚባሉ የአይሁድ እምነት ተከታዮች" በማለት ተጠቅሶ እንድሚገኝ ገልጿል።

ቤተ እስራኤሎች በአብዝኛው በቋራ ወረዳ እንዲሁም በደምቢያ እና አርማጭ ይኖሩ ነበር (ጋምስት 2003፡142-3)። በጎንደር ካይላ ሜዳ የሚባል በፊት ቤተእስራኤሎች የሚኖሩበት የአካባቢ ስያሜ አለ (ዶናልድ ክረሚ 2007፡362-3)። በአሁኑ ወቅት አብዛኛው ህዝብ በእስራኤል ይገኛል።

አብዛኛው ይህ ህብረተሰብ የአማርኛ ተናጋሪ ሲሆን አማርኛ ተናጋሪ ከመሆናቸው በፊት የሚናገሩት የቅማንትነይ ዘዬ የሆነውን ቋርኛ በተወሰኑት ቦታዎች ደግሞ ካይልኛ የሚለውን ነበር። በቅማንትነይ ክፍል እንደተመለከትነው እነዚህ ሁለቱም የቅማንትነይ ዘዬዎች ተደርገው ይወሰዳሉ። ቋርኛ በአሁኑ ግዜ ሙሉ በሙሉ ጠፍቷል ወይም በመጥፋት ላይ ያለ ነው። የዚህ ዘዬ በአሁኑ ወቅት በኢትዮጵያ ውስጥ ተናጋሪ እንደሌለው የዘላለም (2000) ጥናት አሳይቷል።

5.3.1.3 ማጠቃለያ እና ማብራሪያ

አገው በጥንታዊ የግዕዝ ፅሁፎች በተደጋጋሚ ተጠቅሶ ይገኛል። ይህ ህዝብ በእርሻ ተግባር የተሰማራ ከመሆኑም በላይ በኢትዮጵያ የመንግሥት ታሪክ ከመነሻው ተሳታፊ እና ዋና ባለድርሻ ነው። ቋንቋውም ቢሆን በሌሎቹ አጎራባች የሴማዊ ቋንቋዎች ላይ የራሱን አሻራ አሳርፏል። በርሻ ደረጃ መሰረታዊ የሚባሉት በሴማዊ ቋንቋዎች ውስጥ የሚገኙት ቃላት ከዚህ ከአገው የተወሰዱ ናቸው ተብሎ ይገመታል። ይህም የሚያሳየን የአገው ህዝብ የእርሻ ተግባርን በኢትዮጵያ ከመሰረቱ ቀዳሚ ህዝቦች አንዱ መሆኑን ነው።

ቅማንትነይን በዳሰስንበት ክፍል እንደገለፅነው ካይልኛ እና ቋርኛ፣ የቅማንትነይ ዘዬዎች ተደርገው ይወሰዳሉ። በቋርኛ ዘዬ ላይ ሰፊ መረጃ ያለን ከራይኒሽ (1885) ነው። ይህ የንንግግር አይነት የቅማንትነይ ዘዬ ተደርጎ የተወሰደውም ሌሎቹን የቅማንትነይ ዘዬዎች ከዚህ በራይኒሽ ስራ ከቀረበው መረጃ አንፃር በማነፃፀር ነው።

ኩሽና ኩሻዊ

የአገው ቋንቋዎች ምንም እንኳ ኩሻዊ ቢባሉም ከሌሎች ኩሻዊ ከሚባሉት የቋንቋ ቤተሰቦች ጋር ያላቸው ግንኙነት ግልፅ ነው ማለት አይደለም። ሄትዝሮን (1980) እና ዛቦርስኪ (2001) ማዕከላዊ ኩሻዊ እራሱን የቻለ የኩሽ ክፍል ሳይሆን በምስራቅ ኩሻዊ ክፍል እንዲካተት ሀሳብ አቅርበዋል። ሄትዝሮን በተለይ ከደጋማው ምስራቅ ኩሻዊ ጋር አንድ ግንባር አድርጎታል። ሄትዝሮን እና ዛቦርስኪ የማዕከላዊ ኩሻዊን ራሱን የቻለ ቅርንጫፍነት የሞገቱት አንዳንድ የስነምዕላድ ባህርያትን በመያዝ ነው። ለምሳሌ፣ ዛቦርስኪ ቅድመቅጥያ የሚወስዱ ግሶችን መሰረት በማድረግ ነው። በሌላ በኩል በመሰረታዊ ቃላት ደረጃ የአገው ቋንቋዎች ከሌሎቹ ኩሻዊ ቋንቋዎች ያላቸው ዝምድና ለሴማዊ ቋንቋዎች ካላቸው የተለየ አይደለም።[53] በዚህ ምክንያት አንዳንድ ጥናቶች፣ ለምሳሌ፣ ቤንደር (1997 & 2003)ን ይመልከቱ፣ የአገው ቡድን እና ሌሎቹ የኩሽ ቋንቋ ቤተሰቦች በእኩል እርከን ከሴማዊ ቤተሰብ ጋር መመደብ እንደሚገባው ይገልፃሉ። አፐልያርድም በእያንዳንዱ ኩሻዊ የቋንቋ ክፍለ ቤተሰብ ውስጥ ያለው ልዩነት ባጠቃላይ ሴማዊ ውስጥ ካለው አይተናነስም ይላል። አፐልያርድ (2011፡39)ን እና አፐልያርድ (2012:200)ን ይመልከቱ።[54] መረጃዎች እና ሰፊ ጥናቶች ሲገኙ አሁን በኩሻዊ ስር የተቀመጡት ቡድኖች ልክ ኦሞአዊ ኩሻዊ አይደለም እንደተባለው ሌላ ስያሜ ወጥቶላቸው ለብቻቸው ሊቀመጡ ወይም ባንድ ሊጣመሩ ይችላሉ። የሌሎቹ የኩሽ ቋንቋዎች ቤተሰቦችም የእርስ በእርስ ግንኙነት ይህን ያህል የጠበቀ አይደለም። ይህን ጉዳይ በክፍል 5.4 በስፋት የምንመለከተው ይሆናል። ዋናው ነጥብ በአገው ቋንቋዎች መሀከል ያለው ልዩነት መጠነኛ ከመሆኑም በላይ በአንድ ስር ለመመደብ አጠራጣሪ ነገር አለመኖሩ መገንዘቡ ላይ ነው። ከዚህ ውስጥ በመሰረታዊ ቃላት ከመመሳሰላቸው በተጨማሪ በስነምዕላድ እና ከሁሉም በላይ በስነድምፅ አስተማማኝ መመሳሰል አለ። በስነድምፅ ደረጃ በሁሉም የአገው ቋንቋዎች ማለት ይቻላል በአቅራቢያው ካሉት ሴማዊ ቋንቋዎች የተለዩ የእንጥል ድምፆች አሉ።

5.3.2 ሰሜን ኩሻዊ/ቤጃ

ሰሜን ኩሻዊ ባሁኑ ግዜ ውክልናው በቤጃ ነው። ቤጃ የቋንቋውም የነገዱም ስም ሆኖ በእንግሊዝኛ ስራዎች ሲውል ይስተዋላል። ቤጃዎች በደዊየ እና በተለያዩ ስራዎች ብለሚይስም በመባል ይታወቃሉ። በግዕዝ በጌ የሚላቸው ነው። በቀዳሚው ምዕራፍ እንደጠቀስነው በጥንታዊ ግብፅ ስራዎች ደግሞ መጃይ በሚል የተጠቀሱት ቤጃዎች ናቸው ተብለው ይታሰባል። ቤጃ ስያሜው ከአረብኛ የመጣ እንደሆነ ይነገራል። በአረብኛ ውክልናውም ቋንቋውን ለማመልከት ሲሆን፣ ተናጋሪዎቹ ቋንቋቸውን የሚጠሩት ቲ-ቤዳዊዬ ብለው ነው (ሀድሰን፣ 1976፡97)። በአሁን ወቅት ቤጃዎች ከግብፅ አንስተው ሱዳንን ይዘው እስከ ኤርትራ ድረስ ይገኛሉ።[55]

ቤጃዎች የተለያዩ ቡድኖች/ጎሳዎች አሏቸው። እነዚህም አባብዳ፣ ቢሻሪን፣ አትማን/አምራር፣ ሀደንዶዋ እና የቤንአሚር የተወሰኑ ክፍሎች ናቸው (ዳህል እና ህዮርት-አፍ-ኦርናስ፣ 2006፡ 473)። ቤንአሚሮች እና ሀደንዶዋ በኤርትራ እና በሱዳን ይኖራሉ

(ኡለንዶርፍ 1960፡ 40)። አንዳንዶች ሀደንዶዋን የቤጃ ቡድን አድርጎ መቁጠሩ ትክክል አይደለም ይላሉ። ለዚህ ዋንኛው ምክንያት ተደርጎ የሚወሰደው ሀደንዶዋዎች የሚናገሩት አረብኛን ሲሆን እራሳቸውንም ቤጃ ብለው አይወስዱም ነው።

ሁሉም ቤጃዎች ወይም ቤጃ ነን የሚሉ ቋንቋውን ይናገራሉ ማለት አይደለም። ለምሳሌ፣ በኤርትራ እና በበደቡ ምስራቅ ሱዳን የሚገኙት ቤንአሚሮች ትግረን ይናገራሉ። አብዛኞቹ አረብኛንም ይናገራሉ። ዛሬ የቤጃ ተናጋሪዎች በቁጥር ወደሶስት ሚሊየን አካባቢ እንደሆኑ ይገመታል። ቤጃዎች ቋንቋቸውን ቤዳዊየት ይሉታል።

ቤጃዎች ጥንት የኩሽ ግዛት በተዳከመች ግዜ በ1ኛው ቅጋአ ሜሮኤን ተቆጣጥረው ዳግም እንዲያንሰራራ ጥረው ነበር።[56] እራሳቸው ግን በቀጥታ ጥንታዊ የኩሽ ግዛትን የመሰረቱ ተደርገው አይወሰዱም። አብዛኛው አሰፋፈራቸውም በባህር ጠረፉ ነው። ከላይ እንደገለፅነው ቤጃ በግዕዝ በጌ ይባላል። የተወሰኑ የቤጃ ጎሳዎች በኢዛና ስር እንደነበሩ ይገመታል። በየግዜው እያመፁ ሲያስቸግሩት የተወሰኑትን ወደ ደቡብ ግዛቱ ባሁኑ ጎንደር እንዳሰፈራቸው ገልጿል። ቤጌምድር የሚለው ቃል የመጣው በጌ ምድር 'የቤጃ ሀገር' ነው የሚሉ አሉ።

ቤጃዎች በአብዛኛው አርብቶ አደሮች በመሆናቸው ከቦታ ቦታ በስፋት ይንቀሳቀሳሉ። በሃይማኖት ረገድ አሁን ሙሉ በሙሉ ማለት በሚቻልበት ደረጃ የእስልምና ተከታይ ቢሆኑም፣ ቀደም ባለው ግዜ የክርስትና ተከታይ እንደነበሩ ይገመታል። ለምሳሌ፣ የአስረኛው መቶ ክፍለዘመን ፀሀፊ አቡ ናሲር ሙትሃር አል ማቅዲሲ ቤጃዎች በወቅቱ ክርስትያኖች መሆናቸውን ገልጿል።[57]

የቤጃ ቋንቋ አንዳንዶች ከኩሽ በመጀመሪያ ላይ የተገነጠለ ነው ሲሉ፣ የተወሰኑት ደግሞ፣ ለምሳሌ ሮበርት ሄትዝሮን (1977/1980)፣ ፈፅሞ በኩሽ ቤተሰብ መመደብ የለበትም ይላሉ። እንደኋለኞቹ አባባል ቤጃ ራሱን ችሎ በቀጥታ ከአፍሮኤሽያዊው ወላጅ ቋንቋ/ታላቅ ቤተሰብ የወረደ ተደርጎ መቆጠር ይገባዋል። ቤጃን ከአፋርኛ እና ሳሆኛ ጋር በተለይ የሚያመሳስለው ነገር አለ። ይህም "ተንቀሳቃሽ ቅጥሎች" ናቸው። ለምሳሌ የሚከተለውን ከቬዲከንድ እና ሙሳ (2004/5፡10) ይመልከቱ፤ *Ee-ta* "came-she", and *ti-bi* "she-went" (where *-ta* and *ti-* stand for "she, Past/Perfect")። የቅጥያዎቹ ቦታ የሚወሰነው በግሱ ውስጣዊ ባህርይ ነው። ማለትም የተወሰኑ ግሶች ቅድመግንድ ቅጥያ ሲወስዱ ሌሎቹ ድኅረግንድ ቅጥያ ይወስዳሉ። በምሳሌዎቹ የምናየው ወይም በአጠቃላይ በቤጃ ውስጥ ያለው በሰዋስው የሚወሰን ሳይሆን በስነፍቺ የሚወሰን የእያንዳንዱ ግስ ውስጣዊ ባህርይ ሊሆን ይችላል። ለዚህም ነው ተንቀሳቃሽ ቅጥያዎች በሚለው ላይ ትዕምርተ ጥቅስ ያስገባነው።

ግሶች ቅድመግንድ ቅጥያ በመውሰድ እና ድኅረግንድ ቅጥያ በመውሰድ መለያየትን ማሳየት የቤጃ ልዩ ባህርይ/ፍጥር[58] ሳይሆን ከወላጅ አፍሮኤሽያዊ ሲወርድ የመጣ/የተወረሰ ተደርጎ ይወሰዳል። የዚህ ምክንያቱ ይህን ባህርይ በተለያዩ የአፍሮኤሽያዊ ቋንቋዎች ውስጥ በተወሰነ ደረጃ መገኘቱ ነው።

በቤጃ ቅድመግንድ ቅጥያ የሚወስዱት ግሶች 60% ያህል እንደሆኑ ኮሀንን ዋቢ በማድረግ ቫንሆቭ (2020) ገልጿል። እንደቫንሆቭ ከሆነ በሁለተኛ ደረጃ ይህን ባህርይ የሚያሳየው አፋርኛ ነው። የአፍርኛ ግሶች 30% ያህሉ ቅድመግንድ ቅጥያ ይወስዳሉ (ዝኒ ከማሁ)። የቬድኪነድ፣ ቬድኪነድ፣ እና ሙሳ፣ (2002፡2) አሀዝ ከቫንሆቭ መጠነኛ ልዩነት ያሳያል። ቬድኪነድ፣ ቬድኪነድ፣ እና ሙሳ በቤጃ ከ1430 ግሶች ውስጥ 650ዎቹ ቅድመግንድ ቅጥያ የሚወስዱ ናቸው። ይህም 45% ይሆናል። እነዚህ ሰዎች በሳሆ ከ 771 ግሶች ውስጥ 318ሉ፣ ማለትም 41% ቅድመግንድ ቅጥያ የሚወስዱ ሆነው አግኝተዋቸዋል (ዝኒከምሁ)። በሌሎቹ ቋንቋዎች ቅድመግንድ ቅጥያ ብቻ የሚወስዱ ግሶች ጨርሰውንም የሉም ወይም በጣም በቁጥር አናሳ ናቸው። ለምሳሌ፣ በአማርኛ ቅድመግንድ ቅጥያ ብቻ የሚወስድ ምንም ግስ የለም። በግዕዝ ያለው አንድ ቃል ብቻ ነው። ይኸውም ይቤ የሚለው ነው። ቬድኪነድ፣ ቬድኪነድ፣ እና ሙሳ፣ (2002፡2) በሶማልኛ ከአጠቃላይ ግሶች ውስጥ አስራሁለት፣ በአውንጊ ደግሞ አምስት ቅድመግንድ ቅጥያ የሚወስዱ ግሶች እንዳሉ ገልፀዋል።

የቤጃ ግሶች ከስነምዕላድ አንፃር ቅድመግንድ እና ድኅረግንድ ቅጥያ ወሳጆች ተብለው ቢከፈሉም፣ ይህ ክፍፍል ትንሽ የተወሳሰበ ነው። ቅድመግንድ ቅጥያ የሚወስዱ ግሶች ለተወሰኑ ሰዋስዋዊ ሙያዎች ድኅረግንድ ይቀጥላሉ (ቬድኪነድ፣ ቬድኪነድ፣ እና ሙሳ፣ 2002፡2)።[59] እዚህ ላይ ልብ ማለት የሚገባው ግሶች ቅድመግንድ ቅጥያ በመውሰድ እና ድኅረግንድ ቅጥያ በመውሰድ ያለ የመለያየት ባህርይ ከሴማዊው በአስፔክት ላይ መሰረት ካደረገው የቅድመግንድ እና ድህረግንድ ቅጥያ መውሰድ ጋር የተለየ መሆኑን ነው።[60]

ቤጃ በስነድምፅ ደረጃ 23 አካባቢ ተናባቢዎች አሉት። ከእነዚህ ውስጥ የትናጋ ሹልክልክ የሆኑት [ɣ] እና [x] እና የድድ [z] ከአረብኛ በውሰት የገቡ ቃላት ላይ ብቻ የሚገኙ ናቸው (ቬድኪነድ፣ ቬድኪነድ፣ እና ሙሳ፣ 2004/5)። ሌሎች ስርጭታቸው ሰፊ የሆነ ሶስት የአፍንጫ ድምፆች [ɲ]፣ እና [ŋ] በቤጃ ውስጥ ቢኖሩም እነዚህ ክስተታቸው በአኅራባች ድምፆች የሚወሰን የድድ የሆነችው ነ ዘረድምፆች ናቸው። የሚከተለው የተነባቢ ሠንጠረዥ ሀድሰን (1976)፣ ቫንሆቭ (2014)ን እና ቬድኪንድ፣ ቬድኪንድ፣ እና ሙሳ (2004/5)ን መሰረት ያደረገ ነው።

ሠንጠረዥ 15፡ የቤጃ ተናባቢዎች

		ከንፈራዊ	የጥርስና ከንፈር	የድድ	ላንቃ	ትናጋ	ከንፈራዊ ትናጋ	ጉሮሮ
እግድ	**ኢነዛሪ**			t		k	kʷ	ʔ
	ነዛሪ	b		d		g	gʷ	

ሬትሮፍሌክስ	ኢነዛሪ			ʈ				
	ነዛሪ			ɖ				
ሹሉክሉክ	ኢነዛሪ		f	s	ʃ	(x)		h
	ነዛሪ			(z)		(ɣ)		
ፍትግ	ነዛሪ				dʒ			
ተርገብጋቢ				r				
ጎናዊ				l				
ሰርናዊ		m		n	(ɲ)	(ŋ)		
ከፊል አናባቢ		w			j			

በአናባቢ ደረጃ ቤጃ በአብዛኛው ኩሻዊ ቋንቋዎች ወስጥ የሚገኙት አምስት (አ /a/፣ ኡ /u/፣ ኢ/i/፣ ኤ/e/፣ እና ኦ /o/)[61] አናባቢዎች አሉት (ሀድሰን፣ 1976፡100)። ከእነዚህ አምስቱ ኤ እና ኦ በዋናነት ረጅም ሆነው ቢቀርቡም ከቃል መጨረሻ ወደ አጭር ኢ እና ኡ እንደቅደምተከተላቸው ይለወጣሉ (ቬድኪንድ፣ ቬድኪንድ፣ እና ሙሳ፣ 2002፡ 18)። እንደነቬድኪንድ ከሆነ በርግጥ ማናቸውም ረጅም አናባቢ ከቃል መጨረሻ አጭር ኢ ወይም አጭር ኡ ይሆናል። ይህም a:፣ e:፣ i: ወደ አጭር ኢ/i/ ሲለወጡ፣ o: እና u: ደግሞ አጭር ኡ /u/ ይሆናሉ (ዝኒከምሁ)።

ከቤጃ ጎሳዎች ቋንቋቸውን ትተው ሙሉ በሙሉ አረብኛ ተናጋሪ የሆኑ አሉ። ይህ በተለይ በግብጽ የሚኖሩት ቤጃዎችን ይመለከታል። እንደቫንሆቭ (2020፡2020፡300) ከሆነ በግብፅ ያሉት ቤጃዎች ሁሉም ማለት ይቻላል በቤጃ አፍ የሚፈታ የለም። አረብኛ ተናጋሪ ሆነዋል።[62] አረብኛ ተናጋሪ የሆኑት ቤጃዎች ቁጥር በቀላሉ የሚገመት አይደለም። ለምሳሌ በግብፅ ዘጠና ሺህ የሚሆኑ ቤጃዎች እንዳሉ ይገመታል (ጀሽዋ ፕሮጀክት፣ 2024)።[63] አብዛኞቹ በአሁኑ ወቅት ቤጃ የሚናገሩትም አረብኛን በሁለተኛ ቋንቋነት ይናገራሉ። በዚህም የተነሳ አረብኛ በቤጃ ላይ ከፍተኛ ተፅዕኖ አሳርፎበታል።[64] ይህ እንደዋና ምክንያት ባይወሰድም ቋንቋው ከሌሎች ኩሻዊ ከሚባሉት እጅግ ያፈነገጠ ለመሆኑ የራሱ ድርሻ አለው። ይህ ቋንቋ ከኩሽ መጀመሪያ ላይ የተገነጠለ ነው ቢባልም በኩሽ ስር መመደብ አይገባውም እስከማለትም የተደረሰበት አለ (ሄትዝሮን፣ 1980)። ይህን በክፍል 5.4 እንመለከተዋለን።

5.3.3 ደቡብ ኩሻዊ

ደቡብ ኩሻዊ ከኢትዮጵያ ውጭ በኬንያ እና ታንዛንኛ የሚነገሩ ቋንቋዎችን የሚመለከት ነው። ይህ የቋንቋ ቤተሰብ በጣም አከራካሪ ነው። በዚህ ቋንቋ ቤተሰብ ስር የተመደቡ ቋንቋዎች ካንድ ወላጅ ደቡብ ኩሻዊ መምጣታቸው ብቻ ሳይሆን በዚህ ስር የሚመደቡት ቋንቋዎች ላይም ነው። እራሱ ደቡብ ኩሻዊ የሚለው ምደባ እራሱን ችሎ መቆም አለመቆሙም ላይ የተለያየ አስተያየት አለ። ለዚህ፣ የዛቦርስኪን (1984) ጥናት ብቻ

መመልከቱ ይህ ቡድን ምን ያህል አጠያያቂ እንደሆነ ለመረዳት ይበቃል።[65] ዛቦርስኪ (1984)፣ ማውስ (1996)፣ ካይዝሊንግ እና ማውስ (2003)፣ ካይዝሊንግ (2006) እና በስተኋላ ላይ የወጡ ሌሎች ስራዎች ላይ እንደምንረዳው በዚህ ስር የተመደቡት አንዳንዶቹ ቋንቋዎች በምስራቅ ኩሻዊ ስር ሲመደቡ ይስተዋላል። የተወሰኑትን ደግሞ በደቡብ ኩሻዊ ስር ለመመደብ የሚያበቃ ስነልሳናዊ መረጃ የለም ወይም ያለው በቂ አይደለም።[66] ይህን ጉዳይ በክፍል 5.4 ሰፋ አድርገን እንመለስበታለን። በዚህ ጉዳይ ላይ ከብዙ በጥቂቱ ዛቦርስኪ (1984)ን፣ ካይዝሊንግ (2006)ን እና በእነዚህ የተጠቀሱ ስራዎችን ይመልከቱ።

በአሁን ወቅት ደቡብ ኩሻዊ ውስጥ የሚመደቡት በክፍል 5.2 የገለፅናቸው አሳኽ፣[67] አልጋዋ፣[68] ቡሩንጌ፣[69] ጎሮዋ፣[70] ኢርቃው፣[71] እና ክውአድዛ[72] ናቸው። ይሁን እንጂ ከእነዚህ ውስጥ አሳኽ እና ክውአድዛ ኩሻዊ ናቸው እራሱ ለማለት የሚያበቃ መረጃ የለም በማለት ከዚህ ቡድን ካይዝሊንግ (2006) አስወግዷቸዋል። በሌላው መልኩ ሄትዝሮን (1980) ደቡብ ኩሻዊ እራሱን የቻለ የኩሻዊ ቀጥተኛ ንዑስ ቡድን ሳይሆን በምስራቅ ኩሻዊ ውስጥ መካተት ይገባዋል ይላል። ይህን ጉዳይ ትንሽ ሰፋ አድርገን የኩሻዊ ቡድኖች/ቋንቋዎችን የእርስ በርስ ግንኙነት እና ውስጣዊ ምደባ በምንዳስስበት ክፍል እንመለከተዋለን።

ከደቡብ ኩሻዊ ውስጥ ትልቅ ተናጋሪ ያለው ኢራቅው ነው። ይህ ቋንቋ 465,993 ተናጋሪ እንዳለው ባዮ (2023፡31) ሲያስቀምጥ፣ ጀሽዋ ፕሮጀክት[73] የህዝቡን ብዛት 984,000 አድርጎታል። በአናባቢ ደረጃ በኩሻዊ ቋንቋዎች በመደበኛነት የሚገኙት አምስቱ አናባቢዎች እና የእነዚህ ረጅም አቻዎች አሉት። በተነባቢ ደረጃ ይህ ቋንቋ ብቻ ሳይሆን ሌሎቹ በደቡብ ኩሻዊ ስር የሚመደቡት እንደካይዝሊንግ እና ማውስ ከሆነ (2003) የድድ ጎናዊ ፈንጅ ሹሉክሉክ [tɬ'] እና የድድ ጎናዊ ፈንጅ ሹሉክሉክ [ts'] ስርጭታቸው ከፍተኛ ሲሆን የዚህ ምክንያቱ የኮሄሽያን ቋንቋዎች ተፅዕኖ ነው።

ደቡብ ኩሻዊ ቋንቋዎች በአጠቃላይ የባንቱ ቋንቋዎች ተፅዕኖ ይታይባቸዋል። ለምሳሌ፣ ማአ የተባለው ቋንቋ ቀደም ባሉ ስራዎች በደቡብ ኩሻዊ ስር ተመድቦ ነበር። ለዚህ ምክንያቱ ቋንቋው የተወሰኑ ኩሻዊ ቋንቋዎች የሚያሳዩት ባህርያት በመያዙ ነበር። ተከር (1967) በወቅቱ ኩሻዊ በመባል የሚታወቁትን ቋንቋዎች በተለይ ተውላጠ ስም እና ባለቤት አፀፋዎች ላይ በማተኮር በገመገበት ስራው ማአ የኢርቃውን የሚመስሉ ተውላጠ ስሞች ቢኖሩትም የባለቤት አፀፋዎቹ ሙሉ በሙሉ የባንቱ ሆነው አገኛቸው። በቃላት ደረጃ ይህን ቋንቋ ከአፍሪኤሽያዊ ለማዛመድ በቂ ማስረጃ ካለመኖሩ ተጨምሮ ምናልባት በድቅል የተፈጠረ ሳይሆን አይቀርም የሚል ሀሳብ ተከር (1967፡678) ሰንዝረ።[74] ማውስ (1996)ም በቀጣይ በዚህ ቋንቋ ላይ ጠለቅ ያለ ምርመራ ሲያደርግበት ተከር እንደገመተው የድቅል ቋንቋነት ባህርይ የሚያሳይ ሆኖ አገኘው። በዚህም ምክንያት ማአ ከደቡብ ኩሻው ብቻ ሳይሆን ከኩሻዊ እና ከዘር ክፍፍል እንዲወጣ ሀሳብ በማቅረቡ ከእሱ በኋላ በወጡ ስራዎች ይህ ቋንቋ በደቡብ ኩሻዊ ስር ሲመደብ በስፋት አይስተዋልም። በደቡብ ኩሻዊ ላይ ያለውን የምደባ ችግር በቀጣይ ክፍል እዚህ ካቀረብነው ሰፋ አድርገን እንዳስሳለን።

5.3.4 ምስራቅ ኩሻዊ

በውስጣዊ አከፋፈል ደረጃ የተለያየ አስተያት ከበዛባቸው ውስጥ ዋናው ምስራቅ ኩሻዊ ነው። ባለፈው ክፍል እንደገለፅንው ደቡብ ኩሻዊን እንዳለ ወይም የተወሰኑትን ቋንቋዎች በዚህ በምስራቅ ኩሻዊ ስር የሚያካትት ምደባ አለ። ስለውስጣዊ ክፍፍሉ በሚቀጥለው ክፍል የምንመለከተው ይሆናል እና በዚህ ስር የምናነሳቸው ቋንቋዎች በአንድ ስራም ሆነ ከዚይ በላይ ስራዎች በምስራቅ ኩሻዊ ውስጥ የተመደቡትን እና በሌሎቹ ክፍሎች ያልጠቀስናቸውን ነው። እነዚህን ቋንቋዎች ደጋማው ምስራቅ ኩሻዊ፣ ቆላማው ምስራቅ ኩሻዊ፣ ያኩ፣ እና ዱላይ በያዘው በአራት ምድብ እናያቸዋለን። በዚህም ኦሞ-ጣና ቡድንን እና ሳሆ-አፋርን በቆላማው ምስራቅ ኩሻዊ ስር በማድረግ ነው። ከዚህ የተለየ ክፍፍል የሚያደርጉ አሉ። ለምሳሌ ሳዘ (1982፡15)ን ይመልከቱ። ይህን ማድረጋችን በአከፋፈል ደረጃ አቋም መያዛችን አይደለም። ስለክፍፍሉ ክፍል 5.4ን ይመልከቱ።

5.3.4.1 ደጋማው ምስራቅ ኩሻዊ

ደጋማው ምስራቅ ኩሻዊ በመባል የሚታወቀው ቡድን ከመነሻው የሚያካትተው ከቡርጂ ውጭ ያሉትን እንሲዳምኛ፣ ከምባትኛ፣ ሀድይኛ ወዘተ ነበር። በሂደት ቡርጂ ከዚህ ቡድን ጋር የቀረበ መመሳሰል ስላሳየ ባንድ ተመደበ። ቡርጂ እና የደጋማው ምስራቁ ኩሸዊ ጥምረትን አዲስ ስያሜ ከማውጣት ይልቅ የኋለኛው ስያሜ ቡርጂንም እንዲያካትት በማድረግ ቡርጂን በአንድ ወገን የተቀሩትን ሲዳሞይድ ወይም ደጋማው ምስራቅ ኩሻዊ በሚል በሌላ ወገን ማድረግ ተጀመረ። ለዚህ ለኋለኛው ለአብነት ሳዘ (1982)ን ይመልከቱ። ከዚህ ውጭ ሌላ ተጨማሪ ስያሜ ሳይሰጥ ቡርጂን አስቀድሞ በመገንጠል ሌሎቹን ማስከተል ይታያል (ሀድሰን፣ 1981)። ቡርጂ እነሲዳምኛን ከያዘው ቡድን ጋር ከሌሎች ኩሻዊ ቋንቋዎች ጋር የበለጠ እንደሚዛመድ እና ከእዚህ ቡድን ቀድሞ የተገነጠለ ለመሆኑ የቤንደር እና ኩፐር (1971) ጥናት በማያሻማ መልኩ ከሰዋስው እና ከስነቃላት፣ እንዲሁም ከተግባቦት አንፃር በጥልቀት አሳይቷል። በዚህ ክፍል የተከተለነውም ይህንኑ ነው። በሁለቱም ክፍፍል ቢሆን ቡርጂኛ ከሌሎቹ የቡድኑ አባላት ጋር ያለው ግንኙነት በሌሎቹ መሀከል እንዳለው የእርስ በርስ ቅርርብ አይደለም።

ደጋማው ምስራቅ ኩሻዊ

ሀ. ቡርጂኛ

ለ. ሲዳምኛ፣ ጌዲኦኛ፣ ከምባትኛ (አላብኛ፣ ቀቤንኛ፣ ጥምባሮኛ)፣ ሃዲይኛ (ሊቢዶኛ)

በከምባትኛ፣ አላብኛ፣ ቀቤንኛ እና ጥምባሮኛ መሀከል ያለው ግንኙነት የዘዬ እንደሆነ ይገመታል።[75] ይሁን እንጂ በዚህ ላይ ወጥ አቋም ካለመኖሩም በተጨማሪ የእርስ በእርስ ግንኙነቱም ተመሳሳይ አይደለም። በሊቢዶኛ እና የሀዲይኛ ያለው ዝምድና እንዲሁ የዘዬ ነው።

ከላይ እንደገለፅነው ቡርጂ ደጋማው ምስራቁ ኩሽዊ ስር የተካተተው በኋላ ላይ ሲሆን በክፍፍሉ ላይ እንደምንመለከተው ግንኙነቱም ቡርጂ በአንድ ወገን ሆኖ ሌሎቹ በሌላ ወገን ነው። ይህን በክፍል 5.4 የምንመለከተው ስለሆነ እዚህ የንግግር አይነቶቹ እና ተናጋሪዎቻቸው ላይ እናተኩራለን።

5.3.4.1.1 ቡርጂኛ

ቡርጂኛ ከደጋማው ምስራቁ ኩሽዊ ጥንታዊ ባህርያትን በብዛት የያዘ ተደርጎ ይቆጠራል (ዛቦርስኪ 1984: 133)። ይህ ቋንቋ እና ህብረተሰቡ በተለያየ ስያሜ ሲጠራ ይስተዋላል። ኢትኖሎግ በግዕዙ ፊደል ቡረጊ በሚል ሲያቀርበው በምባላ፣ ባምባላ እና ዳሺ የሚሉ ስይሜዎችም በተለዋጭነት ያገለግላሉ። ቡርጂዎች በኢትዮጵያ በጫሞ ሀይቅ አካባቢ ይኖራሉ። ቡርጂዎች ከደቡብ ኢትዮጵያ በተጨማሪ በኬንያም ይገኛሉ። በኬንያ የሚኖሩት ባብዛኛው በመርሳቤት ነው (አምቦርን፣ 2003፣642)። ቡርጂዎች በተለያዩ ቦታዎች የሚኖሩ ዘመናዊ ማህበርሰብ ናቸው።[76]

አምቦርን 2003 እንደ ግሪጎሪያን አቆጣጠር በታተመ ስራ ላይ የቡርጂ ህዝብ ብዛት 70 ሺህ አካባቢ እንደሆነ ግምቱን ሰጥቷል (2003፣642)። ይሁን እንጂ እንደግሪጎርያን አቆጣጠር የ2007 የኢትዮጵያ ህዝብ ቆጠራ የህዝብ ብዛቱን 71,871 ያደርገዋል። ይህ የህዝብ ቆጠራ በኬንያ ያሉትን አያካትትም። የጆሽዋ ፕሮጀትክት (2024) በኬንያ ያሉትን 39,000 በኢትዮጵያ የሚገኙንትን ደግሞ 129,000 ያደርጋቸዋል።[77] በድምሩ 168,00 መሆኑ ነው። የጆሽዋ ፕሮጀክት ግምት ከእውነት የራቀ ነው ለማለት ይከብዳል። ምክንያቱም ይህ አህዝ የኢትዮጵያው ቆጠራ ከተደረገ ከ20 ዓመት በኋላ የተሰጠ ግምት በመሆኑ ነው።

ቡርጂዎች እንደበርካታ የደቡብ ህዝቦች የገዳ ስርዓት ሲኖራቸው፣ ስርዓቱ ግን በተወሰነ ደረጃ በስፋት ከሚታወቀው ከኦሮሞ ይለያል (አምቦርን 2003፣ 643)። ቡርጂዎች በባህል ደረጃ በጣም የሚቀራረቡት ከኮንሶውች ነው። ከዚህ በመነሳት እንደውም ቋንቋቸውን ቀደም ባለው ግዜ ከኮንሶ ጋር ባንድ መመደብ ይታይ ነበር። ለዝርዝሩ እና ለተጨማሪ መረጃ ሳዘ (1982)ን ይመልከቱ።

ቡርጂኛ ከኮንሶኛ ጋር የሚያቀራርበው ባህል ብቻ ሳይሆን ቋንቋም ቢሆንም፣ ቡርጂኛ በማያሻማ መልኩ ከሁሉም ይልቅ ለደጋማው ምስራቅ ኩሻዊ ቋንቋዎች እንደሆነ ሳዘ (1982) የቋንቋውንም መዘገበ ቃላት በሰራበት ስራው ላይ አስረግጦ ገልጿል። ከላይ እንደገለፅነው ሌሎቹ የምስራቅ ደጋማው ቋንቋዎች ከቡርጂኛ ይልቅ እርስ በእርስ የበለጠ ስለሚቀራረቡ፣ ቡርጂኛ ከቡድኑ/ከወላጅ ቋንቋው አስቀድሞ የተገነጠለ ተደርጎ ይወሰዳል (ቤንደር እና ኩፐር፣ 1971፤ ሀድሰን፣ 1981፤ ሳዘ፣ 1982)።

ቡርጂኛ ቢያንስ ሁለት ዘዬዎች አሉት። እነዚህ ዘዬዎች የታችኛው ቡርጂኛ እና የላይኛው ቡርጂኛ በማለት በተወሰነ ስራዎች ሲጠቀሱ ይስተዋላል። ለአብነት፣ ቻርሎቴ

ዌዲኪንድ (1985)ን ይመልከቱ። በእነዚህ ዘዬዎች መሀከል ከስነድምፅ አንስቶ በቃላት ደረጃ ልዩነት አለ። ቻርሎቴ ዌዲኪንድ (1985) እንዳመለከተችው፣ ይህ ልዩነት አንዳንዴ በተነባቢ ባህርይ ላይም ሊስተዋል ይችላል። ለምሳሌ በላይኛው ቡርጂ 'ጰ' / p'/ ፈንጂ ስትሆን፣ በታችኛው ቡርጂ ደግሞ ኢምፕሎሲቭ /ɓ/ ነች (ቻርሎቴ ዌዲኪንድ፣ 1985፡ 110)። የላንቃዋ ኘ /ɲ/ በላይኛው ቡርጂኛ የድድ ነ /n/ ሆና ነው የምትገኘው (ቻርሎቴ ዌዲኪንድ፣ 1985፡110)።

ቡርጂኛ በተናባቢ ደረጃ 26 ንጥረ ድምፆች ሲኖሩት ከእነዚህ ውስጥ የላንቃ እና በኢትዮጵያ ቋንቋዎች የጋራ የሆኑት ፈንጂ ድምፆች ይገኙበታል። በዚህም ከሌሎቹ ደጋማው ኩሻዊ ቋንቋዎች በተለየ ተጨማሪ ሶስት ተናባቢዎች ይዟል። ከእነዚህ ሶስት ተጨማሪ ተናባቢዎች ውጭ ሁሉም የደጋማው ምስራቅ ኩሻዊ ቋንቋዎች ውስጥ የሚገኙት ተናባቢዎች በቡርጂኛ ውስጥ ይገኛሉ (ቻርሎቴ ዌዲኪንድ፣ 1985፡110)። የሚከተለው የተናባቢ ሠንጠረዥ ሳዘ (1982)ን እና ቻርሎቴ ዌዲኪንድ (1985)ን መሰረት ያደረገ ነው።

ሠንጠረዥ 16፡ የቡርጂኛ ተናባቢዎች

		ከናፍራዊ	የጥርስና ከንፈር	የድድ	ላንቃ	ትናጋ	ጉሮሮ
እግድ	ኢነዛሪ	p		t		k	ʔ
	ነዛሪ	b		d		g	
	ፈንጂ	p'		t'		k'	
	ኢምፕሎሲቭ	ɓ		ɗ			
ሹሉክሉክ	ኢነዛሪ		f	s	ʃ		h
	ነዛሪ			(z)			
ፉጭግ	ኢነዛሪ				tʃ		
	ነዛሪ				dʒ		
	ፈንጂ				tʃ'		
ተርገብጋቢ				r			
ጎናዊ				l			
ሰርናዊ		m		n	(ɲ)		
ከፊል አናባቢ		w			j		

እንደሳዘ (1982፡ 16) ከሆነ ɲ እና z የሚገኙት በውስት ቃላት ላይ ነው። ከላይ በሰንጠረዡ ላይ በቅንፍ ያደረግናቸው ለዚህ ነው። በሳዘ ስራ ɓ እና ɗ ኢምፕሎሲቭ ድምፆች ሲሆኑ፣ t'፣ k' እና tʃ' ፈንጂ 'ኢጀክቲቭ' ድምፆች ናቸው (ዝኒከማሁ)። ከላይ

እንደገለፅነው በቻርሎቴ ዌዲኪንድ የከናፍር ኢምፐሎሲቭ ‘ጰ’ ɓ በላይኛው ቡርጂኛ ጰ /p’/ ፈንጂ ‘ኢጀክቲቭ’ ነች (1985፡110)። ዌዲኪንድ እንዳስተዋለችውም የታችኛው ቡርጂኛ በኢምሎሲቭ ደረጃ ɓ እና ɗን መያዙ ከኮንሶኛ ጋር አንድ ያደርገዋል (ዝኒ ከማሁ)። በኮንሶኛም እነዚህም ሁለት ተናባቢዎች—ɓ እና ɗ—ይገኛሉ። ለኮንሶኛው ተነባቢዎች ክፍል 5.3.4.2.12ን ይመልከቱ።

ቡርጂኛ በአናባቢ ደረጃ ከሌሎቹ ደጋማው ምስራቅ ኩሻዊ ቋንቋዎች አይለይም። በዚህ ቋንቋ ውስጥ በሌሎቹ ደጋማው ምስራቅ ኩሻዊ ቋንቋዎች በአጠቃላይም በኩሻዊ ቋንቋዎች ውስጥ የሚዘወተሩት አምስቱ አናባቢዎች አ /a/፣ ኡ /u/፣ ኢ /i/፣ ኤ /e/፣ እና ኦ /o/ እንደዚሁም የእነዚህ ረጅም አቻዎች አ: /a:/፣ ኡ: /u:/፣ ኢ: /i:/፣ ኤ: /e:/፣ እና ኦ: /o:/ አሉት። ስለ እነዚህም አናባቢዎች የተወሰነ ትንተና ሳዘ (1982)ን እና ቻርሎቴ ዌዲኪንድ (1985)ን ይመልከቱ።

5.3.4.1.2 ሲዳምኛ

ሲዳምኛ ከአጠቃላይ ከደጋማው ምስራቅ ኩሻዊ ትልቅ ቁጥር ተናጋሪ ያለው ነው። ሲዳምኛ በእንግሊዝኛ ለቋንቋው እና ለህብረተሰቡ መጠሪያ ቢውልም፣ ሲዳማዎች ቋንቋቸውን ሲዳማ አፎ እራሳቸውን ደግሞ ሲዳማ ይላሉ። ሲዳማዎች በአሁን አስተዳደር የራሳቸው ክልል ሲኖራቸው የህዝብ ብዛቱ ከአምስት ሚሊየን በላይ እንደሆነ ይገመታል። የጀሽዋ ፕሮጀክት የቋንቋውን ተናግሪ 5,326,000 ያደርገዋል።[78] የጀሽዋ ፕሮጀክት የህዝቡን ብዛትም ያቀረበው ከቋንቋው ተናጋሪ እኩል ነው።[79]

ሲዳማ በኢትዮጵያ ታሪክ ከጥንት ጀምሮ ሲጠቀስ የኖረ ህዝብ ነው። ኢትዮጵያ በ14 ክፍለሀገሮች በተከፋፈለችበት ዘመን የአንደኛው ክፍለሀገር ስም በዚሁ በብሄረሰቡ የተሰየመ ነበር።

በቋንቋ ደረጃ፣ ሲዳምኛ በደጋማው ምስራቅ ኩሻዊ ከሚመደቡት ውስጥ ለጌዲኦኛ በጣም ይቀርባል (ቤንደር እና ኩፐር፣ 1971)። ሁለቱ ራሳቸውን የቻሉ ቋንቋዎች ቢሆኑም ከተወሰነ ጥረት ጋር የአንዱ ተናጋሪ የሌላውን ሙሉ በሙሉ ባይሆንም መረዳት ይችላል (ስለሺ ወርቅነህ፣ ግል ግንኙነት)። ሲዳምኛ በአፍ መፍቻ ትምህርት መስጫነት ከመዋሉም በተጨማሪ በአዋሳ ዩኒቨርሲቲም እራሱን ችሎ በትምህርት ክፍል ደረጃ ይጠናል። የራሱ የሬድዮ ጣብያም አለው። በዚህ ላይ የቀድሞው የሲዳማ ዞን ባህል ቢሮ ያደረገው አስተዋፅዖ በቀላሉ የሚገመት አይደለም። የባህል ቢሮው በሲዳምኛ ላይ ካሳተማቸው ውስጥ በሲዳምኛ የተፃፈ የሰዋስው መፅሀፍ እና መዝገበቃላት ይገኙበታል።

በቋንቋው ሰዋስው ላይ በአንበሳ ተፈራ (2000) እና ካዙሂሮ ካዋቺ (2007) የተሰሩት የዱክተርና መመረቂያ ጥናቶች እጅግ መሰረታዊ ናቸው። አንበሳ የቋንቋውም ተናጋሪ ከመሆኑ ጭምር ስለሲዳምኛ ሰዋስው ያቀረበው ጥናት የያዘው መረጃ በቀላሉ የሚታይ አይደለም።

ሲዳምኛ አምስት በቡርጂ ያየናቸው እና በኩሽ ቋንቋዎች ውስጥ የሚዘወተሩት አምስቱ አናባቢዎች አ /a/፣ ኡ /u/፣ ኢ /i/፣ ኤ /e/፣ እና ኦ /o/ እና የእነዚህ ረጅም አቻዎች አ: /a:/፣ ኡ: /u:/፣ ኢ: /i:/፣ ኤ: /e:/፣ እና ኦ: /o:/ አሉት። በዚህ ላይ ከብዙ በጥቂቱ አበበ (1985፡65)ን፣ አንበሳ (1994፡1086)ን፣ አንበሳ (2000፡14)ን፣ ካዋቺ (2007፡30)ን እና በእነዚህ ስራዎች የተጠቀሱትን ይመልከቱ።

ቀደም ባሉት ስራዎች የወጡት ላይ ያሉ ልዩነቶችን በመንቀስ፣ አበበ (1985) ሲዳምኛ 23 ተናባቢ ንጥረ ድምፆች እንዳሉት ገልጿል። ይህ የአበበ የተናባቢዎች ዝርዝር በኋላ በወጡ ስራዎችም ላይ ትክክል መሆኑ ታይቷል። የሲዳምኛ ተናባቢዎች በሚቀጥለው ሰንጠርዥ ቀረበዋል። ሰፋ ላለ ዳሰሳ አንበሳ (1994)ን፣ አንበሳ (2000፣ §2)ን እና ካዋቺ (2007፣ §2)ን ይመልከቱ።

ሠንጠረዥ 17፡ የሲዳምኛ ተናባቢዎች

		ከናፍራዊ	የጥርስና ከንፈር	የድድ	ላንቃ	ትናጋ	ጉሮሮ
እግድ	**ኢነዛሪ**	(p)		t		k	ʔ
	ነዛሪ	b		d		g	
	ፈንጂ	P’		t’		k’	
	ኢምፕሎሲቭ			ɗ			
ሹሉክሉክ	**ኢነዛሪ**		f	s	ʃ		h
	ነዛሪ		(v)	(z)			
ፉትግ	**ኢነዛሪ**				tʃ		
	ነዛሪ				dʒ		
	ፈንጂ				tʃ’		
ተርገብጋቢ				r			
ጎናዊ				l			
ሰርናዊ		m		n	ɲ		
ከፊል አናባቢ		w			j		

ከላይ በቀረበው ሰንጠረዝ ላይ በቅንፍ የተቀመጡት ሶስት ተናባቢዎች በውሰት ቃል ላይ ብቻ የሚገኙ ናቸው። /ዘ/ ከአማርኛ በውሰት በገቡ ቃላት ላይ ብቻ ትገኛለች (አንበሳ፣ 2000፡13)። /ፐ/ ምንም እንኳን ከላይ በየነው ቡርጂኛ ውስጥ ብትገኝም ይች ድምፅ በአጠቃላይ በኢትዮጵያ ቋንቋዎች እምብዛም አትገኝም። ከተገኘችም ልክ እንደአማርኛው

በውስት በገቡ ቃላት ላይ ነው። የ/ሸ/ ም ጉዳይ ተመሳሳይ ነው። አንበሳ (1995፡1086 & 2000፡13) እነዚህን ተናባቢዎች እንደውም በተናባቢ ሠንጠረዥ ላይ አላስገባቸውም። ምክንያቱም እነዚህ በሲዳምኛ ንጥረ ድምፅ አይደሉም እና ነው።

አንበሳ (2000፡13-14) የኘ /ɲ/ ስርጭት ውስን እንደሆነ እና ከተወሰነ የተነባቢዎች ክትትል ውጭ ሁሌም እንደምትጠብቅ ገልጿል። ይህ ልክ እንደአማርኛው ነው። በአማርኛም ይች ድምፅ የማትጠብቅበት ቦታ አንድ ወይም ሁለት ክስተት ብቻ ነው። ከዚህም በላይ ልክ እንደሲዳምኛው ስርጭቷም ውሱን ነው። ሌስላው (1995)ን ይመልከቱ። በሲዳምኛ ላይ እንደቋንቋው ትልቅነት በርካታ ስራዎች ባይኖሩም፣ ሰፋ ላለ የሰዋስው መረጃ አንበሳ (2000) እና ካዋቺ (2007)ን ይመልከቱ።

5.3.4.1.3 ጌዲኦኛ

ጊዲኦ እራሱን የቻለ ዞን ሲኖረው የዞኑ ዋና መቀመጫ ዲላ ነው። በ2007 እንደ ግሪጎሪያን አቆጣጠር የኢትዮጵያ ህዝብ ቆጠራ ሪፖርት የጌዲኦ ህዝብ ብዛት 986,977 ነው። የጆሽዋ ፕሮጀክት (2024) የህዝቡን ብዛት 1,772,000 አድርጎታል።[80] በዚህ ጆሽዋ ፕሮጀክት የቋንቋው ተናጋሪም ተመሳሳይ ነው።[81]

በአፈ-ታሪክ ደረጃ በጌዲኦዎችም ሆነ በጉጂዎች ዘንድ ሁለቱም ከአንድ ወላጅ እንደመጡ የሚነገርበት አፈ-ታሪክ አለ። ከዛሬ ስምንት ዓመት ገደማ በሁለቱ ማህበረሰቦች መሀከል የከፋ ግጭት ከመከሰቱ በፊት ሁለቱም በወንድማማችነት መንፈስ የሚኖሩ በጋብቻ ጭምር የሚተሳሰሩ ነበሩ (ታደሰ በሪሶ 1982)።

ጌዲኦኛ ከላይ እንደገለፅነው በቋንቋ ደረጃ የቅርብ ዝምድናው ከሲዳምኛ ነው። ከቃላት ዝምድና አንስቶ፣ በስነምዕላድ፣ እና በመግባባት ደረጃ ስላለው መመሳሰል ጠለቅ ያለ ጥናት ቤንደር እና ኩፐር (1971)ን ይመልከቱ። በስነድምፅ ደረጃ በሁለቱ ቋንቋዎች መሀከል ይህ ነው የሚባል ልዩነት የለም። ጌዲኦኛ እንደሲዳምኛ አ /a/፣ ኡ /u/፣ ኢ /i/፣ ኤ /e/፣ እና ኦ /o/ እና የእነዚህ ረጅም አቻዎች አ: /a:/፣ ኡ: /u:/፣ ኢ: /i:/፣ ኤ: /e:/፣ እና ኦ: /o:/ አሉት (ቬዲኪንድ፣ 1985፡ 82)። ከስነደምፀልሳናዊ ሂደት ውጭ ያለው የአናባቢ እርዝመት ትርጉም ለዋጭ ነው።

ቬዲኪንድ (ዝኒከማሁ) በተነባቢ ደረጃ ይህ ቋንቋ 23 ንጥረ ድምፅ[82] እንዳለው ይግለፃል። ይህ ሰው ባቀረበው ላይ ጌዲኦኛ ከሲዳምኛ የሚለየው በ/ኘ/ ድምፅ ነው። ቬዲከንድ ይችን ድምፅ በጌዲኦኛ ውስጥ አላስገባትም። እዮብ (2015፡27) ባቀረበው ሰንጠረሽ ላይ /ዘ/ን በማስገባት የጌዲኦኛን ተናባቢ ንጥረ ድምፆች 24 ቢያደርሳቸውም፣ ይች ድምፅ በውስት ቃላት ውስጥ ብቻ እንደምትገኝ ይገልፃል። ይህም ማለት በቬዲኪንድ እና በእዮብ መሀከል ልዩነት የለም። ዳዊት (2018፡27 ቀገ) ከ/ዘ/ በተጨማሪ /ዠ/ እና /ሸ/ በውሰት ቃላት ውስጥ እንደሚገኙ ከመግለፁም በላይ በጌዲኦኛ የላንቃ የሆነችው /ኘ/ ንጥረ ድምፅ እንደሆነች አሳይቷል። ከእነዚህ በውሰት ቃላት ውስጥ ከሚገኙ ድምፆች

ውስጥ /ዘ/ ስርጭቷ ሰፊ ነው። ይህ ማለት በተናባቢ ንጥረ ድምፅ ረገድ በዳዊት የቀረበው ጌዲኦኛ ከሲዳምኛው ጋር አንድ ነው። የሚከተለው የተነባቢ ሠንጠረዥ በዳዊት የተካተተችውን የላንቃ ሰርናዊ ድምፅ ይዟል።

ሠንጠረዥ 18፡ የጌዲኦኛ ተናባቢዎች

		ከናፍራዊ	የጥርስና ከንፈር	የድድ	ላንቃ	ትናጋ	ጉሮሮ
እግድ	ኢነዛሪ	(p)		t		k	ʔ
	ነዛሪ	b		d		g	
	ፈንጂ/	P’		t’		k’	
	ኢምፕሎሲቭ			ɗ			
ሹሉክሉክ	ኢነዛሪ		f	s	ʃ		h
	ነዛሪ			(z)			
ፉጭግ	ኢነዛሪ				tʃ		
	ነዛሪ				dʒ		
	ፈንጂ				tʃ’		
ተርገብጋቢ				r			
ጎናዊ				l			
ሰርናዊ		m		n	ɲ		
ከፊል አናባቢ		w			j		

ከላይ የቀረበው ሠንጠረዥ በአጠቃላይ ቬዲኪንድ (1985፡82)ን፣ ኢዮብ (2015፡ 37)ን እና ዳዊት (2018፡ 27)ን መሰረት ያደረገ ነው። ለዝርዝር ስነምድፃዊ ትንታኔ በተለይ የኋለኞቹን ሁለት ስራዎች ይመልከቱ። በእርግጥ እነዚህ ሁለት ስራዎች የጌዲኦኛ አጠቃላይ ሰዋስው የሚመለከቱ ሰፊ ስራዎች በመሆናቸው የዚህን ቋንቋ ሰዋስውን ለመረዳት ለሚፈልግ መሰረታዊ መረጃዎች ናቸው።

5.3.4.1.4 ከምባትኛ

ከምባታ እና ጥምባሮ በዋናነት በከምባታ-ጥምባሮ ዞን ይገኛሉ። በቋንቋ ደረጃ እነዚህ ነገዶች በሚናገሯቸው የንግግር አይነቶች መከሀል ያለው መጠነኛ የዘዬ ልዩነት ነው። ይህ መመሳሰል አላባ እና ቀቤና የሚናገሯቸውን የንግግር አይነቶችንም ይጨምራል። እነዚህ የንግግር አይነቶች የከምባታ ቡድን በማለት በአንድ ከመመደባቸውም በተጨማሪ

በመሀላቸው ያለው ልዩነት መግባባት የማያግድ ነው። ከምባታዎች ቋንቋቸውን ከምባቲሳ ይሉታል። በ2007 (እንደ ግሪጎሪያን አቆጣጠር) ኢትዮጵያ የህዝብ ቆጠራ ሪፖርት የከንባታ ህዝብ ብዛት 630,236 ነው።

ከምባትኛ በቡርጂኛ፣ በሲዳምኛ ያየናቸው እና በኩሽ ቋንቋዎች ውስጥ የሚዘወተሩት አምስቱ አናባቢዎች አ /a/፣ ኡ /u/፣ ኢ /i/፣ ኤ /e/፣ እና ኦ /o/ እና የእነዚህ ረጅም አቻዎች አ: /a:/፣ ኡ: /u:/፣ ኢ: /i:/፣ ኤ: /e:/፣ እና ኦ: /o:/ አሉት (ሲም፣ 1985፡44፤ ትሬስ፣ 2008፡27 ቀገ)።

በተለያዩ ጥናቶች—ለምሳሌ ሌስላው (1952)፣ ሲም (1985፣ 1988)፣ ትሬስ 2008)—እንደተመለከተው ከምባትኛ ከላይ በሲዳምኛ፣ ጌዲኦኛ፣ እና ቡርጂ ያየነው የድድ ኢምፕሎሲቭ ድምፅ የለውም። በአጠቃላይ በዚህ ቋንቋ ኢምፕሎሲቭ ድምፅ የለም። ማርጋሪት ሲም በከምባትኛ ከላይ ካየናቸው ሲዳምኛ እና ጊዲኦኛ በተለይ /ዘ/ በንጥረ ድምፅ አስፍራታለች (ዝኒ ከማሁ፣ ሲም 1988፡58)። የላንቃ ሰርናዊ የሆነችው ድምፅ እና የትንጋ ሰርናዊ ድምፅ የድድ ሰርናዊ ድምፅ ዘረድምፆች ናቸው በማለት ሲም (1985) እነዚህን ድምፆች በተናባቢ ንጥረ ድምፅ ውስጥ አላስገባቻቸውም። ሲም የከምባትኛን ላንቃዊነት በዳሰሰችበት ስራዋም እነዚህ ድምፆች በተናባቢ ሠንጠረዥ አላስገባቻቸውም (ሲም፣ 1988፡58)። የትሬስ (2008)ም ትንታኔ ከሲም ጋር የሚስማማ ነው። ትሬስ (2008፡34) ሰርናዊ የላንቃ ድምፅ የሆነችው /ኘ/ ስርጭቷ ውስን ከመሆኑም በላይ የምትገኘው በድምፀቀድ ቃላት ውስጥ ብቻ ነው በማለት በንጥረ ድምፅነት አላሰፈረቻትም። በንጥረ ድምፅነት ላለማስፈር ትሬስ ተጨማሪ ምክንያት ያቀረበችው ይችን ድምፅ የያዙ ከአማርኛ የገቡ ቃላት በከምባትኛ ወደ /ነ/ መለወጣቸው ነው (ዝኒከማሁ)። ከዚህ የሚለየው ሌስላው (1952) ነው። ሌስላው ይችን ድምፅ በንጥረ ድምፅነት አስፍሯታል (1952፡349)። ሌስላው ለዚህ ምክንያት አላቀረበም። ሌስላው መረጃውን የሰበሰበው ከሆሳዕና እንደሆነ ቢገልፅም በዚህ ረገድ የመጣ የዘዬ ልዩነት አይመስልም።[83]

ከላይ ከጠቀስናቸው ውጭ ከምባትኛ በሲዳምኛ እና ጊዲኦኛ የሚገኙት ተናባቢ ንጥረ ድምፆች አሉት። በዚህም እንደ ሲም (1985፣ 1988) ትንታኔ ከምባትኛ 23 ተናባቢ ንጥረ ድምፆች አሉት። እነዚህ የከምባትኛ ተናባቢዎች በውስተ ቃላት ውስጥ ከሚገኙት ጨምሮ በሚቀጥለው ሠንጠረዥ ቀርበዋል።

ሠንጠረዥ 19፡ የከምባትኛ ተናባቢዎች

ባህርየ ፍጥረት		**መካነ ፍጥረት**					
		ከናፍራዊ	**የጥርስና ከንፈር**	**የድድ**	**ላንቃ**	**ትናጋ**	**ጉሮሮ**
እግድ	**ኢነዛሪ**	(p)		t		k	ʔ

	ነዛሪ	b		d		g	
	ፈንጂ	p’		t’		k’	
ሹሉክሉክ	**ኢነዛሪ**		f	s	ʃ		h
	ነዛሪ		(v)	z	(ʒ)		
ፍትግ	**ኢነዛሪ**				tʃ		
	ነዛሪ				dʒ		
	ፈንጂ				tʃ’		
ተርገብጋቢ				r			
ጎናዊ				l			
ሰርናዊ		m		n	(ɲ)		
ከፊል አናባቢ		w			j		

ከላይ የቀረበው የተነባቢዎች ሠንጠረዥ ከሞላ ጎደል ሲም (1985፣ 1988)ን መሰረት ያደረገ ነው። ትሬስ (2008)፣ ሲም (1985) ባቀረበችው ላይ ሁለት ተናባቢዎችን በመጨመር የከምባትኛን ተናባቢ ቁጥር 25 አድርሳቸዋለች። ትሪስ የጨመረቻቸው ሁለት ተናባቢዎች ጉሮሮአዊነት የተላበሱ ተርገብጋቢ የድድ /r’/ እና ጎናዊ የድድ /l’/ ናቸው። ትሪስ እነዚህ ድምፆች ስርጭታቸው ውሱን ከመሆኑም በላይ r’ የሚገኙበት ቦታም ውሱን ነው ትላለች። እንደ ትሬስ ከሆነ r’ የምትገኘው በአናባቢዎች መሀከል ሲሆን፣ l’ ደግሞ ከቃል መጀመሪያ አትገኝም (ትሬስ፣ 2008፡35&36)።

ትሬስ ባቀረበቻቸው ምሳሌዎች ውስጥ l’ ም በአናባቢዎች መሀከል ብቻ ነው የምትገኘው። እነዚህ ድምፆች በሌሎቹ ደጋማው ምስራቅ ኩሻዊ ውስጥ በንጥረ ድምፅነት አይገኙም። በከምባትኛ ስርጭታቸው ውስን ከመሆኑ አንፃር እነዚህ ድምፆች ምናልባት ልሙጥ የሆኑት /ረ/ እና /ለ/ ከጉሮሮ ድምጿ ? ቀድመው ሲገቡ የሚፈጠሩ ዘረድምፆች ሳይሆኑ አይቀርም። ይህ ስነድምፃዊ ሂደት በአለማችን በበርካታ ቋንቋዎች የሚከሰት ነው። በከምባትኛው ላይ ስለእነዚህ ድምፆች ተጨማሪ የስነድምፅ ጥናት ማድረግ ያስፈልጋል።

5.3.4.1.5 ሀዲይኛ

በ2007 እንደ ግሪጎሪያን አቆጣጠር የኢትዮጵያ ህዝብ ቆጠራ ሪፖርት የሀዲያ ህዝብ ብዛት 1,284,373 ነው። የጀሽዋ ፕሮጀክት (2024፣ እኢአ) የህዝቡን ብዛት 2,306,000 አድርጎታል። የሀዲያዎች ዋና መኖሪያ የሀዲያ ዞን ነው። ሀዲያዎች ታሪካቸውን በታሪክ ከሚታወቀው የሀዲያ ሱልጣኔት ጋር ያያዛሉ። ይህ ሱልጣኔት በ13ኛው ክፍለዘመን በአካባቢው ከነበሩት ይፋት፣ ዘይላ ወዘተ ሰባት ሱልጣኔቶች ውስጥ አንዱ እንደነበር በወቅቱ የነበረው የአረቡ ፀሃፊ አል ኡማሪ ገልጿል። በዚህ ላይ ፓንክረስት (1997)ን እና ትርሚንግሀም (1956/1965)ን ከብዙ በጥቂቱ ይመልከቱ።

ሀዲያዎች ቋንቋቸውን ሀዲይሳ ወም ሀዲይ ሱሜ ይሉታል። ሀድይሳ በቀጥታ ትርጉሙ ሀዲይኛ ማለት ሲሆን፣ ሀዲይ ሱሜ ደግሞ የሀዲያ አፍ ማለት ነው (አለባቸው እና ሳሙኤል፣ 2002፡7)። እነዚህ ሁለት ቃላት በቋንቋው ስያሜነት ቢያገለግሉም በተናጋሪው ዘንድ በጣም የሚዘወተረው ሀዲይሳ የሚለው እንደሆነ አለባቸው እና ሳሙኤል (ዝኒከማሁ) ይገልፃሉ። ታደሰ (2015፡11) ቋንቋው ሀዲያ ሳጋራ ቃል በቃል ትርጉሙ 'የሀድያ ድምፅ' እንደሚባል ገልጿል። ከሀድያ ነገድ 95% የቋንቋው ተናጋሪ ነው (ታደሰ፣ 2015፡ 6)። ይህ ቋንቋ በሁለተኛ ቋንቋነት በሌሎች ነገዶችም ይነገራል (ዝኒከማሁ)። ታደሰ ቋንቋው በዘዬ ደረጃ ይህ ነው የሚባል ልዩነት እንደማያሳይ ይገልፃል (ዝኒከማሁ፡11)።

ሮናልድ ሲም (1985) የሀዲያን ግስ ስነምዕላድ በተነተነበት ስራው ያቀረበው የሀዲይኛ ተናባቢ ንጥረ ድምፆች ልክ በማርጋሪት ሲም (1985) በከምባትኛ ላይ ከቀረቡት ጋር አንድ ናቸው። የሚከተለው ሠንጠረዥ የሮናልድ ሲም (1985፡10)ን የተነባቢ ዝርዝር መሰረት ያደረገ ነው።

ሠንጠረዥ 20፡ የሀድይኛ ተናባቢዎች

ባህርየ ፍጥረት		መካነ ፍጥረት					
		ከናፍራዊ	የጥርስና ከንፈር	የድድ	ላንቃ	ትናጋ	ጉሮሮ
እግድ	ኢነዛሪ			t		k	ʔ
	ነዛሪ	b		d		g	
	ፈንጂ	p'		t'		k'	
ሹሉክሉክ	ኢነዛሪ		f	s	ʃ		h
	ነዛሪ			z			
ፍትግ	ኢነዛሪ				tʃ		
	ነዛሪ				dʒ		
	ፈንጂ				tʃ'		
ተርገብጋቢ				r			
ጎናዊ				l			
ሰርናዊ		m		n			
ከፊል አናባቢ		w			j		

በታደሰ (2015፡20) የቀረበው የተነባቢ ንጥረ ድምፆች ዝርዝር ከላይ በሰንጠርዡ ከምናየው ሲም ካቀረበው ዝርዝር ጋር ተመሳሳያ ነው። እንደታደሰ (2015፡23) ከሆነ ከጉሮሮ ድምፆች እና ከተርገብጋቢ እና ሹሉክሉክ ነዛሪ ድምፆች በስተቀር ሁሉም ተናባቢዎች ይጠብቃሉ። ከስንድምፃዊ ጥብቀት ውጭ ያለው ትርጉም ለዋጭ ነው (ዝኒከማሁ)።

ሀድይኛ ከላይ ባየናቸው ቋንቋዎች የሚገኙት አምስቱ አናባቢዎች አ /a/፣ ኡ /u/፣ ኢ /i/፣ ኤ /e/፣ እና ኦ /o/ እና የእነዚህ ረጅም አቻዎች አ: /a:/፣ ኡ: /u:/፣ ኢ: /i:/፣ ኤ: /e:/፣ እና ኦ: /o:/ አሉት (ሲም፣ 1985፡10)። ይህም ማለት ከስነድምፃዊ ሂደት ውጭ የሚከሰት የአናባቢ እርዝመት ትርጉም ለዋጭ ነው።

እንደታደሰ (2015፡27) ከሆነ በሀድይኛ አናባቢ ከቃል መጀመሪያ ላይ አይገኝም። የአናባቢ እርዝመት ትርጉም ለዋጭ ቢሆንም ከቃል መጨረሻ ላይ እምብዛም አይከሰትም (ታደሰ 2015፡27)። የአጭር አናባቢዎች ስርጭት ከቃል መጨረሻ ላይም ቢሆን ውስን ነው። ማናቸውም የላይ አናባቢዎች ከቃል መጨረሻ ላይ አይመጡም (ዝኒከማሁ)። በዚህ ቋንቋ ላይ ሰፋ ላይ የሰዋስው ትንተና ታደሰ (2015)ን ይመልከቱ።

5.3.4.1.6 ሊቢዶኛ

ሊቢዶዎች በስፋት የሚታወቁት በሌሎች ዘንድ ማረቆ በሚል እና በበርበሬ ምርታቸው ነው። የህዝብ ብዛቱ በ2007 እንደ ግሪጎሪያን አቆጣጠር የኢትዮጵያ ህዝብ ቆጠራ ሪፖርት 64,381 ነው። ሊቢዶኛ በቃላት መመሳሰል ደረጃ ከሀዲይኛ በጣም ቢቀርብም በሰዋስው ደረጃ ልዩነቱ ሰፊ ስለሆነ እራሱን የቻለ ቋንቋ ተደርጎ መወሰድ ይገባዋል የሚል ጥናት አለ። ኮርሆነን፣ ሳስካ፣ እና ሲም (1986)ን ይመልከቱ።

5.3.4.1.7 ቀቤንኛ

ቀቤናዎች ሀዲያ በመባልም ይታወቃሉ። የዚህ ስያሜ አመጣጥ ከሀዲያ ሱልጣኔት ጋር የተያያዘ ነው። ቢያንስ ከ13ኛው መቶ ክፍለዘመን ጀምሮ በኢትዮጵያ ከነበሩት ሰባት ሱልጣኔቶች ውስጥ የሀድያ ሱልጣኔት አንዱ ነበረ። በዚህ ሱልጣኔት ውስጥ የተለያየ ቋንቋ ተናጋሪዎች እንደበሩ ይገመታል። ከእነዚህ ውስጥ የቀቤና ነገድ አንዱ ነው። ስለዚህ ሱልጣኔት ከብዙ በጥቂቱ ትርሚንግሀም (1965)ን፣ ብራውኬምፐር (2012)ን እና ፓንክረስት (1977)ን ይመልከቱ።

ቀቤናዎች በብዛት በስማቸው በተሰየመው የቀቤና ወረዳ ሲኖሩ፣ በ2007 ኢትዮጵያ የህዝብ ቆጠራ የህዝቡ ቁጥር 52,712 ነው። ቀቤናዎች ከዚህ ወረዳ ውጭ በጅማ አካባቢ ይኖራሉ። የጅማዎቹ ቀቤናዎች ወደዚያ የሄዱት ከሀሰን እንጃሞ ሽንፈት በኋላ በጅማ አባጅፋር ጋባዥነት እንደሆነ ይነገራል።

ቀቤናዎች ከላይ በአላባ የጠቀስነው አፈታሪክ አላቸው።[84] ሁለቱም አንድ ህዝብ እንደነበሩ እና የተለያዩትም በ1815 አካባቢ በሀዲያዎች መስፋፋት የተነሳ ነው። በዚህም

የቀቤናው ቡድን ወደጉራጌ አካባቢ ሲመጣ አላባው ወደብላቴን ወረደ። የአላባው ቡድን ቀድሞ የሴማዊ ተናጋሪ እንደነበር እንደሚገለፀው ቀቤናዎች እንደውም የሚናገሩት ሀረሪን እንደሆነ አስረግጠው ይገልፃሉ (ብራውኬምፐር፣ 2003፡206)። ሀረሪ ስልጢ እና ዛይ በጣም ተቀራራቢ ቋንቋ ናቸው። ዛይ አሁን በዝዋይ ደሴቶች እና በሀይቁ ዙሪያ ቢወሰንም ከ16ኛው ክፍለዘመን በፊት ሰፋ ያለ ግዛት እንደነበራቸው ይገመታል። አላባዎች እና ቀቤናዎች መጀመሪያ ተነሳንበት ያሉበት ቦታ የዝዋይ አካባቢን ይዞ አርባጉጉን የሚያካልለው ከሄድን በዚያ አካባቢ የሴማዊ ቋንቋ ተናጋሪዎች እስከሰሜን ጫፍ ወጥ ሰንሰለት ይዘው በስፋት ይኖሩ ነበር። ምናልባትም ቀቤናዎች አሁን በአፈታሪካቸው እንደሚሉት ቀድመው ይናገሩት የነበረው አደርኛ ላይሆን ቢችልም ከአደርኛ፣ ከስልጢ እና ከዛይ ጋር የዘዬ ልዩነት ያለው ወይም እጅግ ተቀራራቢ ቋንቋ እንደሆነ መገመት ይቻላል።[85] የብራውኬምፐርም (2003፡206) ግምትም ተመሳሳይ ነው፤ በአጼ ዘረ ያዕቆብ ዘመን አላባዎች (እና ቀቤናዎች) የሚናገሩት የምስራቅ ኢትዮሴማዊ ቋንቋ ነበር።[86]

ቀቤናዎች ቋንቋቸውን ወምቢሳናት እና ቀቤንሲናት ይሉታል (ክራስ 2010፡246)። ይህ ቋንቋ እንደክራስ (2001) ከሆነ በከምባታ ቡድን ስር ከሚመደቡት የንግግር አይነቶች ውስጥ የቅርብ ዝምድናው ለአላብኛ ነው። ልክ እንደሌሎቹ የደጋማው ምስራቅ ኩሽ እና በእርግጥ እንደአብዛኛው ኩሻዊ ቋንቋዎች ቀቤንኛ አ /a/፣ ኡ /u/፣ ኢ /i/፣ ኤ /e/፣ እና ኦ /o/ እና የእነዚህ ረጅም አቻዎች አ: /a:/፣ ኡ: /u:/፣ ኢ: /i:/፣ ኤ: /e:/፣ እና ኦ: /o:/ አሉት። በተነባቢ ደረጃም ከአላብኛ እና ከከምባትኛ የተለየ አይደለም። የሚከተለው የተናባቢ ሠንጠረዥ ክራስ (2010)ን መሰረት ያደረገ ነው።

ሠንጠረዥ 21፡ የቀቤና ተናባቢዎች

		ከናፋራዊ	የጥርስና ከንፈር	የድድ	ላንቃ	ትናጋ	ጉሮሮ
እግድ	ኢነዛሪ	p		t		k	ʔ
	ነዛሪ	b		d		g	
	ፈንጂ	P’		t’		k’	
ሹሉክሉክ	ኢነዛሪ		f	s	ʃ		h
	ነዛሪ			z	ʒ		
ፉትግ	ኢነዛሪ				tʃ		
	ነዛሪ				dʒ		
	ፈንጂ				tʃ’		

ተርገብጋቢ			r			
ጎናዊ	w		l	j		
ሰርናዊ	m		n	ɲ		

በዚህ ቋንቋ ላይ ሰፊ ጥናት በማድረግ ከከምባትኛ ጋር ያለውን ግንኙነት በማሳየት ደረጃ ዮአኪም ክራስ ከፍተኛ አስተዋፅዖ አድርጓል። ለዝርዝር የሰዋስው ትንተና ክራስ (2005)ን ይመልከቱ።

5.3.4.1.8 አላብኛ

ይህ ነገድ አላባ ወይም ሀላባ በመባል ይታወቃል። በ2008 በታተመው የኢትዮጵያ የህዝብ ቆጠራ የአላባ ህዝብ ብዛት 233,299 ነው። የጆሽዋ ፕሮጀክት የህዝብ ብዛቱን 419,000 አድርጎታል።[87] ምንም እንኳን በሪፖርቶቹ መሀከል የ17 ዓመት መራራቅ ቢኖርም ልዩነቱ ግን ሰፊ ነው። ህብረተሰቡ በዋናነት የሚኖረው በአላባ ልዩ ወረዳ ነው። የወረዳው ዋና ከተማ ቆሊቶ ይባላል። ይህ ወረዳ በአንድ በኩል በከምባታ ጥምባሮ ዞን ስለሚዋሰን አላባዎች ከከምባቶች ጋር ሰፊ ግንኙነት አላቸው። እንደ ብረውካምፐር (2003፡206) ከሆነ አላባዎች አሁን የሚናገሩትን ቋንቋ የወሰዱት በዚሁ ንክኪ የተነሳ ከከምባታዎች ነው። በዚህም ምክንያት በሁለቱ የንንግር አይነቶች መሀከል ያለው ልዩነት የዘዬ ነው። ትሬስ በእነዚህ ሁለት የንንግግር አይነቶች መሀከል ያለው ልዩነት በተወሰኑ ቃላት እና የሰዋስው አካላት እንደሆነ ትገልፃለች (2008፡4)።[88] በካርታው ላይ እንደምንመለከተው በስተምስራቅ የሚዋሰኑት ከአርሲ ኦሮሞውች ነው። በዚህም ምክንያት ባህላቸው በከፍተኛ ደረጃ የአርሲዎች ተፅዕኖ አለበት (ብረውካምፐር፣ 2003፡206)።

ካርታ 15፡ ደቡብ ኢትዮጵያ

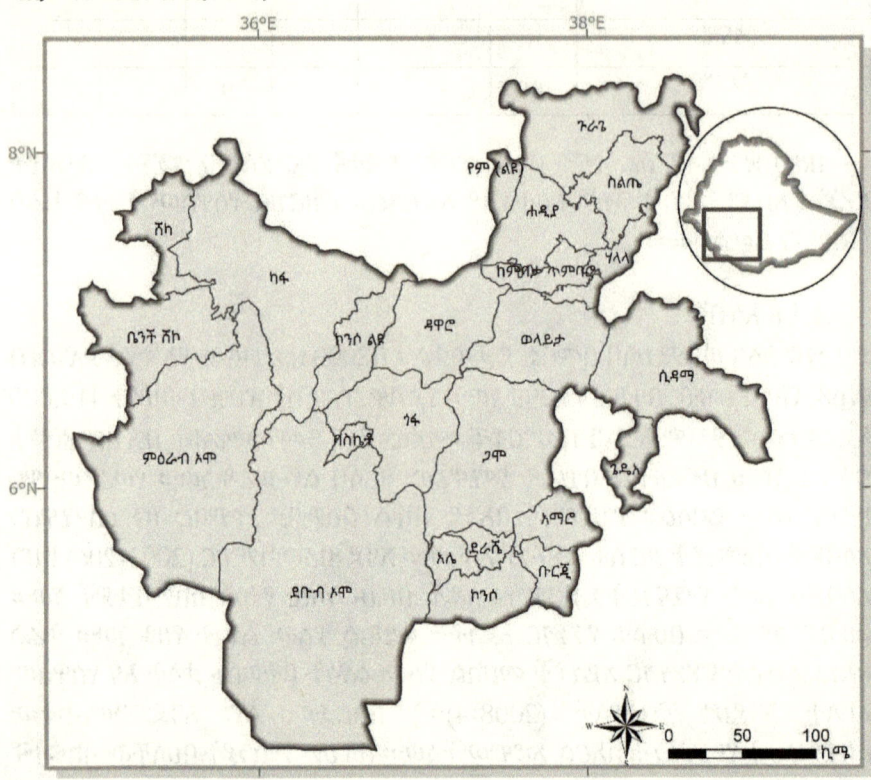

ክሬዲት፡ ዳንኤል ካሳሁን

በቋንቋ ደረጃ አላባዎች የሚናገሩት ከከምባትኛ ጋር የዘዬ ያህል ቢለያይም፣ በነገድ ቆጠራ ግን ሁለቱ የተለያዩ ተደርገው ይወሰዳሉ። አላባዎች እራሳቸውን አላባ እንጂ ከምባታ ብለው አይወስዱም። ይልቁንም ከቀቤናዎች ጋር በቅርብ እንደሚዛመዱ እና መነሻቸውም ከቀቤናዎች ጋር እንደሚገናኝ አፈታሪክ አለ። ብራውኬምፐር (2003፡206) ስለዚህ ህዝብ አመጣጥ ያለውን አፈታሪክ ዘርዘር አድርጎ አቅርቧል። የሚከተለው የአላባዎች አፈታሪክ በብራውኬምፐር የቀረበውን መሰረት ያደረገ ነው።

> የአሁኑ አላባ/ሀላባ የሁለት ነገዶች ውህደት ነው ይላል። አላባዎች ከመነሻቸው የሴማዊ ተናጋሪዎች ሲሆኑ፣ የቀድሞ መኖሪያቸው በአርባጉጉ ነበር። አሁን ወዳሉበት ከቀቤናዎች ጋር የመጡት በአህመድ ግራኝ ወረራ ወቅት ነው። ከአርባጉጉ እንደመጡ መጀመሪያ የሰፈሩት ሲዳማዎች በሚኖሩበት ማልጌ በተባለ ዋቢ ሸበሌ አካባቢ ነበር። ከዚያም ባልታወቀ ምክንያት ይህን ቦታ ለቀው ከምባታዎች እና ጥምባሮውች ወደሚኖሩበት አካባቢ በ1720 ሰፈሩ። እዚህ ለሰባ ዓመት ያህል እስከ 1790 አካባቢ ድረስ ቆዩ። አሁን

የሚናገሩት ቋንቋ የወረሱት በዚህ ወቅት ነው። ከዚህ ቦታ ተንስተው ሁለቱም ቡድኖች (አላባዎች እና ቀቤናዎች) ወደጉራጌዎች ሀገር ተጉዘው በደቡብ ጉራጌ አዋሳኝ ሰፈሩ። ከዚህ ቦታ በ1815 ሌሙ ከምባታዎች ስደት ምክንያት ካሉበት ተባረሩ። በዚህን ወቅት ቀቤናዎች ወደመሀል ጉራጌ ሲገቡ፣ አላባዎች ደግሞ በመሀከለኛው ብላቴ ምስራቅ በኩል ያለ ቦታ ላይ ሰፈሩ። በቦታው ላይ ይኖሩ የነበሩ ኡሊ አላባ ከተባሉ ጎሳዎች/ወንድሞቻቸው ጋር በመቀላቀል የአሁኑን ነገድ ፈጠሩ።

ኢሉ አላባዎችም አላባዎች በመጀመሪያው ከዘዋይ ሀይቅ በስተምስራቅ ከነበሩበት ተነስተው ሲሰደዱ የተወሰኑት አላባዎች ተገንጥለው በቀጥታ አሁን ያሉበት የሰፈሩ ናቸው (ሽናይደር-ብሉም፣ 2007፡1)። እነዚህ አሁንም የሴማዊ ቋንቋን እንደሚናገሩ ሽናይደር-ብሉም (ዝኒመከሁ) ትገልፃለች። ይህ የአላባዎች አፈታሪክ በታሪክ ምን ያህል እንድሚደገፍ እርግጠኛ ባይኮንም ብራውኬምፐር ሁለት ነጥቦችን ከታሪክ አንስቷል። አንደኛው አላባዎች በቀድሞው የሀዲያ ግዛት ስር እንደነበሩ የሚያመለከተው የአጼ ዘረ ያዕቆብ ዜና መዋዕል ሲሆን ሁለተኛው፣ ከመጀመሪያው ከአላባ ተገንጥለው በ16ኛው ክፍለ ዘመን አሁን አላባዎች የሚገኙበት የሰፈሩት ኡሊ አላባዎች በፖርቱጋሉ ሚሲዮናዊ አንቶኒዮ ፈርናንዴስ በ1614 እንደተጠቀሱ የሚገልፀው ነው (2003፡206)።

በቋንቋ ደረጃ አላባዎች ከጥምባሮኛ እና ከምባትኛ ይልቅ ለቀቤንኛ ይቀርባል (ዮአኪም፣ 2001)። ይህ የቋንቋ ዝምድና ከላይ ከቀረበው የአላባዎች አፈታሪክ ጋር የሚስማማ ነው። በስነድምፅ ደረጃ አላብኛ ከሌሎቹ በከምባታ ቡድን ውስጥ ካሉት የተለየ ነው ተብሎ አይታሰብም (ዮአኪም 2003፡ 205)። ይህ ቋንቋ አምስት አጭር እና የእነዚህ ረጅም ቅርፅ አናባቢዎች አሉት (ሽናይደር-ብሉም፣ 2007፡7)። በተናባቢ ደርጃም ከላይ ካየነው ከከምባትኛው ጋር ተመሳሳይ ነው። በሽናይደር-ብሉም በቀረበው የአላብኛ ተናባቢ ላይ ከከምባትኛ የሚለየው በተወሰነ ደረጃ ነው። [ሸ] በከምባትኛ በውሰት ድምፆች ላይ መኖሩ ሲገለፅ፣ በአላብኛ የተነባቢ ሰንጠረዥ ላይ ሽናይደር-ብሉም ይህን አላቀረበችም። ያቀረበችው [T]ን ብቻ ነው። ሌላም የተወሰነ ልዩነት አለ። ለንፅፅር ሽናይደር-ብሉም (ዝኒከማሁ፡ 14)ን ይመልከቱ።

በዚህ የንግግር አይነት ላይ ብዙ ጥናት የለም። ሰፋ ያለ የሰዋስው ስራ የምናገኘው ከላይ የጠቀስነው የሽናይደር-ብሉም (2007) ነው። በቋንቋው ላይ ስለተሰሩ መጠነኛ ሌሎች ቀደምት ስራዎች ዝርዝር ሽናይደር-ብሉም (2007)ን ይመልከቱ።

5.3.4.1.9 ጥምባሮኛ

በ2007 የኢትዮጵያ የህዝብ ቆጠራ የጥምባሮ ህዝብ ብዛት 98,621 ነው። ጥምባሮዎች በከምባታ ጥምባሮ ዞን ይኖራሉ። በንግግር አይነት ደረጃ በሁለቱ መሀከል ይህ ነው የሚባል ልዩነት የለም (ትሬስ፣ 2010፡ 4)።[89] እንደትሬስ (2010፡ 954) ከሆነ በቃላት ደረጃ በጥምባሮኛ እና ከምባትኛ መሀከል 95% መመሳሰል አለ። በአናባቢ እና ተናባቢም ደረጃ የተለየ ልዩነት እንደሌለ ትሬስ አክላ ገልፃለች። ከአፈታሪካቸው መረዳት የሚቻለው

ጥምባሮውች አሁን የሚናገሩትን የንግግር አይነት ልክ እንደአላባዎች እና ቀቤናዎች በኋላ ላይ ከከምባታዎች የወሰዱት ይመስላል (ብራውኬምፐር፣ 2010፡ 955)።

5.3.4.1.10 ማጠቃለያ

የደጋማው ምስራቅ ኩሻዊ ቡድን ከመነሻው ሲዳምኛን፣ ከምባትኛን፣ ሀዲይኛን፣ ጌዲኦኛን፣ ሊቢዶኛን፣ ቀቤንኛን፣ አላብኛን፣ እና ጥምባሮኛን ይይዝ ነበር። በስተኋላ ላይ ቡርጂኛ ተጨመረ። ከቡርጂ ውጭ ያሉት ከፍተኛ መመሳሰል ቢያሳዩም፣ እነዚህ ከቡርጂኛ ጋር ያላቸው ቅርርብ የዘር እንደሆነ ብዙም የሚያጠያይቅ አይደለም። በአጠቃላይ በዚህ ክፍል ያየናቸው የንግግር አይነቶች መሀከል ያለው የእርስ በእርስ ግንኙነት ወጥ ባይሆንም፣ አንድ ቡድን ስለመስረታቸው አጠያያቂ አይደለም።

5.3.4.2 ቆላማው ምስራቅ ኩሻዊ

ቆላማው ምስራቅ ኩሻዊ ሶማልኛን፣ ኦሮምኛን፣ ኮንሶኛን፣ አፋርኛን እና ሌሎች በርካታ በቁጥር አናሳ ተናጋሪ ያላቸውን ቋንቋዎች ይይዛል። ይህ የቋንቋ ቡድን ከሌሎቹ የኩሻዊ ቤተሰቦች ይልቅ በርካታ ቋንቋዎችን እና ተናጋሪዎች ያላቸውን ያካትታል። ከእነዚህ ውስጥ ኦሮምኛን እና ሶማልኛን መጥቀስ ይቻላል። እነዚህ ሁለቱ በሚሊዮን የሚቆጠሩ ተናጋሪዎች ያሏቸው ቋንቋዎች ናቸው።

ለኦሮምኛ በጣም ቅርብ የሆነው ቋንቋ ኮንሶኛ ነው። እነዚህ ሁለቱ ኮንሶይድ ወይም ኦሮሞይድ በሚል በአንድ ቡድን ይመደባሉ። የኮንሶ ህዝብ እና የኦሮሞ ህዝብ በባህል እና በትክለ ሰውነት/መልክ በተወሰነ ደረጃም ቢሆን ስለሚለያዩ፣ በቋንቋ ቢዛመዱም ሁለቱ ህዝቦች ጥንተ አመጣጥ አንድ ላይሆን ይችላል ከሚል የተለያየ መላምት አለ። ለምሳሌ ፓውል ብላክ (1975)ን ይመልከቱ።

የታሪካዊ ስነልሣንን ጥናት ከግምት በማስገባት ስለሶማሌ፣ አፋር እና ኦሮሞ ባጠቃላይ ስለኩሻዊ ቋንቋ ተናጋሪዎች ጥንተ አመጣጥ በቀደምት ስራዎች ውስጥ የምናገኘው አሁን ካለው የቋንቋዎቹ የትመጣ እሳቤ ጋር አብሮ የሚሄድ አይደለም። ለምሳሌ ትሪምንግሀም ስለእነዚህ ህዝቦች ሰፈራ እና የትመጣ የገለፀው ከኤስያ ወደአፍሪካ የፈለሱ ናቸው ከሚለ የቀድሞ ትወራ ላይ ተመስርቶ ነው (ትርሚንግሀም 1952/1965:8)። በአሁኑ ወቅት ያለው የቋንቋዎቹ/የቋንቋ ቡድኖቹ ታሪክ ትሪሚንግሀም መሰረት ካደረገው ወደ አፍሪካ ስደት የተለየ ነው። በዚህ ላይ በስፋት በ*ቋንቋ እና ነገድ በኢትዮጵያ ቅፅ አንድ* ላይ ያነሳነው በመሆኑ እዚህ አንደግመውም። ለዝርዝሩ ያንን መፅሀፍ እና በጉዳዩ ላይ በዚያ የተጠቀሱ ስራዎችን ይመልከቱ። በሌላው መልኩ ስለኦሮሞ፣ አፋር፣ እና ሶማሌ ነገዶች ባህል እና ታሪክ በቀላሉ መገኘት የሚችሉ በርካታ ስራዎች አሉ። እዚህ ወደዝርዝር ክፍል ዋናው ጉዳያችን በሆነው በቋንቋዎቹ ትንተና ላይ እናተኩራለን።

5.3.4.2.1 ኦሮምኛ

ኦሮምኛ ከኩሻዊ ቋንቋዎች ውስጥ በቁጥር በርካታ ተናጋሪዎች ያሉት ነው። ይህ ቋንቋ ከኢትዮጵያ ውጭ በኬንያም ይነገራል። ስለኦሮምኛ ቋንቋ/ኦሮሞ መነሻ በርካታ በተለይ ቀደም ባለው ግዜ በወጡት ውስጥ እጅግ የሚራራቁ መላምቶች አሉ። ከእነዚህ ውስጥ ስነልሳን የዘር ዝምድና በጣም ከሚቀርባቸው ቋንቋዎች መገኛ በመነሳት ሌዊስ (1966: 41) በሰሜን ምዕራብ ቦረና፣ በገላና ሳጋን እና በገላና ዱላይ አካባቢ የተፈጠረ ይመስላል ይላል። [90] ሌዊስ ኦሮምኛ/ኦሮሞ መነሻ ሶማልያ ነው የሚለው ትክክል አለመሆኑን እና ይህ ቦረና አካባቢ ነው የሚለው ግምቱ ከኦሮሞዎች አፈ-ታሪክ ጋርም እንደሚስማማ ገልጿል (ዝኒከማሁ፡ 38)።[91] በዚህ ላይ ብራውኬምፐር (1986)ንም ይመለከቱ።[92]

ኦሮምኛ በሰፊ የቆዳ ስፋት የሚነገር ከመሆኑ አንፃር በርካታ ዘዬዎች አሉት። በአንዳንዶቹ ዘዬዎች መሀከል ያለው ልዩነት መግባባት እስከማገድ ይደርሳል። በኬንያ ብቻ ኦርማ፣ ቦረና፣ ዋጣ የተባሉ ጎሳዎች በሚናገሩት መሀከል ሰፊ የዘዬ ልዩነት አለ። የብላዣክ (2010) የቃላት ንፅፅር ጥናት እንደሚያሳየው ኦርማ እና ዋጣ የሚናገሯቸው ዘዬዎች ከሌሎቹ የኦሮምኛ ዘዬዎች ያላቸው ቅርርብ የሩቅ ነው።[93] አንዳንዴም በራሱ እንደዘዬ በቀረበው ውስጥም ልዩነት አለ። ለምሳሌ፣ በሰሜኑ ጋሎላ እና በደቡብ ጫፉ አካባቢዎች በሚኖሩ ኦርማዎች የንግግር አይነት መሀከል መጠኑ ሰፊ የሚባል አይሁን እንጂ የዘዬ ልዩነት እንደሚታይ ሆስኪንስ (2011፡5) ይገልፃል። በኬንያ በሚኖሩ እና ኢትዮጵያ በሚኖሩት ቦረናዎች በሚናገሩት መሀከልም የዘዬ ልዩነት አለ። ይህ ልዩነት በውስጡ በሚገኙት ስነደምፆች ጭምር ነው። በኦሮምኛ ዘዬዎች ላይ ሰፋ ላለ ጥናት ከበደ (2009)ን ይመልከቱ።

ሠንጠረዥ 22፡ የኦሮምኛ ተናባቢዎች

		ከናፍራዊ	የጥርስና ከንፈር	የድድ	ላንቃ	ትናጋ	ጉሮሮ
እግድ	ኢነዛሪ	p		t		k	ʔ
	ነዛሪ	b		d		g	
	ፈንጂ	P’		t’		k’	
	ኢምፐሎሲቭ			ɗ			
ሹልክልክ	ኢነዛሪ		f	s			h
	ነዛሪ		(v)	(z)			
ፍትግ	ኢነዛሪ				tʃ		
	ነዛሪ				dʒ		

	ፈንጂ				tʃ		
ተርገብጋቢ				r			
ጎናዊ				l			
ሰርናዊ		m		n	ɲ		
ከፊል አናባቢ		w			j		

ከላይ በቀረበው ሠንጠረዥ ላይ በቅንፍ የቀረቡት /ቨ/ እና /ዘ/ ስርጭታቸው ውስን በውሰት ቃላት ላይ የሚገኙ ናቸው። በወለጋ ኦሮምኛ /ፐ/ም በውሰት ቃላት ላይ ብቻ የምትገኝ መሆኗን ግራግ (1976፡174) ይገልፃል። ከላይ ከቀረበው የተነባቢ ሠንጠረዥ ላይ ያልተመለከተ የቦረና ኦሮምኛ የትናጋ ኸ /x/ እንዳለው አንድሬየስኪ (1957፡356-357) ያሳያል። ይህ ድምፅ በሀረር ኦሮምኛ ላይም እንዳለ በኦዎንስ (1985፡10) ስራ ተመልክቷል። ሀይነ (1980፡144) በኬንያ ሙኑዮ በተሰኘው ጎሳ በሚነገረው ዘዬ የከናፍር ኢምፕሎሲቭ ድምፅ እንዳለ በተነባቢ ሠንጠረዥ ላይ አሳይቷል።[94] ስለ ተናባቢዎቹ ዝርዝር ከብዙ በጥቂቱ ግሪፍኖ-ሜዊስ (2001፡13)ን፣ አሊ እና ዛቦርስኪ (1990፡XI)ን፣ ባዬ (1986፡9)ን፣ ግራግ (1976፡174)ን እና በእነዚህ ስራዎች ያ የተጠቀሱ መረጃዎችን ይመልከቱ።

ኦሮምኛ በበርካታ ምስራቅ ኩሻዊ ቋንቋዎች የሚገኙት አምስቱ አጭር እና ረጅም አቻዎቻቸው በድምሩ 10 ንጥረ ድምፃዊ አናባቢዎች አሉት። ይህም ማለት በስነድምፃዊ ሂደት ከሚፈጠር የአናባቢ እርዝመት ውጭ ያለው ትርጉም ለዋጭ ነው። የአናባቢ እርዝመት ቃሉ ባለው ቀለማት ብዛት የሚወሰን ቢሆንም፣ በዚህ ላይ መጠነኛ በዘዬዎች መሀከል ልዩነት እንዳለ ግሪፍኖ-ሜዊስ (2001፡19 ቀፃ) ገልፃለች።

በኦሮምኛ ሰዋስው እና ቃላት ከክራፍ (1840) እና ክራፍ (1842) ጀምሮ የተለያዩ ጥናቶች ቢደረጉም በተለይ በሰዋስው ረገድ አርኪ የሚባል ሰፊ ትንተና የያዘ ስራ ኣላጋጠመንም። ግዜ ከፈቀደ ይህን ሰፋ አድርገን ወደፊት የምንመለከተው ይሆናል። ለአጠቃላይ የቋንቋው ሰዋስው ግንዛቤ ከላይ የጠቀስናቸውን እና የተለያዩ በቋንቋው ላይ የወጡ መጣጥፎችን ይመልከቱ።

5.3.4.2.2 ሶማልኛ

ከኩሻዊ ቡድን ከሚመደቡ ቋንቋዎች ውስጥ ሶማልኛ ከኦሮምኛ በመቀጠል ከፍተኛ አፍ ፈት ተናጋሪ ህዝብ ያለው ነው። ይህ ቋንቋ ከሶማሌ ነገድ ውጭም በሌሎች ነገዶች በሁለተኛ ቋንቋነት ይነገራል። የሶማሌ ነገድ በተለያዩ የአለማችን ክፍል በስደት እና በስራ ምክንያት ከሚኖረው ውጭ በሶማልያ (ሶማሌላንድን ጨምሮ)፣ በኢትዮጵያ፣ በጅቡቲ፣ እና በኬንያ ይኖራሉ። በኢትዮጵያ ህዝብ ቆጠራ (2007) በኢትዮጵያ የሚገኘው የሶማሌ ህዝብ ብዛት 4,586,876 ነው።

በቀዳሚው ምዕራፍ እንደተመለከትነው፣ ሶማሌዎች በግብፅ ጥንታዊ ታሪክ ከሚታወቀው ሀገረ ፑንት ጋር እራሳቸውን ያያይዛሉ። ፑንትላንድ የሚለው ስያሜም የመጣው ከዚህ በመነሳት ነው።

ሶማሌዎች በቋንቋ ብቻ ሳይሆን በባህልም ከአፋር እና ሳሆ ነገዶች ጋር ይቀራረባሉ። ሶማሌዎች ሙሉ በሙሉ ማለት ይቻላል የእስልምና ተከታይ ናቸው (ሳኢድ 1999፡2)። ሶማሌዎች በተለያዩ ጎሳዎች እና ንዑሳን ጎሳዎች የተከፋፈሉ ናቸው። ጎሳ በአባት ወገን በሚቆጠር የዘር ሀረግ በመወለድ የሚገኝ ቢሆንም፣ የጎሳ አባልነቱ ከዚህም በላይ የተወሳሰበ ሊሆን ይችላል (ሌዊስ 1994፣ 1998፣ 1999)። የጎሳ ክፍፍሉ በተለይ የውስጣዊ ንዑሳን ጎሳዎች ክፍፍሉ እና ግንኙነቱም የተወሳሰበ ነው (አብኒክ 2009፣ ሌዊስ 1994፣ 1999)። በሶማሌዎች ዘንድ ጎሳ ትልቅ ፖለቲካዊ፣ ኢኮኖሚያዊ እና ባህላዊ ሚና አለው። የጎሳው ጥንካሬ ያ ጎሳ ባለው ጉልበት/ወታደራዊ ኃይል ላይ የተመሰረተ ነው። በዚህ ላይ ሌውስ (1999) በመግቢያው ላይ ያሰፈረውን ብቻ መመልከቱ በቂ ይመስለናል። እንደሌውስ ከሆነ በጎሳ የሚገኝ ከዘር የወረደ ባለእርስትነት የለም፤ ኃይል ያለው በወረራ የሌላውን ይቀማል፤ የራሱንም ያስጠብቃል።[95]

ዋንኞቹ/ታላቆቹ[96] ጎሳዎች ስድስት ናቸው (ሌውስ፣ 1999፡4& እዚህም እዚያም፣ አብኒክ፣ 2009)። እነዚህም ዲር፣ ይስሀቅ፣ ዳሮድ፣ ሃውዬ፣ ዲጊል እና ራሃንዊን ናቸው (ሌዊስ፣ 1999፡7)። አብኒክ (2009፡11 ቀገ) የእነዚህ ታላቅ ጎሳዎች ቁጥር ስድስት ቢያደርገውም ራሃንዊንን የዲጊል ንዑስ ጎሳ በማድረግ ስድስተኛውን የጋርዴሬ፣ ያካቡር፣ ማይሌ ጥምረትን ያደርገዋል።[97] በኢትዮጵያ ሁሉም ትልልቆቹ የሶማሌ ጎሳዎች ሲገኙ፣ ኦጋዴኒ በኢትዮጵያ ካሉት ሱማሌዎች ከ40 እስከ 50 ፐርሰንት ያህሉን እንደሚይዝ ይገመታል። ዳሮድ በጣም ትልቅ ጎሳ ሲሆን፣ በኢትዮጵያ ትልቁ ጎሳ የሆነው ኦጋዴኒም የዚህ ንዑስ ጎሳ ነው (አብኒክ፣ 2009፡19)። በጅቡቲ መስመር ያለው ኢሳ የተሰኘው የዲጊል ንዑስ ጎሳ ነው (ዝኒከማሁ)። በጎሳዎቹ መሀከል ያለው ግንኙነት በኃይል ሚዛን ላይ የተመሰረተ ከመሆኑም በላይ፣ አንዳንዶቹ በሂደት ከሌሎች ነገዶች በተለይ ከባንቱ የተለወጡ ናቸው። እነዚህን ሌሎቹ ዋና ሱማሌ ነገድ ነን በሚል ዝቅ አድርገው ይመለከቷቸዋል (ሌዊስ፣ 1999፡ 7 ቀገ)።

ሶማልኛ በውስጡ በርካታ ዘዬዎች እና ከዘዬ ያለፈ ግንኙነት ያላቸው የንግግር አይነቶች አሉት። ከዚህ በመነሳት፣ ለምሳሌ በክፍል 5.2 የገለፅነው ኢትኖሎግ፣ ሶማልኛን እንደቡድን ስያሜ ያቀረበዋል። የሶማልኛ የንግግር አይነቶቹን ቢያንስ በሶስት የዘዬ ስብስብ ቡድን መመደብ ይታያል። እነዚህም ሰሜን ዘዬዎች፣ ቤናዲር ዘዬዎች፣ እና ማይ ዘዬዎች በመባል ይታወቃሉ (ሳኢድ 1999፡4)።[98] የሰሜን ዘዬዎች የያዘው ቡድን ሰሜን የሚለውን ስያሜ ቢይዝም፣ በሰፊ የቆዳ ስፋት የሚነገር የደቡብ ግዛትንም ጨምሮ የሚያካትት ሲሆን፣ ይህ በመደበኛነት የጋራ መግባቢያ እንዲሆን በሶማሊያ መንግሥት የተወሰደው ነው። ሳኢድ የቤናዲር ዘዬዎች የሚናገሩት ከሰሜን/መደበኛው ዘዬዎች ከሚናገሩት መግባባት ቢችሉም፣ የማይ ዘዬዎች ተናጋሪዎች ግን ከሰሜን እና ከቤንድር ተናጋሪዎች ጋር መግባባት

አይችሉም ይላል (ዝኒከማሁ)። ይህም ማለት የንግግር አይነቶቹ የግንኙነት ደረጃ ከዘዬ ያለፈ ነው። ከእነዚህ ውጭ ሌሎች አነስተኛ የንግግር አይነቶች/ዘዬዎች አሉ። ለዝርዝር እና ተጨማሪ መረጃ ሳኢድ (1999፡4)ን እና በእዚያ የተጠቀሱትን ይመልከቱ።

በሶማልኛ የንግግር አይነቶች መሀከል ያለው ልዩነት በስነድምፅ፣ በስነምዕላድ፣ ስነአገባብ እና በቃላት ጭምር ነው። ለመሰረታዊ ልዩነቶች ዝርዝር ላምበርቲ (1986)ን ይመልከቱ። መደበኛው ሶማልኛ በተነባቢ እና በአናባቢ ደረጃ ከሌሎቹ በቅርበት ከሚዛመዷቸው ኩሻዊ ቋንቋዎች የሚለያቸው ባህርያት አሉ። ሶማልኛ በአሁኑ ግዜ የላቲን ፊደልን መሰረተ ባደረገ ፅህፈት ይጠቀማል። በፅህፈት ደረጃ በኩሻዊ ቋንቋዎች የምናገኛቸው አምስት አናባቢዎች አ፣ ኡ፣ ኢ፣ ኤ እና ኦ አሉ። እነዚህ በላቲን ፊደሉ i, e, a, o, u በማድረግ ሲቀመጡ የእነዚህ ረጅም ቅርፃቸው ደግሞ ፊደሉን በመድገም ይፃፋል። በሶማልኛ በቅርብ እንደሚዛመዷቸው የምስራቅ ኩሻዊ በርካታ ቋንቋዎች የአናባቢ እርዝመት ንጥረ ድምፃዊ ነው። ሶማልኛ ከሌሎቹ የቅርብ ተዛማጅ ቋንቋዎች የሚለዩት አናባቢዎች በእነዚህ ብቻ የተወሰኑ አለመሆናቸው አንዱ ነው። በፅህፍት የሚቀርቡት እያንዳንዳቸው አናባቢዎች (ረጅሞቹም ሆኑ አጭሮቹ) ሁለት የተለያዩ የአናባቢ ይዘቶችን[99] የሚወክሉ ናቸው (ሳኢድ 1999፣ ኤድመንድሰን፣ ኢስሊንግ እና ሃሪስ 2004)። ይህም ማለት ሶማልኛ ንጥረ ድምፅ የሆኑ አስር አጭር እና አስር ረጅም አናባቢዎች አሉት። በእነዚህ አናባቢዎች ውክልና ላይ ከስራ ስራ የተወሰነ ልዩነት ቢኖርም፣ በአጠቃላይ ያናባቢዎቹ ልዩነት ምላስን በተወሰነ ደረጃ ወደኋላ በመሳብ እና ዝቅ በማድረግ የሚፈጠር ነው (ዝኒከማሁ)።

ሠንጠረዥ 23፡ የሶማልኛ አናባቢዎች--አጭር

	ፊት	መሀል	ኋላ
ላይ	i		ʉ u
	ɪ		
መሀከል	e		ɔ o
	ɛ		
ታች		a	
		ɑ	

ከላይ የቀረበው ሠንጠረዥ፣ ሳኢድ (1999፡1112) እና ኤድመንድሰን፣ ኢስሊንግ እና ሃሪስ (20047 እና ቀገ) መሰረት ያደረገ ነው። ከላይ እንደገለፅነው በሰንጠረዡ የሚታዩት

አስሩ አጭር አናባቢዎች ንጥረ ድምፃዊ ሙያ ያላቸው/ የትርጉም ለውጥ ሊያስከትሉ የሚችሉ ረጅም ቅርፅም አላቸው።

ሠንጠረዥ 24፡ የሶማልኛ አናባቢዎች--ረጅም

	ፊት	መሀል	ኋላ
ላይ	iː		ʉː uː
	Iː		
መሀከል	eː		ɔː oː
	ɛː		
ታች		aː	
		ɑː	

መደበኛው ሶማልኛ በተነባቢ ደረጃ እንደአገው ቋንቋዎች የእንጥል ድምፅ ሲኖረው በሴማዊ ቋንቋዎች መለያ የሆኑት የማንቁርት ድምፆችም አሉት። የሚከተለውን የተነባቢ ሠንጠረዥ ይመልከቱ፤

ሠንጠረዥ 25፡ የሶማልኛ ተናባቢዎች

		ከናፍራዊ	የጥርስና ከንፈር	የድድ	ላንቃ	ትናጋ	እንጥል	ጉሮሮ	ላንቃ
እግድ	ኢነዛሪ			t		k	q	ʔ	
	ነዛሪ	b		d		g			
	ኢምፕሎሲቭ			ɖ[100]					
ሹሉክሉክ	ኢነዛሪ		f	s	ʃ		χ	h	ħ
	ነዛሪ								ʕ
ፍትግ	ኢነዛሪ				tʃ				
ተርገብጋቢ				r					

ጎናዊ			l					
ሰርናዊ	m		n					
ከፊል አናባቢ				j	w			

ሶማልኛ እንደቤጃ፣ አፋርኛ እና ሳሆኛ ቅድመግንድ ቅጥያ የሚወስዱ ግሶች አሉት። ሆኖም የእነዚህግሶች በቁጥር ትንሽ ናቸው። ቤጃን ባነሳንበት እንደገለፅነው እነዚህግሶች በቁጥር ከ12 አይበልጡም። በሶማልኛ ሰዋስው ላይ ሰፋ ላለ እና ለዝርዝር ትንተና ሳኢድ (1999)ን እና ጋባርድ (2010)ን ይመልከቱ።

5.3.4.2.3 አፋርኛ

አፋርኛ የአፋር ነገድ ቋንቋ ነው። ቋንቋው በኢትዮጵያ፣ በጅቡቲ እና ኤርትራ ይነገራል። የአፋርኛ ተናጋሪ በ2007 ህዝብ ቆጠራ በኢትዮጵያ 1,276,867 ነው። የጆሽዋ ፕሮጀክት (2024) በኢትዮጵያ የሚገኙትን አፋሮች 2,209,000፣ በጅቡቲ 339,000፣ እና በኤርትራ 302,000 በድምሩ 2,850,000 አድርጓል።[101] አፋሮች የእስልምና ተከታዮች ሲሆኑ አሁን በሚገኙበት ቦታ ለዘመናት እንደኖሩ ይገመታል።

አፋርኛ ከሳሆኛ እና ኢሮብኛ ጋር የጠበቀ ዝምድና አለው። ይህ ቋንቋ ከእነዚህ ሁለቱ ጋር በመሆን አንድ ቡድን ይመሰርታል። ይህ ቡድን በምስራቅ ኩሻዊ ስር በበርካታ ስራዎች ውስጥ ሲመደብ ቢስተዋልም እራሱን ችሎ እንደ አንድ ኩሻዊ ቡድን መታየት ይገባዋል የሚል አከፋፈልም አለ። ስለአፋር ቡድን ምደባ እና ከሌሎቹ ምስራቅ ኩሻዊ ቋንቋዎች ስላለው ዝምድና በሚቀጥለው ክፍል እናነሳለን።

አፋርኛን የትምህርት እና የስራ ቋንቋነቱን ለማሳደግ የአፋር የቋንቋ ጥናት ማዕከል በአፋር ክልል ተቋቁሞ በርካታ መሰረታዊ ስራዎችን በጥንቃቄ እና በታቀደ መልኩ አከናውኗል። በዚህ ተግባር በጅቡቲ እና ኤርትራ ከሚገኙ ተመሳሳይ ተቋሞች እና ባለሙያዎች ጋር ቋንቋውን መደበኛ ለማድረግ ተባብሯል።[102]

አፋርኛ በሴማዊ ቋንቋዎች እና ከላይ በሶማልኛ ያየናቸው የማንቋርት ድምፆች አሉት። የሚከተለውን ሠንጠረዥ ይመልከቱ። ሰንጠረዡ የአፋር የፊደል ገበታን መሰረት ያደረገ ነው። ለውክልናው ብሊስ (1981፡2)ን ይመልከቱ።

ሠንጠረዥ 26፡ የአፋርኛ ተናባቢዎች

		ከናፍራዊ	የጥርስና ከንፈር	የድድ	ላንቃ	ትናጋ	ጉሮሮ	ላንቃ
እግድ	**ኢነዛሪ**			t		k		

	ነዛሪ	b		d		g		
	ኢምፕሎሲቭ			ɗ[103]				
ሹሉክሉክ	ኢነዛሪ		f	s			h	ħ
	ነዛሪ							ʕ
ተርገብጋቢ				r				
ጎናዊ				l				
ሰርናዊ		m		n				
ከፊል አናባቢ		w			j			

አፋርኛ እንደአብዛኞቹ ኩሻዊ ቋንቋዎች አምስት አጭር እና አምስት ረጅም አናባቢዎች አሉት። እነዚህ ፍቺ ለዋጭ ንጥረ ድምፆች ናቸው።

ሠንጠረዥ 27፡ የአፋርኛ አናባቢዎች

	ፊት	መሀል	ኋላ
ላይ	i iː		u uː
መሀከል	e eː		o oː
ታች		a aː	

አፋርኛ እንደቤጃ በግሱ አይነት የሚወሰን ቅጥያ አለው። የተወሰኑ ግሶች የሚወስዱት ቅጥያዎች ቅድመ ሲሆኑ አብዛኛዎቹ ደግሞ ድህረ ናቸው። የግሶቹ እርባታ የተንቀሳቃሽ ቅጥያዎች ጉዳይ አይመስልም። የቅጥያዎቹ ምርጫ ስነአገባባዊ ወይም ስነድምፃዊ ባህርይ ያለው አይመስልም። ምንም እንኳን ቅድመግንድ ቅጥያ የሚወስዱት ግሶች በመሀከል እና በላይ አናባቢዎች የሚጀምሩ ቢሆንም (ብሊስ 1981፡156)፣ ቅጥያዎቹ የሚወሰኑት በግሱ ውስጣዊ ባህርይ ነው።[104] ለዚህ ተጨማሪው ምክንያት ድህረግንድ ቅጥያ የሚወስዱት ግሶች የተወሰኑ ልክ እንደቅድመግንድ ቅጥያ የሚወስዱት ግሶች በመሀል እና በላይ አናባቢዎች የሚጀምሩ መኖራቸው ነው።

ብሊስ (1981፡155 ቀገ) በአፋርኛ ቅድመግንድ ቅጥያ የሚወስዱ ግሶች ቅድመግንድ ቅጥያዎች ከመውሰድ በተጨማሪ ለተለያዩ እርባታዎች (እንደ ስልት፣ አስፔክት የመሳሰሉት) እና ምስረታዎች እንደሴማዊ ግሶች የውስጥ አናባቢዎችን እንደሚለዋውጡ አሳይቷል። ለምሳሌ ከግስ የሚመሰረተው አርእስት ቅድመግንድ ቅጥያ የሆነችውን መ-

/m-/ ከመውሰድ በተጨማሪ በተወሰኑ ግሶች ላይ የመጨረሻዋ አናባቢ /ኦ/ ብትገኝም በሌሎቹ ላይ በሙሉ አንባቢዎች /ኦ/ ይሆናሉ። ለዝርዝሩ ብሊስ (1981፡ 155 ቀገ)ን ይመልከቱ። ይህ ውስጠግንድ አናባቢን መቀየር በድህረግንድ ቅጥያ በሚወስዱ ግሶች አይታይም። እነዚህ ግሶች የውስጠግንድ አናባቢዎችን አይለዋወጡም (ዝኒከማሁ)። ከብሊስ ስራ እንደምንረዳው በአናባቢ /ኦ/ የሚጀምሩ ግሶች በሙሉ ድህረግንድ ቅጥያ የሚወስዱ ናቸው።

ግሶች ድህረ ግንድ ቅጥያ የሚወስዱ እና ቅድመግንድ ቅጥያ የሚወስዱ ባህርያትን ማሳየት ከልዕለ አፍሮኤስያቲክ ቋንቋ ሲወርድ የመጣ ይመስላል። በግዕዝ አንድ ግስ ቅድመግንድ ቅጥያ የሚወስድ ሲኖር ሌሎቹ በሙሉ ድህረ ግንድ ቅጥያ የሚወስዱ ናቸው። በአማርኛ ግሶች የእዚህ አይነት ባህርይ አያሳዩም። በሴማዊ አካዲያን አምስት ግሶች ቅድመግንድ ቅጥያ የሚወስዱ አሉ። በሴማዊ በአጠቃላይ ማንኛውም ግስ ቅድመግንድ እና ድህረ ግንድ ቅጥያ ይወስዳሉ። ይህ የሚወሰነው በአስፔክት እና ስልት ነው። ከአፋርኛ ውጭግሶችን በቅድመ ግንድ ቅጥያ እና ድህረግንድ ቅጥያ በመውሰድ በተለየ ምደባ የመከፈል ባህርይን በስፋት የሚያሳየው፣ ከላይ እንደገለፅነው፣ ቤጃ ነው።[105] ከቤጃ ውጭም በሚቀጥለው ክፍል የምናየው ሳሆኛ ይህ ባህርይ አለው።

5.3.4.2.4 ሳሆኛ እና ኢሮብኛ

የሳሆ እና ኢሮብ ህዝብ በኤርትራ እና በኢትዮጵያ ይገኛሉ። የጀሽዋ ፕሮጀክት የሳሆ እና ኢሮብ ህዝብ ብዛት በኢትዮጵያ የሚገኘውን 59,000፣ በኤርትራ የሚገኘውን ደግሞ 149,000 በአጠቃላይ በሁለቱ ሀገር ያሉትን 208,000 ያደርገዋል። የኢትዮጵያ (2007 እኤአ) ህዝብ ቆጠራ ላይ የኢሮብ ህዝብ ብዛት 33,407 ነው። በዚህ ቆጠራ ሳሆ ለብቻው አልተጠቀሰም። በኢትዮጵያ ከሚገኙት ውስጥ 86% ክርስትያኖች ሲሆኑ፣ በኤርትራ ደግሞ 30% ናቸው (ጀሽዋ ፕሮጀክት፣ 2024)።[106] የተቀሩት የእስልምና ሃይማኖት ተከታዮች ናቸው (ዝኒከማሁ)። ይህም ማለት በኤርትራ የሚገኙት አብዛኛዎቹ የእስልምና ተከታዮች ሲሆኑ በኢትዮጵያ የሚገኙት ደግሞ ክርስትያኖች ናቸው።

ኢሮብ እና ሳሆ በቋንቋም ሆነ በነገድ የተለያዩ እንዳልሆኑ በርካታ ስራዎች ይገልፃሉ። እነዚህ ሁለቱ ከአፋር ጋር አንድ ምንጭ እንዳላቸው ከቋንቋዎቹ ቅርበት በበተጨማሪ አፈታሪክም አለ (ሌዊስ፣ 1998፡11)። ኢሮቦች የክርስትና ሃይማኖት ተከታይ በመሆናቸው በባህል በጉርብታና ከሚኖረው ትግርኛ ተናጋሪው ጋር በጣም ይመሳሰላሉ። ልክ እንደአካባቢው የትግራይ ህዝብ በእርሻ ላይ የተሰማሩ ሲሆን፣ የተቀሩት ሳሆዎች ግን በአብዛኛው አርብቶ አደሮች ናቸው (ኢሰያስ፣ 2005)። እንደ ኢሰያስ (2015) ከሆነ ኢሮቦች እራሳቸውን ኢሮብ ሲሉ ቋንቋቸውን ደግሞ ሳሆ ይላሉ። በኤርትራ የሚገኙ ሳሆዎች ደግሞ እራሳቸውን ሳሆ ቋንቋቸውን ደግሞ *ሳሆት ሉቃወይም ሳሆት ዋኒ* ይላሉ (ባንቲ & ቨርጋሪ፣ 2010፡83)። የሁለቱም ትርጉም 'የሳሆ ቋንቋ' ማለት ነው (ዝኒከማሁ)።

በቋንቋ ደረጃ በኢሮብ እና በሳሆኛ መሀከል ከዘዬ ያለፈ ልዩነት የለም (ኢሰያስ፣ 2015)። በኢሮቦች የሚነገረውን ጨምሮ ሳሆኛ ስድስት ዘዬዎች እንዳሉት ይታመናል (ባንቲ & ቨርጋሪ፣ 2017)። በቅርቡ ይህን ቋንቋ ወደፅሁፍት ለማምጣት ላቲንን መሰረት ያደረገ ፊደል በኤርትራ እና ጅቡቲ፣ ግዕዝን መሰረት ያደረገ ደግሞ በኢትዮጵያ ተቀርፆለታል (ባንቲ & ቨርጋሪ፣ 2017፡66)። በኤርትራ ለተቀረፀው ፊደል ገብታ እና ለዝርዝር የድምፅ ውክልናው ባንቲ እና ቨርጋሪ (2005)ን ይመልከቱ።

ሳሆኛ ከአፋርኛ ጋር ቢቀራረብም በድምፅ ደርጃ የተወሰነ ልዩነት አለው። የሚከተለው ሠንጠረዥን ከላይ በአፋርኛ ስር ከቀረበው ጋር በንፅፅር ይመልከቱ። ሠንጠረዡ በባንቲ & ቨርጋሪ (2005) የቀረበውን መሰረት ያደረገ ነው።

ሠንጠረዥ 28፡ የሳሆኛ ፊደል የድምፅ ውክልናዎች በባንቲ እና ቨርጋሪ (2005)

		ከናፋራዊ	የጥርስና ከንፈር	የድድ	ላንቃ	ትናጋ	ጉሮሮ	ላንቃ
እግድ	ኢነዛሪ	p		t		k	ʔ	
	ነዛሪ	b		d		g		
	ፈንጂ			t'		k'		
	ኢምፕሎሲቭ			ɖ[107]				
ሹሉክሉክ	ኢነዛሪ		f	s		x	h	ħ
	ነዛሪ			z				ʕ
	ፈንጂ			s'		x'		
ፍትግ	ኢነዛሪ				tʃ			
	ነዛሪ				dʒ			
	ፈንጂ				tʃ'			
ተርገብጋቢ[108]				r ɽ				
ጎናዊ				l				
ሰርናዊ		m		n	ɲ			
ከፊል አናባቢ		w			j			

ከላይ በባንቲ እና ቨርጋሪ በኤርትራ የተቀረፀውን የሳሆኛ ፊደል ገበታ የሚወክሉ ድምፆች በሙሉ በቋንቋው ንጥረ ድምፆች ናቸው ማለት አይደለም። ሳሆኛ እንደአፋርኛ

ፊንጂ ድምፆች የሉትም። የሳሆኛ ተናባቢ ንጥረ ድምፆች በሚከተለው ሠንጠረዥ ቀርበዋል። የተናባቢ ንጥረ ድምፆቹ ዝርዝር ከባንቲ & ቨርጋሪ (2010፡107) ነው።

ሠንጠረዥ 29፡ የሳሆኛ ተናባቢዎች

		ከናፍራዊ	የጥርስና ከንፈር	የጥርስ	የድድ	ላንቃ	ትናጋ	ጉሮሮ	ላንቃ
እግድ	ኢነዛሪ	p			t		k	ʔ	
	ነዛሪ	b			d		g		
	ኢምፕሎሲቭ				ɗ[109]				
ሹሉክሉት	ኢነዛሪ		f		s		x	h	ħ
	ነዛሪ				z				ʕ
ፍትግ	ኢነዛሪ					tʃ			
	ነዛሪ					dʒ			
ተርገብጋቢ					r ɽ				
ጎናዊ					l				
ሰርናዊ		m			n	ɲ			
ከፊል አናባቢ		w				j			

ሳሆኛ በአብዛኛው ኩሻዊ ቋንቋዎች የሚገኙት አምስት አጭር (a, e, i, u, & o) እና አምስት ረጅም (aː, eː, iː, uː, & oː) አናባቢዎች አሉት (ባንቲ & ቨርጋሪ፣ 2010፡107)። በየዚህ ቋንቋ ግሶች እንደቤጃ እና አፋርኛ ከስነምዕላድ አንፃር ቅድመግንድ ቅጥያ የሚወስዱ እና ድኅረግንድ ቅጥያ የሚወስዱ በማለት ይከፋፈላሉ። ይህ አከፋፈል በእርግጥ ስለቤጃ ባነሳንበት ክፍል እንደገለፅነው ሙሉ በሙሉ ትክክል ነው ማለት አይደለም። ቅድመግንድ ወሳጅ የሚባሉት ግሶች ድኅረግንድ ቅጥያም ይወስዳሉ። ይህን ጉዳይ በሌላ ስራ እንመለስበታለን። በዚህ ቋንቋ ላይ ሰፋ ላለ የሰዋስው ትንታኔ ኢሰያስ (2015)ን ይመልከቱ።

5.3.4.2.5 ሬንዴሌ

ይህ ቋንቋ ከሶማልኛ፣ እና ከቦኒ ጋር ግልፅ የሆነ ዝምድና ያሳያል። ከዚህ በመነሳት እነዚህን አንድ አካል አድርጎ መመደብ ላይ ብዙም ጥየቃ የሚነሳበት አይደለም። ቋንቋው በኬንያ ይነገራል። የተወሰኑ ቀደምት መረጃዎችን እና የመስክ ስራን መሰረት በማድረግ ይህ ቋንቋ በግልፅ ከሶማልኛ እንደሚቀራረብ ለመጀመሪያ ግዜ ያሳየው ፍለሚንግ (1964) ነው።

ሠንጠረዥ 30፡ የሬንዴሌ ቋንቋ ተናባቢዎች

		ከንፈራዊ	የጥርስና ከንፈር	የድድ	ላንቃ	ትናጋ	ጉሮሮ	ላንቃ
እግድ	ኢነዛሪ	p		t		k		
	ነዛሪ	b		d		g		
	ሬትሮፍሊክስ			ɖ				
ሹልክልት	ኢነዛሪ		f	s	ʃ		h	ħ
	ነዛሪ							ʕ
ፍትግ	ኢነዛሪ				tʃ			
	ነዛሪ				dʒ			
ተርገብጋቢ				r				
ጎናዊ				l				
ሰርናዊ		m		n	ɲ	ŋ		
ከፊል አናባቢ					j	w		

ከላይ የቀረበው ሠንጠረዥ ፍለሚንግ (1964)ን መሰረት ያደረገ ነው። ፍለሚንግ የአናባቢ እርዝመት እና የተነባቢ ጥብቀት ፍቺ ለዋጭ እንደሆነ ገልጿል (1964፡60)።

5.3.4.2.6 ቦኒ/አዌር

የአዌር ነገድ በስፋት ቦኒ በመባልም ይታወቃል። የኋለኛው ስም ግን እንደስድብ ይቆጠራል። አዌሮችን የተለያዩ የአጎራባች ነገዶች በተለያየ ስም ይጠሩዋቸዋል። ለምሳሌ ሶማሌዎች ቦን፣ ዳህሎውች አጎዳ፣ ኦርማዎች ዋታ፣ ስዋህሊ ተናጋሪዎች ደግሞ ዋሳን ወይም ዋቦኒ ይሉቸዋል (ስቲለስ 1981፡841)።

የአዌሮች ቋንቋ በኬንያ የሚነገር ነው። ሪሊንግ (1986፡3) እና ስቲለስ (1981፡841) ነገዱ በሶማልያም እንድሚገኝ ይገልፃሉ። ቋንቋው ከሶማልኛ ጋር ቅርብ ከመሆኑ የተነሳ አንዳንዶች የሶማልኛ ዘዬ አድርገው ይወስዱታል። ለምሳሌ ፍለሚንግ (1964፡35) እግረመንገዱን የአዌር ቋንቋን ባነሳበት ላይ የሶማልኛ ተናጋሪ የሆኑት ቦኒዎች በማለት አስፍሮታልል። ይህ ቋንቋ በ2009 እኤአ ሪፖርት 7600 ተናጋሪዎች ነበሩት (ኤልያስ 2019፡1)። ቋንቋው ከሶማልኛ እና ከሬንዴሌ ቋንቋ ጋር በጣም ይቀራረባል። የአዌር ቋንቋ ከሶማልኛ ጋር ስላለው ቅርርብ እና ለመረጃ መፃህፍት ቶስኮ (1994)ን ይመልከቱ። ቋንቋው በራሱ በርካታ ዘዬዎች በውስጡ አሉት (ኤልያስ 2019)።

5.3.4.2.7 ቡን

ቡን ቋንቋው አፍቡን 'የቡን አፍ/ቋንቋ' ይባላል። ይህ ቋንቋ በሶማሊያ የሚነገር ነው። ቋንቋው በመጥፋት ላይ ያለ ወይም በአሁን ግዜ የጠፋ ቋንቋ ነው። ላምበርቲ ከዛሬ አርባ ዓመት በፊት በሶማልያ የሚገኙ ቋንቋዎችን በቃኘበት ስራው የቡን ተናጋሪዎች በሙሉ ከ65 ዓመት በላይ እንደበሩ ገልጿል (1984፡ 159)።[110] ግሎቶሎግ ይህን ቋንቋ በምስራቅ ኲሻዊ ስር ቦታው ያልለየ በሚል አስቀምጦታል።[111]

5.3.4.2.8 ባይሶ

ባይሶ የቋንቋውም የነገዱም ስም ነው (ብረዚንገር፣ 1999፡1)። ቋንቋው ከሶማልኛ ጋር የሚቀራረብ ቢሆንም ራሱን ችሎ በኦሞ-ጣና ቡድን ስር የሚቆም ነው። ባዪሶዎች ጊዲቾም በመባል ይታወቃሉ። ጊዲቾ ግን የደሴቱ ስም እና ከደሴቱ ውጭ የሚገኝ ነገድ ስም ነው። በኢትዮጵያ ህዝብ ቆጠራ (2007) ሰፍሮ የምናገኘው ጊዲቾ የሚለውን ሲሆን፣ የህዝቡ ብዛትም 5,491 ነው። በጀሽዋ ፕሮጀክት (2004) የባይሶ ህዝብ ቁጥር 10,000 ነው። ሳቫ (2012) የባይሶ ህዝብ ብዛት 3,500 አካባቢ እንደሆነ ይገልፃል። በለሚ (2018፡7) ግምት የህዝቡ ብዛት 5,000 አካባቢ ነው። በለሚ እና በሳቫ ህትመቶች መሀከል የስድስት ዓመት ልዩነት መኖሩን ማስተዋል ያስፈልጋል። የሚገርመው የእነዚህ ሁለት ስራዎች የኢትዮጵያው 2007 (እኢአ) ሀገር አቀፋዊ ህዝብ ቆጠራ ከወጣ ከረጅም ዓመት በኋላ ቢሆኑም ግምታቸው በዚያ ህዝብ ቆጠራ ከተሰጠው ቁጥር ያነሰ መሆኑ ነው። ለሚ እና የሳቫ የግምታቸው መነሻ ምን እንደሆነ የገለፁት ነገር የለም። የእነዚህ ስራዎች ግምት ትክክል ወይም ለእውነት የቀረበ ሊሆን የሚችለው አንድም የኢትዮጵያው ሀገራዊ ቆጠራ ሙሉ በሙሉ የተሳሳተ አሊያም ህዝቡ በስደት፣ የሌላን ብሄረሰብ ማንነት በመውሰደ ወዘተ ምክንያቶች ቁጥሩ ቀንሶ ከሆነ ነው። ከእነዚህ ሁለት ግምቶች ይልቅ ከላይ የጠቀስነው የጀሽዋ ፕሮጀክት ከኢትዮጵያው ህዝብ ቆጠራ ግምት ጋር የሚስማማ የህዝብ ቁጥር እድገትን ያገናዘበ አህዝ ነው።

ባይሶዎች በአባያ ሀይቅ በጊዲቾ ደሴት ላይ በሶስት መንደሮች ይኖራሉ (ፖይሶነር፣ 2003: 509)። ሳቫ (2012)ም ባይሶዎች በዋናነት ባይሶ እና ሺጊማ በተባሉ ሁለት መንደሮች እንደሚኖሩ ይገልፃል። ለሚ (2018፡7)ም ከሳቫ ጋር በመስማማት ባይሶዎች በጊዲቾ ደሴት በዋናነት ባይሶ እና ሺጊማ በተባሉ ሁለት መንደሮች እንደሚኖሩ ይገልፃል። ባይሶዎች ከደሴቱ ውጭ ከሌሎች ነገዶች ጋርም ተቀላቅለው ይኖራሉ።

ባይሶዎች ከእርሻ በተጨማሪ በተወሰነ ደረጃ በንግድ ላይ ተሰማርተዋል። ባይሶዎች ከጅጅጋ አካባቢ እንደመጡ አፈታሪክ አላቸው (ለሚ፣ 2018፡1)። ቋንቋቸው ከሶማልኛ መቅረብ ብቻ ሳይሆን የሶማልኛ ተፅዕኖ በእጅጉ ይታይበታል። ይህን በመጀመሪያ ላይ ያስተዋለው በሀይኛው ክፍለዘመን ወደሶማሊያ እና ደቡብ ኢትዮጵያ የተጓዘው አስካር ኒውማን የተባለ የእንግሊዝ መንገደኛ ነው። ኒውማን ስለጉዞው እና በጉዞው ላይ

ስላገጠሙት የተለያዩ ክስተቶች እና የጎበኛቸውን አካባቢዎች በ1902 በናድ መፅሄት ላይ አሳትሞታል። ይህ ሰው በአባያ ሀይቅ ላይ እርሱ ጊዲቾ ያላቸው ባይሶዎችን እንዳገኘ እና ባይሶዎች ከአካባቢው ህዝብ የተለዩ ከመሆናቸውም በላይ ሶማሌዎችን እንደሚመስሉ ገልጿል። ኒውማን አብሮት የነበረው ሶማልኛ ተናጋሪ በርካታ የባይሶ ቃላት ከሶማልኛ ጋር አንድ እንደሆኑ ተገርሞ እንደነገረው በዚህ የጉዞ መጣጥፉ ላይ አስፍሯል (ኒውማን 1902፡ 384)።[112] ይህን ጠቃሚ መረጃ በመያዝ በቋንቋው ላይ ፈር ቀዳጅ ስራ ያከናወነው ፍለሚንግ (1964) ነው።

እንደፍለሚንግ (1964፡39) ከሆነ የባይሶ ቋንቋ እንደሌሎቹ የኩሽ ቋንቋዎች አጭር እና ረጅም አናባቢዎች ቢኖረውም፣ አናባቢ እርዝመት ትርጉም ለዋጭ አይደለም። የተነባቢ "ጥብቀትም" እንዲሁ ትርጉም ለዋጭ አይደለም (1964፡39)። ይህ በስነድምፅ ደረጃ ከሶማልኛ የሚለየው አንዱ ባህርይ ነው። በተነባቢ አይነትም በቅርብ ከሚዛመደው ከሶማልኛ ጋር ይለያል። በሶማልኛ ውስጥ ያሉት የማንቁርት ድምፆች በባይሶ ቋንቋ ውስጥ የሉም (ዝኒ ከማሁ)። የሚከተለው ሰንጠረዥ የባይሶ ቋንቋ የተነባቢዎች ሠንጠረዥ ፍልሚንግ (1964)ን መሰረት ያደረገ ነው።

ሠንጠረዥ 31፡ የባይሶ ቋንቋ ተናባቢዎች

		ከናፍራዊ	የጥርስና ከንፈር	የድድ	ላንቃ	ትናጋ	ጉሮሮ
እግድ	ኢነዛሪ	p		t		k	ʔ
	ነዛሪ	b		d		g	
	ፈንጂ	P'		t'		k'	
	ኢምፕሎሲቭ			ɗ			
ሹሉክሉክ	ኢነዛሪ		f	s	ʃ		h
	ነዛሪ			(z)	ž		
	ፈንጂ			s'			
ፍትግ	ኢነዛሪ				tʃ		
	ነዛሪ				dʒ		
	ፈንጂ				tʃ'		
ተርገብጋቢ				r			
ጎናዊ				l			
ከፊል አናባቢ		w			j		
ሰርናዊ		m		n	ŋ		

ፍለሚንግ ከላይ በቀረበው ሠንጠረዥ ላይ ከሚታዩት ተናባቢዎች s'፣ ž፣ t'፣ k'፣ እና tʃ' ስርጭታቸው በጣም አናሳ እንደሆነ ይገልፃል። ለሚ (2018) የ p ስርጭትም አናሳ መሆኑን ይገልፃል። ፍለሚንግ የሰጠው የባይሶ ቋንቋ አናባቢዎች a, ʌ, s, e, i, ɩ, u, እና o ናቸው (1964፡39)። አናባቢ እርዝመት ትርጉም ለዋጭ አይደለም ቢልም፣ ይህን ሙሉ በሙሉ ለመወሰን ተጨማሪ ጥናት እንደሚያስፈልግ ገልጿል (ዝኒከማሁ)።[113] የለሚ ጥናት እንደሚያሳየው ከሆነ የአናባቢ እርዝመት ትርጉም ለዋጭ ነው። ለምሳሌ የሚከተሉትን ከለሚ ይመልከቱ፡ 1. aam 'መብላት~ am 'ማለት' እና 2. k'aro 'የለሊት ወፍ' ~ k'aroo 'ብልህ' (2018፡42)። ለሚ በአናባቢ ዝርዝርም ከፍለሚንግ ይለያል። እንደለሚ ከሆነ የባይሶ ቋንቋ በአብዛኛው ኩሻዊ ቋንቋዎች የሚገኙት አምስቱ አናባቢዎች (a, e, i, u, & o) እና የእነዚህ ረጅም አቻዎች (aː, eː, iː, uː, & oː) አሉት።

ኢትኖሎግ ባይሶ የመጥፋት አደጋ በአሁኑ ወቃት አያሰጋውም ቢልም[114] ሳቫ (2012) እና ለሚ (2018) መጥፋት ያሰጋቸዋል ከሚባሉት ውስጥ አስገብተውታል። በእርግጥ ሌሎች ተጨማሪ መስፈርቶች ቢኖሩም፣ ከ10 ሺህ በታች ተናጋሪ ያለው ቋንቋ በአጠቃላይ መጥፋት የሚያሰጋው ነው። እድሜውን የሚያራዝመው የቋንቋው አጠቃቀም እና የተናጋሪው ማህበረ ኢኮኖሚያዊ ሁኔታዎች ናቸው። ለሚ (2018፡8) አደረኩት ባለው የማህበራዊ የቋንቋ አጠቃቀም እና ችሎታ ቅኝት 95 በመቶው የባይሶ ተናጋሪዎች ልሳነ ብዙ ናቸው።[115] ይህ ምልከታ ትክክል ከሆነ ለቋንቋው አደጋ ላይ መሆን ተጨማሪ ማረጋገጫ ነው።

ባይሶ ፆታን እና ቁጥርን በማመልከት ደረጃ በቅርበት ከሚዛመዳቸው ቋንቋዎች በተለየ ውስብስብ ባህርያት እንድሚያሳይ የኮበርት እና ሀይዋርድ (1987) ጥናት ያሳይል።[116] በዚህ ቋንቋ ሰዋስው ላይ ሰፋ ላለ ትንታኔ እና ለጥሬ መረጃ ለሚ (2018)ን ይመልከቱ።

5.3.4.2.9 ደሳነች

የደሳነች ህዝብ ብዛት በኢትዮጵያ (2007) ህዝብ ቆጠረ 48,072 ነው። በጆሽዋ ፕሮጅከት (2024) የህዝቡ ብዛት 88,000 ነው። የደሳንች ነገድ ከኢትዮጵያ ውጭ በደቡብ ሱዳን እና በኬንያም ይገኛል። በኬንያ የህዝቡ ብዛት 20,000 ሲሆን፣ በደቡብ ሱዳን ደግሞ 4,800 ነው (ጆሽዋ ፕሮጅከት፣ 2024)።[117] ይህም ማለት በጆሽዋ ፕሮጅከት (2024) አጠቃላይ የህዝቡ ብዛት 112,800 ነው። የደሳነች ቋንቋ ከአርቦሬ እና ኢልሞሎ ቋንቋዎች ዝምድናቸው የቅርብ ነው። እነዚህ አንድ ቡድን በመፍጠር አሞ-ጣና በተባለው ቡድን ስር ይመደባሉ።

የደሳነች ቋንቋ በምስራቅ ኩሻዊ ቋንቋዎች በስፋት ከምትገኘው የድድ ኢምፕሎሲቭ ድምፅ በተጨማሪ የከናፍር እና የትናጋ ኢምፕሎሲቭ ድምፆች አሉት (ሳዘ፣ 1976፡198)። ቶስኮ (2001፡16) ይህ ቋንቋ ልክ እደኮንሶኛ የላንቃም ኢምፕሎሲቭ ድምፅ እንዳለው

ይገልፃል። የሚከተለው የተናባቢ ሰንጠረዥ ሳዘ (1976፡198)ንና ቶስኮ (2001፡16)ን መሰረት ያደረገ ነው።

ሠንጠረዥ 32፡ የደሳነች ቋንቋ ተናባቢዎች

		ከናፍራዊ	የጥርስና ከንፈር	የድድ	ላንቃ	ትናጋ	እንጥል	ጉሮሮ
እግድ	ኢነዛሪ	p		t		k		ʔ
	ኢምፕሎሲቭ	ɓ		ɗ	ʄ		ɠ	
ሹሉክሉክ	ኢነዛሪ		f	s	ʃ			h
	ነዛሪ			(z)				
ፍትግ					tʃ			
ተርገብጋቢ				r				
ጎናዊ				l				
ከፊል አናባቢ					j	w		
ሰርናዊ		m		n	ɲ	ŋ		

ሳዘ (1976፡198) የደሳነች ቋንቋ አምስት አናባቢዎች (a, e, i, u, & o) እና የእነዚህ ረጅም አቻዎች (aː, eː, iː, uː, & oː) አሉት። እነዚህ አስር አናባቢዎች ንጥረድምፅ ናቸው።

5.3.4.2.10 አርቦሬ

የአርቦሬ ህዝብ ብዛት በኢትዮጵያ ህዝብ ቆጠራ 7,283 ነው። የአርቦሬ ቋንቋ እንደአብዛኛው ኩሻዊ ቋንቋ አምስት አናባቢዎች አሉት። በተነባቢ ደረጃ በኩሻዊ ቋንቋዎች ተዘውታሪ ከሆነችው የድድ/ጥርስ ኢምፕሎሲቭ ድምፅ በተጨማሪ የከንፈር የሆነችው ኢምፕሎሲቭ አለችው። የሚከተለው ሰነጠረዥ የአርቦሬ ተነባቢዎች ሀይዋርድ (1984:51)ን መሰረት ያደረገ ነው።

ሠንጠረዥ 33፡ የአርቦሬ ቋንቋ ተናባቢዎች

		ከናፍራዊ	የጥርስና ከንፈር	የድድ	ላንቃ	ትናጋ	ጉሮሮ
እግድ	ኢነዛሪ	p		t		k	ʔ
	ነዛሪ	b		d		g	

	ፈንጂ			t’		k’	
	ኢምፕሎሲቭ	**ɓ**		ɗ			
ሹሉክሉክ	**ኢነዛሪ**		f	s	ʃ		h
	ነዛሪ			z			
ፉትግ	**ኢነዛሪ**				tʃ		
	ነዛሪ				dʒ		
	ፈንጂ/ኢምፕሎሲቭ				tʃ’		
ተርገብጋቢ				r			
ጎናዊ				l			
ከፊል አናባቢ					j	w	
ሰርናዊ		m		n	ɲ	ŋ	

ከላይ በቀረቡት ተናባቢዎች ውስጥ ፐ /p/ እና ጠ /t’/ በውስት ቃላት ውስጥ የሚገኙ ስርጭታቸው ውስን ነው (ሀይዋርድ፣ 1984፡51)።

5.3.4.2.11 ኢልሞሎ

ይህ ቋንቋ በኬንያ የሚነገር ነበር። ቋንቋው የደሳነችን ቋንቋ ባነሳንበት ክፍል እንደገለፅነው ከደሳነች እና አርቦሬ ቋንቋዎች ጋር ይቀርባል። በአሁኑ ወቅት ቋንቋው እንደጠፋ ይገመታል (ሀይነ 1980፡ 177)።[118] ህብረተሰቡ የሌላ ነገድ ቋንቋ መውሰድ ብቻ ሳይሆን በጋብቻም ከሌላው ተቀላቅሏል። ኤልሞሎዎች እራሳቸውን የሚጠሩት ጉራ ማኡ ብለው ሲሆን ትርጉሙም የሀይቅ ሰዎች ማለት ነው (ሀይነ፣ 1980፡175)። ነገዱ አሳ በማስገር የሚተዳደር ነው።

ሀይነ (1980) ካገኛቸው ጥቂት ተናጋሪዎች በሰበሰበው መረጃ ላይ ተመስርቶ አጭር ሰዋስዋዊ ትንታትኔ በቋንቋው ላይ አቅርቧል። ይህ ቋንቋ እንደበርካታዎቹ ኩሻዊ ቋንቋዎች አምስት አጭር (a, e, i, u, & o) እና የእነዚህ ረጅም አቻዎች (a፡, e፡, i፡, u፡, & o፡) አናባቢ ንጥረ ድምፆች እንደአሉት ሀይነ ይገልፃል (ዝኒከማሁ፡ 179)። ሀይነ በተናባቢ ስንጠረዡ 21 “ንጥረ ድምፆች” አስፍሯል። ከእነዚህ ውስጥ የትናጋ እና የላንቃ ድምፆችን ጨምሮ አራት (m, n, ɲ, ŋ) ሰርናዊ ድምፆች ይገኙበታል።

5.3.4.2.12 ኮንሶኛ

የኮንሶ ህዝብ ብዛት በኢትዮጵያ (2007) ህዝብ ቆጠራ 250,535 ነው። የጆሽዋ ፕሮጀክት የ2024 (እኢአ) ግምት የኮንሶ ህዝብ ብዛት 476,400 ነው። ኮንሶዎች በተራራማ ስፍራ ላይ አፈር እንዳይሸሸረሸር በማድረግ በሚያደርጉት ጥበብ የተሞላው የእርሻ ስራ አካባቢው

በዩኔስኮ በአለም ቅርስነት[119] እንዲመዘገብ አስችሎታል። ኮንሶዎች እንደ ጥንታዊ ግብፃውያን እሬሳን ሳይበሰብስ የማቆየት ባህል አላቸው።

ኮንሶዎች እራሳቸውን ሆንሲታ ሀገራቸው ድግሞ ሆንሶ ሲሉ፣ ቋንቋቸውን አፋ አ ኾንሶ ይላሉ (ኦንጋይ፣ 2013፡1)። ኮንሶኛ በጣም የሚቀርበው ከጊዶሌ/ደራሼ ቋንቋ ዲራይታ ጋር ሲሆን በሁለተኛ እርከን የሚቀራረበው ደግሞ ከኦሮምኛ ጋር ነው። እነዚህ ሶስቱ ኦሮሞይድ ወይም ኮንሶይድ በሚል በተለያዩ ስራዎች በአንድ ቡድን ስር ተመድበው ይገኛሉ።

ኮንሶኛ እንደአገው ቋንቋዎች የእንጥል ድማፆች ሲኖሩት፣ ካብዛኛው የኩሻዊ እና በአጠቃላይ አፍሮኤሽያዊ በተለየ ነዛሪ እግድ ድምፆች የሉትም። ኮንስኛ ፈንጂ ድሞችም የሉትም። ከኢምፕሎሲቭ ከሆንቸው ድድ ድምፅ በተጨማሪ ሶስት ኢምሎሲቭ ድምፆች አሉት። የሚከተለው የተነባቢ ገበታ ኦንጋይ (2013)ን እና ብላክ (1973)ን መሰረት ያደረገ ነው።

ሠንጠረዥ 34፡ የኮንሶኛ ቋንቋ ተናባቢዎች

		ከናፍራዊ	የጥርስና ከንፈር	የድድ	ላንቃ	ትናጋ	እንጥል	ጉሮሮ
እግድ	**ኢነዛሪ**	p		t		k		ʔ
	ኢምፕሎሲቭ	ɓ		ɗ	ʄ		ɠ	
ሹሉክሉክ			f	s	ʃ		χ	h
ፍትግ					tʃ			
ተርገብጋቢ				r				
ጎናዊ				l				
ከፊል አናባቢ					j	w		
ሰርናዊ		m		n	ɲ			

በበርካታ ኩሻዊ ቋንቋዎች የሚገኙት አምስት አናባቢዎች (a, e, i, u, & o) እና ረጅም አቻዎቻቸው (a:, e:, i:, u:, & o:) በኮንስኛ ውስጥም ይገኛሉ። ሰፋ ላለ መሰረታዊ የሰዋስው ጥናት ኦንጋይ (2013)ን ይመለከቱ። ኦንጋይ የኮንስኛ ተናጋሪ ከመሆኑ ጋር ተደምሮ ስራው—ኦንጋይ (2013)—በጥልቀት እና በጥናታቁ የተከናወነ ነው።

5.3.4.2.13 ጊዶሌ/ደራሼ

ደራሼ ወይም ጊዶሌ የሚሉት ስያሜዎች የአንድ ነገድ መጠሪያዎች ናቸው። ደራሼ ነገዱ እራሱን የሚጠራበት ሲሆን ጊዶሌ ደግሞ ሌሎች ነገዶች ደራሼዎችን የሚጠሩበት ነው። ይሁን እንጂ በኢትዮጵያ 2007 ህዝብ ቆጠራ ሁለቱ በተለያየ ነው የቀረቡት። የጊዶሌ ህዝብ ብዛት በኢትዮጵያ (2007) ህዝብ ቆጠረ 41,107 ነው (2008:85)። በዚሁ ህዝብ ቆጠራ ላይ ደራሼ በሚል ለብቻው የቀረበ ሲኖር የዚህ ህዝብ ብዛቱ ደግሞ 30,081። ይህ ነገድ ጋርዱላም በመባል በተወሰኑ ስራዎች ይታወቃል። ጋርዱላ እና ጊዶሌ የቦታ ስያሜውችም ናቸው። ጋርዱላ የነገዱ የአስተዳደር ማዕከል ከተማ የነበረ ሲሆን፣ አሁን ግን የአስተዳደር ከተማው ጊዶሌ ነው (ጀሽዋ ፕሮጀክት፣ 2024)። እንደጀሽዋ ፕሮጀክት ከሆነ በ2024 የደራሼ ህዝብ ብዛት 120,000 ነው።[120]

ወንድወሰን እንደገለፀው ከሆነ ቋንቋቸውን ዲራይታ፣ ዲራይቲታ እና ዲርይሺታታ ይሉታል። እነዚህ ሶስት ስያሜዎች ለቋንቋው መጠሪያ ቢውሉም፣ በጣም የሚዘወተረው ዲራይቲታ የሚለው ነው (ወንድወሰን፣ 2006፡ 2&3)።

ከላይ እንደገለፅነው ጊዶሌ ከኮንሶ ጋር ይቀርባል። በሁለተኛ እርከን ደግሞ ከኦሮምኛ ጋር ይቀራረባል። ይሁን እንጂ የዲራይታ ቋንቋ ከኮንሶ በተነባቢ ረገድ ባልተጠበቀ መልኩ ይለያያል። ይህ ቋንቋ አንደኛ ፈንጂ ድምፆች ሲኖሩት፣ በኮንሶ የምናገኛቸው የእንጥል ድምፆች የሉትም። እንዲሁም ኢምፕሎሲቭ ድምፆች ያሉት ሁለት ናቸው። የሚከተለውን የተናባቢ ንጥረ ድምፅ ሠንጠረዥ ይመልከቱ። ሰንጠረዡ ወንድወሰን (2006፡9)ን መሰረት ያደረገ ነው።

ሠንጠረዥ 35፡ የዲራሼ/ ዲራይታ ቋንቋ ተናባቢዎች

		ከናፍራዊ	የጥርስና ከንፈር	የድድ	ላንቃ	ትናጋ	ጉሮሮ
እግድ	**ኢነዛሪ**	p		t		k	ʔ
	ፈንጂ			t'	tʃ	K'	
	ኢምፕሎሲቭ	ɓ		ɗ			
ሹልክልክ			f	s	ʃ		h
ፍትግ					tʃ		
ተርገብጋቢ				r			
ጎናዊ				l			
ከፊል አናባቢ					j	w	
ስርናዊ		m		n	ɲ		

የዲራሼ/ዲራይታ ቋንቋ በአናባቢ ደረጃ ከኮንሶኛ ጋር አንድ ነው። ይኸውም አምስት አጭር እና (a, e, i, u, & o) እና አምስት ረጅም (a:, e:, i:, u:, & o:) አናባቢዎች አሉት (ወንድወሰን፣ 2006፡10)።

5.3.4.3 ዱላይ/ ወርዛይድ

ዱላይ ወይጦ በመባልም የሚታወቀው የወንዝ ስም ነው። ፀማዮች ዱላይኮ ይሉታል (ሳቫ፣ 2005፡1)። ዱላይኾ የዱላይ ወንዝ ሰዎች ማለት እንደሆነ ዮሺኖ ይገልፃል (2013፡82)። ይህን ስያሜ በዚህ ወንዝ አካባቢ ለሚኖሩ ጎሳዎች/ነገዶች የቋንቋ ቡድን መጠሪያነት ያዋሉት የስነልሳን ሰዎች እንጂ በነገድ ወይም በቋንቋ ስምነት የሚታወቅ አይደለም።[121] የስነልሳን ባለሙያዎች ይህን ስያሜ ያዋሉት እንደሰንሰለት የተያያዙ በርካታ ዘዬዎችን የያዘ ያቀፈ ቋንቋ/ቡድን እንዲወክል ነው። ከእነዚህ ውስጥ ፀማዮች የሚናገሩት ፀማኮ አንዱ ነው። ሌላው የገዋዳ/ደባሴዎች አፍመፍቻ የንግግር አይነት ነው።

ብለንች (2006) በዱላይ ስር ከእነዚህ ሁለቱ በተጨማሪ በርካታ ዝርዝር ሰጥቷል። ብለንች (2006) በ2024 በደራሲው ድረገፅ ላይ ሰፍሮ ቢገኝም፣ ለአስተያየት የተበተነ ነው የሚል ማስታወሻ በመግቢያው ይዟል። በእርግጥም ከሌሎች ስራዎች ጋር ሳያመሳክሩ ይህ ስራ ሊወሰድ የሚገባው አይደለም። ለምሳሌ፣ ብለንች ዱላይን እንደቡድን ሲሆን የወሰደው በቋንቋ ደረጃ የሚከተሉትን ይዘረዝራል፤ ዲሂና፣ ዶባሴ፣ ጋባ?፣ ጋዋዳ፣ ገርጌሬ፣ ጎላንጎ፣ ጎሮሴ፣ ሃርሶ እና ፀማኮ ናቸው። ይህ ሰው ዶባሴ ብሎ ያቀረበው ሎሁ እና ማሾሌ የተባሉ ሁለት ዘዬዎች እንዳሉት ይገልፃል። ይሁን እንጂ ዶባሴ እና ገዋዳ የአንድ ነገድ የተለያዩ መጠሪያዎች ናቸው። በኢትዮጵያ (2007) ህዝብ ቆጠራም ይህንኑ ያሳይል። ይልቁንም ማሾሌ በኢትዮጵያ ህዝብ ቆጠራ እራሱን ችሎ ከዶባሴ/ገዋዳ ውጭ ቀርቧል። በሚቀጥለው ክፍል እንደምንመለከተው በፀማኮ እና በአጎራባች የንግግር አይነቶች ላይ ሰፊ ጥናት ያደረገው ግራዚያኖ ሳቫ ፀማኮ እና ሌሎቹ በርካታዎች በብለንች እራሳቸውን የቻሉ ቋንቋዎች ሆነው ቢቀርቡም የዘዬ ሰንሰለቶች መሆናቸውን ይገልፃል። ፀማኮ በቆላማው አካባቢ የሚገኝ ሲሆን አብዛኞቹ የተቀሩት በደጋማው አካካባቢ የሚገኙ ናቸው።[122] የዘዬ ልዩነትም በእነዚህ ሁለት ክፍሎች፡ ቆላ እና ደጋ/ተራራማ አድርጎ መመልከቱ አለ። የዘዬ ልዩነቱ በድምፅ እንዲሁም በቃላት ደረጃም ይታያል። በዘዬዎቹ መሀከል ስላለው የተወሰነ ንፅፅር ዮሺና (2013፡82-86)ን ይመልከቱ። ከታች ገዋዳ/ዶባሴ ስር የቀረበው የደጋማውን የዘዬዎች ስብስብስ ሲወክል በቆላማው ያለው ደግሞ በፀማኮ ይወከላል።

በእርግጥ በአንዳንድ ስራዎች የዘዬዎቹን ቡድን በሶስት መክፈል ይታያል። ይህ አከፋፈል 1. ገዋዳ(-ጎላንጎ)፣ 2. ሀርሶ-ዶባሴ፣ እና 3. ፀማኮ ነው (ዮሺኖ፣ 2013፡83)። በአሁኑ ግዜ ያለው አሌ የሚለው አጠቃቀም የመጀመሪያዎቹን ሁለቱን የሚይዝ ነው (አይንጋይ & ቶስኮ፣ *2015/6፡171)*። እንደዮሺና ከሆነ ገዋዳ(-ጎላንጎ) በቆላማው አካባቢ የሚገኝ ከፀማኮ ጋር በጣም የቀረበ ዘዬ ሲሆን የደጋማው/የተራራማውን አሌ የሚወክለው

ሀርሶ-ዶባሴ ነው (ዮሺኖ፣ 2013፡83)።[123] ይህ አባባል ከሳቫ ጋር ይለያል። እንደ ሳቫ (2005፡ 12) ከሆነ በቆላማው አካባቢ ከፀማኮ ውጭ ሌላ የዱላይ ተናጋሪ የለም።[124]

ከላይ በብለንች ስራም እንዳየነው በዱላይ ስር ያሉ የንግግር አይነቶች ብዙ ናቸው። ከታች አሌ በሚል በአሁኑ ግዜ የሚጠሩትን ገዋዳ/ዶባሴ በሚል በአንድ ወገን ፀማኮን ደግሞ በሌላ አድርገን እንመለከታለን።

5.3.4.3.1 ገዋዳ/ደባሴ

የደባሴ/ገዋዳ ህዝብ ብዛት በኢትዮጵያ ህዝብ ቆጠራ (2007) 68,598 ነው። በጆሽዋ ፕሮጅክት የህዝቡ ቁጥር 146,000 ነው።[125] ህብረተሰቡ በእርሻ እና ከብት በማርባት ላይ የተሰማራ ሲሆን በባህል ደረጃ ከጉጂ ኦሮሞ እና ከአርሲ ኦሮሞ የሚያመሳስለው አለ (ዝኒከማሁ)።

ገዋዳ የቦታ ስም ስለሆነ አሌ የሚለው ስም እንደአማራጭ መጠቀም ይታያል። በአሁኑ ወቅት የወረዳው ስምም አሌ የሚል ነው። ከዚህ በመነሳት ቋንቋውንም ሆነ ህብረተሰቡን አሌ በሚል መጥራት ተገቢ እንደሆነ ዮሺኖ (2013) ይገልፃል። በዚህ ጉዳይ ላይ የጆሽዋ ፕሮጅክትንም ይመልከቱ።

ቶስኮ (2021) ገዋዳ ሶስት ኢምፕሎሲቭ ድምፆች እና ሶስት ፈንጂ ድምፆች እንዳሉት ያሳያል። ይህ ቋንቋ የማንቁርት እና የጉሮሮ ድምፆችም አሉት። ገዋዳ በአጠቃላይ 22 ተናባቢ ንጥረ ድምፆች እና እንደበርካቶቹ ኩሻዊ ቋንቋዎች አምስት አጭር አናባቢዎች (a, e, i, u, & o) እና የእነዚህ ረጅም አቻዎች (aː, eː, iː, uː, & oː) አሉት። የገዋዳ ተናባቢዎች በሚከተለው ሠንጠረዥ ላይ ቀርበዋል። ሰንጠረዡ ቶስኮ (2021)ን መሰረተት ያደረገ ነው።

ሠንጠረዥ 36፡ የገዋዳ ቋንቋ ተናባቢዎች

		ከናፍራዊ	የጥርስና ከንፈር	የድድ	ላንቃ	ትናጋ	እንጥል	ማንቁርት	ጉሮሮ
እግድ	ኢነዛሪ	p		t		k	q		ʔ
	ፈንጂ			t’	tʃ’	k’			
	ኢምፕሎሲቭ	ɓ		ɗ		ɠ			
ሹሉክሉክ			f	s	ʃ			ʕ	h
ፍትግ					tʃ				
ተርገብጋቢ				r					
ጎናዊ				l					

ከፊል አናባቢ				j	w			
ሰርናዊ	m		n					

እንደአናባቢ እርዝመት፣ የተናባቢ ጥብቀት ትርጉም ለዋጭ ሊሆን ይችላል። በዚህ ቋንቋ ሰዋስው ላይ ለተጨማሪ መረጃዎች ዮሺኖ (2013)ን፣ እና ቶስኮ (2012, 2021)ን ይመልከቱ።

5.3.4.3.2 ፀማይ/ፀማኮ

ፀማይ የነገዱ ስም ሲሆን ቋንቋቸው ፀማኮ ይባላል (ሳቫ፣ 2005)። የፀማይ ህዝብ ብዛት በኢትዮጵያ ህዝብ ቆጠራ (2007) 20,045 ነው። በጀሽዋ ፕሮጀክት በ2024 (እኤአ) የህዝቡ ቁጥር 30,000 ነው።[126] ህብረተሰቡ ከብት ከማርባት ጎን ለጎን የእርሻ ተግባርም ያከናውናል። ከላይ እንዳነሳነው ከዱላይ ተናጋሪዎች ውስጥ በቆላ አካባቢ የሚኖሩ ፀማዮች ብቻ እንደሆኑ ሳቫ ይገልፃል (2005፡ 12)። ቶስኮ (2012)ም ይህንኑ አረጋግጧል።[127] ይሁን እንጂ ዮሺኖ (2013) በቆላማው አካባቢ የሚኖሩ ከፀማዮች በተጨማሪ ሌሎች የዱላይ ተናጋሪዎች እንዳሉ መግለፁን በላይኛው ክፍል አንስተናል።

ከላይ ካየነው ከገዋዳ/ዶባሴ በተነባቢ ረገድ በሳቫ (2015) የቀረበው ፀማኮ በተወሰነ ደረጃ ይለያል። ከልዩነቱ ውስጥ በቶስኮ ከቀረበው ገዋዳ/ዶባሴ ላይ ያላየናቸው የትናጋ ነዛሪ የሆነችው ገ /g/፣ ሹሉክሉክ ነዛሪ ዠ /ž/፣ ሹሉክሉክ ፈንጂ ፀ /ts'/፣ ሹሉክሉክ የድድ ነዛሪዋ ዘ /z/፣ የማንቁርቷ ኢነዛሪ ሐ /ħ/፣ እና የእንጥል ፈንጂ የሆነችው ቐ/q/፣ በሳቫ (2005) ፀማኮ ይገኛሉ። የሚከተለው የፀማኮ ተናባቢ ሰነጠረዥ ሳቫ (2005፡19)ን መሰረት ያደረገ ነው።

ሠንጠረዥ 37፡ የፀማኮ ተናባቢዎች

		ከናፍራዊ	የጥርስና ከንፈር	የድድ	ላንቃ	ትናጋ	እንጥል	ማንቁርት	ጉሮሮ
እግድ	ኢነዛሪ	p		t		k			ʔ
	ነዛሪ								
	ፈንጂ			t'		k'	q		
	ኢምፕሎሲቭ	ɓ		ɗ		ɠ			
ሹሉክሉክ	ኢነዛሪ		f	s	ʃ		x	ʕ	h
	ነዛሪ			z	ž			ħ	
	ፈንጂ			ts'					
ፍትግ	ነዛሪ				tʃ				

ፈንጂ				tʃ				
ተርገብጋቢ			r					
ጎናዊ			l					
ከፊል አናባቢ				j	w			
ሰርናዊ	m		n	(ɲ)				

ኘ /ɲ/ በቅንፍ የቀረበችው ስርጭቷ ውሱን በመሆኑ ነው። እንደሳቫ ከሆነ ይች ድምፅ በተውሶ ቃላት ውስጥ ብቻ ትገኛለች። በስነድምፃዊ ሂደት ከሚገኘው ውጭ የተናባቢ ጥብቀት እንደአብዛኛው አፍሮኤሽያቲክ ቋንቋዎች ትርጉም ለዋጭ ነው። በአናባቢ ደረጃ ከላይ ባየነው በገዋዳ/ዶባሴ እና በፀማኮ መሀከል ልዩነት የለም። ፀማኮም እንደገዋዳ እና ዶባሴ አምስት አጭር (a, e, i, u, & o) እና አምስት ረጅም (aː, eː, iː, uː, & oː) አናባቢዎች አሉት። ሰፋ ላለ የሰዋሰው ትናታኔ ሳቫ (2005)ን ይመልከቱ።

5.3.4.3.3 ቡሳ/ሞስዬ

የቡሳ ህዝብ ብዛት በኢትዮጵያ ህዝብ ቆጠራ (2007) 19,628 ነው። በዚህ ህዝብ ቆጠራ ይህ ነገድ የሰፈረው ሞስዬ በሚል ነው። ሞስዬ ነገዱ ቋንቋቸውን ከሚጠሩበት ጋር ይገናኛል። ቡሳዎች ቋንቋቸውን ሞሲ̣ታታ ይላሉ። ኢትኖሎግ ቋንቋውን ያቀረበው ሞሲታቻ በሚል ነው።[128] ይህ ቋንቋ የመጥፋት አደጋ የተደቀነበት ነው። ይህ ቋንቋ በወርዞይድ/ዱላይ ቡድን ውስጥ በአብዛኛው ስራ ቢካተትም፣ ብለንች (2006:4) በኮንሶይድ ስር አስገብቶታል። በዚህ ቋንቋ ላይ ለአጠቃላይ ቅኝት እና ለተወሰኑ ቃላት ዝርዝር ቬዲከንድ (2002)ን ይመልከቱ።

5.3.4.4 ያኩ

የያኩ ነገድ እስከቅርብ ግዜ ድረስ በአደን እና ንብ በማርባት ላይ የተሰማራ በኬንያ የሚገኝ ነው። ህብረተሰቡ በአብዛኛው ከመሳይ ጋር መደባለቅ ብቻ ሳይሆን የመሳዮችን ቋንቋ እና ባህል በመውሰድ አርብቶ አደር በቅርብ ግዜ ሆኗል (ሀይነ፣ 1974፡28፣ ማሬስ፣ 2018፡1)።[129] ይህ ነገድ በተለያዩ ስሞች ይታወቃል። ከእነዚህም ውስጥ ሞጎጎዶ፣ ሞኮጎዶ እና ሙኮጎዶ ዋንኛዎቹ ናቸው። ነገዱ እራሱን ያኩንቴ (ብዙ ቁጥር ያኩ) ቋንቋውን ደግሞ ሴይኩ ይላል (ሀይነ፣ 1974፡28)። በአሁኑ ወቅት ከጥቂት በእድሜ የገፉ አዛውንቶች በስተቀር ቋንቋውን የሚናገር የለም (ኢትኖሎግ[130]፣ ማሬስ፤ 2018፤ ሀይነ፣ 1974፡33)።[131]

በዚህ ቋንቋ ላይ የተሰሩ ስራዎች እምብዛም የሉም። ካሉት ትንሽ ስራዎች ውስጥ ሀይነ (1974) መጠነኛ መረጃን በመያዝ የሰዋሰው ቅኝት ያደረገበት ዋንኛው ነው። በሀይነ ስራ እንደምናስተውለው ያኩ ሀያ አምስት ተናባቢዎች ሲኖሩት ከእነዚህ ውስጥ የጉሮሮ፣

የእንፐል፣ ፊንጂ እና ኢምፕሎሲቭ ድምፆች ይገኙበታል። ሀይነ በዚህ ስራው ላይ ያስተዋለው ሌላው ጠቃሚ ነገር ቋንቋው በቃላት ስደራ ረገድ በኩሽ ቋንቋዎች ከሚታየው ባለቤት-ተሳቢ-ግስ በተለየ ተሳቢ-ባለቤት-ግስ ማሳየቱ ነው (1974:36)። የሁለተኛው ስደራ ለትኩረት ወይም ለተለየ ስነመረጃዊ ትርጓሜ ይሁን ግልፅ አይደለም።

ቋንቋው በምስራቅ ኩሻዊ ስር ቢመደብም በእርግጠኝነት ክፍሉ ወይም ቅርርቡ ይህ ነው ማለት አልተቻለም። ተከር (1967) ይህን ቋንቋ 'ፍሪንጅ ኩሻዊ ካላቸው ውስጥ አስገብቶቷል። ተከር ያኩ ኩሻዊ ለመሆኑ ከተውላጠ ስም እና ከባለቤት አፀፋዎች አንፃር መርምሮ ምንም ኩሻዊ የሚያስብል ባህርያት አላገኘበትም። ያኩን በአንዳንድ ስራዎች በምስራቅ ኩሻዊ ስር ያስመደበው የተወሰኑ ቃላት ብቻ ናቸው። ቋንቋው የባንቱ ባህርያት በስፋት ያሳያል። የተወሰኑት ጥቂቶች ያኩን ኩሻዊ ነው ለማለት የሚያቀርቡት ምክንያት የባንቱ ባህርያቱ በኋላ በተፅዕኖ/በውሰት የገቡ ናቸው ከሚል ነው።

5.3.4.5 ዳሀሎ

ዳሀሎ በተለይ ቀደም ባለው ግዜ ዝሆን በማደን ላይ የተሰማራ በአጠቃላይ አብዛኛው ነገዱ ኑሮውን በአደን ላይ የመሰረተ በቁጥር አናሳ በኬንያ የሚገኝ ነው። የጆሽዋ ፕሮጀክት የዚህን ነገድ ብዛት 3,200 ያደርገዋል።[132] ዳሀሎውች ኑሯቸው በራሱ በአደን ላይ የተመሰረተ ከመሆኑም አንፃር ከ7 ፐርስነት ክርስትያኖች ውጭ ሌሎቹ በአጠቃላይ የሚከተሉትም ሃይማኖት የራሳቸውን ባህላዊውን ነው (ዝኒከማሁ)።

ዳሀሎ በተለያዩ ጥናቶች የነገዱም የቋንቋውም ስያሜ ሆኖ ቢቀርብም ነገዱ ቋንቋውን ኑማ ጉሆኒ ብሎ ሲጠራው (ስቲለስ 1981፡850)፣ እራሱን ደግሞ ጉሆ ጋሪማኒ ወይም ጉሆ ግዊያ ብሎ ይጠራል (ማዲሰን እና ሌሎች 1993፡25)። ስቲለስ (1981፡850) እንደገለፀው የተለያዩ ነገዶች በተለያየ ስም ይጠሯቸዋል። ከእነዚህ ውስጥ ቦኒዎች/አዌሮች ዳሀሎ ይሏቸዋል። ይህ ቃል በአዌሮች ደደብ ወይም የማይረባ ነገድ ማለት ነው (ስቲለስ፣ 1981፡ 850)።[133] ይሁን እንጂ ነገዱ እራሱ ዳሀሎ የሚለውንም ስያሜ እንደሚጠቀም ስቲለስ (ዝኒከማሁ) ይገልፃል። ማዲሰን እና ሌሎች (1993፡26) ነገዱ ዳሀሎ የሚለውን ስያሜ እንደስድብ ስለመቁጠሩ ምንም ማስረጃ እንዳለገኙ ይገልፃሉ።[134] ስዋህሊ ተናጋሪዎች ሳዬ ይሏቸዋል። ይህ ስያሜ ግን ለዳሀሎውች ብቻ ሳይሆን ህይወታቸውን በአደን ላይ መስርተው ለሚኖሩ ነገዶች ሁሉ መጠሪያም ነው። ለምሳሌ፣ አሁን የኦሮምኛ ዘዬ መሆኑ የተረጋገጠውን የንግግር አይነት የሚናገሩት በአደን ላይ ህይወታቸውን የሚመሩት ዋጣዎችም በዚህ ስያሜ ይታወቃሉ። በተከር (1967) ስራም የዋጣ ቋንቋ/ዘዬ እና ዳሀሎ የቀረቡት ሳኔ በሚለው ስር ነው።

በ1991 ቶስኮ ባሳተመው ስራ የዳሀሎ ቋንቋ ከ400 በላይ ተናጋሪ እንደሌለው ነው። ማዲሰን እና ሌሎች (1993፡25) የዳሀሎ ተናጋሪ ቁጥር እየወረደ እንደሚሆን ግምታቸውን ሰጥተዋል። ለመስከ ስራቸው ስድስት ተናጋሪዎች እንኳ ማግኘት ከብዷቸው እንደነበር አክለው ገልፀዋል። ከእዚህ በመነሳት ቋንቋው በአጠቃላይ በመጥፋት ላይ ያለ ተደርጎ

ይወሰዳል (ማዲሰን እና ሌሎች፣ 1993፣ & ቶስኮ 1991)። እንደ ብላዤክ (2019:41) ከሆነ ቋንቋው ጭራሹንም በአሁኑ ወቅት ሳይጠፋ አይቀርም።[135] ይሁን እንጂ ኢትኖሎግ ቋንቋውን የሚናገሩት ትልልቅ ሰዎች እንዳሉ ይገልፃል። ወጣት ዳህሎውች በአሁኑ ወቅት ስዋህሊ ተናጋሪ ሆነዋል። የዳህሎ ልጆች ግን በቋንቋው አፍ አይፈቱም (ኢትኖሎግ)።[136]

የዳህሎ ቋንቋ በግሪንበርግ (1963) እና ከሱ በመከተል በወጡ ስራዎች በደቡብ ኩሻዊ ስር ተመድቦ ይገኛል። ብለንች (2006:4) በኩሻዊ ስር ሆኖ ምድቡ ያልለየለት በሚል አስቀምጦታል። ቶስኮ (1991) ይህን ቋንቋ በምስራቅ ኩሻዊ ስር አስገብቶታል። ለቶስኮ ምክንያቱ ዳህሎ የሚያሳየቸው ኩሻዊ የሆኑ ባህርያት በምስራቅ ኩሻዊ ውስጥ የሚታዩት ናቸው በማለት ነው።

ቋንቋው በተናባቢ ስነደምፅ ደረጃ በአለማችን ልዩ የሚባሉ ጥቂት ቋንቋዎች ውስጥ የሚመደብ ነው። እጅግ በርካታ ተናባቢዎች መኖር ብቻ ሳይሆን በኮሆሽያን ቋንቋዎች የሚገኙት ክሊክ የሚባሉት ድምፆች እና የባንቱ ድምፆችም አሉት። ቋንቋው በአጠቃላይ የኩሻዊ፣ ባንቱ፣ እና ኮሆሽያን ቋንቋዎች ባህርያት በጥምረት የያዘ ነው።

የዳህሎ ቋንቋ የሶስት (ወይም የአራት) የተራራቁ የቋንቋ ታላቅ ቤተሰቦች ባህርይ ቢያሳይም ይህ ቋንቋ እንደኩሽ ያስመደበው መነሻው የኩሽ የሆነ ቋንቋ በባንቱ እና በኮሆሽያን ቋንቋዎች ተፅዕኖ አርፎበት ነው ከሚል ነው (ማዲሰን 1993:25)። ምደባውን የበለጠ ያወሳሰበው የባንቱ እና የኮሆሽያን ቋንቋዎች ባህርያት ማሳየት ብቻ ሳይሆን ከአንድ በላይ የሆኑ የተለያዩ ኩሻዊ ቋንቋዎችንም ባህርይ ማሳየቱ ነው።

ማዲሰን እና ሌሎች (1993) የዳህሎን ስነድምፆች በቤተሙከራ በታገዘ በጥልቀት በመረመሩበት ጥናታቸው 63 ተናባቢዎችን አስፍረዋል።[137] ከእነዚህ ተናባቢዎች ውስጥ በኮሆሽያን ቋንቋዎች ውስጥ የሚታወቁት የክሊክ ድምፆችም አሉበት። እነዚህ የክሊክ ድምፆች ዳህሎ ምናልባት ቀደም ባለው ግዜ ኮሆሺያን ቋንቋ ተናጋሪ ከነበረ ህብረተሰብ ጋር አብሮ በመኖር በውሰት የወሰዳቸው እንደሆኑ ይገመታል። ማዲሰን እና ሌሎች እንደገለፁት ዳህሎ እነዚህ ተናባቢዎችን ለመፍጠር ስምንት መካነ ፍጥረት ይጠቀማል። እነዚህም ከናፍራዊ፣ የጥርስ እና ከንፈር፣ የጥርስ፣ ድድ፣ የድላንቃ[138]፣ ላንቃ፣ ትናጋ፣ ቅድመጎሮሮ/የታችኛው ማንቁርት፣[139] እና ጎሮሮ ናቸው (ማዲሰን እና ሌሎች፣ 1993:26)።

ዳህሎ በተናባቢ ደረጃ ከላይ እንደገለፅነው በቁጥር በርካታ ቢኖረውም በአናባቢ ደረጃ ግን ከአብዛኛው ኩሻዊ ቋንቋዎች ጋር አንድ ነው። በዳህሎ ውስጥ የሚገኙት በኩሻዊ ቋንቋዎች የሚዘወተሩት አምስቱ አናባቢዎች (a, e, i, u, & o) እና የእነዚህ ረጅም አቻዎች (a:, e:, i:, u:, & o:) ናቸው (ቶስኮ 1991:5)። በእርግጥ ቋንቋው ስርናዊነት የተላበሱ አናባቢዎች አሉት። እነዚህ ግን የሚፈጠሩት ከሰርናዊ ድምፆች ቀድመው በመምጣት በመሆኑ ንጥረ ድምፅ አይደሉም (ኤልደርኪን 1976:291)።[140]

5.3.4.6 ማጠቃለያ

በዚህ ክፍል ምስራቅ ኩሻዊ ስለሚባሉት ቋንቋዎች እና በተወሰነ ደረጃም ቢሆን ስለተናጋሪው የተወሰኑ ነጥቦችን አንስተናል። በምስራቅ ኩሻዊ ያለው የቋንቋዎች ምደባ ብዙ ክርክር ያለበት ነው። ምንም እንኳ በጥልቀት ባንገባም በየቋንቋዎቹ ላይ በዘር ምዳባ ስለሚነሱ ነጥቦች፣ በተለይ አከራካሪ በሆኑት ላይ ምክንያታቸውን አንስተናል። የዚህ ምዕራፍ አላማ ኩሻዊ የሚባሉ ቋንቋዎችን መርምሮ አዲስ ክፍፍል ለማቅረብ ሳይሆን ስለእነዚህ ቋንቋዎች እና ክፍፍላቸው አጠቃላይ ግንዛቤ ማስጨበጥ በመሆኑ፣ ከዚህ በላይ ዝርዝሩ ውስጥ አንገባም። ያን ማድረግ ራሱን የቻለ ሰፊ ትንታትኔ/ጥናት የሚጠይቅ ነው። ግዜ ከፈቀደ ወደፊት በሌላ ስራ የምንመለስበት ጉዳይ ነው።

በሚቀጥሉት ክፍሎች በዚህ ቡድን ስር በየስራዎቹ ስላለው የምደባ ልዩነት ትንሽ ዘርዘር አድርገን እንመለከታለን። በዚህ ቡድን ላይ ብቻ ሳይሆን በአጠቃላይ በተወሰነ ደረጃ ንዑሳን ቡድኖች መሀከል ስለላለው ዝምድና የተወሰኑ ነጥቦችን እንቃኛለን።

5.4 የኩሻዊ ቋንቋዎች/ቡድኖቹ የእርስ በርስ ግንኙነት እና ምደባ

ኩሻዊ ተዘውትረው ከሚጠሩት ስድስት የአፍሮኤሽያዊ ታላቅ ቤተሰብ ቅርንጫፎች ውስጥ አንደኛው ቤተሰብ ተደርጎ ቢወሰደም፣ ይህ አከፋፈል ያልለቀለት አይደለም። ኩሻዊ እንደተቀኑት ቤተሰቦች በእኩል ደረጃ የሚታይ አንድ ቤተሰብ ተደርጎ መወሰድ አይገባውም የሚሉ ትንሽ የማይባሉ ጥናቶች አሉ። በውስጥ ክፍፍሎቹም ላይ በመስኩ ምሁራን ስራዎች ውስጥ የሚታየው ይህንኑ ልዩነት የሚያንፀባርቅ ነው። ለዚህ ኩሻዊ ቅኝት 'ኩሽቲክ አቨርቪው' በሚል በየግዜው የሚወጡ ስራዎችን ብቻ መመልከቱ በቂ ፍንጭ ይሰጣል።[141] በርግጥ ለምደባ የተጠቀሙባቸውን እና ቋንቋዎቹን ወይም ቡድኖቹን በአንድ ያስመደባቸውን ነጥቦች በየስራዎቹ ቀረብ ብለን ስንመለከት የምናረጋግጠው እውነታም ይሄንኑ ነው። በዚህ ክፍል የተለያዩ የውስጥ ምደባዎችን እንገመግማለን።

5.4.1 የኩሻዊ ውስጥ ምደባ ቅኝት

ኩሻዊ ቤተሰብን ሰሜን ኩሻዊ (ቤጃ)፣ ማዕከላዊ ኩሻዊ/አገው፣ ምስራቅ ኩሻዊ፣ እና ደቡብ ኩሻዊ በሚል የሚታየው የተለመደ ክፍፍል ከቀድሞው የነበረ ወይም በሁሉ ስምምነት ያለበት አይደለም። የኩሻዊ ውስጥ ምደባ ከስራ ስራ አብዛኛውን ግዜ ይለያያል። ዋና ዋናዎቹን ቀጥለን እንቃኛለን።

የአፍሪካ ቋንቋዎችን በአራት ግዙፍ (የዘር) ቤተሰቦች ለመጀመሪያ ግዜ የከፋፈለው ግሪንበርግ (1963) የኩሻዊን ውስጣዊ ክፍፍል ያቀረበው በቀዳሚው ክፍል እንደገለፅነው በአምስት ቅርንጫፎች ከፍሎ ነው። እነዚህንም፣ ሰሜን ኩሻዊ፣ ደቡብ ኩሻዊ፣ ማዕከላዊ ኩሻዊ፣ ምስራቅ ኩሻዊ እና ምእራብ ኩሻዊ በሚል ነው። ይህ የግሪንበርግ አከፋፈል ከቼሩሊ ቀደምት ስራዎች በተወሰነ ደረጃ እንደሚመሳሰል ቀደም ያሉ ጥናቶች አሳይተዋል። ለምሳሌ ላምበርቲ (1991፡553) በተለያዩ የቼሩሊ ስራዎች ከቀረቡት ምደባዎች በመነሳት የሚከተሉትን ክፍፍሎች ለማውጣት ችሏል፤

ሠንጠረዥ 38፡ በቸሩሊ የኩሻዊ ቋንቋዎች ውስጥ ክፍፍል

1. ሰሜን ኩሻዊ
2. ማከላዊ ኩሻዊ
3. ቆላማው ኩሻዊ
4. ሲዳማ ቡድን

በቸሩሊ ምደባ ሰሜን ኩሻዊ ቤጃን ብቻ ይይዛል። ማዕከላዊ ኩሻዊም የአገው ቋንቋዎችን ይይዛል። እነዚህ ሁለቱ እስካሁንም ተመሳሳይ ምደባዎች በበርካታ ስራዎች ይዘው ይገኛሉ። ሰፊ ልዩነት ያለው በተቀሩት ሁለቱ ነው። ቸሩሊ ሲዳማ ቡድን ያለው በአሁኑ ግዜ ደጋማ ምስራቅ ኩሻዊ ከሚባለው ቡድን በተጨማሪ ምስራቅ፣ ምዕራብ፣ ሰሜን በሚል በኋላ ላይ ለየብቻቸው የተደረጉ በርካታ ቡድኖችን የያዘ ነው። በእነዚህ ክፍፍሎች ውስጥ በኋላ ኦሞአዊ በሚል በአንድ የተመደበው ውስጥ የሚካተቱ በሶስቱም ቋንቋዎች ውስጥ ተመድበው ይገኙበታል።

የቸሩሊን አከፋፈል ወደጎን በማለት ሞሬኖ (1940) ኩሻዊን በአጠቃላይ በሁለት ምድብ አድርጎ አቅርቦ ነበር። ይህም በቸሩሊ በሲዳማ ቡድን ውስጥ ምዕራብ ሲዳማ በሚል የቀረቡትን እንዲሁም ኦሞ-ሲዳማ በሚል ቸሩሊ የመደባቸውን እና ሰሜን ሲዳማ ካለቸው ውስጥ የተወሰኑ ቋንቋዎችን በመያዝ ምዕራብ ኩሻዊ ብሎ ከመመደብ አልፎ ይህ ቡድን ከኩሻዊ ቀድሞ የተገነጠለ ነው አለ።[142] የተቀሩትንም ኩሻዊዎች በሌላ ወገን አደረገ። ይህም ማለት ሞሬኖ ኩሻዊን በአጠቃላይ በሁለት ቡድን ከፍሎቷል። ወደኋላ ላይ እንደምናየው፣ ኩሻዊን በሁለት መክፈል ምደባው ይለያይ እንጂ በሌሎች ስራዎችም ተደግሟል።

ሞረኖ ሌላው ጠቃሚ ነገር ያነሳው በቡርጂ-ሲዳማ ቡድን (በኋላ ላይ ደጋማው ምስራቅ ኩሻዊ በመባል የሚጠቀሰው ቡድን) ላይ ነው። ሞሬኖ እነዚህን ቋንቋዎች፣ ቸሩሊ ሲዳማ በሚለው ቡድን ስር ከጠቀሳቸው ሌሎች ቋንቋዎች ይልቅ ቆላማው ኩሻዊ ካላቸው በተውላጠ ስም፣ ቁጥሮች፣ እና የግስ እርባታዎች ተቀራራቢነት ያሳያሉ በማለት ወደ አንድ አመጣቸው።[143] ይህም ምስራቅ ኩሻዊ በመባል በኋላ ላይ በስፋት ለሚታወቀው መሰረት ሆናል። ከዚህም በላይ ቡርጂ አሁን ደጋማው ኩሻዊ ለሚባሉት ከቆላማው ምስራቅ ኩሻዊ ቋንቋዎች ይልቅ ይቀርባል የሚል ሃሳብ ሞሬኖ አቅርቧል (ላምበርቲ 1991፡554)። ይህ ምደባ እስካሁን እንዳለ በብዙ ስራዎች ይወሰዳል። በቸሩሊ እና በሞሬኖ ክፍፍሎች መሀከል ስላለው ልዩነት ተጨማሪ ትንታኔ ላምበርቲ (1991)ን ይመልከቱ።

የሞሬኖ ስራ በኋላ ላይ ፍለሚንግ (1969) ምዕራብ ኩሻዊ የሚባለውን ኩሻዊ ከሚለው ምደባ አስወጥቶ እራሱን የቻለ የአፍሮኤሽያቲክ ቡድን ነው ለማለት መነሻ ሆኖታል ለማለት ይቻላል። የኩሻዊ ቡድን እና በአጠቃላይ የአፍሮኤሽያቲክ ክፍፍል ላይ ትልቅ አሻራ ያሳደረው ግሪንበርግ (1963)፣ ከላይ በክፍፍሉ እንዳመለከትንው፣ የኦሞአዊ ቋንቋዎችን ያቀረባቸው ምዕራብ ኩሻዊ በሚል ጠቅልሎ ነበር። ግሪንበርግ በዚህ ስራው ደቡብ ኩሻዊ

በሚል ከሱ በፊት በኩሻዊ ያልተካታቱ በኬንያ እና በታንዛንያ የሚነገሩትን ቋንቋዎች በአንድ አምጥቷል። ይህ በኩሻዊ ጥናት ትልቅ አስተዋፆ አድርጓል። የግሪንበርግ (1963፡49) ክፍፍል ንዑሳን ቡድኖቹ ስር ከተመደቡት ቋንቋዎች ጋር የሚከተሉት ናቸው፤[144]

1. ሰሜን ኩሻዊ: ቤጃ (ቤዳዊ).
2. ማዕከላዊ ኩሻዊ: ቦጎ (ቢለን)፣ ካሚር፣ ኻምጣንጋ፣ ዳሞት፣ ቅማንትነይ ካይላ፣ ቋራ
3. ምስራቃዊ ኩሻዊ: ሳሆ-አፋር፣ ሶማልኛ፣ ኦሮምኛ፣ ኮንሶኛ፣ ገለብ፣ ማሪሌ፣ (ረሺት፣ አርቦሬ)፣ ጋርዱላ፣ ጊዶሌ፣ ጎዋዜ፣ ቡርጂ፣ ሲዳምኛ፣ ጌዲኦኛ፣ ከምባትኛ፣ አላብኛ፣ ሀድይኛ፣ ጥምባሮኛ
4. ምዕራብ ኩሻዊ: የም፣ ወላይትኛ፣ ዛላ፣ ጎፋ፣ ባስኬቶ፣ ባዲቱ፣ ሀሩሮ፣ ዛይሴ፣ ጫራ፣ ጊሚራ፣ በኔሾ፣ ናኦ፣ ካባ፣ ስሃኮ፣ ሼ፣ ማጂ፣ ከፍኛ፣ ጋሮ፣ ሞጫ፣ አንፊሎ (ማኦ)፣ ሺናሻ፣ ባኮ፣ አማር፣ ባና፣ ዲሜ፣ ጋዬ፣ ከረ፣ ፀማኮ፣ ዶኮ፣ ዶሎ
5. ደቡብ ኩሻዊ: ቡሩንጊ (ምቡሉንጉ)፣ ጎሮአ (ፊኦሜ)፣ አላዋ (ኡዋሲ) ኢራቅው፣ ምቡጉ [ማኦ]፣ ሳንዬ [ዳሀሎ]

በዚህ ክፍፍሉ ግሪንበርግ ያቀረባቸው ቋንቋዎች በሙሉ ተቀባይነት አግኝተዋል ማለት አይደለም። ለምሳሌ የፀማዮች ቋንቋ የሆነው ፀማኮ ምስራቅ ኩሻዊ እንጂ ከነወላይትኛ ጋር በአንድ የሚመደብ አይደለም። እንዲሁም በሚቀጥለው ክፍል እንደምነመለከተው በደቡብ ኩሻዊ ስር ከተመደቡት ማኦ/ምቡጉ ደቡብ ኩሻዊ መሆኑ በራሱ ጥያቄ የገባበት ሁናቴ አለ። ዝርዝሩን በሚቀጥለው ክፍል እንመለከታለን።

ከፍለሚንግ (1969) በኋላ ምዕራብ ኩሻዊ የሚባሉትን ኦሞአዊ በማለት ከኩሻዊ ማውጣቱ ተቀባይነት በአብዛኛው የመስኩ ባለሙያዎች ዘንድ ቢያገኝም፣ የተወሰኑ የጥንቱን ክፍፍል የሚያራምዱ አሉ። ለምሳሌ ላምበርቲ የኩሻዊ ውስጥ ክፍፍልን የቀደምት ስራዎችን በመገምገም ባቀረበበት ስራው የእነቸሩሊ እና ግሪንበርግ ፈለግ በመከተል ኦሞአዊን ያቀረበው ምዕራብ ኩሻዊ በማለት ነው። ይህ ሰው ኩሻዊን በስድስት ቡድን ነው የመደበው። የሚከተለውን ይመልከቱ፤[145]

ሠንጠረዥ 39፡ የኩሻዊ ክፍፍል በላምበርቲ (1991)

1. ሰሜን ኩሻዊ፣ ቤጃን
2. ማከላዊ ኩሻዊ፣ ማ. የአገው ቋንቋዎች
3. ምስራቅ ኩሻዊ (ቆላማው ኩሻዊን እና ቡርጂ-ሲዳሞ በመባል የሚታወቀው ቡድን ደጋማው ኩሻው የያዘ ነው)
4. ምዕራብ ኩሻዊ
5. ደቡብ ኩሻዊ

6. አሪ-ባና ቡድን

ከላይ በክፍፍሉ እንደምንመለከተው ላምበርቲ (1991) የአሪ-ባና ቡድንን ከኦሞቲክ ቋንቋዎች አውጥቷል። ይህም ማለት የፍለሚንግ (1969)ን ኦሞአዊ/ምዕራብ ኩሻዊ ራሱን የቻለ ወገን ነው የሚለውን ለአሪ-ባና ቡድን ብቻ አውሎታል። በፍለሚንግም ሆነ ከዚያ ቀደም እና በኋላ ላይም በወጡ ስራዎች አሪ-ባና የምዕራብ ኩሻዊ/ኦሞአዊ አንደኛው ቡድን ተደርጎ ነው የሚወሰደው።

ከላይ እንደገለፅነው፣ ፍለሚንግ (1969) ምዕራብ ኩሻዊን ከኩሻዊ አውጥቶ ኦሞአዊ ለማለት ሞሬኖ (1940) መሰረት ሆኖታል። በዚህ ላይ ፍለሚንግ (1974)ን ለተጨማሪ ማብራሪያ ይመልከቱ። ከፍለሚንግ (1969) ቀድም ብሎ በወጣ ስራው ተከር (1967) ይህ ቡድን ኩሻዊ ለመሆኑ ማስረጃ ማግኘት ባለመቻሉ አጠራጣሪ በማለት 'ኦርቶዶክስ' ኩሻዊ ካላቸው ጎን ሊመደብ እንደማይችል ገልጿል።

ወደኋላ ላይ በወጣ ስራ ቤንደር (1971) ኦሞአዊን የተከር (1967) አስተያየት እና የፍለሚንግን (1969) ምደባ በመቀበል በኩሻዊ ክፍፍሉ አላካተተውም። በእርግጥ ኦሞአዊ ራሱን የቻለ የአፍሮኤሽያዊ ቡድን (ምናልባትም ቀድሞ የተገነጠለ ሊሆን እንደሚችል) ጠንካራ መረጃ በማቅረብ መሰረት የጣለው ቤንደር በተከታታይ ስራዎች ነው። ለዚህ ቤንደር (2000) የኦሞአዊ ቋንቋዎች ንፅፅራዊ ስነምዕላድ ጥናት እና ቤንደር (2003) የኦሞአዊ ቋንቋዎች ንፅፅራዊ የቃላት እና የስነድምፅ ጥናት በግንባር ቀደምትነት ሊጠቀሱ ይችላሉ። የፍለሚንግን አከፋፈል ተከትለን ኦሞአዊ ለብቻው በ*ቋንቋ እና ነገድ በኢትዮጵያ፣ ቅፅ ሁለት* ተመልክተንዋል (ግርማ፣ 2018)። በእዚያ መፅሀፍ ዝርዝር ምክንያቱንም ስለጠቀስን እዚህ የኦሞአዊን ጉዳይ በስፋት አናነሳም።

ቤንደር (1971) በኩሻዊ ክፍፍሉ ኦሞአዊን (የቀድሞው ምዕራብ ኩሻዊን) ከኩሻዊ በማስወጣት ብቻ ሳይሆን ከሱ በፊት ከነበሩት በተወሰነ ደረጃ የተለየ አከፋፈልም አቅርቧል። ቤንደር ክፍፍሉን መሰረት ያደርገው በግሪንበርግ (1963/66) ስራ ላይ ቢሆንም የፍለሚንግ (1969)ን ፈለግ በመከተል ኦሞአዊን በኩሽ ስር አላካተተውም።

ቤንደር (1971) በንፅፅሩ ደቡብ ኩሻዊ ከሚባለው ኢራቅውን አካቷል። ይህ ቋንቋ ከሁሉም በቤንደር ጥናት ለንፅፅር ከቀረቡት ጋር ያለው ዝምድና ከቦረና ኦሮምኛ ጋር 10 ፐርሰንት ሲሆን፣ ከሌሎቹ ጋር ከዚህ በታች ነው። ይሁን እንጂ ይህ ቋንቋ ከሌሎቹ የሚዛመድባቸው ቃላት ምናልባትም የምስራቅ ኩሻዊ ወገን ተደርጎ ሊያስወስደው ይችላል (ቤንደር 1971፡ 197)።[146]

ከላይ እንደገለፅነው ቤንደር (1971) የግሪንበርግን አከፋፈል ተቀብሎ በታንዛንያ የሚነገረውን ኢራቅውን በንፅፅሩ አስገብቶታል። በቤንደር ክፍፍል በቤጃ የሚወከለውን ሰሜን ኩሻዊ እና የአገው ቋንቋዎችን የያዘው ማዕከላዊ ኩሻዊ እንዳለ ወስዷቸዋል።

የምስራቅ ኩሻዊ ውስጥ ክፍፍልን በተመለከተ የሞሬኖንን ፈለግ በመከተል የቡርጂ-ሲዳማ ቡድንን (ከንባትኛን፣ ሲዳምኛን፣ ሀዲይኛን ወዘተ የያዘውን) ደጋማው፣ የተቀሩትን ቆላማው በማለት በሁለት ያስቀምጠዋል። ቆላማውን ቡድን በራሱ በሁለት ከፍሎታል። ይህም አንደኛው ወርዞይድ የተባለውን ቡድን የያዘ ሲሆን ሌላኛው (አፋርን፣ ሳሆን፣ ሶማልኛን፣ ኦሮምኛን ወዘተ የያዘውን) እምብርት ቆላማው 'ኒኩለር ሎውላንድ' በማለት ነው። ቤንደር (1971፡187)ን ይመልከቱ።

የቤንደር መሰረታዊ ቃላት ንፅፅር እራሱም እንዳስተዋለው ሙቶ በሙቶ የዘር ዝምድናን ላያሳይ ይችላል። ለምሳሌ በቤንደር (1971) ንፅፅር እንደምናስተውለው የአገው ቋንቋዎች ከማናቸው ኩሻዊ ከሚባሉ ቋንቋዎች ይልቅ ለኢትዮሴማዊ ቋንቋዎች ይቀርባሉ። ይህ የተወሰነው በንክኪ የመጣ ሊሆን ቢችልም በኩሻዊ በሚባሉ ቋንቋዎች ውስጥ ያለውን የምደባ ችግር ማሳየቱ ግልፅ ነው። በዚህ ጉዳይ ላይ በሚቀጥለው ክፍል እንመለስበታለን።

ቤጃ ከተቀሩት ኩሻዊ ቡድኖች ያለው ልዩነት ሰፊ መሆኑን በርካታ ጥናቶች ያረጋገጡት ጉዳይ ነው። ቤንደር (1971) ከኩሻዊ ቋንቋዎች ጋር በመሰረታዊ ቃላት ደረጃ ያገኘው ዝምድና ከ10 ፐርሰንት አይበልጥም። ከኩሻዊ ቋንቋዎች ይልቅ የጎላ ባይሆንም ከ10 ፐርሰንት በላይ ዝምድና የሚያሳየው ከሴማዊ ቋንቋዎች ጋር ነው። ያም ሆኖ ቤንደር የሰዋስው ዝምድና ሌሎች የጠቀሱትን በማንሳት ቤጃ የኩሻዊ አባል አድርጎ ወስዶታል። ቤንደር ከሴማዊ ቋንቋዎች የሚዛመደባቸውን የተወሰኑ እንደ ጡት ያሉት መሰረታዊ ቃላት በውርስ ወደቤጃ የገቡ ሊሆን ይችላል የሚል አስተያየት አቅርቧል (ቤንደር 1971፡ 198)።

አሉ የተባሉት የሰዋስው መመሳሰሎች ቤጃን በኩሻዊ ውስጥ የሚስያመድቡት አይደለም በሚል ሮበርት ሄትዝሮን ቤጃን ከኩሻዊ አስወግዶታል። ሄትዝሮን (1980) ለክፍፍሉ መሰረት ያደረገው ስነምዕላድን ነው። ሄትዝሮን (1980) በዚህ ስራው ሌሎች መሰረታዊ የሚባሉ ከሱ በፊት የነበሩ አከፋፈሎችን የሚያፈርሱ ምደባዎች አቅርቧል። ከእነዚህም ውስጥ ደጋማው ምስራቅ ኩሻዊ የሚባለውን (እነ ሲዳምኛን ከንባትኛን የያዘውን) ቡድን ከቆላማው ምስራቅ ኩሻዊ ቅርርቡ አጠያያቂ ነው በማለት ከምስራቅ ኩሻዊ አውጥቶ የአገው ቋንቋዎችን ከያዘው ከማዕከላዊ ቡድን ጋር ማድረጉ አንዱ ነው።[147] ይህም ማለት እነሲዳምኛ እና ከምባትኛ ከእነኦሮምኛ እና ሶማልኛ ይልቅ ለአገው ቋንቋዎች ይቀርባሉ ማለት ነው። ሌላው ሄትዝሮን (1980) ኢርቃው እና ከሱ ጋር ደቡብ ኩሻዊ በሚል ይመደቡ የነበሩትን ከቆላማው ጋር ወደአንድ ቡድን አምጥቶታል። ይሁን እንጂ የዚህን ደቡብ ኩሻዊ የሚባል ቡድን በምስራቅ ኩሻው ስር የሚኖረው ቦታ ወደፊት በጥናት የሚወሰን ይሆናል በማለት አልፎታል።[148] በዚህም ክፍፍሉ የተወሰኑ የስም ለውጦችን አድርጓል። የዚህ ሰው ኩሻዊ ክፍፍል የሚከተለውን ይመስላል፤[149]

ሠንጠረዥ 40፡ የሄትዝሮን (1980) ኩሻዊ ውስጥ ክፍፍል

1. ደጋማው

   ሀ. ስምጥ ሸለቆ (ደጋማው ምስራቅ ኩሻዊ)

ለ. አገው

2. ቆላማው

ሀ. ደቡባዊ

አሞ-ጣና

ኦሮሞይድ

ዱላይ

ያኩ

ኢራቅው (እና ደቡብ ኩሻዊ)

ለ. ሳሆ-አፋር

ከላይ እንደምንመለከተው የሄትዝሮን ክፍፍል ኩሻዊን በሁለት ምድብ ያደርገዋል። ይህም ደጋማው እና ቆላማው የሚል ነው። የደቡብ ኩሻዊ ከምስራቅ ቆላማው ኩሻዊ ጋር ማዛመዱ በቶስኮ (2000) እና ኤሪት (2011) ላይም ተደግሟል። ሆኖም የእነ ሲዳምኛ ቡድንን በእነዚህ ስራዎች እንደሄትዝሮን ከአገው ቋንቋዎች ጋር አላደረጉትም። የቶስኮ (2000) እና የኤሪት (2011) ክፍፍሎችን ከታች ይመልከቱ።

ቶስኮ (2000) በኩሻዊ ቋንቋዎች ቅኝት ስራው የኩሻዊ የውስጥ ክፍፍልን በተመለከተ የተሰሩ ስራዎችን በመገምገም የራሱን አከሎ አቅርቧል። የቶስኮ ክፍፍል የሚከተለውን ይመስላል፤[150]

ሠንጠረዥ 41፡ ኩሻዊ ክፍፍል በቶስኮ (2000)

1. ቤጃ
2. አገው
3. ምስራቅ
    3.1 ደጋማ
    3.2 ቆላማ
    3.2.1 ደቡባዊ
    3.2.1.1 እምብርት
        አሞ-ጣና
        ኦሮሞይድ
    3.2.1.2 ተሻጋጋሪ
        ዱላይ
        ያኩ
    3.2.2. ሳሆ-አፋር

3.3 ዳህሎ

3.4 ኢርቃው (እና ደቡብ ኩሻዊ)

ቶስኮ ከላይ እንደምንመለከተው ኩሻዊን የከፋፈለው በሶስት ዋና ቡድኖች ነው። (1) ቤጃን/ሰሜን ኩሻዊ፣ (2) አገው/ማዕከላዊ ኩሻዊ እና (3) ምስራቅ ኩሻዊ ናቸው። ምሳራቅ ኩሻዊ ከአገው ቋንቋዎች እና ከቤጃ ውጭ ያሉትን ደቡብ ኩሻዊ የሚባሉትንም አካቶ የያዘ ነው።[151]

ኤሬት (2011) ኩሻዊ በሁለት ነው ያስቀመጠው። አንደኛው ቤጃን የያዘ ሲሆን ሌላኛው የተቀሩትን ይይዛል።[152]

ሠንጠረዥ 42፡ የኤሬት (2011) ኩሻዊ ክፍፍል

1. ሰሜን ኩሻው (ቤጃ)
2. አገው-ምስራቅ-ደቡብ ኩሻዊ
    2.1 አገው
    2.2 ምስራቅ-ደቡብ ኩሻዊ
        2.2.1 ምስራቅ ኩሻዊ
        2.2.2 ደቡብ ኩሻዊ

ከላይ የቀረቡት ክፍፍሎች ኩሻዊን በአብዛኛው እንደ አንድ ቤተሰብ በመውሰድ ነው። በርግጥ ሄትዝሮን (1980) ቤጃን እና ፍለሚንግ (1969) ምዕራብ ኩሻዊን ከኩሻዊ ቡድን ውጭ ማድረጋቸው አለ። ከእነዚህ ውጭ የተቀሩት ኩሻዊ የተባሉትም ቢሆኑ አንድ ቤተሰብ ተደረገው መወሰድ አይገባቸውም በሚል የተለየ አከፋፈል የሚሰነዝሩ አሉ። ለምሳሌ ቤንደር (1997፣ 2003)ን እና አሬል እና ስቶልቦቫ (1995)ን ይመልከቱ።

ቤንደር (1997፣ 2003) የኩሻዊን ክፍፍል ከላይ ባየነው በቀደምት ስራው፣ ቤንደር (1971)፣ ከሞላ ጎደል ተመሳሳይ ቢያደርግም፣ የቃላት ዝምድናን ካየን ለምሳሌ፣ በኩሻዊ ስር ያሉት ንዑስ ቤተሰቦች በእኩል ደረጃ ከበርበር እና ሴማዊ ጋር ሊቀመጡ ይችላሉ ይላል።[153] የሰዋስው ዝምድናውም ቢሆን በኩሻዊ ቡድኖች መሀከል ከሌሎቹ አፍሮኤሽያዊ ቤተሰቦች ነጥሎ የሚያወጣቸው አይደለም። አብዛኛው ከወላጅ በመውረስ እንጂ የጋራ የሚባል ፍጥር[154] ባህርያት ኩሻዊ ቡድኖች አንድ የሚያደርጋቸው አያሳዩም። ይህም በቤንደር (1997) ክፍፍል ከሄድን በአፍሮኤሽያዊ ስር የራሳቸውን ክፍል ይዛመዳሉ ብሎ በማዕከላዊ አፍሮኤሽያዊ ስር ከመደባቸው ከበርበር እና ሴማዊ ተርታ፣ ማዕከላዊ ኩሻዊ/አገው፣ ቤጃ፣ ደጋማው ምስራቅ ኩሻዊ፣ እና ቆላማው ምስራቅ ኩሻዊ (ደቡብ ኩሻዊን ጨምሮ) በእኩል ደረጃ ሊመደቡ ይችላሉ ማለት ነው (ቤንደር 2003: 29)። ቤንደር ቀደም ባለ ስራው ኩሻዊ እንደአንድ ቡድን ሳይሆን እራሳቸውን የቻሉ ስድስት

ቤተሰቦችን የያዘ ተደርጎ ሊወሰድ እንደሚችልም ገልጿል፤ እነዚህም ቤጃ፣ አፋር-ሳሆ፣ አገው፣ ቆላማው ምስራቅ ኩሻዊ፣ ደጋማው ምስራቅ ኩሻዊ እና ደቡብ ኩሻዊ ናቸው (ቤንደር 1997፡25)።

ከላይ የቀረበው የቤንደር ሀሳብ ብዙም የሚያስገርም አይደለም። በምስራቅ ኩሻዊ ቋንቋዎች ውስጥ እንኳ ብቻ ያለውን ልዩነት ስንመለከት በአጠቃላይ ሴማዊ ካለው እጅግ የሰፋ ነው (ሀድሰን፣ 1977፡146)።[155] ይህን ጉዳይ ብዙዎች የተገነዘቡት ነው። እንዲያውም ቤንደር (ቤንደር 1997፡25) ግሮቨር ሀድሰን ኩሻዊ የሚባሉት ቡድኖች አንድ የዘር ምድብ ናቸው ለማለት እንደሚከብድ መግለፁን አስፍሯል።[156]

የአፍሮኤሽያዊ ቋንቋዎችን ንፅፅራዊ መዝገበ ቃላት ከመልሶ ማዋቀር አንፃር የሰሩት ኦሬል እና ስቶልቦቫ (1995) በኩሻዊ ስር ተዘውትረው በሚመደቡት ንዑሳን ቡድኖች የእርስ በእርስ ግንኙነት ላይ የደረሱበት ድምዳሜ ከላይ ካየነው ከሀድሰን ጋር አንድ ነው። እንደኦሬል እና ስቶልቦቫ (1995) ከሆነ፣ በኩሻዊ ስር ያሉት ቋንቋዎች አፍሮኤሽያዊ መሆናቸው የማያጠያይቅ ባይሆንም፣ ንዑሳን ቤተሰቦች ተብለው በሚቀርቡት ስር የሚታየው መመሳሰል አይነታዊ ነው።[157] ከዚህ በመነሳት በሚከተለው ክፍፍል እንደምንመለከተው በአንድ ኩሻዊ በሚል ይመደቡ የነበሩት የአገው ቋንቋዎች/ማዕከላዊ ኩሻዊ፣ ምስራቅ ኩሻዊ፣ ቤጃ/ሰሜን ኩሻዊ፣ ደቡብ ኩሻዊ እና ሌሎች እራሳቸውን ችለው ከሌሎቹ የአፍሮኤሽያዊ ቤተሰቦች፣ ማለትም ሴማዊ፣ በርበር፣ ቻዳዊ፣ ግብፃዊ ጋር በኩል የሚታዩ አድርገዋቸዋል (ኦሬል እና ስቶልቦቫ፣ 1995:10 ቀገ)። ከታች በቀረበው ኦሬል እና ስቶልቦቫ ክፍፍል ኩሻዊ ተብለው በሚጠሩት ስር ብቻ ያሉትን ንዑሳን ቡድኖች እንጠቅሳለን።[158] ለሙሉ ዝርዝሩ ው ኦሬል እና ስቶልቦቫ (1995:10 ቀገ)ን ይመልከቱ።

ሠንጠረዥ 43፡ የአፍሮኤሽያዊ ክፍፍል በኦሬል እና ስቶልቦቫ (1995)

- ሀ. ሴማዊ
- ለ. በርበር
- ሐ. ግብፃዊ
- መ. ቻዳዊ
- ሠ. ቤጃ
- ረ. አገው
- ሰ. *"ምስራቅ ኩሻዊ"*
  - ሰ1. ሳሆ – አፋር
  - ሰ2. ቆላማው ምስራቅ ኩሻዊ
  - ሰ3. ወርዞይድ
  - ሰ4. ደጋማው ምስራቅ ኩሻዊ

ሸ. ዳሀሎ

ቀ. ሞጎጎዶ

በ. ኦሞአዊ

ተ. ስምጥ ሸለቆ *("ምዕራብ ኩሻዊ")*

የኦሬል እና ስቶልቦቫ (1995) ክፍፍል ካላቸው መረጃ አንፃር የቀረበ ግርድፍ ተደርጎ ሊወሰድ የሚገባው ነው። አፍሮኤሽያዊ ልዕለቋንቋ በአንዴ ወደ አስራ አንድ ቡድን ተከፈለ የሚለው አሳማኝነቱ አጠያያቂ ነው።[159] ቤንደር (2003፡26) እንደገለፀው በቡድኖች መሀከል አንዱ ከሌላ የተለየ መቀራረብ ያሳያል። ለምሳሌ በርበር፣ ሴማዊ፣ ግብፃዊ እና ኩሻዊ ቡድኖች የተለየ መቀራርብ ወይም በጋራው የሚጋሯቸው ፍጥር ባህርያት ከሌሎቹ ለምሳሌ ኦሞቲክ እና ቻዳዊ ይልቅ አላቸው (ዝኒከማሁ)።

በኩሻዊ ክፍፍል ላይ የተሰሩ ከላይ የጠቀስናቸው ብቻ አይደሉም። ዝርዝሩ ብዙ ነው። ዋናው ነጥብ እዚህ ከጠቀስናቸው እንኳን ማስተዋል የሚቻለው የኩሻዊ ክፍፍል በሁለት ስራዎች መሀከል እንኳን ስምምነት እንደሌለ ነው። የዚህ ልዩነት መነሻ ባለሙያዎች ለምደባ የሚጠቀሙባቸው መስፈርቶች መለያየት ብቻ ሳይሆን ለምደባው አሳማኝ የሚባል መረጃ በአጥጋቢ ሁኔታ መገኘት አለመቻሉ ነው። አንዳንዶች ኩሻዊን በራሱ ለመመደብ እንጂ ከሌሎች ግንኙነትን ያለመመልከትም አለ። ለምሳሌ ከላይ ያየነው ቶስኮ (2000)ን መጥቀስ ይቻላል። በዚህ ክፍፍሉ ኩሻዊ ከሌሎቹ ያለውን ግንኙነት አልተመከለተም። ስለዚህ የቶስኮ ክፍፍል የቤንደርን (1997) አጠቃላይ አከፋፈል የሚቃረን ተደርጎ ሊወሰድ አይገባም። በሚቀጥለው ክፍል በቋንቋዎቹ/ቡድኖቹ መሀከል ስላለው ልዩነት እና አንድነት ትንሽ ዘርዘር አድርገን እንመለከታለን።

5.4.2 የኩሻዊ ቋንቋዎች/ቡድኖቹ የእርስ በርስ ግንኙነት

በላይኛው ክፍል ከቀረቡት ክፍፍሎች መረዳት እንደሚቻለው፣ በኩሻዊ ቋንቋዎች ውስጥ ያለው ግንኙነት ጥብቅ አይደለም። በእያንዳንዳቸው ንዑሳን የቋንቋ ቤተሰቦች ውስጥ ያለው ክፍፍል በየወቅቱ እየታደሰ ያለ ከመሆኑም በላይ፣ በላይኞቹ ክፍሎች እንደተመለከትነው በየክፍሎቹ መሀከል ያለው ግንኙነት እንኳ ገና መፍትሄ አላገኘም። ለዚህ አንደኛው ምክንያት ኩሻዊ በመባል በሚታወቁት ቋንቋዎች ወይም ቡድኖች መሀከል ያለው ግንኙነት መስፋት ነው። ሁለተኛው፣ በየቋንቋዎቹ ላይ አጥጋቢ ጥናት አለመደረጉ ነው። ትንሽ የማይባሉት ቋንቋዎች ገና መሰረታዊ የሰዋስው ጥናት እንኳ ያልተደረገባቸው ናቸው። በማናቸውም የኢትይጵያ/ምስራቅ አፍሪካ ቋንቋዎች ላይም ቢሆን አጥጋቢ ጥናት ተደርጓል የሚያስብለን ደረጃ ላይ አይደለንም። ትንሽ ጥናት በተደረገባቸው ቋንቋዎች ላይ እንኳ በመያዝ ያለው ሁኔታ በታች ደረጃ በአንዳንዶቹ ለምሳሌ በኮንሶኛ እና ኦሮምኛ፣ በሶማልኛ እና ሬንድባሬ፣ በአገው ቋንቋዎች፣ በደጋማው ኩሻዊ ቋንቋዎች መሀከል ግልፅ የሆነ ዝምድና ቢኖርም ወደላይ በሄድን ቁጥር፣ ማ. ከፍ ባለ የቤተሰብ ደረጃ ሲደርስ፣ ለምሳሌ በአገው

ቡድን እና በቆላማው ምስራቅ ኩሻዊ ቡድን መሀከል፣ ግንኙነቱ በጣም ደካማ ነው። ይህም ግንኙነት አብዛኛው የተወሰኑ ምእላዶችን ከመያዝ ላይ የመጣ እንጂ በመሰረታዊ ቃላት ደረጃ ዝምድና በጣም አናሳ ነው።[160] በምዕላድ ደረጃም ቢሆን በኩሻዊ ስር የተመደቡት ከሌሎቹ በበለጠ ይቀራረባሉ ማለት አይደለም። በዚህ ክፍል ትንተናችንን፣ አገው/ ማዕከላዊ ኩሻዊ፣ ቤጃ/ሰሜን ኩሻዊ፣ ደቡብ ኩሻዊ፣ ምስራቅ ኩሻዊ በሚሉ ክፍሎች አቅርበናል። ይህን ያደረግነው ለአቀራረብ እንዲያመቸን ብቻ እንጂ፣ በኋላ ላይ ግልፅ እንደሚሆነው፣ ክፍፍሉ ትክክል ነው ከሚል ወገን ይዘን አይደለም።

5.4.2.1 የአገው የቋንቋ ዝምድና

በክፍል 5.3 በዝርዝር ያየናቸው የአገው ቋንቋዎች ከሌሎች ኩሻዊ ቋንቋዎች ይዛመዳሉ በሚል በኩሻዊ ስር ማድረግ የተጀመረው ከቅርብ አይደለም። በተለይ ራይኒሽ (1882፣ 1884፣ 1886) በእነዚህ ቋንቋዎች ላይ ሰፊ ጥናት በማድረግ የእርስ በእርስ ዝምድናቸውን ከማሳየት አልፎ የቋንቋዎቹን ከሌሎች በወቅቱ ከሚታወቁ ኩሻዊዎች ጋር በአንድ አድርጓቸው ነበር።

የአገው ቡድን በውስጥ ክፍፍሉ ደረጃ ብዙም የሚያጠያይቅ አይደለም።[161] ልዩነቱ ይህ የቋንቋ ቡድን ከሌሎቹ ቡድኖች ጋር ያለው ግንኙነት ላይ ነው። በቀዳሚው ክፍል እንደገለፅነው ሄትዝሮን (1980) ይህ ቤተሰብ ከደጋማው ምስራቅ ኩሻዊ ጋር በስነምዕላድ ደረጃ ይዛመዳል በማለት በአንድ አድርጎታል። ይሁን እንጂ የሄትዝሮን ክፍፍል ብዙም ተቀባይነት አላገኘም።

ሄትዝሮን (1980) አገውን ከደጋማው ምስራቅ ኩሻዊ ቋንቋዎች ጋር በአንድ ለመመደብ ያቀረበው መረጃ በቂ አይደሉም። በቃላት ደረጃ ሲታይ በሁለቱ ቡድኖች መሀከል የተለየ መቀራረብ የለም። እንዲያውም ቤንደር (1997) እንዳስተዋለው አገው ከደጋማው ኩሻዊ ቋንቋዎች ብቻ ሳይሆን ከሌሎቹም ቢሆን የሚያሳየው ዝምድና ለሰሜቲክ ቋንቋዎች ከሚያሳየው የተለየ አይደለም። በዚህም የተነሳ ኩሻዊ ከሚባለው አውጥቶ እራሱን የቻለ የአፍሮኤሽያዊ ቡድን አድርጎ ማቅረብ ይታያል። ትንሽ ቆየት ባለ ጥናት አንድሬየስኪ (1964) አገው ቋንቋዎችን ከኦሮምኛ ጋር በቃላት ደራጃ ሲያስተያያቸው ያገኘው አንድ ፐርሰንት መመሳሰል በእነዚህ ቋንቋዎች ውስጥ የዘር ዝምድና ጨርሰውንስ አለ ወይ ለማለት የሚያስችል ነው። ይሁን እንጂ ኦሮምኛም ሆነ የአገው ቋንቋዎች የአፍሮኤሽያዊ አባል ለመሆናቸው በርካታ ሰዋስዋዊ መረጃዎችን ማቅረብ ይቻላል። እስካሁን ከተደረጉት ጥናቶች ማለት የሚቻለው የአገው ቋንቋዎች አፍሮኤሽያዊነት የማያጠያይቅ መሆኑን ነው። ከዚህ በዘለለ እነዚህ ቋንቋዎች በተለየ ኩሻዊ ከሚባሉት ቋንቋዎች ጋር የሚያዛምድ በቂ መረጃ አለመኖሩን ነው። የአገው ቋንቋዎች ከሌሎቹ አፍሮኤሽያዊ ቤተሰቦች፣ በተለይ ከሴማዊ፣ ጋር ካላቸው ቅርርብ የበለጠ ኩሻዊ ለተባሉት ቡድኖች አይቀርቡም። ከላይ በክፍል 5.4.2 የጠቀስናቸውን ኦሬል እና ስቶልቦቫ (1995)ም ንፅፅራዊ ጥናት የሚያሳየን ይህንኑ ነው።

5.4.2.2 የደቡብ ኩሻዊ ኩሻዊነት

ሄትዝሮን (1980) ደቡብ ኩሻዊ እራሱን የቻለ የኩሻዊ ቀጥተኛ ንዑስ ቡድን ሳይሆን በምስራቅ ኩሻዊ ውስጥ መካተት ይገባዋል እንዳለ ደቡብ ኩሻዊን ባነሳንበት ክፍል ገልፀናል። ይህን ተከትለው ሌሎችም ደቡብ ኩሻዊን ከምስራቅ ኩሻዊ ስር ማስገባት በሌሎች በተወሰኑ ስራዎችም ታይቷል። ለምሳሌ ኤሬት (1995፣ 2011)ን ይመልከቱ።[162]

ሄትዝሮን (1980) ለክፍፍሉ መሰረት ያደረገው ስነምዕላድን ነው። ሄትዝሮን ለዘር ክፍፍሉ ዋና መሰረት ተደርጎ መወሰድ ያለበት የስንምዕላድ መመሳሰልን ብቻ መሆን አለበት ይላል። የስነምዕላድ መመሳሰልን ብቻ ከወሰድን ሄትዝሮን እራሱ ባቀረባቸው እንኳ ለምደባው በቂ አይደሉም። ደቡብ ኩሻዊ ከቃላት አንፃር ከምስራቅ ኩሻዊ ቋንቋዎች ሲነፃፀር በምስራቅ ኩሻዊ ሊያስመድበው የሚችል በቂ መረጃ የለም።

ካይዝሊንግ (2001) የሄትዝሮን (1980) ሀሳብ በሞገተበት መጣጥፉ ሄትዝሮን ያቀረባቸው የስነምዕላድ መመሳሰሎች አይነታዊ እንጂ የዘር አይደሉም ይላል። እንደካይዝሊንግ ከሆነ፣ ይልቁንም ፍለሚንግ (1983፡22) ጥንታዊ ደቡብ ኩሻዊን (ያኩንንም ጨምሮ) ምስራቅ አፍሪካ ኩሻዊ የሚል ስያሜ በመስጠት ከልዕለ-ኩሻዊ መጀመሪያ ላይ የተገነጠሉ ናቸው የሚለውን ከግንዛቤ ማስገባት ያስፈልጋል ይላል።[163]

ካይዝሊንግ (2001) ደቡብ ኩሻዊ ውስጥ በኩሻዊ ስር መመደብ የሚችለው ደቡብ ስምጥ ሸለቆ ተብለው የሚመደቡት ብቻ ናቸው ይላል። ካይዝሊንግ ከማውስ ጋር በጋራ ባቀረበው ሌላ ስራው፣ ካይዝሊንግ እና ማውስ (2003)፣ ከሄትዝሮን ጋር ሙሉ በሙሉ አንድ ባይሆንም ደቡብ ኩሻዊን ከምስራቅ ኩሻዊ ቋንቋዎች ጋር አዛምደዋል። ይህም በክፍል 5.3 የገለፅናቸው በስነድምፅ እና በስነቃላት ደቡብ ኩሻዊ የሚያሳያቸው ከአጠቃላይ ኩሻዊ ቋንቋዎች ልዩነት የኮኾሺያን ቋንቋዎች ተፅዕኖ ነው ከሚል ነው። ደቡብ ኩሻዊን ከየትኛው ኩሻዊ ቡድን ጋር ማዋሀድ የሚለው ብቻ ሳይሆን ችግር ያለበት በውስጡ የሚካተቱ ቋንቋዎችም ላይ ነው።

ግሪንበርግ (1963:49) የአፍሪካ ቋንቋዎች ዘር ክፍፍል ፈር ቀዳጅ በሆነው ስራው፣ ከላይ እንዳየነው ደቡብ ኩሻዊ የሚል ቡድን በኩሻዊ ስር ሲያስገባ የሚከተሉትን ቋንቋዎች በመያዝ ነበር።

ሠንጠረዥ 44፡ የግሪንበርግ (1963) ደቡብ ኩሻዊ

ቡሩንጊ (ምቡሉንጉ)፣
ጎሮአ (ፊአሜ)፣
አላዋ (ኡዋሲ)፣
ኢራቅው፣
ምቡጉ [ማአ]፣ እና
ሳንዬ [ዳሀሎ]

ፍለሚንግ (1969) እነዚህን እንዳለ በመውሰድ አሳኽን/አሳን ከዚህ ቡድን ውስጥ አስገብቶታል። ኤልደርኪን (1976፡279) በደቡብ ኩሻዊ ቅኝቱ ከፍለሚንግ ጋር ተመሳሳይ ዝርዝር ሰጥቷል። የቋንቋዎቹን የተለያየ ስያሜም ስለሚሰጥ የዚህን ሰው የደቡብ ኩሻዊ ቋንቋዎች ዝርዝር ከታች ይመልከቱ፤[164]

1. የኢራቅው ስብስብ
   - ኢራቅው (ምቡሉ፣ ምቡሉንጉ)
   - ጎሮዋ (ጎሮአ፣ ፊአሜ)
   - አላግዋ (ዋሲ፣ አሲ)
   - ቡሩንጌ (ቡሩንጊ)
2. አሳኽ
3. ቅዋድዛ
4. ማአ (ምቡጉ)
5. ዳሀሎ

ካይዝሊንግ (2001) ደቡብ ኩሻዊን አራት ቋንቋዎችን ብቻ የያዘ አድርጎ ነው ያቀረበው። እነዚህም ኢራቅው፣ ጎርዋ፣ አላግዋ እና ቡሩንጊ ናቸው። ኢራቅው እና ጎርዋ በጣም የሚቀራረቡ ምናልባትም ዝምድናቸው የዘዬ ያህል ሳይሆን አይቀርም (ኤልደርኪን፣ 1976፡279)።[165] ካይዝሊንግ (ዝኒከማሁ) በበፊት ስራዎች ደቡብ ኩሻዊ የሚባሉት ቅዋድዛ እና አሳኽ በበቂ ሁኔታ ጥናት አልተደረገባቸውም እና አሁን ደግሞ በመጥፋታቸው ምድባቸውን ይሄ ነው ብሎ ለመናገር አስቸጋሪ ነው ይላል።[166] ይህ ሰው ዳሀሎን እና ማአ/ሙቡጉንም ከደቡብ ኩሻዊ አስወጥቷቸዋል። ደሀሎን ያስወጣው ተከር (1967) እና ከቶስኮ (1991) ጋር በመስማማት በምስራቅ ኩሻዊ ውስጥ ቢመደብ ይሻለዋል በሚል ሲሆን፣ ማአ/ሙቡጉን ደግሞ የተከር (1967) እና የማውስ (1996)ን አስተያየት በመቀበል ይህ ቋንቋ በድቅል የተፈጠረ አድርጎ ከመውሰደ የመጣ ነው።[167] በእነዚህ ሁለት ቋንቋዎች ላይ ኤልደርኪን (1976)ም ቀደም ብሎ ያለውን ችግር አንስቶ ነበር። በቅዋድዛ እና አሳኽ ላይም ቢሆን በቂ ሰዋስዋዊ መረጃ ስለሌለ በድጋሚ መፈተሽ እንደሚገባው ኤልደርኪን አሳስቦ ነበር። ምናልባትም ይህ ተፈላጊ መረጃ የማይገኝበት ደረጃ ላይ ሳይደረስ እንዳልቀረ ኤልደርኪን (1976) ተገንዝቦ ነበር። ቋንቋዎቹ በውቅቱ ጠፍተዋል ወይም በመጥፋት ላይ ነበሩ።[168]

በደቡብ ኩሻዊ ስር ባንድ ወቅትም ይሁን በሌላ የተመደቡ ቋንቋዎች ትልቁ ችግር የባንቱ ተፅዕኖ በምን ያህል ደረጃ እንዳረፈ እና ኩሻዊ የሚያስብላቸው ባህርያት መወሳሰብ ነው። ለዚህ ማኣ በተባለው ቋንቋ ላይ የማውስ (1996)ን ወረቀት ብቻ መመልከቱ ጥሩ ግንዛቤ ይሰጣል። የዳሀሎም ጉዳይ ቢሆን እንዲሁ የተወሳሰበ ነው። ይህ ቋንቋ ቀደም ባለው

ግዜ በደቡብ ኩሻዊ ስር ይመደብ የነበረ ቢሆንም በኋላ ላይ፣ ለምሳሌ ቶስኮ (1991)ን ይመልከቱ በምስራቅ ኩሻዊ ስር ተደርጓል። ለዚህ ምደባ ግን በቂ መረጃ ማቅረብ ወይም አሳማኝ ምክንያት ማግኘት ይከብዳል። በመጀመሪያ ደረጃ ዳህሎ ባለፈው ክፍል እንደተመለከትነው የባንቱ ቋንቋዎችን ባህርያት በስፋት ያሳያል። ነገሩ የተውሶ ወይም ተፅዕኖ ነው በማለት የሚታለፍ አይደለም። ቋንቋው ምናልባትም ከተለያዩ ቋንቋዎች ጋር በመዋሀድ የተፈጠረ ይመስላል። ይህንን ቋንቋውን በምስራቅ ኩሻዊ ስር የመደቡትም አልዘነጉትም። እንደዚህ የብዙ ቋንቋ ባህርያት የሚያሳይን ቋንቋ በዘር ምደባ ማስገባቱ እራሱ የቋንቋ የዘር ምደባን ፅንሰሀሳብ የሚቃረን ነው። አይነታዊ ክፍፍል በቋንቋ ዘር ጥናት የተወሰነ ቦታ ቢኖረውም አይነታዊ ክፍፍል እና የዘር ክፍፍል የተለያዩ ናቸው። ለዘር ምደባቸው መሰረቱ በእርግጥ ዳህሎ ከመነሻው የምስራቅ ኩሻዊ መሆን አለበት ነው። የሌሎች ቡድን ኩሻዊ ባህርይና፣ የባንቱ እና የኮሆሽያን ቋንቋዎች ባህርይ ማሳየቱ በንክኪ በኋላ የመጣ ነው ከሚል ነው። ይህ ግምት ግን በጣም አጠያያቂ እና አሳማኝ መረጃ ሊቀርብበት የማይችል ነው። ለምሳሌ፣ ተከር (1967) ይህን ሀሳብ እንደአማራጭ ሲያቀርብ የተመለከተው ተውላጠ ስሞችን እና የባለቤት አፀፋዎችን ነው። ተከር (1967) እራሱ ይህን ቋንቋ ምስራቅ ኩሻዊ ሊሆን ይችላል ለማለት ያቀረባቸውን መረጃዎች ስንመመረምር ከሶስት ተውላጠ ስሞች— አንደኛ መደብ ነጠላ (አኒ 'ánı́')፣ አንደኛ መደብ ብዙ (ኝኛንዪ 'nyányí') እና 2ኛ መደብ ነጠላ (አታ 'átá')—ውጭ ያሉት ኩሻዊ ጨርሶውንም የሚያስብሉት አይደሉም።

ከላይ የቀረበው ትንተና እንዳየነው ቢያንስ የደህሎ፣ አሳኽ፣ ቅዋድዛ ጉዳይ ኩሻዊ ስለመሆናቸው እራሱ ጥያቄ የሚነሳበት ቢሆንም አንዳንድ ስራዎች የቀድሞውን ክፍፍል እንዳለ ይዘው የሚታዩ አሉ። ለምሳሌ ኢትኖሎግ በአለም ቋንቋዎች ዝርዝሩ ላይ ደቡብ ኩሻዊን ያሰፈረው የሚከተሉትን ሰባት ቋንቋዎችን በመያዝ ነው።[169]

አሳኽ
አላግዋ
ቡሩንጌ
ዳህሎ
ጎሮዋ
ኢራቅው
ቅዋድዛ

5.4.2.3 የቤጃ የቋንቋ ዝምድና

ቤጃ በክፍል ሁለት እንደገለፅነው የተለያዩ ዘዬዎች ቢኖሩትም በቅርበት ደረጃ የሚዛመደው ቋንቋ የለም። በዚህም ምክንያት በአብዛኞቹ ስራዎች እራሱን ችሎ ነው የሚቆመው። ይህ ቋንቋ በርቀትም ቢሆን ኩሻዊ ከሚባሉት ቋንቋዎች ጋር ይቀርባል ከሚል እምነት አንድ እራሱን ቢሆንም ሰሜን ኩሻዊ በሚል ይቀርባል። ይህን ቋንቋ ኩሻዊ ስር ሊመደብ

የሚያስችለው አንዳንድ ከሌሎች ኩሻዊ የሚጋራቸው ድህረቅጥያዎች አሉት የሚል ይገኝበታል (ዛቦርስኪ 1984:128ን ይመልከቱ)። የተለያዩ ጥናቶች እንደሚያመለክቱት ከሆነ፣ ቤጃ በኩሻዊ ስር መመደብ አለበት የሚባል ከሆነ፣ ከዚህ ቤተሰብ በመጀመሪያ የተገነጠለ ተደርጎ መወሰድ ይገባዋል ነው። ማውሮ ቶስኮም የኩሻዊ እና ኦሞቲክ ቅኝት በሚለው መጣጥፉ የተለያዩ ባለሙያዎችን ስራዎች በቃኘበት ስራ ውስጥ ይህንኑ አስረግጧል።[170]

ቤጃ ከኩሻዊ ቋንቋዎች በተለይ የሚያቀራርበው የቃላት ዝምድና የለም። የቅድመግንድ ቅጥያ እና ድኅረግንድ ቅጥያ ግሶች በስፋት መኖር ከአፋር-ሳሆ ቡድን ጋር የሚያቀራርበው ቢሆንም፣ ይህ ባህርይ በውርስ የተገኘ እንጂ የእነዚህ ቋንቋዎች ፍጥር አይደለም። ስለዚህም ይህ ባህርይ ቤጃን ኩሻዊ ነው ለማለት እንደአንድ አማራጭ ሊያስወስደው አይችልም። በእርግጥ ይህንን ጉዳይ ስለኩሻዊ ቡድን የዘር ውስጣዊ ክፍፍል ያጠኑትም አልሳቱትም።

ሄትዝሮን (1980) ቤጃ ከሌሎቹ ኩሻዊ ቋንቋዎች ጋር የሚያዛምዱት ባህርያት ብዙ ካለመሆናቸውም በላይ አሳማኝ አይደሉም በማለት ከኩሻዊ ቡድን አውጥቶታል።[171] ለምሳሌ፣ እንደሄትዝሮን እሳቤ፣ የኩሻዊ ባህርይ ነው የሚባለው ሙያ አመልካች/መስተዋድድ *ካ በቤጃ ውስጥ ቢገኝም ይህ አንድም በውሰት አሊያም የአጋጣሚ ሊሆን ይችላል (ሄትዝሮን፣ 1980:98)። ሄትዝሮን ቤጃን ለመነጠል ዋና ምክንያት ያደረገው ኩሻዊ ቤተሰብን ከሌሎቹ የሚለዩት ባህርያት ናቸው ብሎ ያወቀራቸው በቤጃ ውስጥ አለመገኘታቸው ነው።[172] ሄትዝሮን የኩሻዊ ፍጥር ናቸው በማለት ካቀረባቸው ሰዋስዋዊ ባህርያት ውስጥ የባለቤት ሙያ አመልካች *-ኢ /*-i/፣ ትዕዛዝ ስልት *-ኡ/-*ኦ /*-u/*-o/ ይገኙበታል (ሄትዝሮን፣ 1980:97)። የሄትዝሮን (1980) ልዕለኩሻዊ ባህርያት በራሳቸው ጥያቄ የሚነሳባቸው ቢሆንም፣ አሁን ካለው መረጃ ማለት የሚቻለው ቤጃ በኩሻዊ ቡድን ውስጥ የሚያቆየው አጥጋቢ መረጃ አለመኖሩን ነው።

5.4.2.4 የምስራቅ ኩሻዊ ቡድንነት

በኩሻዊ ስር ካለው አንደኛው ውስጣዊ ምደባ ትልቅ ችግር ያለበት ምስራቅ ኩሻዊ የሚለው ቡድን ነው። አጠቃላይ ኩሻዊ ላይ የሚታየው ችግር ምስራቅ ኩሽዊ በአንድ ወቅትም ሆነ በሌላ በሚመደቡበት ቋንቋዎች ስርም ይታያል። በዚህ ስር የሚመደቡት ንዑሳን ቡድኖች ከስራ ስራ ባልተጠበቀ መልኩ ይለያያሉ። እነዚህን በተወሰነ ደረጃ እዚህ እንቃኛቸዋለን። ሳዘ (1982፡15) ይህን ቡድን በሚከተለው መልኩ ከፋፍሎታል፤[173]

ሠንጠረዥ 45፡ የምስራቅ ኩሻዊ ክፍፍል በሳዘ

ልዕለ ምስራቅ ኩሻዊ

1. ሳሆ-አፋር

2. ኦሞ-ጣና

2.1 ምስራቃዊ
- ሶማልኛ
- ሬንዴሌ
- ቦኒ

2.2 ባይሶ
2.3 ምዕራባዊ
- ደሳነች
- አርቦሬ
- ኢልሞሎ

3 አሮሞይድ
3.1 አሮሞ
3.2 ኮንሶ-ጊዶሌ
4 ማዕከላዊ ምስራቅ ኩሻዊ-ቡርጂ
4.1 ቡርጂ
4.2 ማዕከላዊ ምስራቅ ኩሻዊ
5 ? ዱላይ-ያኩ

ከላይ በከፍፍሉ እንደምንመለከተው ሳዘ ደጋማው ምስራቅ ኩሻዊ-ቡርጂ፣ ቆላማው ምስራቅ ኩሻዊ፣ አሞ-ጣና፣ ሳሆ-አፋር፣ እና ያኩ-ዱላይ ቡድኖችን በእኩል ደረጃ ከልዕለ ምስራቅ ኩሻዊ የወረዱ አድርጓቸዋል። በያኩ እና ዱላይ ላይ ጥያቄ ምልክት ያለው ጥምረቱ ያልለየለት መሆኑን ለማመልከት ነው። በቀዳሚው ክፍል እንዳየነው ቶስኮ (2000) ይህን ጥምረት ተሸጋጋሪ በሚል ቡድን ስም ተቀብሎታል። ይሁን እንጂ የያኩ-ዱላይ ጥምረት አጠያያቂ ነው።

ደጋማው ምስራቅ ኩሻዊ ውይም ቡርጂ-ሲዳማ ቡድን በሚባለው ስር ያሉ የንግግር አይነቶች ከቡርጂ በስተቀር ሌሎቹ በጣም ተቀራራቢ ናቸው። በዚህ ቡድን ስር ባሉ ቋንቋዎች በቃላት፣ በስነድምፅ፣ በስነምዕላድ፣ በአገባብ እንዲሁም በአጠቃላይ ተግባቦት የጠበቀ ዝምድና ያሳያሉ። ከዚህ በመነሳት ቡድኑ የዘር ለመሆኑ ብዙም የሚያጠያይቅ አይደለም። ነጥቦቹን ቋንቋዎቹን በዝርዝር ባየንበት ክፍል ስላነሳንው እዚህ አንደግመውም። በእነዚህ ላይ ቆየት ያለ ጥናትም ቢሆኑም ቤንደር እና ኩፐር (1971)ን እና ሀድሰን (1976)ን መመልከቱ በቋንቋዎቹ ውስጥ ስላለው ዝምድና የተሟላ መሰረታዊ ግንዛቤ ይሰጣል።

ሳሆ-አፋር ቡድን የሚባለው ከሳሆኛ እና አፋርኛ በተጨማሪ ኢሮብኛን ይይዛል። በኢሮብኛ እና በሳሆኛ መሀከል ያለው ግንኙነት የዘዬ ያህል መሆኑን በርካታ ስራዎች እንደሚገልፁ ባለፈው እነዚህን የንግግር አይነቶች ባነሳንበት ክፍል ገልፀናል። እነዚህ

ሁለቱ የንግግር አይነቶቹ ከአፋርኛ ጋር ያላቸው ቅርርብም ጥብቅ ነው። በእነዚህ ቋንቋዎች መሀከል ካለው ልዩነት በመነሳት ከ1000 ዓመት ባልበለጠ ከአንድ ልዕለ ቋንቋ እንደመጡ መናገር ይችላል። ከዚህ በዘለለ በዚህ ምስራቅ ኩሻዊ ስር የተጠቀሱት አምስት ቡድኖች ከሌሎቹ ኩሻዊ ቡድኖች ይቀራረባሉ ለማለት የሚያስችል በቂ ስነልሳናዊ መረጃ የለም። ይህን ጉዳይ በሚቀጥለው ክፍል እንመለከተዋለን።

5.4.3 ኩሻዊ በዘር ምደባ ያለው ቦታ

በቀዳሚዎቹ ሁለት ክፍሎች ከቀረበው እንደምንረዳው፣ ኩሻዊ እንደቋንቋ ቤተሰብ ባንድ የሚያስቀምጠው ስነልሳናዊ መረጃ በአጥጋቢ ደረጃ እስካሁን አልቀረበም። ይህን በተወሰነ ደረጃ በሁሉ የቋንቋዎች ላይ በቂ ጥናት ስላልተደረገ ነው ለማለት ቢቻልም፣ ሙሉ ምክንያት ግን ሊሆን አይችልም። በደንብ ጥናት በተደረገባቸው ቋንቋዎች ላይ ያሉትን ባህርያት በመያዝ እንኳ አንድነት መፍጠር አይቻልም። የተወሰኑት ምናልባት ከመቀላቀል የተነሳ ሊሆን ይችላል። የተወሰነ ባህርያትን ካንዱ ወገን ብቻ በማሳየት ጨርሶውንም ኩሻዊ አይደሉም በማለት የተወገዱ አሉ። ከእነዚህ አንደኛው እንደቡድን ኦሞአዊ የሚባለው ነው። ሌሎችም እንደኦኖጎታ አይነቶቹ ከዚህ የሚመደቡ ናቸው። በውል ጥናት በተደረገባቸውም ላይ በመያዝ የኩሽ የሆኑ የጋራ ቃላትን ማዋቀር እንኳን አይቻልም።[174] የኦሬል እና ስታልቦቫ (1995)፣ የአንድሬየስኪ (1964) እና የቤንደር (1971) የቃላት ንፅፅሮችም የሚያሳዩት ይህንኑ ነው።

የኦሮምኛን ቋንቋ በኩሻዊ ያለውን ቦታ ለመወሰን በቃላት ደረጃ በንፅፅር ከሶማልኛ፣ አገው ቋንቋዎች፣ ቤጃ ወዘተ ጋር የተመለከተው አንድሬየስኪ (1964) በውጤቱ ተስፋ አስቆራጭ እንደሆንበት ገልጿል። በዚህ ንፅፅሩ ካካተታቸው ውስጥ ኦሮምኛ ከሶማልኛ ጋር ከሁሉም በላይ ሲዛመድ ይህ በራሱ የቅርብ ዝምድና የሚያሳይ አይደለም። ይህ ቅርርብ 20% ብቻ ነው። አንድሬየስኪ ኦሮምኛ ከአገው፣ ቤጃ እና አሁን በኦሞቲክ ስር ከሚመደቡት ጋር ሲያነፃፅረው ያገኘው መመሳሰል እጅግ ዝቅተኛ ነው። ይህም 1% ዝምድና ነው። አንድሬየስኪ ኦሮምኛ ከአፋርኛ፣ ሳሆኛ እና ሲዳምኛ ጋር ዝምድና ያገኘው ደግሞ 3% ነው።[175] በተለይ በቃላት ደረጃ የልዩነቱ ስፋት በታች ቡድኖች መሀከልም ይታያል።

ሌላው ቀርቶ ምስራቅ ኩሻዊ በተባሉት እንኳ መሀከል ያለው ዝምድና ከተወሰኑት በስተቀር በጣም አናሳ ነው። ለምሳሌ፣ በቤንደር ንፅፅር አፋርኛ ከሳሆኛ ጋር 70 ፐርሰንት ሲመሳሰል ቤንደር በናሙናነት ከወሰዳቸው ሌሎቹ ቋንቋዎች ጋር ያለው ግንኙነት ከ39% በታች ነው። በቤንደር ንፅፅር ኢራቅው ሲጨመር በመሰራታዊ ቃላት ደረጃ ከአፋር ጋር ያለው ተመሳስሎ 2 ፐርሰንት ብቻ ነው። ከቤንደር (1971፡ 174) ሠንጠረዥ 6ን ይመልከቱ። ይህን ችግር ቀደም ያሉ ጥናቶች ያስተዋሉትም ነው። ተከር (1967) ከቃላት ንፅፅር ወጥቶ በተውላጠ ስም እና ባለቤት አፀፋዎች ላይ በማተኮር ከሱ ቀደም በግሪንበርግ የቀረበውን ምርመራ ያደረገበት ምክንያት ይኸው በቃላት

ደረጃ ኩሻዊ ተብለው በተፈረጁት መሀከል የዘር ዝምድና ማግኘት ባለመቻሉ ነው። የሚገርመው በተከር ንፅፅር የኮንሶ ጊዶሌ/ደራሼ ቡድን የምስራቅ ኩሻዊን ቀርቶ የኩሻዊ ባህርይን ማሳየት አለመቻሉ ነው።[176] የሄትዝሮን (1980)ም ጥናት በስነምዕላድ ላይ የማተኮሩ ሚስጥር ይኸው የቃላት መመሳሰል መጥፋት ነው። ኩሻዊ በሚባሉ ቋንቋዎች ውስጥ ስላለው ዝምድና ቆየት ያለ ቢሆንም ተከር (1967) መሰረታዊ ግንዛቤ ይሰጣል። ይህ ሰው በግሪንበርግ በኩሻዊ ስር የቀረቡትን ቋንቋዎች ሲመረምር የማያጠራጥር/ቀጥተኛ ኩሻዊ፣ በከፊል ኩሻዊ እና አጠራጣሪ ኩሻዊ በሚል በሶስት መድቧቸው ነበር። በማጠቃለያው የኋለኞቹን ሁለቱን አጠራጣሪ "ፍሪንጅ"[177] ኩሻዊ የመጀመሪያውን ደግሞ ቀጥተኛ 'ኦርቶዶክስ'[178] ኩሻዊ ብሎ መድቧቸው ነበር። ከሞላ ጎደል የተከር ምደባ በኋላ በወጡ ስራዎች ትክክል መሆኑ ተረጋግጧል። ከዚህ ውስጥ ምዕራብ ኩሻዊ የሚባሉትን ከኩሻዊ ስር ማውጣቱ አንዱ ነበር። ሌላኛው ማአን ጨርሶውንም ከአፍሮኤሽያዊ ማውጣቱ ነው።

እርግጠኛ የዘር ግንኙነት አላቸው ለማለት የሚቻለው (1) የአገው ቋንቋዎች፣ (2) የቤጃ የንግግር አይነቶች፣ (3) አፋር፣ ሳሆ እና ኢሮብ፣ (4) ደቡብ ኩሻዊ፣ (5) ደጋማው ምስራቅ ኩሻዊ (ቡርጂ-ሲዳማ ቡድን)፣ (6) አሞ-ጣና፣ (7) ኦሮሞይድ/ኮንሶይድ፣ እና ምናልባትም (8) ዱላይ ናቸው። ቀደም ባለው በነቶስኮ የቀረበው የዱላይ-ያኩ ጥምረት በራሱ አጠያይቂ ነው። ያኩ ጨርሶውንም ኩሻዊ ስለመሆኑም የሚያጠራጥር ነው። የቀዳሚውን ክፍል ይመለከቱ።

እዚህ ላይ በስያሜ ደረጃ ያለውንም እንደገና መመልከቱ ተገቢ ነው። የአገው ቋንቋዎችን ኩሻዊ ለማለት እንዲያመች ከሞላ ጎደል የመነገሪያ ቦታቸውን በመያዝ ማዕከላዊ ኩሻዊ የሚል ስያሜ በተለዋጭ ከአገው ጋር ጥቅም ላይ ዋለ። ከአገው ቋንቋዎች በሰሜን የሚገኘው ቤጃ እራሱን ብቻ ቢወክልም ሰሜን ኩሻዊ የሚለው ስያሜ ተሰጠው። ምስራቅ ኩሻዊ፣ ቀድሞ ምዕራብ ኩሻዊ የሚባለው እና ደቡብ ኩሻዊ የሚባሉትም ከእዚህ ነጥብ በመነሳት ነው። ስያሜው ስር በመስደዱ የውስጥ ምደባ ላይ ለውጥ ሲደረግ ስያሜያቸውን ይዘው አንዱ ባንዱ ስር መካተታቸው አልቀረም። ለምሳሌ በቀዳሚው ክፍል እንደተመለከትነው አንዳንዶች ደቡብ ኩሻዊ ከምስራቅ ኩሻዊ ቋንቋዎች የቀረበ ዝምድና እና ስላለው እንደሌሎቹ በእኩል የሚታይ ሳይሆን በምስራቅ ኩሻዊ ስር መመደብ ይገባዋል የሚል አለ። ይህ ስያሜው አንዴ ከወጣ በኋላ በውስጡ ያሉት ቋንቋዎች ወይም ቡድኖች በርግጥ ስያሜው እንድሚለው አካባቢን የሚያመለክቱ ላይሆኑ ይችላሉ። ከዚህ ውጭ ከስም በዘለለ ኩሻዊ በመባል በአንድ ዘር ሁሉን ቋንቋዎች የሚያዛምዳቸው የለም። ይህም ቢያንስ ቡድኖቹን በተለዋጭ ስማቸው መጥራቱ አስፈላጊ ይመስላል። ቢያንስ የአገው ቋንቋዎችን ማዕከላዊ ኩሻዊ ከማለት ይልቅ አገው ቡድን፣ ቤጃን ሰሜን ኩሻዊ ከማለት ይልቅ በስሙ ቤጃ በማለት መጥራቱ ተገቢ ይመስላል። ይህን ማድረጉ ቢያንስ መደናገርን በተወሰነ ደረጃ ያስቀራል።

5.5 ማጠቃለያ

በርካታዎቹ ኩሻዊ ስር የተመደቡት አፍሮኤሽያዊ ለመሆናቸው ማስረጃ ማቅረብ ቢቻልም፣ እንዲሁም በሌሎቹ በታወቁት የአፍሮኤሽያዊ ስር ባሉ ቤተሰቦች ማለትም፣ ግብፃዊ፣ ሴማዊ፣ ቻዳዊ፣ ወዘተ እንዳልሆኑ ማስረጃ ማቅረብ ቢቻልም አንድ የሚያደርጋቸው ባህርያት እስካሁን አልተገኘም። ከኦሞአዊ እንዳየነው ኩሻዊ በሚል የተመደቡት ቋንቋዎች በሌሎች ቤተሰብ ስር ሊመደቡ የማይችሉ የአፍሮኤሽያዊ ቋንቋዎች ናቸው። ለምሳሌ፣ ቤጃ ጨርሶውንም በኩሻዊ ስር መመደብ አይገባውም በማለት ሄትዝሮን (1980) አስወግዶታል። በሌሎቹም ላይ ያለው ሁኔታ ተመሳሳይ ነው። የአገው ቡድንንም ቢሆን ከሴማዊ ቤተሰብ በተለየ ኩሽ ለተባሉት ቡድኖች የሚያቀራርበው የተለየ የቃላትም ሆነ ሰዋስዋዊ ዝምድና የለም ወይም አናሳ ነው።

ዳኛቸው ወርቁ (1962፡5) *ሊደፍርስ* በሚለው ልቦለዱ ላይ "የይፋትና ጥሙጋ አውራጃን ጣርማበር ላይ ሆኖ ሲመለከቱት እግዚአብሄር ዓለምን ሠርቶ ሲያበቃ የተረፈውን ትርክምክም ያጎረበት እቃ ቤቱ ይመስላል" ይላል። ኩሻዊም በሌሎች የአፍሮኤሽያዊ ቤተሰቦች መመደብ የማይችሉ የአፍሮኤሽያዊ ቋንቋዎች በአንድ የታጎሩበት 'ግምጃ ቤት' ነው ማለት ይቻላል። ይሁን እንጂ ወደታች ደረጃ ቋንቋዎቹን የሚያስተሳስር አለ። ለዚህም ነው የዚህን ምድብ ክፍፍል በሚጠይቁ/በሚሞግቱ የእነአሬል እና ስታልቦቫ (1995)፣ ቤንደር (1997) ወዘተ ስራዎች ሳይቀር በተናጠል/በዝቅተኛ እርከን ባሉ ቡድኖች ውስጥ ያሉት ቋንቋዎች ውስጥ በአብዛኛው ስምምነት የሚታየው።

ማስታወሻዎች

---

1 ለምሳሌ፣ ፍለሚንግ (1969፣ 1974፣ 1976ሀ&ለ)ን ይመልከቱ። በዚህ ጉዳይ ላይ ቤንደር (1975)ንም ይመልከቱ። በርግጥ ከፍለሚንግ (1979) ቀደም ባለ ስራ ተከር (1967) በወቅቱ ኩሻዊ ስር የተመደቡትን ቋንቋዎች ከተውላጠ ስሞቻና ከስሙሙምነት እርባታዎች አንፃር ሰገመገም ምዕራብ ኩሻዊ ከተባሉት ውስጥ በናሙናነት የወሰዳቸው ቋንቋዎች ከኩሻዊ ጋር በተለይ የሚያገናኛቸው እንደሌለ ገልጿል፤ "Ometo, Janjero, and Kaffa (Moreno's *tā-nē* langaages), have distinct Erythraic characteristics, but seem to lack the specifically 'Cushitic' pronominal and conjugation patterns that link together Bedauye, Somali, Bilin, […], and Sidamo for instance" (ተከር፣ 1967፣ 678)።

2 *ቋንቋ እና ነገድ በኢትዮጵያ፡ ቅፅ ሁለት*

3 "The designation 'Cushitic' was introduced by 1858, and the entire language family was named 'Hamito-Semitic' in 1876 by Fr. Müller

in his Grundriss der Sprach-wissenschaft [...], where Müller describes the concerned group of languages" (ፌፒንስኪ፣ 1997፡ 23)።

4 "Since the Europeans came into contact with a language of the Cushitic family (i.e., Oromo) in the 17th century, its relationship with Semitic has been assumed and has never been seriously called into question until our days" (ላምበርቲ 1991፡52)።

5 *ለዝርዝሩ ቋንቋ እና ነገድ በኢትዮጵያ ቅፅ አንድን ይመለከቱ።*

6 Semitich-hamitischer Sprachstamm

7 Hamito-semitische Sprachen

8 Hodge

9 Dolgopoljskij

10 እስካሁንም ይህን ስም የሚጠቀሙ አሉ። ለምሳሌ፣ በጣልያን በየአመቱ በአፍሮኤሽያዊ ቋንቋዎች ላይ የሚደረገው ኮንፈረንስ የሚጠራበት ሀሚቶ-ሴሜቲክ በሚል ነው።

11 የሚከተለውን ከላምበርቲ ይመልከቱ፤ "Cushitic owes its name to Cush who, according to the testimony of the Bible, was one of Ham's sons; the term 'Hamitic' seems to have been coined to express a contrast to 'Semitic,' the other great family of this phylum" (ላምበርቲ 1991፡ 52)።

12 የኩሽ ቋንቋዎችን በዘር ምደባ ስላለው ታሪካዊ ሂደት በተጨማሪ ላምበርቲ (1991)ን እንዲሁም ቶስኮ (2000)ን ይመልከቱ።

13 በዚህ ረድፍ ያሉት የንንግር አይነቶች በእንግሊዝኛ እንደቅደመተከተላቸው የቀረቡት እንደሚከተለው ነው፤ Dabarre፣ Garre፣ Jiiddu፣ Maay፣ Somali፣ እና Tunni።

14 Somali

15 ትርጉሙ ቀጥተኛ አይደለምና በምንጩ ቋንቋ ያለውን ከታች እናቀርባለን፤ "The A. peoples of Eritrea and Ethiopia today represent the remnants of what must have been the original population of much of the highland region from the Marab river in the north to the Gamma river in the south, who were later absorbed into the Semitic language and culture of the Aksumite kingdom, providing the linguistic substratum of [Tigrinya] and Amharic. The process of assimilation and integration into the dominant Semitic language and Christian culture of late Aksumite Ethiopia certainly began at an early stage, probably as early as the 6th cent. and culminating in the rise of the Zagwe dynasty in the 12th and 13th cent. The process of integration of all the A. peoples was not by any means uniform, and the sense of separateness and identity remains today, most notably of course in the case of the 'Beta Isra'el'" (Appleyard 2003:139).

16 የሚከተለውን፣ ለምሳሌ ያህል ይመለከቱ፤ "The enclaved A[gew] peoples are the principal original inhabitants of northern and central Ethiopia. They probably once covered a contiguous territory and have deep roots in the region's culture history" (ጋምስት 2003:142)።

17 አፕልያርድ (2003፡140) ሙድሮክን በመጥቀስ ያቀረበውን መመልከቱ በቂ ይመስለናል።

18 የዚህን ስራ እንግሊዝኛ ትርጉም ከማክሪንድል (1897) ይመልከቱ።

19 በዚህ ሀውልት ላይ የነበረው ፅሁፍ ለታሪክ የተረፈልን በ6ኛው ክፍለዘመን ጋአ አካባቢውን የጎበኘው ኮስማስ በፅሁፍ ገልብጦ ያቆየው ነው። በዚያ ሀውልት ከተጠቀሰው የሀገር/ህዝብ ስም ውስጥ Athagaus የሚለው አገውን የሚመለከት እንደሆነ ይታመናል። ይህ የሚገኘው ንጉሱ በዚህ የድል ሀውልቱ ላይ ድል አድርጎ ያስገበራቸውን ሀገራት/ህዝቦች በዘረዘረበት ላይ ነው። የሚከተለውን ከዚህ ድል ሀዋልት ላይ የተገለበጠውን ከገልባጩ የተወሰነ አስተያየት ጋር ይመልከቱ፡ "Having after this with a strong hand compelled the nations bordering on my kingdom to live in peace, I made war upon the following nations, and by force of arms reduced them to subjection. I warred first with the nation of Gaze then with Agame and Sigye and having conquered them I exacted the half of all that they possessed. I next reduced Aua and Tiamo, called Tziamo, and the Gambela, and the tribes near them [he means the nations beyond the Nile], and Zingabene and Angabe and Tiama and Athagaus and Kalaa, and the Semenoi—a people who lived beyond the Nile on mountains difficult of access and covered with snow, where the year is all winter with hailstorms, frosts and snows into which a man sinks knee-deep" (ማክሪንድል፣ 1897፡ 59-62)። የዚህን ሀውልት ፅሁፍ ሙሉ የእንግሊዝኛ ትርጉም ከተጨማሪ ማስታወሻ ጋር ማክሪንድል (1897፡ 57 ቅገ)ን ይመልከቱ። ኮስማስ በወቅቱ በስድስተኛው ክፍለ ዘመን በዘገበበት ላይም ስለአገው አንስቷል። በወቅቱ ስለአገው እና የንጉሥ ካሌብ አክሱማይት መንግሥት ተጨማሪ መረጃ ይሰጣልና ይህን እዚህ ሰፋ አድርገን እንጠቅሰዋለን። የኮስማስ ፅሁፍ የእንግሊዝኛ ትርጉም አሁንም ከማክሪንድል ነው፤ "The country known as that of Sasu is itself near the ocean, just as the ocean is near the frankincense country, in which there are many gold mines. The King of the Axomites accordingly, every other year, through the governor of Agau, sends thither special agents to bargain for the gold, and these are accompanied by many other traders—upwards, say, of five hundred—bound on the same errand as themselves. They take along with them to the mining

district oxen, lumps of salt, and iron, and when they reach its neighbourhood they make a halt at a certain spot and form an encampment, which they fence round with a great hedge of thorns" (ማከሪንድል፣ 1897፡ 52)።

20 "'Atagau' is […] mentioned in one of the early inscriptions of Ezana" (ጋምስት 2003፡142)

21 አፐልያርድ (2003:139) በአገው ቋንቋዎች ላይ የራይንሺን ስራዎች የሚስተካከል እሳካሁን አልተሰራም ይላል። አፐልያርድ ይህን አስተያየቱን ከሰጠ በኋላ ትንሽ የማይባሉ ሰፊ ጥናቶች በቋንቋዎቹ ላይ ተደረገዋል። የተሟላ መረጃ ያሉንን ከታች እያንዳንዳቸውን ቋንቋዎች ስንዳስስ እንመለከታቸዋለን።

22 ኩንፈል እንደቋንቋ መታየት ይገባዋል/አይገባውም የሚለውን ወደኋላ ላይ እንመለስበታለን።

23 ለተጨማሪ አፐልያርድ (2003:140)ን ይመልከቱ።

24 The Awngi of Ethiopia. Joshua Project. https://joshuaproject.net/assets/media/profiles/text/t15030_et.pdf Retrieved 10/25/2018.

25 EST (Eastern Standard Time)

26 https://www.worldometers.info/world-population/ethiopia-population/

27 ግርማ (2015) እና በዚያ የተጠቀሱ ስራዎችን ይመልከቱ።

28 "Kemantney was once spoken in several villages in North Gondar especially in the districts of Chilga and Lay Armachoho" (ዘላለም 2000፡30)።

29 "Today, the language is 'alive' only in Chilga in some semi-desert villages located at the bottom of the gorge of the mountainous escarpment and in those villages located on the plateau which has a relatively cool climate" (ዘላለም 2000፡30)።

30 "*Dialects:* Qimant (Chemant, Kamant, Kemanat, Kemant, Kimant, Qemant), Dembiya (Dambya, Dembya), Hwarasa ("Kara" *pej.*, Qwara, Qwarina), Kayla, Semyen, Achpar, Kwolasa (Kwolacha)." (ሲመንስ እን ፌኒግ፣ 2017፡28)

31 የዚህ ቦታ ስምን የወሰድነው ከእንግሊዝኛው Karkar ነው። ይህ በአምራኛው ምናልባት የተለየ አጠራር ሊኖረው ይችላል። ማረጋገጥ አልቻልንም።

32 "Suffice is to say that several differences were observed by me between the speech of [Karkar] and that of [Cilga], and that several informants were of aware of such dialectal differences" (አፐልያርድ፣ 1975፡316)።

33 "This dialect, called variously "Falashan" or Qwarinya" in the literature (or Qwaräsa, i.e. the language of Qwara; known as *K'''arili*

wana gämärna 'the language which is in Qwara' to the few surviving speakers) is moribund today, spoken by a mere handful of elderly people now living in Israel, though it is still used in Bera Isra'el liturgy" (አፕልያርድ፣ 2003:140)።

34 የሚከተለውን ይመልከቱ፤ "The most recent, rigorous and systematic work of Kemantney is Appleyard's 1975 work. He did his fieldwork in 1974 and produced a descriptive sketch of the language the following year. His data was collected from Tikil-Dingay, north of Gondar. Appleyard calls the dialect, Kerker. Except in some minor cases, the Kemantney data he collected are very similar to my data and texts of Chilga" (ዘላለም፣ 2000፡24)።

35 ዊሊያምስ (2020) እንደዘገበው አከራሪ የብሌን ብሄርተኞች ጥንታዊ ብሌኖች የአለም የመጀመሪያው ህዝቦች ናቸው ብለው ያስባሉ ይላል።

36 Project, Joshua. Bilen in Eritrea. https://joshuaproject.net/people_groups/10848/ER. Retrieved 20 April 2024.

37 "Perhaps two-thirds of the people are Muslims, some remain Ethiopian Christian, and some are Roman Catholic" (ጋምስት 2003፡ 142-3)።

38 Project, Joshua. Bilen in Eritrea. https://joshuaproject.net/people_groups/10848/ER. Retrieved 20 April 2024

39 "The Bilin in Eritrea have a tradition that they migrated northwards from Lasta first at the end of the lOth cent., and were later followed by a second migration following the fall of the Zagwe dynasty" (ጋምስት 2003፡142).

40 አፕልያርድ (2003:139) ተመሳሳይ ሀሳብ ሰንዝሯል፤ "The majority of Christian Bilin speakers are bilingual in Tigrinya, and many Muslim speakers are also bilingual *in* Tigre"።

41 "Bilin (Belin, or *Balina gab* 'language of the Bilin'; Bilen is the Tigrinya and Tigre term) is spoken by between 90,000 and 120,000 people in the former Sanhit province in Eritrea, focusing on the town of Karan" (አፕልያርድ፣ 2003:139)።

42 Project, Joshua. Bilen in Eritrea. https://joshuaproject.net/people_groups/10848/ER. Retrieved 20 April 2024

43 "There are two dialects, Ta' aqwer (or Taqwor) and Tarqeqwor, more usually called Sanhit today, which differ mostly in details of vocabulary, though there is some small morphological variation." (Appelyard 2003:139).

44 IPA
45 ይህ በጥናት ላይ ያልተመሰረተ ፖለቲካዊ ውሳኔ ሌሎች ባርካታ ቋንቋዎች/ፅሁፈቶች ላይም በተለይ በኢትዮጵያ ከፍተኛ ተፅዕኖ በባህልና በታሪክ ግንዛቤ እንዲሁም በፖለቲካ እና በአብሮነት ላይ አሳድሯል።
46 Kiflemariam Hamde. 1997. Dehai Blin. https://web.archive.org/web/20190426053209/http://www.people.vcu.edu/~gasmerom/Eritrean_languages/blin/ Retrieved 04/20/2024.
47 “Blin, as far as I know, is written in Geez script” (ክፍለማርያም፣ 1997)።
48 “I personally prefer to write it in Geez script and my present attempts to write in the Latin Alphabet is merely for Dehai consumption” (ክፍለማርያም፣ 1997)።
49 “Bilin is linguistically very close to Hamtanga, the A. language of the Hameta, and it is not unfeasible that the two diverged as little as a millennium ago or less” (Appelyard 2003:139).
50 እዚህ ላይ አገዊ ራይኒሽ (1885) ካጠናውና በተለያዩ ስራዎች ቋረኛ በሚል ከሚገለፀው ጋር የተለየ ከመሆኑም በላይ ተናግሪዎቹም የተለያዩ መሆናቸውን ልብ ይሏል። ባለውፈው ከፍል እንደገለፅንው ቋረኛ የቅማንትነይ ዘዬ ሲሆን አገዊ ግን የቅርብ ዝምድናው ከአውንጊ ጋር ነው።
51 “The wordlist comparison shows a similarity to Mount Belaya of 72 percent and to Kosober of 74 percent, which is considerably less conclusive than the results from the Mount Belaya wordlist. With those numbers in the low seventies, the Agaw of K’wara may be a borderline case between a dialect of Awngi and a distinct language in its own right” (ጆስዊግ እና መሀመድ 2011፡6)።
52 የሚከተለውን ከእነዚህ ሰዎች ይመልከቱ፤ “[Agewi] is a variety of Southern Agaw (or Awngi) which, in pure linguistic terms, could be seen as distinct enough to be counted as a separate language. The speakers insist that their language is the same as Awngi, and they have no difficulty understanding materials produced for that language. Based on this, it is recommended that this variety be treated as a dialect of Awngi.” (ጆስዊግ እና መሀመድ 2011፡1)።
53 በርግጥ በመሰረታዊ ቃላት ደረጃ ከመጣን ባጠቃላይ በኩሽቲክ ቋንቋዎች መሀከል ያለው ግንኙነት በጣም ደካማ ነው። ቶስኮ ይህን ጉዳይ እንደሚከተለው አጠቃሎ ያቀርበዋል፤ “The percentages of lexical cognates between Cushitic languages are extremely low. As the four branches can be arranged on a North-South axis, cognates are generally higher between neighboring branches; according to Ehret (1976), they range from as low as 5-6% between North (Beja) and South Cushitic, and 8-14%

between geographical neighboring groups (such as Central and East branches)" (Tosco 2003:91)።

54 አፕልያርድ ይህን በተመለከተ የሚከተለውን ይላል፤ "The various Cushitie languages are considerably more differentiated amongst themselves than the members of the Semitic family, and several branches of Cushitic themsdves show as much internai complexity as Semitic as a whole" (Appleyard 2011: 39). አፕልያርድ በሌላኛው ስራው ይህንኑ ሀሳብ ደግሞታል፤ "[I]t is worth remembering that the various Cushitic languages are considerably more differentiated amongst themselves than, for instance, are the members of the Semitic family, and several branches of Cushitic show as much internal complexity as Semitic as a whole" (Appleyard, 2012: 200).

55 "Beja speakers number about 1 million - but ethnic Beja people may be as many as 2 or 3 million. They live in Southern Egypt, Eastern Sudan and Northern Eritrea. Most of them live in the Sudan, with Port Sudan, Suakin and Kassala as major centres" (ቬዲከንድ እና ሙሳ 2004/5፡10)።

56 በአንደኛው ክፍለዘመን ጋአ ቤጃዎች ተጠናከረው ሜሮኤን ለመቆጣጠር ችለው ነበር። እየደከመ የመጣው የኩሽ መንግሥት በምዕራፍ ሁለት እንደተመለከትን ሀይሉ እየቀነሰ ግዝቱም ወደትንንሽ የንጉሦች አስተዳደር እየተከፋፈለ በመጨረሻም በኢዛና ፍፃሜውን ማግኘቱን መግለፃችን ይታወሳል።

57 የዚህ ፀሀፊ እንግሊዝኛ ትርጉም የሚከተለው ነው፤ "The Bishariyya are a black people, whose country is extremely hot. Their water comes from the Nile. They are Christians and live under tents: the Beja are part of them" (ጂአቫኒ፣ 1975፡18)። የዚህ ሰው አስተያየት ትክክል ነው ለማለት የሚይስችለው ሌላኛው ማረጋገጫው ክርስትያን ለመሆናቸው ጥርጥር የሌለውን ኢትዮጵያውያኖችን መጥቀሱ ነው። በወቅቱ የኢትዮጵያ ዋና ከተማ ጀርሚ እንድሚባልና ሀበሾችም ክርስትያኖች መሆናቸውን እንደሚከተለው ገልጿል፤ "The Ḥabasha are a black people; their country is very hot and extends over flat plains as far as the sea coast; their religion is Christianity and their staple food is honey and durra" (ዝኒ ከማሁ)። ሀበሾች በውቅቱ ክርስትያን መሆናቸው ቢታወቅም፣ ጀርሚ የተባለ ዋና ከታማ፣ "Jarmī, a town of the king of the Ḥabasha" የሚታወቅ ነገር የለም። በኢትዮጵያ ታሪክ 10ኛው ክፍለ ዘመን የጨለማ ዘመን ነው፤ ከኢትዮጵያውያን ወገን ስለዚህ ዘመን ከአፈታሪክ በዘለለ የፅሁፍ ማስረጃ እምብዛም ወይም ጨርሶውንም የለም።

58 በታሪካዊ ስነልሳን ኢኖቬሽን 'innovation' የሚለውን ሙያዊ ቃል ይመለከታል።

59 "The choice of terms is not very fortunate (the so-called "prefix verbs" show gender, number and tense by suffixes)" (ቬድኪንድ፣ ቬድኪንድ፣ እና ሙሳ፣ 2002፡2)።
60 ግዜ ከፈቀደ በዚህ ጉዳይ ላይ ራሱን በቻለ ስራ ሰፋ አድርገን እንመለስበታለን።
61 በዚህ ስራ አናባቢዎችን በተለይ አጭር አናባቢዎችን እዚህ እንዳደረግነው አልፎ አልፎ በአማርኛው አ፣ ኡ ወዘተ ብንሰጥም ረጅሞቹን በወጥነት የአይፒኤን ፊደል ተጠቅመናል። በተነባቢም ደረጃ እንደዚሁ ነው። በአማርኛ አናባቢ የሚወከለው በዋናነት በእያንዳንዱ ፊደል ልዩ ቅርፅ ሲሆን አ፣ ኡ ወዘተ በተወሰነ ደረጃ አናባቢን ቢወክሉም ከመነሻቸውም ውክልናቸው የጉሮሮ ለሆነችው /ʔ/ መሆኑን ማስተዋል ያስፈልጋል። ይህም ማለት እነዚህ ፊደላት በራሳቸው የአናባቢና ተናባቢ ጥምረት ናቸው ማለት ነው። ለምሳሌ አ ስንል ʔa ማለታችን ነው፣ ምንም እንኳን ይህ በአሁኑ አማርኛ ውስን ቢሆንም።
62 "It used to be spoken in Southern Egypt, but it seems all or almost all speakers have now shifted to Arabic (ቫንሆቭ 2020፡300)።
63 https://joshuaproject.net/people_groups/10766 Retrieved 08/07/2024.
64 ቫንሆቭ (2020) እና በዚያ የተጠቀሱ ስራዎችን ይመልከቱ።
65 ይህን በተመለከተ የሚከተለውን ድምዳሜ ከዛቦርስኪ ይመልከቱ፤ "It is not clear whether an independent South Cushitic group really exists" (ዛቦርስኪ 1984:129)።
66 ዛቦርስኪም የሚከተለውን ይላል፤ "The hypothesis of a Proto-Southern Cushitic is still uncertain" (ዛቦርስኪ 1894:133)። በዚህ ጉዳይ ላይ ለሰፊ ትናታኔ ይህን የዛቦርስኪ (1984)ን ስራና እና በዚያ የተጠቀሱ ስራዎችን ይመልከቱ።
67 Aasáx
68 Alagwa
69 Burunge
70 Gorowa
71 Iraqw
72 Kw'adza
73 Joshua Project. Iraqw. https://joshuaproject.net/languages/irk Retrieved 05/03/2024.
74 የሚከተለውን ይመልከቱ፤ "Ma'a has an lraqw-Iike pronoun system and a pure Bantu verb conjugation system. On the basis of the present criteria, it could be regarded as a 'Mischsprache', and this conception is strengthened by other criteria, for instance a considerable body of Iraqw-like noun and verb vocabulary combined with a complete Bantu system of class prefixes and concords" (ተከር፣ 1967፡678)።
75 "The differences between Kambaata and Xambaaro are marginal and they do not impose any difficulties for communication between

the two groups. Alaaba differs from Kambaata in parts of the lexicon and with respect to certain grammatical features. Nevertheless, Alaaba and Kambaata are still mutually intelligible" (ትሬስ፣ 2008፡ 4)።

76 ይህን በተመለከተ አምቦርን የመከተለውን ይላል፤ "In our days, one may regard the B. rather as a complex, differentiated modern society, having ethnic *Gemeinsamkeit* (~common features) rather than being an ethnic *Gemeinschaft* (~ community)" (2003፡642)።

77 ጆሽዋ ፕሮጀክት። ቡርጂ። https://joshuaproject.net/people_groups/11027 Retrieved 05/09/2024.

78 ጆሽዋ ፕሮጀክት። ሲዳማ። https://joshuaproject.net/languages/sid Retrieved 05-09-2024.

79 ጆሽዋ ፕሮጀክት። ሲዳማ። https://joshuaproject.net/people_groups/14630/ET Retrieved 05-09-2024.

80 ጆሽዋ ፕሮጀክት። ጌዲኦ። https://joshuaproject.net/people_groups/11504/ET Retrieved 05-09-2024.

81 ጆሽዋ ፕሮጀክት። ጌዲኦ። https://joshuaproject.net/languages/drs Retrieved 05-09-2024.

82 ንጥረ ድምፅ እና ድምፀልሳን የሚሉት በተለዋዋጭነት ቢገኙም ሁሉም ትርጉም ለዋጭ ለሆኑ ድምፆች በእንግሊዝኛው 'ፎኒም' የተሰጡ ውክልናዎች ናቸው። በዚህ ስራ ንጥረ ድምፅ የሚለውን በቀጥነት ለመጠቀም ሞክረናል። በእንግሊዝኛው 'ፎነሚክ' ለሚለው ንጥረ ድምፃዊ አቻ ሆኖ ቀርቧል። በዚህ ስራ ድምፆች በሁለት እዝባሮች '/ /' ውስጥ አንዳንዴ ገብተው ይገኛሉ። ይህ አጠቃቀም በስነድምፅ 'ፎነቲክ' እንዳለው ንጥረ ድምፅ ለማመልከት አይደለም። አጠቃቀሙ ድምፆችን ከዋናው ፅሁፍ ለመለየት ብቻ ነው።

83 "On Kambatta, I worked with informants of Hosayna (formerly called WaEamu), the center of the Icambatta-speaking region" (ሌስላው፣ 1952፡349)።

84 "The oral traditions of the Q[ebeena] report that their ancestors originated from an area called Migo north of the Wabi Šäbälle bend (BrHad 155ff., 167–75). At the beginning of the 16th cent. they migrated together with the Allaaba to Qaweena in Sidaama, and they still today consider the Qaweena subgroup of the Sidaama as their close relatives. In their oral traditions they claim to have spoken "Adäre", i.e. a Semitic language related to Sélti. Together with the Allaaba their ancestors left Qaweena presumably during the first half of the 18th cent. and migrated in a northwesterly direction to southern Kambaata and Timbaaro. In this area they abandoned their

Semitic language in favour of the Cushitic Timbaaro language. Ca. 1790 they proceeded from there to Waaóóamo and Guuna in the present-day Hadiyya zone. Here, the Allaaba separated from the Q. and moved westwards in order to settle in the upper Bilate valley. This separation occurred ca. 1815. The Q. migrated in a northernly direction via the mountain of Mugo, Mafäd and Óaha in Gurageland to the valley of the upper Gibe, where they settled for a short period in the middle of the 19th cent. From there they proceeded via Abäšge and Óeka to Zenna-Bannär in the region east of Wälqite which became their final domicile around 1860. Two decades earlier one faction had split from the bulk of the group in Mafäd and had crossed the Gibe to Abälti where they have preserved an ethnic enclave of the Q. in today's Gimma zone of Oromiyaa" (ብራውኬምፐር፣ 2012፡248-9)።

85 በአርባጉጉ አካባቢ አሁንም አርጎባዎች አሉ። ይህ አካባቢ እስከታች ሀረሪ ድረስ ማዕከላዊ ኢትዮሴማዊ ህብረተሰብ የሰፈረበት ነበር።

86 "The A. (Halaba) were by then [i.e. during Aste Zera Yocob] one of the major tribal segments of the Hadiyya. They presumably spoke the Semitic language of the East Gurage cluster" የብራውኬምፐርም (2003፡206)።

87 ጆሿዋ ፕሮጀክት = Joshua Project. Alaba in Ethiopia. https://joshuaproject.net/people_groups/10255/ET Retrieved 05/14/2024

88 "Alaaba differs from Kambaata in parts of the lexicon and with respect to certain grammatical features" (ትሬስ፣ 2008፡4)።

89 "The differences between Kambaata and Xambaaro are marginal and they do not impose any difficulties for communication between the two groups" (ትሬስ፣ 2008፡4)።

90 "The [Oromo] originated in the area between and around Lakes Shamo and Stephanie, in the area of the Galana Sagan and Galana Dulei, just south of Bahrgamo and Mt. Wolabo, in north-west Borana. It is here that the closest linguistic relatives of the [Oromo]-Konso, Gato, Gidole, Arbore, Gawata, Warazi, Tsamai, Geleb-are found. The [Oromo] language was once one with these, and [Oromo] speakers even today live in this area. This is striking confirmation of Bahrey, of Almeida's map, and of the oral traditions of the [Oromo] themselves" (ሌዊስ፣ 1966: 41)።

91 የሚከተለውን ከዚህ ሰው ይመልከቱ፤ "The extant historical documents and oral traditions relevant to the origins of the [Oromo] indicate that

they began their expansion about 1540 from south-central Ethiopia, probably south of Lake Abaya. There is no evidence to suggest that the [Oromo] previously occupied the Somali-lands. Genuine historical documents offer virtually no evidence re-garding the origins of the Somali, and the oral traditions of the Somali are questionable and often irrelevant" (ሌዊስ 1966: 38)።

92 በቋንቋው ላይ ከተሰሩት ባልተናነሰ ወይም በላይ ስለነገዱ አመጣጥ በርካታ ስራዎች ተከናውነዋል። ዝርዝሩ ሰፊ ከመሆኑም በላይ በጉዳዩ ጠለቅ ያለ እውቀት ለሚሻ መረጃ ለማግኘት የሚፈልግ መረጃ በቀላሉ ማግኘት ስለሚችል እዚህ ወደዝርዝሩ አንገባም። ዝርዝሩ ከርእሳችንም ያስወጣናል።

93 ኦርማዎች አርብቶ አደሮች ሲሆኑ ዋጣዎች ደግሞ ኑሯቸውን በአደን ላይ የመሰረቱ ናቸው። ስለኦርማ ሰዋስው ሆስኪንስ (2011)ን ዋጣ ላይ ደግሞ ሀይነ (1981)ን ይመልከቱ።

94 ይህ ጎሣ እራሱን ሙንዮ ቋንቋቸውን ደግሞ አፋን ሙኒዮ‑ቲ እንደሚሉት ሀይነ (1980፡ 143) ገልጿል። ይህ ጎሳ ከሌሎቹ የኦሮሞ ጎሳዎች በተለየ አሳ ዋና ምግባቸው ነው (ዝኒ ከማሁ)።

95 ይህን በተመለከተ ሌዊስ ያለውን እዚህ ሰፋ አድርገን እንጠቅሳለን፤ "[L]ineages are not based primarily on land-holding, and possession of land has no mystical or ritual value. Political ascendency is not conferred by or symbolized in mystical ties to the earth but derives from superior fighting potential. In Somali lineage politics the assumption that might is right has overwhelming authority and personal rights, rights in livestock, and rights of access to grazing and water, even if they are not always obtained by force, can only be defended against usurpation by force of arms. Political status is thus maintained by feud and war, and self-help-the resort of groups to the test of superior military power-is the ultimate arbiter in political relations" (1999: 2-3).

96 አብኒክ (2009) እና ሌዊስ (1999) ታላቅ ጎሳ በእንግሊዝኛው ቀጥታ ትርጉም ጎሳዊ ቤተሰብ 'clan family' ይሏቸዋል። ይህ አሰያየም ቤተሰብ በቋንቋ ዝምድና ላይ ካለው፣ ለምሳሌ ኩሻዊ ቋንቋ ቤተሰብ፣ ሴማዊ ቋንቋ ቤተሰብ፣ጋር የሚሄድ ነው።

97 በአብኒክ (2009፡11 እና ቀጥ) የሱማሌ ታላቅ ጎሳዎች ዝርዝር የሚከተሉት ናቸው፤ 1. ዲር፣ 2. ይስሀቅ፣ 3. ዳሮድ፣ 4. ሃውዬ፣ 5. ዲጊል፣ እና 6. የጋርዴሬ-ያካቡር-ማይሌ።

98 በዘዬዎቹ መሀከል ስላለው ሰዋስዋዊ ልዩነት ላምበርቲ (1986)ን ይመልከቱ።

99 አናባቢ ይዘት በዚህ አገባቡ ቫወል ኳሊቲ 'vowel quality' የሚለውን የእንግሊዝኛ ፅንሰሀሳብ ወክሎ ነው።

100 ይች ድምፅ ሬትሮፍሊክስ ነች።

101 https://joshuaproject.net/clusters/104

102 በዚህ ስራ በኢትዮጵያ የአፋር ቋንቋ ጥናት ማበልፀጊያ ከመነሻው መሪ አቶ ጀማል አብዱልቃዲር ረዳና ባልደረቦቻቸው ትልቅ ምስጋና ሊቸራቸው ይገባል።
103 ሬትሮፍሌክስ
104 "A small number of verbs are distinguished by prefixes for person markers (see 12.1.1) and most mood markers (causative, benefactive, and passive, especially in Northern dialects, see 12.1.2). Perfect aspect is distinguished by non-a stem vowels and imperfect by the first stem vowel and other which precede it (with person and mood prefixes) becoming a and other mid (e or o) stem vowels becoming high (i or u). All verbs in this class are nonlow vowel initial in their basic form (i,e,u,o)." (ብሊስ፣ 1981፡ 156)።
105 ግዜ ከፈቀደ በተለያዩ የአፍሮኤስያዊ ቋንቋዎች የሚታየውን የድኅረግንድ ቅጥያ እና ቅድመግንድ ቅጥያ ወሳጅ ግሶች ባህርይ በንፅፅር በቀጣይ ስራ ወደፊት የምንመለስበት ይሆናል።
106 https://joshuaproject.net/people_groups/14641
107 ሬትሮፍሊክስ
108 በዚህ ስር ከቀረቡት የድምፅ ውክልናዎች መረዳት የሚቻለው ተርገብጋቢ የሚለው በስነድምፅ ትሪል 'trill' እና ፍላፕ ወይም ታፕ 'flap/tap' የሚሉትን ወክሎ ነው።
109 ሬትሮፍሊክስ
110 "In the last decades the Boon underwent a very strong Somalizing process, which ahs caused them to give up their mother tongue and take over local May dialect of Jilib medium. Only Boon people older than sixity years still have Af-Boon as mother tongue, but they use it only with fellow tribesmen of the same age" (ላምበርቲ 1984፡ 159)።
111 https://glottolog.org/resource/languoid/id/boon1242 Retrieved 0723/2024.
112 ኒውማንን ስለባይሶ የገለፀበትን ታሪካዊ ምልከታ እንዳለ እዚህ መጥቀሱ አግባብ ይመስለናል፣ "Quite a different population called Gidicho lives on the largest island of the lake. The Gidicho have good-looking, Somali-like faces. My Somal found, to their great astonishment, that a great part of the Gidicho expressions were almost identical with their own, as, for instance, the words for the various parts of the body and for the best-known animals, such as lion and leopard. I consider this discovery to be of great importance from an ethnological point of view, as the Somal were always thought to be the last intruders in North-East Africa, and here we find an isolated tribe surrounded by a population of an apparently older origin. The boats of the Gidicho are very interesting. They are rather rafts in boat form, being made of the very light wood of a species of ambach. The bow is often

ornamented like that of the Venetian gondolas. Formerly there were constant quarrels and wars between the inhabitants of the islands and those of the shore, but now, under Abyssinian rule, all live in peace with each other" (ኒውማን 1902፡384)።

113 "Althoughvowel lengthand consonant doubling are normally significant in Cushitic languages, the recorded Baiso data shows this not to be the case here. In a number of cases doubling appears to be irrelevant" (ፍለሚንግ፣ 1964:39)።

114 "Baiso is a stable indigenous language of Ethiopia" (ኢትኖሎግ https://www.ethnologue.com/language/bsw/) Retrieved 07/20/2024.

115 "According to the sociolinguistic survey conducted by the researcher in 2013, 95% of Bayso MT speakers are multilingual in more than four languages, namely Amharic, Gamo, Wolaita and Afan oromo" (ለሚ፣ 2018፡8)።

116 "Bayso is an East Cushitic language with complex systems of gender and number. Nouns mark four categories of number (unit reference, singulative reference, paucal reference, and multiple reference)" (ኮበርት እና ሀይዋርድ፣ 1987:1)።

117 https://joshuaproject.net/people_groups/14549 Retrieved 07/23/2024.

118 "The Elmolo language is virtually extinct" (ሀይነ 1980፡ 177)። በዚህ ላይ ኢትኖሎግም የሚከተለውን ይላል፡ "El Molo is a dormant language of Kenya. […] The language is no longer used as a first language by any remaining members of the ethnic community" (ኤልሞሎ። ኢትኖሎግ፣ 2024)። https://www.ethnologue.com/language/elo/ Retrieved 08/12/2024.

119 World Heritage

120 https://joshuaproject.net/people_groups/11887/ET Retrieved 07/25/2024.

121 "The Dullay-speakers have no overall ethnonym. The label "Dullay" was originally proposed by AMBORN, MINKER and SASSE (1980) and is the name of the river known in Amharic as Weyt'o; this is perhaps the most salient geographic feature of the area (actually, the river divides the westernmost group, the Ts'amakko, from all the other Dullay-speaking peoples)" (ቶሰኮ፣ 2012፡523)።

122 ለምሳሌ፣ ሳሻ (2005)ን ይመልከቱ።

123 "Harso-Dobase roughly matches the Highland dialect group of 'Alle language, while Gawwada-Gollango does the Lowland one" (ዮሺኖ፣ 2013፡83)።

124 "The Ts'amakko are the only Dullay speakers who live in a lowland area and on the west bank of the Weyt'o River. The other Dullay-speaking peoples are found in the largely unexplored mountainous area between the east bank of the Weyt'o and the Konso highlands." (ሳቫ 2005፡12)።

125 https://joshuaproject.net/people_groups/11836/ET Retrieved 08/01/2024.

126 https://joshuaproject.net/people_groups/15589/ET Retrieved 08/01/2024.

127 "Gawwada (and the other Dullay varieties, with the exception of Ts'amakko) is spoken in a mountainous area about 1,600-1,700 meters upon the sea level" (2012፡523)።

128 https://www.ethnologue.com/language/dox/ Retrieved 07/20/ 2024.

129 ነገዱ የመሳዮችን ቋንቋ እና ባህል የራሱን ትቶ እንዲወስድ ያደረገው በመሳይች ተፅዕኖ ምክንያት ሳይሆን በራስ ውስጣዊ ፍላጎት እንደሆነ ይነገራል፤ "[T]he assimilation was not typically orchestrated by the stronger Maasai, but the Yaaku willingly gave up their lifestyle and language as well, since the majority of the Yakku felt inferior to Maasai because the Yakky did not own any cattle and therefore they were considered "Dorobo" (people without animals in the Maa language)" (ማሬስ፣ 2018፡2)።

130 https://www.ethnologue.com/language/muu/ Retrieved 07/31/ 2024.

131 ሀይነ በ1970 እኤአ የመስከ ስራ ባከናወነበት ወቅት ቋንቋው በወቅቱ የነበርበትን ደረጃ እንደሚከተለው ገልፆታል፤ ""A knowledge of Yaaku is virtually non-existent within the younger population. Language tests showed that those persons under 40 years who had claimed to speak Yaaku usually had only a very rudimentary competence in this language. , their primary language being Maasai. Among the old people, on the other hand, Yaaku is generally spoken as primary language and mother tongue" (1974:33)። ይህ የሚያሳየው በአሁን ወቅት ቋንቋውን የሚናገር አዛውንት ቢገኝ እንኳ አፍ ፈት ተናጋሪ ላይሆን እንደሚችል ነው።

132 https://joshuaproject.net/people_groups/11471/KE Retrieved 07/26/2024.

133 "'Dahalo' is a perjorative term in Aweer meaning stupid or worthless people. I was told that the Boni called them this because they dono't

know how to trade properly and they could never organize themselves, living singly or in family units in the bush, sleeping under trees" (ስቲለስ 1981፡850)።

134 "We found no evidence that the name Dahalo was perceived to be pejorative" (ማዲሰን እና ሌሎች፣ 1993፡26)።

135 "The ethnic population of Dahalo was estimated at c. 2,400 in 2009, but already in 1992 the number of speakers was c. 400 and now may be totally extinct" (ብላዤክ፣ 2019፡41)።

136 https://www.ethnologue.com/language/dal/

137 ከዚህ ለየት ላለ ትንተና ቶስኮ (1991፡ 1 ቀገ)ን ይመልከቱ። ቶስኮ ከእሱ ቀደም ባለው ግዜ በቋንቋው ላይ የተሰሩ የኤልዴርኪን (1974፣ 1976) እና ኤሪት (1980) ስራዎች ችግር ያለባቸው ናቸው ይላል። ይህን ጉዳይ በተለይ የኤልደርኪንን ስራ አስመልክቶ የሚከተለውን ይላል፤ "Elderkin's [1974, 1976] account of D[ahalo] phonemes is made difficult by the the theoretical—and by rather obsolete—approach adopted, namely of generative phonology" (ቶስኮ፣ 1991: 1)። ቶስኮ ይህን ቢልም ማዲሰንና ሌሎች ከቶስኮ ስራ ይልቅ የኤልደርኪን የስነድምፅ ትንተና የበለጠ ትክክል ሆኖ አግኝተውታል፤ "The most complete description of Dahalo is the "Grammatical Sketch' by Tosco (1991). […] A more analytical (and accurate) report on the phonology and morphology of the language is given in Elderkin (1974)" (ማዲሰንና ሌሎች፣ 1993:26)። ኤልደርኪን (1976፡291) ያሰፈራቸው ተነባቢዎች በቁጥር 57 ናቸው። ይህም በማዲሰንና ሌሎች (1993) ከተጠቀሱት በአምስት ይቀንሳል።

138 ድላንቃ ድድ-ላንቃ በእንግሊዝኛ Alveo-palatal የሚባለውን የሚመለከት ነው።

139 በእንግሊዝኛ ኢፒግሎታል 'epiglottal' የሚባለውን ለማመልከት ነው። ይህን ክፍል ለማመልከት 'የታችኛው ማንቁርት' lower pharyngeal የሚልም አጠቃቀም አለ። ይህም የላይኛው ማንቁርት የሚለውን ባጠቃላይ ማንቁርት የሚለውን እንዲወክል በማድረግ ነው። በዚህ አከፋፈል መሰረት በእነዚህ አካባቢ የሚፈጠሩት ድምፆች ማንቁርት እና ኢፒግሎታል ወይም የታችኛው ማንቁርትና የላይኛው ማንቁርት በመባል ይከፈላሉ። ለምሳሌ፣ የሚከተሉትን በእነዚህ እና በጉሮሮ የሚፈጠሩ ሹሉክሉክ እና እግድ ድምፆች ውክልና ይመልከቱ፤

ቅድመጉሮሮ 'ኢፒግሎታል'/የታችኛው ማንቁርት፡	ʜ & ʢ
የላይኛው ማንቁርት/ማንቁርት፡	ħ & ʕ
ጉሮሮ፡	h & ʔ

140 "At the systematic phonemic level nasalized vowels can be considered sequences of vowel+ nasal" (ኤልደርኪን 1976፡291)።

141 ለዚህ ለምሳሌ ዛቦርስኪ (1976)ን፣ ቶስኮ (2000)ን፣ እና ሀይዋርድ (2003)ን ይመልከቱ።

142 ሞሬኖ ምዕራብ ኩሻዊን ከሌሎቹ ኩሻዊዎች የተለየ ነው ለማለት ያቀረባቸው ዋና ዋና ምክንያቶች ላምበርቲ በሚከተለው መልኩ ጨምቆ አቅርቧቸዋል፤

"1) the personal pronouns of West Cushitic essentially differ from those of the rest of Cushitic;

"2) consequently the possessive morphemes of West Cushitic do not agree with those of the *anilati* languages;

"3) some numerals of West Cushitic apparently did not have any relative counterpart in the rest of Cushitic;

"4) in contrast to the *ani/ati* languages the passive infix *-am-* is not found in West Cushitic;

"5) the original verbal patterns of Cushitic (preterite, present tense, subjunctive, and imperative) have undergone major changes in West Cushitic;

"6) the *anilati* languages bear a greater lexical resemblance to each other than to West Cushitic" (ላምበርቲ 1991፡54)።

143 ዘርዘር ላለ ትንተና ላምበርቲ (1991፡54)ን ይመልከቱ።

144 እዚህ ላይ ስያሜዎቹ ከሞላ ጎደል በቀጥታ በግሪንበርግ የተጠቀሱበት መልክ ነው የቀረቡት። በቋንቋዎቹ ስያሜዎች ላይ በቀዳሚው ክፍል እያንዳንዳቸውን ስናነሳ ስላየንው እዚህ ብዙ በዚህ ጉዳይ ላይ አንልም። አንዳንድ ስያሜዎች እንደስድብ የሚቆጠሩ ወይም በርካታ ቋንቋዎችን የሚያመለክቱም ሊሆን ይችላል። ለምሳሌ ምቡጉን እና ሳንየን መጥቀስ ይቻላል። ምቡጉ በመባል የሚታወቅ የባንቱ ወገን የሆነ ሌላ ቋንቋ አለ። ኩሻዊ ባህርይ የሚያሳየው ማአ በመባልም ይታወቃል (ተከር፣ 1967፤ ኤልደርኪን፣ 1976፡280)። ምቡጉ የሚለውን ስያሜ ለማአ ቋንቋ ማዋልን በተቻለ መጠን ማስወገድ እንደሚገባ ተከር እን ኤልደርኪን ገልፀዋል፤ "The use of the name Mbugu is best avoided, because this stem is also used locally for a language which is unequivocally Bantu" (ኤልደርኪን፣ 1976፡280)። ሳንየ ስዋህሊ ተናጋሪዎች የተለያዩ በተለይ በአደን ላይ የተሰማሩ ነገዶችንና ቋንቋዎችን የሚጠሩበት ስያሜ ነው። አንዳንዶቹ የነገድ እንጂ የቋንቋ ስሞች ላይሆኑ ይችላል (ኤልደርኪን፣ 1976)። ከዚህም በላይ አንዳንዶቹ የቦታ እንጂ የቋንቋም ሆነ የነገድ ስያሜዎችም ያልሆኑ አሉ። ለምሳሌ፣ ጋርዱላ ጊዶሎዎች የሚኖሩበት አንዱ መንደር ነው። እንደቋንቋ ስያሜ እንኳ ብንወስደው ጊዶሌ ከሚል ከቀረበው የተለየ አይደለም። እንደስድብ የሚቆጠሩ ስሞችን የተወሰኑትን በቀጥተኛ ቅንፍ በማስገባት በግሪንበርግ የተጠቀሱትን ለውጠናቸዋል። በግሪንበርግ የቀረበቡትን እንዳለ ለማየት የደራሲውን ስራ ይመልከቱ።

የግሪንበርግ (1963፡49) ኩሻዊ ክፍፍል

1. Northern Cushitic: Beja (Bedauye).

2. Central Cushitic: Bogo (Bilin), Kamir, Khamta, Awiya, Damot, Kemant, Kayla, Quara.
3. Eastern Cushitic: Saho-Afar, Somali, [Oromo]; Konso, Geleba, Marille, (Reshiat, Arbore), Gardula, Gidole, Gowaze, Burji, [Sidama], [Gedeo], Kambata, Alaba, Hadya, Tambaro.
4. Western Cushitic: Janjero, [Wolaitta], Zala, Gofa, Basketo, Baditu, Haruro, Zaysse, Chara, Gimira, Benesho, Nao, Kaba, Shako, She, Maji, Kafa, Gar~, Mocha, Anfillo (Mao), Shinasha, Bako, Amar, Bana, Dime, Gayi, Kerre, Tsamai, Doko, Dollo.
5. Southern Cushitic: Burungi (Mbulungu), Goroa (Fiome), Alawa (Uwassi), lraqw, Mbugu [Ma'a], Sanye.

145 1) Northern Cushitic, i.e., Beja;
2) Central Cushitic, i.e., the Agaw languages;
3) East Cushitic with Lowland Cushitic and the Burji-Sidamo group;
4) West Cushitic;
5) Southern Cushitic;
6) the Ari-Banna group.

146 "The overall set of pronouns, verbs, body parts, and the three just mentioned constitute a strong indication that Iraqw bears some degree of genetic relationship to the Oromoid group of Lowland East Cushitic" (ቤንደር 1971፡ 197)።

147 የሚከተለውን ይመልከቱ፤ "The membership of Rift Valley Cushitic (Burji-Sidamo) in a putative East Cushitic, the other major branch of which would be Lowland Cushitic, is by no means certain. Rift Valley Cushitic may have Agaw as its closest relative, constituting with it the Highland Cushitic branch" (ሄትዝሮን፣ 1980፡101)።

148 "The Iraqw group, and with it the whole.of Southern Cushitic, is not an independent major branch of Cushitic, but a sub-branch of Lowland Cushitic (its exact position within the latter remains to be established)" (ሄትዝሮን፣ 1980: 101)።

149 የሄትዝሮን (1980) ኩሻዊ ውስጥ ክፍፍል
1. Highland
   1.1 Rift Valley (Highland East Cushitic)
   1.2 Agaw
2. Lowland

2.1 Southern
- Omo- Tana
- Oromoid
- Dullay
- Yaaku
- Iraqw (+South Chusitic)

2.2 Saho-Afar

150 የቶስኮ (2000) ኩሻዊ ክፍፍል

1. Beja
2. Agaw
3. East
   3.1 Highland
   3.2 Lowland
      3.2.1 Southern
         3.2.1.1 Nuclear
         - Omo-Tana
         - Oromoid
         3.2.1.2 Transversal
         - Dullay Yaaku
      3.2.2 Saho-'Afar
   3.3 Dahalo
   3.4 Iraqw (+South Cushitic)

151 በውስጥ ክፍፍሎቹ ላይ ጥያቄ አለ። አንደኛው ኢራቅው እና ደቡብ ኩሻዊ በሚል ያቀረበው ሲሆን፣ ሌላኛው ተሻጋጋሪ በሚል የያኩንና ዱላይን ጥምረት ያቀረበበት ነው። ዱላይ በሚል በአንድ ጎራ በስነልሳን ባለሙያዎች በሚመደቡት የንግግር አይነቶች እና በያኩ መሀከል ያለው ግንኙነት ግልፅ ሆኖ በአንድ ስለማስመደቡ አይታወቅም። ይህን ጉዳይ በሚቀጥለው ክፍል እንመለስበታለን።

152 የኤሬት (2011) ኩሻዊ ክፍፍል

1. North Cushitic Beja
2. Agäw-East- South Cushitic
   2.1 Agäw
   2.2 East-South Cushitic
      2.2.1 Eastern Cushitic
      2.2.2 Southern Cushitic

153 የሚከተለውን ቤንደር በኋላ ላይ ካወጣው ስራ ይመልከቱ፤ "[T]he grammatical and lexical differences among the Cushitic languages are great enough to make plausible a suggestion that we really have five or more separate Afrasian families. Under a conservative version of this

view, my "Macro–Cushitic" would have six branches: Berber, Semitic, Beja, Agew, Highland East Cushitic, Lowland East/South Cushitic" (ቤንደር 2003: 29)።

154 እዚህ ፍጥር የሚለው ቃል አጠቃቀማችን በታሪካዊ ስነልሳን 'ኢኖቬሽን' የሚለውን የሚወክል ሲሆን ውርስ ደግሞ 'ሪቴንሽን' የሚለውን ይወክላል።

155 "The degree of divergencc evident within Eastern Cushitic alone (say, betwecn Somali and Konso) is greater than any in all of Semitic, Asian and Ethiopian" (ሀድሰን፣ 1977፡146)።

156 "Cushitic is so diverse that some, notably, Grover Hudson, have suggested that it is not a single family" (ቤንደር 1997፡25)።

157 "Although all Cushitic (sub)families belong to the Hamito-Semitic phylum, we cannot be absolutely sure whether their prehistory included a stage that might be called "Cushitic" (see OREL, STOLBOVA 1992d). It is quite possible that grammatical and lexical features which are similar in Cushitic languages but differ from other Hamito-Semitic idioms are, in fact, nothing more than a result of a series of secondary interactions. If so, Cushitic is an areal but not a genetic union, a Sprachbund of certain Hamito-Semitic dialects. But even if Proto-Cushitic existed, the relations between its branches are so vague that is, obviously, rational to present the material of different branches separately as itis, in fact, done in our Dictionary" (ኦሬልና ስቶልቦቫ 1995:10)

158 ኦሬልና ስቶልቦቫ (1995:10 ቀገ) ቀድሞ ኩሻዊ በሚባለው ስር የጠቀሷቸውን ቋንቋዎች በእንግሊዝኛ እንዳለ ከታች አቅርበናል። እዚህ ላይ ልብ ማለት የሚገባው አንዳንድ ስያሜዎች ተናጋሪው የማይቀበላቸው ከመሆናቸውም በላይ እንደሁለት ቋንቋ የቀረቡም አሉ። ከዚህም በላይ እንደዘዬ የሚታዩ ቋንቋ ተደርገው የቀረቡም አሉ። ቋንቋዎቹን በተናጠል ባነሳንበት ክፍል የተመለከትነው ነውና እዚህ ዝርዝሩ ውስጥ አንገባም።

(A) *SEMITIC*

(B) *BERBER*

(C) *EGYPTIAN*

(D) *CHADIC*

(E) *BEJA*

(G) *AGAW*

– Bilin;

– Xamir, Xamta;

– Kwara, Dembea, Kemant;

– Aungi, Damot.

(H) *"EAST CUSHITIC"*

(H1) SAHO – AFAR

– Saho, Afar.

(H2) *LOWLAND EAST CUSHITIC*

– Somali, Oromo, Boni, Rendille, Bayso;

– Arbore, Dume, Geleba, Konso, Gato, Bussa, Gidole.

(H3) *WERIZOID*

– Warazi, Gawwada, Dullay, Gobeze, Camay, Harso, Dobeze, Gollango, Gorrose, Gaba.

(H4) *HIGHLAND EAST CUSHITIC*

– Sidamo, Darasa, Hadiya, Alaba, Kabenna, Bambala, Kambata, Tambaro.

(I) *DAHALO*

(J) *MOGOGODO*

(K) *OMOTIC*

(L) *RIFT ("SOUTH CUSHITIC")*

– Iraqw (dial.: Gorowa), Alagwa, Burunge;

– Asa, Kwadza.

159 በዚህ ላይ ቤንደር (2003፡ 26) የሰጠው አስተያየት የብዙዎችን የሚያንፀባርቅ ይመስለናል፤ "Unfortunately a new orthodoxy replaced the "Hamito-Semitic" orthodoxy: there are five coordinate branches of Afrasian (or later six if Olle accepts splitting off West Cushitic as Omotic) and no internal structure is discernible. This is as nonsensical as saying Indo-European has twelve coordinate branches with no discernible groupings above this agnostic level. For Afrasian, it is not defensible in view of the obvious greater similarities among the Semitic, Berber, and Cushitic branches as compared to Omotic and Chadic" (ቤንደር፣ 2003፡26)።

160 በዚህ ጉዳይ ከላይ እዚህም እዚያም በየቋንቋዎቹ ቤተሰቦች ስር የጠቀስናቸውን ስራዎች ይመልከቱ። ለአጠቃላይ ግንዛቤ በተለይ ዛቦርስኪ (1984&1986)ን፣ ቶስኮ (2000 &200)ን፣ እና ቤንደር (1997 & 2003ለ)ን ይመልከቱ።

161 ክፍል 5.3ን ይምልከቱ።

162 Hetzron (1980:70ff) and Ehret (1995) have suggested that the South Cushitic languages ("Rift") are a part of Lowland East

Cushitic, the only one of the six groups with much internal diversit.

163 "[T]he evidence for the inclusion of Southern Cushitic, i.e. West Rift, within Cushitic in general is convincing beyond doubt, but its closer affiliation to EC rests on typological criteria mostly. If the nominal plural suffixes and the preverbal clitic clusters could be demonstrated to be distinctive and exclusive Eastern Cushitic innovations within Cushitic, then Southern Cushitic, i.e. West Rift, would definitely go with it according to Hetzron's LC-hypothesis, but as long as there is no reliable reconstruction of EC and PC grammar, we also have to keep in mind Fleming's (1983: 22) hypothesis of Old East African Cushitic which sees SC plus Yaaku as descendents from the very first split of Cushitic" (ካይዝለ.ንግ 2001፡ 99)።

164 1. The Iraqw Cluster:

Iraqw (Mbulu, Mbulunge),

Gorowa (Goroa, Fiome),

Alagwa (Wasi, Asi),

Burunge (Burungi);

2. Asax;
3. Qwadza;
4. Ma'a (Mbugu), &
5. Dahalo (ኤልደርኪ.ን፣ 1976፡279)።

165 "Iraqw and Gorowa are so close as to be best considered dialects of one language" (ኤልደርኪ.ን፣ 1976፡279)።

166 በእርግጥ ፍለሚንግ (1969) አሳኽን በደቡብ ኩሻዊ ስር በመደበበት ክፍል የተወሰኑ ቃላትን እና ሰዋስዋዊ ባህርያትን አሳይቷል። ይሁን እንጂ ፍለሚንግ ዝርዝር ሰዋስዋዊ ትንተና ወይም ሰፊ የቃላት ስብስብ አልሰጠም።

167 በዚህ ላይ ካይዝሊንግ (2001)ን ሰፋ አድርገን እንጠቅሰዋለን፤ "The term Southern Cushitic is restricted here to four closely related languages -Iraqw, Gorwaa, Alagwa and Burunge - which constitute the West Rift branch (Ehret 1980: 132) that has to be regarded as the core of Southern Cushitic and probably its only indisputable branch. Dahalo has too many Eastern Cushitic features to be regarded as Southern Cushitic (Tosco 1989, Tosco 1990, Tosco 1991: xii; Tosco/Blažek 1994), Ma'a / Mbugu has too many admixtures from Bantu and

Eastern Cushitic sources (Mous 1994, 1996), and Qwadza and Asax are not at all sufficiently described and probably never will be. The internal subgrouping of the remaining WR2 languages according to Kießling (1998: 168) is as follows:

Proto West Rift

I. North West Rift
Iraqwoid: Iraqw, Gorwaa
Alagwoid: Alagwa

II. South West Rift
Burunge"

168 "It is probably too late to get grammatical data on Qwadza; reports conflict on the number of remaining speakers of Asax" (ኤልደርኪን፣ 1976፡296)።

169 ደቡብ ኩሻዊ በኢትኖሎግ፡
- Aasáx [aas] (A language of Tanzania)
- Alagwa [wbj] (A language of Tanzania)
- Burunge [bds] (A language of Tanzania)
- Dahalo [dal] (A language of Kenya)
- Gorowa [gow] (A language of Tanzania)
- Iraqw [irk] (A language of Tanzania)
- Kw'adza [wka] (A language of Tanzania)

170 "[M]ost scholars agree that Beja is a bona fide, although probably the most divergent, Cushitic language, maybe representing the very first split off Common Cushitic" (ቶስኮ 2003:87)።

171 ሄትዝሮን ይህን በተመለከተ በማጠቃለያው የሚከተለውን ይላል፤ "Beja, even though obviously Afroasia tic, cannot be proven to have any special genetic affinity with Cushitic. Until the subclassification of the major branches of Afroasiatic is worked out, it must be considered a separate major branch" (ሄትዝሮን፣ 1980፡89)።

172 ሄትዝሮን በዚህ ላይ የሚከተለውን ይላል፤ "All [...] pan-Cushitic features, i.e. proto-Cushitic innovations, absent from and unlikely to have ever existed in Beja, set Cushitic up as an entity opposed as a whole to Beja" (ሄትዝሮን፣ 1980፡89)።

173 የምስራቅ ኩሻዊ ክፍፍል በሳዘ (1982፡15) በምንጩ የቀረበው በሚከተለው መልኩ ነው፤

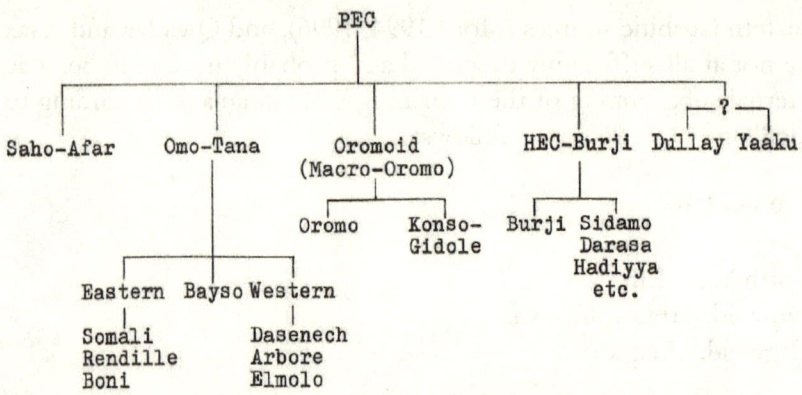

174 "This is not surprising in view of Andrzejewski' s observation that there is practically no core of vocabulary common to Cushitic" (ቤንደር፣ 1971፡ 184)።

175 "In contrast with numerous morphological parallels, a comparative study of Galla lexical resources with those of other Cushitic languages provides somewhat disappointing results" (አንድሬየስኪ፣ 1964፡135)።

176 በርግጥ ይህ ቡድን ከኦሮምኛ ጋር እንደሚቀራረብ በኋላ ላይ የወጡ ስራዎች በማያሻማ መልኩ መልሰዋል።

177 Fringe Cushitic

178 Orthodox Cushitic

ክፍል ሦስት

ምዕራፍ ስድስት፡ በኢትዮጵያ ታሪክ የኩሽ-ኩሻዊ አቀራረብ

6.1 መግቢያ

በክፍል አንድ ስለጥንታዊ ሀገር ኩሽ፣ በዚያ ሀገር ይኖሩ ስለነበሩ ሕዝቦች፣ እንዲሁም በመፅሀፍ ቅዱስ ኩሽን አስመልክቶ የተጠቀሰው ምንን እንደሚያመልከት ቃኝተናል። በዚያው ክፍል በምዕራፍ አራት በሀገረ/ መንግሥተ ኩሽ እና በዳዓማት-አክሱም መንግሥት መሀከል የነበረውን ግንኙነት እንዲሁም ስለፑንት ዳሰናል። በክፍል ሁለት ኩሻዊ ስለሚባሉት ቋንቋዎች እና ተናጋሪዎቻቸው ተመልክተናል። በዚህ ክፍል ስለኢትዮጵያ ታሪክ በተለይ በሀገራችን ፀሀፊዎች ከጥንታዊው የኩሽ መንግሥት እና ከመፅሀፍ ቅዱሱ ኩሽ ጋር እንዴት እየተያያዘ ይቀርብ እንደነበር ለማየት እንሞክራለን። ችግሩን ያወሳሰበው የኩሻዊ ቋንቋዎች መደመር በባህላዊ ታሪክ ፀሀፊዎች ዘንድ ውዥንብር መፍጠሩ ነው።

በሀገራችን የታሪክ/ቅድመታሪክ ስራዎች ስለኩሽ (አንዱን ካንዱ በአንዳንድ ስራዎች የመቀላቀል ሁኔታ ቢኖርም) ሶስት አይነት አቀራረብ እናገኛለን። አንደኛው፣ የኢትዮጵያን ጥንታዊ ታሪክ በምዕራፍ ሁለት ካየነው ከኩሽ መንግሥት ጋር ማገናኘት ነው። ሁለተኛው፣ ከመፅሀፍ ቅዱስ እሳቤ ጋር እያዛመዱ መግለፅ ነው። ሶስተኛው፣ በታሪካዊ ስነልሳን የተገኙ መረጃዎችን እና ሌሎች የአርኪዎሎጂ/ስነቁፋሮ፣ ስነሰብ ወዘተ የቅድመታሪክ መመርመሪያ መስፈሪያ ነጥቦችን መሰረት አድርጎ መግለፅ ነው። የመጀመሪያው እና ሶስተኛው ሳይንስን መሰረት ያደረጉ ሲሆኑ፣ ሁለተኛው እምነትን ነው። ሳይንስን መሰረት ያደረጉት በመረጃዎች ላይ ተመስርቶ ትክክል መሆን አለመሆናቸውን መሞገት ይቻላል። እምነትን መሰረት ያደረገው የተወሰነ ታሪካዊ መረጃ ቢኖረውም በመረጃዎች ላይ ተመስርቶ ሳይንሳዊ ሙግት ማድረግ ፋይዳ የለውም። በዚህ ክፍል እነዚህን ሶስቱን የታሪክ/ቅድመታሪክ አቀራረቦች ከኩሽ ኩሻዊ ጋር እንዴት ይገናኙ እንደነበር ካለን መረጃ፣ በተለይ ከስነልሳን እና ከታሪካዊ መረጃዎች አንፃር እንገመግማለን። ይሁን እንጂ ትንታኔያችን በጣም የተቆጠበ፣ የተወሰኑ መረጃዎችን ብቻ የሚቃኝ ነው።

6.2 የኩሽ መንግሥት እና የኢትዮጵያ ታሪክ

በምዕራፍ ሁለት ያየናቸው በግብፅ ምድር የነገሡት የኩሽ ነግሥታትን እንዲሁም ከዚያ በHኡአላም የነበሩትን በእኛ ሀገሮች የነግሥታት ዝርዝር ውስጥም በመደበላለቅ በአንዳንድ ቀደምት ፀሀፊዎች ስራዎች ተካተው ይገኛል።[1] ከዚህ ውስጥ የብላቴን ጌታ ኅሩይ ወልደስላሴን (1999) *የኢትዮጵያ ታሪክ ከንግሥተ ሳባ እስከ የአድዋ ድል ድረስ* የሚለውን መፅሀፍ መጥቀስ ይቻላል። ብላቴን ጌታ ኅሩይ ወልደስላሴ ከ1013 ቅጋአ እስከ 233 ቅጋአ

ድረስ በኢትዮጵያ ነገሥታት በሚል 47 የነገሥታት ስም ዘርዝረዋል። ዝርዝሩ የሚጀምረው ከንግሥተ ሳባ ሲሆን ሙሉ በሙሉ የነገሥታቱ ስያሜዎች ምንጭ በእርግጠኝነት መናገር ባንችልም፣ የተወሰኑት በታሪክ በሚታወቁት የኲሽ መንግሥታት ውስጥ የነበሩ ናቸው። የኀሩይ (1999፡ 8-9) የነገሥታት ዝርዝር በሚቀጥለው ሠንጠረዥ ቀርበዋል።

ሠንጠረዥ 46፡ የኢትዮጵያ ነግሥታት ዝርዝር በኀሩይ እይታ

ቅደምተከተል	የንጉሦች ስም	ንግሥና ዘመን	ቅጋአ
1.	ንግሥተ ሳባ	31	1013
2.	ምኒልክ 1ኛ /ዳዊት/	25	982
3.	ሐንድዮን	1	957
4.	ሲራህ 1ኛ /ቶማይ/	26	956
5.	አሜንሆቴፕ ዘግዱር	41	930
6.	አክሱማይ ራሚሱ	20	889
7.	ሲራህ 2ኛ /አውስዩ/	38	869
8.	ተዋስያ 2ኛ	21	831
9.	አብራልዩስ ፒያንኪያ 2ኛ	32	810
10.	አክሱማይ ወረደ ፀሀይ	23	778
11.	ክስሒታ ሐንድዮን	13	755
12.	ሳባካ 2ኛ	12	742
13.	ኒካንታ ቅንደኬ 2ኛ	10	730
14.	ዳውዕ ቲርሐቅ /ወረደ ነጋሽ/	49	720
15.	አርዳሜን አውስያ	6	671
16.	ገሰዮ	6 ሰዓት	----
17.	ኑአትሚአሙን	4	665
18.	ቶማድዮን ፒያንኪያ 3ኛ	12	661
19.	አሚነአስሮ 2ኛ	16	649
20.	ቢያንክያ 1ኛ /አውጥጥ/	34	633
21.	ዙዋሬንብረት አስፑርታ	41	599
22.	ሰይፋይ ሐርሲአተው	12	558
23.	ረምኃይ ናስቶሶናን	14	546
24.	ሐንዴው አብራ	11	532
25.	ሶፌልያ ኒኮን	31	621
26.	አግልቡል ሰዌኮስ	21	490

27.	ጽስመረት /ወረደ ነጋሽ/	21	469
28.	አውስያ ቡራኮስ	12	448
29.	ቀኒዝ ጽስሜስ	13	436
30.	አጵራሶ	10	423
31.	ካስህታ ወልደ እንሁ	20	413
32.	ኤላልዮን ተአኒኪ	10	393
33.	አትሲርክአሚን 3ኛ	10	283
34.	አትሲርክአሚን 4ኛ	10	273
35.	ሐዲና	10	263
36.	አትሲርክአሚን 5ኛ	10	253
37.	አትሲርክአሚን 6ኛ	10	243
38.	ኒካውሲስ ቅንዳኬ 3ኛ	10	233
39.	ባስዑ	7	323
40.	ኒካውሲስ ቅንዳኬ 4ኛ	10	316
41.	አውጥጥ አራውራ	10	306
42.	አርካሜን	10	296
43.	ከልዓስ 2ኛ /ከሊትሮ/	10	286
44.	ዙዋሬንብረት	16	276
45.	ሶትዮ	14	260
46.	ሰያፋይ	13	246
47.	ኒኮሲስ ቅንዳኬ 5ኛ	10	233

ከላይ በጎሩይ የነገሥታት ሠንጠረዥ በቁጥር 12 ላይ ሳባኩ 2ኛ የሚለው በምዕራፍ ሁለት በ25ኛው የግብፅ ስርወመንግሥት የተመለከትነው ሻባካን ይመስላል። ይህ ንጉሥ የነገሠበት ህሩይ ከሰጡት ዘመን ጋር ይቀራረባል። በቁጥር አምስት የጠቀሱት የመጀመሪያው ስም፣ አሜንሆቴፕ፣ በጥንታዊ ግብፅ ነግሥታት ዝርዝር ውስጥ ይገኛል። በዚህ ስም የነገሡ አራት ነግሥታት በግብፅ ታሪክ አሉ። ይሁን እንጂ ሁሉም የነገሡት ኅሩይ ከጠቀሱት ዘመን እጅግ አስቀድሞ በ2ኛው ሺህ ቅጋአ ነው። በቁጥር 20 የገለፁት ቢያንኪያ 1ኛ ምናልባት በምዕራፍ ሁለት የገለፅነው የኬርሆር ልጅ ቀዳማዊ ፒያንኪ ሊሆን ይችላል። ይህ ሰው የግብፅ ተወካይ በመሆን ኩሽን ገዝቷል። ይህ ንጉሥ/የኩሽ ገዢ ግን ብዙም ማረጋገጫ ባይኖረውም በኩሽ የተሾመው በ9ኛው መቶ ክፍለዘመን ቅጋአ ነው።[2] ኅሩይ ካቀረቡት የንግሥና ዘመን ጋር ልዩነቱ ሰፊ ነው። ኅሩይ አትሲርክአሚን በሚል ሁለተኛ፣ ሶስተኛ ወዘተ በሚል የገለፁት አስርክሃሜን[3] በሚል በጥንታዊ ኩሽ መንግሥት ንጉሥ/ወይም የጦር አዛዥ ከነበረው ስም ጋር ይገናኛል። አበርት፣ ፍሉኸር-ሎባን እና ሎባን

ንጉሥ አስርከሃሜን 950 ቅጋአ አካባቢ የኩሽ መንግሥት ንጉሥ እንደነበር አስፍረዋል (1992፡ 118)።[4] በቁጥር 42 ጎሩይ የጠቀሱት አርካሜን የሜሮኤው ገዢ የበረው በምእራፍ ሁለት ካነሳነው አርካማኒ ጋር ይመሳሰላል። በምዕራፍ ሁለት በተደረገው ገለፃ እንደምናስታውሰው በዚህ ስም የነገሡ ሁለት ነገሥታት ሳይኖሩ አይቀርም ተብሎ ይታሰባል። ከእነዚህም ውስጥ ቀዳማዊ አርካማኒ በአጋታአርቺደስ/ዲዮድሮስ ሲቹልስ የተገለፀው ቀዳማዊ ኤርጋመነስ ነው ተብሎ ይታሰባል።

በምዕራፍ አራት የኢትዮጵያ መንግሥት አነሰሳ እና የጥንታዊ ኩሽ መንግሥት ግንኙነት ስለገለፅን እዚህ ይህን አስመልክቶ የምንለው የለም። በኢትዮጵያ የመንግሥት ምስረታ በታሪክ እስከ ደአማት መዳዝ ቢቻልም በየሀ ስለነገሡትም ሆነ ከዚያ በኋላ እስከአክሱማዊ ዘመን ድረስ ያሉት የነገሥታቱ ስም በታሪክ እስካሁን አይታወቅም።

ጎሩይ ባቀረቡት ላይ ‘ቅንዳኬ’ የሚል እናገኛለን። ለምሳሌ 38ኛው እና 47ኛው ላይ የሰፈረውን ከሰንጠረዡ ይመልከቱ። ህንደኬ/ቅንደኬ በሜሮቲክ ንግሥት ወይም እናት ንግሥት ማለት ነው። ቃሉ ብዙ ግዜ ለንጉሥ እናት ስም ቢሰጥም እራሳቸውም ንግሥት የሆኑ ሲጠሩበትም ይስተዋላል። ቃሉ በሜሮቲክ ክዲ-ጎ (kdi-go) ሲሆን፣ ቃል በቃል ሲተረጎም “ታላቅ ሴት” ማለት ነው (ሎባን፣ 1998:1)።[5] ቃሉ ከሀገራችንም ውጭ በተለያዩ ጥንታዊ ስራዎች ሲጠቀስ ከመነሻው ያለውን አጠቃቀም በትክክል ያለመረዳት ችግር ነበር። አንደኛው ችግር ቃሉን እራሱ የንግሥት ስም አድርጎ የመውሰድም ነበር። በዚህ ስያሜ ዙርያ ስላለው አጠቃቀም ፍሉኸር-ሎባን (1998)ን ይመልከቱ። ዋናው ነጥብ ቃሉ እራሱ እንደሚያመለክተው ከአሁኒቷ ኢትዮጵያ ጋር የሚያገናኘው አለመኖሩ ነው። ባለፈው ክፍል እንደገለፅነው በሜሮቲክ ዘመን በነበረው የኩሽ መንግሥት፣ ማለትም የኩሽ መንግሥት መቀመጫውን ወደ ሜሮኤ ባዞረበት ወቅት፣ ኢትዮጵያም በየሀ የራሷ መንግሥት ነበራት። ከሜሮቲክ በፊት ኩሽ ግብፅን ጨምሮ በገዛበት በ25ኛው ስርወመንግሥት ወቅትም ቢሆን የደአማት መንግሥት ነበረ። የኩሽ መንግሥት በወቅቱ የአሁኒቷን ኢትዮጵያ ስለማስተዳደሩ መረጃ የለም። ምዕራፍ ሁለትን ይመልከቱ። በምዕራፍ አራት እንዳየነው የየሀ መንግሥትም የባህል ግንኙነቱ ቢያንስ በፅሁፈት ደረጃ ከሳባውያን ጋር ነበር። ወደበኋላ ላይ የአክሱሙ መንግሥት የሜሮቲኩን የኩሽ መንግሥት ሳያስገብረው አልቀርም። ለሜሮቲክ መንግሥት ፍፃሜ የአክሱሙ መንግሥት ነው። በዚህ ስራ ምዕራፍ ሁለትን ይመልከቱ።

እዚህ ላይ ተክለጻዲቅ መኩሪያ የኢትዮጵያ ታሪክ ኑብያ አክሱም እስከ ዛጉዌ በሚለው መፅሀፋቸው መግቢያ ላይ ታሪክ ነገሥት በሚባለው መፅሀፍ ላይ የታዩትን የነገሥታት ስም ችግሮች አስመልክተው ያነሱትን ማስታወሱ አግባብ ይመስለናል። ይህ ነጥባቸው በሌሎችም ያለውን፣ ለምሳሌ ከላይ በጎሩይ ስራ ላየነውም፣ መልስ የሚሰጥ ነው።

> ታሪክ ነገሥት በሚባለው መፅሀፍ ውስጥ ከፃድቃን እና ከሰማዕታት ገድል እና ድርሳን ጋር ተሰባጥሮ የሚገኘው የነግሥታቱ ታሪክ እርስ በርሱ ከመለያየቱ በቀር ዛሬ ከልዩ ልዩ ሀውልት ከሳባው እና ከግሪኩ ከግዕዙም ላይ ወደአማርኛ የተተረጎመ እንደሆነ የዚህ

ትርጉም እስካሁን ሲነበብና ሲታመንበት የኖረውን የዚያኛውን ፅሁፍ ሲሽረው ስሙንም በሌላ ዓይነት ሲጠራው እናገኛለን" (ተከለፃዲቅ 1951:5-6)።

ተክለፃዲቅ መኩሪያ ይህን በኢትዮጵያ ነገሥታት ስም ዝርዝር በየስራዎቹ ያለውን መፋለስ በመመልከት ሳይንሳዊ በሆነ መልኩ መረጃዎችን በመመርመር ዝርዝሩን ለማስተካከል ሞከሩ።[6]

ለዚህ አንደኛው ምክንያቱ፣ ኢትዮጵያ የሚለው ስያሜ ሊሆን ይችላል። በምዕራፍ አራት እንደገለፅነው ኢትዮጵያ የሚለውን ቃል አሁን በዚህ ቃል የምትታወቀው መቼ ለራሷ እንዳዋለችው ትክክለኛውን መናገር ባይቻልም፣ በኢዛና ፅሁፍ ከተዘረዘሩት ግዛቶቹ ውስጥ ኢትዮጵያ አንዷ ነች። ከዚያም በኋላ በዚህ ላይ ያለን መረጃ በ10ኛው መቶ ክፍለዘመን ላይ ተክለፃዲቅ የጠቀሱት ነው።

> በ9ኛው ዓመተ ምህረት ላይ የነበረው ድልነዓድ /እንደሌሎቹም ሠይፈ አርዕድ ለኖብያው ንጉሥ ለጊዮርጊስ ደብዳቤ በግዕዝ ቋንቋ ሲፅፍ ስሙን ሳይጠቅስ ንጉሠ ኢትዮጵያ ብሏል። የላሊበላና የነአኩቶ ለአብ የዓምደ ፅዮን የዘርዓ ያዕቆብ ታሪክ ነገሥትም እያንዳንዳቸውን ንጉሠ ኢትዮጵያ ሲላቸው ይገኛል (ተከለ ፃዲቅ መኩሪያ 1951፡18)።

ቀደምት ኢትዮጵያውያኖች የፅሁፍ መረጃ የማይገኝለትን ቅድመታሪክ ሲፅፉ ይቅር እና መረጃ በሚገኝለትም ላይ ያለው አቀራረብ ከሃይማኖት ጋር በመጋጨቱ አሁንም ትንሽ በማይባሉ ስራዎች ላይ ከላይ እንዳየነው የሌላውን ሀገር ታሪክ አምጥቶ በኢትዮጵያው ላይ መሙላት ይታያል። በምዕራፍ ሁለት እንደተመለከትነው የኩሽ መንግሥት የአሁኒቷን ኢትዮጵያ ስለማስተዳደሩ ምንም ማረጋገጫ የለም። በኩሽ መንግሥት ስር ንግሥተ ሳባ የምታባልም አትገኝም። በኢትዮጵያ በተለይ በቀደምት የታሪክ እና ታሪክ ነክ ስራዎች ላይ የታዩ ችግሮችን የታሪክ ባለሙያዎች በመንቀስ ሳይንሳዊ በሆነ መልኩ ለማቅረብ ቢያንስ ከተከለፃዲቅ በርካታ ጥረቶች ጀምሮ ያለ በመሆኑ እዚህ የነበረውን ከመጠቆም አልፈን ከዚህ በላይ መሄድ አንፈልግም።

በቀዳሚው ምዕራፍ እንዳየነው ኩሽ የሚለው እና ኢትዮጵያ የሚሉት ቃላት በጥንታዊ ስራዎች መፅሀፍ ቅዱስን ጨምሮ፣ ያለውን አጠቃቀም በውል አለመረዳት በኢትዮጵያ ታሪክ ፀሀፊዎች ላይ የጎሩይ አይነት ስህተት ያመጣ ይመስላል። በዚህ ላይ በቅርብ በታሪክ ባለሙያዎች የወጡ የታሪክ ስራዎች አሉ እና እነሱን መመልከቱ አስፈላጊ ነው። እዚህ ኩሽ የሚለው አጠቃቀም ምን ያህል በእኛ ሀገር ታሪክ ስራ ላይ ተፅዕኖ እንዳመጣ ከመጠቆም ያለፈ መሄድ አንፈልግም።

5.3 የኢትዮጵያ ታሪክ ከእምነት አንፃር

የኢትዮጵያን ታሪክ/ቅድመታሪክ ከእምነት አንፃር መግለፁ በጣም የተዘወተረ ነበር። አሁንም ይህ ሁኔታ መደበኛ የታሪክ ትምህርት በሌላቸው ስራዎች ይታያል። ይህን በኢትዮጵያ ያለውን ሁኔታ የአትኪሰን ስራ ቁልጭ አድርጎ ያሳያል። አትኪንሰን የራሱንም በመጨመር ስለኢትዮጵያውያኖች በወቅቱ ስለነበረው እሳቤ እንደሚከተለው ይላል፤

> እንደ ኢትዮጵያውያን አነጋገር የመጀመሪያዎቹ የኢትዮጵያ ነዋሪዎች የኖህ ልጅ የነበረው የካም ቤተሰብ ነበሩ። ከካም ልጆችም አንዱ ኩሽ ሲሆን እርሱም ኢትዮጲስ በመባል የታወቀው የኢትዮጵያ አባት ነው። ከሜሶፖታሚያ የመጡትም ኩሻውያን በኢትዮጵያ ደጋማ መሬት ሰፈሩ (አትኪሰን፡ ገፅ 1)።

እንደመፅሀፍ ቅዱስ ከሆነ አለም በጥፋት ውሀ ከተጥለቀለች በኋላ የሰው ልጅ ሁሉ ጠፍቶ አሁን ያለው ህዝብ የመጣው ከኖህ ሶስት ልጆች ነው። በዚህ ሃይማኖታዊ እሳቤ ቀደም ባሉት ሃይማኖታዊ ስራዎች ነገዶቹ ሁሉ የሚጠሩት በነዚህ በካም፣ ሴም፣ እና በያፌት በሚባሉት የኖህ ሶስት ልጆች ነው። የአለም ህዝብን በአጠቃላይ በነዚህ ሶስት ነገዶች መሙላት የተለመደ ነው። የካም ልጅ የሆነው ኩሽ በዘልማድ የአፍሪካኖች አባት ተደርጎ ይወሰዳል። ስለዚህም ኢትዮጵያ የኩሽ ሀገር ነች የሚባለው ከዚሁ እሳቤ በመነሳት ነው። የሃይማኖት ሊቃውንት ታሪክ ሲፅፉ የህብረተሰብን/የህዝብን ጥንተ አመጣጥ እነሱ ከተረዱት የሃይማኖት እሳቤ የተለየ ሊያደርጉት ቢፈልጉ እንኳ እምነታቸው አይፈቅድላቸውም። ይህ የታሪክ ጉዳይ ሳይሆን የእምነት ጉዳይ ነው እና ከዚህ በዘለለ መሄድ አንፈልግም። ይሁን እንጅ እምነትን ከታሪካዊ ስነልሥን እና ከሌሎች የጥናት መስኮች መረጃዎች ጋር እያቀላቀሉ መጠቀም በጣም የተዘወተረ ነው። የሚከተለውን ለምሳሌ ይመልከቱ፤

> "ሕዝቢ ኢትዮጵያ ካብ ካማውያንን ዚውለድ ከምዝኾነ ምልክዑን ቋንቋኡን ናይ ንብረቱ ሕግታት ይምስክረሉ። ብዚ መስል ከኣ ኣኽዋውናኡ ከምዙ ዚኸተል ኢዩ።
>
> "ዓሌት ሰብ ብማይ ኣይኒ ምስ ጠፍኣ ኖኅ ምስ ሠለስተ ደቁ ተረፈ'ሞ እቶም ሠለስተ ደቁ ናይ ሠለስተ ዓሌት ኣቦታት ኮኑ።
>
> "ዓሌት ሴም ንእስያ ሰሩዋ ሰፈሩዋ፣ ዓሌት ያፌት ናብ ኣውሮጳ ኃለፉ፣ ዓሌት ካም ከኣ ናብ ኣፍሪቃ መጽኡ።
>
> "ካም ንኹሳ ወለደ። ንኢትዮጵያ ዝሰፈሩዋ ዓሌት ኩሳ ኢዮም። ብጥንቲ ከስ ኢትዮጵያውያን ካብ ኩሳ ዚወለዱ ዓሌት ካም ነበሩ።
>
> "ብዙኅ ዘመናት ድኅሪ ኃሊፉ ኣብ ዓረብ ዝነበሩ ሴማውያን ብባሕሪ ኤርትራ ኣቢሎም ናብ ኢትዮጵያ ተሳገሩ። እንተ ብውግእ እንተ ብሰላም በብቐሩብ ቅድመ ንወገን ባሕሪ ኤርትራ ድኃር ንኸሉ ትግራይ ኣተዉዎ።
>
> "ዘመናት እንኪኃልፍ'ውን ምስ እቶም ደቀባት ካማውያን ተዳቐሉ።

"ከምዙይ ኢሉ ካብ ካምን ካብ ሴምን ዝመጽአ ዓሌት ኢትዮጵያውያን ተተኽለ" (ማሕበረ ሐዋርያት 1951:2)።

የኢትዮጵያን ታሪክ እና ህዝብ ከእምነት ጋር አያይዞ መግለፁ በሁሉም የኢትዮጵያ የባህል/አማተር ታሪክ ፀሀፊዎች ያለ ነው ማለት ይቻላል። ለምሳሌ፣ ሌላው ቀርቶ ተከለፃዲቅ መኩሪያ እንኳ ከዚህ አላመለጡም። ተክለፃዲቅ የኢትዮጵያ ታሪክ ኑብያ-አክሱም-ዛጉዬ በሚለው መፅሀፋቸው የአለም ህዝቦችን የተረዱት በመፅሀፍ ቅዱስ የቀረበውን የኖህ ተረት መሰረት አድርገው ነው፤

> በኦሪት ዘፍጥረት ምዕራፍ 2 ቁጥር 13 በዚሁ ምዕራፍ 10 ከቁጥር 1 እስከ 32 ያለው ፅሁፍ የኖህ ልጆች ሴም፣ ካም፣ ያፌት መሆናቸውን የካም ልጆች ኩሽ (ኩስ፣ ቁስ) ሚስራይ፣ ፉጥ ከነዓን መሆናቸውን እንደሚገልፀው የኩሽም ዘር በእስያ ደቡብ ከዚያም ወደ አፍሪካ ተሻግረው ተራብተው በርክተው ከዛሬው ሱዳን ዠምሮ እስከ ኤርትራ ባህር ድረስ ያለውን ግዛት ይዘው ይኖሩ ነበር (1951:11)።

ኤንሳይክሎፔዲያ ብሪታኒካ (1911:666) ምንጭ ሳይጠቅስ በ5ኛው መቶ ክፍለ ዘመን (ጋአ) የሶሪያ ፀሀፊዎች የደቡብ አረቢያ ሕምራይቶችን ኩሾች/ኢትዮጵያውያኖች ይሉዋቸው እንደነበር ይገልፃል።[7] በርግጥ ቢያንስ ከአንደኛው ክፍለዘመን ጀምሮ ሀበሾች በደቡብ አረቢያ ነበሩ። በ6ኛው ክፍለዘመን ላይ ደግሞ የካሌብ ጀነራል የነበረው አብራሀም የሕምራይቶች ንጉሥ ሆኖ ነበር።[8] በመፅሀፍ ቅዱሱ የዘር እሳቤ የተነሳ ጥንታዊ ፀሀፊዎች፣ ሀበሾችን የኩሽ ልጆች በሚል ሲያቀርቧቸው ይስተዋላል። የኛ ሀገር ፀሀፊዎች ይህንኑ ተከትለው የሄዱ ይመስላል።

ሌላው ከእምነት አንፃር ተስፋፍቶ የሚገኘው የንግሥተ ሳባ ጉዳይ ነው። ሀሪ አትኪንሰን በድጋሜ እዚህ እንጠቅሳለን፣

> በአንድ ሺህ ዓ. ዓለም ገደማ ንጉሥ ሰለሞንን ለመጎብኘት ሳባ ወደ እየሩሳሌም እንደመጣች በመፅሀፍ ቅዱስ ተፅፏል። ንግሥቲቱም ታላቅነቱንና ጥበቡን ተመልክታ ስላየችው ሁሉ ለፈጣሪዋ ምስጋና አቅርባለች። እንደ ኢትዮጵያውያን አጠራር ንግሥት ማክዳ ከንጉሥ ሰለሞን ጉብኝት በኋላ ቀዳማዊ ምኒልክ በመባል የኢትዮጵያ ንጉሥ የሆነውን ምኒልክን ከንጉሥ ሰለሞን ወለደች (አትኪሰን ገፅ 1)።

የሳባን እና የሰለሞን ጉዳይ ትረካ በኢትዮጵያ በስፋት ለመስፋፋቱ ዋናው ክብረ ነገሥት ነው። የዚህ ትረካን ተረት-ተረት ነው በማለት እነታደሰ ታምራት (1972) ቢያጣጥሉትም፣ የተወሰነ እውነትነት ይኖረዋል በሚል በቅርብ ግዜ የተደረጉ ምርምሮች ብቅ ብለዋል። ይህን ሳባ እና ኩሽ በሚለው ክፍል ከታች በተወሰነ ደረጃ ዘርዘር አድርገን እንመለከተዋለን።

6.3 የኢትዮጵያ ታሪክ እና የኩሻዊ ቋንቋዎች/ታሪካዊ ስነልሳን

የታሪካዊ ስነልሳን ትንተና በዋናነት ግብአት የሚሆነው ከፅሁፍ ታሪክ በፊት ስለነበረው ቅድመታሪክ ነው። ይህም ቢሆን ለቅድመታሪክ ያለው ፋይዳ የህብረተሰቡን እንቅስቃሴ እና በተወሰነ ደረጃ ባህል ላይ መረጃ ከማቅረብ በዘለለ የተለየ የመንግሥት ምስረታንም ሆነ የአስተዳደር ስርዓት አይገልፅም። ስለእነዚህ የሚገልፀው ካለም በጣም ውሱን ነው። የቅድመታሪክ ግብአት ከታሪካዊ ስነልሳን በተጨማሪ ከስነቁፋሮ፣ ስነሰብ፣ ዲኤኔኤ ወዘተ የሚሰበሰብ ነው። ቀደም ባለው ግዜ ለኢትዮጵያው ታሪክ መነሻ ወይም መንደርደሪያ ሆኖ ለቅድመታሪኩ መረጃ የሚሞላው በአብዛኛው ከስነልሳን ጥናት ነው። በአጠቃላይ በታሪካዊ ስነልሳን ባለሙያዎች የቋንቋ ዘር ክፍፍል ላይ ተመስርቶ የሚቀርበው አንድምታዎችን መሰረት አድርጎ ነበር ለማለት ይቻላል።

ከሴማዊ ጋር የሚመሳሰሉ ቋንቋዎች በአፍሪካ የመገኘታቸው እስከቅርብ ግዜ ድረስ የሚገለፀው፣ ሴማዊ መጀመሪያ ተፈጥሯል ብለው ከሚያስቡበት የኤስያ ክፍል በመነሳት ነው። የስነልሳን ሊቃውንቱ እንደሚያቀርቡት የቋንቋ ቤተሰቡ ውስጥ ክፍፍል ቢለያይም በአጠቃላይ ማለት ይቻላል፤ በኢትዮጵያ የኩሻዊ እና የሴማዊ ቋንቋዎችን መገኘት የሚገልፁት ኩሻዊ ቀድሞ ፈለሰ፣ ከዚያም ሴሙ ተከተለ ነው። ይህ የቋንቋ ክፍፍል የታሪካዊ ስነልሳን መረጃን መሰረት አድርጎ የቀረበው ቅድመታሪክ ትንታኔ በየታሪክ መፅሀፉ ማግኘት የተለመደ ነው። ቀደም ባሉ ስራዎች፣ ለምሳሌ፣ ከሃይማኖት ስራዎች ውጭም ኢትዮጵያ የኩሽ ህዝብ ከሴም ህዝብ አስቀድሞ የሰፈረባት ናት የሚል አባባልም ተዘውትሮ ይገኛል። የሚከተለውን ከሀሪ አትኪንሰን ይመልከቱ፤

> በ750 እና በ 500 ኢ.ም መካከል የሴም ነገዶች በደቡብ ቀይ ባህር በኩል ከአረቢያ ወደ ኢትዮጵያ መሻገር ጀመሩ። እነዚህም ሴማውያን ከኩሻውያን በስልጣኔ የገፉ ስለ ነበር ቋንቋቸውንና ባህላቸውን ለኩሳውያን ያዘመቱ እንደመሆናቸው ይህ ስልጣኔያቸው ሳባውያን በመባል የታወቀ ነበር። ይህም በጥንታዊቱ ኢትዮጵያ ታላቅ ለውጥ አድርጓል። ሀበሻት ከተባሉት ከነዚህ ነገዶች አንዱ ሐበሻ የሚባለው ስም ለሀገሪቱ ተሰጠ። ሌላው አግዓዚ የተባለው ነገድ ደግሞ ጥንታዊ የኢትዮጵያ ቋንቋ የሆነውን ግዕዝ የተባለውን ስም አስገኘ። የመጀመሪያዎቹ በኢትዮጵያ ነዋሪዎች የኩሽ ነገዶችና ቀጥሎም የገቡት ሴማውያን ቀስ በቀስ አንድ ህዝብ ሆኑ። ቆይተውም በኢትዮጵያ ከፍተኛ መሬት በአክሱም አካባቢ አንድ መንግሥት አቋቋሙ (አትኪንሰን፣ 1-2)።

የምስራቅ ኩሻዊ ህዝቦች ስለሚባሉት ትርሚንግሀም ከታች ያቀረበው የዚሁ የኤስያ እሳቤ ተቀፅላ ነው። የሚከተለውን (1952/1965፡8)ን ይመልከቱ፤

> ሶማሌ፣ ኦሮሞ፣ አፋር-ሳሆም ቢሆኑ ቀደም ባለው ግዜ ባብ አልመንደብንና የኤደንን ሰላጤ ተሻግረው ወደ ምስራቅ አፍሪካ የባህር ጠረፍ የመጡ የኩሽ ሰደተኞች ናቸው። እነዚህ ከዚያው ከሀመቲክ ዘር ሲሆኑ ብዙውን ግዜ ከዝቅተኛ ኩሽ ክፍል ይመደባሉ። የመጀመሪያው የአፍሪካ መሬታቸው፣ ማ. አፍሪካ እንደተሰደዱ መጀመሪያ የሰፈሩበት

ቦታ፣ ከ'ላይኛው ዋቢ' እና በኤደን ባህረሰላጤ ጠረፍ መሀከል ነበር። በስደት እና በመከፋፈል ሂደት፣ እንዲሁም በተለያየ ደረጃ ከኔግሮዎች ጋር በመደባለቅ በነገድ/ብሄረሰብ ደረጃ በመለየት ሶስት ታላቅ ቡድን ሆኑ። ወደ ሰሜን ደናክል ስምጥሸለቆ እና የባህር ጠረፉን ይዘው የተስፋፉት አፋር-ሳሆ በሚል የስነልሳን ቡድን ስም ይታወቃሉ። ሶማሌዎች ምናልባትም በኋላ ላይ የመጡ ሳይሆን አይቀርም። እነዚህ ባሁኑ ወቅት (ብሪቲሽ) ሶማሌ ላንድ በመባል በሚታወቀው ግዛት ለክፍለዘመናት ተገድበው/ተወስነው ቆይተዋል። ከዚህ ለህይወት አመቺ ካልሆነ ቦታ በደቡብና ደቡብ ምዕራብ ወደዋቢ ሸበሌ ሸለቆና ወደጁባ መግፋት ጀመሩ። በደቡብ ምዕራብ ኦሮሞን በደቡብ ደግሞ ነባሩን/የጥንት ተወላጁን የባንቱን ህዝብ በማባረር ተስፋፉ። በሂደት ከእነዚህ ሁለት ህዝቦችም ወደራሳቸው የጎሳ መዋቅር ያስገቧቸውም አሉ (ትርሚንግሀም 1952/1965:8)።[9]

ከላይ በአትኪንሰን እና በትሪምንግሀም የቀረበው ትረካ በበርካታ ቀደምት ስራዎች ሰፍሮ ይገኛል። አሁንም በጣም ተስፋፍቶ የታሪክ ሊቃውንቶች ስራ ላይ ሳይቀር የሚገለፀው ይኼው እሳቤ ነው። ከላይ የቀረበው ትንታኔ ዋና መሰረቱ በወቅቱ የነበረው የአፍሮኤሽያዊ ቋንቋዎች ክፍፍል እና የመካነፍጥረት ታሪክ ነው። ይህ ኩሽ-ሴም የሚለው እሳቤ እዚህ በታሪክ አዋቂዎች/በታሪካዊ ስነልሳን ባለሙያዎች የሚጠቀሰው በሃይማኖት ሰዎቻችን ከሚጠቀሙበት መንገድ አንድ አይደለም። የኩሽ ህዝቦች ቀድመው ወደኢትዮጵያ ከኤስያ ገቡ የሚለውን ከላይ ከጠቀስነው በተጨማሪ እነኡለንዶርፍ (1955፣ 1965)፣ ታደሰ (1972)፣ ኮንቲ ሮስኒ (1928)፣ ፓንክረስት (1992)፣ ሲሉ በአሁኑ ግዜ ኩሻዊ ቋንቋ የሚናገሩ ህዝቦችን ወይም የተወሰኑ የነዚህ ቋንቋ ተናጋሪዎች በተለይ ደግሞ ኩሻዊ ቋንቋን ማለታቸው ነው። እነዚህ ኩሻዊ-ሴማዊ የሚሉት የቋንቋ ቤተሰብ ስያሜዎች በዘፈቀደ በዘር ይዛመዳሉ ለሚባሉ ቋንቋዎች የተሰጡ እንጂ ከጥንታዊ ኩሽ ከሚባለው ሀገር እና ህዝብም ሆነ በመፅሀፍ ቅዱስ ከተጠቀሱት በቀጥታ ይገናኛሉ በማለት እንዳልሆነ ከቀደሙት ምዕራፎች ትንተና መረዳት ይቻላል። ይህን ማገናኘት ፈፅሞ ስህተት ነው። በርግጥ በአንዳንድ ፀሀፊዎቻችን ሁለቱን የማቀላቀል ሁኔታ ይታያል።

በዚህ ኩሽ-ሴም እሳቤ ላይ ተመስርቶ ኩሽ እና ሴም ወደኢትዮጵያ ቀድሞ እና ተከትሎ ገባ የሚለው እሳቤ እራሱ ጥያቄ ውስጥ የሚገባ ነው። ዝርዝሩን *ቋንቋ እና ነገድ በኢትዮጵያ፣ ቅፅ አንድ* (ግርማ፣ 2018) እንደተመለከትነው በአሁኑ ወቅት የኩሽ እና የሴም ቋንቋዎች ብቻ ሳይሆኑ የነሱ ወላጅ ጥንታዊ ቋንቋ ምንጭም እዚሁ አፍሪካ ውስጥ ምናልባትም ደቡብ ኢትዮጵያ ነው። የቀድሞው ለበርካታ የታሪክ ፀሀፊዎች መነሻ የነበረ የእነዚህ ቋንቋዎች መነሻ ኤስያ ነው የሚለው በአሁኑ ወቅት በስነልሳን አንፃር አጥጋቢ መረጃ የሚቀርብበት አይደለም። በምዕራፍ አምስት ኩሻዊ ስንል በቋንቋ ቤተሰብነት የትኞቹን ቋንቋዎች የተመለከተ ነው? ይህን ቋንቋ የሚናገሩም ከጥንቱ ኩሽ ህዝብ ጋር በምን ደረጃ ይገናኛል የሚለውን ለመመለስ ስለሞከርን እዚህ ወደ ዝርዝር አንገባም። ስለቋንቋዎቹ ጥንተ አመጣጥ ሰፋ ላለ ግንዛቤ *ቋንቋ እና ነገድ በኢትዮጵያ ቅፅ አንድ* (ዝኒከማሁ)ን ይመልከቱ።

6.4 ሳባ እና ኩሽ

ኢትዮጵያ የ3 ሺህ ዓመት ታሪክ አላት በሚል የመጀመሪያውን ከንግሥተ ሳባ ወይም ከልጇ በማድረግ በተለምዶ የሚነገረው አንዳንድ ስራዎች ዋናው መሰረቱ ክብረ ነግሥት ነው ቢሉም አፈ-ታሪኩ በተወሰነ ደረጃ ቀድሞም የነበረ ሳይሆን አይቀርም የሚል እምነት አለ። እንደክብረነግሥት ገለፃ ንግሥተ ሳባ በወቅቱ የእስራኤል መሪ ወደነበረው ወደንጉሥ ሰለሞን ሄዳ ምኒልክን ወለደች። በዚህ ትርካ መሰረት ምኒልክም ከሳባ ቀጥሎ ነገሡ። ከላይ ለምሳሌ በኅሩይ የቀረበውን ዝርዝር ይመልከቱ። ለንግሥተ ሳባ ታሪክ ምንጭ ነው ተብሎ በሚታሰበው መፅሀፍ ቅዱስ በክብረነገሥቱ የቀረበው አይነት ዝርዝር የለበትም። መጽሐፈ ዜና መዋዕል ካልዕን ምዕራፍ 9 ከቁጥር 1 እስከ 12 እንዲሁም መጽሐፈ ነገሥት ቀዳማዊን ምዕራፍ አስር ከቁጥር 1 እስከ 13 ይመልከቱ።

በአፈ-ታሪኩ ስለምኒልክ አነጋገሥ እድገት ሁለት የተለያየ እሳቤ አለ። አንደኛው እስራኤል አድጎ ንጉሥ ሰለሞን ነው በኢትዮጵያ ላይ ያነገሠው የሚል ሲሆን ሌላኛው ከናቱ ጋር በኢትዮጵያ አድጎ የእናቱን ስልጣን በእናቱ ይሁንታ ወረሰ ነው። የመጀመሪያውን በተመለከተ አለቃ ተክለየሱስ ዋቅጅራ የሚከተለውን ይላሉ፤ "ምኒልክም የተባለው ዕብነ ሐኪም በአባቱ በሰለሞን ቤት አደገ። ሥርዓቱን እና ሃይማኖቱን እየተማረ። ኋላም ወደ እናቱ ሀገር ወደ ኢትዮጵያ ሸዋ ሰደደው" (2012፡104)። ለሁለተኛው እሳቤ ክብረነግሥትን ይመልከቱ።[10]

ሰለሞን ምኒልክን ለኢትዮጵያ አነገሠላት የሚለውን ብሂል የባህል ታሪክ ፀሀፊዎቻችን እንኳ አልዋጥላቸው ብሎ፣ ከነግሥታቱትም እንዳይጣሉ በመፍራት ሀሳባቸውን አለዝበው አለመስማማታቸውን ያስመዘገቡበት ስራዎች ብዙ ናቸው። ለምሳሌ፣ ኅሩይ ወልድ ስላሴ *የኢትዮጵያ ታሪክ ከንግሥተ ሳባ እስከ ታላቁ የአድዋ ድል* በሚለው መፅሀፍ የሚከተለውን አስፍረዋል፤ "ቀዳማዊ ምኒልክ የንግሥተ ሳባ ልጅ ስለሆነ እናቱ ከመሳፍንቱ እና ከመኳንንቱ ጋር ተማክራ በሀገርዋ በኢትዮጵያ አነገሠችው ቢባል እውነት ይመስላል እንጂ ሰለሞን ሊያዝበት በማይችለው በኢትዮጵያ ምኒልክን አነገሠው ማለት ያስቸግራል" (ኅሩይ 1999:3)። አንዳንዶች፣ ለምሳሌ እነአለቃ ኪዳነወልድ ክፍሌ ከኅሩይ በበለጠ ጠንከር አድርገው ተቃውመውታል፤

> ያልጠራ ያልበራ እንቶ ፈንቶ ታሪክ ባዋቆችና በመርማሮች ዘንድ ያሳፍራል እንጅ አያኮራም፤ ኢትዮጵያንም እንደርጎ የሚያረካትና የሚያስመካት ጃንሆይና እቴጌም የሚያሰኛት ምንጪ ሲማስና ዱሯ ሲጣስ ከጥንት ዠምሮ የነበረው የነገደ ኵሽ ልብሰ መንግሥት አርድ አንቀጥቅጥ የዘውዳቸውም ፈርጥ የነፃነቷ ሽልማትና ጌጥ መንግሥተ ሳባዋ አሮጌው ካባዋ ነው እንጅ በኋላ ዘመን እንደ እጅ መንሻ ኹኖ የመጣላት የሰለሞን ድርብ ምኒልክ የዘውዱ ቀፀላ የንግሥተ አዜብ ወርቅ ድባብ የየመን ጃንጥላ አይደለም። የሰለሞኑና የየመኑ በሰንበት ላይ ደብረ ዘይት እንዲሉ ዕለተ በዓል የገጠመው የስንክሳር ታሪክ ወበዛቲ ነው (ኪዳነወልድ ክፍሌ 1948:21-22)።[11]

መንግሥታቱ የኢትዮጵያን ታሪክ በሶስት ሺህ ዓመት ሲገድቡት ትውልዳቸውን ከምኒልክ ላይ በማቆም ወደአባቱ ሰለሞን በመቁጥር ነው። ምክንያቱም ሰለሞን ከንጉሥ ዳዊት የተወለደ ስለሆነ የመግዛት ሀላፊነት ከእግዚአብሄር የተሰጠን ነው ለማለትም ይመቻል። ንጉሥ ዳዊት እንደብሉይ ኪዳን ከሆነ በእስራኤል ላይ አንግሦታል እና ከሱ ብቻ የሚወለድ ነው ንጉሥ መሆን የሚችለው የሚለውን ለማስረፅ ነው። ይህን በተመለከተ በኢትዮጵያ ስለነበረው እምነትን መሰረት ያደረገ አፈ-ታሪክ ባጅ የዛሬ መቶ ዓመት አካባቢ ባሳተመው የክብረነግሥት መግቢያ ያሰፈረውን መመልከቱ ብቻ ጥሩ ግንዛቤ ይሰጣል።[12] በርግጥ ከአይሁድ እምነትም በፊት በተለያዩ ጥንታዊ ሀገራት የንጉሦችን ስልጣን ከመለኮታዊ ሀይል ጋር ማያያዝ የተለመደ ነው። ይህ በተለይ በአካባቢያችን በሱዳን እና በግብፅ በጣም የቆየ ጥንታዊ ባህል ነው (ባጅ 1922/2000:vi)።[13] አሁንም አንዳንድ ጥንታዊ ሃይማኖት የሚከተሉ ነገዶች የየአካባቢያቸው ባህላዊ መሪዎቻቸው/ በእግዚአብሄር የተሾሙ እና መለኮታዊ ሀይል ያላቸው አድርገው ይቆጥራሉ። ከዚህ በዘለለ ወደዝርዝሩ መግባት አስፈላጊ አይመስለንም።

የእነጎሩይ እና የእነ ኪዳነወልድ ክፍሌ የታሪክ ትኩረታቸው ወደሰለሞን ሳይሆን በዚሁ በሀገራችን የነበረ ነው ብለው በሚያምኑት ላይ ማድረጋቸው የሚጠበቅ ይመስላል። የሳባ ከንጉሥ ሰለሞን ልጅ የመውለድ ታሪክ የሚጠቅመው ለንጉሣውያን ቤተሰብ ብቻ ነው። ታሪኩ የሚመለከተው፣ ማኩራት ከተገኘበትም የሚያኮራው ያንኑ ንጉሣውያኑን እንጅ ተራውን ህዝብ አይደለም እና ህዝቡ በራሱ ያኮራኛል ወይም የኔ ነው የሚለውን ታሪክ መፈለጉ የሚጠበቅ ነው።[14] ከሰለሞን ይልቅ በሳባ ላይ ያተኩራል እና እዚህ ኅሩይን ሰፋ አድርገን እንጠቅሳለን።

> የንግሥተ ሳባ አባት አጋቦስ ይባላል። ከክርስቶስ ልደት አስቀድሞ በኢትዮጵያ ከነገሡት ነግሥታት ሁሉ ንግሥተ ሳባ እጅግ ስመጥሩ ነበረች። ንግሥተ ሳባም የተባለችው በመፅሀፈ ነግሥት ነው። ይኸውም በትግሬ አውራጃ ከአክሱም አጠገብ ያለ ሀገር ነው። በወንጌል ግን ንግሥተ አዜብ ትባላለች። ይኸውም እርሷ በዚያ ዘመን ከዓረብ ሀገር የመን የሚባለውን ጨምራ ትገዛ ነበርና የመን ለኢየሩሳሌም አዜብ ስለሆነ ነው። አዜብ ማለትም በምዕራብና በደቡብ መካከል ያለ ማዕዘነ ዓለም ነው።
>
> "በክብረ ነግሥት ግን ማክዳ ይላታል። ይኸውም መንገደኛ ማለት ነውና ወደ እየሩሳሌም ወርዳ ከተመለሰች በኋላ የተጠራችበት ስም ነው ይባላል። ስለዚህ በአገሩዋና በግብሯ ስም ትጠራ ነበር ከማለት በቀር አባትና እናቷ ያወጡላት ስም ነው ለማለት ያስቸግራል።
>
> "ግዛቷም እጅግ ሰፊ ነበር። በስተ ምስራቅ እስከ ማዳጋስካር በስተሰሜንና በስተ ምዕራብ እስከ ምስርና እስከ ኖብያ ዳርቻ፣ በስተደቡብ ዛሬ የቪክቶሪያ ባህር እስከተባለው እስከ ኒያንዛ ባህር ነበር። ኒያንዛ ከሚባለውም ባህር ነጭ ዓባይ ወጥቶ ከጣና ከሚወጣው ከጥቁር ዓባይ ጋራ በካርቱም ላይ ተገናኝቶ የሱዳንንና የምስርን አገሮች ያጠጣል።
>
> "በንግሥተ ሳባ ዘመን ከኢየሩሳሌምና ከዓረብ ከምስርና ከህንድም አገሮች ብዙ ነጋዴዎች ወደ ኢትዮጵያ ይመላለሱ ነበርና እነርሱ ከኢትዮጵያ የሚገኘውን ልዩ ልዩ ዕንቁና

አልማዝ ወርቅና ሽቱም እየገዙ በየሀገራቸው ስለወሰዱ በዚሁ ሁሉ ምክንያት የኢትዮጵያና የንግሥተ ሳባ ዝና በዓለም ሁሉ ተሰማ" (ጎሩይ ወልደስላሴ 1999:1)።

የንግሥተ ሳባ ታሪክ በቀድሞው ሙሉ በሙሉ ተቀባይነት የነበረው ቢሆንም በአንዳንድ የውጭ ምሁራን ጉዳዩ መጠየቅ ከጀመረ በኋላ የኛዎቹ የታሪክ ምሁራን፣ በተለይ ታደሰ ታምራት (1972)ን መጥቀስ ይቻላል፣ የማይሆን ተረት ተረት ነው በሚል አጣጣሉት። ይህን ካሰፈሩ በኋላ የንግሥተ ሳባን ጉዳይ በመደበኛ የታሪክ ስራ እንደ እውነት የኢትዮጵያ ንግሥትነት መካተት ቀርቷል። ለዚህ ምክንያቱ ንግሥተ ሳባ በአክሱም ነበረች የሚለው የአክሱም መንግሥትነት ወይም አክሱም እንደማዕከል መንግሥት ሆኖ ማገልገሉ ንግሥተ ሳባ ነበረች ከተባለበት ግዜ በዘጠኝ መቶ ዓመት ያህል በመለያየቱ ነው። የቀድሞውን የንግሥተ ሳባ የኢትዮጵያ ንግሥት ነበረች የሚለውን አባባል በክብረ ነግሥት እና በአንዳንድ የኛዎቹ ጥንታዊ ስራዎች ያለውን እንዳለ መቀበል አዳጋች ቢሆንም፣ ይች ንግሥት የኢትዮጵያ ንግሥት ነበረች የሚለው ትክክል አልነበረም ብሎ በደፈናው የሚጣል አለመሆኑን የቅርብ ግዜ ግኝቶች እያመላከቱ ነው።

በአለፈው ምዕራፍ እንደገለፅነው በአሁኑ ወቅት የማያጠያይቀው ከአክሱም በፊት ዳዓማት የሚባል መንግሥት በሰሜኑ የሀገራችን ክፍል እንደነበረ ነው። ዋና ከተማው የሀ ላይ እንደነበር ይገመታል። ይህ የደአማት መንግሥት በባህል ደረጃ በደቡብ አረቢያ በሚገኘው የሳባውያን መንግሥት ጋር ብዙ ይዛመዳል። ለምሳሌ የድንጋይ ላይ ፅሁፎቹ አንድ ናቸው። በወቅቱ ምናልባት የደቡብ አረቢያው እና የሰሜኑ ኢትዮጵያ አንድ ሀገር ሳይሆኑ አይቀርም። በድንጋይ ላይ ፅሁፎቹ የዳዓማት እና የሳባ ንጉሥ የሚል ይገኛል። ሲማ (2003:144)ን ይመልከቱ። ይህ ግምት ትክክል ከሆነ ንግሥተ ሳባ በኢትዮጵያውያን እንዲሁም በየመንም የንጉሦች ዝርዝር ውስጥ መግባቷ ስህተት ላይሆን ይችላል። ይህ ማለት ግን በክብረ ነገሥት ላይ የተገለፀው ሁሉ፣ በተለይ ንግሥተ ሳባ ከሰለሞን ምኒልክ የሚባል ወንድ ልጅ ወልዳለች ልጁም በኢትዮጵያ ላይ ነግሦ ነበር የሚለው እና የኢትዮጵያ ንጉሦች እስከኃይለ ስላሴ ድረስ ከዚህ ከምኒልክ የተወለዱ ናቸው የሚለው ትክክል ነው ማለት አይደለም። ይህ ንጉሣውያኑ በእግዚአብሄር ስለተቀባን የመግዛት ሀላፊነት አለን ለማለት በኋላ ላይ ክብረነግሥት ወደግዕዝ ሲመለስ የተጨመረ ይመስላል። በቁራን ከንጉሥ ሰለሞን ንግሥተ ሳባ መውለዷን የሚገልፅ ነገር የለም። ንግሥተ ሳባ እንደተባለው ታሪካዊ ከሆነች እና ወደእስራኤል ተጉዛ ከነበረ ሊሆን የሚችለው ንጉሥ ሰለሞን ሴት-አውል (የኛዎቹ ጥንታዊ ስራዎች መፍቀሬ-አንስት ይሉታል) ስለነበር እንድትጎበኘው እራሱ ጠይቋት ሊሆን ይችላል። አሁን ያለው መረጃ በታሪክ ተጨባጭ የሆነ ይች ንግሥት በኢትዮጵያም ሆነ በሌላ ሀገር የነገሠች ነበር ብሎ ለማስቀመጥ የሚያስችል አይደለም። ከርዕሳችን በጣም እንዳያስወጣን ወደዝርዝሩ አንገባም። በዚህ ላይ እጅግ በርካታ በቀላሉ የሚገኙ መረጃዎች ጥናቶች አሉ እና እንሱን መመልከት ይገባል። ከእነዚህ ውስጥ ሊማን (2009)ን፣ ሀሪስ (1974)ን እና በዚያ የተጠቀሱ ስራዎችን ይመልከቱ።

6.5 ማጠቃለያ

የኩሽ-ሴም ህዝብ ከመፅሀፍ ቅዱስ የነገድ እሳቤ ጋር በማያያዝ መንግሥትን እውቅና እና ተቀባይነት እንዲኖረው ለማድረግ ሲገለፅ ኖሯል። የኢትዮጵያን ታሪክም ከዚሁ ከመፅሀፍ ቅዱስ ገለፃ ጋር አገናኝቶ መግለፅ የተለመደ ነበር። በርግጥ ይህ ብዙም የሚያስገርም ሊሆን አይገባም። ማንም ህብረተሰብ ከእምነቱ ምንጭ ነው ከሚለው ህብረተሰብ ጋር እራሱን ማገናኘት እና ታሪኩን ከእምነቱ ጋር እንዲስማማ አድርጎ ማቅረቡ የተለመደ ነው። የምሁራን ስራ ደግሞ መረጃዎችን ከቀኝ ከግራ በመመርመር እውነታውን ለማሳየት መሞከር ነው።

እንጎሩይ (1999)፣ ኪዳነ ወልድ ክፍሌ (1948) የሰለሞን እና የሳባ ልጅ ምኒልክ ከሳባ ቀጥሎ ነገሠ የሚለውን አፈ-ታሪክ እንደእውነተኛ ታሪክ ቢቀበሉትም፣ ምኒልክን ያነገሠው ሰለሞን ነው የሚለውን ሲሞግቱ ይስተዋላል። ሙግታቸው ግን ከሃይማኖቱ አልወጣም። የሀገሪቱን ታሪክ ወደሰለሞን ከመቁጠር የኩሽ ነገድ ነን የሚለው ላይ ማተኮር ይገባል ነው። የእነዚህ ሊቃውንት ኢትዮጵያን የኩሽ ምድር የማለታቸው ዋናው መሰረት የአለማችንን ህዝብ ታሪክ በመፅሀፍ ቅዱስ እሳቤ ከመተርጎም የመጣ ነው። በአይሁዶች በወቅቱ በነበራቸው ግንዛቤ ለራሳቸው ህብረተሰብ የፃፉትን ይዘው የአለምን ህዝብ ታሪክ እና ነገድ መበየናቸው እና የሃይማኖት ሊቃውንት ያንን መሰረት አድርገው የኢዮጵያን ታሪክ መግለፃቸው ሳይሆን፣ ይህንን እውነት ነው ብለው (ባህላዊ) ታሪክ ፀሀፊዎች እና የወቅቱ አለማዊው ፖለቲከኛ መውሰዳቸው ይመስላል ትልቁን ስህተት ያመጣው።

በዚህ ስራ እንደተመለከትነው ኩሽ በመባል የሚታወቀው ጥንታዊ ሀገር በየወቅቱ የተለየ ቅርፅ/ስፋት ቢኖረውም፣ በውስጡ ይነገሩ ስለነበሩት ሁሉም ቋንቋዎች በውል የታወቀ የለም። በተለይም መንግሥቱ ስለሚናገረው ቋንቋ ምንም መረጃ የለም። በአሁኑ ኑቢያኖች የሚናገሩት ቋንቋ ከኩሻዊም ሆነ ከአፍሮኤሲያዊ ቤተሰብ የሚመደብ አይደለም። በአካባቢው ካሉት ህዝቦች ብንነሳ ቋንቋዎቹ በርግጥ የአንድ ቤተሰብ ብቻ ላይሆኑ ይችላሉ። ምንም እንኳ ቤጃዎች በኩሽ መንግሥት ስር በመስራችነትም ሆነ በአባልነት ያደረጉት ጉልህ አስተዋፅኦ ባይታወቅም ቋንቋቸው ከአፍሮኤሽያዊ የሚመደብ ነው። የኩሽ መንግሥት እና ኩሽ በሚባል የሚታወቀው ህዝብ ይናገር ስለነበረው ቋንቋ ዘር በቂ ማስረጃ የለም። ኩሻዊ የሚለው ስያሜ ባሁኑ ግዜ ያለው የቃሉ ውክልና ጥንት ከነበረው አጠቃቀም ጋር በቀጥታ የሚያገናኘው የለም። በዚህ ስራ እንደገለፅነው በመፅሀፍ ቅዱስ ከተጠቀሰው ጋር በቀጥታ አይዛመድም። ባሁኑ ግዜ ያለው የቃሉ አገባብ የስነልሳን ሊቃውንት በይሁንታ የተቀበሉት እንጅ መሰረታዊ የተለየ ፍች እና ከጥንቱ ጋር የተለየ ውክልና እና ግንኙነት ኖሮት አይደለም።

ጥንታዊ የኩሽ መንግሥት የሚናገርው ቋንቋ አሁን ኩሻዊ ከሚባሉት ጋር የሚመደብ እንኳ ሆኖ ቢገኝ በአሁኑ ወቅት በኢትዮጵያ፣ ሶማሊያ፣ ኬንያ እና ታንዛንኛ የሚገኙትን የጥንታዊ ኩሽ መንግሥት ባለቤት የሚያደርጋቸው ነገር የለም። ዛሬ አንድ ሀገራችን ያለ ሴማዊ ቋንቋ ተናጋሪ ተነስቶ የአካዲያን ስልጣኔ የእኔ ነው እንደማለት ያህል ነው። በአላዋቂነት እና በድፍረት የሚሰጡ የቅድመታሪክ ትንታኔዎች ለተወሰነ ወቅት ተራውን

ህብረተሰብ ምናልባት ሊያደናግሩ ከመቻላቸው በተለይ እራስን ያሳፍራሉ እንጂ፣ አያኮሩም። አለቃ ኪዳነወልድ ክፍሌ እንዳሉት፣ በምሁራን ደረጃ መሳቂያ እና መሳለቂያ ነው የሚያደርጉት።

በምዕራፍ ሁለት እንደተመለከትነው የኩሽ መንግሥት መፅሀፍ ቅዱስ ከተፃፈበት አስቀድሞ መሰረቱን የጣለ በታሪክ የሚታወቅ ነው። ይህ መንግሥት በአፈታሪክ እና ተረት የሚለወጥ ታሪክ የለውም። የመፅሀፍ ቅዱሱ የነገድ አመጣጥ የእምነት/ሀያማኖታዊ እንጂ የስነሰብ እና የታሪክ ምንጭ ተደርጎ የሚወሰድ አይደለም።

ማስታወሻዎች

1 ይህን ጉዳይ ቀደም ያሉት የሀገራችን ፀሀፊዎች ሳይቀሩ አስተውለውታል። ለምሳሌ ተክለፃዲቅ መኩሪያ (1951)ን ይመልከቱ።

2 ይህ ንጉሥ የግብጿ ግዛት የሆነችውን ቲቤስን ተቆጣጥሮ እንደነበር ገልጿል፤ "Some time in the 9th Century B.C., Piankhy (I)? claimed Thebes as a province of Kush" (አበርት፣ ፍሉኸር-ሎባን እና ሎባን፣ 1992: 118)።

3 Aserkhamen

4 ይህ ንጉሥ ከኩሽ ተነሥቶ የላኛው ግብፅን እንደወረረ አበርት፣ ፍሉኸር-ሎባን እና ሎባን ገልገልፀዋል፤ "By about 950 B.C., the Kushites, perhaps under King Aserkhamen, started raids on Upper Egypt in an attempt to expand northward" (አበርት፣ ፍሉኸር-ሎባን እና ሎባን፣ 1992፡ 118)። በምዕራፍ ሁለት እንደገለፅነው ከአላራ በፊት በኩሽ ላይ ስለነገሡት ነግሥታት ብዙም አይታወቅም።

5 የሚከተለውን ከሎባን ይመልከቱ፤ "CANDACE, KANDAKE, KADAKE. The term kadake is probably the original form of this Meroitic (q.v.) title that was generically applied to regnant queens and perhaps others not regnant. It is possible that it is derived from the Meroitic kdi-qo, which could be translated as "royal woman." The Greeks inserted their version of a more euphonious variant form that has been transmitted as kandake, which subsequently was Latinized as candace and may even be used as a Christian name in modern times. Among the more prominent kadakes of Meroë were Amanishakete and Amanitare" (ሎባን፣ 2004፡97)።

6 "በዚህ ዓይነት የሚገኘውን ያገራችንን ታሪክ እንደዚሁ እንዳለ ያንባቢን አሳብ እያባዘነ ኑሮውን እንዲቀጥል ልንተወው አይገባም። ሊዛመድ የሚችለውን ጠበኛ ታሪክ ማዛመድ የተዘባረቀውን መልክ ሰጥቶ ማከታተል ሊታረቅ የማይችለውንም አስታራቂ ማስረጃ እስኪገኝ ድረስ በግልፅ በግልፅ ለየብቻ አስቀምጦ ፍርዱን ለአንባቢ መተው የሚቻልበትን ዘዴ መፈለግ የንባብና የፅሀፈት የመተረከም ልማድ አለኝ ለሚለው ሁሉ ግዴታውም ባይሆን ተግባሩ ነው። ያንዳንድ አገሮችም ታሪክ በዚህ ዓይነት ሲኖር

በተቻለ መጠን ሊተካከልና ሊደራጅ የቻለው በየዘመኑ በተነሡት ፀሀፊዎች ትጋት ነው። ባገራችንም በዚሁ ጉዳይ እነአቶ አፅሜ እነአለቃ ታዬ እነብላቴን ጌታ ኅሩይ የደከሙ መሆናቸውን ሳናስታውስ አስታውሰንም ሳናመሰግን ማለፍ አይገባንም (ተክለፃዲቅ 1951:5-6)።

7 "In the 5th century the Himyarites, in the south of Arabia, were styled by Syrian writers Cushaeans and Ethiopians" (ኢንሳይክሎፔድያ ብሪታኒካ፣ 1911:666)።

8 በዚህ ላይ ለቅርብ ግዜ ትንታኔ ሀትኬ (2011)ን እና ባወርዛክ (2013)ን ይመልከቱ።

9 "The Somali, [Oromo], and Afar-Saho also belong to one of the waves of Kushitic migrations which have already been mentioned who crossed the Bab al-Mandab and the Gulf of Aden in early times into the coastal regions of East Africa. They belong fundamentally to the same Hamitic stem and are usually classified as 'Low Kushite'. Their original African homeland seems to have been between the upper course of the Wabi and the coast of the Gulf of Aden. In consequence of migrations and fractionings, and through mixing in varying degrees with Negroes, they became differentiated ethnographically into three great groups. Those who spread northwards into the Dankali depression and its coastal region are distinguished by the linguistic group names of Afar and Saho. The Somali, who are probably the most recent Hamitic immigrants into East Africa, were confined for centuries to what is now British Somaliland. From this inhospitable region they began to push south and south-west towards the valleys of the Wëbi Shabëli and Jüba, repelling Galla in the south-west and aboriginal Bantu tribes to the south, absorbing elements of both groups into their own tribal system" (ትርሚንግሀም 1952/1965:8)።

10 ቀደም ላለ ለክብረነግስት እንግሊዝኛ ትርጉም ባጅ (1922/2000)ን ይመልከቱ።

11 ከላይ በጥቅሱ እንደምንመለከተው ኪዳነወልድ ክፍሌ ከሳባ-ምኒልክ ታሪክ/ትረካ ቢሸሹም ከሌላኛው የሃይማኖት ነገደ ኩሽ ትርክት አላመለጡም።

12 "There is extant in Ethiopian literature a legend to the effect that when God made Adam He placed in his body a 'Pearl,' which He intended should pass from it into the bodies of a series of holy men, one after the other, until the appointed time when it should enter the body of Hannâ, and form the substance of her daughter the Virgin Mary. Now this 'Pearl' passed through the body of Solomon, an ancestor of Christ, and Christ and Menyelek, the son of Solomon by the Queen of Sheba, were sons of Solomon, and according to Ethiopian ideas they were akin to each other. But Christ was the Son

of God, and, therefore, being the kinsman of Christ, Menyelek was divine. And Isaac the Ethiopian [who translated Kebre Negest from Arabic to Ge'ez], holding this view, maintains in the Këbra Nagast that the kings of Ethiopia who were descended from Menyelek were of divine origin, and that their words and deeds were those of gods" (ባጅ 1922/2000:vi-v).

13 ለዝርዝር መረጃ ባጅ (vi እና ቀጣይ ገፆች)ን ይመልከቱ።
14 ባሁኑ ግዜ ፖለቲከኞች ወይም የፖለቲካ ተልዕኮ ያላቸው ፀሀፊዎች በተለይ በኩሽቲክ ቋንቋ ተናጋሪ አማተር የታሪክ ፀሀፊዎች ዘንድ እራስን ከመደበኛው የኢትዮጵያ ታሪክ የመነጠሉ ጉዳይ ከዚሁ የአባልነት ስሜት ከማጣት የመጣ ነው ማለት ይቻላል።

ምዕራፍ ሰባት፡ መደምደሚያ

በምዕራፍ ሁለት የጥንታዊ ሱዳንን ታሪክ ትንሽ ዘርዘር አድርገን ተመልክተናል። ስለዚህ ጎረቤት ሀገር ታሪክ በርካታ ሰነዶች ቢኖሩም፣ ምናልባት በትምህርት ስርዓታችን የትኩረት ማነስ ምክንያት አሁን ትምህርት በተስፋፋበት እና መረጃ እንደልብ ቤተመፃህፍት እንኳ ሳይኬድ ከእጅቻን በሚገኝበት ዘመን የተሳሳተ እና የተዛባ አረዳድ ማየት አሳሳቢ ነው። ይህን ጉዳይ ምዕራፍ ሁለት በደንብ የሚያጠራው ወይም ቢያንስ ልቦና ላለው ተጨማሪ መረጃዎችን እንዲፈልግ የሚያደርገው ይመስለናል።

ከጥንታዊ ግብፆች መዛግብት እና ከስነቁፋሮ መረጃዎች መረዳት እንደተቻለው ጥንታዊ ግብፅ መንግሥት ከእነሱ በስተደቡብ በታችኛው ኑቢያ/ኩሽ በመጀመሪያው እና በሁለተኛው ካታራክት ከነበሩት ነገዶች ብቻ ሳይሆን በላይኛው ኑቢያ/ኩሽ ከነበሩት እንዲሁም ራቅ ብሎ ከሚገኘው ከፑንት ጋር የንግድ ልውውጥ እንደነበረው ነው። በመጀመሪያው እና በሁለተኛው ካታራክት መሀከል ይኖሩ የነበሩ ህዝቦች— ዋዋት፣ መጃይ፣ ወዘተ በመባል የሚታወቁት—ከእነሱ በስተደቡብ ከሚኖሩት በኋላም ኩሽ በመባል ከሚታወቁት የተለዩ ነገዶች ተደርገው ቢቆጠሩም በኋላ ዝምድናቸው እና የግዛት አንድነታቸው ከኩሾች ጋር ሆኖ ይታያል።

በከርማ አካባቢ ከ2500 ቅጋአ ጀምሮ መሰረቱን በመጣል ቢያንስ በ2000 ቅጋአ አካባቢ ታላቅ መንግሥት ለመመስረት ችሎ የነበረውን ኩሽ በሚል (ወይም ከዚህ ተመሳሳይ ንበት ባለው ቃል) ጥንታዊ ግብፆች ሲገልፁት ቢያንስ ከ2100 ቅጋአ ጀምሮ እናገኛለን። ይህ መንግሥት በአዲሱ የግብፅ መንግሥት በግብፆች ወረራ ከጠፋ እና በእነሱ ግዛት ስር ለ400 መቶ ዓመት ያህል ከቆየ በኋላ እንደገና ኃያል ሆኖ በመውጣት ግብፅን እራሱን ተቆጣጥሮ ለመቶ ዓመት ያህል አስተዳድሯል። በዚህ ግብፅን ተቆጣጥሮ ባስተዳደረበት ወቅትም ሆነ ከግብፅ ተባሮ ከወጣበት በኋላ እጅግ ድንቅ ስራዎች ከመላው ግብፅ እስከ ሜሮኤ ድረስ አከናውኗል። እነዚሁ ስራዎቹ የተወሰኑት ቢወድሙም አሁንም የታሪክ ምስክር ሆነው ይገኛሉ።

ሮማኖች ግብፅን ከተቆጣጠሩ በኋላ የኩሽ አካባቢን እና መንግሥትን ኑቢያ በማለት በኋላ ላይ በኩሽ ግዛት ከነበሩ ኑብ ከተባሉ በወቅቱ ዘላን/አርብቶ አደር ህዝቦች ስያሜ መጥራት ጀመሩ። ይህም ስያሜ በኋላ ላይ በታሪክ ሊቃውንት የጥንቱን የኩሽ መንግሥት እና ህዝብ ስልጣኔ መጠሪያ በስፋት ለመሆን በቃ። ይህን በውል ሳይገነዘቡ ኩሽ የሚለውን ቃል አጠቃቀም ከመፅሀፍ ቅዱሱ የተገኘ አድርገው የመውሰድ አዝማሚያ ጥቂት በማይባሉ ስራዎች ውስጥ ይታያል። እጅግ የሚያስገርመው በትምህርታዊ 'አካዳሚክ' ስራዎችም ላይ

በእግረ መንገድ የሚጠይቅ የለም በሚያስብል ደረጃ የሚሰጡ አስተያየቶች መስተዋላቸው ነው። ለዚህ፣ ለአብነት የሚከተለውን ከሀይዋርድ (2003) ይመልከቱ፤

> ኩሻዊ የሚለው ስያሜ ምንጩ መፅሀፍ ቅዱስ ነው። በመፅሀፍ ቅዱስ (ኦሪት ዘፍጥረት 10፡6) ኩሽ የሀም ልጅ የኖህ የልጅ ልጅ ነው። ከኤደን የሚወርደው የጊዮን ወንዝ በመፅሀፍ ቅዱስ የኩሽ ሀገርን እንደሚከብ ተገልጿል (ኦሪት ዘፍጥረት 2፡13)። በነገድ ስያሜነት በብሉይ ኪዳን በሁሉም ቀጥሎ ነበር። ከዚያ በኋላ በጣም ዘግይቶ በምዕራባውያን የትምህርታዊ ስራዎች ላይ ሜሮኤ ላይ ማዕከሉን ላደረገው የግብፅ-አፍሪካን መንግሥት (2656–2325 B.C.) እና ባህል ለመግለፅ ውሏል። ይህ ከሜሮኤ ጋር በተገናኘ ያለው አጠቃቀም የመፅሀፍ ቅዱሱን ባህል አጠቃቀም ያስቀጠለ ነው።[1]

ከላይ የቀረበው የሀይዋርድ አስተያየት በኢትዮጵያ ላይ በሚያተኩረው ኢንሳይክሎፔድያ ላይ የቀረበ ነው። እንዴት የአርትኦት እና ግምገማ ሂደቱን አልፎ መታተም እንደቻል ግልፅ ባይሆንም፣ በሰፊ የመረጃ መፅሀፍ ላይ የቀረበ ነው እና አንዳንድ ነጥቦችን እናነሳለን።

ሀይዋርድ የግብፅ-አፍሪካ መንግሥት ሲል የቱን ማለቱ እንደሆነ ግልፅ አይደለም። ይሁን እንጂ ከሰጠው ዘመን አንፃር የከርማን መንግሥት ማለቱ ይመስላል። ቀደም ባሉ ስራዎች የዚህ መንግሥት እድሜ ሀይዋርድ ከሰጠው ጋር ተቀራራቢ ሆኖ ይገኛል። ይህን የሚያጠናክረው ማዕከሉን ሜሮኤ ላይ ያደረገው የሚለው የሀይዋርድ አስተያየትም ነው። በርግጥ ሀይዋርድ በጠቀሰው ዘመን ስለሜሮኤ የሚታወቅ ነገር አልነበረም። የከርማ መንግሥትም በወቅቱ ሜሮኤ ድረስ ስለመድረሱ ምንም የታሪክ ማስረጃ የለም። "በኋላ በጣም ዘግይቶ" ስላለ ሀይዋርድ የግብፅ-አፍሪካ መንግሥት የሚለው ከመነሻው የከርማን መንግሥት ይመስላል። የከርማ መንግሥት ኋላ ላይ የኩሽ መንግሥት በመባል የሚታወቀው—በምዕራፍ ሁለት እንደተመለከትነው—ራሱን ችሎ የተነሳ ከግብፅ መንግሥት የተለየ እንጂ በግብፆች የተመሰረተ አይደለም። በሌላው መልኩ የሀይዋርድ የግብፅ-አፍሪካ መንግሥት የሚለው የራሱ የቃሉ አጠቃቀም ጥያቄ የሚያስነሳ ነው። በግብፅ የመንግሥት ጅማሮ እዚያው ከነበሩ ተወላጆች በእድገታዊ ሄደት የተገኘ እንጂ ከሌላ ቦታ መጥቶ የተቋቋመ/የተመሰረተ አይደለም። እንደዚህ ነው ብሎ የሚያስብ በአሁኑ ወቅት የግብፅ የታሪክ ባለሙያ ወይም ስራ ማግኘት ይከብዳል። ግብፅ ደግሞ የምትገኘው አውሮፓ ውስጥ ሳይሆን አፍሪካ ውስጥ ነው። የግብፅ-አፍሪካ መንግሥት ብሂል ግብፅን ከአፍሪካ ለመገንጠል ታስቦ ካልሆነ ሌላ ምክንያት ማግኘት ይከብዳል። የግብፅ-አፍሪካ መንግሥት አልንውም አላልንውም የከርማ መንግሥት ሀይዋርድ በጠቀሰው ዘመን የሚታወቀው ኩሽ በሚለው ስያሜ ነው። በዚህ ስራ ምዕራፍ አራትን ይመልከቱ። ይህ ብሉይ ኪዳን የሚባል ባልተፈጠረበት/ባልተፃፈበት ዘመን የነበረ ስያሜ ነው። በክፍል አንድ እንደገለፅነው ይህን የመፅሀፍ ቅዱስ ሊቃውንት 'ቲኦሎጂሺያን' ሳይቀሩ ያስተዋሉት ጉዳይ ነው። ለሀይዋርድ እንዴት ሆኖ የመፅሀፍ ቅዱሱ ኩሽ መፅሀፍ ቅዱሱ ከመፃፉ ሺ ዓመት በፊት ለነበረ

አጠቃቀም መነሻ እንደሆነለት ግልፅ አይደለም። ልጅ እናቷን ወለደች ማለቱ እንኳን ለአካዳሚው ህብረተሰብ ለተራውም የሚመጥን አስተያተት አይደለም። አጠያያቂነት የሌለው የመፅሀፍ ቅዱሱ ኩሽ አሁን በስነልሳን ላለው የቋንቋ ስያሜ ማዋሉ መነሻ መሆኑ ነው።

የሀይዋርድ አይነት አስተያየት በተለይ በቀደምት ስራዎች ላይ ማግኘቱ የተለመደ ነው። ሌላው ቀርቶ ጥንታዊ የግብፅ ሰነዶችን ትርጉም ብለው በሚያቀርቡበት ላይ በግርጌ ማስታወሻ ከሚሰጡት ማብራሪያዎች ውስጥ ጥቂት የማይባሉ በዘረኝነት የተቃኙ እናገኛለን። በዚህ ስራ የጠቀስናቸውን በተለይ ቀደምት ስራዎችን ሆድን ሰፋ አድርጎ ዋናው መረጃ ላይ ብቻ አተኩሮ መመልከቱ ይጠቅማል።

በዚህ ስራ ኩሽ በሚባለው ቃል ዙሪያ ያለውን አጠቃቀም በታሪክ፣ በሃይማኖት እና በስነልሳን ተመልክተናል እና ከላይ በሀይዋርድ ስራ ጭምር የታየው ውዥንብር በቂ መረጃ የሚኖረን ይመስለናል። ከኩሽ መንግሥት እና ህዝቡ በተጨማሪ ጥንት ስለሚባለው ሀገር እና ህዝብ በተወሰነ ደረጃ ተመልክተናል። በኢትዮጵያ በየሀ የተነሳው መንግሥት ልክ እንደኩሹ እና ግብፅ መንግሥታት ሀገር በቀል ነው። ይህ መንግሥት ምናልባት ግብፆች ጥንት ብለው በአንድ ወቅትም ሆነ በተለያየ ወቅት ከሚጠሩት የቀጠለ ይመስላል። እነዚህ ሶስት መንግሥታት የተነሱበት የተለያየ ዘመን ቢሆንም፣ እንዲሁም በንግድ እና በተለይ በኩሽ እና በግብፅ መሀከል በተለያዩ ባህላዊ መስተጋብሮች (ጦርነትንም ጨምሮ) የተሳሰሩ/ግንኙነት የነበራቸው ቢሆንም እራሳቸውን የቻሉ መንግሥታት ነበሩ።

በዚህ ስራ ኩሽ በሚል ይጠቀስ ከነበረው ሀገር እና በዚያ ከሚኖሩ ህዝቦች ጋር አሁን ያለው አጠቃቀም ምን ያህል እንደሚገናኝ እና እንደሚለያይም ሰፋ አድርገን ቃኝተናል። በአሁኑ ወቅት ኩሻዊ የሚባለው የቋንቋ ቤተሰብ የሚወክላቸውን ቋንቋዎች እና የእነዚህ ቋንቋ ተናጋሪዎች ጥንት በዚህ ስም ይጠሩ ከነበሩት ህዝቦች ጋር ያለውን መመሳሰል ለመንገዘብ ያሁኑን ስያሜ ውክልና በዝርዝር መረዳቱ ይጠቅማል። በምዕራፍ አምስት በቋንቋዎች መሀል ስላለው ግንኙነት የቀረበው ዳሰሳ የቃሉ በስነልሳን ያለው አጠቃቀምን የሚያጠራ ይመስለናል።

ኩሽ በመባል የሚታወቀው ጥንታዊ ሀገር በየወቅቱ የተለየ ቅርፅ/ስፋት ቢኖረውም፣ በውስጡ ይነገሩ ስለነበሩት ሁሉም ቋንቋዎች በውል የታወቀ የለም። በተለይም መንግሥቱ ስለሚናገረው ቋንቋ ምንም መረጃ የለም። በአሁኑ ኑቢያኖች የሚናገሩት ቋንቋ ከኩሻዊም ሆነ ከአፍሮኤሲያዊ ቤተሰብ የሚመደብ አይደለም። በአካባቢው ካሉት ህዝቦች ብንነሳ ቋንቋዎቹ በርግጥ የአንድ ቤተሰብ ብቻ ላይሆኑ ይችላሉ። ምንም እንኳ ቤጃዎች በኩሽ መንግሥት ስር በመስራችነትም ሆነ በአባልነት ያደረጉት ጉልህ አስተዋፅኦ ባይታወቅም ቋንቋቸው ከአፍሮኤሽያዊ የሚመደብ ነው። የኩሽ መንግሥት እና ኩሽ በሚባል የሚታወቀው ህዝብ ይናገር ስለነበረው ቋንቋ ዘር በቂ ማስረጃ የለም። ኩሽቲክ/ኩሻዊ የሚለው ስያሜ ባሁኑ ግዜ ያለው የቃሉ ውክልና ጥንት ከነበረው አጠቃቀም ጋር በቀጥታ የሚያገናኘው የለም። በዚህ ስራ እንደገለፅነው በመፅሀፍ ቅዱስ ከተጠቀሰውም ጋር በቀጥታ አይዛመድም። ባሁኑ ግዜ ያለው የቃሉ አገባብ የስነልሳን ሊቃውንት በይሁንታ

የተቀበሉት እንጅ መሰረታዊ የተለየ ፍች እና ከጥንቱ ስልጣኔ ጋር የተለየ ውክልና እና ግንኙነት ኖሮት አይደለም።

ኲሽቲክ/ኲሻዊ የሚለው ስያሜ በአጠቃላይ የቅርብ ሲሆን የስያሜው ውክልና ከመነሻውም ከጥንት ጀምሮ ኲሽ በመባል የሚታወቁ ህዝቦች የሚናገሩትን ቋንቋ ለማመልከት አይደለም። የጥንታዊ ኲሾች ቋንቋ እስካሁን በምን ስም ይጠራ እንደነበር አለመታወቅ ብቻ ሳይሆን ወደበኋላ ላይ በሜሮኤ በፅሁፍ አስፍረውልን ያለፉት ቋንቋም ኲሻዊ/ኲሽ በሚል ስያሜ ስለመታወቁ ምንም ማስረጃ የለም። በቅርብ ምሁራን ስራዎችም ይህ የኋለኛው የኲሽ ዘመን ቋንቋ የሚታውቀው ከቦታው በመነሳት የሜሮኤ ቋንቋ በመባል ነው። ኲሻዊ የሚለው የዘመናችን የቋንቋ ቤተሰብ ስም ከጥንቱ ኲሽ ከሚለው ቃል ከወከለው ህዝብ፣ ሀገርም ሆነ ተናጋሪ ጋር በግብር፣ (ማ. በዘር፣ በውልደት እና አንድ ታሪክ በመጋራት) በአጠቃላይ የሚያገናኘው የለም። ቋንቋውም ቢሆን ከአሁኑ ኲሽቲክ/ኲሻዊ ቋንቋዎች ጋር በዘር ስለመገናኘቱ ምንም ማስረጃ የለም። በርግጥ፣ የተወሰኑ ፊደል የቆጠሩ ሰዎች ካልሆኑ በቀር ባሁኑ ወቀት የትኛውም የኲሽቲክ/ኲሻዊ ቋንቋ ተናጋሪ ህዝብ ከጥንታዊው የኲሽ ስረወመንግሥትም ሆነ ህዝብ እራሱን ሲያጣምር ወይም ከመፅሀፍ ቅዱሱ ነገደ ኲሽ በቀጥታ የወረድኩ ነኝ ሲል አይሰማም። በሴሜቲክ/ሴማዊ ቋንቋ ተናጋሪው በኩልም ቢሆን ያለው ሁኔታ ያው ነው። ህብረተሰቡ ፊደል ከቆጠረው ውጭ ኲሽ፣ ሴም ስለመባሉ የሚያውቀው ነገር የለም። ፊደል የቆጠረውም ቢሆን በጉዳዩ ላይ ምርምር እና ሰፊ ንባብ ካላደረገ ስለዚህ ጉዳይ ጥልቅ ግንዛቤ አለው ብሎ ለመናገር ይከብዳል። እንዲኖረውም አይጠበቅም። በህዝቡ ዘንድ ያለው የተለየ ነው። ለምሳሌ ቤተ እስራኤል በሚል ወደ እስራኤል የሄዱት የአገው ወገን ቋንቋ ተናጋሪ የነበሩ ህዝቦች ናቸው። እነዚህ ህዝቦች ከጥንትም አይሁዶች ሆነው በግዜ ሂደት ግን የአገው ቋንቋ ተናጋሪ ሆነው ሊሆን ይችላል። ሱማሌዎችንም ብንወስድ የአረብ ሊግ መሆናቸውን እንኳ ከፖለቲካ/ሃይማኖት ጋር ብናያይዘው እንደ ኢሳ፣ ዳሮድ የሚባሉት ጎሳዎች የሴም ዘሮች ነን የሚሉ ናቸው። በርግጥ የጎሳቸው መስራች ተደርገው የሚቆጠሩት ከአረብ ሀገር መጥተው ሊሆን ይችላል (ሌዊስ 1998፡18ff.)። በሲዳማ ህዝቡ ከእስራኤል እንደመጣ የሚገልፅ አፈ-ታሪክ አለ። ሶማልኛ እና ሲዳምኛ ምድባቸው ከምስራቅ ኲሻዊ ነው። ለህብረተሰቡ የትመጣ አፈ-ታሪክ የሃይማኖት ተፅዕኖ ትልቅ ቦታ ቢኖረውም፣ በሁሉም ቦታ የጥንቱን ማንነት ያስተዋል ማለት አይቻልም። በየትኛውም የታሪክ ዘመን ኲሽ አሁን በዚህ ስም የሚጠሩ ቋንቋ ተናጋሪዎችን ነጥሎ ለማመልከት የዋለበት ግዜ የለም።

በምዕራፍ አምስት እንደተመለከትነው ኲሽቲክ/ኲሻዊ የሚለው የቋንቋ ቤተሰብ በራሱ በቋንቋዎች መሀከል ያለውን ግንኙነት በውል የሚያሳይ አይደለም። በዚህ ቡድን ስር የተሰባሰቡት ቋንቋዎች አንድ የሚያደርጋቸው ትልቁ ነጥብ በሌሎቹ የአፍሮኤሽያዊ ቤተሰቦች ስር መመደብ አለመቻሉ ነው። ለምሳሌ፣ የአገው ቋንቋዎችን እና ቤጃን እንኳ ብቻ ብንመለከት እነዚህ ሁለት ቡድኖች ከሴማዊ ቡድን ካላቸው ዝምድና በተለየ ለማናቸውም ኲሻዊ ለሚባሉት ቋንቋዎች አይቀርቡም። ለዚህም ነው በምዕራፍ አምስት ያየናቸው አንዳንድ የቅርብ ግዜ ጥናቶች በኲሻዊ ስር የሚመደቡት ቡድኖችን እራሳቸውን

እንደቻሉ የቋንቋ ቤተሰቦች የሚወሰዷቸው። አሞቲክ ምዕራብ ኩሻዊ መባሉ እንደቀረ ሁሉ ቢያንስ ቤጃ እና የአገው ቋንቋዎች በዚህ ስያሜ መጠራታቸው ማቆሙ ሊቀር ይችላል። ዋናው ነጥብ የቋንቋ ዝምድና ጥናት ተጨማሪ መረጃ በተገኘ ቁጥር የሚሻሻል ወይም ጨርሶውን ከበፊቱ በተለየ መልኩ የሚለውጥ መሆኑን ማስተዋል አስፈላጊ መሆኑን መገንዘቡ ላይ ነው። ይህ በኩሻዊ ቋንቋዎች ላይ ብቻ ሳይሆን በማናቸውም የቋንቋ ቤተሰቦች ላይ የሚያጋጥም ነው። ለምሳሌ በቀደምት ስራዎች ግዕዝ በቀጥታ ከሳቢያን የመጣ ተደርጎ ሲወሰድ ሌሎቹ ኢትዮሴማዊ የሚባሉት ደግሞ በሂደት ከግዕዝ የተገኙ ተደርገው ይወሰዱ ነበር። ይህ እሳቤ በቀጣይ በተደረጉ ጥናቶች ግዕዝ የማናቸውም ኢትዮሴማዊ ቋንቋዎች ወላጅ እንዳልሆነ ከመረጋገጡም በላይ የቋንቋዎቹ እድሜም በፊት ከሚታሰበው እጅጉን የራቀ መሆኑ ተረጋግጧል።[2] በኩሻዊ በሚባሉት ቋንቋዎች ላይ ወደፊት የተለየ ትንተና ብናይ ሊገርመን አይገባም። የሳይንሳዊ የጥናት ውጤትን/ድምዳሜን የሚወስነው በወቅቱ ያለው መረጃ እንጂ ፖለቲካዊ ወይም ሃይማኖታዊ እሳቤ አይደለም።

በክፍል ሶስት ኩሽ ከመፅሀፍ ቅዱሱ አጠቃቀም እና ከጥንታዊ የኩሽ መንግሥት ጋር አንዳንዴ እየተምታታ በኢትዮጵያ ታሪክ መቅረቡን አስተውለናል። የሃይማኖት ጉዳይ የእምነት እንጂ የተጠየቅ እና የታሪካዊ መረጃ ጉዳይ አይደለም እና እሱን ወደጎን ብናደርገው የጥንታዊ ኩሽ መንግሥትን ታሪክ ወደኢትዮጵያ አምጥቶ የኛ ነው ማለቱ በአዊቂዎች ዘንድ ከማሳፈር በዘለለ ዘላቂ ጥቅም አይኖረው። ለጊዜው የፖለቲካ ፍጆታ መዋሉ እንደትልቅ ድል ለሚቆጥሩት የኋላ ኋላ ከአሳፋሪነቱ መሸሽ አያስችልም።

ኩሾች እና ግብፆች በታሪክ የሚታወቅ ጥንታዊ መንግሥት ከኢትዮጵያ በፊት መመስረታቸው የማያጠያይቅ ቢሆንም፣ ኢትዮጵያ በራሷ የሚያኮራ የጥንታዊ ስልጣኔ እና መንግሥት ባለቤት ነች። ሌላው ቀርቶ በስፋት አይዘመርለት እንጂ የኦሞአዊ ህዝብ በዓለማችን የእርሻ ተግባራትን ከተጠቀሙት ጥቂት ቀደምት ህዝቦች መሀከል አንደኛው ነው።[3] የአገው ህዝቦች ጋ ብንመጣም በእርሻ ተግባር ቀደምት ከሚባሉት ውስጥ ይጠቀሳሉ። አፋሮች የሰው ልጅ መገኛ ቅሪተ አፅሞች ከተገኙበት መሆናቸው በራሱ ትልቅ ታሪክ የሚሰጣቸው ነው። ኢትዮጵያውያኖች ከደአማት እና ከአክሱም መንግሥታት እስካሁን ሳይቋረጥ የቀጠለው የኢትዮጵያ መንግሥት ባለቤት ናቸው። ከዚህ በተጨማሪ ከላይ የጠቀስናቸው እና ሌሎች ያልጠቀስናቸው በርካታ አጅግ አኩሪ ታሪኮች በሁሉም የኢትዮጵያ ነገዶች ዙሪያ ማለት ይቻላል አሉ። በታሪክ መኩራት ከተገባም በየትኛው ዓለም ካለ ህዝብ ፊት በኩራት አቁሞ የሚያናግር ታሪክ ኢትዮጵያውያኖች አላቸው። ይህ ባለበት ሁኔት በወቅቱ ፖለቲካ እየተነዱ የሌላን ሀገር ታሪክ የእኔ ነው ማለት ከማሳፈር የዘለለ ጥቅም የለውም። ይልቁንም በጋራ የሚያኮራው ታሪክ ላይ ተንተርሶ የተሻለች ኢትዮጵያን መገንባቱ ላይ ማተኮሩ ይመረጣል።

ማስታወሻዎች

1 ትርጉሙ ዋናውን ሀሳብ ከመያዝ እንጂ ቃል በቃል አይደለምና ሀይዋርድን ከምንጩ ከታች ይመልከቱ፤ "The name C[ushitic] has its source in the Bible, where Cush is presented as the son of Ham, the son of Noah (Gen 10:6), and where the river Gihon flowing out of Eden is described as surrounding "the whole land of Cush" (Gen 2:13). As an ethnic designation the term continues throughout the Old Testament. It subsequently appears much later (and usually with the spelling "Kushitic" in English) in Western scholarly writing where it denotes the Egypto-African kingdom (2656–2325 B.C.) and culture centred on Meroë. This use of the name in relation to Meroë continues the biblical tradition" (ሀይዋርድ፣ 2003:832)።

2 ግርማ (2014፣ ምዕራፍ አራት)ንና በዚያ የተጠቀሱ ስራዎችን ይመልከቱ።

3 ግርማ (2018)፣ *ቋንቋና ነገድ በኢትዮጵያ ቅፅ ሁለት*ንና በእዚያ ከጉዳዩ ጋር በተያያዘ የተጠቀሱ ስራዎችን ይመልከቱ።

አባሪ፡ የኩሽ መገኛ በመፅሀፍ ቅዱስ

የአማርኛው መፅሀፍ ቅዱስ ጥቅሶች የተወሰዱት በቀዳማዊ ኃይለሥላሴ በጎ ፍቃድ በ1962 ከታተመው ነው።

ዘፍ 2፡13፤ የሁለተኛው ወንዝ ስም ግዮን ነው፤ እርሱም የኢትዮጵያን ምድር ሁሉ ይከባል።

Ge 2: 13 The second river is the Gihon; it winds through the entire land of Cush

ዘፍ 10፡6፤ የካም ልጆች ኩሽ፥ ምጽራይም፥ ፉጥ፥ ከነዓን ናቸው።

Ge 10: 6 The sons of Ham: Cush, Mizraim, Put and Canaan

ዘፍ 10፡7፤ የኩሽ ልጆች ሳባ፥ ኤውላጥ፣ ሰብታ፣ ራዕማ፣ ሰበቃታ፣ ናቸው።

Ge 10: 7 The sons of Cush: Seba, Havilah, Sabtah, Raamah and Sebteca.

ዘፍ 10፡ 8፤ ኩሽም ናምሩድን ወለደ፣ እርሱም በምድር ላይ ኃያል መሆንን ጀመረ።

Ge 10: 8 Cush was the father of Nimrod, who grew to be mighty warrior.

2መሳ 19፡9 የኢትዮጵያ ንጉሥ ቲርሐቅ ሊወጋህ መጥቶአል የሚል ወሬ በሰማ ጊዜ ደግሞ ወደ ሕዝቅያስ መልእክተኞችን ላከ፤ እንዲህ ሲል።

2Ki 19:9 the Cushite king of Egypt was marching out to fight againest

2Ki19:9 And when he heard say of Tirhakah king of Ethiopia, Behold, he is come out to fight against thee; (King James Version)

1መዋ 1፡8 የካም ልጆች ኩሽ፥ ምጽራይም፥ ፉጥ፥ ከነዓን።

1Ch 1: 8 The sons of Ham: Cush, Mizraim, Put and Canaan

1መዋ 1፡9፤ የኩሽም ልጆች ሳባ፥ ኤውላጥ፣ ሰብታ፣ ራዕማ፣ ሰበቃታ።

1Ch 1: 9 The sons of Cush: Seba, Havilah, Sabta, Raamah and Sebteca.

1መዋ 1፡ 10፤ ኩሽም ናምሩድን ወለደ፣ እርሱም በምድር ላይ ኃያል መሆንን ጀመረ።

1Ch 1: 10 Cush was the father of Nimrod, who grew to be a mighty warrior.

አስ 1፡1፤ በአርጤክስስም ዘመን እንዲህ ሆነ፤ ይህም አርጤክስስ ከህንድ እስከ ኢትዮጵያ በመቶ ሀያ ሰባት አገሮች ላይ ነገሠ።

Est 1:1 who rules over 127 provinces stretching from India to Cush

አስ 8፡9፤ በዚያን ጊዜ ኒሳን በተባለው በመጀመሪያው ወር ከወሩም በሀያ ሦስተኛው ቀን የንጉሡ ጸሐፊዎች ተጠሩ፤ መርዶክዮስም ስለ አይሁድ እንዳዘዘው ሁሉ ከህንድ ጀምሮ እስከ ኢትዮጵያ ድረስ በመቶ ሀያ ሰባት አገሮች ላሉ ሹማምንትና አለቆች አዛውንትም ለእያንዳንዱም አገር እንደ ጽሕፈቱ ለእያንዳንዱም ሕዝብ እንደ ቋንቋው ለአይሁድም እንደፅሕፈታቸውና እንደቋንቋቸው ተጻፈ።

Est 8:9 and nobles of the 127 provinces stretching from India to Cush

ኢዮብ 28፡19፤ የኢትዮጵያ ቶጳዝዮን አይተካከላትም፥ በጥሩም ወርቅ አትገመትም።

Job 28:19 the topaz of Cush cannot compare with it; it cannot be bought

መዝ 68:31 መኳንንት ከግብጽ ይመጣሉ፤ ኢትዮጵያ እጆችዋን ወደ እግዚአብሄር ትዘረጋለች።

Ps 68:31 [68:32] will come from Egypt; Cush will submit herself to God

መዝ 72፡9 በፊቱም ኢትዮጵያ ይሰግዳሉ፣ ጠላቶቹም አፈር ይልሳሉ።[1]

Ps 72:9 They that dwell in the wilderness shall bow before him; and his enemies shall lick the dust (King James Version-1611)

መዝ 74:14 አንተም የዘንዶውን ራሶች ቀጠቀጥህ፤ ለኢትዮጵያ ሰዎችም ምግባቸውን ሰጠሃቸው።[2]

Ps 74:14 Thou brakest the heads of leviathan in pieces, [and] gavest him [to be] meat to the people inhabiting the wilderness. (King James Version-1611)

መዝ 87፡4 የሚያውቁኝን ረዓብንና ባቢሎንን አስባቸዋለሁ፤ እነሆ፣ ፍልስጥኤማውያን ቲሮስም የኢትዮጵያም ሕዝብ፥ እነዚህ በዚያ ተወለዱ።

Ps 87:4 Philistia too, and Tyre, along with Cush—and will say, 'This one

ኢሰ 11፡11 በዚያም ቀን እንዲህ ይሆናል፤ የቀረውን የሕዝቡን ቅሬታ ከአሦርና ከግብጽ፣ ከጳትሮስና ከኢትዮጵያ፣ ከኤላምና ከሰናዖር ከሐማትም፣ ከባሕርም ደሴቶች ይመልስ ዘንድ ጌታ እንደ ገና እጁን ይገልጣል።

Isa 11: 11 from Cush, from Elam, from Babylonia, from Hamath and from

ኢሰ 18፡1፤ በኢትዮጵያ ወንዞች ማዶ ላለች፥ ክንፍ ያላቸው መርከቦች ላሉበት፥

Isa 18: 1 Woe to the land of whirring wings along the rivers of Cush,

ኢሰ 20፡3፤ ባሪያዬ ኢሰያስ በግብፅና በኢትዮጵያ ላይ ሦስት ዓመት ለምልክትና ለተአምራት ሊሆን ራቁቱንና ባዶ እግሩን እንደሄደ፣

Isa 20: 3 for three years, as a sign and portent against Egypt and Cush,

ኢሰ 20፡4፤ እንዲሁ የአሦር ንጉሥ የግብጽንና የኢትዮጵያን ምርኮ፣ ጎበዛዝቱንና ሽማግሌዎቹን፣ ራቁታቸውንና ባዶ እግራቸውን አድርጎ ገላቸውንም ገልጦ ፣ ለግብፅ ጉስቁልና ይነዳቸዋል።

Isa 20: 4 and barefoot the Egyptian captives and Cushite exiles,

ኢሰ 20፡5፤ እነርሱም ከተሰፋቸው ከኢትዮጵያ ከትምክሕታቸውም ከግብፅ የተነሣ ይፈራሉ ያፍሩማል፤

Isa 20: 5 Those who trusted in Cush and boasted in Egypt will be afraid

ኢሰ 37፡9፤ የኢትዮጵያ ንጉሥ ቲርሐቅ ሊዋጋህ መጥቶአል የሚል ወሬ ሰማ። በሰማም ጊዜ ወደ ሕዝቅያስ መልእክተኞችን ላከ፣

Isa 37: 9 the Cushite king [of Egypt] was marching out to fight against

ኢሰ 43፡3፤ ግብፅን ለአንተ ቤዛ አድርጌ፣ ኢትዮጵያንና ሳባንም ለአንተ ፋንታ ሰጥቻለሁ።

Isa 43: 3 I give Egypt for your ransom, Cush and Seba in your stead

ኢሰ 45፡14፤ የግብጽ ድካምና የኢትዮጵያ ንግድ ቁመተ ረጅሞቹም የሳባ ሰዎች ወደ አንተ ያልፋሉ፤

Isa 45: 14 "The products of Egypt and the merchandise of Cush, and those

ኢር 46፡9፤ ጋሻም የሚያነግቡ የኢትዮጵያና የፉጥ ኃያላን፣ ቀስትንም ይዘው የሚስቡ የሉድ ኃያላን ይውጡ።

Jer 46: 9 men of Cush and Put who carry shields, men of Lydia who draw

Jer 46: 9 the Ethiopians and the Libyans, that handle the shield; and the Lydians, that handle [and] bend the bow. (King James Version-1611)

ሕዝ 29: 10 የግብጽንም ምድር ከሚግዶል ጀምሮ እስከ ሴዌኔና እስከ ኢትዮጵያ ዳርቻ ድረስ ውድማና ባድማ አደርጋታለሁ።

Eze 29: 10 waste from Migdol to Aswan, as far as the border of Cush.

ሕዝ 30: 4 ሰይፍ በግብፅ ላይ ይመጣል፣ ሁከትም በኢትዮጵያ ይሆናል፤ የተገደሉትም በግብጽ ውስጥ ይወድቃሉ፣ ብዛትዋንም ይወስዳሉ፣ መሠረትዋም ይፈርሳል።

Eze 30: 4 sword will come against Egypt, and anguish will come upon Cush.

ሕዝ 30: 5 ኢትዮጵያና ፉጥ ሉድም የተደባለቀም ሕዝብ ሁሉ ኩብም ቃል ኪዳንም የገባቸው ምድር ልጆች ከእነርሱ ጋር በሰይፍ ይወድቃሉ።

Eze 30: 5 Cush and Put, Lydia and all Arabia, Libya and the people of the

ሕዝ 30: 9 በዚያን ቀን መልእክተኞች ተዘልለው የሚኖሩትን ኢትዮጵያውያንን ለማስፈራት ከፊቴ በመርከብ ይወጣሉ፤

Eze 30: 9 go out from me in ships to frighten Cush out *of* her complacency.

ሕዝ 38: 5 ፋርስንና ኢትዮጵያን ፉጥንም ከእነርሱ ጋር ጋሻና የራስ ቁርን የለበሱትን ሁሉ

Eze 38: 5 Persia, Cush and Put will be with them, all with shields

ናሆም 3:9 ኢትዮጵያና ግብጽ የማይቆጠር ኃይልዋ ነበሩ፤ ፉጥና ልብያ ረዳቶቶችዋ ነበሩ።

Na 3:9 Cush and Egypt were her boundless strength; Put and Libya were

ሶፎ 3: 10 ከኢትዮጵያ ወንዞች ማዶ የሚማልዱኝ፥ የተበተት ሴቶች ልጆቼ፣ ቁርባኔን ያመጡልኛል።
Zep 3: 10 From beyond the rivers of Cush my worshipers, my scattered

መዝ 7፡መግቢያ [7፡1]፤ ስለ ብንያማዊ ሰው ስለ ኩዝ ቃል ለእግዚአብሄር የዘመረው የዳዊት መዝሙር።
Ps. 7:T [7:1] Which he sang to the LORD concerning Cush,

ኍልቆ 12: 1 ሙሴም ኢትዮጵያይቱን አግብቷልና ባገባት በኢትዮጵያይቱ ምክንያት ማርያምና አሮን በእርሱ ላይ ተናገሩ።
Nu 12: 1 Aaron began to talk against Moses because of his Cushite wife
Nu 12: 1 because of his Cushite wife, for he had married a Cushite.
Nu 12: 1 And Miriam and Aaron spake against Moses because of the Ethiopian woman whom he had married: for he had married an Ethiopian woman. (King James version)

2ሳሙ 18:21 ኢዮአብም ኵሲን ሂድ ያየኸውንም ለንጉሡ ንገር አለው። ኵሲም ለኢዮአብ እጅ ነስቶ ሮጠ።
2Sa 18:21 Joab said to a Cushite, "Go, tell the king what you have seen"
2Sa 18:21 you have seen. The Cushite bowed down before Joab and ran off

2ሳሙ 18:22 ድግመኛም የሳዶቅ ልጅ አኪማአስ ኢዮአብን የሆነ ሆኖ ኵሲን ተከትዬ፣ እባክህ፣ ልሩጥ አለው።
2Sa 18:22 to Joab, "Come what may, please let me run behind the Cushite"·

2ሳሙ 18:23 አኪማአስም በሜዳው መንደር በኩል ሮጠ፣ ኵሲንም ቀደመው።
2Sa 18:23 Then Ahimaaz ran by way of the plain and outran the Cushite"

2ሳሙ 18:31 እነሆም፣ ኩሲ መጣ፤ ኩሲም እግዚአብሔር በላይህ የተነሡትን ሁሉ ዛሬ እንደተበቀለልህ ለጌታዬ ለንጉሡ ወሬ አምጥቻለሁ አለ።

2Sa 18:31 the Cushite arrived and said, “My lord the king, hear the good

2Sa 18:31 Then the Cushite arrived and said, **[RPH]** "My lord the king,

2ሳሙ 18:32 ንጉሡም ኩሲን፣ ብላቴናው አቤሴሎም ደህና ነውን? አለው። ኩሲም የጌታዬ የንጉሡ ጠላቶች፣ በክፉም የተነሡብህ ሁሉ እንደዚያ ብላቴና ይሁኑ ብሎ መለሰለት።

2Sa 18: 32 The king asked the Cushite, “Is the young man Absalom safe?"

2Sa 18: 32 The Cushite replied, "May the enemies of my lord the king

2መዋ 12: 3 ከእርሱም ጋር ከግብጽ ለመጣው ሕዝብ ቁጥር አልነበረውም፤ እነርሱም የልብያ ሰዎች፣ ሱካውያን፣ የኢትዮጵያ ሰዎችም ነበሩ።

2Ch 12: 3 of Libyans, Sukkites and Cushites that came with him from Egypt,

2መዋ 14: 9 ኢትዮጵያውም ዝሪ አንድ ሚሊዮን ሰዎችና ሦስት መቶ ሰረገሎች ይዞ ወጣባቸው፤ ወደ መሪሳም መጣ።

2Ch 14: 9 [14:8] Zerah the Cushite marched out against them with a vast

2መዋ 14: 12 እግዚአብሔርም በአሳና በይሁዳ ፊት ኢትዮጵያውያንን መታ፤ ኢትዮጵያውያንም ሸሹ።

2Ch 14: 12 [14:11] The LORD struck down the Cushites before Asa

2Ch 14: 12 [14: 11] the Cushites before Asa and Judah. The Cushites fled,

2መዋ 14: 13 ኢትዮጵያውያንም ፈጽመው እስኪጠፉ ድረስ ወደቁ፤

2Ch 14: 13 [14: 12] Such a great number of Cushites fell that they could not

2መዋ 16: 8 ኢትዮጵያውያንና የልብያ ሰዎች እጅግ ብዙ ሰረገሎችና ፈረሰኞች የነበሩአቸው እጅግ ታላቅ ጭፍራ አልነበሩምን?

2Ch 16: 8 Were not the Cushites and Libyans a mighty army with great

2መዋ 21: 16 እግዚአብሔርም የፍልስጥኤማውያንና በኢትዮጵያውያን አጠገብ የሚኖሩትን የዓረባውያንን መንፈስ በኢዮራም ላይ አስነሣ።
2Ch 21: 16 of the Philistines and of the Arabs who lived near the Cushites.

ኢር 13፡23፤ በውኑ ኢትዮጵያዊ መልኩን ወይስ ነብር ዝንጕርጕርነትን ይለውጥ ዘንድ ይችላልን?
Jer 13: 23 Can the Ethiopian change his skin or the leopard its spots?

ኢር 38፡7፤ በንጉሡም ቤት የነበረው ጃንደረባ ኢትዮጵያዊው አቤሜሌክም ኤርምያስን በጕድጓድ ውስጥ እንዳኖሩት ሰማ።
Jer 38: 7 But Ebed-Melech, a Cushite, an official in the royal palace,

ኢር 38፡10፤ ንጉሡም ኢትዮጵያዊውን አቤሜሌክም። ከአንተ ጋር ሠላሳ ሰዎች ከዚህ ውሰድ፣ ነቢዩም ኤርምያስ ሳይሞት ከጕድጓድ አውጣው ብሎ አዘዘው።
Jer 38: 10 the king commanded Ebed-Melech the Cushite, "Take thirty men

ኢር 38፡12፤ ኢትዮጵያዊውም አቤሜሌክም ኤርምያስን። ይህን አሮጌ ጨርቅና እላቂውን ልብስ
Jer 38: 12 Ebed-Melech the Cushite said to Jeremiah, "Put these old rags

ኢር 39፡16፤ ሂድ ለኢትዮጵያዊውም ለአቤሜሌክም እንዲህ በለው።
Jer 39: 16 "Go and tell Ebed-Melech the Cushite, 'This is what the LORD

ዳን 11:43 በወርቅና በብርም መዝገብ ላይ በከበረችም በግብጽ ዕቃ ሁሉ ላይ ይሠለጥናል፤ የልብያና የኢትዮጵያ ሰዎችም ይከተሉታል።
Da 11:43 the riches of Egypt with the Libyans and Nubians in submission.

አሞጽ 9: 7 የእስራኤል ልጆች ሆይ፣ እናንተ ለእኔ እንደ ኢትዮጵያ ልጆች አይደላችሁምን?
Am 9: 7 "Are not you Israelites the same to me as the **Cushites** [+1201]?"

ሶፎ 2፡12፤ እናንተም ኢትዮጵያውያን ደግሞ በሰይፌ ትገደላላችሁ።
Zep 2:12 "You too , 0 Cushites, will be slain by my sword"

ኢር 36፡14፤ በሕዝቡ ጆሮ ያነበብኸውን ክርታስ በእጅህ ይዘህ ና የሚል መለእክት በኵሲ ልጅ በሰሌምያ ልጅ በናታንያ ልጅ በይሁዲ እጅ ወደ ባሮክ ላኩ።
Jer 36:14 the son of Shelemiah, the son of Cushi, to say to Baruch,

ሶፎ 1፡1፤ በይሁዳ ንጉሥ በአሞጽ ልጅ በኢዮስያስ ዘመን ወደ ሕዝቅያስ ልጅ ወደ አማርያ ልጅ ወደ ጎዶልያስ ልጅ ወደ ኵሲ ልጅ ወደ ሶፎንያስ የመጣ የእግዚአብሔር ቃል ይህ ነው።
Zep 1:1 The word of the LORD that came to Zephaniah son of Cushi.

ማስታወሻዎች

1 ከታች እንደምንመለከተው፣ በእንግሊዝኛው ኢትዮጵያ የሚል የለም።
2 ከታች እንደምንመለከተው፣ በእንግሊዝኛው ኢትዮጵያ የሚል የለም።

ዋቢፅሁፎች

ሀሚሊተን እና ፋልኮነር = Hamilton, H. C. and W. Falconer (trans). 1903. *The Geography of Starbo: Literally Translated, With Notes.* Vol. 1. Cambridge: Deighton, Bell & Co., New York: The Macmillan Co., Bombay: A. H. Wheeler & Co.

ሀርቬ = Harvey, Stephen P. 2003. Interpreting Punt: Geographic, Cultural and Artistic Landscapes. In D. O'Connor, & S. Quirke, eds. *Mysterious Lands, Encounters with Ancient Egypt.* 81 – 92. London: UCL Press.

ሀትኬ = Hatke, Gorge. 2011. Africans in Arabia Felix: Aksumite Relations with Ḥimyar in the Sixth Century C.E. PhD Dissertation. Department of Near Eastern Studies, Princeton University.

ሀትኬ = Hatke, Gorge. 2013. *Aksum and Nubia: Warfare, Commerce, and Political Fictions in Ancient Northeast Africa.* New York: NYU Press.

ሀይነ = Heine, Bernd. 1974. Notes on the Yaaku Language (Kenya). *Afrika und Übersee*, 58(1): 27–61.

ሀይነ = Heine, Bernd. 1980. *The Non – Bantu Languages of Kenya.* Berlin: Dietrich Reimer.

ሀይነ = Heine, Bernd. 1981. *The Waata Dialect of Oromo: Grammatical Sketch and Vocabulary.* Berlin: Dietrich Reimer

ሀይዋርድ = Hayward, Dick. 1984. *The Arbore Language: A First Investigation, Including Vocabulary.* Hamburg: Helmut Buske Verlag.

ሀይዋርድ = Hayward, Richard J. 2003. Cushitic. In Uhlig, Siegbert, ed. *Encyclopaedia Aethiopica, Vol. 1.* 832 – 839. Wiesbaden: Harrassowitz Verlag.

ሀድሰን = Hudson, Grover. 1976. Highland East Cushitic. In Bender, M. L., ed. *The Non-Semitic Languages of Ethiopia.* 232 – 277. East Lansing: Michigan State University.

ሀድሰን = Hudson, Grover. 1977. Language Classification and the Semitic Prehistory of Ethiopia. *Folia Orientalia*, 18: 119 -166.

ሀድሰን = Hudson, Grover. 1978. Geolinguistic Evidence for Ethiopian Semitic Prehistory. *Abbay*, 9: 71-85.

ሀድሰን = Hudson, Grover. 1981. The Highland East Cushitic family vine. *Sprache und Geschichte in Afrika*, 3:97-124.

ሀድሰን = Hudson, Richard. 1976. Beja. In Bender, M. L., ed. *The Non-Semitic Languages of Ethiopia.* 97 – 132. East Lansing: Michigan State University.

ሀዶው = Haddow, Scott Donald. 2012. Dental Morphological Analysis of Roman Era Burials from the Dakhleh Oasis, Egypt. PhD Thesis, Institute of Archaeology, University College London.

ሀፍሳስ = Hafsaas, Henriette. 2005/6. *Cattle Pastoralists in A Multicultural Setting: The C-Group People in Lower Nubia 2500 – 1500 BCE.* Bergan, Norway: University of Bergen.

ሀፍሳስ-ሳኮስ = Hafsaas-Tsakos, Henriette. 2009. The Kingdom of Kush: An African Centre on the Periphery of the Bronze Age World System. *Norwegian Archaeological Review.* 42(1): 50 – 70.

ሄርዞግ = Herzog, R. 1968. *Punt.* Glückstadt: J. J. Augustin.

ሄትዝሮን = Hetzron, Robert. 1980. The Limits of Cushitic. *Sprache und Geschichte in Afrika*, 2: 7 – 126.

ሄንዝ = Henze, Paul B. 2000. *Layers of Time: A History of Ethiopia.* New York: Palgrave.

ሀሱ = Hsu, Shih-Wei. 2010. The Palermo Stone: The Earliest Royal Inscription from Ancient Egypt. *Altorientalische Forschungen*, 37(1): 68–89.

ሆስኪንስ = Hoskins, Dale R. 2011. Phonology of the Orma Language. *SIL Electronic Working Papers*, 7: 1 – 38.

ሆስኪንስ = Hoskins, George Alexander. 1835. *Travels in Ethiopia, above the Second Cataract of the Nile; Exhibiting the State of that Country, and Its Various Inhabitants, Under the Dominion of Mohammed Ali; and Illustrating the Antiquities, Arts, and History of the Ancient Kingdom of Meroe.* London: Longman, Rees, Orme, Brown, Green, & Longman.

ሆርኑግ፣ ክራውስ እና ዋርቡርተን = Hornung, Erik, Rolf Krauss, and Warburton, David A. 2006. *Ancient Egyptian Chronology*. Leiden, Boston: Brill.

ሆነገር = Honegger, M. 2004ሀ. The Pre-Kerma: A Cultural Group from Upper Nubia Prior to the Kerma Civilisation. *Sudan & Nubia,* 8: 38 – 46.

ሆነገር = Honegger, M. 2004ለ. The Pre-Kerma Period. In Welsby, D. A. & Anderson, J. R., eds. *Sudan Ancient Treasures. An Exhibition of Recent Discoveries from the Sudan National Museum*. 61 – 66. London: The British Museum Press.

ሆነገር = Honegger, M. 2004ሐ. The Pre-Kerma Settlement at Kerma: New Elements Throw Light on the Rise of the First Nubian Kingdom. In Kendall, T., ed. *Nubian Studies 1998. Proceedings of the Ninth Conference of the International Society for Nubian Studies (Boston, 21 – 26 August 1998)*. 83 – 94. Boston, Department of African-American Studies, Northeastern University.

ሆጅ = Hodge, Carleton T. 1976. Lismaric (Afroasiatic): An Overview. In Bender, M. L., ed. *The Non-Semitic Languages of Ethiopia*. 43 – 66. East Lansing: Michigan State University.

ለሚ = Lemmi Kebebew. 2018. Grammatical Description and Documentation of Bayso. Doctoral Dissertation, Addis Ababa University.

ሉዶልፍ = Ludolf, Hiob. 1661. *ዘኢዮብ ሉዶልፍ ትምህርተ ልሳነ ግዕዝ ዘውእቱ፤ ልሳነ መጽሐፍ ዘኢትዮጵያ/Grammatica Aethiopica*. London: Apud Thomam Roycroft.

ሉዶልፍ = Ludolf, Hiob. 1698. *መጽሐፈ ትምህርት ዘልሳነ አምኃራ/Grammatica linguae amharicae, quae vernacula est Habessinorum in usum eorum qui cum antiqua hac et praeclara natione christiana conversari volen, Edita*. Frankfurt.

ሊማን = Leeman, Bernard. 2009. The Sabaean Inscriptions at Adi Kaweh – Evidence Supporting the Narrative of the Sheba – Menelik Cycle of the Kebra Nagast. A Paper Presented at the African Studies Association of Australasia and Pacific Conference,

University of Queensland, St Lucia, Brisbane, Australia, Friday 2 October 2009. Retrieved on 1/2/2015.

ሊችታይም = 1973/2006. Lichtheim, Mariam. *Ancient Egyptian Literature: The Old and Middle Kingdoms, Volume I: The Old and Middle Kingdoms*. Berkeley and Los Angeles: University of California Press.

ሊችታይም = 1976/2006. Lichtheim, Mariam. *Ancient Egyptian Literature: The Old and Middle Kingdoms, Volume II: The New Kingdom*. Berkeley and Los Angeles: University of California Press.

ሊችታይም = 1980/2006. Lichtheim, Mariam. *Ancient Egyptian Literature: The Old and Middle Kingdoms, Volume III: The Late Period*. Berkeley and Los Angeles: University of California Press.

ላምበርቲ= Lamberti, Marcello. 1984. The Linguistic Situation in the Somali Democratic Republic. *Proceedings of the Second International Congress of Somali Studies. Volume I. Linguistics and Literature*. 191–193. Hamburg: Helmut Buske.

ላምበርቲ = Lamberti, Marcello. 1986. *Map of Somali Dialects in the Somalia Democratic Republic*. Hamburg: Helmut Buske Verlag.

ላምበርት = Lambert, T. Series producer. 2015. First Peoples. Corporation for Public Broadcasting.

ሌስላው = Leslau, Wolf. 1952. Notes on Kambatta of Southern Ethiopia. *Africa: Journal of the International African Institute*, 22(4): 348 – 359.

ሌስላው = Leslau, Wolf. 1995. *Reference Grammar of Amharic*. Wiesbaden: Otto Harrassowz.

ሌኦ ራይኒሽ = Reinisch, Leo. 1882. *Die Bilen-sprache in Nordost-Afrika*. Wein: Akademie Der Wissenschaften.

ሌኦ ራይኒሽ = Reinisch, Leo. 1884. *Die Chamirsprache in Abessinien*. Wein: Akademie Der Wissenschaften.

ሌኦ ራይኒሽ = Reinisch, Leo. 1885. *Die Qurasprache in Abessinien*. Wein: Akademie Der Wissenschaften.

ሌክላንት = Leclant, J. 1981. The Empire of Kush: Napata and Meroe. In G. Mokhtar. (ed.) *General History of Africa. Vol. II: Ancient Civilizations of Africa*. 278 – 297. Berkeley: University of California Press.

ዋቢስራዎች ☙

ሌዊስ = Lewis, I. M. 1994. *Blood and Bone: The Call of Kinship in Somali Society*. Lawrenceville, NJ: The Red Sea Press.

ሌዊስ = Lewis, I. M. 1998. *Peoples of the Horn of Africa: Somali, Afar and Saho*. Trenton: The Red Sea Press.

ሌዊስ = Lewis, I. M. 1999. *A Pastoral Democracy: A Study of Pastoralism and Politics Among the Northern Somali of the Horn of Africa*. Oxford: James Currey Publishers.

ሊፒንስኪ = Lipinski, Edward. 1997. *Semitic Languages: Outline of a Comparative Grammar*. Leuven: Peeters Publishers & Department of Oriental Studies.

ሎባን = Lobban, Jr, Richard A. 2004. *Historical Dictionary of Ancient and Medieval Nubia*. Lanham, Maryland, and Oxford: The Scarecrow Press, Inc.

ሙለር = Müller, Friedrich. 1876. *Grundriss Der Sprachwissenschaft*, Vol. 1. Wien: Alferd Hölder.

ሙለር = Müller, Friedrich. 1879. *Grundriss Der Sprachwissenschaft*, Vol. 2. Wien: Alferd Hölder.

ሙለር = Müller, Friedrich. 1884. *Grundriss Der Sprachwissenschaft*, Vol. 3. Wien: Alferd Hölder.

ሙለር = Müller, Friedrich. 1888. *Grundriss Der Sprachwissenschaft*, Vol. 4. Wien: Alferd Hölder.

ሙርቶነን = Murtonen, A. 1967. *Early Semitic: A Diachronic Inquiry into the Relationship of Ethiopic to the Other So-called South- East Semitic Languages*. Leiden: E. J. Brill.

ሙርቶነን = Murtonen, A. 1969. *Early Semitic II: Lexico- and Phonostastical Survey of the Structure of the Semitic Stock of Languages with Special Reference to South Semitic*. Melbourne: University of Melbourne.

ሙንሮ - ሄይ = Munro-Hey, Stuart C. 1991. *Aksum: An African Civilisation of Late Antiquity*. Edinburgh: Edinburgh University Press.

ሙንሮ - ሄይ = Munro-Hey. 1997. *Ethiopia and Alexanderia: The Metropolitan Episcopacy of Ethiopia*. Wiesbaden: Warszaw.

ሙክታር = Mokhtar, G. with the Collaboration of J. VercoutterI. 1981. Introduction. In G. Mokhtar. (ed.) *General History of Africa. Vol.*

II: *Ancient Civilizations of Africa.* 1 – 26. Berkeley: University of California Press.

ሙዩለር = Müller, Wilhelm Max. 1893. *Asien und Europa nach altägyptischen Denkmälern.* Leipzig.

ሚክስ = Meeks, Dimitri. 2003. Locating Punt. In D. O'Connor, & S. Quirke, eds. *Mysterious Lands, Encounters with Ancient Egypt.* 53 – 80. London: UCL Press.

ማህፉዝ = Mahfouz, El-Sayed. 2023. New Perspectives on the Expeditions to the Land of Punt. *SHEDET*, 10: 143 – 165.

ማሕበረ ሀዋርያት። 1951። *ታሪኽ ኢትዮጵያ፣ ካብ ጥንቲ ክሳብ ዘሎናዮ ጊዜ፣* ካለኣይ ኅታም። አስመራ፡ ቤት ማኅተም ጴጥሮስ ሢላ።

ማሬስ = Mares, Martin. 2018. Endangered Languages: The Yaaku Language in Kenya. https://www.researchgate.net/publication/327107635 Retrieved on 07/31/2024

ማሬት = Mariette, A. 1877. *Deir-el-Bahari; documents topographiques, historiques et ethnographiques recueillis dans ce temple pendant les fouilles exécutées*, Leipzig: J.C. Hinrichs.

ማርክ = Mark, Joshua J. 2010. Meroe. In *Ancient History Encyclopedia.* https://www.ancient.eu/Meroe/ Retrieved 08/28/2020.

ማርክ = Mark, Joshua J. 2014. Sennacherib. In *Ancient History Encyclopedia.* https://www.ancient.eu/sennacherib/ Retrieved 08/26/2020.

ማርክ = Mark, Joshua J. 2016ሀ. New Kingdom of Egypt. In *Ancient History Encyclopedia.* https://www.ancient.eu/New_Kingdom_of_ Egypt/ Retrieved 04/30/2020.

ማርክ = Mark, Joshua J. 2016ለ. Third Intermediate Period of Egypt. In *Ancient History Encyclopedia.* https://www.ancient.eu/Third_Intermediate_Period_of_Egypt/ Retrieved 04/30/2020.

ማርክ = Mark, Joshua J. 2018. The Kingdom of Kush. In *Ancient History Encyclopedia.* https://www.ancient.eu/Kush/ Retrieved 06/09/2020.

ማርክስና ፋቶቪች = Marks, Anthony E. and Fattovich, Rodolfo. 1989. The Later Prehistory of the Eastern Sudan: A Preliminary View. In Krzyżaniak, Lech and Kobusiewicz, Michał, eds. *Late Prehistory of the Nile Basin and the Sahara.* 451 – 458. Poznan: Poznan Archaeological Museum.

ማንዞ = Manzo, Andrea. 2011. Punt in Egypt and Beyond: Comments on the Impact of Maritime Activities of the 12th Dynasty in the Red Sea on Egyptian Crafts with Some Historical and Ideological Thoughts. *Ägypten und Levante/Egypt and the Levant*, 21: 71–85.

ማንዞ = Manzo, Andrea. 2012. From the Sea to the Deserts and Back: New Research in Eastern Sudan. *British Museum Studies in Ancient Egypt and Sudan,* 18: 75–106.

ማክሪንድል = McCrindle, J. W. 1879. *The Commerce and Navigation of The Erythrean Sea; Being A Translation of the Periplus Maris Erythria, By an Anonymous Writer, and of Arrian's Account of the Voyage of Nearkhos, from the Mouth of the Indus to the Head of the Persian Gulf. With Introductions, Commentary, Notes, And Index.* Calcutta: Thacker, Spink & Co.

ማክሪንድል = McCrindle, J. W. 1897. *Christian Topography of Cosmas.* London: Bedford Press.

ማክውላይ = MaCaulay, G. C., trans. 1890. *The History of Herodotus. Vol. 1.* London, New York: MacMillan and Co.

ማክውላይ = MaCaulay, G. C., trans. 1914. *The History of Herodotus. Vol. 2.* London: MacMillan and Co.

ማውስ = Mous, Martin 1996. Was There Ever a Southern Cushitic Language (pre-)Ma'a? In Griefenow-Mewis, C. & Voigt, R. M., eds. *Cushitic and Omotic Languages. Proceedings of the Third International Symposium.* 201 – 211. Cologne: Rüdiger Koppe.

ማዲሰን = Maddieson, Ian, Spajić, Siniša, Sands, Bonny, & Ladefoged, Peter. 1993. Phonetic Structures of Dahalo. *UCLA Working Papers in Phonetics*, 84: 25–65.

ሞላ = Mola, P. J. D. 2013. Interrelations of Kerma and Pharaonic Egypt. *Ancient History Encyclopedia.* https://www.ancient.eu/article/487/ Retrieved 01/12/2020.

ሞሬኖ = Moreno, Mario Martino. 1940. *Manuale di Sidamo.* Milano: Mondadori.

ሞርኮት = Morkot, Robert. 2001. Egypt and Nubia. In Alcock, S. E., D'Altroy, T. N., Morrison, K.D., & Sinopoli, C. M., eds. *Empires: Perspectives from Archaeology and History*. 227 – 251. Cambridge: Cambridge University Press.

ሞርኮት = Morkot, Robert. 2013. From Conquered to Conqueror: The Organization of Nubia in the New Kingdom and the Kushite Administration of Egypt. In Garcia, Juan Carlos Moreno, ed. *Ancient Egyptian Administration*. Leiden & Boston: Brill.

ሞርኮት = Morkot, Robert. 2016. North-east Africa and Trade at the Crossroads of the Nile Valley, the Mediterranean and the Red Sea. In Garcia, Juan Carlos Moreno, ed. *Dynamics of Production and Economic Interaction in the Near East 1300 – 500 BC*. 257 – 274. Oxford & Philadelphia: Oxbow.

ሩፊን = Ruffini, Giovanni R. 2012. *Medieval Nubia. A Social and Economic History*. Oxford: Oxford University Press.

ሪሊንግ = Rilling, Art. 2012. Sociolinguistic Surveys in Selected Kenyan Languages: The Boni/Dahalo Report. *SIL International*. Report 2012 – 037. https://www.sil.org/system/files/reapdata/79/11/24/79112434854852429366072612613226091788/silesr 2012_037.pdf

ሪሊይ = Rilly, Claude. 2004. The Linguistic Position of Meroitic, *Sudan Electronic Journal of Archaeology and Anthropology*. http://www.ddl.ish-lyon.cnrs.fr/projets/clhass/PageWeb/ressources/Isolats/Meroitic%20Rilly%202004.pdf

ራሀል = Rahal, Suleiman Musa, ed. 2001. *The Right to Be Numba: The Story of the Sudanese People's Struggle for Survival*. Lawrenceville, NJ: The Red Sea Press.

ራትክሊፍ = Ratcliffe, Robert R. 2003. Afroasiatic Comparative Lexica: Implications for Long (and Medium) Range Language Comparison. In E. Hajicova, A. Kotesovcova, & J. Mirovsky, eds. *Proceedings of XVII International Congress of Linguists*. Prague: Matfyz Press.

ራክሃም = Rackham, H., trans. 1942. *Pliny, Natural History, Vol. 2, Libri III – VII*. Cambridge, MA: Harvard University Press.

ራዊልሰን = Rawlinson, George. 1881. *History of Ancient Egypt.* Vol. 1. London: Longmans, Green and Co.

ራይሊ = Rilly, Claude. 2008. Enemy Brothers: Kinship and Relationship between Meroites and Nubians (Noba). In Godlewski, Wlodzimierz & Łajtar, Adam, eds. *Between the Cataracts: Proceedings of the 11th Conference of Nubian Studies, Warsaw, 27 August – 2 September 2006. Part One.* 211–225. Warsaw: Warsaw University Press.

ራይሊ = Rilly, Claude. 2004. The Linguistic Position of Meroitic. *Sudan Electronic Journal of Archaeology and Anthropology.*

ራይሊ = Rilly, Claude. 2008. The Linguistic Position of Meroitic: New Perspectives for Understanding the Texts. *Sudan and Nubia,* Bulletin No. 12: 2 – 12.

ራይዝነር = Reisner, George A. 1923. *Excavations at Kerma, Parts I – III.* Cambridge, MA: Harvard University Press.

ሮዋን = Rowan, Kirsty. 2006. Meroitic: An Afroasiatic Language? *SOAS Working Papers in Linguistics,* 14: 169 – 206.

ሮዋን = Rowan, Kirsty. 2006. Meroitic: A Phonological Investigation. PhD Thesis, SOAS (School of Oriental and African Studies).

ሮዋን = Rowan, Kirsty. 2011. Meroitic Consonant and Vowel Patterning. *Lingua Aegytia,* 19: 115 – 124.

ሰርቪስ = Service, P. F. 1998. *The Ancient African Kingdom of Kush (Cultures of the Past).* New York: Benchmark Books.

ሲመንስ እና ፌኒግ = Simons, Gary F. & Fennig, Charles D., eds. 2017. *Ethnologue: Languages of the World,* Twentieth Edition. Dallas, Texas: SIL International. http://www.ethnologue.com.

ሲማ = Sima, Alexander. 2003. Ag'azi. In Siegbert Uhlig, ed. *Encyclopaedia Aethiopica,* Volume 1. 144 – 145. Wiesbaden: Harrassowitz Verlag.

ሲም = Sim, Margaret. 1985. Kambaata Verb Morphophonemics. In Wedekind, Klaus, ed. The Verb Morphophonemics of Five Highland East Cushitic Languages, Including Burji.

ኩሽና ኩሻዊ

Afrikanistische Arbeitspapiere, 2: 44–63. Cologne: Institut für Afrikanistik.

ሲም = Sim, Margaret. 1988. Palatalization and Gemination in the Kambaata verb. *Journal of Afroasiatic Languages,* 1:58 – 65.

ሲም = Sim, Ronald J. 1985. The Morphological Structure of Some Main Verb Forms in Hadiyya. In Wedekind, Klaus, ed. The verb morphophonemics of five Highland East Cushitic languages, Including Burji. *Afrikanistische Arbeitspapiere*, 2: 10–43. Cologne: Institut für Afrikanistik.

ሲምፕሰን= Simpson, William Kelly. 2003. *The Literature of Ancient Egypt: An Anthology of Stories, Instructions, Stelae, Autobiographies, and Poetry,* Third Edition. New Haven & London: Yale University Press.

ሳኢድ = Saeed, John. 1999. *Somali.* Amsterdam & Philadelphia: John Benjamins Publishing Company.

ሳዘ = Sasse, Hans-Jürgen. 1982. *An Etymological Dictionary of Burji* (Kuschitische Sprachstudien 1). Hamburg: Buske.

ሳዘ = Sasse, Hans-Jürgen. 1976. Dasenech. In Bender, M. L., ed. *The Non-Semitic Languages of Ethiopia.* 196 – 221. East Lansing: Michigan State University.

ሳድለር = Sadler Jr, Rodney Steven. 2005. *Can A Cushite Change His Skin? An Examination of Race, Ethnicity, and Othering in the Hebrew Bible.* New York & London: T & T Clark.

ሳግሪሎ = Sagrillo, Troy. 2014. Where is the Land of Punt? Unpublished Manuscript, *Swansea University,* https://www.academia.edu/*9111021/Where_is_Punt* Retrieved 08/09/2023.

ሳቫ = Savà, Graziano. 2005. *A Grammar of Ts'amakko.* Cologne: Rüdiger Köppe Verlag.

ሳቫ = Savà, Graziano. 2012. A Few Notes on the Documentation of Bayso (Cushitic) and Haro (Omotic): Fieldwork Organisation and Data Collection. *Rassegna di Studi Etiopici: Nuova Serie*, 4 (47): 153 – 170.

ስርግው = Sergew Hable Sellassie. 1972. *Ancient and Medieval Ethiopian History to 1270*. Addis Ababa: Haile Sellassie I University.

ስቲለስ = Stiles, Daniel. 1981. Hunters of the Northern East African Coast: Origins and Historical Processes. *Africa*, 51(4): 848 − 861.

ስቲዋርት = Stewart, John. 2006. *African States and Rulers*, Third Edition. London: McFarland.

ስትራቦ= 1903. *The Geography of Strabo. Literally Translated, with Notes, in Three Volumes*, Volume III. London: Gohn Childs & Sons.

ስኖውደን = Snowden, Frank M., Jr. 1970. *Blacks in Antiquity: Ethiopians in Greco − Roman Experience*. Cambridge: The Belknap Press of Harvard University Press.

ስኩሽ = Skutsch, Carl, ed. (2005). *Encyclopedia of the World's Minorities*. New York: Routledge

ስፓሊንገር = Spalinger, Anthony J. 2005. *War in Ancient Egypt*. Malden, MA: Blackwell Publishing.

ስፓውልዲንግ = Spaulding, Jay. 1974. The Fate of Alodia. *Meroitic Newsletter*, 15: 12–30

ሸሪፍ = Sherif, N. M. 1981. Nubia before Napata (− 3100 to − 750). In Mokhtar, G. ed. *General History of Africa. Vol.* II*: Ancient Civilizations of Africa*. 245 − 277. Berkeley: University of California Press.

ሺኒ = Shinnie, Peter L. 1996/2009. *Ancient Nubia*. London & New York: Routledge.

ሾው = Shaw, Ian. 2000. Egypt and the Outside World. In Shaw, Ian, ed. *The Oxford History of Ancient Egypt*. 308 − 323. Oxford: Oxford University Press.

ሾፍ = Schoff, Wilfred H., trans. 1912. *The Periplus of the Erythraean Sea: Travel and Trade in the Indian Ocean by a Merchant of the First Century*. London: Longmans, Green, and Co.

በህሬንስ = Behrens, P. 1986. The "Noba" of Nubia and the "Noba" of the Ezanes Inscription: A Matter of Confusion. Part 1: The Ezana Inscription, *Afrikanistische Arbeitspapiere*, 8: 117 – 126.

በርስታይን = Burstein, Stanley. 1998. *Ancient African Civilizations: Kush and Axum*. Princeton, NJ: Markus Wiener Publishers.

በንሰን = Bunson, Margaret R. 2002. *Encyclopedia of Ancient Egypt, Revised Edition.* New York: Facts on File, Inc.

ባርድ እና ፋቶቪች = Bard, Kathryn A. & Fattovich, Rodolfo. 2018. *Seafaring Expeditions to Punt in the Middle Kingdom፡ Excavations at Mersa/Wadi Gawasis, Egypt.* Leiden & Boston: Brill.

ባርድ፣ ፋቶቪች፣ ማንዞ እና ፔሊንጊሪ = Bard, Kathryn A., Fattovich, Rodolfo, Manzo, Andrea, and Perlingieri, Cinzia. 2002. Kassala and Upper Nubia: New Evidence from Bieta Giyorgis, Aksum. *Archaéologie du Nil Moyen*, 9: 31 – 39.

ባርድ፣ ፋቶቪች እና ሌሎች = Bard, K., Fattovich, R. et al. 2009. Harbour of Pharaohs, to the Land of Punt, (Marsa/Wadi Gawasis Report 2007 – 2008). *Newsletter Archeologia CISA*, Volume 0: 22 – 38.

ባትራዊ = Batrawi, A. M. 1946. The Racial History of Egypt and Nubia: Part II. The Racial Relationships of the Ancient and Modern Populations of Egypt and Nubia. *The Journal of the Royal Anthropological Institute of Great Britain and Ireland.* 76(2):131 – 156.

ባንቲ & ቨርጋሪ = Banti, Giorgio & Vergari, Moreno. 2010. The Saho of Eritrea and the Documentation of their Language and Cultural Heritage. *AION*, 70(1 – 4): 83 – 108.

ባንቲ & ቨርጋሪ = Banti, Giorgio & Vergari, Moreno. 2015. A Sketch of Saho Grammar. *Journal of Eritrean Studies,* 4(1 & 2): 100 – 131.

ባንቲ & ቨርጋሪ = Banti, Giorgio & Vergari, Moreno. 2017. Aspects of Saho Dialectology. *Afroasiatica Romana. Proceedings of the 15th meeting of Afroasiatic linguistics.* 65–81. Sapienza Università de Roma.

ባወርዛክ = Bowersock, Glen W. 2013. *The Throne of Adulis: Red Sea Wars on the Eve of Islam.* Oxford: Oxford University Press.

ባየርብሬየር = Bierbrier, Morris L. 2008. *Historical Dictionary of Ancient Egypt, Second Edition.* Lanham, Maryland: The Scarecrow Press, Inc.

ባየንስ እና ማሌክ = Baines, J. and Malek, J. 1980. *Cultural Atlas of Ancient Egypt,* Revised Edition. Oxford: Checkmark Books.

ባዬ = Baye Yimam (1986). The Phrase Structures of Ethiopian Oromo. Doctoral Thesis, University of London.

ባይታክ = Bietak, Manfred. 1987. The C – Group and the Pan Grave Culture in Nubia. In Hägg, Tomas, ed. *Nubian Culture Past and*

Present: Main Papers Presented at the Sixth International Conference for Nubian Studies in Uppsala, 11 – 16 August 1986. 113 – 128. Stockholm: Almqvist & Wiksell.

ባዮ = Bayo, Phaustini. 2023. A Sociopragmatic Analysis of Address Terms in Iraqw. *Arusha Working Papers in African Linguistics*, 5 (1): 31 – 50.

ባጅ = Budge, E. A. Wallis. 1914. *The Literature of The Ancient Egyptians*. London: J. M. Dent & Sons Limited.

ባጅ = Budge, E. A. Wallis. 1922/2000. *The Queen of Sheba and Her Only Son Menyelek (Këbra Nagast)*. Cambridge, Ontario: In Parentheses Publications.

ባጅ = Budge, E. A. Wallis. 1928. *A History of Ethiopia Nubia and Abyssinia. According to the Hieroglyphic Inscriptions of Egypt and Nubia, and the Ethiopian Chronicles*. London: Methuen & Co Ltd.

ቤሪ = Berry, LaVerle., ed. 2015. *Sudan: A Country Study*. Federal Research Division: Library of Congress.

ቤንደር = Bender, M. L. 1971. The Languages of Ethiopia: A New Lexicostatistic Classification and Some Problems of Diffusion. *Anthropological Linguistics*, 13(5): 165 – 288.

ቤንደር = Bender, M. L. 1981. The Meroitic Problem. In Bender, M. L., ed. *Peoples and Cultures of the Ethio – Sudan Borderlands*. 5–32. East Lansing, Michigan: African Studies Center, Michigan State University.

ቤንደር = Bender, M. L. 1997ሀ. Upside – Down Afrasian. *Afrikonistische Arbeitspapiere*, 50: 19 – 34.

ቤንደር = Bender, M. Lionel. 1997ለ. *The Nilo-Saharan Lanaguages: Comparative Essay*, 2nd Edition. Munchen: LINCOM Europa.

ቤንደር = Bender, M. Lionel. 2003. Northeast Africa: A Case Study in Genetic and Areal Linguistics. *APAL*, 1: 21 – 45.

ቤንደር እና ኩፐር = Bender, Marvin L. and Robert L. Cooper. 1971. Mutual Intelligibility Within Sidamo. *Lingua*, 27(1): 32 – 52.

ቤንፌይ = Benfey, Theodor. 1844. *Ueber das Verhältniss der ägyptischen Sprache zum semitischen Sprachstanim*. Leipzig: J. F. A. Brockhus.

ቤንፌይ = Benfey, Theodor. 1869. *Geschichte der sprachurssenschaft und orientalischen philologie in Deutschland seit dem anfange des 19. jahrhunderts, mit einem rückblick auf die früheren zeiten.* München: J. G. Cotta.

ብለንች = Blench, 2006. The Afro-Asiatic Languages: Classification and Reference List. https://rogerblench.info/Language/Afroasiatic/ General/AALIST.pdf Retrieved 07/20/2024.

ብሊስ = Bliese, Loren F. 1981. *A Generative Grammar of Afar.* Dallas, TX: The Summer Institute of Linguistics and The University of Texas at Arlington.

ብላክ = Black, Paul. 1973. Draft Sketch of Konso Phonology, Morphology and Syntax. Unpublished Manuscript.

ብላዤክ = Blažek, Václav. 2010. Glottochronological Classification of Oromo Dialects. *Lingua Posnaniensis*, LII (2): 27 – 42.

ብላዤክ = Blažek, Václav. 2019. South Cushitic Classification in Lexicostatistic Perspective. *Folia Orientalia*, LVI: 41 – 94.

ብረስታድ = Breasted, James Henry. 1906. *Ancient Records of Egypt. Historical Documents from The Earliest Times to The Persian Conquest, Collected Edited and Translated with Commentary. Volume I. The First to The Seventeenth Dynasties.* Chicago: The University of Chicago Press.

ብረስታድ = Breasted, James Henry. 1906. *Ancient Records of Egypt. Historical Documents from The Earliest Times to The Persian Conquest, Collected Edited and Translated with Commentary. Volume II. The First to The Seventeenth Dynasties.* Chicago: The University of Chicago Press.

ብረስታድ = Breasted, James Henry. 1906. *Ancient Records of Egypt. The Nineteenth Dynasty. Volume III.* Chicago: The University of Chicago Press.

ብረስታድ = Breasted, James Henry. 1906. *Ancient Records of Egypt. The Twentieth through the Twenty-sixth Dynasties. Volume IV.* Chicago: The University of Chicago Press.

ብረስታድ = Breasted, James Henry. 1906. *Ancient Records of Egypt. Supplementary Bibiliographies and Indices. Volume V.* Chicago: The University of Chicago Press.

ብሬዚንገር= Brenzinger, Matthias. 1999. The "Islanders" of Lake Abaya and Lake Ch'amo: Harro, Ganjule, Gats'ame and Bayso. SIL Electronic Survey Reports.

ብራውኬምፐር = Braukämper, Ulrich. (2012). *A History of the Hadiyya in Southern Ethiopia: Translated from German by Geraldine Krause.* Wiesbaden, Germany: Otto Harrassowitz.

ብራውኬምፐር = Braukamper, Ulrich. 1986. Oromo Country of Origin: A Reconsideration of Hypotheses. In Goldenberg, Gedion, ed. *Sixth International Conference of Ethiopian Studies.* 25 – 40. Rotterdam, Boston: A. A. Balkem.

ብራውኬምፐር = Braukamper, Ulrich. 2003. Allaaba Ethnography. In Uhlig, Siegbert, ed. *Encyclopaedia Aethiopica,* Volume 1. 206. Wiesbaden: Harrassowitz Verlag.

ብራውኬምፐር = Braukamper, Ulrich. 2010. Qabeena Ethnography. In Uhlig, Siegbert, ed. *Encyclopaedia Aethiopica,* Volume IV. 248 – 249. Wiesbaden: Harrassowitz Verlag.

ብራውኬምፐር = Braukamper, Ulrich. 2010. Ṭimbaaro Ethnography. In Uhlig, Siegbert, ed. *Encyclopaedia Aethiopica,* Volume IV. 955 – 956. Wiesbaden: Harrassowitz Verlag.

ብሬየር = Breyer, Francis. 2007. Kush. In Uhlig, Siegbert, ed. *Encyclopaedia Aethiopica*: Vol. III. 458 – 460. Wiesbaden: Harrassowitz Verlag.

ብሬየር = Breyer, Francis. 2010. Punt. In Uhlig, Siegbert, ed. *Encyclopedia Aethiopica,* Volume IV. 239 – 242. Wiesbaden: Harrassowitz Verlag.

ብሬየር = Breyer, Francis. 2016. The Ancient Egyptian Etymology of Ḥabašāt "Abessinia". *Ityopis. Extra Issue,* II: 8 – 18.

ቦኔት = Bonnet, C. 1983. Kerma: An African Kingdom of the 2nd and 3rd Millennia B.C. *Archaeology,* 36(6): 38–45.

ቦኔት = Bonnet, Charles. 2019. *The Black Kingdom of the Nile.* Cambridge, MA: Harvard University Press.

ተሾመ = Teshome Belay. 2016. Phonemic Inventory of Khimt'anga. *Journal of Afroasiatic Languages (JAAL),* 6(1): 29 – 58.

ተከር = Tucker, A. N. 1967. Fringe Cushitic: An Experiment in Typological Comparison. *Bulletin of the School of Oriental and African Studies*, 30(3): 655 – 680.

ተኪኤ ዓልበኪት፣ ክፍለማርያም ሓምደ እና ፍስሃጽዮን ዘሚካኤል። (1994)። ጠፍሓት ብሊና ክታበኹ/Some Standardization of Blin Writing። ያልታተመ።

ተክለ ኢየሱሥ ዋቅጂራ። (ስርግው ገላው፣ አርታኢ)። 2012። *የኢትዮጵያ ታሪክ*። አዲስ አበባ፡ ዜድኤ ማተሚያ ቤት።

ተክለፃዲቅ መኩሪያ። 1951። *የኢትዮጵያ ታሪክ ኑብያ-አክሱም ዛጉዬ እስከ ዐፄ ይኩኖ አምላክ ዘመን መንግሥት*። አዲስ አበባ፤ ትንሣኤ ዘጉባኤ ማተሚያ ቤት።

ታደሰ = Tadese Sibamo Garkebo. 2015. Documentation and Description of Hadiyya. Doctoral Dissertation, Addis Ababa University.

ታደሰ በሪሶ = Taddesse Berisso. 1988. Traditional Warfare among the Guji of Southern Ethiopia. A Thesis Submitted to Michigan State University in Partial Fulfillment of The Requirements for the Degree of Master of Arts.

ታደሰ ታምራት = Taddesse Tamrat. 1972. *Church and State in Ethiopia 1270 – 1527*. Oxford: Oxford University Press.

ትሬስ= Treis, Yvonne. 2008. *A Grammar of Kambaata. Part 1: Phonology, Nominal Morphology and Non-verbal Predication.* Cushitic Language Studies. Vol. 26. Köln: Rüdiger Köppe Verlag.

ትሬስ = Treis, Yvonne. 2010. Ṭimbaaro Language. In Uhlig, Siegbert, ed. *Encyclopaedia Aethiopica,* Volume IV. 954 – 955. Wiesbaden: Harrassowitz Verlag.

ትርሚኒግሀም = Trimingham, J. Spencer. 1952/1965. *Islam in Ethiopia.* London: Oxford University Press.

ቶስኮ = Tosco, Mauro. 1991. *A Grammatical Sketch of Dahalo (Including Texts and a Glossary).* Hamburg: Helmut Buske Verlag.

ቶስኮ = Tosco, Mauro. 1994. The Historical Reconstruction of a Southern Somali Dialect: Proto-Karre-Boni. *Sprache und Geschichte in Afrika,* 15: 153 – 209.

ቶስኮ = Tosco, Mauro. 2000. Cushitic Overview. *Journal of Ethiopian Studies*, 33(2): 87 – 121.

ቶስኮ = Tosco, Mauro. 2001. *The Dhaasanac Language: Grammar, Texts, Vocabulary of a Cushitic Language of Ethiopia.* Cologne: Rüdiger Köppe Verlag.

ቶስኮ = Tosco, Mauro. 2003. Cushitic and Omotic Overview. In Bender, M. L., Appleyard, David and Takacs, Gabor, eds. *Afrasian: Selected Comparative-Historical Linguistic Studies in Memory of Igor M. Dlakonoff.* 87 – 92. Munchen: Lincom Europa.

ቶስኮ = Tosco, Mauro. 2012. The Grammar of Space of Gawwada. In Brenzinger, Matthias & Fehn, Anne-Maria, eds. *Proceedings of the 6th World Congress of African Linguistics*: 17 – 21 August 2009. 523 – 532. Cologne: Rüdiger Köppe.

ቶስኮ = Tosco, Mauro. 2021. *A Grammar of Gawwada. A Cushitic Language of South-West Ethiopia.* Cologne: Rüdiger Köppe.

ቶሮክ = Torok, Laszlo. 1997. *The Kingdom of Kush: Handbook of the Napatan – Meroitic Civilization.* Leiden, New York, Koln: Brill.

ቻይና ሌሎች = Chaix, Louis, Dubosson, Jérôme, & Honegger, Matthieu. 2012. Bucrania from the Eastern Cemetery at Kerma (Sudan) and the Practice of Cattle Horn Deformation. Prehistory of Northeastern Africa: New Ideas and Discoveries, *Studies in African Archaeology*, 11: 189 – 212.

ኅሩይ ወልደሥላሴ። 1999። *የኢትዮጵያ ታሪክ ከንግሥተ ሳባ እስከ ታላቁ የአድዋ ድል።* አዲስ አበባ፤ ሴንትራል ማተሚያ ቤት።

ኒውማን = Neumann, Oscar. 1902. From the Somali Coast Through Southern Ethiopia to the Sudan. *The Geographical Journal*, 20(4): 373 – 401.

ናደል = Nadel, S. F. 1944. Races and Tribes of Eritrea. Unpublished Manuscript. British Military Administration, Eritrea.

ናቪሌ = Naville, Edourad. 1894. *The Temple of Deir el Bahari: Its Plan, Its Founders, and Its First Explorers.* London: Egypt Exploration Fund.

ናቪሌ = Naville, Edourad. 1898. *The Temple of Deir el Bahari: Part III*, London: Egypt Exploration Fund.

አለባቸው ኬዕሚሶና ሳሙኤል ሀንዳሞ። 2002። *የሀዲያ ህዝብ ታሪክና ባህል።* አዲስ አበባ፡ ሰፊር አታሚ።

አሊና ዛቦርስኪ = Ali, Mohamed & Zaborski, A. 1990. *Handbook of the Oromo Language*. Wroclaw, Poland: Polska Akademia Nauk.

አላቲቂ = Alatiqi, Imad M. 2024. The Historicity of Moses and the Exodus: A Holistic Study. *JAAL*, 13(1): 53 – 94.

አምቦርን = Amborn, Hermann. 2003. Burği Ethnography. In Uhlig, Siegbert, ed. *Encyclopaedia Aethiopica,* Volume 1. 642 – 644. Wiesbaden: Harrassowitz Verlag.

አርኬል = Arkell, A. J. 1955. *A History of the Sudan. From the Earliest Times to 1821.* London: Athlone Press.

አበበ = Abebe Gebre – Tsadik. 1985. An Overview of the Morphological Structure of Sidama Verbs. In Wedekind, Klaus, ed. The Verb Morphophonemics of five Highland East Cushitic Languages, Including Burji. *Afrikanistische Arbeitspapiere*, 2: 64 – 81. Cologne: Institut für Afrikanistik.

አብቢክ = Abbink, Jan. 2009. The Total Somali Clan Genealogy, Second Edition. *African Studies Center Working Paper 84*. Leiden: African Studies Center.

አትኪንስ = Atkins, Harry. 1969. *A History of Ethiopia.* Addis Ababa: Central Prining Press.

አንበሳ = Anbessa Teferra. 1995. Phonological Government in Sidaama. In Marcus, Harold G. and Hudson, Grover, eds. *New Trends in Ethiopian Studies: Papers of the 12th International Conference of Ethiopian Studies Michigan State University 5 – 10 September 1994.* 1085 – 1101. Trenton, NJ: The Red Sea Press.

አንበሳ = Anbessa Teferra. 2000. A Grammar of Sidaama. Doctoral Dissertation. Jerusalem, Israel: The Hebrew University.

አንድሬየስኪ = Andrzejewski, B. W. 1957. Some Preliminary Observations on the Borana Dialect of [Oromo]. *Bulletin of the School of Oriental and African Studies, University of London*, 19(2): 354 – 374.

አንድሬየስኪ = Andrzejewski, B. W. 1964. The Position of [Oromo] in the Cushitic Language Group. *Journal of Semitic Studies*, 9(1): 135 – 138.

አንፍሬ = Anfray, F. 1981. The Civilization of Aksum from the First to the Seventh Century. In Mokhtar, G., ed. *General History of Africa,* Vol. II. 362 – 378. Paris: UNESCO.

አይዘንበርግ እና ክራፕፍ = Isenberg, Charles William and Krapf, John Ludwig. 1843. *Journals of Messrs. Isenberg and Krapf.* London: Seeley, Burnside and Seeley.

አዳም = Adam, S. *with the Collaboration* of J. Vercoutter. 1981. The Importance of Nubia: A Link between Central Africa and the Mediterranean. In Mokhtar, G., ed. *General History of Africa.* Vol. II*: Ancient Civilizations of Africa.* 226 – 244. Berkeley: University of California Press.

አዳምስ = Adams, Williams Y. 1985. Doubts about the "Lost Pharaohs". *Journal of Near Eastern Studies,* 44(3): 185 − 192.

አፕልያርድ = Appleyard, David L. 1975. A Descriptive Outline of Kemant. *Bulletin of the School of Oriental and African Studies,* 38: 316 – 350.

አፕልያርድ = Appleyard, David L. 1987. A Grammatical Sketch of Khamtanga I. *Bulletin of the School of Oriental and African Studies,* 50: 241 − 266.

አፕልያርድ = Appleyard, David L. 2003. Agäw Language. In Uhlig, Siegbert, ed. *Encyclopaedia Aethiopica,* Volume 1. 139 – 142. Wiesbaden: Harrassowitz Verlag.

አፕልያርድ = Appleyard, David L. 2005. Hamtaŋa. In Uhlig, Siegbert, ed. *Encyclopaedia Aethiopica,* Volume 2. 996 − 997. Wiesbaden: Harrassowitz Verlag.

አፕልያርድ = Appleyard, David L. 2011. Semitic-Cushitic/Omotic Relations. In Weninger, Stefan, Khan, Geoffrey, Streck, Michael P., and Watson, Janet C. E., eds. *The Semitic Languages: An International Handbook.* 38 – 53. Berlin and Boston: De Gruyter Mouton.

አፕልያርድ = Appleyard, David L. 2012. Cushitic. In Edzard, Lutz, ed. *Semitic and Afroasiatic: Challenges and Opportunities.* 199 – 295. Wiesbaden: Harrassowitz Verlag.

ኡለንዶርፍ = Ullendorff, Edward. 1954. Review of J. Spencer Trimingham: Ethiopia. XV, 299 pp. O.U.P., 1952, 25s. In *Bulletin of the School of Oriental and African Studies*, 16:2; 414 – 415.

ኡለንዶርፍ = Ullendorff, Edward. 1955. *The Semitic Languages of Ethiopia: A Comparative Phonology*. London: Taylor's (Foreign) Press.

ኡለንዶርፍ = Ullendorff, Edward. 1960. *The Ethiopians: An Introduction to Country and People*. London: Oxford University Press.

ኢምበርሊንግ = Emberling, Geoff. 2011. *Nubia Ancient Kingdoms of Africa*. New York: The Institute for the Study of the Ancient World, New York University.

ኢሰያስ = Esayas Tajebe. 2015. Descriptive Grammar of Saaho. Doctoral Thesis, Addis Ababa University.

ኢርዋንቶ = Irwanto, Dhani. 2019. *Land of Punt: In Search of the Divine Land of the Egyptians*. Indonesia: Indonesia Hydro™ Media.

ኢንሳይክሎፔድያ ብሪታኒካ = 1911. *The Encyclopaedia Britannica: A Dictionary of Arts, Sciences, and General Literature, Volume 7*. Eleventh Edition. Cambridge, England: Cambridge University Press

ኤልያስ = Elias, Alexander. 2019. Visualizing the Boni Dialects with Historical Glottometry. *Journal of Historical Linguistics*, 9: 70 – 91.

ኤልደርኪን = Elderkin, E. D. 1976. Southern Cushitic. In Bender, M. L., eds. *The Non-Semitic Languages of Ethiopia*. 278 – 297. East Lansing, MI: African Studies Center, Michigan State University.

ኤልደርኪን = Elderkin, E. D. 1974. The Phonology of the Syllable and the Morphology of the Inflected Word in Dahalo. Unpublished M.A. Thesis, University of Nairobi, Nairobi.

ኤሬት = Ehret, Christopher. 2011.*History and the Testimony of Language*. Berkeley: University of California Press.

ኤርማን = Erman, Adolf. 1907. *A Handbook of Egyptian Religion*. London: Archibald Constable & Co. Ltd.

ኤርቪን = Irvine, A. K. 1965. On the Identity of Habashat in the South Arabian Inscriptions. *Journal of Semitic Studies*, 10(2): 178 – 196.

ኤድ እና ሌሎች = Eide, Tormod, Hägg, Tomas, Pierce, Richard Holton and Török, László, eds. 1994. *Fontes Historiae Nubiorum. Textual Sources for the History of the Middle Nile Region between the Eighth Century BC and the Sixth Century AD. Vol I: From the Eighth to the Mid – Fifth Century BC.* Bergen, Norway: John Grieg AS.

ኤድ እና ሌሎች = Eide, Tormod, Hägg, Tomas, Pierce, Richard Holton and Török, László, eds. 1996. *Fontes Historiae Nubiorum. Textual Sources for the History of the Middle Nile Region between the Eighth Century BC and the Sixth Century AD. Vol II: From the Mid-Fifth to the First Century BC.* Bergen, Norway: John Grieg AS.

ኤድ እና ሌሎች = Tormod Eide, Tomas Hägg, Richard Holton Pierce and László Török, eds. 1998. *Fontes Historiae Nubiorum: Textual Sources for the History of the Middle Nile Region Between the Eighth Century BC and the Sixth Century AD. Vol. III. From the First to The Sixth Century AD.* Bergen, Norway: John Grieg AS.

ኤድዋርድስ = Edwards, Amelia B. 1891. *Pharaohs, Fellahs and Explorers.* New York: Harper & Brothers.

ኤድዋርድስ = Edwards, David N. 2004. *The Nubian Past: An Archaeology of the Sudan.* London and New York: Routledge.

ኤድዛርድ = Edzard, Lutz, ed. 2012. *Semitic and Afroasiatic: Challenges and Opportunities.* Wiesbaden: Harrassowitz Verlag.

ኤፍሬም = Ephraim Isaac. 1980. Genesis, Judaism, and the 'Sons of Ham', *Slavery & Abolition: A Journal of Slave and Post-Slave Studies*, 1(1): 3 – 17.

እዮብ = Eyob Kelemework Wolde. 2015. A Grammar of Gedeo, A Cushitic Language of Ethiopia. Doctoral Dissertation, Osmania Univeristy, Hyderabad, India.

ኦሬል እና ስቶልቦቫ = Orel, Vladimir E. and Olga V. Stolbova. 1995. *Hamito – Semitic Etymological Dictionary: Materials for a Reconstruction.* Leiden: Brill.

ኦሬን = Oren, Eliezer D., ed. 1997. *The Hyksos: New Historical and Archaeological Perspectives.* Philadelphia: University of Pennsylvania Press.

ኦበርት፣ ፍሉኸር-ሎባን እና ሎባን = Obert, John, Fluehr-Lobban, Carolyn and Lobban, Richard. 1992. *Historical Dictionary of the Sudan.* Metuchen, NJ: Scarecrow Press.

ኦብሉስኪ = Obluski, Artur. 2014. *The Rise of Nobadia. Social Changes in Northern Nubia in Late Antiquity*. Warsaw: University of Warsaw Faculty of Law and Administration

ኦብሉስኪ እና ሌሎች = Obłuski, Artur; Godlewski, Włodzimierz; Kołątaj, Wojciech; et al. (2013). The Mosque Building in Old Dongola. Conservation and Revitalization Project. *Polish Archaeology in the Mediterranean* (Polish Centre of Mediterranean Archaeology, University of Warsaw.), 22: 248–272.

ኦንጋይ = Ongaye Oda Orkaydo. 2013. A Grammar of Konso. Doctoral Dissertation, Leiden University.

ኦንጋይ እና ቶስኮ = Ongaye Oda Orkaydo & Mauro Tosco. 2015/6. Morphological Similarity and Contact: Plurals, Punctuals and Pluractionals in Konso and Gawwada (Cushitic, Southwest – Ethiopia). In Vossen, Rainer & König, Christa, eds. *Patterns of Linguistic Convergence in Africa.* 171 – 193. Köln: Rüdiger Köppe Verlag.

ኦኮኖር = O'Connor, David. 1982. Egypt, 1552 – 664 BC. In J. Desmond Clark, ed. *The Cambridge History of Africa, Volume I: From the Earliest Times to c. 500 BC.* 830 – 940. Cambridge: Cambridge University Press.

ኦኮኖር = O'Connor, David. 1997. The Hyksos Period in Egypt. Oren, Eliezer D., ed. *The Hyksos: New Historical and Archaeological Perspectives.* 45 – 68. Philadelphia: University of Pennsylvania Museum.

ኦውንስ = Owens, Jonathan. 1985. A Grammar of Harar Oromo. Hamburg: Buske.

ከበደ = Kebede Hordofa Janko. 2009. Towards Genetic Classification of the Afan Oromo Dialects. Doctoral Dissertation, The University of Oslo.

ኩፐር = Cooper, Julien. 2012. Reconsidering the Location of Yam. *Journal of the American Research Center in Egypt,* 48:1 – 21.

ኪችን = Kitchen, K. A. 1971. Punt and How to Get There. *Orientalia,* 40: 184 – 207.

ኪችን = Kitchen, K. A. 1986. *The Third Intermediate Period in Egypt (1100 – 650 B.C.).* Warminster: Aris & Phillips Ltd.

ኪችን = Kitchen, K. A. 1993. The Land of Punt, in: Shaw T., Sinclair P., Andah B., Okpoko A., eds. *The Archaeology of Africa: Food, Metals and Towns.* 587 – 608. London: Routledge.

ኪዳነወልድ ክፍሌ። Kidanewold Kifle. 1948. *Mäs'ḥafä säwasiw wämäzgäbä k'alat ḥadis.* Dire Dawa, Addis Ababa: Artistic Printing Press.

ካህን = Kahn, Dan'el. 2001. The Inscription of Sargon II at Tang-i Var and the Chronology of Dynasty 25. *Orientalia.* 70(1): 1–18.

ካህን = Kahn, Dan'el. 2004. Taharqa, King of Kush and the Assyrians. *JSSEA*, 31: 109 – 128.

ካህን = Kahn, Dan'el. 2005. The Royal Succession in the 25th Dynasty. *Antike Sudan: Mitteilungen der Sudanarchäologischen Gesellschaft (MittSAG)*, 16: 143 – 163.

ካህን = Kahn, Dan'el. 2006. The Assyrian Invasions of Egypt (673 – 663 B.C.) and the Final Expulsion of the Kushites. *SAK*, 34: 251 – 267.

ካህን = Kahn, Dan'el. 2013. The History of Kush – An Outline. In Jesse, Friederike & Carola Vogel, eds. *The Power of Walls-Fortifications in Ancient Northeastern Africa: Proceedings of the International Workshop held at the University of Cologne 4th – 7th August 2011.* 17 – 32. Köln: Heinrich – Barth – Institut/Bielefeld: Hans Kock GmbH.

ካላንደር = Callender, Gae. 2000. The Middle Kingdom Renaissance (c. 2055 – 1650 BC). In Shaw, Ian, ed. The Oxford History of Ancient Egypt. 137 – 171. Oxford: Oxpord University Press.

ካዋቺ = Kawachi, Kazuhiro (2007). A Grammar of Sidaama (Sidamo): A Cushitic Language of Ethiopia. University of Buffalo.

ካዋቺ = Kawachi, Kazuhiro. 2007. A Grammar of Sidaama (Sidamo), a Cushitic Language of Ethiopia Doctoral Dissertation. State University of New York at Buffalo.

ካይዝሊንግ እና ማውስ = Kießling, Roland and Mous, Maarten. 2003. *The Lexical Reconstruction of West-Rift (Southern Cushitic).* Köln: Köppe.

ኩሽና ኩሻዊ

ካይዝሊንግ= Kiessling, Roland. 2001. South Cushitic Links to East Cushitic. In Zaborski, Andrzej, ed. *New Data and New Methods in Afroasiatic Linguistics: Robert Hetzron in Memoriam*. 95 – 102. Wiesbaden: Harrassowitz,

ካፕላን = Kaplan, Steven. 2007. Kayla. In Uhlig, Siegbert, ed. *Encyclopaedia Aethiopica*, Volume III. P. 362. Wiesbaden: Harrassowitz Verlag.

ከላውዲያ = Cailliaud, Frédéric. 1826. *Voyage à Méroé, au fleuve Blanc:au-delà de Fâzoql dans le midi du royaume de Sennâr, à Syouah et dans cinq autres oasis, fait dans les années 1819, 1820, 1821 et 1822: accompagné de cartes géographiques, de planches représentant les monumens de ces contrées, avec des détails relatifs à l'état moderne et à l'histoire naturelle.* Paris: De L'imperimerie De Rignoux.

ክረሚ = Crummey, Donald. 2007. Kayla Meda. In Uhlig, Siegbert, ed. *Encyclopaedia Aethiopica,* Volume III. Pp. 362 – 363. Wiesbaden: Harrassowitz Verlag.

ክሪንግሥ እና ሌሎች = Krings, M. et al. 1999. MtDNA Analysis of Nile River Valley Populations: A Genetic Corridor or a Barrier to Migration? *Am J Hum Genet,* 64: 1166 – 1176.

ክራስ = 2007. Libido. In Uhlig, Siegbert, ed. *Encyclopaedia Aethiopica,* Volume III. 562 – 563. Wiesbaden: Harrassowitz Verlag.

ክራስ = Crass, Joachim. 2001. The Position of K'abeena within Highland East Cushitic. *Afrikanistische Arbeitspapiere,* 67:5 – 60.

ክራስ = Crass, Joachim. 2003. Allaaba Language. In Uhlig, Siegbert, ed. *Encyclopaedia Aethiopica,* Volume 1. 205. Wiesbaden: Harrassowitz Verlag.

ክራስ = Crass, Joachim. 2005. *Das K'abeena: Deskriptive Grammatik einer hochlandostkuschitischen Sprache.* Cologne: Rüdiger Köppe.

ክራስ = Crass, Joachim. 2010. Qabeena Language. In Uhlig, Siegbert, ed. *Encyclopaedia Aethiopica,* Volume IV. 246 – 248. Wiesbaden: Harrassowitz Verlag.

ክራፍ = Krapf, J. L. 1840. *An Imperfect Outline of the Elements of the [Oromo] Language.* London: The Church Missisionary Society.

ክራፍ = Krapf, J. L. 1842. *Vocabulary of the [Oromo] Language.* London: The Church Missisionary Society.

ክሮኖሎጂ = Chronology: Digital Egypt for Universities. https://www.ucl.ac.uk/museums−static/digitalegypt/chronology/index.html

ኮርሆነን፣ ሳስካ፣ እና ሲም = Korhonen, Elsa, Mirja Saksa, and Sim, Ronald J. 1986. A Dialect Study of Kambaata-Hadiyya (Ethiopia) [part 1]. *Afrikanistische Arbeitspapiere* 5: 5 – 41.

ኮበርት እና ሀይዋርድ = Corbett, Greville G. and Hayward, Richard J. 1987. Gender and Number in Bayso. *Lingua*, 73:1 – 28.

ኮቢሻኖቭ = Kobishanov, Y. M. 1981. The Civilization of Aksum from the First to the Seventh Century. In Mokhtar, G. (ed.). *General History of Africa, II*, 381–400. Paris: UNESCO.

ኮንተንሰን = Contenson, H. De 1981. The Civilization of Aksum from the First to the Seventh Century. In Mokhtar, G. (ed.). *General History of Africa, II*, 341–362. Paris: UNESCO.

ኮንቲ ሮስኒ= Conti Rossini, Carlo, 1928, *Storia d'Etiopia.* Bergamo: Istitito Italiano d'Arti Grafiche.

ኮዞሊኖ = *Cozzolino, C.* 1993. The land of Pwnt. In Zaccone, G. M. & Tomaso, N., ed. *Sesto Congresso Internazionale di Egittologia, Atti,* II: 391–398.

ወንድወሰን = Wondwosen Tesfaye Abire. 2006. Aspects of Diraytata Morphology and Syntax: A Lexical-Functional Grammar Approach. Doctoral Dissertation, University of Trondheim.

ዊሊያምስ = Williams, Bruce. 1980. The Lost Pharaohs of Nubia. *Archaeology.* 33(5): 12 – 21.

ዊሊያምስ = Williams, Bruce. 1987. Forebears of Menes in Nubia: Myth or Reality? *Journal of Near Eastern Studies*, 46(1): 15 – 26.

ዊሊያምስ = Williams, Bruce. 1997. Egypt and Sub-Saharan Africa: Their Interactions. In Vogel, Joseph O., ed. *Encyclopedia of Precolonial Africa.* 465 – 472. Walnut Greek, CA: Altamira Press.

ዊሊያምስ = Williams, Frank, trans. 2009. *The Panarion of Epiphanius of Salamis: Book I* (Sects 1 – 46), Second Edition, Revised and Expanded. Brill: Leiden & Boston.

ዊሊያምስ = Williams, Victoria R. 2020. *Indigenous Peoples: An Encyclopedia of Culture, History, and Threats to Survival, Volumes 1*. Santa Barbara, California: ABC-CLIO.

ዋዴል = Waddell, W. G. trans. 1940. *Manetho (with an English Translation.)* Cambridge: Harvard University Press.

ዌልስቢ = Welsby, Derek A. 1998. *The Kingdom of Kush: The Napatan and Meroitic Empires*. Princeton, NJ: Markus Wiener.

ዌልስቢ = Welsby, Derek. 2014. The Kingdom of Alwa. In Anderson, Julie R. & Welsby, Derek A., eds. *The Fourth Cataract and Beyond: Proceedings of the 12th International Conference for Nubian Studies*. 183 – 200. London: British Museum Press.

ዘለዓለም = Zelealem Leyew. 2003. *The Kemantney Language: A Sociolinguistic and Grammatical Study of Language Replacement*. Cologne: Rüdiger Köppe Verlag.

ዘለዓለም ልየው· = Zelealem Leyew Temesgen. 2000. The Kemantney Language: A Sociolinguistic and Grammatical Study of Language Replacement. PhD Dissertation, School of Graduate Studies, Addis Ababa University.

ዛቦርስኪ = Zaborski, Andrzej. 1976. Cushitic Overview. In Bender, M. L., ed. *The Non-Semitic Languages of Ethiopia*. 67 – 96. East Lansing: Michigan State University.

ዛቦርስኪ 1984 = Zaborski, Andrzej. 1984. Remarks on the Genetic Classification and the Relative Chronology of the Cushitic Languages. In Bynon, James, ed. *Current Progress in Afro-Asiatic Linguistics: Papers of the Third International Hamito-Semitic Congress*. Amsterdam/Philadelphia: John Benjamins Publishing Company.

ዛቦርስኪ = Zaborski, Andrzej. 1986. Can Omotic be reclassified as West Cushitic? In Goldenberg, Gideon, ed. *Ethiopian Studies: Proceedings of the Sixth International Conference, Tel-Aviv, 14·17 April 1980*. 525-530. Rotterdam: Balkema.

ዛቦርስኪ = Zaborski, Andrzej. 2001. A note on the classification of Agaw as a branch of East Cushitic. In Zaborski, Andrzej, ed. *New Data and New Methods in Afroasiatic Linguistics: Robert Hetzron in Memoriam*. 219-222. Wiesbaden: Otto Harrassowitz.

ዜሊንስኪ = Zielinski, Lukasz (2015). New Insights into Nubian Archery. *Polish Archaeology in the Mediterranean.* 24(1): 791 – 801.

የኢትዮጵያ የህዝብ ቆጠራ ኮሚሽን = Federal Democratic Republic of Ethiopia Population Census Commission. 2008. Summary and Statistical Report of the 2007 Population and Housing Census. Addis Ababa.

ዮሺኖ= Yoshino, Hiroshi. 2013. Preliminary Survey on 'Alle Verbal System. *Studies in Ethiopian Languages*, 2: 82–95.

ደላኒ = Delany, Martin R. 1879. *The Origin of Race and Color.* Philadelphia: Harper & Brother, Publishers.

ዱንሀማ እና ማከዳም= Dunham, Dows and Macadam, M. F. Laming. Names and Relationships of the Royal Family of Napata. *The Journal of Egyptian Archeology*, 35: 139 – 149.

ዱንሃም = Dunham, Dows. 1947. Outline of the Ancient History of the Sudan: Part V. The Kingdom of Kush at Napata and Meroe (750 B.C. to A. D. 350). *Sudan Notes and Records*, 28: 1 – 10.

ዲመንዳል = Dimmendaal, Gerrit J. 2008. Language Ecology and Linguistic Diversity on the African Continent. *Language and Linguistics Compass,* 2 (5): 840 – 858.

ዲርሚንቲ = Dirminti, Enrico. 2014. Between Kerma and Avaris: The First Kingdom of Kush and Egypt during the Second Intermediate Period. In Anderson, Julie R. and Welsby, Derek A., eds. *The Fourth Cataract and Beyond: Proceedings of the 12th International Conference for Nubian Studies.* 337 – 345. Leuven, Paris, Walpole, MA: Peeters.

ዲክሰን = Dixon, D. M. 1964. The Origin of the Kingdom of Kush. *Journal of Egyptian Archeology*, 50: 121 – 132.

ዲዮድሮስ ሲቹለስ = Diodorus Siculus (Oldfather, Charles Henry, trans.). 1935. *Diodorus of Sicily in Twelve Volumes.* Cambridge, Massachusetts: Harvard University Press.

ዲዮፕ = Diop, Cheik Anta. 1981. Origin of the Ancient Egyptians. In Mokhtar. G., ed. *General History of Africa. Vol. II: Ancient*

Civilizations of Africa. 27 – 57. Berkeley: University of California Press.

ዲዮፕ = Diop, Cheikh Anta. 1974. The African Origin of Civilization. Chicago, Illinois: Lawrence Hill Books.

ዲጅክስትራ = Dijkstra, J. H. F. 2005. *Religious Encounters on the Southern Egyptian Frontier in Late Antiquity (AD 298 – 642).* S.N.

ዳህል እና ህዮርት-አፍ-ኦርናስ = Dahl, Check & Hjort-Af-Ornas, Gudrun. 2006. Precolonial Beja: A Periphery at the Crossroads. *Nordic Journal of African Studies*, 15 (4): 473 – 498.

ዳኛቸው ወርቁ። 1962። *አደፍርስ፡ ልቦለድ*። አዲስ አበባ፡ ንግድ ማተሚያ ቤት።

ዴፑይድት = Depuydt, L. 1993፡ The Date of Piye's Egyptian Campaign and the Chronology of the Twenty-Fifth Dynasty. *The Journal of Egyptian Archeology*, 792: 69 – 274.

ዴቪስ = Davies, N. de Garis. 1935. The Work of the Graphic Branch of the Expedition. *The Metropolitan Museum of Art Bulletin*, 30(11): 46 – 57.

ዴቪድሰን = Davidson, Basil. 1991. *African Civilization Revistied: From Antiquity to Modern Times.* Trenton: Africa World Press.

ድዊት = Dawit Tilahun Jembere. 2018. A Grammar of Gede'o, A Highland East Cushitic Language, Ethiopia. Doctoral Dissertation, Addis Ababa Univeristy.

ጀምስ = James, T. G. H. 1979. *An Introduction to Ancient Egypt.* New York: Harper & Row.

ቯአቫኒ = Vantini, Giovanni. 1975. *Oriental Sources Concerning Nubia: Collected and Translated. Published as a Field-Manual for Excavators at the Request of the Society for Nubian Studies.* Heidelberg and Warsaw: Heidelberger Akademie der Wissenschaften.

ጃክሰን = Jackson, John G. 2001. *Man, God, and Civilization.* Trenton: Africa World Press.

ጆስዊግ = Joswig, Andreas. 2010. The Phonology of Awngi. *SIL Electronic Working Papers.* SIL International.

ጋምስት = Gamst, Frederick C. 1969. *The Qemant: A Pagan – Hebraic Peasantry of Ethiopia. Case Studies in Cultural Anthropology.* New York: Holt, Rinehart and Wilson.

ጋምስት = Gamst, Frederick C. 2003. Agäw Ethnography. In Uhlig, Siegbert, ed. *Encyclopaedia Aethiopica,* Volume 1. 142 – 143. Wiesbaden: Harrassowitz Verlag.

ጋምስት = Gamst, Frederick C. 2005. Hamta. In Uhlig, Siegbert, ed. *Encyclopaedia Aethiopica,* Volume 2. 995 – 996. Wiesbaden: Harrassowitz Verlag.

ጋባርድ = Gabbard, Kevin. 2010. A Phonological Analysis of Somali and the Guttural Consonants. Thesis, The Ohio State University.

ግላሰር = Eduard Glaser. 1895. *Die Abessinier in Arabien und Afrika.* München.

ግሪማል = Grimal, Nicolas. 1992. *A History of Ancient Egypt.* Oxford: Blackwell Publishers.

ግሪንበርግ = Greenberg, Joseph 1963. *The Languages of Africa* Bloomington. Indiana University

ግሪንፊልድ = Greenfield, Richard. 1965. *Ethiopia: A New Political History.* New York: Fredrick A. Praeger, Publishers.

ግሪፍኖ-ሜዊስ = Griefenow-Mewis, Catherine. 2001. *A Grammatical Sketch of Written Oromo.* Köln: Rüdiger Köppe Verlag.

ግራግ = Gragg, Gene. Oromo of Wellega. In Bender, M. L., ed. *The Non-Semitic Languages of Ethiopia.* 166 – 195. East Lansing: Michigan State University.

ግርማ = Girma A. Demeke. 2013. *The Orgin of Ambraic*, Second Edition. Trenton: The Red Sea Press.

ግርማ = Girma A. Demeke. 2014/2017. *Grammatica Changes in Semitic: The Diachronic Grammar of Ambaric.* Trenton: The Red Sea Press.

ግርማ አውግቸው ደመቀ። 2018። *ቋንቋና ነገድ በኢትዮጵያ፤ ቅፅ ሁለት።* ፕሪንስተን፣ ኒው ጀርሲ፡ ኢንስቲቲዩት ኦፍ ሴሜቲክ ስተዲስ።

ግርማ አውግቸው ደመቀ። 2018። *ቋንቋና ነገድ በኢትዮጵያ፤ ቅፅ አንድ፡ የኢትዮጵያ ህዝብ ማንነት እና ቅድመታሪክ (ከቋንቋ አንፃር)።* ትሪንተን፣ ኒው ጀርሲ፡ ዘ ሬድ ሲ ፕረስ።

ግርማ አውግቸው ደመቀ። 2021። ፖለቲካ፣ ቋንቋና ታሪክ (የኩሽ – ኩሻዊ ጉዳይ)። *ጆርናል ኦፍ አፍሮኤሽያቲክ ላንጉጅስ፣* 10(1)፡63 – 86።

ግርማ አውግቸው ደመቀ እና አህመድ ዘካሪያ። የሀበሻ ማንነትና ምንነት። 2014. *International Journal of Ethiopian Studies*.

ጎልደንበርግ = Goldenberg, David M. 2005. *The Curse of Ham: Race and Slavery in Early Judaism, Christianity, and Islam*. Princeton and Oxford: Princeton University Press.

ጎልደንበርግ = Goldenberg, David M. 2022. Moses' Kushite Wife Was Zipporah the Midianite. TheTorah.com. https://thetorah.com/article/moses-kushite-wife-was-zipporah-the-midianite

ፉለር = Fuller, Dorian. 2015. The Economic Basis of the Qustul Splinter State: Cash Crops, Subsistence Shifts, and Labour Demands in the Post-Meroitic Transition. In Zach, Michael, ed. *The Kushite World. Proceedings of the 11th International Conference for Meroitic Studies. Vienne, 1 – 4 September 2008*. 33 – 60. Verein der Förderer der Sudanforschung.

ፊሊፕሰን = Phillipson, David W. 2012. *Foundations of an African Civilisation: Aksum & the Northern Horn 1000 BC – AD 1300*. Woodbridge, GB: James Currey.

ፊሊፕስ = Phillips, Jacke. 1996. A Note on Puntite Housing. *The Journal of Egyptian Archaeology*, 82: 206 – 207.

ፋሎን = Fallon, Paul D. 2001. Some phonological processes in Bilin. *Berkeley Linguistics Society (BLS)*, 27: 49 – 60. https://doi.org/10.3765/bls.v27i2.3421

ፋሎን = Fallon, Paul D. 2006. Blin Orthography: A History and an Assessment. In Arasanyin, Olaoba F. and Pemberton, Michael A., eds. *Selected Proceedings of the 36th Annual Conference on African Linguistics*. 93 – 98. Somerville, MA: Cascadilla Proceedings Project.

ፋራጅ = Faraji, Salim. 2012. *The Roots of Nubian Christianity Uncovered. The Triumph of the Last Pharaoh: Religious Encounters in Late Antique Africa*. Trenton: Africa World Press.

ፋቶቪች = Fattovich, Rodolfo. 1989. The Later Prehistory of the Gash Delta (Eastern Sudan). Krzyżaniak, Lech and Kobusiewicz, Michał, eds. *Late prehistory of the Nile Basin and the Sahara*. 481 – 498. Poznan: Poznan Archaeological Museum.

ፋቶቪች = Fattovich, Rodolfo. 1999. The Development of Urbanism in the Northern Horn of Africa in Ancient and Medieval Times. https://www.arkeologi.uu.se/digitalAssets/483/c_483244-l_3-k_ fattovichall.pdf

ፋቶቪች = Fattovich, Rodolfo. 2010. The Development of Ancient States in the Northern Horn of Africa, c. 3000 BC – AD 1000: An Archaeological Outline. *Journal of World Prehistory*, 23: 145 – 175.

ፋቶቪች = Fattovich, Rodolfo. 2018. The Archaeology of Punt። *The Journal of Egyptian Archaeology*, 104(2): 205 – 209.

ፍለሚንግ = Fleming, Harold C. 1964. Baiso and Rendille: Somali Outliers. *Rassegna di Studi Etiopici*, 20: 35 – 96.

ፍለሚንግ = Fleming, Harold C. 1969. Asa and Aramanik: Cushitic Hunters in Masai-Land. *Ethnology,* 8: 1 – 36.

ፍለሚንግ = Fleming, Harold. 1969. The Classification of West Cushitic within Hamito-Semitic. In McCall, Daniel. et al., eds. *Eastern African History*. 3 – 27. New York: Praeger.

ፍላቪዩስ ዮሴፍ። አንቲኩቲይ ኦፍ ዘ ጂውስ =Flavius Josephus. *The Antiquities of the Jews, (in 20 volumes)*. Translated by William Whiston. Retrived from https://www.gutenberg.org/files/2848/2848-h/2848-h.htm#link2HCH0006

ፍሎሀር-ሎባን = Fluehr-Lobban, Carolyn. 1998. Nubian Queens in the Nile Valley and Afro-Asiatic Cultural History. Ninth International Conference for Nubian Studies, August 20 – 26, 1998. Museum of Fine Arts, Boston U.S.A. https://africanhistory.yolasite.com/resources/Nubian%20Queens.pdf Retreived 08/18/2024.

ሽናይደር-ብሉም = Schneider-Blum, Gertrud. 2007. *A Grammar of Alaaba፡ A Highland East Cushitic Language of Ethiopia.* Cologne: Rüdiger Köppe.

ፑንትላንድ = Puntland Facts and Figures 2012 – 2017. Puntland State of Somalia, Ministry of Planning and International Cooperation, Department of Statistics. https://bareedo.org/wp-content/uploads/2019/10/Puntland-Facts-and-Figures-2017-Year-book-2018-1.pdf

ፓርፖላ = Parpola, Simo (1980). The Murderer of Sennacherib. *Gateways to Babylon.* http://www.gatewaystobabylon.com/introduction/murderersennacherib.htm Retrieved 09/26/2020.

ፓንክረስት = Pankhurst, Richard. 1992. *Social History of Ethiopia: The Northern and Central Highlands from Early Medieval Times to the Rise of Emperor Tewodros II.* Trenton, NJ: The Red Sea Presd.

ፓንክረስት = Phankrust, Richard. 1997. *The Ethiopian Borderlands: Essays in Regional History from Ancient Times to the End of the 18th Century.* Lawrenceville: Red Sea Press.

ፖይሶነር = Poissonnier, Nicole. 2003. Agäw Language. In Uhlig, Siegbert, ed. *Encyclopaedia Aethiopica,* Volume 1. 509 – 506. Wiesbaden: Harrassowitz Verlag.

ቨርነር= Werner, Roland. 2013. *Das Christentum in Nubien. Geschichte und Gestalt einer afrikanischen Kirche.* Berlin: LIT.

ቫን ፒር = Van Peer, P. 1998. The Nile Corridor and the Out-of-Africa Model: An Examination of the Archaeological Record. *Current Anthropology,* 39: 115 – 140.

ቫንሆቨ = Vanhove, Martine. 2014. Beja Grammatical Sketch. In Mettouchi, A. and Chanard, C., eds. The CorpAfroAs Corpus of Spoken AfroAsiatic Languages. 68 pages. http://dx.doi.org/10.1075/scl.68.website. Retrieved 08/07/2024

ቫንሆቨ = Vanhove, Martine. 2020. North-Cushitic. In Vossen, Rainer; Dimmendaal, Gerrit J., eds. *The Oxford Handbook of African Languages.* 300 – 307. Oxford: Oxford University Press.

ቬዲከንድ = Wedekind, Klaus, ed. 2002. Sociolinguistic Survey Report of the Languages of the Gawwada (Dullay), Diraasha (Gidole), Muusiye (Bussa) Areas. SIL International. https://www.sil.org/system/files/reapdata/75/41/83/754183557079651294593497 34862197812479/SILESR2002_065.pdf Retrived 07/24/2024.

ቬዲከንድ፣ ቬዲከንድ፣ እና ሙሳ = Wedekind, Klaus, Wedekind, Charlotte and Musa, Abuzeinab. 2004/5. Beja Pedagogical Grammar. https://www.afrikanistik-aegyptologie-online.de/archiv/2008/1283/beja_pedago gical_grammar_final_links_numbered.pdf

ቬዴኪንድ = Wedekind, Charlotte. 1985. Burji Verb Morphology and Morphophonemics. In Wedekind, Klaus, ed. The Verb Morphophonemics of five Highland East Cushitic Languages, Including Burji. *Afrikanistische Arbeitspapiere*, 2: 110–145. Cologne: Institut für Afrikanistik.

ቬዴኪንድ = Wedekind, Klaus. 1985. Gedeo (Derasa) Verb Morphology and Morphophonemics. In Wedekind, Klaus, ed. The Verb Morphophonemics of five Highland East Cushitic Languages, Including Burji. *Afrikanistische Arbeitspapiere,* 2: 82–109. Cologne: Institut für Afrikanistik.

ቬድኪንድ፣ ቬድኪንድ፣ እና ሙሳ = Wedekind, Klaus; Wedekind, Charlotte; Musa, Abuzeinab. 2004–2005. Beja Pedagogical Grammar. Aswan and Asmara. https://www.afrikanistik-aegyptologie-online.de/archiv/2008/1283/beja_pedagogical_grammar_final_links_numbered.pdf

ቬድኪንድ፣ ቬድኪንድ፣ እና ሙሳ = Wedekind, Klaus, Wedekind, Charlotte, & Musa, Abuzeinab. 2002. RRG Universal Verb Classes vs. Beja Verb Classifications Based on Morphologies and Textual Functions. Paper presented at the RRG Conference 2002, University of La Rioja, Logroño. https://rrg.caset.buffalo.edu/rrg/vanvalin_papers/Wedekind.PDF Retrieved 08/08/2024.

ቅሱም

ሀ

ሀረሪ · 276, 331
ሀረር · 240
ሀርኩፍ · 16, 33, 34, 35, 36, 41, 110, 139, 171, 174, 216, 224
ሀታሱ · See ሀትሼፕሱት
ሀትሼፕሱት፤ ንግሥት · 49, 58, 118, 169, 173, 174, 175, 176, 177, 179, 185, 186, 187, 189, 190, 193, 196, 199, 200
ሀይክሶስ · 3, 26, 34, 45, 46, 47, 48, 116
ሀዲያ · 238, 240
ሀዲያ ሱልጣኔት · 273, 275

ሃ

ሃውዬ · 283, 332

ሄ

ሄለናዊ · 21, 22, 23, 25, 26
ሄሪ-ሆር · 63
ሄኑ · 171, 172

ህ

ህንደኬ · 350
ህንድ · 154, 188, 203
ህዝቅያህ፤ ንጉሥ · 79

ሆ

ሆረማክሄትን · 74

ሆረምሄብ · 179, 180

ሊ

ሊቢያ · 26, 62, 67, 73, 121, 122, 124
ሊቢዶ · 238, 240

ላ

ላሊበላ · 88, 243, 351
ላቲን · 255, 284, 289

ሐ

ሐበሻተ · 154, 156, 184, 185

ሕ

ሕምያር · 208

መ

መሀመድ አሊ · 23, 103
መሰረታዊ ቃላት · 260, 308, 313, 327
መረንረ፤ ንጉሥ · 3, 33
መርሳ · 172, 183, 192
መጃይ · 3, 33, 34, 35, 46, 47, 109
መፅሀፈ ነግሥት · 357

ሚ

ሚአም · 61

ማ

ማሎናቀን · 83, 87, 88, 90
ማረቆ · 240
ማቅማሎ · 86
ማኔቶ · 21, 105, 106
ማኔእ · 20, 21, 105
ማእ · 240, 264, 306, 307, 315, 316, 320, 337, 373
ማአይ · 240
ማይሌ · 283, 332
ማዲከን · 85, 86

ሜ

ሜምፊት · 74, 82
ሜጫ · 240

ም

ምቡጉ · *See* ማእ
ምኒልክ · 348, 353, 356, 357, 358, 359

ሰ

ሰሀተፐ-ኔትጀሩ · 61
ሰሰቢ · 61
ሰቆጣ · 245
ሰዲንጋ · 61
ሰጎን · 180

ሱ

ሱህናከሪብ · 78, 79, 80, 126, 127
ሱሜትራ · 168, 188, 214
ሱዳን · 138, 140, 141, 142, 143, 144, 153, 154, 169, 176, 188, 190, 191, 192, 193, 195, 196, 198, 199, 201, 207, 210, 212, 238, 353, 357

ሲ

ሲልኮ · 100, 154
ሲትጃው · 3
ሲዳማ · 238

ሳ

ሳሆ · 239, 240
ሳልሳዊ ቱትሞሴ · 49, 58, 61, 179
ሳልሳዊ አሜንሆተፕ · 59
ሳልሳዊ አሜንሆቴፕ · 179
ሳቢያን · 154, 184, 204, 205, 207, 210, 211
ሳባ · 154, 183, 184, 189, 207, 208, 210
ሳይ ደሴት · 38

ሴ

ሴማዊ · 235, 236, 241, 242, 243, 246, 248, 254, 259, 260, 276, 278, 279, 287, 308, 311, 312, 314, 321, 331, 332, 354, 359
ሴሴቢ · 59

ስ

ስልጢ · 276
ስነምዕላድ · 244, 253, 260, 262, 270, 274, 284, 290, 308, 309, 314, 319, 320
ስነርፉ፣ ንጉሥ · 3
ስነአገባብ · 253, 284
ስነድምፃዊ · 246, 251, 257, 273, 275, 282, 287
ስነድምፅ · 245, 246, 247, 253, 260, 262, 267, 270, 273, 279, 284, 293, 308, 315, 319, 333, 336
ስዋህሊ · 291, 303, 337

ሶ

ሶሌብ · 59, 61
ሶማሊያ · 167, 168, 169, 176, 184, 185, 188, 189, 190, 191, 192, 196, 200, 202, 203, 207, 212, 213, 226, 239, 240

412

ሶማልኛ · 238, 239, 240

ራ

ራሃንዊን · 283
ራሜሴስ ሳልሳዊ · 170, 182, 203
ራሜሴስ አስራአንደኛ · 62, 63, 65
ራሜሴስ ዘጠነኛ · 62, 65
ራምሴስ አስራአደኛ · 121
ራያ · 240

ሬ

ሬንዴሌ · 239

ር

ርኔፍሩኬካሽታ · 73

ሮ

ሮማን · 22, 95, 96, 97

ሸ

ሸዋ · 240

ሾ

ሾቶ · 173, 358

ቀ

ቀቤና · 238, 240
ቀይ ባሕር · 172, 175, 176, 187, 189, 190, 192, 200, 218
ቀዳማዊ ሰኑስረት · 34
ቀዳማዊ ሴሶስትሪስ · 172

ቀዳማዊ ሴቲ · 49, 61
ቀዳማዊ ቱትሞሴ · 49, 56, 58, 118
ቀዳማዊ አህሞሴ · 47, 48, 55, 117
ቀዳማዊ አሜነምሄት · 34
ቀዳማዊ ኤርጋመነስ · 91
ቀዳማዊ ፒያንኪ · 349
ቀዳማዊ ፔፒ · 42, 109, 139
ቀዳማዊ ፕሳምቲክ · 81
ቀዳማዊት አሜኔርዲስ · 67, 72, 122
ቀጭኔ · 173, 176, 177, 189, 203

ቅ

ቅመማ ቅመም · 173
ቅማንትነይ · 238
ቅድመግንድ ቅጥያ ግሶች · 261, 262, 287, 288, 290, 317, 333

ቆ

ቆፕቶስ · 171

ቋ

ቋርኛ · 242, 249, 250, 258, 259

በ

በለሳ · 245
በርበራ · 169
በርበር · 27, 67, 241, 311, 312

ቡ

ቡሳ · 239
ቡሩንጌ · 239, 264
ቡርጂ · 238

ቢ

ቢለን · 238
ቢያ ፑንት · 201
ቢያንከያ · 348, 349

ባ

ባለቤት አፀፋ · 264, 302, 316, 320
ባንቱ · 240, 264, 283, 302, 303, 316, 337
ባይሶ · 239

ቤ

ቤተ እስራኤል · 243, 249, 258, 259
ቤንአሚር · 260
ቤደዊን · 238
ቤጃ · 208, 238

ብ

ብሉይ ኪዳን · 357

ቦ

ቦረና · 240
ቦኒ/አዌር · 239
ቦን · 239

ቱ

ቱለማ · 240
ቱታንከሃሙን · 59
ቱትሞሴ አራተኛ · 61, 179, 180
ቱኒ · 154, 240

ቲ

ቲቤስ · 26, 62, 63, 64, 65, 66, 67, 72, 77, 80, 81, 95, 122

ታ

ታላቁ እስክንድር · 22, 95
ታ-ሴቲይ · 3
ታሪከ ነገሥት · 350
ታበከናሙን · 78
ታ-ኔሄሰይ · 3
ታንዛንያ · 239, 306
ታካሃታማኒ · 78

ቴ

ቴምር · 150, 190, 193

ት

ትግረ · 244, 247, 253, 254, 261
ትግራይ · 176, 205
ትግርኛ · 242, 243, 244, 247, 252, 253, 254, 288

ቻ

ቻዳዊ · 241, 312, 321

ነ

ነብር · 152, 177, 180

ኑ

ኑምሮይድ · 155, 184
ኑሪ · 71, 76, 77, 78, 84, 85, 87, 88, 90

ና

ናራ · 148, 243
ናርሜር፣ ንጉሥ · 20, 105
ናይሎ ሰሀራን · 243
ናፓራየ · 78

ቅሱም

ናፓታ · viii, xvi, 2, 17, 18, 19, 20, 29, 60, 61, 65, 66, 67, 71, 72, 73, 80, 81, 83, 84, 86, 88, 89, 90, 92, 94, 95, 96, 98, 99, 105, 134, 137, 139, 141, 143

ኔ

ኔፍሩስይ · 34

ን

ንዚኒ · 239
ንጉሥ ሰለሞን · 353, 356, 357, 358, 359
ንጉሥ ናስታሴን · 90
ንጉሥ ናታካማነ · 98
ንጉሥ አርኬክሃማነ · 97
ንጉሥ አርካማነ · 90, 91
ንጉሥ ዳዊት · 357
ንግሥተ ሳባ · 347, 348, 351, 353, 356, 357, 358
ንግሥት ታቢርይ · 73
ንግሥት ናሳላሳ · 85, 86
ንግሥት አማኔሬናስ · 96, 97
ንግሥት አማኒቴሬ · 98
ንግሥት አማንሻከሄቶ · 96, 97, 98
ንግሥት አባር · 73
ንግሥት ከሄንሳ · 73
ንግሥት ፔከሳቴ · 73
ንጉረ ድምፃዊ · 282, 285፣ 330
ንጉረ ድምፅ · 244, 245, 246, 247, 250, 257, 270, 271, 272, 273, 284, 290, 298, 304

ኖ

ኖባቲያ · 4, 99, 100, 101

አ

አላባ · 238, 240
አልማዝ · 358
አልጋዋ · 239, 264

አሙን · 26, 56, 57, 61, 62, 63, 65, 67, 72, 73, 74, 86, 90, 98, 120, 123, 124, 175, 201
አማሲስ · 86, 91
አማኒታካዬ · 87
አሜንሆቴፕ · 348, 349
አሲርያ · 66, 69, 74, 75, 76, 78, 79, 80, 81, 82, 83, 104, 125, 126
አሲርያን · 66, 74, 75, 79, 80, 81, 104, 125, 126
አሳታ · 86
አሳክ · 239, 264
አስርክሃሜን · 349
አረቢያ · 169, 176, 184, 185, 188, 189, 199, 200, 203, 205, 206, 207, 208, 210, 211, 212
አራማቴልቆ · 87
አርሲ · 240
አርባጉ · 276, 278, 331
አርቦሬ · 239
አርታሃ · 86
አርካማነ · 350
አርካሜን · 349, 350
አርነባ · 331
አርኅብኛ · 248, 254
አሹርባኒፓል፣ ንጉሥ · 80
አሾድ · 74
አባይ · 138, 144, 147, 168, 171, 175, 176, 182, 192, 193, 196, 197, 198, 200, 210, 216, 218, 225
አቲ የፒንት ገሥር ባለቤት · 178
አቸሜኒድ · 88, 89
አነባ · 61
አንቶኒዮ ፈርናንዴስ · 279
አኪንዳድ · 96
አካዲያን · 184
አኬናተን · 179, 180
አኸሄቃ · 87
አኸሃናተን · 59
አክሱም · 207, 208
አክሻ · 61
አዊ · 238
አውኒ · 242, 244, 247, 248, 249, 258, 262, 326
አዛንዬ · 103
አዜብ · 356, 357
አይሁድ · 359

415

ኩሽና ኩሻዊ

አደርኛ · 276
አዱሊስ · 207, 243
አገዊ · 242, 244, 248, 257, 258, 326
አጉስተስ · 22
አጼ ዘረ ያዕቆብ · 276, 279
አፄ ይኩኖአምላክ · 243
አፄ ዮሐነስ · 103
አፅብሀ፣ ንጉስ · 208
አፋር · 239
አፍሮኤሽያዊ · xiv, xv, xviii, xix, 5, 8, 138, 147, 212, 235, 236, 237, 238, 241, 261, 296, 304, 307, 311, 312, 314, 320, 321, 322, 355, 359, 365, 366
አፖፊስ፣ ንጉሥ · 47
አቫሪስ · 46, 47

ኢ

ኢማኒ · 74, 75
ኢራን · 9, 75
ኢርቃው · 239, 264
ኢርተት · 3
ኢሮብ · 239, 240
ኢትዮሴማዊ · 205, 242, 252, 254, 367
ኢትዮጵያ · 137, 142, 143, 144, 145, 149, 150, 151, 152, 153, 154, 155, 163, 167, 169, 173, 176, 184, 185, 188, 191, 192, 193, 195, 196, 197, 198, 199, 202, 203, 204, 207, 209, 211, 212, 213, 221, 222, 229
ኢንዶኔሽያ · 188
ኢዛና · 2, 17, 19, 99, 100, 154, 155, 169, 208, 212, 229
ኢያም · *See* ያም

ኤ

ኤል ሞሎ · 239
ኤል ኩሩ · 77
ኤስርሀዶን፣ ንጉሥ · 80
ኤርትራ · 154, 169, 176, 184, 188, 190, 191, 192, 193, 195, 196, 197, 198, 199, 200, 203, 205, 210, 211, 212, 236, 238, 239, 242, 244, 245, 252, 260, 261, 286, 288, 289

እ

እስልምና · 252, 261, 283, 286, 288
እስራኤል · 356, 357, 358

ዕ

ዕንቁ · 357

እ

እየሩሳሌም · 74, 79
እጣን · 150, 167, 171, 173, 175, 176, 178, 180, 184, 189, 191, 193, 199, 200, 201, 202, 212

ኦ

ኦሞአዊ · xix, 235, 237, 241, 260, 305, 306, 307, 308, 312, 319, 321, 367
ኦርማ · 239, 240, 281, 291, 331
ኦሮምኛ · 237, 238, 239, 240
ኦኖጎታ · 319
ኦፑን · 168, 169, 214

ከ

ከሚሴ · 240
ከምባታ · 238, 240
ከሰላ · 169, 193, 199, 203, 210, 212
ከርቤ · 167, 171, 173, 184, 189, 191, 197, 200, 202
ከነአን · 155
ከነዓን · 78
ከፋ · 238

ኩ

ኩል · 172, 173, 178, 180, 191, 200, 211, 220
ኩሻዊ · 237, 238, 239
ኩሽ · 208

416

ኩናማ · 243
ኩንፈል · 242, 244, 247, 248, 257, 324

ኪ

ኪሊዮፓትራ · 22

ካ

ካሌብ · 169, 189, 208, 209
ካምብይሲስ · 88, 89
ካሞሴ፣ ንጉሥ · 34, 35, 47, 48, 55, 110, 117
ካራንክ · 67
ካታራክት · 3, 7, 13, 15, 27, 28, 30, 33, 34, 35, 37, 41, 45, 47, 49, 55, 58, 59, 61, 62, 64, 65, 68, 84, 94, 98, 100, 101, 107, 109, 118
ካዋ · 61, 76, 85, 96
ካይልኛ · 242, 244, 250, 258, 259

ኬ

ኬንያ · 239, 240, 263, 266, 281, 282, 290, 291, 294, 295, 302, 306, 359

ክ

ክሄብ · 86
ክብረነግሥት · 356, 357, 358
ክውአድዛ · 239, 264
ክዲ-ጎ · 350

ኮ

ኮሆሽያን · 303, 304, 316
ኮርድፋን · 4
ኮንሶ · 239

ኻ

ኻምባንጋ · 238

ኽ

ኽምባ · 242

ወ

ወለጋ · 240
ወሎ · 173, 240, 242, 245
ወርቅ · 150, 167, 171, 178, 180, 188, 201, 356, 358
ወኒ/ኦኒ · 16, 33, 34, 35, 36, 41, 109, 110
ወዲ ገዋሲስ · 172, 183

ዋ

ዋዋት · 3, 33, 58, 109
ዋግ ህምራ · 245
ዋጣ · 239

ዉ

ውስጠግንድ · 288

H

ዘምባባ · 190
ዘንዶ · 173

ዛ

ዛይ · 276, 306
ዛጉዌ · 243, 253, 350

ዝ

ዝንጀሮ · 173, 177, 189, 193, 196, 197
ዝዋይ · 276

የ

የመን · 188, 191, 202, 203, 204, 210, 212, 213, 216
የም · 3, 63
የባህር ኤሊ · 175
የዝሆን ቀንድ · 173
የፑንት መርከብ · 180, 181

ዩ

ዩረት · 33

ያ

ያም · 137, 139, 141, 142, 143, 144, 146, 150, 152, 159, 167, 170, 171, 172, 184, 194, 197, 199, 203, 205, 207, 212, 216, 221
ያኩ · 239
ያካቡር · 283, 332

ይ

ይስሀቅ · 283, 332

ደ

ደቡብ ሱዳን · 7, 103
ደቡብ አረማያ · 78
ደቡብ አረቢያ · 184, 185, 188, 205, 206, 207, 208, 210
ደባሬ · 240

ዱ

ዱላይ · 239
ዱኪ ጀል · 58, 59

ዲ

ዲራሻ · 239
ዲር · 283, 297, 332
ዲጊል · 283, 332
ዲግል · 283

ዳ

ዳህሎ · 239, 291, 302, 303, 304, 306, 310, 315, 316, 317
ዳሳናች · 239
ዳሮድ · 283, 332
ዳግማዊ ሳርጎን · 74, 75, 78, 79
ዳግማዊ ራሜሴስ · 59, 61, 182
ዳግማዊ ቱትሞሴ · 49, 56
ዳግማዊ አመነምሃት · 172
ዳግማዊ አሜንሆቴፕ · 179, 180
ዳግማዊ ፔፒ · 171

ዴ

ዴር ኤል ባህሪ · 174
ዴፉፋ · 35, 44, 45, 50, 51, 52, 53, 54
ዴፉንህ · 182

ድ

ድኅረግንድ ቅጥያ ግሶች · 317
ድምፀልሳን · 275, 287, 330
ድንክዬ · 171

ጀ

ጀልባ · 176, 180, 182, 188
ጀበል ባርካል · 28, 49, 57, 61, 65, 66, 72, 73, 76, 84, 85, 86

418

ጁ

ጂዱ · 240

ጅ

ጅቡቲ · 239, 282, 283, 286, 289

ገ

ገዋዳ · 239
ገደረት፣ ንጉስ · 208

ጉ

ጉራጌ · 276, 279
ጉጂ · 240

ጊ

ጊዶሌ · 239

ጋ

ጋሬ · 240
ጋርዮሬ · 283, 332

ጌ

ጌዲአ · 239

ግ

ግሪክ · 207
ግብፃዊ · 235, 236, 241, 312, 321
ግዕዝ · 235, 254, 259, 261, 262, 288, 289

ጎ

ጎርዋ · 239, 264
ጎንደር · 242, 245, 247, 249, 252, 259, 261
ጎጃም · 242, 245

ጠ

ጠምባር · 240

ጦ

ጦጣ · 173

ፀ

ፀማይ/ፀማኮ · 239, 300

ፉ

ፉንጅ · 102, 103

ፈ

ፈረስ · 61
ፈራአ ሳሁር · 171
ፋርስ · 2, 75

ፍ

ፍልስጤም · 74, 75, 126

ፑ

ፑንትላንድ · 167, 168, 169, 183

ኩሽና ኩሻዊ

ፓ

ፓርሌሞ ድንጋይ · 170
ፓነሀሲ · 64
ፓ-ነሀሲ · 63

ፔ

ፔራሁ፣ የፐንት ንጉሥ · 178
ፔትሮኒዬስ · 95, 96, 98

ፕ

ፕቶሎሚክ · 25, 26

ፖ

ፖታሲምቶ · 86